CRACK THE CODE

CRAFT YOUR NOVEL USING STORY, SCENES, AND WORDS

SUSAN MEIER

Copyright 2021 Linda Susan Meier

All rights reserved.

No part of this book may be reproduced, stored in retrieval system or transmitted in any form or by any means, electronical, mechanical, photocopying, recording or otherwise without prior permission of the author.

Cover Design: Ecila Media Group

Editing: Donna Alward, Words Between Pages

ISBN 978-0-9993384-4-5

Created with Vellum

WORKSHOP 1 - KNOW YOUR STORY

INTRODUCTION

Hi, I'm Susan Meier, author of close to eighty books. My road to publication and continued publication wasn't an easy one. In fact, some years, it was downright rocky. That's bad news for me, but good news for you. Those rocky years showed me that no matter how much talent I had, I had to learn the craft. The tricks and tools I created to strengthen my own writing ultimately became twenty workshops.

But cracking the code to create those tricks and tools wasn't as simple as those few lines make it sound. Without the resources budding authors currently have at their disposal —how-to-write books, the internet with its plethora of writing workshops, and even entire conferences on YouTube—my only option was trial and error.

Every time I got a rejection or revision letter, I studied that turkey, looking for what my editor was "really saying" about my manuscript. I knew the issues she wanted me to fix were the keys to a great book, and I soon realized that her comments fell into one of three groups: problems with the story, problems with the scenes, or problems with the words. Which led me to realize that we write on three levels.

Story, Scenes, and Words.

Think that through. We tell a story through scenes and create scenes with words.

Mastery in each of these disciplines requires a completely different skill set, even as the skills are interdependent. Your scenes are written with words, but you also must have a solid story so your scenes can be strong and relevant. Your story is told through scenes, but if your grasp of language is bad, your sentences will be weak. If your descriptions are lackluster or overblown, your book will lag.

In other words, you can be great at thinking up stories, but if your execution is off, the resulting book can be poor, rather than as wonderful as it should have been. You can come up with fabulous scenes that really tell the story in a robust way, but if you don't know the basics of using words and punctuation, your book won't have the power it should have.

I remember, decades ago, discussing my most recent submission with an editor. She said, "That was such a great conflict that I expected the story to have a stronger impact," and from that one throwaway line in our phone conversation, I knew that a book that *should have been great* ended up being only okay because I didn't execute it well. I didn't have strong scenes or use words properly.

In the three workshops of this how-to, we'll examine the specifics of story, scenes, and words. We'll first explore story, then we'll move on to execution of that story through scenes, then editing—not so much nitpicking sentences and words but looking at the power *of* words as we also examine fixing story and scenes when we edit.

So, fasten your seatbelts. It might not be a bumpy ride, but it's going to be a thorough one.

Susan Meier

LESSON 1: WHAT IS STORY?

Simply put, a story is an account of events for education or entertainment.

Easy, right?

Yeah. Sort of.

That description doesn't take plot into account.

That vague definition of story also doesn't mention goals, motivations, or conflicts (both internal and external).

It doesn't give you any hint about character or emotion or how emotion and "needs" can drive a plot the same way they can drive a real life.

If you read that definition of story all by itself and used it to write a novel, you could end up with something that reads more like a list of events with very little emotion.

A story is more complicated than a list of events. It has life and vitality, pain and growth. In most stories, the protagonist must grow in order to achieve their goal.

In fact, let's slide my definition of plot in right here so you can see a bit about what I mean.

In Susan Meier World...

Plot is all the steps your main character(s) takes to get

from who they are at the beginning of the book—the inciting incident, the terrible trouble, the day/moment everything changed—to who they are at the satisfying conclusion.

(By the way, most of the definitions in this workshop are mine, created by me, so you can easily understand some fairly complex concepts. If it doesn't sound like any other definition you've heard before, that's why.)

With the definition of plot in mind, here's the Susan Meier definition of story:

A story is great characters with internal and external conflicts, both of which are resolved in a plot, told with energy and truth.

Meaning, your story must be interesting, compelling, credible, and consistent.

Interesting, of course, means of interest to readers.

A story is **compelling** if readers fly through the pages and stay up all night reading. (That's where the energy part of the story comes in.)

Credible means this could really happen, albeit in your vampire, hospital, or made-up universe. (You make the rules, and you stick to them.)

Consistent means that characters go through the story doing things they really would do based on their goals, motivations, and conflicts—and ultimately their growth.

But how do you know your story will be all that (and a bag of chips)?

Can you figure out some of that before you write, to save time and to make sure your story goes in the right direction from day one? Is there a way to give yourself assurance that you're writing something that has the potential to be wonderful? A way that keeps you from shaking in your boots or waffling through the entire draft?

Yes. By writing a story summary.

I don't care if you're a plotter or a pantser (someone who writes by the seat of their pants), knowing at least the barebones of your story will make writing your story so much easier than just sitting down with an "idea" and hoping for the best.

For instance…

I know many people who get a scene idea, especially if it's what they consider the first scene of a book—the scene that opens the story—and they sit down and begin writing, believing the story is so strong it will write itself.

Usually, they get to about page 100 and call me, weeping. Lost. Not sure what should come next. In worst case scenarios, they might even realize they don't have a story at all. They thought they did, but once they began writing they found holes, gaps, problems.

Sound familiar?

Knowing your story before you begin writing eliminates most of that kind of trouble.

And no! I'm not saying pantsers are bad. I'm saying that having a story summary, a barebones encapsulation of the story you want to tell, will make your book-writing journey easier and more efficient. **Especially for people who love writing by the seat of their pants.**

What does a story summary look like?

First off, it's one line or one paragraph. No more. (Don't groan. You can do it. I'll show you how.)

Second, it's only an encapsulation with very little detail. More like an overview.

Third, it clearly shows enough substance to support an entire novel.

Some people create a story summary **before** they write a word. (That's me, by the way. To me there is no point in writing until I come up with a strong story. It must be a story I can say in one line or one paragraph and know there's sufficient material to support an entire novel.)

Some people get an idea, jot down important things like goals, motivations, and conflicts, then create a story summary using everything they've come up with.

Others need to write a few scenes or chapters to get a feel for the story. Those people then take what they've written and run it through a story summary to either affirm they are on the right track and have a great story, or to figure out what's lacking in what they've written and organize the idea so they can plug the holes.

Because all books and all writers are different, there isn't one version of a story summary that works for everyone. I have found five variations—five different versions of story summaries.

Five different ways to:

- **check an idea**
- **come up with an idea**
- or **sift a strong story idea** from the pages/chapters you've already written.

The first one is a **log line, or a one-line description of your story.** But not everybody can condense an idea to one line. Other versions include:

- **core story question**
- **one-paragraph mini synopsis**
- **back-cover blurb**
- **growth paragraph.**

Any of these can be used to come up with or test an idea.

Remember, all you're looking for is the heart or core of your story.

You don't want to know every nitpicky detail because you want to be able to see the heart of your story at a glance.

This is why I'm not suggesting you write a synopsis. A synopsis, as you know, can get fairly long, and anytime anything gets long, you can't really "see" the whole thing at a glance. Also, you can get so involved in the details or steps of the story that you can't "see" the heart, or the core.

The log line, core story question, mini synopsis, back-cover blurb, and growth paragraph are all great tools to show you the heart of the story.

Once you've written one for your story, you can look at it and ask…

Is this idea strong enough, interesting enough, compelling enough to sustain an entire novel?

And if it's not, you also should be able to:

- see what's lacking and add it,
- see what's weak and fix it,
- and see what doesn't work and eliminate it.

That's a pretty tall order, so we'll examine all five story summaries to show you how they work. Then you can pick the one that suits you and your story.

Let's start with the **log line—a one-line description of your story.**

LESSON 2: LOG LINE

Lots of people call this the **elevator pitch** because a log line tells your story in one sentence. Which makes it easy to say when you're standing in an elevator with an editor or agent, probably at a writer's conference. But the log line should also be structured in such a way that it blows people away when they hear it or read it.

In my romantic suspense, the hero and heroine must catch a killer, but she's already been arrested for the crime, and he's the DA prosecuting her.

Now, in the romantic suspense heyday, that story would have sold on that pitch. Especially if the person pitching was already published, and the editor in the elevator with her was desperate for a new book!

Anybody who hears that pitch instantly knows the story.

1. It's a romantic suspense, so a specific story

structure will be used (and the book will fit a genre and hit a market).
2. We also know there'll be danger.
3. There will be job problems for the DA. He might even lose his job at one point.
4. There's a huge conflict for the romance.
5. The heroine might be facing death since this could be a death-penalty crime.

Lots of great stuff in that story!

That one line will not only get attention, it will also keep you on track as a writer.

Really? Sure! If you have a log line, any time you lose focus as you're writing, all you have to do is read that one line and it will instantly remind you of the heart or core of the story.

Let's look at a few more, using stories you might recognize:

A man meets a woman with no short-term memory and gets her to fall in love with him every day until one day he realizes he wants her forever but there is no forever for her.

That's *Fifty First Dates*. (One of my absolute favorite movies. Also, a great romance plot because of the high-concept conflict.)

Or…

. . .

History is altered when a ship full of miners from the future goes back in time, chasing the man they believe is responsible for the destruction of their planet, intent on revenge.

That's *Star Trek*, the new, updated, Chris-Pine-as-Kirk, let's-update-the-franchise version.

Note that I don't tell you that altering history means a reboot for the entire *Star Trek* franchise, though that's what happened. I walked out of the theater saying, "Holy man, those people are geniuses." The logline doesn't mention the reboot of the franchise because it's not the story. That's "stuff" connected to the story. But not the story.

The story is that **history is altered when** a ship full of miners from the future goes back in time, chasing the man they believe is responsible for the destruction of their planet, intent on revenge.

That's the story. There is:

- Action
- Conflict
- Consequences
- Serious trouble (Or if you wish…terrible trouble).

If each of us had that information, **that one line,** we could all write that story. We'd probably all write it a different way. Because I'm a romance writer, I'd make a bigger deal out of Spock's relationship with Uhura. JJ Abrams chose to focus on the anger, action, fighting, change of history, and the story that results.

Here's my point…

From that line you know what the story is about and if

you were the one writing it and you woke up one morning thinking, "What should I write today?" you could read that one line to easily orient yourself and get yourself back into the story.

And here's an unexpected benefit of story summaries...

Story summaries capture your excitement or emotion for the story and anchor you to the feeling you want to give readers. So that every time you write a scene, you tap into the fear, romance, excitement, and curiosity you want readers to feel as they read your story.

Story summaries are great, but we don't always get them right the first time. The trick is to juggle all the essential elements of the story (I sometimes call them moving parts) until you have a clear picture of the core story told in a way that excites you.

If you're struggling to write a story that isn't quite working, all you have to do is change the focus or a fact or two in your log line and you will change the story.

Let's look at *Star Trek* again...

Young Captain Kirk and Mr. Spock are enemies forced to fight together when a mining ship from the future goes back in time, chasing future Spock, determined to force him to watch as they annihilate first Vulcan, then Earth.

In that new version of the story summary, we took the emphasis off the miners from the future and shifted it to the relationship between Spock and Kirk. If you've seen the movie, this is probably closer to the one-paragraph story summary they could have used. The awkwardness (anger and animosity) between Spock and Kirk is a huge conflict in the story, and also very interesting to Trekkies like me. If these two can't learn to get along, the miners from the future will destroy Vulcan and Earth. But more than that, in the original franchise, Spock and Kirk were friends. Strong friends. Trekkies want to see them as friends again. It's a draw for viewers. It's the "heart" of the story.

Can you see how changing just a little bit of that one line made the story more interesting and compelling—and do you also see how changing the focus of your entire story can be that easy?

In fact, the one-line story summary is a major tool for editing. Changing your story in your paragraph **before** you change it in your actual document will save you a lot of headaches and heartache.

That's the first way to write a log line, just a straightforward one-line description of your story.

We stole the second way to write a log line from the movies—or maybe more correctly, we stole it from people who **pitch** movies. Because people in the movie industry are primarily interested in making money, the best way to pitch your movie is to liken it to other movies that grossed hundreds of millions of dollars—or surprised the industry with their success.

My book is *Steel Magnolias* meets *Terminator*.

That pitch would certainly raise eyebrows, but it also concisely tells what kind of book you are writing or have written.

Steel Magnolias is a movie (was a play) about feisty southern women who are survivors. *Terminator* is a chase thriller where the fate of humanity hangs in the balance. With that log line, you probably are writing an intense thriller with strong southern women as main characters. If the person you're talking to knows both movies, you're golden.

I can see an editor or agent saying, "Yeah. Send me that book."

But also, note how that log line could keep you focused as you write. Not only have you set a high bar in terms of writing an intense edge-of-the-seat thriller (and that log line would remind you of that), but you also have characterization guidelines. Strong southern women who are survivors. Any time you feel yourself (or your characters) going adrift as you are writing, you read that logline and guess what? You get yourself back on track.

Actually, I think you should tape your log line on the upper righthand corner of your computer screen. No better reminder of the heart of your story than that.

The movie log line, just like the regular log line, can be the first "test" of your story, an easy way to see if it's interesting and compelling.

This might be a good opportunity for you to stop reading and try one on your own.

No matter if you only have a vague idea of your story or have a big chunk of your novel written, this is a way to look at your story and see if it is interesting and **compelling**. Remember that word: compelling. That means that the subject of your story isn't merely interesting (though it needs to be interesting), it's also something that grabs readers and won't let them go.

Note, it doesn't have to be a thriller to grab a reader. Lots of women's fiction and "character driven" stories grab readers and won't let them go. Remember the movie *The Blind Side*, where Sandra Bullock's character adopts the kid who is homeless, and he becomes a football star? No one was killed. No one's life was in danger. But sit with that movie for five minutes, and you can't leave your chair.

Take a few minutes to think about your own book and try to come up with a strong log line. Dig until you find the real core of your story.

Then come back and read Lesson Three!

LESSON 3: CORE STORY QUESTION

Another short, effective way to come up with a story, test your story to see if it works, fix your story, and/or to keep yourself on track as you write, is the **Core Story Question**.

What's a Core Story Question?

Like it or not, every time a reader picks up a romance, they expect certain things. Every time a reader picks up a thriller, they expect other things. Every time a reader picks up a sci-fi, they expect a totally different set of things.

How do we know what readers expect from every book in the genre or subgenre?

Because at its heart every genre has a core story question. **Every genre has its own "signature" question that makes a book fit that genre.** It's a marketing tool for booksellers to know how to shelve books. But, more than that, it's a tool that helps an author keep their book focused. **Having a core story question not only results in a tight book, it also ensures the book hits its market.**

Some of you are going to rebel against this because you want to be writing mainstream. You want to appeal to a broad audience.

I agree. I applaud you. But don't skip this part! Even if you're writing mainstream, you can figure out a core store question that will focus your story.

Okay...

Let's start with something easy. We all know that the story question of a mystery is "Who?" **Who did it?**

The protagonist works to figure out who killed the cop, who murdered the mom, who blew up the bishop.

The story question of a thriller is "How?" **How will your protagonist save the world (albeit his or her own personal world) from the evil villain intent on destroying it?**

That's pretty obvious stuff. But how do you, as the author, use it? How can a core story question make writing your book easier? How can it make your story better?

To answer those questions, let's look at the movie *Air Force One* with Harrison Ford.

After the plane of the President of the United States is hijacked and most of the secret service agents on board are killed, it's pretty clear that the president is going to have to save himself. The question becomes how.

How will an aging military hero and President of the United States save himself *when* he's trapped on a plane, has no weapon, is outgunned, the villains are using his family against him, *and* the hero believes he's not the man he was when he was elected president?

Did you notice what I did there? **I took the broad and general genre question for a thriller (how will the protagonist save the world) and turned it into a concise story question for a specific story.**

Because that's what makes your book unique. If you're writing a thriller, **the way you twist or turn or enhance your version of "how will the hero save the world" is the way you make your book great, or different, or unique.** (Which is why the more you play with your question and the more you enhance your question, the better, or maybe more unique, your book will be.)

But…

I also added a "when" and "and" to the story.

Many years ago, when I was working all this out in my head, (trying to crack the code of how to use a core story question as a tool) I realized that the core story question used to identify a genre was a great way to ensure a book hit its market, but it didn't help me much as a writer.

So, I added a *"when"* and *"and."*

- The "when" sets out the details of the problem —**external conflict**
- The "and" sets out the protagonist's **internal conflict**

Let's look at Air Force One again.

How will an aging military hero save himself *when* he's trapped on a plane, has no weapon, is outgunned, the villains are using his family against him *and* the hero believes he's not the man he was when he was elected president?

. . .

When he's trapped on a plane, has no weapon, is outgunned, the villains are using his family against him... That's all external stuff. Pretty much the plot.

The **and** tells his **internal conflict,** the hero's internal struggle, a struggle which may preclude him from having a really happy ending and maybe even from stopping the bad guy.

Meaning: There's an internal core belief he has about himself, someone else, or life in general that:

- **makes him doubt himself,**
- **makes him angry,**
- **or pulls him back from getting involved. (And every great book needs an internal struggle!)**

In Harrison Ford's case, **the internal conflict is a struggle with a belief he has about himself.** He is getting old, and he believes himself incapable of being the strong, courageous, gutsy military hero he was as a younger man—which was what the American people thought they were getting when they elected him president.

By adding my "and" into this core story question, we complete the heart of this story:

How will an aging military hero save himself when he's trapped on a plane, has no weapon, is outgunned, the villains are using his family against him, *and he believes he's not the man he used to be?*

. . .

The first part of the question sets up the terrible trouble/external trouble:

How will an aging military hero save himself and his family...

The second part of the question is the escalation or the realization of that trouble:

...when he's trapped on a plane, has no weapon, is outgunned, the villains are using his family against him...

And the third part of the question gives your hero "heart," makes him human, makes readers/viewers identify with him, even as it brings doubt to the happy resolution of the problem:

...and he believes he's not the man he used to be.

Do you see how having those three things...

1. External set up
2. Manifestation of the external trouble in the form of the villains
3. The "hero's heart"

...can show an editor you will have a great book, and also keep you on track as you write?

To take this one step further, if you closely examine the core story question for *Air Force One*, you will see that you can almost outline your story from one little question.

If you take apart the *Air Force One* core story question, it is a mini outline:

- How will an aging military hero save himself (Set up or ordinary world)
- Turning Point 1: when he's trapped on a plane
- Turing point 2: has no weapon (He sneaks out and gets one when he attacks and disarms a terrorist)
- Turning Point 3: is outgunned (There are so many terrorists, that one gun isn't enough. He starts taking out the terrorists one at a time and is so successful the villains need to get crafty)
- Escalation that leads to black/all is lost moment (They use his family against him, forcing him to surrender)
- Redemption: and he believes he's not the man he used to be? (Once they threaten his family, he steps up. Up until now he's been doing what he could with effort, but not his whole heart and soul. But with his family in jeopardy, he has to push himself further than he thought himself capable)

Which means the president grows as a person, even if he was pushed to do it. The core story question is a nifty tool!

Let's do another genre.

How about a mystery? Since I know lots of people are working on mysteries, let's take a quick look at the core story questions for mysteries.

The first thing to note about the core story question for a mystery is that **there are many, many different kinds of mysteries and the core story question for each could be different.**

Depending upon your type of mystery, you might have

to get your specific mystery-type needs into the question, too.

Plus, you have to remember "when" and "and."

But I found that the format below works for a lot of mysteries. If it doesn't work for yours, you can play with this a bit to make it work. Writing is all about thinking and arranging things. Might as well begin with your generic tools.

Here's an example of the format I found work in most cases:

How will the small-town mystery writer clear her friend of murder, *when* **all the clues point to her, the gun is found in her house, she eventually admits she was having an affair with the victim,** *and* **the mystery writer fears she doesn't really know her "friend" and worries she could be aiding and abetting a killer?**

Notice the **story set up:** small-town mystery writer, a friend, and a murder.

Potential plot points:

1. Clues point to the friend
2. The gun is found in her house
3. The suspect admits she was having an affair with the victim.

Internal conflict for protagonist: Does she really know this woman she calls friend? Could she be such a bad judge of character that she befriended a cold-blooded killer?

. . .

Do you see how having a core story question like that could help you strengthen your story, just by changing moving parts?

Remember moving parts? **Those are the parts of the story you can pluck out and replace with something else.**

Such as: Small-town mystery writer? That's a lot like a certain television show we all know. Could you change it to yarn-shop owner, farmer, or Home Depot employee?

Think it through. If you change any of the parts of the story—the main character, the clues that mount against the suspect, even the internal conflict—then your story changes.

Sometimes that's a good thing. If your story is lackluster, changing the main character, the clues, or the internal conflict can make it better. That's your goal. But be careful. Change one thing at a time, see if there's a domino effect, and decide if it works.

It's easy to do because you can take out an item and keep replacing it with something else until you find the thing that makes the story better.

Changing your story in your paragraph is much, much simpler than changing it in a book. If you change any item in your paragraph, it's easy to change it back if it doesn't make your story more interesting or compelling. You can play around with the core story question for your book for days if you want, working to come up with the best possible combination of character, plot, and internal conflict for your book.

Then you start writing! Knowing what you want to write before you begin gives you a much clearer path.

Good stuff, right?

Let's talk about how to figure out the core story question for something I'm more familiar with…Romance.

The question of a romance seems to be "How?" How will the couple get together?

But that isn't really a romance. The answer to that simple question could be the heroine's mom introduces them, they have four dates and get married. It answers the question, but the book seems dull.

You have to take that question one step further and add that **when** and **and**.

The real core story question of a romance is:

How will the couple get together when they have an external conflict, and both have incorrect core beliefs?

Now…that's god-awful tongue-twisty and yet somehow still vague. But remember, you aren't using the vague question. You should be replacing words like couple, external conflict, and incorrect core beliefs with information.

Like this:

How will the incredibly attractive father of twins and the twins' nanny, who help each other overcome their jadedness caused by bad life experiences, ever get together when she's got a fiancé in a coma whom she won't desert and it's her loyalty to that fiancé that's part of why the hero loves her?

. . .

It's a little more difficult to find the plot points in a core story question for a romance, mostly because romances are **emotion driven**. But you can see the black moment is when they come to the point where she must leave her job with the twins' dad or risk being disloyal to her fiancé.

Romances are about emotion more than the externals, so in this kind of question we keep the emotion in the forefront. That's what guides us as we create the scenes that tell the story.

Still, looking at the core story question for the nanny and father of twins, you can see:

- In the first part of the book their attraction would be revealed, but jadedness would keep them from pursuing it
- Caring for the twins, they become friendly enough to help each other overcome that jadedness (Note: Caring for the twins is a vehicle to get and keep the main characters together and essentially that's the spine of the nanny story plot)
- Once they are friends, their initial attraction would become a problem because then they aren't just sexually attracted, they like each other, so that initial, easily dismissed sexual attraction **could** turn into so much more
- But she has a fiancé. And eventually her loyalty to her fiancé causes the black moment.

The core story for a romance highlights emotion, even as it tells an external story.

By the way, that core story question is for my book, ***Nanny for the Millionaire's Twins***, a finalist for the Reader's

Choice Award and the winner of the Book Buyer's Best Award.

How about the core story question for romantic suspense?
Let's go back to:

How will the hero and heroine catch a killer when she's already been arrested for the crime and he's the DA prosecuting her?

That's actually the log line, remember? It's not a core story question.
For it to be a usable core story question, you'd have to pack it with a bit more information.

How will the DA hero catch the stripper's killer, when despite DNA evidence and fingerprints that match the prime suspect, who has no alibi, he is drawn into her web and wonders if he's really falling in love or being lured by a black widow the way he was when he was a rookie cop?

We see a few plot points in there, as well as an intense internal conflict. He was a policeman before, and he fell for a black widow. I assume that cost him his job, which forced him into law school. I assume that made him a lot smarter... yet here he is, being drawn in again.
This is **his** story.
But could it be told as **her** story?

How will the recently divorced housewife prove her innocent of the stripper's murder when her fingerprints are on the murder weapon, blood at the scene matches her DNA, she has no alibi and the DA prosecuting her is luring her in, making her wonder if she's really falling in love or if he's trying to trap her into an admission she cannot make.

Which is the real story?

Only the writer knows that.

But could it be useful to have two core story questions? Yes. In the case of this romantic suspense, there are two great angles to this story, and two main characters because it's a romance.

In a romantic suspense, the romance sometimes forces you to work both sides of the story to make the story richer. Sometimes it serves you well to know them both!

Now that we've dissected the core story question for four story types/genres, Suspense, Romance, Thriller and Mystery, I'd like you to take ten minutes to come up with core story questions for your current work in progress.

Remember, a core story question can be a real help when you're writing, but if you can't create one for your story, we have more story summary paragraphs that can also quickly show you the heart of your story, determine if you have enough meat for a novel, and keep you on track as you write.

If the core story question isn't working for you, move onto Lesson Four, The Back-Cover Blurb.

LESSON 4: THE BACK-COVER BLURB

A few years ago, like thirty, I was sitting in the kitchen of our new house (because we'd just moved in a few weeks before, I remember it clearly) and there was a knock on the door. The UPS man grinned at me, handing me the first of two boxes of copies of my latest romance.

I dragged them inside, eagerly ripped open the first box and pulled out a copy of my beautiful new book.

With a sigh, I sat on one of the stools by the peninsula in the almond and white (totally 1990s) kitchen and read the back-cover blurb.

One of my eyebrows rose.

The story was fantastic...and I wished **that** had been the story I'd written.

Don't get me wrong, it was close. I mean, my characters **were** in the dilemma the writer of the blurb had posed. But the editor had rearranged the facts of the story in such a way that it made more sense and gave the story a punch of wonderful that made it much more interesting and compelling.

That day, I saw the power of a good one-paragraph story summary. Especially a back-cover blurb.

What exactly is a back-cover blurb?

For decades, editors and authors have been encapsulating their stories for the backs of their books to **entice readers**. And what's the best way to entice readers? **Show them the most important, most critical, most compelling parts of your story.**

But when I read the back-cover copy of my book that day, I saw something else. **I saw how much better my story could have been had I taken a little time to figure it all out in advance and set it out in such a way that the conflicts were front and center and the external conflict was something that would make readers turn pages faster than I can eat chips and salsa at Chili's.**

I read that back-cover blurb over and over, studying how easy it could be to not only set out a story in such a way it could inspire a reader to buy it, but also help me as I wrote it.

Like this...

Former CIA operative Sam Montgomery has it all. Beautiful wife, smart kids, penthouse apartment. Until an old girlfriend shows up at his door and tells him their son is a prisoner in Iraq, thrusting him back into his old world of intrigue and danger. Can he trust the beautiful Bella when she tells him her son, Cade, is really his child? Or does she have a sinister motive for sending him on a chase that more than likely will get him killed?

If you were the author of that potential thriller, could you easily see the heart of the story? Sure. It's the relationship between Sam and Bella. **Sam's mistrust of his former girlfriend will drive that thriller as they try to find "his" son.** That's the conflict. The plot? Looking for "his" son with a woman he doesn't trust—who might get him killed.

From that blurb, we can see:

- They will have dangerous adventures
- There will be suspense and scary parts
- All the while he'll be with a woman he doesn't trust, and who might get him killed.

If you had a back-cover blurb like that, you could read it before every writing session and easily ground yourself not only to the plot but also the emotion of the story.

That's what a good back-cover blurb can do for an author. Figuring out your story via the back-cover-blurb method forces you to think through the most important, most compelling parts of the story.

Which forces you to think through your story:

- What story are you telling?
- Whose story are you telling?
- What's the heart?
- What makes it special, unique?
- What makes it compelling?
- What aspect or angle would cause readers to buy *this book*?

Knowing all that and having it at your fingertips before you write will not only help you start the book in the correct place; it will also keep the story at the perfect amount of tension for the varying segments of the book.

But the absolute best thing about writing a back-cover blurb before you write your book is the ability to keep the main things in the forefront, which keeps your story on track.

If you're writing a romance, this means your back-cover blurb would showcase how the external conflict drives the internal conflict and the internal conflict causes a black moment.

This is from my book *Hired by the Unexpected Billionaire*, the third book in the *Missing Manhattan Heirs* series. This also is **my** back-cover blurb, not the one you find on the book. It's what I implemented to stay on track as I wrote the story.

Marnie Olsen spent most of her life afraid. Growing up in a home with an abusive dad, then the victim of a high school scandal when the boy who took her virginity posted naked pictures of her on social media, she doesn't trust anyone. But when Danny Manelli hires her to be the nanny for his son, the desperate daddy makes her laugh and easily earns her trust, making her believe in love again.

But her bubble is burst when she learns Danny is the son of an eccentric billionaire who is always in the news. Danny hates being in the limelight. He feels he hasn't merely lost control of his life, he's lost himself. But Marnie is gob smacked. If she is even seen in public with him, she'll become the object of so much scrutiny her past won't just come to life, it could make headlines. Worse, it

could show Danny she's not the Cinderella he thinks she is.

Should she leave? Can she leave? And if she does will Danny be able to let her go?

The **external conflict** is that both Marnie and Danny want a normal life. His outspoken, ostentatious billionaire dad makes that impossible. But her end of the situation is a tad worse. She's finally getting her life together and falling in love with the son of a billionaire will put her in the limelight and expose the secrets she's trying to forget.

That's the part of the blurb that drives the story. Each wants a normal life, but Danny's dad always finds a way to be in the news and that makes a normal life impossible.

That external conflict also showcases their internal conflicts.

His **internal conflict** is that he feels he has no control because of his dad, and he longs to be himself and manage his own life.

Her **internal conflict** is that she believes the mistakes of her youth will haunt her forever and she doesn't deserve a good life.

But notice how her secret plays into his internal conflict. He feels he has no control, then discovers the woman he's falling in love with has been hiding a secret? Yikes! If that won't cause a black moment, I don't know what will.

When I started this story, I could have simply written out the conflicts, internal and external and how they impact each other, and then started writing the book, but the back-cover blurb has more punch than the concisely stated conflicts.

I've mentioned before that romance novels are stories of

emotion. Romance readers enjoy the emotion of falling in love, especially if it's against the odds (Can you say Romeo and Juliet?). They want to root for the couple. They want to see the scenario play out in all its emotional glory.

Which is why my "working" back-cover-blurb was written the way it was. I used it to remind myself that the focus of the story was both of their desire for a normal life—impossible because of his dad—**with the potential of her secrets making everything worse.**

And, of course, they do. Because the story was a passionate, impossible situation.

I've shown you a back-cover blurb for a thriller and a romance. By now, I'm sure you see the value of having that kind of information **before** you write. In your book-buying adventures, you've probably read thousands of them. Meaning, you are familiar with the format.

What would you put in your book's back-cover-blurb?

- What is the most interesting, compelling part of your story?
- What are the conflicts?
- What's really the heart?
- What's the emotion?
- What will draw readers to buy it?

Can you take all the pieces of your story puzzle and arrange them for maximum impact, remembering the needs of readers of your genre?

Can you set out your story in such a way that it would instantly draw you into the story when you read it before every writing session?

This might not be the blurb that ends up on the actual back cover of your book, but that's okay. What you want from this version is clarity and inspiration. That jolt you get in your heart that reminds you of the fabulous story you want to write and why you want to write it.

By the way, if you're a pantser who doesn't want even a vague outline of your story (as you'd get with a core story question) because it would spoil the story fun for you, the back-cover-blurb paragraph is a great way to know just enough of your story to keep you on track, but not so much as to spoil your fun!

You are looking for the most interesting, compelling parts of the story to draw in readers. You are not trying to figure out scenes or details. The back-cover-blurb story summary is the best way for pantsers to set out just enough of their story to keep them interested and focused as they write.

Take a few minutes now to work on a back-cover blurb for your own book.

When you're ready, go to Lesson Five, The Growth Paragraph.

LESSON 5: THE GROWTH PARAGRAPH

I like to use the growth paragraph for pitching to editors and agents. Why? **Because in most modern/commercial novels the protagonist needs to grow in order to achieve their goal.** This one-paragraph version of your story takes that growth into consideration. It also encompasses theme. In most of my books, the "theme" of the story—forgiveness is hard, for instance—relates to that growth. One day when I was studying this, I came up with this simple formula to write out my story idea in one paragraph that focuses on theme and growth.

My novel is a [story type or genre]
    About [main character]
    What [action/idea]
    Who learns [theme]
    And as a result [how does he reach his goal]

. . .

Example:

My novel is a suspense about a complacent grocery store manager being stalked by the teenager who works for him, who—when the kid moves on from terrorizing only him to terrorizing the whole town—learns that there are times in life when the system fails, and you must take care of yourself. As a result, he musters both the internal fortitude and physical strength to take on the kid and win.

Do you see how having that information could not only help you come up with scene ideas, but also keep your book focused as you write?

Again, you have turning points:

1. Store manager being stalked
2. Kid moves onto terrorizing the whole town
3. The manager learns there are times in life when the system fails (maybe he calls the police, and they can't help)
4. He musters the internal fortitude and physical strength
5. He takes on the kid and wins.

It's a very clear paragraph that gives you the heart of your story so that you don't waste time with deviations or trying other paths, even as it shows you how your protagonist has to grow.

But here's another benefit. What if you're just starting out with your novel? What if you've had some hit or miss ideas about it? Or maybe some concepts began swimming around in your head for this story, but nothing is gelling.

Can you use this formula to help you plan your book?

Yes. If you have nothing but barebones ideas, begin answering these questions and things will begin to fall into place for your story.

My novel is a [story type of genre] **Romance**

About [main character] **A heroine with a horrible past she keeps secret**

What [action/idea] **Who goes to work for a man whose life is so public her secrets are in danger, and she falls in love with him, but eventually her secrets catch up with her and she has to leave him or be humiliated in the press**

Who learns [theme] **You can't hide from your past**

And as a result [how does he reach his goal] **She tells her story on a morning talk show, taking control and removing her secret's power.**

That's the story from one character's Point of View (POV), but it's the strongest part of the story, so that's what I used in addition to my back-cover blurb to not only figure out my story but to keep myself on track as I wrote.

Again, you probably won't get it right the first time. Keep looking at your answers, taking them deeper, changing things around, and those ideas will spark new ideas.

Because this is an easy paragraph, with very clear "moving parts" that show you what things you can easily strengthen, remove and/or change, I don't think there is much more explanation required. Take a few minutes to try this formula for your story, and keep this easy, basic tool in mind any time you need to brainstorm.

When you're done, move on to Lesson 6, The Mini Synopsis.

LESSON 6: THE MINI SYNOPSIS

The mini synopsis should have **your premise,** (forgiveness is hard, opposites attract, boss falls in love with his secretary, older man falls in love with younger woman, bodyguard story, mystery, vampire story, hero must save the world, hero and heroine must catch a killer) **coupled with your characters' goals, motivations, and conflicts.** But you're never once allowed to say, "The hero's goal is…" or "The heroine's conflict is…" **The mini synopsis must unfold like a story.**

For example:

Driving back from Vegas (Note: the premise is *Forced Proximity/Road Trip Book*) where the heroine ran when she realized she was pregnant because she didn't want to face her lover, the hero and heroine realize they are incredibly sexually attracted. But he knows he can't get too emotionally invested because when they get home, and she tells her baby's dad she's pregnant, she might decide she wants to marry the father of her child.

That's a mini synopsis for a romance/road trip.

You see the conflict (most important part of a romance, as we've already mentioned). Technically the heroine is "connected" to another man, and the hero doesn't want to get emotionally involved with someone who is already committed.

You also see that they are "stuck" together for a certain amount of time. (Forced proximity, driving back from Vegas.)

There are also five distinct parts of the book or five turning points.

1. Background and meeting
2. Driving back—noticing attraction (which may be satisfied through sex at some point, depending upon the kind of book you're writing)
3. An unfulfilled desire to be emotionally involved
4. A showdown with baby's dad when they get home
5. Happy ending where the pair commits for life.

Note that you don't pin yourself down to specific things that must happen. You can let the "scenes" more or less unfold naturally as you're writing, as long as you stick to this sort of "map" to show you where the story should go.

The mini synopsis isn't so detailed that it spoils the fun of pantsers, but it's enough to get and keep you on track!

Again, take a few minutes to see if you can write a mini synopsis for your story.

LESSON 7: WRAP UP

That's it for *Know Your Story*.

- I've shown you how you can condense your story into a log line and use it to keep your story focused.
- I've shown you a core story question that can help you make your story fresh and unique by changing the moving parts.
- We looked at how writing a back-cover blurb can help you see the most important, most compelling parts of your story.
- We saw how a growth paragraph can help you work out the theme of your story, as well as how your main character must grow.
- Finally, we examined the mini synopsis, a tool to help you find your story's turning points.

You can use any one or all of these tools to help figure out your story or refine it, or you can use one or more of them to make your story pop. I normally use two; usually not the same two because every story responds differently to these tools. Some stories are more easily captured as a back-cover blurb than a log line and some stories have easy log lines but need a mini synopsis before they become clear.

It doesn't matter which summary you use to uncover and develop your story. The trick is to find the tools that work for you and run with them.

Once you have your story, the fun begins.

Execution of the story idea, which means turning your plot into scenes.

Good luck and have fun!

WORKSHOP 2 EXECUTION: WORKING WITH PLOT AND SCENES

INTRODUCTION

Welcome to workshop number two in *Crack the Code*, our story, scenes and words how-to!

As I mentioned in workshop number one, I "came of age" as a writer before the internet, before the plethora of how-to-write books, workshops, and YouTube videos. The concepts in my workshops are the tools, forms, and formulas I created to turn my half-baked story ideas into solid, usable ideas and those solid ideas into great books.

The concepts are simple. The ideas elementary. The tools basic. They are also easy to understand, and you will be able to use them immediately.

I believe scenes are the most important part of the novel-writing process, so this workshop is a little longer than *Know Your Story*. If you're struggling with cracking the code of the mechanics of executing your great idea, this workshop is for you.

Enjoy!

Susan Meier

LESSON 1 : EXECUTING YOUR IDEA

One of the greatest discoveries I made about storytelling was that a novel is formed on three levels:

- Story
- Scenes
- Words

We tell a story using scenes and we create those scenes with words.

Each of those levels requires different skills. It takes a certain set of skills to come up with a great story, a totally different set of skills to create scenes, and a third set of skills to work with words.

This workshop focuses on scenes because that's how you tell your story…through scenes.

If you're constantly getting rejections or bad reviews because your book isn't compelling, it might be because your **story** is lackluster. You didn't put enough thought into your plot to make it something that would have readers on the edges of their chairs.

But that's hard for us to believe. Most of us write because we have great ideas, great stories we want to tell, and those great stories should result in compelling books.

So why don't they?

Because it's not the idea, but the execution of the idea that determines whether or not you'll have a great book.

In my early years of having my own novels fall short of the mark with editors, agents, and reviewers, I realized the most likely cause was poor execution. I always had great story ideas, but the way I had told my story was "off."

Given that stories are told through scenes, that meant the problem was in my scenes.

The same is true for you. If you had a strong story idea that resulted in a poor book, your scenes are most likely the culprit.

- You might have arranged the scenes in the wrong order.
- You might not have "linked" your scenes through a logical sequence of events or a strong transition.
- You might have too many purposeless or pointless scenes.
- Your scenes themselves might be poorly written.
- You might have chosen the wrong scenes to illustrate your character's journey.

For instance:

If an editor tells you your **pacing** is off, you might have arranged your scenes in the wrong order for maximum impact. The order of revelation of information—the order of your scenes—elevates or subverts emotion, which strengthens or weakens the intensity of the scene and as a result, the impact of your story.

If an editor, agent, critique partner, beta reader, or reviewer says your book reads **"episodic"** or **"contrived,"** you probably have no link or clumsy links between your scenes. Not that you have to date stamp every scene or chapter with a sentence like "The next day, Ella drove to the farm." But your story should flow with a thread of logic. If someone tells you your book is episodic or contrived, it doesn't.

Poor scenes could also be the problem if an editor, your critique partner, or a beta reader has said your **tone** is off, you have **bad characters**, **no conflict** or a **weak conflict**, or something ambiguous like there's **not enough emotion** in this book.

Really? Lack of emotion is the fault of a poorly written scene? Yes. This doesn't mean every scene needs to drip with melodrama. But scenes that should be emotional–such as a breakup, someone discovering a dead body, or a person being kidnapped–should realistically portray the emotion of the point of view character.

Scenes are created using:

- Dialogue
- Action
- Introspection

Weak **dialogue** will result in a lackluster or confusing scene. A conversation that meanders is boring and causes the scene to drag. Worse, bad dialogue diminishes characters. Put enough poorly written dialogue in your book and it will not have the power or punch you want.

Inappropriate or weak actions won't merely result in dull scenes; they cheat you out of opportunities to "form" your character. You might move the story forward by having the protagonist confront the villain. But how the character confronts him will make or break the scene, even as it tells us a lot about the character. If someone is angry, your scene should make that clear, and by the end of that scene we should also understand more about his character.

Introspection is your character thinking. Technically, it's how a reader sees inside your character's head. It's vital for readers to connect. But if you stay too long in your character's thoughts, you can bore readers. Though readers **do** want to hear your character's thoughts—that's how they share the character's experience—action is what moves the story.

Last but not least, the simple choice of the **type of scene** used to convey the emotion affects the impact of your story. Is it better (for the emotional punch or story intensity) to have the police tell the main character their grandmother is dead at a tea party, a football game, or while they are working? It depends on the story. But where, when, why, and how something is done all contribute or take away from the emotion of your story.

Scenes are where the rubber meets the road!

So, let's start at the beginning. What's a scene supposed to do?

LESSON 2: WHAT'S A SCENE SUPPOSED TO DO?

The purpose of a scene is to illustrate a journey step. Period. If there is no journey step, there is no purpose for the scene.

So, what's a journey step?

Decades ago, when I began writing, everybody was talking about **plot points**—the four or five high points of the book that cause the plot to twist or turn or raise the stakes of the story.

But I never could figure out what came between those high points. I needed more guidance. I needed to be able to see my entire story **as a journey** because, remember, that's what a plot is. A journey.

So, I began to use what I called **Journey Steps**.

Journey steps are all the steps your character takes to get from who they are at the beginning of the book, (the inciting incident, the terrible trouble, the day/moment everything changed), to who they are at the satisfying conclusion.

You'll note I usurped the definition of plot (from my *Know Your Story* workshop) for my definition of journey steps. This helps me not only to understand the concept that my protagonist is on a journey, but it also reminds me of a few things:

- First, characters typically must **change/grow** before they can fix the terrible trouble that started the book.
- Second, it takes **steps/actions** for your character to change.
- Third, it takes **steps/actions** to resolve the terrible trouble that opened the story.

If your scene doesn't have a "step" in the character's journey of growth or a step in his journey to resolve the terrible trouble (or make the situation worse when he tries to resolve the terrible trouble), then it's pointless and it will drag down your book, ruin pacing, and water down emotion.

Any scene without a journey step should be taken out.

But, you say, "I need that scene for description!"

Description alone is not a purpose for a scene. Neither is revelation of backstory, foreshadowing or humor.

So, what about those things? If they can't be the purpose for a scene, what are they?

Well, in Susan Meier World, I call all those other things **tools** you use to illustrate the journey step, and ways to enhance the reader experience.

- **Setting**
- **Description**
- **POV (Point of View)**
- **Mood and Tone**
- **Character Emotion**

- **Backstory**
- **Dialogue**
- **Foreshadowing**
- **Hooks/Humor**

Those are the things you use to illustrate your scene, and we'll discuss them at length in a bit. But right now, before you can get fancy using all those tools, you need to understand a bit more about journey steps.

Remember, journey steps are all the steps your character takes to get from who they are at the beginning of the book, (the inciting incident, the terrible trouble, the day/moment everything changed), to who they are at the satisfying conclusion.

You can figure out the essence or heart of your character's journey by writing a one-paragraph story summary. This is fully explained in the *Know Your Story* workshop. If you skipped ahead and are reading this segment without having read *Know Your Story*, a one-paragraph story summary is a short encapsulation that captures your story's heart.

After you've written the one-paragraph story summary and know the heart of your story, you "find" your scenes by breaking down that story idea into the steps your character must take to make the journey you described.

*Really? You think I can turn a **paragraph** into forty or fifty scenes?*

Yes. I do.

Because something wonderful happens when you write your log line, core story question, back-cover-blurb, growth paragraph and/or mini synopsis from the *Know Your Story* workshop.

Your brain starts jumping.

Even as you get a handle on your story, your brain begins making connections, hopping with ideas for scenes that:

Could happen
Might happen
Must happen
Should happen

When these ideas begin jumping around in our brains, most of us get excited and believe the story is virtually going to write itself. And it might. If you're young and still have a good brain, you might remember all these scene ideas. If you're Susan Meier, older than most of you, with contracts to fulfill, workshops to give, social media work, a newsletter, kids, a cat, a house that needs to be cleaned, and a golf score that needs work, lots of those scene ideas will get lost in the shuffle. Even the good ones.

When my brain starts jumping with possible scenes, I write them down. **I create a four-column sheet** and write the "could happen" scenes in the *could* column, the "might happen" scenes in the *might* column, the "must happen" scenes (must happen to make the plot work) in the *must* column and the "should happen" scenes in the *should* column.

I call this a **Could, Might, Must, and Should List**.

Writing down these **could, might, must and should** scene ideas as you're working on your story paragraph gives you the beginning of a scene list for an outline or storyboard. Even better, those few scene ideas that popped into your head automatically could expand into twenty or thirty or even fifty scene ideas, when you begin working with them to form a storyboard or outline.

Plus, if you write down your scene possibilities while you still have the initial excitement of the idea, you will

end up with a book closer to the "exciting" idea you first envisioned while writing the story summary.

In the beginning, your **could, might, must and should** list will be chaotic. There will be no order because you should be writing down the scene ideas as quickly as possible to encourage your brain to continue coming up with more ideas. The only distinction you make is which column to put the scene in. And you let your subconscious decide that.

When an idea pops into your head, if you think:

"This **could** happen," then it goes in the could column.

"This **might** happen," then it goes in the might column.

"This **must** happen," (to make the plot work) then it goes in the must column.

"This **should** happen," then it goes in the should column.

Trust your subconscious. Even though you will end up with a bunch of scenes with no timeline, no real order at all, your subconscious is usually accurate about the could, might, must or should identifier.

Once the could, might, must and should list is teeming with good ideas, then you look at all those scene possibilities and decide which one should be the first step in your character's journey, the one that starts the ball rolling.

Remember, journey steps are all the steps that take your character from who they are at the beginning of the book, (the inciting incident, the terrible trouble, the day/moment everything changed), to who they are at the satisfying conclusion?

That means your book must begin with an inciting incident, terrible trouble, or day/moment everything changed.

With that in mind, there are basically two ways to decide your first step:

The protagonist starts the journey, or someone else does.

If it's the protagonist's journey, how does someone else start it?

A thriller could open with terrorists bombing an embassy or plotting something.

A mystery could open with the murder the protagonist will be solving.

A suspense could begin with the serial killer murdering someone, scaring readers because his rituals are disgusting but important to the story.

In those three cases, you are **showing** the terrible trouble or inciting incident that sets off the chain of events. Which means the scene that introduces the protagonist, the person charged with finding the terrorists, solving the mystery, or stopping the serial killer will probably come next.

In many books, however, the **first scene** is the terrible trouble with the protagonist in attendance.

Your protagonist could be in the bank when terrorists burst in.

Your protagonist could be at the graveside of their partner as they take off their wedding ring and slip it into their pocket.

Your protagonist could meet their love match in a meet cute that embarrasses them.

Your protagonist could be walking onto the scene of a murder as the person charged with solving it.

Your protagonist could be having the worst day and quit their boring job.

You can see how all those set off a chain of events, too.

But setting off a chain of events isn't the only thing we need for a book's "set up." Whether you introduce your protagonist with the terrible trouble or in the scene where we see how they're affected by the terrible trouble, **your character's** first journey step must accomplish three things.

According to the definition of journey step—**all the steps your character takes to get from who they are at the opening of the story to who they are at the satisfying conclusion**—their first step in the journey must:

- Show who your main character is when the story begins.
- Have an inciting incident (even if that incident or action is showing up at the scene of the crime).
- Set off a chain of events from that action.

Right now, you're frowning. We're talking about set up, but we hopped right over Chris Vogler and ordinary world (from his book *The Writer's Journey*). Aren't we supposed to introduce the protagonist's ordinary world so readers can see how/why it's changing?

Yes. But not in the way we used to introduce it.

Remember the good old days of longer word counts, when we could have a scene that "showed" us the main characters in their ordinary worlds before everything changed because of the terrible trouble? Thanks to slimmer word counts and reader expectation, those days are gone. But we still need to get their ordinary world into the beginning of the book.

You show ordinary world "inside" that initial scene. Don't use a chapter, or even a scene to "explain" the character's ordinary world. Explain their ordinary world inside the scene with the inciting incident.

In *The Baby Project*, the first book in a three-book series I wrote for Harlequin Romance, the heroine is in her office at her dad's law firm where she works. (That's her ordinary world setting and barebones characterization. She's a lawyer who works for her dad.) Her dad (speaking as her boss) tells her she's been appointed co-guardian of the hero's infant half-brother. (**Inciting incident:** She's been appointed co-guardian.)

She wants to refuse, but her dad tells her it's time to get beyond her own baby's death. (**Conflict:** She lost a child and isn't over it, which gives us even more characterization and basically tells us who she IS at the beginning of the book.)

She takes the assignment, setting off a chain of events.

So, the first journey step in *The Baby Project* actually did **four** things:

1. **Introduce the character as she is** at the beginning of the book so we can see how she changes.
2. **Demonstrate inciting incident.**
3. **Set off a chain of events.**
4. **Show ordinary world.**

If you're writing one of those books where the terrorists start the book with a bombing, Aunt Tilly murders her husband, or the serial killer is plotting a gruesome crime, go ahead and begin your book with your terrorists, murder, or creepy serial killer, using however many scenes you need to set up that terrible trouble and introduce your villain/s. Then introduce your protagonist in the next scene, keeping the rules for **the protagonist's** first journey step in mind:

- **Introduce** who they are at the beginning of their journey.
- Have an **inciting incident.** (Maybe they go to the

crime scene for the murder or are assigned the task of finding the terrorists.)
- Set off a **chain of events** (i.e. the investigation).
- Show us their **ordinary world**. (If they are a detective, their ordinary world is going to crime scenes. Do they have a group of people they generally work with? Do they always wear an overcoat? Chew gum? Drink coffee?).

Easy. Right?

With the correct journey step, you begin your story in a way that draws in readers and grounds them in your story's "reality."

Which takes us to Journey Step 2.

Whether you started with your terrorists, your serial killer, your murdering Aunt Tilly, or your protagonist, you're still creating a journey.

Because you began the journey with **action**, there's going to be a **reaction** (sometimes called a **consequence**). That **reaction/consequence** will breed a **decision**. When someone makes a **decision**, they usually take **action** on it, which will breed a **reaction/consequence**, which will breed a **decision**, which will breed an **action**...and on and on and on.

These **actions/reactions/decisions/actions/reactions/decisions** are the steps in your character's journey.

So, what does this sequence or train look like?

Usually something like this:

There's a fire in the barn.
The horses die.
The hero decides he's had enough.
He leaves town.

That's four journey steps. Potentially four scenes. Why do I say **potentially** four scenes?

Because **though every scene must have a journey step, not every journey step has to be a scene.**

Some scenes can have one journey step. Others will have two or three or even four if your sequence of action, reaction and decision is a rapid succession.

Knowing whether a journey step deserves a whole scene or should be part of a bigger, more important or relevant scene is the **master skill of plotting.**

If you think it through, this skill (knowing when a journey step needs an entire scene or can be part of another scene) is actually the ability to **pace** your book. And we all know novels live and die by pacing.

Follow this logic...

If you have a long, drawn-out scene where the hero looks out the window, sees his barn is on fire, jumps into his boots, runs outside, as he's dialing 9-1-1, tries to get the barn door open and can't...

He's in agony hearing the screaming horses, so he finds an axe and begins chopping at the door...

But soon flames are everywhere...

And the roof collapses...

Do we really need an entire scene to get the point across to readers that the horses died? It is a journey step. It could be a whole scene, but is it wise to make it an entire scene?

No. In fact, to keep the flow of the story going, rather than have him take a walk through the charred ruins, checking every horse for a pulse, you could just say, *"When the roof collapsed, Jake knew his horses were gone."* The horses dying is a journey step. It's the consequence of the fire in the barn. But it's mixed into a bigger scene in which it fits, making the segment tight and better paced. It doesn't become a protracted, agonizing, boring scene on its own.

Pacing is tight and your story flows when the most interesting points are illustrated, and lesser items succinctly shown.

Right now, some of you are thinking, "This is amazing!" But others of you are frowning.

You're thinking action/reaction/decision sounds cool, but...

Who takes the action?

Does that same person experience the consequence?

Who makes the decision?

If all this happens to one person, how do I blend in other characters, other POV's and other story threads?

Essentially, most of that is based on the needs of your book and you'll see that as you're writing. But there's a bit of a stumbling block here. Not all books are set up to accommodate multiple points of view. Not all genres **want** multiple points of view. Category Romance, for example, prefers two points of view. Books told in first-person point of view typically have only one point of view that must be accommodated in the action, reaction, and decision train.

Plus, not all books are structured to handle oodles of story threads.

In fact, this is what separates genre fiction from single-title books—a bigger book of any genre, a book that transcends the genre.

If you want to write genre fiction, like short mysteries, category romance, and short sci-fi, your story focus should be like a laser beam.

If you want to write those big, fat, potentially *New York Times* bestsellers, your focus must be bigger. That bigger focus is how you add secondary characters, their stories (as story threads), and create a deeper, richer more compelling story.

Let's look at an example of the difference between the action of a genre fiction book and a single-title fiction book.

Here's the action, reaction, decision train:

Action: Protagonist and his son fight.

Reaction: Son gets angry.

Decision: Son decides Dad doesn't understand him. He can't stay here anymore.

Action: He runs away.

If you're writing a category romance (genre fiction), you would show the hero and son fighting. Son would be furious. He'd scream, "You don't understand me!" And storm out of the room.

The next morning, the hero would find him gone.

This is because category romances typically only have the POV of the main romantic partners. Everything is filtered through those characters.

If you're writing a single-title romance or a bigger book of any kind, the same things could happen.

The hero and son fight. Son would be furious. He'd scream, "You don't understand me." And storm out of the room.

But you'd be able to follow the son. The son could have a POV and a storyline.

Instead of the next scene being the hero finding his son gone, you could write the scenes of the son leaving, being afraid in the dark, finding a circus and being invited to stay the night.

Now, as a caveat, the thread of the son running away would have to be germane to the story. But in a bigger book it can be. In a bigger book, his running away could **be** the story.

Say your book is a mainstream story of a widower and his son as they adjust to life without the dead wife/mom. The thread of the son's reaction to the dad beginning to date would absolutely be a huge part of that story.

In a category romance, the boy running away would be germane in terms of how it would relate to the hero and heroine's romance. Because in a category romance **everything** must relate back to the romance.

In the "bigger" book, the story of the boy running away could be equal to or even greater than the story of the romance. The stories could run side-by-side and come back together in the black moment, cause the black moment, or be part of the climax.

Just from that explanation, you can see the bigger book would be meatier with a much wider focus than the category romance.

The same is true with mainstream suspense, thrillers, mysteries, science fiction, etc. The heftier word count doesn't merely "allow" you to broaden the story, it demands it.

So, how does this relate to the action, reaction, decision train? How do we make the train include other POVs? How do we get those story threads in that will make our story textured, rich, and broader?

Let's go back to our protagonist, Jake, who had a fire in his barn.

There's a fire in the barn.
The horses die.
The hero **decides his neighbor did it.**

He jumps into his Chevy Silverado and barrels over to the neighbor's ranch. As he's bounding across the front porch, the neighbor comes out with a shotgun.

"What do you want, Jake?"

"There was a fire in my barn and my horses died. You did it!"

Neighbor cocks the gun. "I didn't do it. Now get off my property!"

Being outgunned, Jake leaves.

But...

The next scene—the reaction to or consequence of the hero accusing his neighbor—is the neighbor calling the sheriff in the sheriff's POV.

Phone rings.

Sheriff answers.

The caller is the neighbor who explains about the visit. (Fire in the barn, Jake thinks he did it. He didn't and if the sheriff doesn't get Jake under control, one of these days the neighbor is going to kill him.)

Sheriff tells him to simmer down. He will take care of it. Hangs up the phone and calls hero's ex-wife.

Because this is a big romantic suspense, this is how we get the ex-wife home from the city and into the story. She's reluctant to get involved, but the sheriff reminds her that she's the only person Jake ever listened to. If she doesn't come back to Texas, the ex whom she still loves will probably be killed.

So now we have three stories:

- Who set the fire
- The hero and bad blood with his neighbor
- The romance.

But wait! After the sheriff hangs up from talking to the heroine, he calls somebody else.

The sheriff says, "Okay, I set the fire in the barn, the horses are dead, Jake's half nuts…he'll crack soon. I'm out of it."

The disembodied voice says, "You're out of it when I say you're out of it, unless you'd like me to reveal that little piece of dirt I have on you…Sheriff." The way he says "Sheriff" drips with derision.

Dead silence from the sheriff.

"I didn't think so."

What happened there? We added two more threads.

What did the sheriff do that he's being blackmailed?

Who the heck wants Jake off his property so much that he'd kill his horses and blackmail the sheriff?

That gets us to five great story threads.

1. The heroine's going to come home, and she and Jake will reunite. That's the romance.
2. The neighbor might become a friend or ally of the hero whom he currently hates…and he may also become the hero of the sequel!
3. The sheriff is in real trouble. I see him getting killed somewhere along the way to raise the stakes and add intensity to the main story.

4. Who is the disembodied voice? Will everybody in town become a suspect?
5. Why does the villain want Jake's land?

That's how you make a book layered, textured and rich. With five interesting threads in our single-title romance, it's not simple anymore.

With that many storylines to braid together, you can easily see how the action/reaction/decision train could run away with itself, giving you journey steps for most of the book. You could have one character take an action, and possibly another character react to that action and make a decision. This could result in the decision-making character taking an action, and another character reacting to that action and picking up the train.

At least, it usually does.

I say usually because not all action/reaction and decision trains fly down the tracks. Sometimes they stall.

What do we do then?

We'll discuss that in Lesson 3: What if Your Action, Reaction, Decision Train Stalls?

LESSON 3: WHAT IF YOUR ACTION/REACTION/DECISION TRAIN STALLS?

When you first begin writing your story, the action/reaction/decision train feels like it will go on forever (or at least for an entire book).

But what if it doesn't? What if your action/reaction/decision train only goes so far?

What if it only goes for three scenes? Did you do something wrong?

Maybe, but probably not.

Remember Jake with the fire in the barn? Let's look at that sequence again.

There's a fire in the barn.

The horses die.

The hero decides his neighbor did it.

He jumps into his Chevy Silverado and barrels over to the neighbor's. As he's bounding across the porch, the neighbor comes out with a shotgun.

"What do you want, Jake?"

"There was a fire in my barn and my horses died. You did it!"

Neighbor cocks the gun. "I didn't do it. Now get off my property!"

Being outgunned, Jake leaves.

The next scene—the reaction to or consequence of the hero accusing his neighbor—is the neighbor calling the sheriff in the sheriff's POV.

Phone rings.
Sheriff answers.

The caller is the neighbor who explains about the visit. (Fire in the barn, Jake thinks the neighbor did it, but he didn't and if the sheriff doesn't get Jake under control, one of these days the neighbor is going to kill him.)

Sheriff tells the neighbor to simmer down. He will take care of it. Hangs up the phone and calls hero's ex-wife.

After the sheriff hangs up from talking to the heroine, he calls somebody else.

The sheriff says, "Okay, I set the fire in the barn. The horses are dead, Jake's half nuts...he'll crack soon. I'm out of it."

The disembodied voice says, "You're out of it when I say you're out of it, unless you'd like me to reveal that little piece of dirt I have on you…Sheriff." The way he says "Sheriff" drips with derision.

Dead silence from the sheriff.

"I didn't think so."

That's a great sequence, but it ends right there. That fast-moving train that got us so many fabulous scenes has stopped. What do we do? Quit? Rewrite?

Remember that Could, Might, Must, and Should list I suggested you make? You used it when you first began looking for scenes to start the book. Now, you're going to use it again.

To jumpstart your train, you match one of those potential could, might, must, and should scenes with what I call The Trusty List of Five:

1. Logical next steps
2. Daily events
3. Twists
4. Turns
5. Story Threads

What do I mean?

A few years ago, one of my editors told me that the biggest reader complaint she and her colleagues get is lack of reality.

Have you ever read a book where no one rests?

Or nobody calls off work while they are out gallivanting trying to solve a murder?

Or the characters (a poor waitress and an underpaid

rookie cop) have tons of money to go on the road looking for her missing sister, staying at hotels, eating in restaurants, buying new clothes because they're on the road longer than they thought they would be?

Did it jar you out of the story?

Probably.

Daily events like calling off work or going to work even though you're stressed out of your mind over your missing sister, help keep your characters grounded and readers oriented. But they also help **jumpstart your train.**

Let's examine this through a new story:

A greedy workaholic businessman befriends his deceased sister's dirt-poor junkie whore roommate as a sort of penance after discovering his sister's body in her apartment, even though the beautiful social worker he meets at the funeral recommends that he stay away. Despite butting heads about the junkie roommate, the hero and social worker are very attracted. But when the roommate turns up dead—and hero is the prime suspect—the social worker is the only person who can help him clear his name. Working through the maze of child prostitutes, the pair not only catches the killer and falls in love, but also the hero changes so much he decides to become a street preacher and save these kids no one cares about.

That's a one-paragraph story summary, the mini synopsis format, for a romantic suspense that I swear I will write someday.

It's easy to see how we could begin the book by going through the actions/reactions and decisions of the protagonist finding his sister's body, calling 9-1-1, telling his parents, even burying his sister, but then we sort of stall.

What does he do after the funeral?

He goes to work. How do we know this? Because in our story summary we say that he's a greedy workaholic businessman. (See how handy that story summary can be?)

So, he goes to work. That's an action, but it's also a daily event. We used a daily event to jumpstart our train.

Like this:

The next day, the hero goes to work. When he arrives at the office, he sees how well dressed his coworkers are, with their great cars, their fabulous offices—when his poor dead sister had nothing—and he begins to feel guilty. (Reaction to the action of going to work.) But he doesn't feel too guilty because he believes she made her bed. (Decision formed when the reaction hits.) She had chances for education and blew them off. Her parents would have taken her in again after rehab. But she wanted her independence. She chose prostitution over living with Mom and Dad. She literally chose this path—

And the train stops again. Though this stuff is important for character growth, we don't need to spend a lot of time here or our story will drag.

I want you to notice how the daily event links us to something extremely important to the story: his internal conflict. He feels a tad guilty about his sister, but not too guilty because **he believes she made her bed.** And that belief drove his relationship with his sister.

Again, tapping into internal feelings, especially

conflicting feelings, creates a richer story, giving readers a full experience. His internal dialogue connects readers to him and to the story.

Still, no matter how rich and important that segment, our story has technically stopped again. Meaning, we must come up with another action. This is where we'd probably use **a logical next step.**

We have a protagonist whose sister has died. She is buried. He has gone back to work. And it feels like we've fallen off a cliff. But it follows logically that the dead sister's apartment needs to be cleaned out. The protagonist's parents are distraught. Either the protagonist volunteers to do it (highly unlikely from this greedy businessman) or the landlord could call and say, "Hey, clean out the apartment."

It makes sense that the landlord calls the protagonist's parents who call their son, and he agrees to handle the mess for them. Mostly because the dead sister had a family heirloom music box that his mom wants returned to her.

When the hero goes to the apartment, he discovers his sister has a roommate and the slight guilt he's been feeling over his sister's death grows as the frightened, emaciated roommate demonstrates exactly how awful his sister's life had been. There's nothing he can do to help his dead sister. But the roommate is another story. Tossing her a few bucks might be an easy way to feel better about the situation. If nothing else, he could say, "Hey, look, you can stay in the apartment for another week or so. I paid the rent to the end of the month."

But he can't find the music box and can't gather all his sister's "junk" in one visit, so he goes to the apartment a second time. While there, he talks to the roommate some

more and grows to like her. Ultimately, she tells him his sister was murdered because of something they saw. The roommate begs him not to call the police because they are in on the problem. He's so angry that he can't let this alone, and soon his innocent questions around town become a full-blown murder investigation.

From that **logical next step** of cleaning out her apartment, looking for a family heirloom music box, we have both character growth and plot movement.

Our action/reaction/decision train isn't just up and running, it's going where we want it to go. It's become an investigation with the hero part of something that is dangerous.

But this story is beginning to feel linear…predictable.

And that's where twists come in.

In Susan Meier World, twists are "other" character-generated actions that "twist" the plot. Those actions are things the protagonists don't see coming and are usually things that make readers gasp.

To illustrate this, let's change our story a bit.

The hero goes to see the landlord the day before the funeral, to pay his sister's back rent and get the family heirloom music box, and he opens the apartment door and is slapped upside the head with a frying pan.

Reading this new version, readers will gasp. Why? At that point in this version of the book, no one knew his sister had a roommate. So even as his "getting slapped upside the head" surprises readers, his sister having a roommate adds to that surprise and sends the plot going in another direction.

That's a twist. Something no one saw coming. Not the guy with the dead sister. Not the reader.

In this newer version:

- How the roommate is introduced twists the plot. The slap with the frying pan causes a gasp! (And knocks him out.)
- Meeting the roommate causes our hero to begin investigating his sister's murder sooner. Helping with pacing, but also bringing up his internal conflict again. Everyone is ignoring his sister's death because she was a junkie whore and though even the protagonist believed his sister had made her choices, through the roommate he's beginning to see she was "trapped" in a life she probably didn't want.
- Your story is moving again!

It's also moving quicker than in the original version, which helps with pacing!

As an aside, you should also be noticing how easily manipulating the action/reaction/decision train fixed what might have been a slow beginning to the story. (Tuck that away in your brain because we're going to talk about this more later.)

What about turns? How do turns differ from twists?

Well, if twists are other-character-generated actions, turns are things the protagonist does himself. (Another Susan Meier definition/distinction.)

What do I mean?

What if in the version where the guy gets hit on the head

by the roommate, he also meets the social worker in that scene? Both the roommate and social worker tell him that the roommate is in danger the way his sister was. He's feeling guilty. In a moment of weakness, he promises to help the roommate.

No one expected that from a selfish businessman! He just turned the plot himself.

By committing to help the roommate, he put himself in the center of trouble, which will force him to protect the roommate and ultimately solve his sister's murder before he and the roommate are killed, too.

Again, in this version, everything happens more quickly, creating a tighter story and fixing pacing!

Now, what about story threads?

Story threads are threads of the main story that not only support the main story, they layer it and make it richer, bigger. (Remember the fire in the barn sequence with the sheriff? Those were story threads.)

Right now, some of you are scratching your heads wondering why I'm not calling these subplots because they sure as heck sound like subplots to you.

They aren't. Subplots are secondary plots. Story threads are part of the main story.

In the definition of subplot that I learned in high school, a subplot is a **separate story**.

In fact, the full definition reads something like this:

A subplot is a secondary story separate from the main story that bumps into the main story occasionally but isn't connected until it dovetails with the main story at the black moment to make everything worse.

But I've been to workshops given by presenters who say a subplot is a "B" plot that supports the main plot, making it richer, bigger.

That's actually the definition of a story thread—**threads of the main story that not only support the main story; they also layer it and make it richer, bigger.**

Why do we care?

Let's look at Jake's story again:

There's a fire in the barn.
The horses die.
The hero believes his neighbor set it.
They fight.
Neighbor calls the sheriff.
Sheriff calls the hero's ex-wife to get her to come home.
Sheriff then calls the mysterious voice to say he set the fire and he's done now.
Disembodied voice threatens to expose him.

The threat to Jake's farm, the neighbor, the ex-wife coming home, the sheriff's secret and the disembodied voice are all **necessary pieces of the main story, necessary components of the plot.** Even though they involve other characters, other problems, they are all part of the main story of the villain being willing to kill to get Jake's land, as Jake falls in love with his ex-wife.

Without them, the story would not be as rich, textured, and meaty.

You need them all. There is nothing **sub** about any of them. Therefore, they are **story threads**, not **subplots**.

What does a true subplot look like?

Let's examine Joan Johnston's hero's baby sister in *The Texan*, who wants to lose her virginity to the neighbor boy. This has nothing to do with the main story of the book, which is the heroine's little brother being pursued for the theft of landmines from an army reserve facility, causing the hero (a lawman) to join forces with the heroine (sister of the accused) to find the real thieves.

Hero's baby sister losing her virginity to the neighbor boy has nothing to do with any of that. Yet, the story of the little sister–a true subplot–does a couple of great things as it runs parallel to the main story.

- First, we see the angry, upset characters in a different light when they are in her point of view scenes.
- It adds humor.
- It's sexy.
- It adds tension when we realize the neighbor boy she wants to sleep with is actually her dad's bastard son…potentially her half-brother.
- It dovetails into the black moment when she discovers all that, and she drives to the family cabin and directly into the shootout between the bad guys and the protagonists who are protecting the brother they **thought** stole the landmines.
- But he didn't. The real villains did. And the hero's little sister innocently walks right into that trouble. Her subplot allows her to make the black moment even blacker.

Subplots—a complete story that runs alongside the main story—have lots of purposes. They can add humor. Shine a light on the main characters. Provide context. They also make the black moment blacker.

But story threads make your *main* story stronger, richer, bigger.

If I had a choice between a story thread and a subplot, I'd probably create another story thread. With word counts going down, you might not have room for a real subplot.

If you seriously love subplots, read *The Texan*. See how Joan Johnston did it. and do it like that!

But if you want a really great, rich story, figure out more story threads, more ways to make your main story more complex, and more compelling.

LESSON 4: USING JOURNEY STEPS TO FINESSE YOUR PLOT

Arranging your scenes by using the basics of action/reaction and decision, logical next steps, daily events, twists, turns and story threads can help you to write a story that's clear and succinct.

But if you really want to write something that goes beyond the obvious, here are five expansions on the ideas we already touched on in the lessons to finesse the plot.

1. Change the order of your journey steps to heighten the tension and increase the drama.
2. Give readers information the main character doesn't have to create suspense or drama.
3. Use journey steps to create twists that put things at risk the main character didn't anticipate.
4. Use journey steps to create turns that put things at risk that the main character didn't anticipate.
5. Use journey steps to bring characters to "points of no return." (Once he's crossed the line he can't go back.)

Let's take them one at a time.

Change the order of your journey steps to heighten the tension, increase the drama.

When you first work with the action/reaction/decision sequence, the formula itself seems to tell you how the book will unfold. You don't feel you have any control. But you do. After working with action/reaction and decision for a while, you will notice that there is more than leeway; there are lots of ways you can manipulate the train. We already did this in our story about the greedy businessman and how he meets his dead sister's roommate. Changing that meeting from a quick trip to the apartment to get a music box to a surprise visit that gets him hit over the head with a frying pan not only increases the drama; it changes the pacing and even the trajectory of the story.

Technically, journey steps are the who, what, where, when and how of information release, delivery, and discovery. You will soon learn that if you need a certain reaction, all you have to do is start with the appropriate action. If you need your hero to come to a certain decision (like leave his ranch) all you have to do is set up the right action (there's a fire in the barn) couple it with the appropriate consequence (his horses die) and he will do what you want him to do.

Once you realize this, you will see that you can bring the drama of your book to a fever pitch just by the order in which information is discovered and the order of the characters who discover it. You'll see that it might make a difference who finds the gold first, or who hears the gossip last, and you'll use those things to create drama, tension, edge-of-the-seat stories.

For instance, if the protagonist detective were to discover something from his partner's past before he meets her, would it change the meeting? Make it more dramatic? Or what if you decided to take away that knowledge and use the discovery of that information as a dramatic scene after they've already committed to a risky plan to catch the villain?

The order of your journey steps can totally change your book!

Even though you need to stick with action/reaction and decision, smart, savvy authors drive the train. They don't let the train drive them.

Use journey steps to give readers information the main character doesn't have.

One of the best ways to heighten the tension is to give readers information the main character doesn't have. Then the protagonist can walk in on the villain or her cheating husband while readers are shouting, "No! Don't go into that room!" Or even better, a protagonist can get involved in something that's not good for them without looking like an idiot.

Remember watching an old (or bad) horror movie? Don't we all groan when the protagonist goes into the basement to check on their laundry when they know there's a serial killer on the loose? Sure, we do. But what if the readers know there's a serial killer on the loose, but the protagonist doesn't? Readers can groan, gasp or even scream....and the protagonist doesn't look like an idiot because they don't know about the serial killer.

The same is true if the protagonist believes his dad paid off the mortgage on the family home but he hadn't. They don't know their parents are about to be evicted. Their parents are tight lipped and by the time they find out, it's too late to save the house, causing all kinds of actions/reactions and decisions.

Or the main character **does** know the mortgage is behind, but Mom doesn't. Dad and the protagonist are working their tails off trying to find the money before Mom is tossed out of her home. That kind of situation also sets up a ticking clock, another good way to increase story tension.

Use journey steps to create twists that put things at risk the main character didn't anticipate.

You're rolling along with action/reaction/decision and things are getting boring. Or feeling linear. What do you do? Create a twist, right? We all like twists.

But since you know the back and front of your story because of knowing all the potential scenes you've listed in your Could, Might, Must, and Should list, you can take that one step further by creating a twist that puts something at risk the main character didn't anticipate.

That's what could happen in our example of the greedy businessman with the roommate of his dead sister. Knowing our story, we could set it up that when our greedy businessman hero returns to work after his sister's funeral, he discovers his rival has undercut him and now all his projects are being audited.

It's a twist because the unexpected action came from an outside source, the rival. But with the job the protagonist loves so much—the thing he feels makes him "better" than his dead sister—in jeopardy, we also have something at stake the hero didn't anticipate: his pride. The way he views himself. Which is a very simple way to raise the stakes. It gives him more skin in the game, so to speak. It makes the story more personal to him. More intense.

When you're creating your twists, don't just have something unexpected happen. Look for things that can be put at risk that will raise the stakes for the protagonist. The entirety of your book isn't about life and death, though most books come down to that. (Even if it's the loss of life-as-the-character-knows-it or the death of a dream.) Every story needs to build, and putting things at risk like a job, his pride, his sense of self **before** the life and death stuff comes in, is part of building.

Use journey steps to create turns that put things at risk that the main character didn't anticipate.

Remember our junkie roommate? In one of the variations of that plot, we talked about the protagonist finding her and agreeing to help her. When he makes the offer, he is sincere but not really putting anything in jeopardy. He's made the decision with little consequence, except a few hours a week spent helping her.

But what if we switched that around a bit? He happily agrees to help her, but after a few days of long lunches and early quit times to check up on her, he discovers his rival has set him up. Not only has he squealed to the boss that the protagonist has been taking a lot of time off work, but he's also shown the boss that one of the hero's projects is in trouble.

Suddenly, several things are at risk:

- His reputation and the righteous way he sees himself. If he calls Ms. Junkie and backs out of his promise, she'll say, "Right. I didn't expect any

better of you after what your sister said." Does he want to risk his reputation and the righteous way he **sees himself** by not keeping a promise?
- His job. If he keeps his promise to Ms. Junkie and leaves early or takes another long lunch, eventually he'll find himself playing right into his rival's hands and getting himself fired from the job that gives him his sense of self-righteousness.
- He might even be risking Ms. Junkie's life. After all, he may be the only thing that stands between her and a drug overdose or the villain.

The stakes are raised, but so is story tension. The protagonist's problem isn't just a matter of losing a job. It isn't even a matter of breaking a promise. It's a matter of losing the thing that gives him his identity and/or proving that his sister was right. He isn't a "good" guy. He's a selfish, self-centered SOB, which makes **him the one in the wrong.**

Wow, right? He's always seen himself as the one in the right. The good guy. The good son of his long-suffering parents. Now, suddenly, he's seeing that might not be true. It becomes a great internal conflict. He's lived his entire life thinking he was the one who did everything right, while his sister was a loser, dragging down his family. And what if he's been the bad guy all along?

There's a lot at stake now.

Look at **your book**—at the list of things that must happen to get your character from **the beginning** to **the end**—and see if you can't maximize the impact of the events by putting things at risk as a result of either twists or turns or the one-two punch of the twist/turn combo.

And in case you haven't already guessed...

The twist/turn combo is when an action perpetuated by another character causes your protagonist to make a decision that makes things worse as a reaction to the original action. So that's a twist that causes a turn.

Use journey steps to bring characters to "points of no return." (Once he's crossed the line he can't go back.)

What's a point of no return?

That's one of those points in your book **when something happens that causes readers to know that the character's life will never be the same. He cannot go back to his life as it was.** The character cannot go back to who they were.

Thelma and Louise hit a big one. When Louise killed Harlan and Thelma helped her drive away, they absolutely could not go home again.

But your point of no return doesn't have to be that drastic.

- Once coworkers kiss, everything changes. The characters most certainly can't go back to the relationship they had before the kiss.
- When a boy joins the army, his entire life becomes different. Even how he relates to his parents. That's a point of no return.
- If a character is disabled, in a car wreck, been cheated by someone he trusted, those are points of no return.
- Once a drug dealer moves next-door.
- A character's children leave home.
- A character's child gets into real trouble at school.
- He's mugged.
- He's fired.

- He yells at someone he shouldn't.
- He sees something he shouldn't have seen.
- Or even something as simple as he gets a mortgage.

Those are all potential points of no return. **A point of no return doesn't have to be a murder.** It doesn't have to be that the hero shoots somebody or commits a crime. There are lots of things in life that are points of no return. Look at **your** book, your story, and you might be surprised when one or two points of no return leap out at you!

Then look at how that event would change you character or the character's life and use that to make your story stronger.

LESSON 5: TOOL #1: SETTING

We said in the first lesson that the purpose of a scene is to illustrate a journey step, and all those other wonderful things you *thought* were reasons for scenes are actually your tools to bring that journey step to life.

If you look at it logically, journey steps are straightforward. Your character must do this, then this, then this to achieve their growth and attain their goal. Sure, other characters will undermine them. Events will derail their plans. They'll have to fight—albeit fight to learn things that cause them to grow enough that they can achieve their goal. But that's all part of plotting, the essence of a journey. Even with all the finagling you'll do with twists and turns, raising the stakes, and putting things at risk, your book won't be great if your scenes aren't well-written.

The finesse of execution arises out of the use of all those wonderful **tools** I listed in Lesson 1.

- **Setting**
- **Description**
- **POV (Point of View)**

- **Mood and Tone**
- **Character Emotion**
- **Backstory**
- **Dialogue**
- **Foreshadowing**
- **Hooks/Humor**

This might be where the rubber meets the road, but for lots of us, this is also where we find the fun of creating.

So, let's examine the tools one at a time.

Tool #1 SETTING

Setting is the way you ground your reader. It's more than just what the character sees or what the scene "looks" like. All five senses should come into play in creating a setting.

For instance, I write a lot of Christmas books for Harlequin. One of the reasons they consistently pick me to write Christmas stories is the way I bring "Christmas" into the story and heighten the reader experience.

How do I bring Christmas into each story? Setting.

Setting is the sights, scents, tastes, touches and sounds of the physical location that create the "feeling" of that place. The ambiance.

Anyone who's ever been to a small town right before Christmas has **seen** the entire Main Street decorated. We know the **smell** of fresh pine, hot cocoa, and pumpkin muffins or sugar cookies. There might even be a radio blasting Christmas carols or a shop clerk humming them for us to **hear.** We love the **feel** of the briskness of the air. The combination of all those things gives the world a unique atmosphere: the feeling that happens in a small town at Christmas. That's ambiance.

But ambiance isn't created by long passages that say things like, *"Walking through the falling snow, Jennie breathed in the fresh scent of pine, pumpkin muffins, hot cocoa, and home."*

Though you could write that. That isn't a terrible line.

But ambiance should be more subtle. It can also be sustained the whole way through the scene.

When I write a Christmas romance, I weave "Christmas" into the actions of the scene, so readers see, hear, touch, taste, and smell the holiday in an ordinary way, a way that says these facets of the holiday aren't a reminder that this is a Christmas book; **Christmas is part of the story.**

I'll have the heroine step into the kitchen of her family home, smelling her mom's homemade cinnamon rolls that she only bakes on Christmas Eve.

She'll hug her mom, who will brush the fresh snow from her coat.

They'll make cocoa.

The details are sprinkled throughout the scene, and our heroine (because we're in her POV) experiences the sights, scents, sounds, tastes and touches of home, right before Christmas. This isn't done in a big blob that's said once and then forgotten. It's sprinkled through the scene illustrating a journey step, so that the reader is constantly "experiencing" what the POV character is experiencing: a family holiday.

There are times when it's okay to "set" the scene, especially if you have something important that's about to happen, like the discovery of a dead body.

In my second book, *In for Life*, I have the heroine walk into the dark offices of the law firm for which she works as a legal secretary. It "feels" creepy at night and she wants to grab her forgotten purse and get the heck out of there. But she sees a sliver of light from the door down the hall and hears bits and pieces of conversation. Recognizing the voice of her boss and wanting to let him know she's the one in the outer office, not a burglar, she walks back just in time to see a knife being plunged into his chest.

I used a spooky setting of entering a dark, quiet office to set the mood, which is another purpose of describing the scene, but we'll talk more about mood later.

Note, I didn't use pages to set the scene. I used a few paragraphs that are part of a journey step. She didn't just stroll into that office off the street. She had forgotten her purse and needed to go back to get it. Her needing to retrieve her purse and walking into the empty office one of those "less weighty" steps that becomes a part of a scene with the "huge" journey step of her seeing her boss murdered.

My point, and the point of setting, is that readers need to be grounded, but they also want to experience what the character is experiencing. That's why setting is one of the most important components of a strong scene. Used properly, setting puts your reader into the scene to see, feel, taste, smell, and hear what the character does.

Unfortunately, long paragraphs of description slow the momentum. You can use a quick line (like my "walking to the house in the falling snow" line) to begin the grounding. But follow it up with subtle additions. Enhance the reader experience with sights, sounds, scents, tastes and touches that actually happen as the character experiences the action of the scene.

Like this:

Heroine walks into Mom's kitchen, smells seasonal cinnamon rolls

Sees the kitchen decorated with red and green dishtowels
Hears the soothing voice of her mom
Hugs her mom
Tastes the cocoa

All these are interspersed into a scene about a woman coming home for Christmas.

Again, use all five senses. But not in a lump. Get them in naturally.

Remember, too, that describing your small town, horse farm, Christmas Eve, or big city **is not a purpose** for a scene. It's a way to enhance reader experience, albeit a very important one!

LESSON 6: TOOL #2: DESCRIPTIONS

In the same way that I describe the "setting" in my scene, the characters also must be described.

You can do this in a quick sweep:

Jennie Pumpkin's big blue hat upstaged the tight red dress that rode her ample curves.

That's a hurt-your-eyes picture. But it's also a very quick way to get in the description of the oddball client who has arrived at the office of the detective in your novel.

For the sake of efficiency and maybe to keep the tone of your novel light and fun, that kind of description might work.

But there's another way to describe a character to give readers a vivid image. Blend the description into the action of the scene.

. . .

He offered the blonde a seat. She lowered herself to the chair in front of his desk, smoothing the skirt of her tight red dress before she crossed her slim ankles.

"I'm sorry if I interrupted your evening." She lit a cigarette.

He slid an ashtray across his desk. "That's fine." His gaze meandered to her ample bosom. "What can I do for you?"

Note that the tone of the scene is different in the example where I blended description and action. Version two is more subdued, but the blend of description and action lures readers into the scene as events are happening. Plus, the physical description of the character tells us as much about the blonde's personality as it does the detective's by how she dresses and how he notices.

Just as my description of the Christmas setting easily blends into the action of the scene, the description of our detective's new client also blends into the action of the scene, as it gives information.

The trick to blending description into the scene is to describe things as the reader/**point of view character** would encounter them.

When the detective answered the door to admit his new client, he probably noticed her big hat, blue eyes, tight dress, and the way she smelled.

But the tightness of the dress also comes into play when she sits. How she sits tells us she might dress like a floozie, but she has some class. Who taught her to cross her ankles?

Lighting a cigarette? Depending on the time-period, that also speaks volumes about who she is.

Notice, again, how description makes a character. Action

mixed with the clothing and physical characteristics you choose for your characters tell readers a great deal about them—sometimes even before they open their mouths.

The choice of your character's physical appearance isn't merely a toss of a coin. It's a tool.

Choose carefully.

LESSON 7: TOOL #3: POINT OF VIEW (POV)

First, what is POV?

The easiest way to explain POV is to say that the writer is filtering everything that happens in the scene through one specific character. Meaning, the reader "experiences" the scene through that character (only one character per scene).

If you are, for instance, in the female protagonist's POV and she flips her hair over her shoulder, you'd write something like:

"Walking down the hall, she flipped her long black hair over her shoulder to get it out of her way."

Simple, right?

Well, yes and no.

If you are in that character's POV, she is not going to think, she flipped her long, black hair over her shoulder. She knows her hair is black and long. She wouldn't **think** about it. She'd flip her hair over her shoulder. Period. No description. Except maybe the explanation that she wants to get her hair out of her way. (Because it's relevant.)

In other words, when you are in someone's POV, be

careful to describe only things that character would see, think, feel, smell, taste, hear and have reason to notice.

We can say she flipped her hair over her shoulder because it's relevant to the point of view character. She wants to get it out of her way.

That also means, if our POV character encounters the boss dressed in his usual gray suit, feel free to write that.

But don't describe things they wouldn't see, think, feel, smell, taste, hear. Like things about themselves.

If you are in the protagonist's POV and she's talking to a little boy, you cannot say, *"Confused, the little boy walked away."* Our POV character is not in his brain. She can't **know** that he's confused.

You could say, *"The little boy's face scrunched."*

Or *The little boy said, "What do you mean?"*

Both indicate that he was confused. But characters aren't mind readers. They need a physical cue or an actual line of dialogue to be able to draw a conclusion like the kid was confused.

When you are in a character's POV, all you can do is show and observe things that character would observe.

So, if your character walks to a mirror to check her face after a crying jag, she might think…

Thank God her eye makeup hadn't streaked. Her hair had held up. The long black strands still curved around her face. No need of a comb. She applied new lipstick and was good to go.

She sees **herself** and can make note of things because she's looking in a mirror. Especially because she's gone to the mirror for the purpose of checking out how she looks after crying.

This is one of the reasons authors use characters walking by mirrors a lot. Especially in first-person POV. Sometimes it's the only way to get in a necessary description.

But if your character is just walking down the hall, on her way to meet her mom, she isn't going to think: *Her long black hair bounced jauntily around her.*

Which is why we usually describe characters when we are in another character's point of view.

If we were in jaunty-hair-character's **mom's** POV, describe every jaunty little thing. But if you are in jaunty-hair character's POV, there has to be a reason for everything she notices about herself.

Having said that…

There are instances when a POV character describing themself does work.

You can say…

The boots wouldn't buckle because of my thick ankles.

The thickness of the ankles would be relevant. It prevents the boots from buckling.

Her hair wasn't long enough to tuck under the hat.
His feet were so big he nudged the dog.

All those descriptions can be given by a POV character about themselves because they are relevant.

I've also seen authors write first-person POV descriptions like this:

> I'd never liked my inky hair because nobody believed it was a natural color. Avoiding embarrassment, others might have downplayed it, but I went in the opposite direction. I wore black nail polish and lipstick and pale foundation, almost white. If people thought my black hair made me look ghoulish, I gave them what they wanted.

She's talking about herself, but the description fits the scene because it's relevant. She's explaining why she dresses as she does. It is who she is.

Descriptions are vital, but they must be made in the appropriate POV, and/or the appropriate way for the POV you're in!

But there's more to POV than description.

Point of view is the scene seen, smelled, touched, tasted and heard through the eyes of one character and that includes action.

If your POV character is getting the tar beaten out of him by the villain, **we should feel his pain.** We wouldn't feel the villain's hurting hand. We'd feel the POV character's hurting nose. And we had better feel it because that's part of the reader experience! That's an important part of the execution of a scene.

As our POV character weakens from the beating, sights and sounds blur and lessen. If he passes out, the POV character *wouldn't* hear the villain say, "Let's get out of here." Once your POV character is unconscious, the scene is over.

Now, you could start a new scene in the villain's POV and have him look at the protagonist in disgust and say, *"Let's get out of here."* But be careful. Every scene must have a journey step. You would only create a new scene in the villain's POV if you had a journey step to get across through that new scene.

My point is, your reader can only see, feel, hear, taste, smell what your POV character does.

So how do you get other things into the scene? How do you get non-POV characters' thoughts and feelings into the scene?

Dialogue and Action.

For example, the abandoned warehouse where the villain is torturing the protagonist is on fire. Maybe a fire set by someone trying to rescue the main character.

Your villain could wrinkle his nose and say, "What's that smell?"

Or...

Intense light pierced the darkness. Jason covered his eyes, screaming, "What the hell!"

Note here that light piercing the darkness occurs first so that Jason's reaction makes sense. You don't say, Jason covered his eyes, screaming when light suddenly pierced the darkness.

When you put actions and reactions in the proper order,

readers follow you. Light pierces. Jason covers his eyes. (It's action/reaction again.)

Keeping actions sequential draws readers along. Plus, you use fewer words.

Of course, if the POV character had smelled the smoke before the villain mentioned it your sentence could be:

The villain wrinkled his nose, obviously smelling the same acrid scent Jason had.

But that's wordy and clumsy. Always look for the most succinct way to say things.

If point of view determines who sees, smells, tastes, hears and feels the things in the scene, then you can't write this:

She watched him walk to the door, sorrow permeating her soul. He winced when he touched the sticky knob and reminded himself to run a cloth over that when she was gone.

Both characters have "thoughts," but only the point of view character is **able** to have thoughts. And there is only one POV per scene. Either we get to hear about the sorrow in her soul and we don't hear about the sticky knob, or we don't hear about the sorrow in her soul, and we hear about the sticky knob.

Though both sentences might be relevant, only one fits the point of view of the scene. We only hear the thoughts of the POV character.

Accidentally switching point of view is an easy mistake to miss when revising, polishing, or rewriting. Sometimes when you do serious revisions, you end up doing a POV read just to make sure you haven't inadvertently slipped into someone else's POV even for a line.

That also means…

You need to choose your POV character very carefully for each scene.

Whose reaction do you want readers to feel?

Whose emotion do you want readers to feel?

Hint: Go with the person with the most to offer the scene. The person with the most to lose or gain. The person who will have the strongest reaction.

Get readers into the POV of the character with the most to offer them and the most to offer the story.

LESSON 8: TOOL #4: CONVEY MOOD AND TONE

We touched on this a bit when we talked about description. I write a lot of Christmas books because **I use description (scents, sights, sounds, tastes, and touches) to put readers in a Christmas mood.** One of the main reasons why romance readers buy Christmas books is that they want to feel warm and fuzzy. I make them feel warm and fuzzy.

I also used **description in *In for Life* to set the scary tone of the book.** Once the heroine sees the murder, she isn't just the witness for the prosecution, she's also running for her life and terrified.

But tone is about more than the setting and/or description. Because the characters are the ones impacted by the story, they also set the "tone" or "mood" of the story.

How?

With action and emotion.

If the main character's mom was murdered, and he's investigating, he's not going to be chipper. Your book's tone is probably going to be somber.

But what if you want your book to be funny?

There are a couple of things you can do.

If you have more than one POV character (multiple characters having points of view in their own individual scenes) those characters can be chipper. In fact, those characters can be used for comic relief, or to see things the sorrowing character can't see because of his own misery. (Watch the episodes of *The Big Bang Theory* dealing with the death of Howard's mom. The episodes are funny without being crass.)

A down-on-her-luck heroine can be sad or sarcastic or even funny, depending on the scene.

A jilted bride is going to be "in a mood" and set the tone for her story. Funny. Sarcastic. Angry. Any number of things depending on her circumstances.

But even if she's angry, her anger can be funny or sad. Plus, the hero who finds her hitchhiking to Iowa could have a sadder story that tones down her misery. Or he could want company and think her story is funny, or sad, or a testament to the state of the world. Which could take her potentially angry story and make it introspective or funny.

Characters interacting create a story. Mood and all. You must think about your story's goals in every scene and the type of story you are telling.

The easiest way to do this is to remember the journey. Are you taking a sad hero whose mom was murdered on a journey to find a killer…or to find himself?

Are you taking a heroine abandoned by her louse of a fiancé on a journey to start over? Can parts of that story be sad? Sure. Can parts be funny? Absolutely.

But in the end, **the journey rules.**

You may remember chick lit from about twenty years ago. It was a subgenre that had enormous appeal in the beginning because the protagonists were smart, hip women with attitude. They were slick, fun stories. They were so popular that the subgenre became a genre. And then immediately fizzled. (Though it's back now, with a bit of a twist, and no one calls it chick lit.)

Anyway, the appeal was the tone of the stories. The main characters initially were young women with attitude. That made the stories light, fun, almost flippant. Exactly what readers wanted at the time.

Readers read for mood—for an "experience."

Thrillers should be fraught with tension.

Suspense should be suspenseful.

Romance novels should be romantic.

But no matter what genre you're writing, there can light or fun moments, or thoughtful moments, or frightening moments, or sad moments, as the character takes the journey of change and growth.

You use the mood or tone of your scene to convey emotion or sometimes to shake things up or break the monotony of a one-note book.

Even in thrillers or suspense there are "resting" moments, pauses of a sort to give readers a break from the intensity of the story. (Watch *Terminator*. There are lots of breaks in the intense action of Sarah Connor being chased by a cyborg. Those moments are used to get into the backstory of the guy from the future who explains to her that her son is the leader of the resistance from the future, and to keep the movie from hitting one note. But they also give viewers a much-needed break from the action of the chase.)

Remember, also, the main character must grow in order to be able to solve the "terrible trouble" that starts the story.

A book can begin sad and as the character grows the

mood can change. Be careful not to have that change happen overnight. Someone sad over the death of their mom shouldn't wake up in the second chapter feeling like dancing. Unless he's dancing in the hope of improving his mood.

Change happens gradually, in steps. A book that begins depressingly can become hopeful (have some ups and downs in the protagonist's growth) and ultimately have a happy ending.

The book's mood will be directed by the character's growth and actions.

Which takes us back to characters. **Character actions and reactions in scenes also convey tone and mood.**

How you write your characters' actions and reactions sets the tone or mood of a scene. Just as the action/reaction/decision train can be driven, mood can also be changed.

What if you have a protagonist whose father is being harassed by someone who wants the family ranch?

The main character leaves her super-important job in the big city and returns to the ranch to help her dad, and her dad is immediately kidnapped. The villain comes to the ranch house and says, "I have your dad. If you want me to release him alive, you must come with me to my secret hideout and persuade him to sign over the ranch to me."

At this point the daughter knows she must go. No choice. As written, you have her look at the floor and say, "Fine, I'll go with you."

And your supposedly super-smart, super-successful character comes across as a bit of a coward. Maybe even a depressed loser.

A simple change of an action or two fixes that.

Have your character lift her head, look the villain in the

eye, step into his personal space and say, "All right. I'll come with you. But trust me, that won't be the end of it."

She comes across as the strong character we've been told she is. The scene loses its desperation and if you portray her as strong often enough, the entire tone of the book changes.

She goes from someone caught in circumstances to someone fighting to control the circumstances. Even if she is losing, encountering one roadblock or obstacle after another, strong behavior is more in line with her personality and gives the book a sense of action/adventure, with readers asking, "How will she win?" Which makes readers turn pages.

This also works in the reverse. Say you're writing a suspense about a serial killer raping and dismembering his victims, and the tone of the book is upbeat—maybe too upbeat—and there's no question that these strong characters will win the day. Maybe you need to have the characters react more disgusted about some of the things they see in the murders or suspicious when odd things begin happening to the investigators themselves—and maybe even concerned that they have met their match and may not solve this puzzle.

Remember, also, that an innocent civilian caught in some sort of trouble would be afraid and somewhat confused. Of course, they'd worry they will fail. That worry could lead to all kinds of great internal conflict and ultimately character growth.

By the way, character reaction isn't a replacement for having actual suspenseful things happen in the book.

As I said before:

Thrillers should be fraught with tension.

Suspense should be suspenseful.

Romance novels should be romantic.

Always remember your journey steps are the real powerhouse of your story. You create your story with journey steps demonstrating actions/reactions and decisions. If your suspense isn't suspenseful, your thriller isn't thrilling or your romance isn't romantic, make sure that the actions and decisions that surround your reactions merit the emotion you want to convey.

Read on for more about conveying character emotions.

LESSON 9: TOOL #5: CONVEYING CHARACTER EMOTION

While the scene's journey step is being made by your characters, they should be having reactions to what is happening, reactions to the actions of the scene.

As in my cliché example, the heroine whose dad had been kidnapped morphed right in front of us just by her lifting her head, getting into the villain's personal space, and standing up for herself.

But lots of books/scenes have deeper emotion to be conveyed. If the journey step of a scene is for the protagonist to see her boss being murdered, she's probably going to scream or run.

She's experiencing horror at what she just saw, and a scream is the conveyance of her horror. Fear will make her turn and run.

But to give readers the full experience, you can also say:

She got to the door just in time to see a short man thrust a knife into the senator's chest. Blood formed a red circle

on his white shirt. Revulsion jolted her stomach. Shock turned her limbs to stone.

You "see" the stabbing—the blood forming the red circle—and she reacts with revulsion then shock. **She's at a murder.** Something most of us will never experience (God willing) and the sight of the blood is revolting, but it also scares her.

She stands frozen long enough for the bad guys to realize she's there and when they come after her—a witness—she runs.

Shock renders her helpless. But fear gets her moving.

Here's another example of how **reaction** works, taken from my book *The Tycoon's Secret Daughter*.

The hero hasn't seen his ex-wife in eight years. During their marriage, he became an alcoholic and ruined their lives. At the first opportunity, she left (moved far away to another state) and never looked back. But one day he's at the hospital getting his annual physical and there she is. He's in AA now and as part of his AA deal, he must apologize and make amends.

He sucked in a breath, crossed the small space between them and tapped her shoulder.

She turned.

His heart stopped then sped up again. It *was* her.

His heart stumbled. His knees weakened.

But the happily surprised expression on her face crumbled and was replaced by something Max could only describe as a look of horror.

"Max!"

A lump of emotion lodged in his throat. Their life

together flashed through his brain. The way they'd talked till dawn the day they'd met. The first time they'd kissed. The first time they'd made love. Their wedding day.

He'd thrown it all away for the contents of a bottle.

He cleared his throat. "Kate."

She motioned with her coffee. "I...Um...I need to get this up to Mom."

This time when his heart up-ended it was with fear for her. "Your Mom is here? As a patient?"

"No. No. She's fine." She glanced around nervously. "Daddy had a stroke."

Was that any better? "Oh, my God. I'm sorry."

"He's okay." She looked to the right again. "The stroke was reasonably mild. Prognosis is good." Her lips rose into a shaky smile. "I've really gotta go."

It was the worst moment of his life. Eight years ago, she would have turned to him in this kind of tragedy. Today, she couldn't stand to be around him. In some respects, he didn't blame her. But he'd changed. He'd been in Alcoholics Anonymous for seven years. He was sober. And he did realize what he'd lost. But more than that, apologizing, admitting his mistakes, was part of his twelve-step program.

When the elevator pinged, he caught her arm to prevent her from turning. Electricity crackled through him.

Their gazes caught. His heart swelled with misery. God, how he'd loved her.

She swallowed. "I've really gotta..."

"Go. I know. But I need a minute."

Hospital employees walked out of the elevators behind them. The gathering crowd waiting for the elevator loaded inside.

She glanced around nervously.

Pain swelled through him. She couldn't even stand to be seen with him. He thought back to the times he'd embarrassed her, and the pain became a familiar ache. He'd disappointed so many people.

From that scene and Max's reactions/his emotions, you can see that though he's seven years sober, he hasn't really dealt with his past. He regrets having lost his wife and that emotion is very clear in the scene. But so is her emotion. Disgust and distaste. She wants nothing to do with him. Even not in her POV, we **know** she wants nothing to do with Max through her facial expressions and short, choppy answers. Max recognizes he can't expect much more from her than distaste and distrust as he'd hurt her so much.

Notice, I didn't do two pages of him thinking about how much he loved her and missed her…I interspersed his "feelings" about losing his wife into the bits of dialogue.

We know he's in pain. We know she wants nothing to do with him. The scene is packed with emotion. It's done through reactions that we see in the form of dialogue and actions.

The hero walks up to her to fulfill his AA duties but seeing her brings back all the crappy things he did to her, resulting in him regretting what he threw away.

The heroine glances around, clearly looking for a means of escape.

I do not tell readers that. I show her reactions. Because we're not in her POV, we don't get her thoughts. We know how she feels through her movement and short, clipped answers.

In **his** POV, readers can feel his reactions. The regret. Even the misery of remembering.

That's emotion.

And so is this. This is a little bit of humor taken from a short story I wrote for my newsletter subscribers.

Logan put his hands on her shoulders and turned her toward the opening that would take her to the stairs. "Go pack."

She nodded and left the room. When she returned, she wore jeans and a sweater, a black pea coat hiding most of it. She had a duffle bag strap on one arm and a cat on the other.

She displayed the fattest feline Logan had ever seen. "This is Cocoa. I can't leave him here alone."

He looked at the chocolate-colored furball. "You're bringing your cat?"

"You don't mind, do you? The landlord wasn't too happy when I called. It's a week till Christmas. He sure as heck won't be able to get a plumber tonight. And even if he does, he said he'll turn down the heat while he waits for a handyman to replace the floor." She nudged the cat's head with her chin. "Poor Cocoa will freeze."

Poor Cocoa smirked at him.

He shook his head to clear that thought. Cocoa was a cat. Matt's little sister was in trouble. It was too damned close to Christmas for her to have a hope in hell of getting a cheap hotel room. Or even any hotel room at all. The city booked tight during the holidays.

Taking in his best friend's sister was what a guy did. Even if that little sister came with a cat. "Cocoa's welcome, too."

Dear God. Had that cat just grinned at him?

His eyes narrowed. One of the cat's eyebrows rose.

He didn't even know cats had eyebrows. He was definitely swearing off bourbon.

Though we're not in the heroine's POV, we still know she loves her cat because she nudged the cat's head with her chin and insisted she was taking Cocoa to Logan's apartment.

We know these characters have a preexisting personal relationship from the way he puts his hands on her shoulders and turns her toward the steps.

We know he's got a little emotional battle going on. His best friend's little sister is gorgeous and comes with a cat but taking her in when her house floods is what a guy does for his best friend.

Interestingly, though, that "battle" is shown through the cat. Yes. The cat. Cats don't smirk. Their eyebrows are usually one long hair, more like a whisker. But the hero is seeing his own concerns about living with this gorgeous woman, tempting fate because he's always had a crush on her, through odd reactions he thinks the cat is having. Smirking, grinning, almost saying, "Yeah, right. You're taking her in for her brother."

It's light. It's funny. It's fun. The introduction of the cat continues the light mood I'd begun when the hero and heroine walked into her house and realized it was flooded.

There are all kinds of ways to bring out emotion, add emotion, demonstrate emotion.

- You can use the **action of the scene,** as I did with the stabbing.
- You can use **character reactions,** as with Max

stumbling upon his ex-wife and remembering things that don't merely cause him pain; they also remind him what a louse he was and how he destroyed his marriage. Actions do not happen in a vacuum. They always create reactions. And those reactions are where your characters don't just tell us who they really are; they show us how they really feel.

- You can use **a foil character like a baby or grumpy neighbor or pet.** Everybody loves a cute puppy or kitten. I gave my foil character characteristics a real cat doesn't have because my hero has had a few drinks. But that's all part of the charm of the story. The next morning, he'll be sober. Still that cat becomes the personification of what he feels. Raised eyebrows. Smirks. Almost saying, *Sure. Sure. You're taking her in to help her brother. Not because you have a crush on her.*

Plus, some scene types come with built-in emotion or opportunities to show emotion:

- First kisses
- Love scenes
- Murders
- Physical Fights
- Arguments
- Accusations
- Disagreements
- Dancing
- Watching someone get married

- Watching someone you love
- Interacting with someone you hate
- Forced to interact with someone you hate
- Walking someone home
- Driving someone home
- Arresting someone
- Calling the police on someone
- Investigating
- Doing your job/going to work
- Running into a neighbor, friend, enemy
- Going to a bar to unwind and seeing someone you shouldn't
- Housecleaning
- Cooking
- Doing laundry
- Getting dressed or undressed

There are billions of ways to get emotion out and onto the page. The important thing to remember is to **have a journey step** as the reason for the scene and, if possible, have the journey step also be the reason for the emotion—as I did with Max running into his ex.

LESSON 10: TOOLS #6&7: BACKSTORY AND DIALOGUE

Let's read some more bits of the scene with Max from *The Tycoon's Secret Daughter*.

His thoughts went to the day he'd met her at a pool party at a friend's house. She'd worn a green bikini that matched her eyes. But though her looks had been what caught his attention, it was her personality that hooked his heart. Sweet. Fearless. Funny. In one short conversation, she'd made him forget every other woman he knew.

The beginning of his paragraph is an obvious clue that backstory is coming, but, hey, sometimes you can't help that. Still, note that my backstory isn't long and labored. It's short, concise, and filled with her character description as well as being wrapped in emotion.

. . .

She'd worn a green bikini that matched her eyes. But though her looks had been what caught his attention, it was her personality that hooked his heart. Sweet. Fearless. Funny. *In one short conversation, she'd made him forget every other woman he knew.*

In a romance novel that's powerful stuff! The kind of thing romance readers want to read.

Another passage:

"He's okay." She looked to the right again. **"The stroke was reasonably mild. Prognosis is good."** Her lips lifted into a shaky, apologetic smile. **"I've really gotta go."**

It was the worst moment of his life. Eight years ago, she would have turned to him in this kind of tragedy. Today, she couldn't stand to be around him. In some respects, he didn't blame her. But he'd changed. He'd been in Alcoholics Anonymous for seven years. He was sober. And he did realize what he'd lost. More than that, apologizing, admitting his mistakes, was part of his twelve-step program.

Again, we see a bit of backstory about their marriage and what happened after she left him. It's been eight years since they've seen each other. I catch you up on what happened in those eight years in a few concise sentences, packed with emotion, tucked into dialogue. No info dumps. No boredom!

Which takes us to…#7 of our list of tools for writing great scenes:

. . .

TOOL #7: DIALOGUE

Note how direct Max and Kate's conversation is. He only asks relevant questions.

He doesn't say, *"So, how ya been? Pretty day, isn't it?"*

He knows she doesn't want that kind of exchange and I know readers don't want to see it.

As already mentioned, your scene should have a journey step, a purpose. Dialogue furthers that purpose. In the example from **The Tycoon's Secret Daughter**, the purpose of the first scene in the book is for them to run into each other and for him to see that he has a daughter Kate never told him about.

I don't take the characters or readers on side trips like, "How have you been?"

I don't have them rehash their past in dialogue.

"Hey, Max, how are you?"

"Great! I've been in AA seven years. A year after you left, I decided it was time."

Ugh. All that does is waste space and pull readers out of the story.

I get the same information in through his hurting and painful reaction to seeing what he's lost when he runs into her. She's beautiful, sweet, funny, and she hates him.

I have them say what two people really would say if they met in a hospital accidentally.

Why? Because that's the key to good dialogue. In the third **Terminator** movie, the director and writers didn't start the movie with two old women sitting on a front porch knitting, talking about Skylab and the way the machines took over the world.

"Say, Jean, do you remember the year Skylab took over the world?"
"Sure do, Marge. Nothing's been the same since then."

It's every bit as ridiculous for characters to meet and say, *"Get away from me, Max. I still remember the day you threw the vase through the front window and I ran away from you and never saw you again, except through lawyers."*
Real people don't talk that way.
One of the first things the editors at my publisher told me (even before I published with them) was that I wrote "realistic" dialogue, and that my dialogue was a breath of fresh air. But just because editors are accustomed to getting bad dialogue doesn't mean you're allowed to write it.

Dialogue is also used to create or form characters. I'm not talking about giving anyone a British accent or having them never use contractions to give them a "voice," so to speak.

I'm talking about people revealing who they are through what they say.

Kate very clearly shows us her dislike for Max in her short, clipped answers in the book's first scene.

In the same way, Max's mom, the wealthy Montgomery family matriarch in **The Tycoon's Secret Daughter** also shows us who she is when she talks. She speaks condescendingly to everyone from the maid to her lawyers. She's not quite condescending to her son, though she's still somewhat superior. Readers hate her–but I want them to because **she is part of the problem.**

Who she is is reflected in the things she says and how she speaks to underlings. Which reinforces the heroine's understanding that Max's privileged childhood wasn't easy and when he gave up drinking, he gave up his coping mechanism.

When Max stands up to his mom, not in a big, splashy scene, but in a very ordinary way, it speaks to the fact that not only has Max changed significantly, but also the family dynamics have changed.

Again, the way Max talks to his mom **demonstrates** that the family dynamics have changed.

Funny, smart, superior, inquisitive, characters can be lots of things and we see that through how they speak. The trick, though, is to keep it real. **Only give your characters things to say that real people say, and use the way they phrase things, the things they choose to talk about, the way they talk to other people to convey character.**

LESSON 11: TOOL #8: FORESHADOWING

This is a short, sweet lesson because foreshadowing is part of suspense, thrillers, mysteries, and even romance, but it needs to be subtle and used sparingly.

Simply put, in Susan Meier World, foreshadowing is hiding clues, leading readers where you want them to go, and giving them hints about the ending so they are engaged in the story.

In *Terminator*, the guy sent to protect Sarah Connor is actually the father of John Connor, leader of the resistance.

Lots of people picked up on that from the beginning.

Some people "got it" after Sarah and the guy from the future had sex.

Some people—like me, I am embarrassed to say—didn't get it until the end.

Foreshadowing is like that. To me, it's a built-in way to help readers participate in the story.

To use their brains.

To try to figure out who committed the crime.

To try to figure out how the hero will save the world.

To try to figure out how the romantic couple will ever get together when so much stands between them.

All because something sparks their curiosity or nudges their subconscious to take note.

The movie ***The Sixth Sense*** uses foreshadowing perfectly. But notice that in all the scenes that foreshadow the movie's unexpected ending, there is also a journey step. Something happens that moves the plot forward.

I believe the best foreshadowing is knitted so well into the story that the readers don't "get it" fully until the ending, when they say, "That's right! I saw him not be able to turn the knob on the basement door and I wondered if the knob was broken. But he was ghost, who couldn't open doors!"

If you're writing suspense, mystery, or thrillers you must tuck your hints, clues and foreshadowing into scenes that have a journey step. It's the best way to hide them. Direct readers to the action of the scene, while you subtly slide in the clue.

As long as you tuck them into a scene with a journey step, you're golden.

LESSON 12: TOOL #9: HOOKS AND HUMOR

Most of us are aware that the first sentence of our novel is vitally important. There are entire books written about writing the first five pages.

The Tycoon's Secret Daughter begins:

Exiting the elevator in the lobby of Mercy General Hospital, Max Montgomery glanced up and did a double take.

Note the hook. Readers want to know what he saw, and they read the next line.

Which is exactly what a hook is supposed to do. Get readers to read the next line or turn the page at the end of the chapter so they can see what happens next.

The first scene of *The Tycoon's Secret Daughter* ends with:

. . .

Fury rose, hot and eager for release, but thank God his common sense had not deserted him. With this beautiful little girl standing so sweetly innocent in front of him, he could not out and out ask Kate if this was his daughter.

But we know he will. We hear it in his anger.

He knows this is his kid, not just from her age but because she has the Montgomery trademark blue eyes, and we recognize that his anger is going to translate to action.

She hates him.

He liked her up until he realized they had a daughter she kept from him.

Now he doesn't like her either.

And readers wonder, **"How the heck is this couple ever going to get together when they now hate each other?"**

And they turn the page to chapter two because they are curious.

That's also a hook. **The story itself is a hook.** I set the story up in such a way that readers need to know how this book could possibly have a happy ending or reach a satisfying conclusion.

Back to the scene hooks.

Notice that I put a hook at the beginning and end of the scene. Something to entice readers into the scene as well as something to entice them to keep reading when the scene ends.

Another scene of *The Tycoon's Secret Daughter* ends with:

. . .

She unlocked the door to her parents' quiet house, tiptoed up the stairway and slid into bed, promising herself she'd never let him kiss her again.

From the end of that scene, we see she's not happy that Max kissed her. We're drawn to turn the page to get to the next chapter because by this point we know how much Max loves her and our hearts break for him. We want to see how he is, and we turn the page.

The next scene begins…

I shouldn't have kissed her. I shouldn't have kissed her. I shouldn't have kissed her.

Because this is a romance novel, it's the struggle of two people who don't think they belong together fighting against an attraction, a longing to be together. Though they've kissed, she's not going to let it happen again and he's angry with himself for potentially messing up the good rapport they're establishing for their daughter's sake. All because he couldn't resist kissing her.

Once we read her decision—she's never going to let him kiss her again—we race to the next chapter to see Max's reaction: He's angry with himself.

But we also know he loves her and we're curious how that anger will turn into a decision. Will he once again pull back? Or is it time to find another way?

That's how you draw readers into a story.

Here's a scene ending from another of my books, *Nanny for the Millionaire's Twins*. The heroine and her fiancé were in a motorcycle accident. Her fiancé is in a coma and the heroine's legs are scarred, so she never wears a dress. She and the story's hero (her boss, the twins' father) are at a party and he makes a comment about it being a bold choice that she wore pants. Self-conscious about her injuries, she gets embarrassed, and he feels awful. Not knowing about her accident (or her fiancé in a coma) he was only trying to make conversation because he knows she's attracted to him and he's attracted to her and he'd like to pursue that. Instead, he embarrassed her.

Here's the rest of the scene:

He held out his hand… "Want to dance?"

She glanced around as if looking for a way to escape and disappointment squeezed his chest. Surely, he hadn't misread the way she always looked at him?

He hadn't. In his gut, he knew he hadn't. He just had to make them comfortable with each other again.

"Please? I shouldn't have made the comment about the dress. But if it's any consolation, I think I embarrassed myself more than I did you. Dance with me so I know I'm forgiven."

Her lips twitched. "You're really embarrassed?"

Sure. He would admit to being embarrassed if it would get him a dance and get them out of this conversation… "Yes."

She took his hand. "Okay."

Readers know she doesn't want to get involved with him because she has a fiancé. She likes Chance and is attracted to him but because she has a fiancé, being attracted to him is wrong. Her dancing with him could be a big mistake. So, when she says. "Okay," diehard romance readers probably gasped. It's so unexpected that it becomes a hook.

Wide-eyed readers are thinking, "What's she doing!"

The next scene begins with:

He pulled her into his arms and onto the dance floor and her heart stuttered...

Note we moved into her POV for the next scene because that's what readers want to see. We saw him humble himself in the last scene. Now we want to see how she feels about dancing with this guy she's attracted to and can't have.

Good Lord. It had been so long since she'd been held, felt another person's body against hers. Her nerves popped. Chills crawled up her spine. She shivered.

"Cold?"

This engaged woman is dancing with a guy she's attracted to and it's clear she's in trouble in this scene. Readers are hooked. They want to know what's going to happen. Especially since everybody's torn about her attraction to him. Her fiancé is in a coma, and her commitment to him, though admirable, isn't realistic.

What's going to happen?

As long as readers are chomping at the bit to see what happens next, they will continue turning pages.

Ending a chapter or scene with a hook that makes

readers want to see what happens and starting the next scene with a hook that makes readers want to *keep* reading are important tools for pacing.

You don't want to give people a reason to close your book. You want them to keep reading! Beginning hooks and ending hooks for scenes are fabulous tools.

Unfortunately, what "hooks" my readers might not hook your readers. You must be aware of who your reader is and what they are looking for in a scene.

In the book I released a few years ago, I began every third chapter with the heroine baking a cake. She's a high-end wedding cake baker so she bakes beautiful cakes. I know my readers like weddings and cakes because they are romance readers. They're interested in the process and also want to know how the cakes turned out. How did my character decorate them? What does the wedding look like?

That would probably bore a thriller or sci-fi audience to death. One person's hook can be another person's boredom!

- Know your audience.
- Know what makes them curious.
- Know what makes them angry. (Angry readers will definitely turn the page, if you've made them angry for the right reasons.)
- Know the reasons they keep reading.

You do not want to end a scene with a peaceful hero crawling into bed, unless you hit them with a question that will lure readers to the next scene. Like this:

His eyes drifted closed, and sleep began to take him. Thoughts of the ship's engines tiptoed through his brain,

but he stopped them. The chief engineer had it all under control.

Didn't he?

Now, you've raised a question in your reader's head. The hero's doubt is all but shouted in that last line. Rather than turning off the e-reader and going to sleep, readers will probably swipe to the next chapter because they know something's up.

That's a hook.

That takes us to using humor as a tool.

If you're writing a funny book, I suspect that you see humor just for the sake of humor as being allowed in your story.

It's probably not. Especially if you're writing a funny mystery, romance, women's fiction, or any other genre that has clear-cut reader expectations.

Look at it this way:

Hooks draw readers into stories and keep them reading. Humor entertains them as they are reading. Make a scene funny enough and readers will keep reading for the amusement...as long as your scene has a journey step.

Yes. Here we are again. You must have a journey step.

My friend, Barbara Wallace, writes the *Sadie McIntyre Mysteries*. They are great stories about a real estate agent living in what could be considered a boring suburb. But this group of residents is interesting and a few of them are killers. Barbara uses Sadie's slick sense of humor to observe the absurdity of life as she subtly investigates the murders, which has the double benefit of making readers laugh as they sift through clues.

But note that every scene that makes us laugh, also has a step in Sadie's journey to solve the mystery.

Still, Sadie's humorous way of looking at life enhances the reader's experience when they dive into one of her books. I enjoy reading them because I love a sarcastic look at life. I also enjoy the mystery. Barbara blends both beautifully.

Another point to remember is that **humor enhances the reader experience as long as it fits the story and doesn't weaken your character.**

You never want to do anything that weakens a character.

Remember the wedding-cake-baker romance? The hero who has always had a crush on the heroine decides to help her with her business by going with her when she sets up cakes. She needs an assistant but can't afford to hire one and he sees this as his golden opportunity to show her he's a good guy.

But they deliver a cake to a wedding and the best man homes in on the pretty heroine and begins flirting. This annoys the hero. So, when the cake baker leaves the room to get something, he walks up to the best man and tells him to stay away from the cake baker. But he does it by telling he poor guy how he owns tons of companies and one of them could very well be the company the best man works for. Unless he wants to wake up unemployed on Monday morning he needs to back off.

I thought it was hysterical. He's a guy who has everything, a genius who can do everything, who is losing control because the heroine is the one thing he always wanted but couldn't have. I thought his jealousy funny. And his threat hysterical.

The editors thought he was ridiculous. Behaving like a child. They also wondered if his threat wasn't against the law.

When I read it from that vantage point, I realized they were right.

So be like Barbara Wallace. Use humor to enhance your story. Don't let it weaken character, slow pacing, or take away from your story.

LESSON 13: FINAL THOUGHTS ON EXECUTION

That's not the end of what I could say about execution, scenes and journey steps. But we've covered the basics and even tricky ways you can use both journey steps and the tools at your disposal to create fabulous scenes.

Here's the takeaway:

1. Scenes are the steps in your character's journey.
2. There are lots of tools to make them great.

- **Setting**
- **Descriptions**
- **POV (Point of View)**
- **Mood and Tone**
- **Character Emotion**
- **Backstory**
- **Dialog**
- **Foreshadowing**
- **Hooks/Humor**

3. Plotting a tight story is easy when you remember every scene must have a journey step.

4. Always plot in such a way that your character grows as a result of his journey.

But I also hope you learned that writing scenes really can be fun. It doesn't have to be torture. Coming up with interesting characters, creating descriptions that pull in readers, using humor and emotion... Those can be such fun!

I leave you with this sort of offbeat comparison. Scenes are like lovers. The more you get to know them, the more comfortable you are with them, the easier it will be to relax, have fun, and create something really memorable.

Yeah, that's pretty funny, but also true.

WORKSHOP 3 CAN THIS MANUSCRIPT BE SAVED?

Editing Story, Scenes, and Words

INTRODUCTION

When *Can This Manuscript Be Saved* was written, nearly everyone was working to be traditionally published. Now, many of us are happily self-publishing, so this workshop had to be updated to show you that the very same tricks and tips I used to get and keep myself traditionally published also work (and work well) for indie published authors.

Why is that? Years ago, an editor would read your manuscript and send you a rejection letter or revision letter, telling you what was wrong with your book—why their publisher couldn't publish it as it was.

This letter was like gold. The more information you got, the bigger the probability that you could "fix" your book and get it published.

Now, most of us are sending our books to editors **we** hire. That editor is bypassing the rejection letter (because we're paying them for their thoughts) and sending us a revision letter with the information that will help us take our book from good to great. Or, if we're lucky, from great to magnificent.

The problem (and the reason I wrote this workshop over

twenty years ago) is that many of us don't know how to revise. We don't know how to take the information in a revision letter and implement it in our manuscript. When I was first published, I didn't either. I had to collect and evaluate my editors' comments for several books, break problem areas into categories, and find an efficient way to deal with them.

Emphasis on **efficient**.

Can This Manuscript Be Saved was written as a workshop to demonstrate the system that has happily kept me published for decades, and helped me do my revisions in an organized, efficient fashion. It's also helped me revise books for which the rights have reverted to me, because what was saleable in 1995 doesn't exactly excite readers in this century.

So, get ready. This is a very intense, comprehensive workshop that might just show you something small you're doing wrong that's keeping you from pleasing readers or keeping you from taking your work to the next level.

My goal is for everyone who reads this book and does the work (the assignments at the end of each lesson) to walk away with a piece of knowledge (or a whole boatload of knowledge) that will help you accomplish your writing goals.

Susan Meier

LESSON 1: SEVEN DEADLY SINS

This is a short lesson, but don't let that fool you. Today is the day you really jump into determining why your manuscript has fallen short and understanding how to interpret a rejection/revision letter.

Let's get started!

If we were back in the day of traditional-only publishing, editors would have seven reasons to reject a book.

1. Doesn't fit our line/Isn't right for the publisher to which it was submitted
2. Not enough emotion (or too much emotion/romance if it's not a romance)
3. Pacing off/bad
4. Tone wrong
5. Bad characters (for a multiplicity of reasons)
6. No conflict/weak conflict
7. Weak story (I have a great "weak story" tale. My last rejection from Silhouette before I was published read: "We are very sorry to reject this book. We adored these characters.

We loved your sex scenes. Your tender moment made us all cry. Unfortunately, we couldn't find a plot." LOL)

If I were to go around the "room" right now and ask you what was wrong with your last rejected book, or the book you submitted for an edit, you'd probably tell me your editor said one of those things.

Unfortunately, they might not have used my wording. They probably used what I call problem statements. i.e. *The hero is a jerk*, or *this doesn't make sense*, or *I couldn't find a plot point*.

But the problem statements you get from editors, agents, and critique partners aren't what's really wrong with your book. They're more like symptoms.

Think of going to the doctor. He says, "What's wrong?" You say, "I'm coughing and sneezing all the time. I have a fever, and I'm weak and listless." He doesn't say, "Oh, you have coughing, sneezing, fever, listless disease." He says, "You have a virus."

In the same way, editors, agents, and critique partners give you symptoms. Pacing is bad, characters are unbelievable, the plot has holes, and so on.

But when you change your book, you must know what your book's "disease" is. Or put back into writing terms, you have to know what's wrong with your book craft-wise.

In terms of craft there really are only three components to a book. Therefore, there are only three "crafting" entry points into your manuscript: ***The story, the scenes, and the words.***

Think it through with me.

You tell a **story** using **scenes** and you create scenes with **words**. Those create tone. Those create pacing. Those create character.

No matter what an editor, agent, or critique partner says is wrong with your book, the real trouble with your manuscript is actually a story problem, a scene problem, or a word problem.

In the next lesson, we'll begin talking about solving story, scene, and word problems, one concept at a time, beginning with story problems.

For today, I want you to really think about the concept of story, scenes, and words. You tell a **story** using **scenes** and create scenes with **words**.

Those are the only entry points you have.

Get a visual of this concept in your head. Your character has a **story** that's told through **scenes** and that character is the sum total of the **words** you use to describe them, give them movement (actions and reactions), and think through decisions.

Your assignment?

First, I want you to "tell" your "story" in one paragraph. Very succinctly, what is the story? (Remember, we created one-paragraph story summaries in the *Know Your Story* segment of this book.)

Then, flip through your WIP (work in progress) to see if you can find clear demarcations between scenes. In other words, does each chapter have scenes with beginnings and endings? (Skim the whole manuscript. Don't read it. Just skim.) Do your scenes have a structure, or are they haphazard? (Or are they all over the board with no clear point or purpose? No obvious direction?)

Third, read bits and pieces of your manuscript (pick a few scenes either arbitrarily or start at chapter one and read to chapter three) to begin to understand how words create character, mood and tone. Words create action. Words create reactions. Words create decisions.

Don't read for story. Don't read for pleasure. Read for the purpose of really "seeing" the job each of your words is doing.

Get in touch with your manuscript in terms of story, scenes and words.

Don't shrug this off! It's really important that you begin seeing story, scenes and words in your manuscript.

Then move on to Lesson 2!

LESSON 2: STORY, SCENE AND WORD—FIXING STORY PROBLEMS PART I

At the end of Lesson 1, I asked you write a one-paragraph story summary for your current work in progress. That part of the assignment should have been easy because we discussed one-paragraph story summaries in the first segment of this book, *Know Your Story*.

In that segment, I demonstrated how various one-paragraph story summaries can help you write your novel.

In this segment, we will discuss using those same one-paragraph story summaries to edit or revise your book.

Before we talk about using those summaries, let's do a quick refresher so we can understand what a story is before we try to change it.

Your **story** is your **premise**...

- forgiveness is hard
- opposites attract
- boss falls in love with his secretary
- older man falls in love with younger woman
- bodyguard story
- mystery

- hero must save the world
- vampire story
- hero and heroine must catch a killer

...**coupled with** your **characters' goals, motivations, and conflicts.**

A story must also be **interesting, credible, consistent,** and **compelling.**

Interesting means of interest to readers.

Credible means this could happen, albeit in the world you've created for your vampires, aliens, or your small town. (You make the rules, and you stick to them.)

Consistent means that characters go through the story doing things they really would do based on their goals, motivations, and conflicts—and ultimately their growth.

Compelling means that the pages turn themselves. The story's so good, readers are "compelled" to keep reading.

When asking for revisions, rarely do editors, critique partners or beta readers say your book wasn't interesting, credible, consistent or compelling.

They say things like:

The "story" doesn't fit what we're publishing.

It didn't "grab" me.

We found the heroine's motivation a bit off.

I didn't believe the hero would do that.

When we get a rejection or revision letter that says things like that, we think we have to totally tear the book apart and rewrite everything because story problems seem huge and all encompassing.

And they are. Technically, a problem with a story involves every page of your manuscript. But not every page needs to be revised. Most story problems are problems with the conflict or complications of the plot. If you write a one-paragraph story summary before you revise, that summary can act as a roadmap or guide to what needs to be revised and what doesn't.

What do I mean?

Say you've written a thriller about the reclusive creator of a multi-billion-dollar tech company. He's worried that his board of directors is going to oust him because he's too conservative and isn't the flamboyant face of the company they had hoped he would be. After a bitter battle in a board meeting, the company's building is taken over by terrorists. The reclusive billionaire is in the bathroom when it happens, so he's the hostages' only hope of salvation. He does some sneaking around to figure out who the terrorists are, while the police and FBI outside are trying to negotiate. But the terrorists are killing hostages. He knows he's got to figure out a way to save everybody. He manages to get a few hostages freed (and they run out of the building to safety). But in the end, it's him they want. He engineered the software that allowed their government to do something vile that killed millions of their people. Maybe it was software that allowed them to do surgical strikes that killed a specific ethnic group. They want to execute him – the software creator. And if he doesn't turn himself over, they will kill one employee every ten minutes until he does.

That's a pretty spiffy action thriller. But the publisher doesn't want it because they aren't publishing books with terrorists anymore. There's a glut.

Right off the bat, I'd probably tell you to do nothing.

Nothing?

Yeah. Nothing. When a book is rejected because the publisher isn't buying "that" thing anymore, you might simply need to hang onto the book until the market shifts. Because the market will shift. Vampires come in vogue and go out. Sometimes we want to see Beta heroes in romance novels. Other times, it's all Alpha all the time.

Publishing is cyclical. What's out of fashion today could be back in tomorrow. So, you might not want to rewrite. You might want to wait.

I always give two caveats here. First, you must be sure that the market glut wasn't just an excuse the editor gave because they didn't have time to address the myriad things wrong with your book. That happens, especially with newer writers. Sometimes a book is so full of story mistakes, scene errors and grammar problems that the editors take what they consider a "kind" approach and simply say it isn't right for their publisher for a reason like market. They don't want to discourage you. They want you to continue writing. They also hope you'll pick up a book like this one, so your next manuscript is cleaner.

Second, you must recognize that in the time that goes by while you wait for the glut to clear, you will become a better writer. A book that's your best work now might not pass muster in five years.

If you know the book was well-written and the editor/publisher really couldn't take on another terrorist book in a market glut and your writing was absolutely fabulous...then tuck that book away and move on to your next project.

Or self-publish it. If it's really great, get it out there.

If you want to revise it to fit the publisher's specification of no terrorists, that's not complicated either.

When writing that book, you chose to make the villains a terrorist group.

Why?

Either having a terrorist group as villains was a part of the conflict or a complication of the plot.

The **conflict** (a major part of the plot) is that the protagonist created something that killed the friends and families of the terrorists. Those terrorists want revenge. But are terrorists the only people who want revenge? Could another person or group fit the bill?

Of course.

Let's test that by creating a one-paragraph story summary for this thriller to see how we could change the story.

Here are our choices for story summaries:

- Log line
- Core Story Question
- Back-Cover-Blurb
- Growth Paragraph
- One-Paragraph Synopsis

Frankly, I'd choose the Core Story Question for a thriller because you can get a lot of information into a core story question.

Generic Core Story Question for a Thriller: How will your protagonist save the world (albeit his or her own personal world) from the evil villain intent on destroying it when (obstacles) and (internal conflict)?

That's the generic version. For your story, you would fill in those blanks and generic statements with facts.

In this case:

. . .

How will the reclusive tech genius save himself and his employees when terrorists have taken their office building intent on punishing the genius for building the software that allowed their government to kill millions of a specific ethnic portion of their population, when there are terrorists at every entry and exit, trapping them in the building, the terrorists are killing an employee every ten minutes, the genius's pregnant fiancée is in one of the rooms, and he is reclusive because deep down he knows what he's doing is wrong and he doesn't want to take responsibility for the repercussions of his creations.

That's clumsy and lumpy. Even hard to read. Let's break it down.

How will the reclusive tech genius save himself and his employees when terrorists have taken their office building intent on punishing the genius for building the software that allowed their government to kill millions of a specific ethnic portion of their population, (set up)

when there are terrorists at every entry and exit, trapping them in the building, the terrorists are killing an employee every ten minutes, the genius's pregnant fiancée is in one of the rooms, (steps in the plot and complications)

and the tech genius is reclusive because deep down he knows what he's doing is wrong and he doesn't want to take responsibility for the repercussions of his creations (protagonists' internal conflict).

You will recall from the *Know Your Story* segment that there are moving parts or things you can change:

- Protagonist
- Action
- The villain and his goal
- Obstacles to victory
- Internal conflict

In this case, we have a tech genius as the protagonist. But the editor didn't have a problem with that.

The editor also didn't seem to have a problem with the action. In this case, taking everyone in the building hostage.

The villain and his goal? The editor disliked the terrorist angle. Which also means they didn't like the villain's reasoning/motivation, that reasoning/motivation being they want to punish the protagonist for a weapon he created.

Obstacles to victory? The editor had no problem with the obstacles to victory. The escape routes are blocked. The terrorists are killing an employee every ten minutes. The protagonist's fiancée is in the building.

Conflict? Technically, the tech genius is a coward. From context we know he's going to have to step up. In your original book, he probably did.

So, if you look closely at the analysis from the story summary we created, all we need to change are the villain and his reasoning. In a book with a lot of action, the villain can continue to do the same things. Take the building, keeping all occupants as hostages. Who he is and his reasoning/motivation are all that have to change.

Pause for a second and think about that. Most of your set

up can stay the same. The protagonist and his conflicts can stay the same. Lots of your action can stay the same.

The trick to orderly revising of a manuscript is to keep as much of the action in place as possible. The heart of this thriller is that a villain takes over the office complex of a tech genius and kills employees until the protagonist/tech genius shows himself.

So, no matter who the villain is and why he's so angry with the tech genius, all his actions can stay the same.

Meaning, you just have to change the villain.

Once again, here's our core story question for the rejected book:

How will the reclusive tech genius save himself and his employees when terrorists have taken their office building *intent on punishing the genius for building the software that allowed their government to kill millions of a specific ethnic portion of their population,* **when there are terrorists at every entry and exit, trapping them in the building, the terrorists are killing an employee every ten minutes, the genius's pregnant fiancée is in one of the rooms, and the tech genius is reclusive because deep down he knows what he's doing is wrong and he doesn't want to take responsibility for the repercussions of his creations.**

There are a number of possibilities for why someone would want take the office complex of a tech genius.

In the story as written, our genius created software that allows governments to kill specific people. That's complicated and meaty but also very specific. So first, we make a generic analysis when we think about why someone would want to take over an office complex.

Such as:

1. Our tech genius has money.
2. He has power.
3. He hires and fires.
4. He has a past.

Everybody has a past. If you're looking for something that a tech genius could have done that would so anger someone that they'd take over his office complex and shoot his employees, checking out the tech genius's past will more than likely give you a better reason than the clichéd "terrorist" out for revenge.

For instance, people at the top sometimes don't get there honestly. In their dishonest maneuvering, they hurt people.

That's a more personal angle for why someone would want to kill this tech genius.

Now, we can get more specific. But we also have to think deeper. Your boss overlooking you for promotion is not a reason to kill him. I mean, some people have done it. But you want your book to resonate with millions of readers. You must dig deep enough to come up with something "real" enough that readers will follow your logic and follow you through the story.

After some deep thinking, I realized the guy who had taken over the office complex wasn't the person who'd been hurt by the tech genius. He was the father of a "kid"

who had actually created the software that made the tech genius rich and famous. The tech genius had *stolen* someone else's creation.

When they kid tried to get him to fess up, or maybe sued him, or—even better—tried to get a portion of the profits, the tech genius ruined him. Using his computer skills, he made the kid look like a pedophile. Humiliated, the kid committed suicide.

Of course, his dad is angry and looking for revenge.

Now we have a juicier story and one that's far away from a terrorist group.

But our dad-out-to-kill-the-tech-genius is just one guy and taking over an entire office building requires more than one guy, so he needs help. He could have friends willing to help him commit a felony and murder people (unlikely). He could be part of a dangerous gang, which would be so much fun to write, because the tech genius would have messed with the wrong guy. But for the sake of keeping as much of the book the same (keeping rewrites to a minimum) I decided he hires mercenaries.

Let's face it, he knows taking an office building and killing people isn't going to end well for him. But he needs this justice. He needs for the tech genius to get his comeuppance. So why not blow his entire 401(k) since he's probably going to die for doing this?

By writing out the original core story question I "saw" the **moving parts** of the story, saw what could remain the same, and saw what had to change. Yes, it looks a little clumsy, but I showed you how to divide it up so it's not merely readable, it's user friendly.

If I were revising this, before I would go into the actual manuscript to change anything, I would rewrite my core story question with the new moving parts to make sure it worked.

Crack the Code

Original question:

How will the reclusive tech genius save himself and his employees when terrorists have taken their office building, *intent on punishing the genius for creating the software that allowed their government to kill millions of a specific portion of their population,* when there are terrorists at every entry and exit trapping them in the building, the terrorists are killing an employee every ten minutes, the genius's pregnant fiancée is in one of the rooms, and the tech genius is reclusive because deep down he knows what he's doing is wrong and he doesn't want to take responsibility for the repercussions of his creations.

New question:

How will the reclusive tech genius save himself and his employees when an angry father has taken his office building *intent on killing the genius as punishment for the suicide of his son because the tech genius had stolen his son's idea and then ruined his reputation,* when the angry dad has hired mercenaries who are guarding every entry and exit, trapping them in the building, the angry father is killing an employee every ten minutes in the hope of getting the genius to give himself up, the genius's pregnant fiancée is in one of the rooms, and the tech genius is terrified because deep down he knows the dad is correct to be angry?

. . .

Again, the question is messy and poor syntax. But it encompasses the entire story, and we can break it down into segments, making it easy to use.

Let's break it out again, so it's user friendly.

How will the reclusive tech genius save himself and his employees when an angry father has taken his office building *intent on killing the genius as punishment for the suicide of his son because the tech genius had stolen his son's idea and then ruined his reputation,* (That's the set up.)

when **the angry dad has hired mercenaries who are guarding every entry and exit, trapping them in the building, the angry father is killing an employee every ten minutes in the hope of getting the genius to give himself up, the genius's pregnant fiancée is in one of the rooms,** (Steps in plot and complications.)

and **the tech genius is terrified because deep down he knows the dad is correct to be angry?** (Protagonist's internal conflict.)

You see the three parts of the story: setup, plot, and internal conflict.

But you also see a story **without terrorists** and with a villain the audience can relate to.

You should also be able to see how a lot (if not most) of the scenes only need tweaking to change the villain's identity and his motivation.

Are you going to have to do some work to change it? Yes. Absolutely. We'll talk about that in the next lesson. What I want you to see is that a new story summary will keep you on the track and show you—at a glance, not two reams of notes—what needs to be changed in your book.

That's just the core story question version of the one-paragraph story summary. I find that some stories respond better to the back-cover-blurb version. Other stories need the mini synopsis. Other stories are better examined through the growth paragraph.

When you want to revise a story, choose the type of paragraph that works best to help **you** work with your story.

For a refresher on each of these types of one-paragraph story summaries, go back to the *Know Your Story* segment, where I show you not just the basics of the questions, but also the moving parts. (Moving parts being the items that can be changed or expanded to create a better story.)

That's the first step to fixing a story problem.

We'll discuss the hard part—actually going into the manuscript to change things—in Lesson 3.

LESSON 3: ALL THE POSSIBILITIES—STORY PROBLEMS PART II

So far, we've discussed two options when something is rejected. If the reason for the rejection is market specific, we talked about putting the manuscript away and waiting for the market to return.

If the book has an issue, an item in the story that makes the book unattractive to the editor, we talked about plucking out the nonworking item and replacing it with something that works for the story.

I showed you the final version of the rewritten story summary.

Note: You don't touch the manuscript until you have a "good" replacement story, one that's clear in the paragraph, so you can use that paragraph as a guide as you revise.

Also note: Coming up with replacement items and rewriting your story paragraph isn't always easy. You may have to play with your new idea and paragraph to get a new version of the story. That's okay. The way to come up with the **best** replacement items for your story is to try things and keep trying until you come up with something great.

When we stopped in our last lesson, we had rewritten our

paragraph to change the villains from a bunch of terrorists to a dad out for revenge.

Essentially, that's the same story. The dad has the same goal as the terrorists. To kill the billionaire tech genius.

The trick to revising a book when you have to change a part of the story is to keep as much of the "action" intact or the same, so that you don't have to completely toss scenes and write new ones. You only have to revise existing scenes.

And what's the trick to keeping as much of the action intact as possible? **Change whatever needs changing to something that parallels the existing situation.**

Let's pretend this is the "action" of our original story about the terrorists:

They storm the building firing automatic weapons.

They block the exits.

They herd employees into conference rooms to keep control of them.

They can't find the billionaire, so a contingent is sent out to look for him.

They establish some kind of communication with him – maybe they torture one of the employees to get his cell phone number.

They realize one of their hostages is the billionaire's pregnant girlfriend.

Because the leader looking for revenge is an angry father, not a "group" of terrorists, we plugged the hole of him needing buddies by having him hire mercenaries to help him.

Those are the people doing all those things.

Would the action as written be any different from a group of terrorists storming a building and doing all those things?

No really. There will probably be some changes, but nine chances out of ten you could go into those action segments of the book and change names, maybe change what they are wearing, if they have an accent or speak another language. You might also have to finesse the relationship between the mercenaries and the angry dad. Terrorists would be a close-knit group. Mercenaries and the guy who hired them? Not so much. So, there'd be some changing there. But essentially the mercenaries are still doing all the things that happened in most scenes.

The billionaire could have a panic room or just be really good at evading the terrorists. That part wouldn't change either.

Now...

Internal dialogue would change significantly. The original head terrorist is now an angry father. There will be some changes in how he looks, how he behaves, who he is. His motivation for revenge is different, meaning what he's thinking when we're in his point of view would be totally different. However, he's still as angry as the terrorists would have been. So, the mood or the tone would stay the same.

The same is true with the billionaire. He's caught. When this is all over his "crime" will be public knowledge, if it isn't already.

He silenced the kid who sued him for stealing his idea. But the kid was weak, inexperienced. His dad? Wow. He has nothing to lose. Dad knows he's going to prison or will be executed for what he's doing. Meaning? He's not going to quit until he kills the billionaire. And the billionaire knows that. He will be panicky—just as he would have been with the terrorists. He will be scrambling to figure out a way to save his employees and pregnant fiancée or bring this to a peaceful solution—just as he would have been with the terrorists.

The words he's saying in his internal dialogue will change somewhat, but maybe not significantly. Also, he still has to grow to fix this problem or find a solution.

While his guilt is different and his crimes are different, the growth is the same.

Bottom line? Most of your heavy-duty action will remain the same. The structure of the story will pretty much remain the same.

Internal dialogue and reasoning will change.

External dialogue between the dad and the billionaire will be different than the conversations between a terrorist and the billionaire.

But that's not as much work as starting from scratch would be.

Plus, some of the things that need to be changed can be done with searches in the manuscript. Hair color, eye color, nationality, uniforms, weapons. For anything like that that changes, create searches and hit the replace button.

I sound cavalier when I say all this. I also make revising a complicated book sound easy. In some ways it is. But it's also **time consuming**.

Still, if you begin with a one-paragraph story summary, you can do this work in an organized fashion that will actually get it done. Many of us begin revisions with good intentions then end up with a big mess and quit. Using a story summary to keep your focus will get the job done.

I mentioned at the beginning of this lesson that story problems come in two categories:

Problems with the Conflict

Complications of the Plot.

The analysis you just read was the way to fix a story problem when the problem is a part of the conflict, which is a **major** part of the story.

Complications of the plot can be much easier.

But how do you know when something is part of the conflict or a complication of the plot?

You begin by looking at the editor's revision letter again.

When an editor says, "I didn't like the story because," and they follow up that "because" with something like:

I didn't like the idea that the protagonist was pregnant.

I didn't like that they were trapped in an airplane.

I thought it was uninspiring that her only motivation was that she was a bored grad student looking for fun. Giving her a solid goal could make the story richer.

You ask yourself why…

Specifically, why did you make your protagonist pregnant?

The same with the airplane. Why are your characters trapped in a plane?

And why didn't you give your grad student a better reason for investigating a murder?

Let's look at all of them, beginning with the pregnant heroine, to see how you determine if something is part of the conflict or a complication of the plot.

If your pregnant heroine story is a romance, you could have made her pregnant as the conflict. i.e., The hero wouldn't want to get involved with her because he knows she's already involved with someone else. That would hold him back from flirting, kissing, making love.

That conflict would be at the center of the story, and as with our terrorist-turned-angry dad, you would have to find something that parallels that problem. (For instance, the real heart of the conflict is that the hero doesn't want to get involved with the heroine because she's already involved with someone else. The pregnancy is just a vehicle you used to personify that. Once again, you find something that parallels the conflict—the heroine is involved with someone else—and you plug that into the story paragraph and eventually the manuscript.)

But what if her pregnancy **wasn't** part of the conflict? The protagonists of this romance novel are strangers who are driving to Pennsylvania from Las Vegas together. They realize they are attracted, and they have three days on the road together where they could explore this attraction. But as you were writing you realized three days isn't long enough for two people to fall in love, so you made her pregnant because that complicates the drive and lengthens it. She wakes up with morning sickness and can't travel until she's been up two hours. When they do get on the road, riding in the car can sometimes resurrect her morning sickness, so they have to stop a lot. When she's not bothered by morning sickness, she's always hungry and asking him to stop. Or she has to pee a lot—again, asking the hero to stop a lot.

You made her pregnant to give the characters a week on the road, not just three days.

That's a complication of the plot. It's not a huge part of the story. It's simply a complication. When you get the revision letter that says the editor did not like that she was pregnant, you don't have to change the whole story the way we would with a conflict problem. If it's only a complication of the plot, the changes don't mess with story. The pregnancy can simply be removed. **But** once it's out, you have an entire book of her stopping to eat and pee, and some days being sick. When you take out the pregnancy, there's a hole. You need a reason for all the stopping and for her being sick.

What do you do?

Find parallel alternatives.

Two much coffee can make someone have to stop to pee.

She could be a naturally hungry person who likes to have breakfast, lunch and dinner and two snacks. Again, forcing them to stop a lot and lengthening their trip.

Car sickness could account for the day in your book (as written) when she simply can't travel.

If you have something that doesn't work for your book, find the thing that gives you the same result and replace the bad with your shiny new idea. That way, you're not changing the scene. You're only changing a bit of the action, dialogue and internal dialogue.

Then use your search function. Find the places that need to be changed and change them.

Finally, there is one more option we haven't discussed for what to do with a rejected book. If you have gotten a rejection from Publisher A because the editor hates terrorists, doesn't like pregnant heroines or believes your grad student needs more motivation—

You might not agree.

Your grad student mystery might be a light cozy. Giving her a big goal or conflict (like an alcoholic police chief dad—someone she has to rescue by solving crimes and saving his job) would only take away the charm. Or your terrorist book might be the best thing ever written. Or that editor may simply have a personal preference about pregnant heroines.

There is no law that says you must believe everything an editor says.

There. I said it. Sometimes editors have personal preferences that make an impartial judgement of your book impossible. Sometimes your book is good just as it is. (Sometimes. Don't get carried away. Really read the rejection/revision letter and be smart.)

But if you believe the editor's assessment is incorrect...

Find another publisher.

Sometimes the answer to what to do with your book is simply to move on.

What's the bottom line for the lesson?

Story problems seem huge. When an editor says she doesn't like your "story," authors always think they must tear their books apart and start over. That's not always true.

- **Fixing characters' goals, motivations, and conflicts can be a matter of changing the story's basic "summary"** and rewriting the places that pertain to the changes in the new version.
- **To change a story, you must come up with something that closely parallels your original goal, motivation, and conflict so it doesn't change the action of the story.**
- **The search key can become your best friend to find problem areas and change them quickly.**
- **Finally, once you've implemented your changes, you need to do a thorough read of the book to make sure all the transitions have been made and that you've caught all the places that need to be changed!**

Your assignment?

Write a one-paragraph story summary for your favorite book or movie. See if you can pick out the moving parts. Change one or two items about the story (the conflict, the plot, characterization, internal conflict). Note how that changes the entire story.

For instance: We all know *Air Force One*, where the plane of the president of the United States is hijacked. What if you changed the main character from president of the United States to an Arab prince? What if they weren't on a plane? How would the story change if the protagonist wasn't married?

As you can see, learning to change a story in the one-paragraph story summary form is a great brainstorming tool, not merely for coming up with story ideas, but also for changing a story before you do revisions.

LESSON 4: SCENE PROBLEMS—ACTION, REACTION, DECISION: THE MAGIC FORMULA FOR PLOTTING

In the first lessons, we took a hard look at story and helped you see how important it is to know the components of your story in a story **paragraph** before you try to change any of them. Then we went over how to use that paragraph to fix your story problem.

But what do you do if you're told:

Your book's tone is off?

Or the characters aren't likeable?

Or the conflict doesn't have the impact the editor expected?

Or the pacing is bad?

Or the book is slow?

Or too fast?

Or it rambles?

Figuring out those kinds of problems is a heck of a lot more difficult. Frankly, any one of those could be either a word or a scene problem, or a combination of both. But we're going to start with scenes because word problems are kind of easy. We'll save easy for last—when our brains are tired!

Having read the Scenes workshop of this book you know:

The purpose of a scene is to illustrate a plot point or journey step.

Plot points, as described by some pundits, are the major points of the story, sometimes called turning points or high points.

Journey steps (which are what I prefer to work with) are **all** the steps (this happened, then this happened, then this happened) that take the protagonist from who they are in chapter one to who they are in the happy ending/satisfying conclusion.

*(That definition is mine. I didn't find it in a book. I made it up, structuring it to help you keep in mind that characters must **grow** because of the journey.)*

Knowing every story is a journey, and every journey begins with an action, and every action breeds a reaction and every reaction breeds a decision and every decision should spur the characters into taking an action, it's easy to see how plots can sometimes look like dominoes.

So, the magic formula for plotting is:

action
reaction
decision
action
reaction
decision

This is why you start your book with an inciting incident or action. That action starts the chain reaction that literally becomes your plot.

Like this:

There's a fire in the barn (action).

The horses die (reaction—sometimes also called a consequence).

The hero decides he's had enough (decision).

He leaves town (action).

How does this relate to a rejection because your book is slow, boring, or paced poorly?

Try this experiment...

Create a list of journey steps for your own book (as it's written now).

Write each journey step on a post-it.

Put the post-its on a piece of poster board (in order and separated by chapter).

Technically, every scene must have a journey step. So, once you start listing your journey steps by chapter, you should see a list of your scenes. If a scene doesn't show up on the list, that's because it doesn't have a journey step.

Could this be why your book is slow? Scenes without purpose slow down the story, ruining pacing.

By the way, this board with post-it note scenes is called a storyboard. If you've ever heard the term and wondered, mystery solved.

Once you have a story board, read it from chapter one to the last chapter to make sure all the journey steps/scenes work. In other words, is every scene necessary and does every scene make sense?

If they work, they will show a coherent list of actions breeding reactions, which cause characters to make decisions, which lead back to actions.

If they don't, your book may read as episodic (another rejection buzz word), convoluted, (stop covering your eyes. I know this is painful but, in the end, you'll be glad you heard it) and/or slow/boring.

If you've got a sequence of events that makes sense and flows with action, reaction, and decisions (taking into consideration transitions, additional steps for the arcs of story threads, subplots and other point of view characters in single titles and longer books, and villains in romantic suspense and thrillers), and the book was nonetheless rejected as slow or boring, then you've either:

1. Written weak scenes—scenes that illustrate journey steps but not well
2. Taken too much time in each scene, and the scenes ramble
3. Gotten wishy-washy or haphazard about things (There's a journey step but it's not clearly defined.).

Bottom line: If you're getting rejections or revision letters that say your book is slow, boring, or poorly paced, (and the order of the scenes makes sense) you've either poorly illustrated your journey steps with wishy-washy scenes, the length of your scenes is wrong, or you've written

something as a scene when a paragraph or a sentence would have sufficed.

Remember our example?

There is a fire in the barn.
  The horses die.
  The hero decides he's had enough.
  He leaves town.

Any one of those **steps** could be a scene because they are all legitimate steps in this hero's journey. But the book would be tighter if some of them were paragraphs or sentences. If your book is slow (or boring) that might your problem!

Here's a quick refresher of the explanation of scene versus paragraph or sentence in the **Scenes** segment of this book.

If the book opens with a long dramatic scene wherein the hero fights the fire trying to save the horses and he doesn't get the barn door open before the roof collapses, does he really have to take a walk through the charred ruins, looking for a pulse on every horse to know the horses died?

No. And as a writer you don't need to say much more than "When the roof collapsed, Jake knew his dreams had also collapsed. There was no way even one of his prized dancing show horses had survived, and no way he was getting into the circus." Journey step illustrated in a short, concise **paragraph.**

Or after a long, dramatic scene, you could simply say, "Watching the roof collapse, Jake knew his horses were dead." Journey step illustrated in a sentence. (Or better as two deep point of view sentences: "Watching the roof collapse, Jake fell to his knees. His horses were dead.")

The information that the horses died is in both scenes, but we don't need to belabor the point. We most certainly don't want to bore readers. And we don't want to lose the **tight** feel of our story. So, we use a paragraph or a sentence and the information is in without losing momentum.

My point is that each journey step needs to be illustrated in the best way for *your* story. Not my story. Not even because writing sad scenes is your strong suit. Each journey step should be illustrated in the way that best suits its place and purpose in the story.

But that also works in the reverse.

You can't reduce the most important, most dramatic journey steps to one line or a quick descriptive paragraph or page. Or (as in a book I just read) you can't tell the most dramatic "steps" after the fact.

In the book I just read, the author ended a scene with the "hook" of an enemy attack. The enemy had surrounded good guys' camp. A battle was imminent. Yet when we turned the page, everybody was back on his or her horse, having resumed their journeys, without the characters who had died. The characters were tired, grieving the loss of great fighters and wishing the battle had turned out differently.

We missed the best part of the book because the author used this format—telling us about the battle after the fact—leaving us feeling deprived.

We didn't participate! Sure, the scene "appeared" to be emotional. We understood the characters' grief and felt it. But two major characters had died in that battle. I would have liked to have seen that. Not that I'm a ghoul, but I knew they were people of honor, so their deaths had meaning. But I didn't get to see that honor. I got to see the remaining characters being sad afterward, but I didn't get to see the real heart of the story—these brave characters dying for what they believed in.

That's where you want to be milking the dramatic potential.

So, with those quick reminders about scenes, how do you revise a book that an editor describes as slow?

If your book has been rejected because it's slow, look at that storyboard I asked you to create to see if:

1. There are journey steps that can be combined.
2. There are scenes that could be shortened.
3. There are scenes being rushed when they should be dramatic.
4. You've made the maximum use of the potential drama of every scene.

As you're going over your scenes, you should notice something contradictory.

If the "real" drama of a book is the change in the hero from a bad guy to a strong, caring, human being, (as with our tech billionaire who stole the idea of the son of the angry dad) then those scenes wherein he makes the biggest discoveries that cause him to change *must* be well written. In fact, they could be some of your longest, most important scenes.

But if you're milking **every** journey step about his metamorphosis, you may be shortchanging the external conflict and its resolution. Note that in the paragraph above, I didn't say **every** scene about his metamorphosis must be dramatic. I said the scenes where he makes the biggest discoveries (the turning point discoveries) should be well-written.

What do we do with those "less powerful" scenes that are ruining our pacing?

You can trim your less powerful journey step scenes down to shorter scenes, creating tight, well-written scenes. But sometimes the best way to handle those journey steps is to incorporate them into other scenes.

If, for instance, you're writing a romantic suspense and your hero must do something unexpectedly kind like pet a dog (because it's the first time the heroine notices that deep down inside he might be a nice guy), and you have an entire scene devoted to that dog, then readers may yawn and say, "What the heck is this?"

But ...

If the hero and heroine are on their way to the bank to talk to the bank vice president who has information they need—

and when they get out of their car, they discover a dog chained to a parking meter and the dog is caught in his chain—

and the hero not only stops to free the dog; he also comforts him with a few pats on the head and maybe accepts a wet doggie kiss—

causing the heroine to see he's not so bad—

then they walk into the bank and talk to the VP—

Then the book still flows logically but your scene is now doing double duty. The "necessary" dog experience rolls into the action of a more exciting scene. That important but smaller action isn't a scene in and of itself that seems (to readers) to have no point. It also doesn't slow down the action.

Note, though, that you can't do something like this when you are rolling to the black moment and all action is filled with heightened tension. No stopping to pet the dog. Find the correct place to combine things.

In the book's beginning or middle, when the hero and heroine aren't in the crisis point of the investigation, an addition to a scene rolls in logically.

You will also find this is true with backstory.

If the hero needs to discover that the heroine (his partner; they are both detectives in a police department) was raped, and he makes the discovery sipping tea with her aunt, in a scene totally devoted to that discovery, that might be emotional. And it also might fit, depending on your story.

But *if* he makes the discovery when they are questioning a suspect in the murder case they are investigating together—

and **the suspect says she didn't kill the dead guy. She's acting suspicious because she was raped by her boyfriend the night before and now here she is being questioned about something she didn't do—**

and **to calm the suspect (who probably needs counseling) our heroine admits that she was raped once, too—**

shocking the hero who thought the heroine's life was perfect—

Then the dramatic potential skyrockets, and the scene does double duty. Eliminate a suspect, learn something about heroine.

Double duty.

The trick, again, is to know your story. Know what you're trying to accomplish and figure out the best way to accomplish it, the best way to write your scene.

Your assignment?

I would like you to skim your current WIP or a book that was rejected, and, as you're reading, place post-its at each spot that the book slows down, is boring, or doesn't make sense. (If you're reading from an electronic copy, highlight those places or leave a comment in track changes.) Don't try to change anything. Just mark places that jog you out of the world you were creating. Or places where you yawn. Or places where you wonder why you wrote so much narrative.

By the way, if it isn't painful to read a rejected book (or a book that needs tons of revisions) the whole way through, looking for slow-down spots, then give yourself a mental shake, because you're probably not reading honestly. Or you're making excuses. Do not make excuses. Don't say: "I know this is slow, but…"

If it's slow, mark it as slow!

The trick to growing as an artist is truth. You must learn to read objectively. Sure, you like your book, but, honestly, will strangers?

Use this pass as an exercise of honesty. Is your book genuinely good? Are those scenes truly well-written? Are they necessary? Could some things be combined?

As you're reading your manuscript, I also want you to go back to the post-it-note storyboard I had you create, and in the corner of the post-it for each scene, write the number of pages for the scene. If the scene was six pages, write the number six in the lower righthand corner. If it was two, mark down two.

If you didn't do the post-it/storyboard exercise, do it. You may be very surprised by the results.

This is a long and time-consuming assignment, but writing a book takes time. So does editing/revising it. If you blow through your first draft and think you're done, this workshop is going to amaze you. Most of us who have been in the business awhile create a storyboard and check our scenes for both relevance and creativity. Polishing isn't just about fixing grammar and looking for typos. It's about making sure you have a great story told through great scenes.

Creating a wonderful book is a process.

LESSON 5: SCENES AGAIN!

Okay, by now you're very good at reading your book quickly. You also probably don't see your book as an unmanageable behemoth anymore. You should see it as a smooth flow of component parts. Or a flow of steps. Maybe dominoes.

If you've done the assignments, you should be very proud of yourself because you're looking at your book in a way that allows you not only to be objective, but also fast.

And in this publishing day and age, being 'quick' about your revisions is as important as being thorough.

So why do we need another lesson on scenes? What could we possibly have to talk about?

Now that you have broken your book into scenes, you need a system to analyze those scenes.

The number one reason pacing breaks down is too many unnecessary scenes and/or drawn-out scenes.

Once you do a storyboard, it's easy to find the scenes that don't have a purpose and remove them.

It's also fairly easy to look at a scene that seems to slow the book down and say, "You know what? That should be a sentence." For example, you could write, "She decided to stay home that night," rather than having four pages of her considering what to do as she cooks pasta and chats with her cat.

But when the pacing is slow, and there aren't any scenes that can be cut or even shortened to a paragraph or line, you're going to have to combine some things the way we did with our bad boy detective petting the dog.

I made it look easy but a little explanation of how I did it might be needed.

When it comes to blending two journey steps, there are two alternatives: creating a totally new scene or adding a journey step to an existing scene.

Creating a **new** scene that incorporates the two journey steps is sometimes the easier way to go. Starting over gives you a chance to create something great out of two lackluster scenes. You can blend the two journey steps together by thinking through the purpose for each journey step and coming up with something new that illustrates both in the best possible way.

But when you don't have time to write a new scene, finding an existing scene that already has one of the two journey steps and adding the second one also works.

Let's look at how I combined the two scenes in our suspense with the hero who must pet a dog.

When I originally read that manuscript, I saw that the scene with the hero in the park, petting the dog slowed everything down, but I also needed the journey step as part of the heroine's character arc. It's her first notice that the hero has a soft side.

Still, for the sake of pacing, I knew that scene couldn't stand alone.

What did I do?

I scanned the manuscript looking for somewhere the hero

can pet a dog (complete the action) without messing up the action of the existing scene, and I found the scene where they go to the bank to confront the bank president.

I realized that they don't need to be in the park for him to be kind to an animal and for her to notice that he has a soft side.

I could take out the longish park scene and simply have the characters discover a dog chained to a meter after they park their car in front of the bank. Hero gets out of the car, sees the dog tangled in his chain, untangles him, accepts a few wet doggie kisses, and shows (note that he's **showing**) the heroine that he's got a soft side. With the dog untangled, they go into the bank and get the information from the bank president.

I combined two scenes, tightening the story, and picking up the pace.

So...When a scene is too weak to be a scene, you need to:

1. **Determine what needs to be kept**. If the point of the scene is for the heroine to see her partner do something nice so her opinion of him can begin to change, pluck out that action.
2. **Scan your manuscript looking for a place near the original scene that can handle the additional action.**
3. **Add the action into that scene.**
4. **Polish it.** (Don't leave it clunky. Smooth it out. Add transitions if needed. Make sure point of view is consistent.)

The trick to keeping a book tight is allowing your scenes to do double duty, or even triple duty. The conflict of detective partners who don't like each other but are working together adds depth to the external action. Having him soften her opinion of him with a quick act moves her character arc. The meeting with the bank president is the action that moves the plot.

That scene now works on several different levels, with the parts braided together to form a tight, cohesive story.

Making scenes work on several levels doesn't merely keep a story tight, it enhances the reader's experience, adds depth to characters, and adds layers to the story.

Just to show you how important it is for a scene to be layered and work on many levels, here's an example of a scene doing lots of things:

Remember the *Terminator* movie? After one action scene after another, the hero and heroine finally get a few private minutes in the car without the Terminator. We think, *Whew. Thank God we're at the obligatory relaxation scene where they give us backstory because as viewers, we're tired.* (I felt the same way about the television show *24*, by the way. There was so much action in that TV show that when they put two episodes back-to-back, I was exhausted as a viewer.)

Anyway, after all that running, the Terminator protagonists rest. As savvy writers who understand plotting, we aren't surprised when the hero starts explaining he's from the future and Sara Connor is the target of a "Terminator" because she's to be the mother of the guy who will be the leader of the resistance in the future. Resting scenes are the perfect time to get in explanations, particularly in the form of dialogue. It gives one person the opportunity to answer the *legitimate* questions of another character.

This technique only works when one character has

legitimate questions. You *cannot* have a segment of dialogue that reads like this:

"Say, Milly, do you remember the year Skylab went into operation?"

"I sure do, Bert. That was the year the machines took over the entire planet."

Clearly both characters know the situation. This isn't a scene doing double duty…this is a writer being lazy!

Remember, you can only use the dialogue form of incorporating backstory when one of the characters has a legitimate reason for asking the questions!

Back to *Terminator*.

When they are alone in the car, we are happy to get a rest at this point in the movie. Plus, the scene wherein the guy from the future answers Sara Connor's questions is an interesting scene to us as viewers. Up to now, we've had nothing but questions. His explanation sheds light on what's going on. We like it.

Plus, he must explain things to get Sara Connor to trust him. That's the journey step. There are many valid reasons for this scene and for getting the information out through dialogue.

But, far too soon, the Terminator finds them, they are on the run again, and we're back into our story.

That happens a time or two. A string of heart-stopping action scenes is followed by a 'rest' scene in which the man from the future and Sara Connor get to know each other. The questions she asks go from questions about her scary, unexpected, totally surreal situation of being chased by a Terminator from the future to questions about him as a person and his life in the future. Until eventually one of the resting scenes also turns into a love scene. We're really impressed then, because three important plot things happened in that scene: rest, backstory, and love scene.

But what do we realize at the end of the movie? She's pregnant. The guy sent to save her so she would bear the boy who will lead the resistance against the machines is the father of the man he idolizes. Then we're **really** impressed because the screenwriter didn't merely let them rest, give us backstory, and put in the love scene; he used that scene to twist the plot. (It's genius.)

That's your job, too. You need to get your scenes to work on several different levels. In *Terminator*, we saw action that caused the heroine to have questions, which were answered when the characters interacted. That interaction ultimately led her to ask more personal questions about him and his life, which led to a personal relationship and ultimately to a love scene.

So how did the writers of *Terminator* know to do all that? Probably talent. But most likely they asked themselves a lot of questions.

The real bottom line to getting your book into the best shape possible isn't a magic formula. It's learning how to think.

I know. Pretty strange that I'm telling you your best attribute is the ability to think. **But real creativity comes from thinking. And how do you think? By asking and answering questions.**

Stick with me. I swear you'll be glad you heard this.

In your last assignment, I asked you to skim your book and mark the places where the story slows down, feels off, or has any sort of obvious mistake at all. Then I told you to go back to the storyboard of your journey steps that you'd created at the beginning of the section and put the number of pages for each scene on the post-it for that scene.

Now that your storyboard is complete, and you can see your story—one journey step after another, arranged by chapter, with the number of pages you used to get that journey step across—things are going to become obvious to you.

Like unnecessary scenes.

Or scenes that are necessary, but too long.

Or scenes that could be incorporated into other scenes.

Or scenes that were important for the drama of the book, yet you sped through them, not giving them the weight of importance that they deserved.

You can't really fix these things without a plan, and you can't make a plan without analyzing, without asking some questions.

Such as:

Can I double up journey steps?

Should I cut down on the number of pages in decision scenes that have page after page of heroine brushing her hair?

Can some of these scenes be turned into paragraphs or sentences?

What would I write to fill the pages being taken out? What new scenes need to be added? (You can replace the pages you pull out with a scene that occurs anywhere in the book. Pages are pages.)

You can also ask:

Are the scenes in the right order for maximum drama? If they aren't, how can I rearrange them?

If the heroine made a discovery earlier or later, how would that affect the drama?

If the hero discovered something the heroine didn't know, would that perk things up?

If the heroine's conflict or big internal problem wasn't revealed to the hero until after making love, would that change things?

Am I taking advantage of subtext? *Terminator* isn't just a movie about a woman running from a cyborg. It's also the story of a woman who is the mother of the man who will lead the resistance. When the story opens, she's shy, unassuming. Plus, she doesn't have any kids. So as the Terminator is trying to snuff her out, he's actually introducing her to the father of her child. (I, personally, think that is incredibly cool!) Plus, she goes from being a normal single woman to being the incredibly strong woman who protects her child and saves the future. The movie is the story of her nearly being killed/story of her getting pregnant (romance of a sort)/story of a woman becoming strong. All stories should work on several levels like that.

This is where the rubber meets the road. This is what editors and agents mean when they talk about "storytelling."

Essentially "storytelling" is the creativity you use to tell your story, or how you work with scenes for maximum drama.

Working with scenes for maximum drama has four factors:

- Every scene must have a journey step.
- Every scene must be "placed" properly.
- Every scene must work on several levels, taking into consideration the main plot, story threads and character arcs.
- Every scene must be your best writing. (If you have questions about this line item, go back to the segment of this book on Scenes, using setting, description, mood, tone, point of view, etc.).

Scene problems are where most of us have our biggest struggles. More than that, though, scenes are also where we have our greatest opportunity to *shine*.

I shifted from being unpublished to being published through one simple realization. Initially, when I would read my manuscript and hit a bump in the road, I frequently found myself saying, "Oh, this is good enough!"

But one day, I said, "What if it isn't? What if good enough isn't good enough?"

From that day forward, every time I said, "Oh, this is good enough," I changed the scene. I found a way to make it more dramatic or tighter or to improve the writing. And guess what? I must have been correct that good enough isn't good enough because I sold the book in which I replaced all the good enough scenes with better ones.

You don't want to shortchange your book. Breezing through important scenes and/or rambling in a scene that could really be a paragraph, ruins the drama and shortchanges your book.

Take some honest time to figure out what you need to do to make every book the best it can be.

Your assignment? If you haven't already done the storyboard for your current WIP or the book you are thinking of revising, do it now. (Note: I hope you're working on the same WIP for all the assignments.)

Ask yourself the questions on the previous page:

Can I double up journey steps?

Should I cut down on the number of pages in decision scenes that have page after page of the heroine brushing her hair? (Or something equally mundane.)

Can these be turned into paragraphs or sentences?

What would I write to fill the pages being taken out?

What new scenes need to be added? (You can replace the

pages you pull out with a scene that occurs anywhere in the book.)

Are the scenes in the right order for maximum drama?

If they aren't, how can I change them?

If the heroine made a discovery earlier or later, how would that affect the drama?

If the hero discovered something the heroine didn't know, would that perk things up?

If the heroine's conflict or big internal problem wasn't revealed to the hero until after making love with the hero, could that change things?

Am I taking advantage of subtext?

Are there layers?

This is not an easy evaluation. But it is necessary.

Remember our watchword: Honesty. Be honest. As long as you make excuses, you'll never make corrections.

LESSON 6: THE IMPORTANCE OF ONE WORD (CHARACTERIZATION 101)

You now know a great deal about story, and telling your story using scenes. That takes us to our final entry point for fixing our book.

Words.

You've probably noticed we haven't touched on tone. We also haven't touched on some of the more important characterization problems. I've said, "Don't shortchange character and drama." But what if an editor doesn't **like** your character? How do you fix that?

Here's where your words really come into play.

Because...

You create your character with descriptions and actions.

What are descriptions? Words.

How do you write action? Words again.

Go ahead and laugh. I know that whole explanation is so elementary it's silly. But hear me out.

First, even one wrong word can lead readers down a bad road, and once your reader is going down that road, it's hard to get them back.

Everything you say about your character is "filtered" through the reader's first impression of that character, and you know the old saying. **You never get a second chance to make a first impression.**

Here's my favorite example of how one word can really screw up character:

Many years ago, a friend was rejected by my publisher and she asked if I could read the rejection letter and the manuscript to figure out what they meant. I agreed and she mailed me the manuscript. (I told you it was a long time ago. Today, she would email it.)

Chapter One opens with a classy executive entering a seedy bar. She's looking for her younger sister, a runaway. She doesn't see her sister, but sees a man enter. Because of his three-piece suit, she knows he doesn't belong at a seedy bar any more than she does. When a fight breaks out, she and the three-piece suit gravitate to each other. (Water seeks its own level.)

They try to get to a door but keep getting blocked. So, he picks her up and throws her over his shoulder, and like a football player he tunnels through the crowd. Bobbing over his shoulder, she thinks, "Oh great. First my secretary is grouchy, then I have to come to this crappy bar, then I get caught in an insurrection..."

And I thought, *"Insurrection? Aren't we in a seedy bar? Isn't insurrection a CIA word? Why would anyone outside the Capital Beltway use it? Especially in a bar? Does she think she's too good for the bar? For these people? For the hero who is saving her sorry butt?"*

. . .

Do you see what happened? Not only did that one word jar me out of the scene, but I also began to dislike the heroine.

Now, I didn't immediately write her off completely. But over the course of the first three chapters, she made enough similar slips that I lost my ability to relate to her. Because of a few ill-chosen words she came across first as snotty, then bitchy, then so arrogant she was almost intolerable, and I knew exactly why the book had been rejected.

My advice to my friend was to go back into her manuscript and look for the words she used to give us that poor impression of her protagonist and replace those words with better or maybe more appropriate words, because this is an easy way to fix a character.

Word fixes can change even the most difficult character.

Say you've written a Beta male (nice guy) and your editor says your book calls for an Alpha hero (bold, powerful, sometimes arrogant guy). You can fix this with some word choices.

Really?

Yes. Here's an example.

A few years ago, I read a book with a Beta hero and while I typically prefer Beta heroes, this guy got on my nerves. Why? He was always calling the heroine *sweetheart*. He liked her. No surprise there! But, worse, he was kind of sappy. Wimpy. I did not like him at all.

This bothered me so much that I took the book to my computer where I input the first three pages without the sweethearts. Technically, I could have crossed them out with black marker, but I wouldn't have gotten the same effect in my experiment because I would have "seen" the black lines and known what was behind them.

After I typed in the first three pages without the sweethearts, I waited a few days—actually I forgot about my experiment until the paper fell to the floor and I remembered I was doing an experiment—and I read it without the sweethearts, and guess what? Suddenly he wasn't quite the wimp.

Read this sentence:

"Sweetheart, close the door."

Now, change it to:

"Close the door."

A reader would read the first choice and probably "hear" a nice guy, a Beta. The same person would read the second choice (a command) and "hear" an Alpha.

The same character, same scene, with only a slightly different word choice, results in a totally different impression of who this guy is.

There's a good reason for that.

Think this through...

An Alpha (bold, commanding person) is supposed to be loyal and inherently good. A Beta (nice person) is good which makes them loyal. In a sense, these characters have goodness in common, so at their core a Beta is the same as an Alpha. The difference is how they react to things.

Which means "reaction" phrases are an important part of the "word" problem of characterization.

Consider these:

Does your protagonist comb his fingers through his hair in frustration, or rake them through his hair in barely controlled anger?

Is he a gentle lover, or possessive and masterful? Do his fingers skim and caress or do they hungrily take possession?

Does he slide or thrust? (Pause to laugh. I know you want to.)

Little word choices like those can change the entire dynamic of a scene and a character.

It can be easy to turn a character around with nothing more than a few words. **The trick is to remember that you don't want to change so much that the story changes or that you screw up your scenes.**

If your hero must finish a conversation to get a piece of information (which is the journey step), he can't storm out of a room to keep from saying something he'll regret (which an Alpha would do to keep control). He must finish that conversation. So, you must make your word choices and reaction phrases fit the scene as it is written.

An interesting thing you will notice if you successfully change a Beta to an Alpha is that making one character change probably also changes the book's *tone*.

Meaning, if your rejection/revision letter says, "The tone of this book seems off or wrong," then going back and looking at your word choices might also solve that problem.

For instance, if your characters react to everything in a dark and somber way, or if they are always reluctantly agreeing to do things, your book will have a dark or depressing tone. Your editor hates it in your supposedly light cozy mystery. You don't want to rewrite the whole book. So, you look at reaction phrases.

Instead of cringing when the villain harasses her, if your heroine simply lifts her chin in determination, readers won't feel as if she is being beaten by her circumstances, resulting in a sense of determination, changing the scene's tone. Find enough of those reactions and suddenly the tone of the entire book has changed. (That's a cliché example by the way, but you get the picture.)

Even if your heroine *must* do what the villain wants her to do, (maybe he's holding her father hostage) at least have her stand up to him.

Remember our example in the Scenes segment of this book where the villain has captured our protagonist's dad and she must go somewhere with him to save her father? (That's the journey step.) In your story as written, she reluctantly agrees.

Have her straighten her shoulders, get in the villain's personal space and say, *"I'll go with you, but you better believe I'll hunt you down and see that you pay."*

She not only comes across as stronger, but that small shift done often enough changes the tone of your book from depressing and demoralizing to determined and upbeat.

Because that's a lot to think about, we'll stop here.

Your assignment?

Make another sweep through your manuscript. (By now you should be a whiz at reading the whole book, looking for only one thing like story, scene set up and now words!) I want you to really take a hard look at the words you've chosen.

Especially look for places where words you've used might have accidentally given us the wrong impression about a character.

Words are our business. But we like them so much, we sometimes reach too far with our vocabulary, as with the insurrection example. We've also been taught not to use the same word twice on a page, so we find ourselves stretching, using unusual/wrong-impression words just to prevent repeats, and sometimes—be honest—we simply use a word because we think it's cool. We don't always realize the impression we're giving readers.

If you've skipped every other assignment or told yourself you would do them later, do yourself a favor and do this one. Really **read your words**. Even if you can only do two or three chapters a day, do this. Get a good sense of how you've been using words.

In the next lesson you will see why.

LESSON 7: CUT TO THE CHASE SIX TOOLS PUBLISHED AUTHORS USE TO SAVE TIME AND COME UP WITH BETTER STORIES

In our last lesson, we talked about examining our words. I asked you to read through your manuscript looking (really looking) to see how your words "come across" to readers.

When we use a word like insurrection to show our character is intelligent, we must be sure we aren't inadvertently making her appear snooty. You don't want to accidentally give people the wrong impression about your character.

I also showed how reaction phrases subtly affect the book's tone in the example of the villain who had taken the protagonist's dad hostage and she couldn't fight him. She "had to" go with him to the ranch and sign over the property or he would kill her dad. Beaten, she reluctantly agreed.

If the author had given the main character this kind of reaction consistently, they may have inadvertently written a book with a depressing, demoralizing tone, as well as a passive, weak protagonist. **The easy fix for this book was to change the main character's reactions.** Have her lift her chin and step into the villain's personal space, defiantly get in his face, so the **tone** of the book isn't depressing, and the protagonist comes across as strong and determined.

You should now have a fairly good understanding of how words and reactions really do make the person.

But what if your character is unlikable because he actually does bad things in the book that are part of the plot? Or what if his conflict is that he did something horrific in his past and editors say they can't get beyond it?

This could be the unhappy triple threat. A story, scene, *and* word problem.

That takes us back to the things we learned in the lessons on story. Remember how we looked to see if the problem area was part of the protagonist's conflict or a complication of the plot? The same is true with an unlikable character. **You need to figure out why or how you made him unlikable.**

But Susan! How? You make all this sound so easy, and for me, it isn't!

Actually, I've already given you all the tools you need.

To fix a book with a bad character, the first thing you have to do is figure out what's wrong.

And how do you figure out what's wrong when an editor has been vague or an agent ambiguous or your critique partner is as clueless as you are?

You use the Six Published Author Tools, starting with:

Published Author Tool #1: Save the version of the book that you sent to the editor and create a new copy called Draft (or Revisions or the date) and work in that version.

Why?

What if you make a mistake as you're revising? If you don't have a copy of the version that went to the editor or agent who asked for the revisions, you can't go home again. Saving that document as "June 22, 2022 sent to Agent A" and another version as "Revisions First Round" allows you to fiddle all you want in your "Revisions First Round" version and go back to the version sent to the agent and start all over again if you find you've made a mess of things!

The truth is, I save several incarnations of my document. Once I fix story problems, I save the document as something like "Story Problems Fixed July 1, 2021" and create a new document (with the story fixes) to work in, "Revisions Second Round" or "Revisions Scenes." That way if I screw up with scenes, I still have my story problem fixes saved. Once I have story and scenes nailed, I save them as "Story and Scene July 15, 2021" and create a new revision document so that if I screw up in words, I still have the story and scene revisions.

Published Author Trick/Tool #2: Read your book the whole way through (in one sitting if possible).

After you've saved the document you submitted ("Sent to Agent 4 22 2021" never to be erased or deleted) and created the new document, ("Revisions First Round") you read your book the whole way through, in one sitting if possible, trying to get the same "experience" the editor, agent, or critique partner got without doing any rewriting or repairing. None. Nada. The only thing you can (and should) do is use a pack of post-its (if you're reading a hard copy) or track changes (if you're reading your electronic version) to mark the places where the book slows down, or the places that don't make sense or are just plain wrong. (Remember all those times I asked you to read your book the whole way through? You're about to see why.)

First, if you read your book the whole way through, without fixing and repairing (only marking possible problems with a post-it or in track changes), you get the same experience of your book that the editor got, and you're more likely to see what they saw—especially the problems.

Second, if you begin to read, see a problem, and immediately try to correct it, the fix you use might screw up things that come after that point in the book.

Reading your manuscript the whole way through without changing anything gives you the opportunity to mark all the problems, then fix them in an organized fashion that doesn't make things worse!

How should you mark as you read? What should you mark?

Say the editor's big comment is that your character is unlikeable. As you read your manuscript (with the editor's comments ringing in your brain) you should begin to see the actions, reactions, decisions, dialogue, and thought processes that make the character unlikeable. Every time you see one, you flag it with a post-it note or track changes comment. You also might want to write out why even **you** think the character comes across as unlikable.

Be specific in your notes. By the time you get the whole way through your book, or by the time you get to working on the edit, you might have forgotten your reasoning. Best to explain yourself.

For instance, you could say, "He's weak here." "He's a pain in the butt here." "He's mean here." "Flipping the preacher the bird makes him childish here." (This is why humor is so hard to write. What one person considers funny, another sees as immature. You've got to be really good with set up.)

When you get a comment like "your protagonist is unlikeable" from an editor, agent, or critique partner, some of the things you find will be story problems. (Kid-

napping the heroine might be a plot point, but it will also get him twenty-to-life in a federal prison.)

Some will be scene problems. (Back-to-back scenes of the protagonist doing dishes while thinking things through will create a slow book and a boring character.)

Some will be simple word problems. (If she's caught in a bar fight, have the heroine say and think bar fight or brawl. No need to get fancy with insurrection.)

Mark them all and identify their story/scene/word category if possible.

Then what?

Say you've got a story problem on your hands. The editor has said something specific, such as, *"I can't get beyond the fact that he murdered his mother."* (This is part of his past, which forms his conflict and conflict is part of story).

As you read the book, you agree. *"Yes, his having killed his mother does make him creepy."* Realizing that, you go back to the beginning and mark everywhere that the behavior/mention-of-the-unlikeable-past crops up.

Remember, at this stage you aren't "fixing" anything because you could make your book even worse. Or you might reach for the cliché answer because you're not giving yourself time to think it through. Only mark each place the problem crops up with a post-it or in track changes.

Then you move on to Published Author Trick Number 3.

Published Author Trick #3: The Story Summary.

We talked about the one-paragraph summary in the *Know Your Story* segment. That straight-as-an-arrow paragraph describing your story is the quickest, easiest, least time-consuming way to fiddle with your story.

Once you've read your book the whole way through,

you write a story paragraph for the book as written, including the story elements that must be changed.

But you don't change them yet, not even in the paragraph. First, you need a clear picture of your book as it is. Second, you don't want to reach for cliché answers. You want great changes for this story. The best you can do. So, before you can plug in any replacements for the moving parts of your story summary, you need to work with Published Author Trick #4.

Published Author Trick #4: The List of 20.

For every problem you have (whether it's an unworkable past that forms conflict, poor reactions that create a weak character, Beta reactions when you want Alpha, or a story complication that inadvertently makes your character unlikable), you will create a List of 20, which is a list of twenty possible solutions for each problem.

That sounds like a lot, and it is. But finding answers through a List of 20 is like magic.

So how do we create a List of 20?

The real trick to the List of 20 is to begin with a good question.

Once you know all your book's problems, you can't simply say, "How can I change my conflict?" "How can I change my protagonist?" "How can I change the book's tone?"

Those questions are too vague and won't get you interesting, creative, wonderful solutions to your book's problems. You need to be specific. You also need twenty answers. Give your brain clear instructions so it reaches beyond the obvious and comes back with some solid, usable answers.

For example:

What are twenty ways my protagonist can appear strong, yet still do what the villain wants her to do?

What are twenty ways the protagonist can respond that give him more of an Alpha personality?

What are twenty ways I can show that my protagonist is intelligent without making her sound mean-spirited, superior, and/or arrogant?

What's another conflict for this protagonist besides his having killed his mother? What's strong enough to parallel that…and not so creepy? (Note here, that I gave myself two questions. I clarified in order that my brain knew the focus.)

Then you write twenty answers to each of your questions. Really? Twenty? Yes.

The first few answers will be cliché.

A few will be foolish because you'll get punchy.

But soon your brain will kick in and suddenly you'll be coming up with things that don't merely make your character more likeable or less unlikable, but also answers that fit the story. You'll also discover some real creativity in your answers. You'll think of things that will expand the story or transform characters in ways that will amaze you.

Don't panic if it takes a few days to come up with twenty answers to your questions, especially for conflict. Thinking takes time. You don't want to reach for the easy answer. You want the right answer! (I've taken days to do good Lists of 20.)

Then what? What do you do after you've created a strong, solid list of twenty potential answers to your book's problem?

For story problems: Once you have your List of 20 and have chosen the item from the List of 20 that you believe will fix the problem in your book, **go back to that story paragraph created for the book as originally written and**

change that paragraph before you change your manuscript.

Plug your List of 20 answer into the "moving parts" of the story paragraph and see if it works. If it doesn't, pick another List of 20 answer and plug it in. You continue with that process until you find an answer that fixes the problem in your manuscript.

You always fiddle with your paragraph before you tackle changing the book. Then, by the time you actually begin making changes in the manuscript, you have a clear vision of the story as a whole and how it needs to change.

But you also will notice that fiddling with that paragraph is one heck of a way to come up with a great story. It's difficult to work with thirty chapters, but oh, so easy to find a great story using one straightforward paragraph.

If your book's problem is **scenes,** you ask questions like:

What are twenty possible new scenes I could create to marry two journey steps?

Or which twenty journey steps can be joined into other scenes?

Or which twenty scenes could be taken out (and not missed)?

Note that the questions are different. Your twenty answers will be actual scenes in your book. The List of 20 is a way to identify poor scenes, scenes that can be beefed up, scenes that can absorb another journey step, scenes that have journey steps that need to be absorbed by another scene or new scenes that need to be written.

You won't be "plugging" in answers. You will be evaluating and organizing.

It's another way to think through your story, but, more importantly, it's the best way to fix pacing.

As far as words are concerned, you can use a List of 20

a few different ways. Use a List of 20 to come up with other "reactions" for your characters to change the book's tone or to add a little life to a character.

The thing about word problems, though, is that they pop up all over the place. There isn't "one" right answer. You might need six or seven new reaction words or phrases. So, once you have twenty answers for your reaction problems, you pick the one that best suits each place where the unwanted behavior crops up, or the one that's fresh and interesting.

The best thing about the List of 20 for word problems/reactions is that you have twenty possible solutions. And you're probably going to need most of them for reaction problems scattered throughout the manuscript. Plus, you will find that one answer works in one place, but another is better suited to another spot. Giving yourself choices means you can plug in List of 20 answers where they fit.

You can also use a List of 20 to brainstorm description words or phrases.

We typically write character descriptions when we are drafting our story, when we get to the place where we must tell readers what a character looks like or what a bar smells like or how cold it is. But what if you did it in advance? What if you knew your protagonist was a red-haired nurse, so **before** you started writing your novel you took a few minutes to come up with twenty different ways to describe her. With the list beside you as you wrote, you wouldn't have to pause to come up with a new, unique way to describe her. You'd have twenty choices. You'd also never have to worry about repetition.

The same is true with location description. Take a few minutes to come up with twenty interesting things about the protagonist's house, car or place of business and you'll save oodles of time trying to come up with descriptions as you are writing.

That's four published author tricks. Save your document as it was sent to the editor or agent, read your story the whole way through, create a story summary and the List of 20. You're now ready to begin working on fixing scenes, and that means you move on to Published Author Trick #5.

Published Author Trick #5: The Storyboard.

In one of your assignments, I asked you to create a storyboard by listing all the scenes in your book by chapter. I had you put those scenes onto post-its and paste those post-its on a poster board (or your wall). I also had you put the number of pages used for each scene in the lower righthand corner. That's what a good storyboard looks like.

Using the List of 20, I showed you how to use questions to "call out" the problem areas, scenes that can be combined or deleted, and new scenes that could be written. But you're still not ready to go into your manuscript to make changes. You must fix your storyboard.

Once you learn to work with this tool, a storyboard is not static. It's not created like the iron hand of the law that must be adhered to and never changed. Your storyboard must be flexible.

I introduced storyboard to you in the fashion that I did, as a revision tool, to show you that it's okay for your storyboard to change.

I do a storyboard before I write but it doesn't always stay as written. If my manuscript changes, my storyboard changes. **If I have a problem, I play with my storyboard before I play with my manuscript. I engage both my brain and my creativity in the storyboard *before* I touch my manuscript.**

Believe me, this saves lots of time. (And hair pulling and gnashing of teeth.)

Using the List of 20 for organizing scenes is a good way to begin figuring out what scenes are dead weight and need to go and to give you a picture of which scenes can be combined.

But what if your problem is more serious than an easy fix? What do you do then?

When you're working to fix pacing, escalate the conflict, or up the tension of the story, and the fixes you created from your List of 20 question aren't enough, then you play with the scenes on the storyboard, doing the 'what if' thing.

Asking questions like:

What if they find this out sooner?

What if they don't find that out till later?

What if I added scenes to up the tension? What would the journey steps be? Where would I put them?

Have I pulled out *all* the scenes that are slow?

What scenes need to be enhanced?

What scenes need to be tightened?

You can answer these questions as Lists of 20, giving yourself a lot of possibilities. Or not. Not all questions need to be List of 20 questions. When you're working with scenes/pacing, it's sometimes easier to look at your storyboard with your list of pacing questions in mind and play with the post-its.

If you decide to create a new scene or combine scenes, you should make a new post-it for the new scenes, and remove the old post-its, if the new post-it replaced old scenes.

You can shift and change post-it (scene) positions on the storyboard, seeking the place they work best.

You will also have to follow through with any new idea you introduce on the storyboard. If the change you make is big enough, it might mean you'll end up with new post-its from the point of the changed scene to the end of the story. A smaller change might only mean subtle shifts. A follow through on the new idea might only mean adding a thought or two, a reference, or fixing some dialogue.

Again, having your journey steps/scenes on post-its makes it possible to shift things around on the storyboard as much as you want until you have the scenes in the order that creates the most dramatic story.

Once you've gotten your storyboard to where you want it, you can go into your manuscript and start making changes.

Published Author Trick #6: Colored markers (or highlighting in electronic versions)

You can use colored markers or electronic highlighting a couple of different ways.

For instance, if you have three word/reaction problems to fix, (say, character weakness, repetitive descriptions, and repetitive reactions) you can go into the hard copy of your manuscript and highlight every appearance of each one with a different colored marker in order to "see" how many replacements you have to make and where those replacements occur.

If you are working on your computer, you can highlight those spots with different colors.

Mark all the places where she comes across as snooty in yellow.

Mark all the places you mention that he killed his mom in green.

Mark all the places he reacts like a Beta and you want an Alpha in blue.

Mark all the places characters smile in purple.

Mark all the places you've described the character has a red-haired genius in orange.

That way, when you've completed your List of 20 for each problem, you will have answers that match the blue problem, answers that match the green problem and answers that match the yellow problem, etc. You can work on one problem at a time, plugging in your List of 20 answers and not get confused.

You can also use colored markers on hard copy or different-color highlighting on the computer for checking or fixing conflict and character arcs.

If you have a conflict problem, which essentially would be a problem with your character arc, you simply mark all the places the protagonist's conflict shows up in blue. If it's a romance, where you are dealing with two different main characters, or any story that has more than one point of view character, mark one character in blue and one in yellow. Then you deal exclusively with one color and resolve those conflict/character arc problems.

You want to be able to read only the places that pertain to one character's arc, so you can see the steps of the arc and determine where it goes off the rails.

After you have a clear idea of the problem, you can address those places that need to be fixed, then read through that arc again to make sure the change work.

After you have fixed one character's arc, you read the second character's arc to see if the fix affected the second character. If it did, with the second character's arc all in one color, you can make any alterations needed and read just that arc to make sure those changes work.

If you're using a paper/hard copy, do everything in pencil. Then, if either arc doesn't work, you can erase anything that's not quite right and keep fixing until everything lines up and reads smoothly.

If you're working with your electronic document, you can fix and repair, erase and start over as much as you want.

This is a simple way to make sure your character arcs work. Plus, it makes more sense to fix one character at a time and get their arc set before moving onto the other.

If you're frowning, thinking that's a lot of work, remember that if you don't do revisions in an organized way, you can easily end up with a mess on your hands.

A three-or-four-hundred-page manuscript is not changed quickly or easily. (Nothing important in life is ever easy.) But at least you can now revise a manuscript in an organized way.

Your assignment?

You've read your book looking only for words. Nine chances out of ten, you found a few places where you realized you'd used the wrong word. If you didn't find anything wrong, **go back into your manuscript and this time answer some questions as you read.**

Have you forced your characters to use clichéd reactions?

Has your plot pulled your characters along because nobody ever stands up to the villain, or has two strong, brave, intelligent thoughts back-to-back?

Does your book have a depressing tone that could be more upbeat and/or determined with the change of a few words?

Are your characters laughing when they should be serious, just because you couldn't think of a better reaction for your characters?

Is everybody nodding or shaking his or her head, causing manuscript bobble-head syndrome? (Embarrassingly, I just found this in my last manuscript. It's an easy slope to slide on! And different books tend to have different repetitive actions.)

Then do Lists of 20. Group your problems and create strong questions that will get you great answers. Here are some examples of questions to ask to get solid, usable answers.

What words can I use to make my heroine stronger?

What words or reactions can I use to convey the sense of urgency she should have but doesn't?

How can I strengthen my conflict without having to change too many scenes?

Is there a parallel problem I can give my heroine that would fit this story without having to change too much?

(Remember our first lessons on story? Finding something that parallels the current problem is the quickest way to change it! I'm not much on revising anything that can stay the same.)

I don't know what your problems will be, but I'm hoping you understand my point about crafting questions, and that you'll do a bit of thinking about what kind of question could give you better answers to your problems and then use those answers!

LESSON 8: PULLING IT ALL TOGETHER

Saving your manuscript as a new document before you start revising, and then saving it again under a new name (Revisions Take 3 or Revisions 6 1 21) when you change something major, gives you the opportunity to go home again!

Reading your manuscript the whole way through before you change even one word helps you to see what the editor saw, so that their entire revision letter will make sense.

Writing and revising a story paragraph gives you a quick, easy way to test repairs to your story.

The storyboard shows you all your scenes and the pacing for those scenes.

Colored markers or electronic highlighting gives you the opportunity to identify and work on specific mistakes in the story and fix them. If you use a pencil on a paper copy of your manuscript, you can experiment—try things until you get the right combination—**before you input those changes into the electronic version of your manuscript.** If you use the electronic version, highlighting sections in different colors helps you to see all your fixes.

**Marking each individual problem with a different

color can also allow you to read the impact of the change the whole way through the book. You can follow one character's arc or a story change through the book (just by following its color) to make sure that it works, without having to read the entire book!

The List of 20 gets you the answer you need. First, it forces you to think of the appropriate question to ask so that your answer really fits your book. Second, having to come up with twenty answers gives your brain lots of time to engage and find fresh, interesting, maybe even unique answers.

That's really how you save a manuscript. Not jumping the gun, but by being organized and engaging your brain.

AFTERWORD

If you're reading this, you've finished my three *Crack the Code* workshops. They contain the basics of turning an idea into a rich, textured story.

You're now ready to start your journey as a storyteller.

I have thoroughly enjoyed my thirty-something years as a published author. I chose the genre that suited me and was lucky enough to earn my living as an author most of those years.

But no matter how much money you make, the joy of the job far exceeds the financial returns. I had stories in me that I longed to tell. My research has taken me all over the world via YouTube. I've met fabulous agents, editors, and authors along the way and discovered my people, others who believed love of story was as necessary as breathing and who made me a friend–and became my friends.

I hope **you** find the same joy.

Susan Meier

CITATIONS

Movies:

The Terminator, Director James Cameron, Written by James Cameron and Gale Ann Hurt, Cinema '84, 1984

Steel Magnolias, Director Herbert Ross, Adaptation of Robert Harling play, Rastar, 1989

Fifty First Dates, Director Peter Segal, Spec Script Written by George Wing, Columbia Pictures, 2004

Star Trek, Director JJ Abrams, Based on Star Trek by Gene Roddenberry, Paramount Pictures, 2009

Air Force One, Director Wolfgang Peterson, Written by Andrew W. Marlowe, Sony Pictures, 1997

The Blindside, Director John Lee Hancock, Based on the 2006 book The Blind Side: Evolution of a Game by Michael Lewis, Warner Bros Pictures, 2009

Books:

The Writers Journey: Mythic Structure for Writers, 3rd Edition, Christopher Vogler, Publisher: Michael Wiese Productions; 2007

The Texan, Reissue edition, Joan Johnston, Publisher: Dell Publication; 2009

The Suburbs Have Secrets, Sadie McIntyre Mysteries, Barbara Wallace, 2017

The Baby Project, Susan Meier, Harlequin Romance, Publisher: Mills and Boon; 2011

In for Life, Susan Meier, Harlequin Intrigue, Publisher: Harlequin Enterprises; 1991

The Tycoon's Secret Daughter, Susan Meier, Harlequin Romance, Publisher: Mills and Boon; 2012

Nanny for the Millionaire's Twins, Susan Meier, Harlequin Romance, Publisher: Mills and Boon; 2012

Hired by the Unexpected Billionaire, Susan Meier, Harlequin Romance, Publisher: Mills and Boon; 2019.

ABOUT THE AUTHOR

The author of eighty books and twenty writing workshops, Susan Meier has been married to her husband Mike for almost forty years. She's also the mother of three children and slave to one very odd cat who thinks she's human.

Website https://susanmeier.com

Join Susan's Newsletter
https://tinyurl.com/zx8w6aat

www.ingramcontent.com/pod-product-compliance
Lightning Source LLC
Chambersburg PA
CBHW010447010526
44118CB00021B/2529

TƯỜNG GIẢI
KINH DUY-MA-CẬT

TƯỜNG GIẢI KINH DUY-MA-CẬT

Lương Trần Pháp Giác
Nguyễn Minh Tiến hiệu đính

United Buddhist Publisher
Nhà xuất bản Liên Phật Hội - California, Hoa Kỳ
Xuất bản lần thứ nhất: Tháng 11/2023
Thiết kế bìa: Họa sĩ Đình Khải

© All rights reserved. No part of this book may be reproduced by any means without prior written permission from the publisher.

Hoan nghênh việc lưu hành qua internet hoặc ấn tống. Vui lòng liên lạc với tác giả (gnoulnart@gmail.com) hoặc NXB (publish@pgvn.org) để được cho phép và có bản cập nhật mới nhất.

LƯƠNG TRẦN PHÁP GIÁC

TƯỜNG GIẢI KINH DUY-MA-CẬT

NGUYỄN MINH TIẾN
Hiệu đính

TẬP 1

NHÀ XUẤT BẢN LIÊN PHẬT HỘI
UNITED BUDDHIST PUBLISHER

MỤC LỤC

LỜI GIỚI THIỆU 11

CHƯƠNG 1. PHẨM PHẬT QUỐC
- KHAI MỞ PHÁP HỘI VƯỜN XOÀI 15
- TỔNG QUAN HÀNH TRÌNH BỒ TÁT 19
- CƯ SĨ VÂN TẬP 36
- BỒ TÁT TRANG NGHIÊM TỊNH ĐỘ 42
- PHẬT HIỆN QUỐC ĐỘ 51

CHƯƠNG 2. PHẨM PHƯƠNG TIỆN
- MỘT BỘ KINH PHƯƠNG ĐẲNG 57
- MỘT CẢM HỨNG VĂN NGHỆ 61
- VỊ TRƯỞNG GIẢ THÀNH VAIŚĀLĪ 63
- HIỆN THÂN MANG BỆNH 80

CHƯƠNG 3. PHẨM ĐỆ TỬ
- NHỮNG CHUYỆN HẰNG NGÀY 91
- TRỰC NGỘ BẢN TÂM 95
  - *HIỆN THÂN Ý* 95
  - *TÔN GIẢ XÁ-LỢI-PHẤT* 96
  - *THIỀN ĐỊNH VÀ ĐỘNG NIỆM* 99
  - *TRI KIẾN VÀ PHIỀN NÃO* 108

- **KHAI MỞ PHÁP TƯỚNG** 112
  - *TÔN GIẢ MỤC-KIỀN-LIÊN* 112
  - *KHAI PHÁ PHÁP TƯỚNG* 115
- **ĐẢ THÔNG PHÂN BIỆT** 129
  - *TÔN GIẢ ĐẠI CA-DIẾP* 129
  - *ĐẢ THÔNG PHÂN BIỆT* 134
- **ĐỐN PHÁ ĐỐI ĐÃI** 143
  - *TÔN GIẢ TU-BỒ-ĐỀ* 143
  - *KHÔNG VÀ BẤT KHÔNG* 145
  - *TÙY THUẬN BẤT KHÔNG, XA LÌA CÁC TƯỚNG* 146
  - *ĐỐN PHÁ ĐỐI ĐÃI* 149
  - *HUYỄN TƯỚNG VÀ VĂN TỰ* 154
- **CHỈ TƯỚNG VỌNG TƯỞNG** 156
  - *TÔN GIẢ PHÚ-LÂU-NA* 156
  - *SAI LẦM THƯỜNG GẶP* 157
  - *CHỈ TƯỚNG VỌNG TƯỞNG* 159
- **NHIẾP TƯỚNG NĂNG VỌNG** 162
  - *TÔN GIẢ CA-CHIÊN-DIÊN* 162
  - *NHIẾP TƯỚNG NĂNG VỌNG* 165
- **PHÁ THÀNH VỌNG KIẾN** 170
  - *TÔN GIẢ A-NA-LUẬT* 170
  - *PHÁ THÀNH VỌNG KIẾN* 173
- **PHÒNG PHI CHỈ ÁC** 177
  - *TÔN GIẢ ƯU-BA-LI* 177
  - *PHÒNG PHI CHỈ ÁC* 180
- **HÀNH TRÌNH VIỄN LY** 185
  - *TÔN GIẢ LA-HẦU-LA* 185
  - *HÀNH TRÌNH VIỄN LY* 186

- ✦ PHÁP THÂN THƯỜNG TRỤ 190
  - *TÔN GIẢ A-NAN* 190
  - *PHÁP THÂN THƯỜNG TRỤ* 193

CHƯƠNG 4. PHẨM BỒ TÁT

- ✦ BỒ TÁT DI-LẶC (MAITREYA) 199
  - *VỊ PHẬT TƯƠNG LAI* 199
  - *THỜI GIAN, HẠNH TU VÀ QUẢ CHỨNG* 200
  - *PHÁ KIẾN CHẤP VỀ SỰ GIÁC NGỘ* 207
- ✦ ĐỒNG TỬ QUANG NGHIÊM (PRABHAVYUHA) 217
  - *CUỘC GẶP GỠ NGOÀI THÀNH TỲ-DA-LY* 217
  - *ĐẠO TRÀNG LÀ THỰC HÀNH* 219
  - *ĐẠO TRÀNG LÀ KHỞI DỤNG* 223
- ✦ BỒ TÁT TRÌ THẾ 225
  - *BỒ TÁT TRÌ THẾ* 225
  - *CHUYẾN VIẾNG THĂM CỦA MA VƯƠNG* 227
  - *SỰ XUẤT HIỆN CỦA DUY-MA-CẬT* 232
  - *ĐẠI PHÁP UYỂN LẠC* 234
  - *PHÁP MÔN VÔ TẬN ĐĂNG* 240
- ✦ TRƯỞNG GIẢ TỬ THIỆN ĐỨC 243
  - *TRƯỞNG GIẢ TỬ THIỆN ĐỨC* 243
  - *HỘI PHÁP THÍ* 244
  - *TỪ NHẬN THỨC ĐẾN HÀNH ĐỘNG* 247
  - *TỪ HÀNH ĐỘNG ĐẾN LỢI ÍCH* 249
  - *CHỖ RỐT RÁO CỦA SỰ BUÔNG BỎ* 258

CHƯƠNG 5. PHẨM VĂN-THÙ BỒ TÁT

- **BỒ TÁT VĂN-THÙ** 263
  - *HÌNH TƯỢNG VĂN THÙ TRONG KINH ĐIỂN* 263
  - *TRUYỀN THUYẾT VỀ HÓA THÂN* 264
  - *SỨ GIẢ CỦA THẾ TÔN* 268
- **CUỘC CHÀO HỎI KỲ LẠ** 272
- **HIỆN TRẠNG BỆNH TÌNH HAY KHỔ ĐẾ** 276
- **CHẨN ĐOÁN BỆNH CĂN HAY TẬP ĐẾ** 279
- **LIỆU PHÁP BÁT NHÃ HAY DIỆT ĐẾ** 282
  - *NHẬN RA CĂN BẢN TRÍ* 283
  - *NHẬN RA TÁNH BIẾN KẾ SỞ CHẤP* 285
  - *NHẬN RA TÁNH Y THA KHỞI* 287
  - *NHẬN RA BỆNH TƯỞNG* 290
- **PHƯƠNG THUỐC ĐIỀU TRỊ HAY ĐẠO ĐẾ** 294
  - *PHÁ TRỪ THÂN KIẾN* 294
  - *PHÁ TRỪ NGÃ KIẾN VÀ CHÚNG SANH KIẾN* 297
  - *PHÁ TRỪ PHÁP TƯỞNG ĐIÊN ĐẢO* 299
  - *LÌA HAI TƯỚNG ĐỐI ĐÃI* 301
  - *KHỞI TÂM ĐẠI BI* 304
  - *LÌA TÂM PHAN DUYÊN* 306
- **RÀNG BUỘC VÀ GIẢI THOÁT** 311
  - *SỰ RÀNG BUỘC CỦA ÁI KIẾN* 311
  - *PHƯƠNG TIỆN VÀ TRÍ TUỆ* 314
- **TRUNG ĐẠO ĐIỀU PHỤC** 320
  - *XA LÌA HAI PHÁP* 320
  - *VÔ TRỤ VÀ DIỆU DỤNG* 323
  - *HẠNH KHÔNG TRỤ* 326

CHƯƠNG 6. PHẨM BẤT TƯ NGHỊ

- ✦ DẪN NHẬP HÀNH TRÌNH KIẾN ĐẠO 329
  - *TÂM VỌNG CẦU GIẢI THOÁT* 329
  - *VÔ KHỔ, TẬP, DIỆT, ĐẠO* 333
  - *ƯNG VÔ SỞ TRỤ* 336
- ✦ CÂU CHUYỆN VỀ TÒA SƯ TỬ 338
  - *LỰC DỤNG CỦA PHƯƠNG TIỆN* 338
  - *THẦN THÔNG HIỂN BÀY PHÁP GIỚI NHẤT NHƯ* 340
  - *THÁNH CHÚNG ĐĂNG TÒA* 343
- ✦ THẦN LỰC BỒ TÁT 345
  - *TỪ THẦN BIẾN ĐẾN LIỄU NGỘ* 345
  - *PHÁ PHÁP TƯỚNG TRONG KHÔNG GIAN* 349
  - *PHÁ PHÁP TƯỚNG THEO THỜI GIAN* 351
  - *NHIẾP VẠN PHÁP, KHÔNG HỦY PHÁP TƯỚNG* 352
  - *LƯU XUẤT HIỂN THỊ PHÁP TƯỚNG* 355
  - *TÍNH THỰC DỤNG CỦA PHÁP GIẢI THOÁT* 357

- ✦ **CHƯƠNG 7. PHẨM QUÁN CHÚNG SANH**

- ✦ CHÂN DUNG CHÚNG SANH 363
  - *QUÁN CHÚNG SANH NHƯ HUYỄN* 363
  - *NGHỆ THUẬT NHIẾP ẢNH CHÂN DUNG* 370
- ✦ KHI MẶT TRỜI LÓ DẠNG 373
  - *ĐỨC TƯỚNG CHÂN THẬT CỦA TÂM TỪ* 373
  - *TÁNH ĐỨC CỦA TÂM TỪ* 377
  - *CÔNG ĐỨC CỦA TÂM TỪ* 380

  BIỂU HIỆN THỰC HÀNH TÂM TỪ 383
  TÂM BI, HỶ VÀ XẢ 387
✦ HỌC LÀM BỒ TÁT 388
  TRÍ CHỨNG KHỞI BI NGUYỆN 388
  QUÁN CHÚNG SANH NHƯ THẬT 394
✦ NGÕ CỤT CỦA NHỮNG ĐỐI LẬP 399
  THIÊN NỮ TÁN HOA 399
  GIẢI THOÁT VÀ SANH TỬ 404
  GIẢI THOÁT VÀ VĂN TỰ 407
✦ NGÔI TỊNH THẤT HUYỀN DIỆU 412
  THU NHIẾP SAI BIỆT ĐỐI ĐÃI 412
  CĂN NHÀ TỰ TÁNH 416
✦ KIM CƯƠNG LẤP LÁNH 426
  TƯỚNG ĐỐI ĐÃI LÀ HUYỄN TƯỚNG 426
  DÍNH MẮC VÀ VÔ NGẠI 428
  PHI TƯỚNG LÀ TẤT CẢ TƯỚNG 432
  HÓA SANH VÀ CHỨNG ĐẮC 435

LỜI CẢM TẠ iii
TÀI LIỆU THAM KHẢO iii
BẢNG CHỈ MỤC TỪ NGỮ (INDEX) vii

LỜI GIỚI THIỆU

Tôi nhận được bản thảo sách này với lời đề nghị được đưa lên chia sẻ trên website của chúng tôi. Sau khi xem qua, tôi đã đồng ý giới thiệu nội dung sách trên website Phật học do tôi phụ trách (www.rongmotamhon. net). Tuy nhiên, nội dung sách cũng đã gây cho tôi một ấn tượng khá tốt đẹp và do đó tôi quyết định xem xét việc chính thức xuất bản sách này. Tất nhiên, từ bản thảo ban đầu để trở thành một tập sách hoàn chỉnh có thể ra mắt độc giả khắp nơi là cả một tiến trình, và chúng tôi đã nỗ lực hết sức để mang đến cho độc giả một tác phẩm hoàn hảo nhất trong phạm vi khả năng của mình.

Quyển sách này được viết ra như những ghi nhận của bản thân tác giả trong quá trình đọc và học kinh Duy-ma-cật. Đó là lý do ban đầu anh đã sử dụng tên gọi là Bút ký Duy-ma-cật. Tuy nhiên, điều thú vị là với một nỗ lực học hỏi đáng khâm phục, anh đã mở rộng phạm vi tham khảo đến rất nhiều tác phẩm liên quan hiện có về bộ kinh này. Nhờ đó, chúng ta có thể thấy rõ tính chất phong phú và đa dạng của những phân tích giảng giải được tác giả đưa vào tập sách. Chính vì vậy mà sau khi đọc qua tập sách tôi đã đề nghị đổi tên sách thành Tường giải kinh Duy-ma-cật.

Kinh Duy-ma-cật là một trong số ít những quyển kinh quen thuộc với hầu hết Phật tử thuộc đủ mọi tầng lớp, độ tuổi và trình độ khác nhau. Bản thân tôi đã tiếp xúc một cách vô cùng hứng khởi với kinh này từ khi còn là một chàng trai chưa đến tuổi đôi mươi. Tất nhiên, với vốn liếng học Phật lõm bõm vào thời điểm đó, tôi đã đọc và hiểu kinh Duy-ma-cật theo cách hoàn toàn khác với những năm sau này. Khoảng hơn 20 năm sau, tôi lại có cơ duyên tiếp xúc trực tiếp với bản Hán văn của kinh này. Việc đọc hiểu trực tiếp từ bản Hán văn giúp tôi tiếp nhận kinh văn một cách đầy đủ hơn, và đó chính là nguyên do thúc đẩy tôi chuyển dịch kinh này sang tiếng Việt với rất nhiều chú giải, hy vọng có thể giúp ích nhiều hơn cho thế hệ trẻ vốn không quen với văn phong cổ kính của các vị tiền bối thuộc thế hệ đi trước. Rồi lại hơn 20 năm sau nữa, nhân duyên đưa đẩy tôi đến với vai trò biên tập và hiệu đính loạt bài giảng của Thượng tọa Thích Huyền Châu[1] về bản kinh này. Công việc lần này giúp tôi có nhiều điều kiện để tìm hiểu sâu hơn về bản kinh, có mở rộng tham chiếu đến cả những bản Hán dịch khác nhau.

Vì thế, khi nhận được bản thảo Bút ký Duy-ma-cật, tôi như gặp lại một người quen cũ. Và lần này tôi có thêm cơ hội để tiếp cận với kinh Duy-ma-cật từ một góc nhìn khác hơn: góc nhìn của một người cư sĩ. Tất nhiên, giáo pháp của đức Phật là bình đẳng đối với mọi chúng sinh, nhưng do tâm hạnh khác nhau nên việc tiếp nhận và thực hành giáo pháp đó cũng luôn khác nhau. Và cũng chính vì thế, khi đọc những trang tường giải được viết ra bởi một người cư sĩ, chúng ta sẽ có thêm những góc nhìn đa dạng, phong phú hơn đối với bộ kinh đặc biệt này.

Tường giải kinh Duy-ma-cật xem trọng và khuyến khích việc thực hành giáo pháp ngay trong đời sống hằng ngày, thay vì chỉ tiếp cận trên bình diện nghiên cứu học thuật. Chính từ quan điểm này, chúng ta có thể dễ dàng tìm thấy rất nhiều cách giải thích mới mẻ và khác biệt so với truyền thống nhận hiểu từ xưa nay trong giới kinh viện. Tác giả như người đang đi vào một vùng đất mới và đầy hứng khởi trong việc khám phá những điều mới lạ qua từng bước chân

---

[1] Thượng tọa Thích Huyền Châu là Giám viện Viện Phật Học Bồ Đề Phật Quốc tại Santa Ana, Califforrnia. Viện Phật Học này hiện đã phát triển thành Trường Đại học Phật giáo Sakya Buddha University.

đi của chính mình. Anh vẫn không xa rời những tấm bản đồ chỉ đường của người đi trước, nhưng luôn mạnh dạn tự mình dò tìm từng ngóc ngách hay lối rẽ trên đường đi. Chính vì sự nhiệt tình và hứng khởi đó, đôi khi anh cũng không tránh khỏi quá đà và bước lệch khỏi con đường chính. Tuy nhiên, với tâm chân thành học hỏi, anh sẵn sàng đón nhận những sự nhắc nhở và quay về lối chính. Đó là cách mà chúng tôi cùng anh làm việc xuyên suốt tập sách này.

Và sau một thời gian dài chỉnh sửa, bổ sung, bản thảo Bút ký Duy-ma-cật đã hoàn tất và trở thành sách Tường giải kinh Duy-ma-cật. Mặc dù những khiếm khuyết hay sai sót là điều tất nhiên không sao tránh khỏi, nhưng chúng tôi đã nỗ lực hết sức mình để hạn chế những sai sót đến mức thấp nhất. Chúng tôi xin hoan hỷ đón nhận và biết ơn mọi sự góp ý chỉ dạy của quý độc giả gần xa.

Vì độ dày của sách, lần xuất bản này sẽ được chia thành 2 tập nhưng số trang vẫn được ghi liên tục từ đầu đến cuối sách để thuận tiện trong việc tra cứu. Ngoài ra, bảng chỉ mục từ ngữ cũng sẽ được đặt ở cuối mỗi tập để tiện sử dụng, quý độc giả có thể căn cứ vào số trang để biết được từ ngữ đang tìm kiếm nằm ở tập nào.

Cuối cùng, mặc dù tập sách này không phải là một công trình nghiên cứu hay luận giải theo đúng nghĩa, nhưng với sự nỗ lực của tất cả những người tham gia thực hiện, chúng tôi hy vọng có thể mang đến cho độc giả thêm một góc nhìn mới về kinh Duy-ma-cật, bộ kinh đã từ lâu quen thuộc với đông đảo các tầng lớp Phật tử Việt Nam.

Xin trân trọng giới thiệu cùng quý độc giả gần xa.

Quế Minh Đường (Westminster), Califorrnia

Nguyễn Minh Tiến

14

CHƯƠNG 1. PHẨM PHẬT QUỐC

KHAI MỞ PHÁP HỘI VƯỜN XOÀI

> **KINH VĂN**
>
> **Chính tôi được nghe, một thuở kia, Đức Phật ở thành Tỳ-da-ly, nơi vườn cây Am La cùng tám nghìn chúng đại tỳ-kheo, ba vạn hai nghìn Bồ Tát, là những vị có tiếng tăm, đều đã thành tựu trí hạnh Đại thừa, do nhờ oai thần của chư Phật lập nên.**

Kinh điển Phật thuyết thường được bắt đầu bằng sáu yếu tố làm chứng cứ xác minh gọi là lục chủng thành tựu (六種成就) hoặc lục chủng chứng tín (六種證信). Sáu yếu tố đó, tôi chia làm ba cặp cho dễ nhớ: tín thành tựu và văn thành tựu, thời thành tựu và xứ thành tựu, chủ thành tựu và chúng thành tựu. Mỗi cặp phạm trù tuy là đối lập nhưng thống nhất với nhau, nương nhau mà có. Lục chủng chứng tín giống như một biên bản chứng thực, mở đầu hầu hết các kinh điển Phật giáo như một dấu ấn xác nhận đây là Phật điển, không thể lẫn lộn với bất kỳ giáo lý hay học thuyết nào khác.

Bản Việt dịch Kinh Duy-ma-cật tôi sử dụng ở đây là của cố hòa thượng Thích Huệ Hưng (1919-1990). Bốn chữ mở đầu kinh văn *"Như thị ngã văn"* được dịch là *"Chính tôi được nghe"*, theo thiển ý chưa chỉ ra diệu nghĩa. Cứ theo đa số kinh Phật, câu này được dịch ra tiếng Việt thành *"Tôi nghe như vầy"* là ổn thỏa và sát nghĩa nhất.

"Tôi nghe như vầy" là tín và văn thành tựu. Chính do ngài A-nan nghe, chẳng phải do người khác nghe rồi kể lại. Do đó kinh văn khẳng định "tôi nghe". Lời khẳng định

đó bao gồm nghĩa tin và nghe. Thường thì chúng ta nghe, suy xét rồi mới tin. Lòng tin đó có được là do ý thức so sánh, phân biệt dẫn đến kết luận đây là sự thật đáng tin. Đó là tác dụng của ý thức. Sự thấy, nghe, hiểu biết cũng vậy, tùy theo căn cơ, nghiệp thức mà hiển hiện một nội dung được ta cho là không thể khác được. Ví dụ như chúng ta đang thấy ông A là ông A, chứ không thể là ông B; và ông ấy là một người nam, chứ không thể là một người nữ. Do đó, mới có nghĩa *"như vậy"*. Sự vật, hiện tượng vốn không thể nắm bắt (bất khả đắc), chỉ do nhân duyên mà hiện khởi và tùy tâm chúng sanh mà hiện tướng sai biệt. Kinh Lăng-nghiêm gọi đó là đồng nghiệp vọng kiến và biệt nghiệp vọng kiến. Chỉ khi nào chúng ta vượt qua vọng kiến như vậy của chính mình thì chúng ta mới thể nhập được cái nghe *"như vậy"* của ngài A-nan, nghĩa là mới đọc được kinh Phật.

Hai yếu tố kế tiếp để chứng thực cho bản kinh là thời và xứ thành tựu. Thời là thời gian, nghĩa là lúc đức Phật cùng tăng đoàn đến một nơi nào đó để hoằng pháp. Xứ là địa điểm, tức là nơi đức Phật thuyết pháp, trong kinh này là vườn cây Am-la (Amrapālī-vana) trong thành Tỳ-da-ly (Vaiśālī), nơi Phật và chư tăng đang an trú.

Thời gian là dòng lưu chuyển từ quá khứ qua hiện tại đến vị lai. Dòng lưu chuyển đó là quá trình của sự sanh diệt. Chúng ta từ vô lượng kiếp về trước đã mê mất bổn tâm, nên oan uổng trôi theo dòng sanh tử luân hồi mà chẳng biết rằng sanh sanh tử tử kia vốn không thực có. Khi nào chúng ta thể nghiệm và thực chứng rõ ràng rằng chúng sanh có sự đứt đoạn, thì sự liên tục của thời gian, của sự sanh tử, của ngã, nhân, chúng sanh và thọ giả tướng chỉ là mê vọng và ảo ảnh mà thôi. Chúng ta thường nghe rằng chư Phật, chư đại Bồ Tát phải trải qua ba a-tăng-kỳ kiếp mới chứng quả Vô thượng Bồ-đề. Theo thiển ý, điều đó có nghĩa là các ngài phải phá vỡ cái kiến chấp rằng thời gian và sự sanh tử qua ba thời quá khứ, hiện tại và vị lai là thực có. Tuy vậy, mỗi ngày thức dậy vào buổi sáng, đối với chúng ta vẫn là một ngày mới mở ra, với những bận rộn của hôm nay, những hồi tưởng dai dẳng của hôm qua và những lo toan cho ngày mai. Bi kịch của chúng ta là sự ràng buộc của thời gian. Thời gian là cách thức hiện hữu của chúng ta và là sự hiển bày của nhân duyên sanh. Sau 12 năm kể từ khi thành đạo dưới cội Bồ-đề, do nhân duyên của chúng sanh đã đầy đủ, căn cơ của bốn chúng đệ tử đã có người thành thục qua thời A-hàm, đức Phật mở ra thời Phương Đẳng, khai triển pháp Đại thừa, truyền cho hậu thế kho tàng kinh điển uyên áo, trong đó có Kinh Duy-ma-cật. Đối với chúng ta, thời gian là xiềng xích. Đối với bậc đại giác ngộ, thời gian là cơ duyên diệu dụng. Trong bản kinh này, phẩm Bất Tư Nghị có một đoạn nói về chư vị Bồ Tát sử dụng thời gian một cách thần kỳ để độ sanh:

> *Lại nữa, ngài Xá-lợi-phất! Hoặc có chúng sanh nào ưa ở lâu trong đời mà có thể độ được, Bồ Tát liền kéo dài bảy ngày ra làm một kiếp để cho chúng sanh kia gọi là một kiếp; hoặc có chúng sanh nào không ưa ở lâu trong đời mà có thể độ được, Bồ Tát liền thâu ngắn một kiếp lại làm bảy ngày, để cho chúng sanh kia gọi là bảy ngày.*

Nếu thời gian là sự vận hành không ngừng nghỉ của sự sanh diệt, thì không gian là phương thức tồn tại, là sự khẳng định một sự vật đang hiện hữu, tức là có một cái "ngã" đang ở đây, đang cảm thọ, đang hiểu biết và đang đi dần tới cái chết. Đó là nói về chúng sanh hữu tình. Về chúng sanh vô tình trong thế giới vật chất, không gian là phương thức hiện hữu của một cái gì đó đã thật sinh ra, thật có ở đây và đang biến hoại dần đi tới diệt mất (sinh trụ dị diệt). Cũng vì mê mất bổn tâm, nên chúng sanh chẳng những vọng thấy có sự liên tục sanh tử, tưởng chừng như có thời gian, mà còn vọng chấp sự chắc thật của mười pháp giới nên nghĩ là có không gian. Đối với chư Phật, Bồ Tát, các ngài qua lại trong ba cõi sáu đường để độ sanh như dạo chơi trong khuôn viên biệt viện của mình, có thể dời chuyển, thay đổi kích cỡ không gian theo ý mình mà không có chướng ngại. Trong Kinh Duy-ma-cật, có những đoạn mô tả hết sức ngoạn mục hình ảnh cái nhỏ dung nạp, thâu chứa cái lớn. Chúng ta không rõ nhà ông Duy-ma-cật lớn cỡ nào, nhưng dứt khoát không nguy nga như lâu đài của vua chúa thời xưa hay đồ sộ như các tòa cao ốc ngày nay. Vậy mà kinh văn trong phẩm Bất Tư Nghị nói rằng:

Nhà ông Duy-ma-cật rộng rãi trùm chứa cả ba vạn hai nghìn tòa sư tử không ngăn ngại, mà ở nơi thành Tỳ-da-ly cho đến bốn thiên hạ cõi Diêm-phù-đề cũng không bị ép chật, tất cả đều thấy y nguyên như thế.

Trong phẩm Phật Hương Tích, số quan khách tại nhà Duy-ma-cật tăng thêm chín trăm vạn vị Bồ Tát đến từ cõi Chúng Hương, thế mà cũng đủ chỗ ngồi. Ở phẩm Thấy Phật A-súc, ông cư sĩ thân đang mang bệnh này còn một tay nhẹ nhàng nâng cả cõi nước Diệu Hỷ như nâng một tràng hoa về nhà triển lãm cho đại chúng trong pháp hội thưởng ngoạn. Chuyện thần kỳ như thế mà Duy-ma-cật còn làm được, nhưng lâu nay ông vẫn ẩn giấu thần lực, âm thầm độ sanh ở thành Tỳ-da-ly, chờ cơ duyên mới thuyết pháp môn Giải thoát Bất khả tư nghị.

Như vậy, tại thành Tỳ-da-ly, nơi vườn cây Am-la, đức Phật chính là người khai mở pháp hội lớn. Đó là chủ thành tựu. Pháp hội đó gồm có tám nghìn vị đại tỳ-kheo, ba vạn hai nghìn vị Bồ Tát. Đây là chúng thành tựu. Thật ra trong văn kinh, chỉ sau khi trưởng giả tử Bảo Tích xướng kệ tán thán Phật và thỉnh cầu Ngài dạy cho các hạnh Bồ Tát xây dựng tịnh độ, chúng ta mới nghe Phật bắt đầu nói. Những gì Ngài nói chính là trọng tâm của toàn bộ kinh. Chúng ta sẽ trở lại điểm cốt lõi này sau. "Chủ" là người nói, "chúng" là người nghe. Nhưng thật ra Phật có nói pháp không? Bảo rằng ngài có nói, tại sao về cuối đời Phật lại bảo suốt 49 năm Ngài chưa hề nói lời nào? Bảo rằng ngài không nói, sao lại có ba tạng kinh điển lưu truyền suốt hơn 25 thế kỷ đến nay? Phật chỉ nhắc lại những gì ta đã quên. Vả lại, có pháp để nói được sao? Nếu có, thì đó chẳng phải là thường pháp. Tuy vậy, pháp mà không diễn bày thì chúng sanh không có cơ hội giải thoát, chẳng phải bi quan lắm sao? Do đó mới có Phật là người nói và thính chúng trong pháp hội là người nghe, tạo thành hai yếu tố chủ thành tựu và chúng thành tựu cho từng bộ kinh.

Trở lại với kinh văn, chỉ sau một câu vắn tắt nêu địa danh lúc bấy giờ Phật đang an trú và khai mở pháp hội là vườn cây Am-la trong thành Tỳ-da-ly, kinh văn mở đầu bằng phần tán thán công đức và phẩm hạnh của các Bồ Tát. Các ngài nương oai thần của Phật, thọ trì và hoằng dương chánh pháp, thành tựu đầy đủ trí tuệ và công đức. Đối với chúng sanh, các ngài thực thi vô số phương tiện và hạnh nguyện. Như chúng ta sẽ thấy trong các đoạn kinh văn tiếp theo, ngoài chúng đại Bồ Tát gồm 32.000 vị, pháp hội còn có sự tham dự của 10.000 vị Đại Phạm Thiên vương, 12.000 vị Thiên đế, các vị tỳ-kheo, tỳ-kheo-ni và chúng cư sĩ nam nữ. Số lượng rất đông thính chúng đủ mọi thành phần như vậy nói lên tầm quan trọng cũng như tính chất phổ quát của những gì đức Phật sắp khai thị.

TỔNG QUAN HÀNH TRÌNH BỒ TÁT

KINH VĂN

Các ngài làm bức thành hộ pháp, giữ gìn chánh pháp, diễn nói pháp âm rất oai hùng, tự tại vô úy như sư tử rống, danh đồn xa khắp mười phương. Người đời không cầu thỉnh mà các ngài sẵn sàng làm

> bạn giúp cho an vui. Các ngài xướng minh Tam bảo không để dứt mất, hàng phục tất cả ma oán, ngăn dẹp các ngoại đạo; sáu căn ba nghiệp đều đã thanh tịnh; trọn lìa năm món ngăn che và mười điều ràng buộc. Tâm thường an trụ nơi lý vô ngại giải thoát; niệm định tổng trì bình đẳng, biện tài thông suốt như suối tuôn không dứt. Các hạnh bố thí, trì giới, nhẫn nhục, tinh tấn, thiền định, trí tuệ và sức phương tiện lợi mình lợi người thảy đều đầy đủ. Đã đến bậc vô sở đắc mà không khởi pháp nhẫn, hay tùy thuận diễn nói pháp luân bất thối, khéo hiểu rõ chân tướng các pháp, thấu biết căn cơ chúng sanh, oai đức bao trùm đại chúng, không còn sợ sệt chi cả.

Đoạn kinh văn trên là tổng quan về con đường đúng đắn của sự tu hành. Hay nói cách khác, Bồ Tát đạo là cương lĩnh của bộ kinh. Chư vị Bồ Tát do tin mà đi vào cửa Phật, thâm nhập, nương theo lời Phật dạy mà tu học và độ sanh. Các ngài chẳng những đã thấu hiểu pháp thế gian và xuất thế gian, mà còn có thể tùy duyên mà đến với chúng sanh và truyền đạt những gì mình đã học được. Các ngài đến với chúng ta vì nguyện độ sanh và vì muốn lưu truyền Tam bảo cho hậu thế. Các ngài là nhịp cầu bắt từ mê qua ngộ.

Muốn hoàn thành sự tiếp nối đó, các ngài phải chiến đấu và chiến thắng tất cả ma oán và ngoại đạo. *Ma* ở đây chẳng phải là hồn ma của người chết hay quỷ thần yêu mị như dân gian thường tin, mà là các vọng chấp về tà niệm của chúng ta. Tà niệm vốn huyễn, nhưng vọng chấp nó là thật thì tà niệm là ma. Giống như lúc trời nhá nhem tối, chúng ta dạo chơi ngoài vườn, chợt thấy sợi dây thừng mà tưởng là con rắn thì "con rắn" ấy là yêu ma quỷ quái đang làm chúng ta kinh sợ. Ngay khi vọng chấp là thật thì ba nghiệp thân, khẩu, ý như sóng biển cuồn cuộn nổi lên, lớp sau nối liền lớp trước không ngừng. Nghiệp nhân đã thành thì nghiệp quả phải có. Thế là chúng sanh kết duyên nợ với nhau. *Oán* nghĩa là sự dính mắc chằng chịt giữa chúng sanh với nhau mà không thể có cái gì, một ai, kể cả phép lạ, có thể tách rời hay hóa giải được, chỉ trừ phi chúng sanh tu hành chuyển nghiệp thành nguyện, chuyển thức thành trí. Đã là duyên nợ thì oan trái hay ân tình đều là một cuộn dây rối tung và bị thắt nút khó gỡ. Sự mắc mứu dây dưa đó được Phật chỉ rõ trong Kinh Lăng-nghiêm:

> *"Phú-lâu-na, tư tưởng thương yêu ràng buộc lẫn nhau, yêu mãi không rời, thì những cha mẹ con cháu trong thế gian sinh nhau không ngớt, bọn này thì lấy dục tham làm gốc. Lòng tham, lòng yêu giúp nhau tăng trưởng, tham mãi không thôi, thì các loại thai sinh, noãn sinh, thấp sinh, hóa sinh trong thế gian, tùy sức mạnh yếu, ăn nuốt lẫn nhau; bọn này thì lấy sát tham làm gốc. Lấy thân người ăn con dê, dê chết làm người, người chết làm dê, như vậy cho đến mười loài chúng sanh chết sống, sống chết, ăn nuốt lẫn nhau, nghiệp dữ cùng sinh ra tột đời vị lai; bọn này thì lấy đạo tham làm gốc. Người này mắc nợ thân mệnh người kia, người kia trả nợ cũ cho người này; do nhân duyên ấy, trải qua trăm nghìn kiếp, thường ở trong đường sống chết. Người này yêu cái tâm người kia, người kia ưa cái sắc người này, do nhân duyên ấy, trải qua trăm nghìn kiếp, thường ở trong vòng ràng buộc."*[1]

Oan trái hay ân tình ràng buộc chúng sanh với nhau manh nha từ một niệm khởi về sát, đạo, dâm, vọng. Do đó, muốn oan nghiệt không sanh, trước hết phải trừ tâm ma hay tà niệm. Cổ đức có câu: *"Không sợ niệm khởi, chỉ sợ biết chậm."*[2] Một niệm vừa khởi, vốn không có gốc, chỉ do vọng tưởng duyên sanh. Nó là nó, ta là ta, một mảy tơ dính mắc chưa hề có, do vậy nên không sợ vọng niệm sinh khởi, chỉ sợ

---

[1] Kinh Thủ-lăng-nghiêm, quyển 4, bản Việt dịch của Tâm Minh Lê Đình Thám.
[2] Bất phạ niệm khởi, duy khủng giác trì. (不怕念起唯恐覺遲) Đại Tuệ Phổ Giác thiền sư ngữ lục (大慧普覺禪師語錄), quyển 27, Đại Chánh tạng, Tập 47, kinh số 1998A, trang 929, tờ a, dòng 4-5.

ta không kịp thời nhận biết rõ ràng. Tuy vậy, những buồn vui, sướng khổ ào ạt đến với chúng ta mỗi ngày cũng không thể nói là không thật có, đó chẳng phải là nghiệp báo sao?

Ma oán đã hàng phục, trở ngại còn lại là thế lực bão táp của bọn ngoại đạo. Ngoại đạo chẳng những bao gồm sáu trường phái tư tưởng lúc Phật còn tại thế, mà còn gồm cả triết học kim cổ đông tây. Tuy nhiên, người Phật tử không xem ngoại đạo là sai trái, mà chỉ xác định dứt khoát rằng cái biết của họ không đưa đến sự giải thoát rốt ráo. Do vậy, tự thân các ngoại đạo không nguy hiểm, mà sự nguy hiểm nằm ở kiến chấp của chúng ta. Chúng ta cứ đinh ninh rằng những gì ta thấy, nghe, hiểu biết là sự thật, rằng sự suy luận, cộng với những kinh nghiệm từng lặp lại nhiều lần mà xác định là chúng ta đang cảm thọ và suy nghĩ về thế giới bên ngoài là hiện thực rõ ràng không thể chối cãi được. Phật gọi đó là sở tri chướng.

Ma oán là phiền não chướng. Ngoại đạo là sở tri chướng. Vượt qua hai chướng, tâm được thanh tịnh, không còn mảy may chướng ngại che lấp và ràng buộc, kinh văn gọi là *tất dĩ thanh tịnh, vĩnh ly cái triền*. Cái, tức là ngũ cái (五蓋) và triền là thập triền (十纏).

Ngũ cái là năm điều làm chướng ngại chân tánh, khiến các thiện pháp không phát sanh. Một là tham dục (貪欲), tâm mê đắm trong ngũ dục là tiền tài, sắc đẹp, danh vọng, ăn uống và ngủ nghỉ. Hai là sân khuể (瞋恚), tâm giận dữ, phẫn nộ. Ba là thụy miên (睡眠), mê ngủ, tâm hôn trầm mê muội. Bốn là trạo hối (掉悔), tâm xao động không yên, hối tiếc những việc đã làm. Năm là nghi pháp (疑法), tâm dụ dự, nghi ngờ, không quyết đoán đối với chánh pháp.

Thập triền (十纏) là mười thứ tâm phiền não thường trói buộc chúng ta. Một là vô tàm (無慚), không tự xấu hổ về tội lỗi mình đã làm. Hai là vô quý (無愧), không thẹn với người khác về tội lỗi của mình. Ba là tật (嫉) hay tật đố, tâm ganh ghét, đố kỵ. Bốn là khan (慳) hay khan tham, bủn xỉn. Năm là hối (悔), hối tiếc, bất an về những điều đã làm. Sáu là miên (眠), tâm tối tăm mê muội, không có sự tỉnh giác. Bảy là trạo cử (掉舉), tâm xao động liên tục. Tám là hôn trầm (惛沈), chìm đắm trong sự u mê không rõ biết. Chín là phẫn (忿), căm hận, bực tức đối với người làm trái ý mình hay nghịch cảnh. Mười là phú (覆), che giấu tội lỗi của mình.

Tất cả những triền cái kể trên đều là phiền não chướng do chấp ngã mà có; và các bậc thánh Nhị thừa đều phá trừ được. Pháp chấp hay sở tri chướng thì phải đến bậc Bồ Tát mới dụng công trừ bỏ được. Vì Kinh Duy-ma-cật xiển dương Bồ Tát đạo và để cho văn mạch liên tục trong đoạn kinh văn trên, theo thiển ý thì *năm món ngăn che* hay năm chướng ngại che lấp lớn nhất nên được hiểu là ngũ uẩn, và *mười điều ràng buộc* kiên cố nhất chính là sự bám chấp vào mười pháp giới. Triền cái là những chướng ngại ngăn che và những thắt chặt ràng buộc. Chúng ta nên hiểu theo ý nghĩa chứ đừng trói buộc nơi văn tự mà không làm sáng tỏ được uy lực vô biên của công đức, trí tuệ và hạnh nguyện của chư Bồ Tát.

Ngũ ấm (五陰) hay ngũ uẩn (五蘊) là năm yếu tố tích tụ tạo thành thân tâm chúng sanh. Đó là: sắc ấm, thọ ấm, tưởng ấm, hành ấm và thức ấm. Năm yếu tố này lại được chia thành hai nhóm là sắc pháp và tâm pháp. Sắc ấm thuộc sắc pháp, là thân hay hình tướng của chúng sanh và thế giới sự vật. Bốn ấm kia: thọ, tưởng, hành và thức thuộc về tâm pháp hay tâm lý.

Thọ ấm, có nghĩa thụ động cảm nhận, là sự tiếp nhận và cảm thọ của năm giác quan mắt, tai, mũi, lưỡi và thân. Thọ ấm, trong duy thức học là tiền ngũ thức, nghĩa là sự nhận biết của thị giác, thính giác, khứu giác, vị giác và xúc giác.

Dựa trên sự nhận biết cảm quan đó, cộng thêm kinh nghiệm của quá khứ, tâm thức diễn ra quá trình hình thành các biểu tượng và khái niệm. Đó là quá trình hết sức phức tạp của tác dụng hồi tưởng và liên kết, so sánh và phân biệt, phân tích và tổng hợp, để đưa đến một kết luận hay phán đoán cuối cùng. Tâm lý học gọi đó là ý thức. Thuật ngữ Phật học gọi đó là tưởng ấm. Tướng tông gọi đó là ý thức hay thức thứ sáu.

Tâm thức, nếu nhìn ở mặt thụ động, thì là thọ ấm; nếu nhìn ở mặt tác dụng, thì là tưởng ấm; nếu nhìn ở khía cạnh vận động không ngừng, thì là hành ấm, Tướng tông gọi là mạt-na thức hay thức thứ bảy. Chức năng của mạt-na thức là liên tục động chuyển trong việc thu nhận dữ kiện từ ý thức huân tập thành một cái kho tàng trữ các chủng tử, và trong việc đưa đẩy những chủng tử này hiện khởi ra ý thức khi hội đủ nhân duyên. Chính chức năng này giải thích tại sao chúng ta có ký ức, tại sao ta lại nhận biết đây là con quạ đen chứ không phải là con cò trắng, hoặc những trường hợp hi hữu như tại sao chỉ mới lần đầu gặp một người hay một cảnh vật, ta lại thấy rất quen thuộc. Do chức năng đó mà mạt-na thức còn gọi là truyền tống thức. Tác dụng quan trọng nhất của mạt-na thức là chấp ngã, hay còn gọi là ngã ái chấp tàng. Hành ấm chuyển động không ngừng; dường như bản thân nó là sự động chuyển hay hoạt động của một ngã thể. Đó là cách mạt-na thức chấp tạng thức lưu trữ các chủng tử làm tự ngã. Tướng tông hay duy thức học gọi cái ngã hư vọng ấy là tạng thức, hay a-lại-da thức thứ tám. Đây chính là thức ấm.

Ấm (陰) hay uẩn (蘊) đều là chuyển dịch từ Phạn ngữ skandha. Phái Cựu dịch, trước ngài Huyền Trang, dịch là ấm để diễn ý "che lấp". Từ ngài Huyền Trang về sau chuộng cách dịch là uẩn để diễn ý "gom nhóm, tích tụ". Ngũ ấm là chướng ngại che lấp chân tâm. Bản chất của chúng là không thật, nên trong Kinh Lăng-nghiêm Phật gọi chúng là vọng tưởng. Phật sử dụng những hình dung từ hết sức chính xác để chỉ ra thực nghĩa của chúng. Do chúng sanh kiên trì chấp chặt hình tướng, Phật thuyết sắc ấm là *vọng tưởng kiên cố*. Tuy cảm thọ là giả, nhưng nó lại rất rõ ràng đối với chúng sanh, nên thọ ấm là *vọng tưởng hư minh*. Vì tính chất liên kết, phân biệt rộng rãi của ý thức, nên tưởng ấm là *vọng tưởng dung thông*. Tuy là không thực, nhưng trôi chảy mãi chẳng dừng, nên hành ấm là *vọng tưởng u ẩn*. Không có mà chấp là có, nên chúng sanh mang a-lại-da thức mà oan uổng vào luân hồi; do đó thức ấm là *vọng tưởng điên đảo*.

Chúng ta chẳng những đã sa vào mê cung của năm chướng ngại kể trên, mà còn mang nặng xiềng xích của sự bám chấp về tính thật có của mười pháp giới: địa ngục, ngạ quỷ, súc sanh, a-tu-la, nhân, thiên, Thanh văn, Duyên giác, Bồ Tát và Phật. Mười pháp giới lưu xuất từ một tâm niệm. Mười pháp giới gồm có sáu cõi phàm và bốn cõi thánh. Sáu cõi phàm là nơi qua lại luân hồi của chúng sanh. Do vọng tình và vọng tưởng mà chúng sanh tạo nghiệp nhân riêng biệt. Khi nghiệp quả kết thành, cộng nghiệp chiêu cảm mà chúng sanh thọ sanh ở cùng cảnh giới đồng phận. Bốn cõi thánh là do chúng sanh tu hành chuyển đổi phàm tâm mà thành. Do tâm lượng cao thấp và giác ngộ nông sâu mà gọi tên. Tuy chia làm mười, chứ thật ra một cũng chẳng có. Kinh Hoa Nghiêm dạy: *"Nhược nhân dục liễu tri, tam thế nhất thiết Phật, ưng quán pháp giới tánh, nhất thiết duy tâm tạo."* Nghĩa là: *"Nếu ai muốn thấu rõ ba đời chư Phật, hãy quán tánh pháp giới, tất cả do tâm tạo."* Tâm ấy là tâm Phật, tâm Bồ Tát hiển hiện để chúng ta noi theo mà học, mà tu.

Do đó, tôi tin rằng một vị giác ngộ có thể biểu hiện là một con người hoàn toàn giống như chúng ta, đang thị hiện có đủ dâm, nộ, si để độ thoát chúng ta. Cũng có thể các ngài hiện thân súc sanh hay diêm vương, quỷ sứ, để độ sanh trong pháp giới súc sanh và địa ngục. Còn chúng ta, tâm phàm còn đầy dẫy sự bám chấp, phân biệt thì dứt khoát sáu cõi luân hồi này chính là chỗ đi về lưu chuyển. Do chư Phật, Bồ Tát thường thị hiện ẩn tàng trong sáu cảnh giới của chúng sanh mà sáu cõi này được gọi là cõi Phàm thánh đồng cư. Bốn cõi Thanh văn, Duyên giác, Bồ Tát và Phật là cõi Phương tiện, chưa phải là cảnh giới toàn chân. Cảnh giới toàn chân, còn gọi là Thường tịch quang, vượt ngoài mười pháp giới thì chỉ khi thành Phật mới có thể tự chứng biết.

Thiền sư Vô Ngôn Thông (759-826) trước khi sang nước ta năm 820, có lần đến tham kiến thiền sư Bách Trượng Hoài Hải (720-814) ở núi Bách Trượng, Hồng Châu, Trung Quốc. Bấy giờ có vị tăng hỏi tổ Bách Trượng: *"Pháp môn đốn ngộ của Đại thừa là gì?"* (Như hà thị Đại thừa đốn ngộ pháp môn? - 如何是大乘頓悟法門?) Tổ đáp: *"Đất tâm nếu được rỗng không thì mặt trời trí tuệ tự nhiên tỏa chiếu."* (Tâm địa nhược không, tuệ nhật tự chiếu. - 心地若空慧日自照) Ngài Vô Ngôn Thông nghe qua câu này chợt có chỗ ngộ, liền quay về.

Cho nên, buông bỏ hết vọng niệm trong tâm, rũ sạch những ngăn che ràng buộc thì trí tuệ tự nhiên sáng tỏ, tức là giải thoát vậy. Đã chẳng còn vọng tưởng, phân biệt, chấp trước, sáu căn, ba nghiệp, năm ấm, mười pháp giới... rốt ráo đều không, lý sự thảy viên dung, nên kinh văn nói: *"Tâm thường an trụ nơi lý vô ngại giải thoát."*

Vô ngại giải thoát, như trong kinh văn nói, chính là tỉnh mộng. Biết mộng là mộng thì chẳng còn gì làm chúng ta sợ hãi. Trong khóa giảng của Hòa thượng Tịnh Không có một đoạn ý tứ sâu xa và minh bạch, thông qua đó chúng ta sẽ hiểu thêm về đoạn kinh văn đang xem:

"Nói theo lý, phải hết vọng mới có thể quay về nguồn được, tám vạn bốn ngàn pháp môn đều chẳng tách lìa nguyên tắc này. Vọng là phiền não. Ba loại phiền não

lớn là vô minh phiền não, kiến tư phiền não và trần sa phiền não; đấy là ba loại lớn. Đoạn kiến tư phiền não, lục đạo luân hồi chẳng còn nữa. Bởi lẽ lục đạo chẳng thật, giống như một giấc mộng. Quý vị chưa thoát khỏi lục đạo, đang nằm mộng, vẫn chưa tỉnh mộng. Khi nào quý vị buông kiến tư phiền não xuống, Kinh Hoa Nghiêm gọi kiến tư phiền não là chấp trước, đối với hết thảy pháp thế gian và xuất thế gian chẳng còn chấp trước, buông kiến tư phiền não xuống, quý vị bèn chứng quả A-la-hán. A-la-hán đã tỉnh, từ trong lục đạo tỉnh giấc mộng lớn bèn là A-la-hán, lục đạo chẳng còn nữa! Lục đạo chẳng còn, đã tỉnh; vì sao quý vị vẫn còn ở trong mộng? Quý vị còn có phân biệt, còn có vọng tưởng, những thứ này vẫn là phiền não, nhẹ hơn kiến tư phiền não một tí, nhưng vẫn còn. Nếu phân biệt cũng buông xuống, chẳng còn phân biệt nữa, không chỉ là chẳng phân biệt, mà vọng tưởng cũng buông xuống. Vọng tưởng là gì? Tôi thường gọi nó là khởi tâm động niệm. Sáu căn tiếp xúc cảnh giới sáu trần, chẳng khởi tâm, chẳng động niệm. Khởi tâm động niệm đều không có, đương nhiên không có phân biệt chấp trước, quý vị thật sự tỉnh mộng. Hễ tỉnh thì tứ thánh pháp giới đều không có, tức là mười pháp giới chẳng có. Mười pháp giới bao gồm lục đạo, dưới là lục đạo, trên là tứ thánh, tứ thánh là Thanh văn, Duyên giác, Bồ Tát, Phật; Phật trong tứ thánh pháp giới cũng chẳng thật! Phải biết điều này! Đừng nên chấp trước, chớ nên phân biệt! Sau khi buông xuống những điều này, chẳng thấy tứ thánh pháp giới nữa, quý vị thật sự tỉnh khỏi mộng cảnh. Khi tỉnh ấy, vẫn còn có tướng cảnh giới, vẫn còn có tướng, tướng gì vậy? Chúng ta thường gọi nó là Nhất chân pháp giới, là cõi Thật báo trang nghiêm của chư Phật, Như Lai. Chúng ta nói thế giới Cực Lạc, Kinh Hoa Nghiêm nói thế giới Hoa

Tạng, chúng đều là những cõi Thật Báo của Như Lai. Nói tới cõi Thật Báo của Như Lai, quý vị phải nhớ: nó là cõi Thật Báo của chính mình, tự tha bất nhị, tha là chư Phật Như Lai, thật sự chẳng hai!"[1]

Tạm trú nơi, vốn là phương tiện, cõi Thật Báo của tự tâm, chư Bồ Tát thu nhiếp sự đối đãi của niệm và vô niệm, giữa động loạn và thanh tịnh vào tâm bình đẳng và hằng quán xét như thế. Ở đây, bản kinh bắt đầu hé mở cánh cửa bất nhị đi vào tánh không hay trí tuệ Bát-nhã. Ánh sáng Bát-nhã bừng chiếu rọi tam thiên đại thiên thế giới thì nghĩa lý sâu mầu đến đâu cũng thấu suốt và biện giải được, nên kinh văn nói *biện tài bất đoạn*.

Biện tài là khả năng biện biệt, luận giải. Trong Phật pháp, biện tài có bốn nghĩa: *từ vô ngại biện*, nghĩa là danh từ, ngôn thuyết thế gian hay xuất thế gian đều có thể tùy duyên sử dụng; *nghĩa vô ngại biện*, là chẳng nghĩa lý thậm thâm nào mà không diễn bày được; *pháp vô ngại biện*, là sự sự vật vật, ngay cả Phật pháp vô biên đều suốt thông và tùy căn cơ chúng sanh mà có thể thuyết minh; *nhạo thuyết vô ngại* biện, là khả năng diễn thuyết, ứng đối, biện giải thông suốt, nói có cũng được, nói không cũng được, thuận theo chúng sanh mà biểu diễn dâm, nộ, si, hoặc nghịch với chúng sanh mà nói giới, định, tuệ. Mục đích của lời nói và việc làm là đập tan mọi kiến chấp và khai ngộ cho chúng sanh.

Nửa phần đầu của đoạn kinh văn trên là phần giải ngộ. Sự thực chứng viên mãn phải trải qua quá trình tu hành. Nếu chấp chặt rằng "vạn pháp giai không" mà buông xuôi theo dòng đời thì chúng ta sa vào nguy cơ trôi lăn mãi trong lục đạo. Tuy là huyễn hóa nhưng dù muốn hay không, ta và chúng sanh vẫn nằm trong mối tương quan chằng chịt,

---

[1] Tịnh Độ Đại Kinh Giải Diễn Nghĩa, Tập 1, Lão pháp sư Tịnh Không, giảng ngày 5 tháng 4 năm 2010 tại Hương Cảng Phật Đà Giáo Dục Hiệp Hội, bản Việt dịch của Như Hòa, giáo chánh: Đức Phong, Trịnh Vân và Tuệ Trang.

quyện chặt lẫn nhau từ vô thủy. Giải quyết sao cho hài hòa, ổn thỏa sự dính mắc này chính là việc làm của Bồ Tát. Nói cách khác, độ sanh là tu hành, như kinh văn sẽ khai triển ở phẩm Phương Tiện kế tiếp. Sự giải quyết đó cần phải có phương tiện mà ở đoạn kinh văn cương lĩnh chỉ giới thiệu lục độ là tiêu biểu: *"bố thí, trì giới, nhẫn nhục, tinh tấn, thiền định, trí tuệ cập phương tiện lực, vô bất cụ túc"*, nghĩa là sáu pháp ba-la-mật cùng muôn tế hạnh và vô số phương tiện, không gì mà chẳng đủ. Thiền sư Quy Sơn Linh Hựu (771-853) nói: *"Thực tế lý địa bất thọ nhất trần, vạn hạnh môn trung bất xả nhất pháp.* - 實際理地不受一塵, 萬行門中不捨一法。" (Trong lý chân thật không nhiễm một bụi trần, trong muôn tế hạnh chẳng hề bỏ một pháp.)[1]

Bố thí không chỉ đơn giản là đem tiền tài vật chất cúng dường chùa chiền, hoặc chẩn tế, cứu giúp nạn nhân của thiên tai và người nghèo khổ (tài thí), cũng không chỉ là giảng kinh, thuyết pháp hay ấn tống kinh sách lưu hành miễn phí (pháp thí), hoặc an ủi, che chở những ai đang sợ hãi (vô úy thí). Bố thí chính đáng nhất là đem cả thân tâm và thế giới buông xuống trọn vẹn.

Trì giới không chỉ đơn giản là giữ gìn giới cấm như cư sĩ đã quy y Tam bảo thì thọ ngũ giới, thập giới, hoặc thọ Bồ Tát giới thì phải giữ 10 giới trọng, 48 giới khinh; chư tăng phải giữ 250 giới; chư ni phải giữ 348 giới. Trì giới là sáu căn tiếp xúc sáu trần không khởi tâm động niệm, là ngoài không động, trong không loạn.

Nhẫn nhục là chịu đựng những cái đang là như vậy nhưng nghịch ý với mình. Sở dĩ chúng ta khổ mãi là vì chúng ta không chấp nhận sự thực đang là như vậy, do đó chúng ta bị nó vây hãm mà sinh phiền não. Thái độ chấp nhận tưởng chừng như tiêu cực nhưng thật ra là sự khôn

---

[1] Cảnh Đức truyền đăng lục (景德傳燈錄), quyển 9, Đại Chánh tạng, Tập 51, kinh số 2076, trang 265, tờ a, dòng 1-2.

ngoan buông xả những đau khổ đang trĩu nặng trong lòng. Nhân duyên đầy đủ thì sự sự hiện bày bản chất của chúng vốn không thực. Ngay cả nỗi đau khổ của chúng ta cũng chỉ là tia chớp chợt lóe lên rồi vụt tắt của vọng tình điên đảo.

Tinh tấn là công phu tu hành chuyên cần do đã liễu ngộ mà hạ quyết tâm thực hành. Sự tinh tấn giống như cây đàn, dây chùng thì không phát tiếng, dây căng thì đứt đoạn. Chúng ta đã từng đi chùa, tụng kinh, niệm Phật, lần chuỗi, ngồi thiền... Đó là những việc nên làm, nhưng chưa có nghĩa là tinh tấn. Tinh tấn là hằng quán xét thân tâm, không một phút giây lơi lỏng. Luôn luôn tự biết những gì thấy, nghe, hiểu biết đều là hư vọng. Sự miên mật quán xét như thế là chân tinh tấn.

Thiền định là phương tiện thực tiễn, là một cách tu hành, là phương pháp uyển chuyển, nên không thể vài lời nói hết, hoặc thậm chí cả ngàn trang sách luận giải cũng chỉ là bàn suông, chẳng chút ích lợi gì. Thiền định được thuyết minh rõ ràng trong nhiều kinh điển và trong nhiều ngữ lục của chư tổ sư, chư thiền sư đạt ngộ. Kinh Lăng-nghiêm, Kinh Lăng-già, hoặc Pháp Bảo Đàn Kinh đều là những kinh điển quan trọng đối với hành giả tu thiền. Chúng ta với sức tu học còn non nớt, nhưng nếu tâm tư yên tĩnh sẽ cảm thông được ý tứ của vua Trần Nhân Tông (1258-1308) trong những dòng kệ kết thúc bài phú Cư trần lạc đạo:

居塵樂道且隨緣，
饑則飱兮困則眠。
家中有宝休尋覓，
對境無心莫問禪。
Cư trần lạc đạo thả tùy duyên,
Cơ tắc san hề khốn tắc miên.
Gia trung hữu bảo hưu tầm mịch,
Đối cảnh vô tâm mạc vấn thiền.

*Ở trần vui đạo hãy tùy duyên,
Hễ đói thì ăn mệt ngủ liền.
Trong nhà có báu thôi tìm kiếm,
Đối cảnh vô tâm chớ hỏi thiền.*[1]

Thiền chẳng phải dùng lời mà nói được. Với cách nói phủ định, may ra chúng ta có thể bước tới thềm thôi chứ chưa vào cửa. Thiền không lấy tâm sanh diệt làm nhân. Tịch chiếu mà không phải là đình chỉ hay trừ tuyệt. Tịnh chiếu mà không hề có tâm năng quán. Càng nói càng xa rời, chỉ có thể thực hành thiền rồi mới tự biết.

Thiền vượt qua ngôn từ và ý thức. Thiền là phương tiện mà chúng ta còn không thể lý giải trọn vẹn, huống chi trí tuệ là cứu cánh viên mãn? Chúng ta chưa liễu ngộ mà bàn về trí tuệ thì sự lạm bàn đó chẳng qua chỉ là sự suy diễn của ý thức mê lầm. Do vậy chỉ nên y cứ vào kinh điển và lời dạy của các bậc giác ngộ, chư tổ, chư tăng đã đắc pháp mà tham cứu nghiền ngẫm.

Trí tuệ, nói đầy đủ là trí tuệ Bát-nhã, không do tu tập mà được, là cái ta vốn sẵn có, là thực tướng vô tướng, hay nói nôm na là trí tuệ không tướng mà có tướng. Đó chính là tướng giác ngộ. Kinh Viên Giác có nói: *Ly huyễn tức giác.* Chẳng phải có cái huyễn, cái vô minh để chúng ta thực chứng và liễu ngộ mà gọi là giác. Chẳng phải vì vực thẳm hoặc đại dương sâu thăm thẳm tối mù mà nói rằng mặt trời không chiếu sáng. Trí tuệ vốn là sáng suốt, nên gọi là giác, chứ chẳng phải là thấy cái gì rõ ràng mà gọi là minh giác. Trong Kinh Lăng-nghiêm, Phật dạy Phú-lâu-na: *"Giác không có gì là sở minh, nhân có minh mà lập ra thành sở; đã giả dối lập ra có sở, mới sinh ra cái năng hư vọng của các ông."*[2] Trong tánh minh, không hề có năng sở.

---
[1] Cư trần lạc đạo phú, bản Việt dịch của Hòa thượng Thích Thanh Từ trong sách Thiền sư Việt Nam.
[2] Kinh Thủ-lăng-nghiêm, quyển 4, bản Việt dịch của Tâm Minh Lê Đình Thám.

Thân tâm, thế giới, mọi sự đối đãi đều do chấp trước cái năng biết mà giả dối lập thành. Đã là hư vọng giả dối thì không có gì để nói năng biện luận. Chính vì thế mà có sự im lặng sấm sét của Duy-ma-cật ở cuối phẩm Vào Pháp Môn Không Hai của bản kinh này.

Lục độ vạn hạnh, muôn vàn phương tiện mà chư Bồ Tát dùng để tự độ và độ tha không phải là việc làm do gắng sức, nỗ lực, hay tự ép mình cưỡng cầu mà được. Các ngài do triệt ngộ mà từ tự tánh lưu xuất lòng đại từ đại bi, thể hiện qua việc làm. Nói là làm mà thực sự không làm. Nói là tu mà thực sự chẳng hề tu. Nói là độ, mà mình ở đâu, người ở đâu để gọi là độ? Nhưng mà làm vẫn cứ làm, tu vẫn cứ tu, độ vẫn cứ độ. Đó mới gọi là Bồ Tát tu hành, trang nghiêm tịnh độ, chứ chẳng phải là tu hành trên cái rỗng không, như trong đoạn kinh văn khai thị của Phật cho trưởng giả tử Bảo Tích phía dưới sẽ nói. Đây không phải là một nghịch lý. Tuy ngộ rằng "bản lai vô nhất vật", rằng chẳng có mình ở đâu để thọ sanh tử, nhưng chư Bồ Tát "từ không nhập giả", xét thấy mình vẫn đang mang thân tâm này, và thế giới bên ngoài, chúng sanh vẫn ở đấy mà mắc mứu lẫn nhau; sự dính mắc ấy chẳng chừa cái thân tâm này của mình. Lý thì không, sự thì cần phải giải quyết. Giải quyết mà không gì ngăn ngại vì đã thấu rõ lý không, đã thông suốt "vạn pháp liễu bất khả đắc", là chẳng thể đạt được bản chất thực của sự sự vật vật. Sự giải quyết đó tùy thuận, không nghịch ý chúng sanh, và đối với mình, Bồ Tát không thấy có gì để nhẫn nhục chịu đựng cả. Sự giải quyết đó là quá trình gieo trồng, tưới tẩm và vun bồi chánh nhân để đắc chánh quả. Sự giải quyết đó vì vậy là quá trình chuyển thức thành trí.

Chúng ta đã từng đi chùa, làm công quả, đã từng lặng lặng bỏ tiền vào thùng phước sương, hoặc đã từng quyên góp chẩn tế, cứu giúp người bần cùng và nạn nhân thiên tai. Đó gọi là bố thí sao? Chúng ta đã từng ăn chay mỗi tháng hai, ba, bốn... tám hay mười ngày, hoặc thậm chí ăn chay trường, đã từng phóng sanh... Đó gọi là trì giới sao? Trong sự giao tiếp xã hội, trong sở làm, trong gia đình, mỗi khi có mâu thuẫn với người khác đến mức gay gắt, ta thường im lặng và bỏ đi chỗ khác. Đó là nhẫn nhục sao? Tất cả những phản ứng và hành vi gọi là vị tha của chúng ta đối với tha nhân chưa hẳn đúng nếu được gọi bằng danh từ mỹ miều là "phương tiện độ sanh". Để hiểu nghĩa phương tiện không phải tự nhiên mà có, chúng ta hãy đọc qua bài thơ sau đây, tương truyền là của Bồ Tát Di-lặc:

Ghét thương phải quấy biết bao là,
Xem xét lo lường nghĩ đến ta.
Tâm để rỗng không thường nhẫn nhục,
Bữa hằng thong thả phải tiêu ma.

Nếu người tri kỷ nên yên lặng,
Dẫu kẻ oan gia cũng cộng hòa.
Miễn tấm lòng này không quái ngại,
Tự nhiên chứng được Lục Ba-la.

KINH VĂN

Các ngài dùng công đức trí tuệ trau sửa lòng mình, lấy tướng tốt trang nghiêm thân hình, sắc tượng dung nhan bậc nhất, bỏ hẳn tất cả trang sức tốt đẹp trong đời, danh tiếng cao xa vượt hẳn núi Tu-di, lòng tin bền chắc như kim cương, đem pháp bảo soi khắp, mưa nước cam lồ, phát ra tiếng tăm đều là vi diệu bậc nhất. Các ngài đã thâm nhập lý duyên khởi, dứt hết các tập khí kiến chấp sai lầm bên có bên không, diễn nói các pháp không sợ sệt như sư tử rống, những lời giảng nói như sấm nổ, không có hạn lượng và đã quá hạn lượng. Các ngài tự mình nhóm góp rất nhiều pháp bảo như hải đạo sư, rõ nghĩa lý sâu mầu của các pháp, biết rành hiện trạng qua lại trong các cảnh thú và hành vi tốt xấu trong tâm niệm chúng sanh. Gần kề bậc Phật tối tôn là đấng đầy đủ trí tuệ, tự tại, thập lực, vô

> úy, thập bát cộng. Ngăn đóng tất cả cửa nẻo ác thú, hiện thân trong năm đường hóa độ chúng sanh. Làm vị đại y vương khéo trị lành các bệnh, đúng theo bệnh cho thuốc đều được công hiệu. Đã thành tựu vô lượng công đức, trang nghiêm thanh tịnh vô lượng cõi Phật. Người nào được nghe danh thấy hình đều được lợi ích. Những hành động của các ngài đều không uổng phí, các công đức như thế đã hoàn toàn viên mãn.

Đoạn kinh văn này nhằm minh định cho cương lĩnh của bộ kinh. Trí tuệ và việc làm, cũng như công đức và hạnh nguyện rộng lớn không thể nghĩ bàn của các vị Bồ Tát mở đầu kinh văn, nhằm khẳng định Bồ Tát đạo là con đường tất yếu phải đi cho những ai nhắm tới cứu cánh Phật quả. Chúng ta có thể tóm tắt đoạn kinh văn cương lĩnh và đoạn kinh văn vừa trích ở trên như sau.

Về trí tuệ, chư Bồ Tát đã thanh tịnh sáu căn ba nghiệp, trọn lìa năm ấm, chẳng còn chấp vào mười pháp giới, niệm định tổng trì bình đẳng, đạt đến chỗ vô sở đắc, chứng vô sanh pháp nhẫn, rõ lý duyên khởi, thấu suốt vạn pháp và căn cơ chúng sanh, đoạn dứt phân biệt chấp trước...

Về hạnh nguyện, các ngài làm lợi ích chúng sanh bằng hiện thân trong ba cõi sáu đường, hộ trì và xiển dương chánh pháp, hàng phục tà ma ngoại đạo, diễn pháp âm tự tại vô úy, hành thâm lục độ, thành tựu vô lượng công đức, trang nghiêm vô lượng cõi Phật.

> **KINH VĂN**
>
> Danh hiệu các ngài là Đẳng Quán Bồ Tát, Bất Đẳng Quán Bồ Tát, Đẳng Bất Đẳng Quán Bồ Tát, Định Tự Tại Vương Bồ Tát, Pháp Tự Tại Vương Bồ Tát, Pháp Tướng Bồ Tát.

Bồ Tát nói đủ là Bồ-đề-tát-đỏa, nghĩa là giác hữu tình. Bồ Tát, giải thích một cách dễ hiểu và đủ nghĩa, là một chúng sanh đang tu hành nhằm tự giác và giác tha, để mình và người đều được giải thoát thành Phật. Danh hiệu các vị Bồ Tát thường biểu trưng một ý nghĩa nhất định, hay một phương diện đặc thù nào của các ngài trên con đường tự độ và độ tha. Các vị Bồ Tát kể trên tượng trưng cho phương pháp và kết quả của sự tu hành.

Kinh văn giới thiệu sơ lược pháp thiền quán như trong Kinh Viên Giác: Xa-ma tha (samatha), Tam-ma-bát-đề (samapatti) và Thiền-na (dhyāna) mà sau này Đại sư Thiên Thai Trí Giả (538-597) lập thành không quán, giả quán và trung quán. Đẳng Quán là từ nhân duyên sanh thể nhập tánh không, vốn là bản thể bình đẳng của vạn pháp; đây chính là từ giả nhập không. Bất Đẳng Quán là từ nhân duyên sanh mà quán vạn pháp trong mối tương quan chặt chẽ và phức tạp trên hiện tướng sai biệt trùng trùng; đây chính là từ không nhập giả. Đẳng Bất Đẳng Quán là biện chứng trung đạo vượt qua đối đãi, nhập lý bất nhị, thâm nhập nghĩa duy tâm sở hiện, duy thức sở biến. Chính nhờ thiền quán mà các Bồ Tát thấu suốt vạn pháp, tự tại vô ngại, an trú trong chân tâm kỳ diệu.

KINH VĂN

Quang Tướng Bồ Tát, Quang Nghiêm Bồ Tát, Đại Nghiêm Bồ Tát, Bảo Tích Bồ Tát, Biện Tích Bồ Tát, Bảo Thủ Bồ Tát, Bảo Ấn Thủ Bồ Tát, Thường Cử Thủ Bồ Tát, Thường Hạ Thủ Bồ Tát, Thường Thảm Bồ Tát, Hỷ Căn Bồ Tát, Hỷ Vương Bồ Tát, Biện Âm Bồ Tát, Hư Không Tạng Bồ Tát, Chấp Bảo Cự Bồ Tát, Bảo Dõng Bồ Tát, Bảo Kiến Bồ Tát, Đế Võng Bồ Tát, Minh Võng Bồ Tát, Vô Duyên Quán Bồ Tát, Tuệ Tích Bồ Tát, Bảo Thắng Bồ Tát, Thiên Vương Bồ Tát, Hoại Ma Bồ Tát, Điển Đức Bồ Tát, Tự Tại Vương Bồ Tát, Công Đức Tướng Nghiêm Bồ Tát, Sư Tử Hống Bồ Tát, Lôi Âm Bồ Tát, Sơn Tướng Kích Âm Bồ Tát, Hương Tượng Bồ Tát, Bạch Hương Tượng Bồ Tát, Thường Tinh Tấn Bồ Tát, Bất Hưu Tức Bồ Tát.

Đây là các Bồ Tát biểu trưng cho công đức viên mãn hiện tướng uy nghi để điều phục chúng sanh.

> **KINH VĂN**
>
> Diệu Sanh Bồ Tát, Hoa Nghiêm Bồ Tát, Quán Thế Âm Bồ Tát, Đắc Đại Thế Bồ Tát, Phạm Võng Bồ Tát, Bảo Trượng Bồ Tát, Vô Thắng Bồ Tát, Nghiêm Độ Bồ Tát, Kim Kế Bồ Tát, Châu Kế Bồ Tát, Di Lặc Bồ Tát, Văn Thù Sư Lợi Pháp Vương Tử Bồ Tát, cả thảy như thế ba vạn hai nghìn người.

Đây là chư Bồ Tát đại biểu cho diệu dụng độ sanh với đầy đủ hạnh nguyện đại từ, đại bi, đại trí, đại dũng.

CƯ SĨ VÂN TẬP

> **KINH VĂN**
>
> Lại có một vạn vị Thi-khí, Phạm Thiên vương từ tứ thiên hạ khác đến chỗ Phật nghe pháp. Lại có một vạn hai nghìn vị Thiên đế cũng từ tứ thiên hạ khác đến trong pháp hội. Các hàng chư thiên có oai lực lớn, cùng long thần, dạ-xoa, càn-thát-bà, a-tu-la, khẩn-na-la, ma-hầu-la-già... đều đến trong pháp hội. Lại có các vị tỳ-kheo, tỳ-kheo-ni, ưu-bà-tắc, ưu-bà-di cũng đến trong pháp hội. Bấy giờ Đức Phật nói pháp cho vô lượng trăm nghìn đại chúng đông đảo cung kính vây quanh đấy, ví như núi chúa Tu-di hiển bày nơi bể cả. Ngài ngồi yên trên tòa Sư tử trang nghiêm bằng các thứ báu, oai đức che trùm tất cả đại chúng.

Từ đoạn kinh văn giới thiệu danh hiệu các vị Bồ Tát trở lên, bản kinh chưa đề cập đến tư thế bình đẳng của người cư sĩ đối với tăng chúng xuất gia, phải đợi đến sự xuất hiện của đoàn trưởng giả tử Bảo Tích, bản kinh mới khiến chúng ta chú ý đến người cư sĩ.

Ở đoạn kinh văn này, thính chúng pháp hội bắt đầu có sự tham dự của chư thiên, chư long thần, các chúng sanh thuộc cảnh giới khác, và còn có đông đảo Phật tử tại gia. Hàng cư sĩ trong tam giới đã xuất hiện. Đây là một nghệ thuật dẫn dắt người đọc từng bước một đi vào đề tài muốn nêu ra.

Thật thế, Bồ Tát không nhất thiết phải là người xuất gia. Cư sĩ tại gia cũng có thể giác ngộ và giải thoát, và cũng có đầy đủ phương tiện diệu dụng, hạnh nguyện độ sanh hệt như các vị thánh tăng. Kinh Tư Ích[1] có liệt kê 16 vị Bồ Tát cư sĩ thời Phật tại thế. Họ thuộc hàng trưởng giả, bà-la-môn, và các tầng lớp xã hội khác. Đó là các Bồ Tát: Hiền Hộ, Bảo Tích, Tinh Đức, Đế Thiên, Thủy Thiên, Thiện Lực, Đại Ý, Thù Thắng Ý, Tăng Ý, Thiện Phát Ý, Bất Hư Kiến, Bất Hưu Tức, Bất Thiểu Ý, Đạo Sư, Nhật Tạng, Trì Địa. Đó là chưa kể tới phu nhân Thắng Man, Cư sĩ Duy-ma-cật, và năm trăm vị cùng đi với trưởng giả Bảo Tích. Xuyên suốt lịch sử Phật giáo thế giới, chúng ta có thể kể tên các vị cư sĩ nổi tiếng mà phần đông giới học Phật ít ra đều có một đôi lần nghe qua, như cư sĩ Bàng Uẩn (740-808), lão cư sĩ Hoàng Niệm Tổ (1913-1992), lão cư sĩ Hạ Liên Cư (1884-1965), lão cư sĩ Lý Bỉnh Nam (1889-1996)... Ở Việt Nam ta có ngài Tuệ Trung Thượng Sĩ (1230-1291), vua Trần Nhân Tông (1258-1308) khi còn tại vương vị v.v...

Bấy giờ, trước vô số thính chúng, Phật thuyết pháp bằng tư thế uy nghi, yên lặng trên tòa sư tử, oai đức bao trùm khắp đại chúng. Kinh văn không nói Phật thuyết pháp gì. Bài pháp ngài đang diễn giải là sự im lặng không nói năng gì nhưng thật ra hàm nghĩa sâu xa. Đây là ý chỉ, dấu hiệu báo trước sự im lặng của Duy-ma-cật về sau.

Trở lại với bản kinh, ta thấy đoàn năm trăm vị cư sĩ trưởng giả, đại biểu là cư sĩ Bảo Tích, dâng lọng báu cúng dường Phật mang ý nghĩa cái nhân cầu pháp. Cái nhân

---

[1] Tức Tư Ích Phạm Thiên Sở Vấn Kinh (思益梵天所問經), gồm 4 quyển, thuộc Đại Chánh tạng, Tập 15, kinh số 586.

chân chánh ấy là trực tâm, thâm tâm và Bồ-đề tâm. Pháp thiết thực được mong cầu ấy là hạnh Bồ Tát trang nghiêm quốc độ. Bảo Tích mang nghĩa gom chứa tất cả bảo vật quý giá. Do đó về tướng thì hiện ra lọng báu. Về nghĩa thì cả một đoàn năm trăm người đồng một tâm thành cùng đến đảnh lễ và cúng dường Phật cầu pháp. Đó chính là trực tâm, thâm tâm, Bồ-đề tâm đan kết nhau làm nhân cầu quả Đại thừa.

Nhờ uy thần của Phật, các lọng báu hợp lại thành một, che trùm thập phương thế giới. Đó là nhất tâm hiện ảnh. Tuệ giác một khi hiển lộ sẽ chiếu soi khắp tam thiên đại thiên, không gì mà không biết. Ở đây chúng ta thấy thấp thoáng cảnh giới Hoa Nghiêm: *lý sự viên dung, sự sự vô ngại*. Đây là một bức tranh hết sức lộng lẫy, tựa như được vẽ ra bởi một họa sĩ đang trong cảm hứng dâng trào vung nét cọ xuất thần. Chúng ta hãy bỏ hết những lý luận cao xa mà cùng thưởng thức bức tranh ấy trong đoạn kinh văn bên dưới.

KINH VĂN

Khi ấy trong thành Tỳ-da-ly có trưởng giả tử tên là Bảo Tích với năm trăm vị trưởng giả tử đồng cầm lọng bảy báu đi đến chỗ Phật cung kính đảnh lễ đầu mặt tiếp chân, rồi mỗi vị đều đem lọng báu của mình hợp nhau cúng dường Phật. Do oai đức của Phật nên khiến các lọng báu ấy hiệp thành một cây trùm khắp cõi Tam thiên đại thiên thế giới, mà tướng rộng dài của thế giới đều hiện đủ trong đó. Lại nữa, các núi Tu-di, Mục-chơn-lân-đà, Đại Mục-chơn-lân-đà, Tuyết sơn, Hương sơn, Bảo sơn, Kim sơn, Hắc sơn, Thiết vi, Đại thiết vi, bể lớn, sông, rạch, dòng ngòi, nguồn suối, cùng với mặt trời, mặt trăng, các ngôi sao, thiên cung, long cung và cùng các vị tôn thần, nơi cõi tam thiên đại thiên thế giới này đều hiện trong lọng bảy báu, và chư Phật trong mười phương, chư Phật đang nói pháp, cũng hiện trong lọng bảy báu này.

Kế đó là trưởng giả Bảo Tích dâng đọc bài kệ tán thán Phật. Không thể có ngôn từ, hình ảnh nào có thể miêu tả, hình dung, truyền đạt và tán dương Phật đầy đủ được, cho dù chúng ta gom hết toàn bộ từ điển ngôn ngữ của vô lượng chúng sanh trong tam thiên đại thiên. Bài kệ vắn tắt nói Phật tâm tịch tịnh, bất động tự tại mà chuyển thần uy hiển hiện mười pháp giới, tuy thiên hình vạn trạng mà thể tánh vốn rỗng lặng; lý tánh không hai mà chẳng hoại sự tướng thế gian; hiển lộng uy lực tối thắng hàng phục ma vương; diệu dụng vô ngại chuyển pháp luân với tâm từ bi, bình đẳng để nhiếp độ chúng sanh; diệu âm rộng khắp khiến chúng sanh muôn loài đều quy ngưỡng.

Hình ảnh Duy-ma-cật ở những phẩm kế sẽ là bản minh họa, là phần triển khai đầy đủ chi tiết cho bài kệ này.

KINH VĂN

Khi đó tất cả đại chúng thấy thần lực của Phật đều khen ngợi chưa từng có, chấp tay làm lễ, ngắm nhìn dung nhan Phật mắt không hề nháy. Trưởng giả tử Bảo Tích liền ở trước Phật đọc bài kệ khen rằng:

Mắt trong dài rộng như sen xanh
Tâm sạch đã tột các thiền định
Lâu chứa tịnh nghiệp nói không cùng
Dùng tịch độ chúng nên cúi lạy
Đã thấy đại thánh dùng thần biến
Khắp hiện mười phương không lường cõi
Trong đấy các Phật diễn nói pháp
Nơi đây tất cả đều thấy nghe

Pháp lực của Phật vượt quần sanh
Thường dùng pháp tài thí tất cả
Hay khéo phân biệt các pháp tướng
Đối đệ nhất nghĩa mà không động
Đã được tự tại cùng các pháp

Cho nên cúi đầu lễ Pháp vương
Nói pháp chẳng có cũng chẳng không
Vì do nhân duyên các pháp sanh
Không ta, không tạo, không thọ giả
Những việc lành dữ cũng chẳng mất
Trước tiên hàng ma nơi Phật thọ
Đặng cam lồ diệt thành đạo giác
Đã không tâm ý, không thọ hành
Mà xô dẹp hết các ngoại đạo
Ba lần chuyển pháp cõi đại thiên
Pháp ấy lâu nay thường thanh tịnh
Trời người đắc đạo đó là chứng
Tam bảo vì thế hiện trong đời
Dùng pháp mầu này độ chúng sanh
Thọ rồi không lui, thường vắng lặng
Khỏi già, bệnh, chết, Đấng Y Vương
Lạy ngôi pháp hải đức khôn lường
Khen chê chẳng động như Tu di
Đồng bậc thương xót kẻ lành dữ
Tâm hạnh bình đẳng như hư không
Nghe đấng nhân bảo ai chẳng kính

Nay dâng Thế Tôn lọng mọn này
Cõi tam thiên con hiện trong đó
Thiên cung long thần kia nương ở
Càn-thát-bà cả thảy với dạ-xoa
Mọi vật trong đời đều thấy rõ
Vì thương Phật hiện tưởng biến này
Thấy việc ít có chúng khen ngợi

Nay con lạy Đấng Tam giới tôn
Đại thánh chỗ nương của mọi loài
Lòng sạch trong đó thảy vui vẻ
Đều thấy Thế Tôn ở trước mình
Đó là thần lực pháp bất cộng
Phật dùng một tiếng diễn nói pháp

> Chúng sanh tùy loại thảy đặng hiểu
> Đều cho rằng Phật đồng tiếng mình
> Đó là thần lực pháp bất cộng
> Phật dùng một tiếng diễn nói pháp
> Chúng sanh chỗ hiểu tùy mỗi hạng
> Khắp được thọ hành đều lợi ích
> Đó là thần lực pháp bất cộng
>
> Phật dùng một tiếng diễn nói pháp
> Có người kinh sợ hoặc vui mừng
> Có kẻ dứt nghi hoặc nhàm chán
> Đó là thần lực pháp bất cộng
>
> Lạy Đấng thập lực đại tinh tấn
> Lạy Đấng đã đặng không chỗ sợ
> Lạy Đấng trụ nơi pháp bất cộng
> Lạy Đấng đạo sư của muôn loài
> Lạy Đấng hay dứt mọi kết phược
> Lạy Đấng đã đến bờ bên kia
> Lạy Đấng hay vượt các thế gian
> Lạy Đấng trọn lìa đường sanh tử
>
> Biết hết chúng sanh tướng đến lui
> Khéo nói các pháp được giải thoát
> Như hoa sen trong đời chẳng nhiễm
> Thường khéo vào nơi hạnh không tịch
> Rõ các pháp tướng không ngăn ngại
> Lạy Đấng không nương tựa hư không.

Chúng ta không đặt nặng vấn đề trưởng giả tử Bảo Tích là một nhà phú hộ đáng kính hay là một thiếu niên con nhà trưởng giả. Thông qua thái độ chân thành đảnh lễ cầu pháp, và nhất là qua kệ tán thán Phật, cũng như qua lời thưa hỏi dưới đây, chúng ta thấy ở vị cư sĩ này một trí tuệ hiếm có. Trí tuệ hiếm có này nâng hàng cư sĩ tại gia ngang tầm tăng chúng xuất gia trên đường tu hạnh Bồ Tát.

BỒ TÁT TRANG NGHIÊM TỊNH ĐỘ

KINH VĂN

Lúc đó trưởng giả tử Bảo Tích đọc bài kệ tán thán xong, bạch Phật rằng: Bạch Thế Tôn! Năm trăm vị trưởng giả tử này đều đã phát tâm Vô Thượng Chánh Đẳng Chánh Giác nguyện nghe cõi Phật thanh tịnh, cúi mong Thế Tôn dạy cho những hạnh của Bồ Tát được tịnh độ.

Phật bảo: Hay thay Bảo Tích! Ông lại vì các Bồ Tát mà hỏi Như Lai những hạnh được tịnh độ, vậy hãy lắng nghe chín chắn, suy nghĩ kỹ nhớ lấy, ta sẽ nói cho ông rõ.

Lúc ấy Bảo Tích cùng năm trăm vị trưởng giả tử vâng lời Phật dạy, cung kính lóng nghe.

Ở đây chúng ta nên lưu ý câu hỏi của trưởng giả tử Bảo Tích có tầm mức quan trọng sâu sắc. Đó chính là mục đích và tôn chỉ của bản kinh: Hạnh Bồ Tát hay con đường tu hành của Bồ Tát để hoàn thành Phật quốc.

Sau lời thưa hỏi của trưởng giả Bảo Tích là đoạn kinh văn khai thị của Phật có ý nghĩa hết sức quyết định cho việc tu học của Bồ Tát. Điều đó nghĩa rằng sự tu hành được viên mãn là do chúng ta tham thấu được nghĩa lý sâu mầu của đoạn kinh văn dưới đây mà hạ thủ công phu.

KINH VĂN

Phật dạy rằng: Này Bảo Tích! Tất cả chúng sanh là cõi Phật của Bồ Tát. Vì sao? Bồ Tát tùy chỗ giáo hóa chúng sanh mà lãnh lấy cõi Phật; tùy chỗ điều phục chúng sanh mà lãnh lấy cõi Phật; tùy theo chúng sanh ưng theo quốc độ nào vào trí tuệ của Phật mà lãnh lấy cõi Phật; tùy chúng sanh ưng theo quốc độ nào phát khởi căn tánh Bồ Tát mà lãnh lấy cõi Phật. Vì sao thế? Vì Bồ Tát lãnh lấy cõi Phật thanh tịnh đều vì muốn lợi ích chúng sanh. Ví như có người muốn xây dựng cung nhà nơi khoảng đất trống, tùy ý được thành công,

> nếu xây dựng giữa hư không quyết không thành tựu được; Bồ Tát cũng thế, vì thành tựu chúng sanh nên nguyện lãnh lấy cõi Phật. **Nguyện lãnh lấy cõi Phật chẳng phải ở nơi rỗng không vậy.**

Ngay khi mở đầu lời khai thị, Thế Tôn đã chỉ thẳng Phật quốc ở đâu. Thật vậy, đoạn kinh văn trên diễn dịch nghĩa lý: "Phật pháp tại thế gian, bất ly thế gian giác." Căn bản của kinh là công việc xây dựng tịnh độ phải được thực hiện ngay trong thế giới ngũ trược này. Tại sao nói vậy? Chính bởi vì muốn hay không, chúng ta đã và đang có mặt trên đời này. Chư Phật, Bồ Tát do nguyện lực mà thị hiện vô lượng thân tướng trong vũ trụ vô minh. Chúng ta thì bị nghiệp lực xô đẩy trong ba cõi sáu đường. Thân tâm và thế giới, ta và chúng sanh tuồng như là có, nhưng vốn dĩ do nhân duyên sanh nên không thể truy tìm được bản chất thực sự. Hay nói cách khác, đương thể tức không, hoặc đương sanh tức vô sanh. Đây chỉ mới là giải ngộ, từ giả nhập không; nếu vội vàng nhận chỗ này làm nơi an trú thì khác nào lầm nơi rỗng không là cõi Phật. Hơn nữa, không thể nào phủ nhận thế giới hiện đang sừng sững trước mắt ta, người và mình hẳn hòi đang hiện diện. Triết lý sắc không nên được hiểu là một sự gợi ý, sự nhắc nhở về thực tế cần giải quyết, chứ không phải là suy tư, nghiền ngẫm, đào sâu để rồi sa lầy vào mớ lý thuyết siêu hình viển vông, không tưởng. Một khi đã giải ngộ rồi thì có và không chẳng còn là vấn đề quan trọng nữa. Thiền sư Từ Đạo Hạnh (1072-1116) chẳng phải đã có hàm ý đó trong thi kệ của ông hay sao?

作有塵沙有，
為空一切空。
有空如水月，
勿著有空空。

Tác hữu trần sa hữu,
Vi không nhất thiết không.

Hữu không như thủy nguyệt,
Vật trước hữu không không.

Có thì có tự mảy may,
Không thì cả thế gian này cũng không.
Kìa xem bóng nguyệt lòng sông,
Ai hay không có, có không là gì.

Vấn đề quan trọng là một thực tế cần giải quyết, chính là sự dính mắc giữa chúng sanh với nhau, từ vô thủy kiếp đến giờ, cụ thể là ngay trong đời này. Giải quyết vấn đề này tức là làm sao cho người và ta bớt khổ thêm vui, là loại trừ những xung đột và phiền não trong mối quan hệ giữa ta và người. Mặc dù chúng ta đã thấm thía rằng cuộc đời như giấc mơ, tại sao chúng ta không chủ động mơ một giấc đẹp tuyệt vời? Sự chủ động giải quyết ấy chính là độ sanh, là làm cho ta và người đều an lạc ngay trong hiện kiếp này. Nói đơn giản hơn, độ sanh là làm cho cuộc sống trên thế gian đối với mỗi một chúng sanh tươi thắm hơn, vui vẻ hơn, chứ không phải chỉ là cứu người giúp đời mà thôi. Các Bồ Tát từ chỗ liễu ngộ tánh không, các ngài bỏ qua chẳng quan tâm lý luận về không không sắc sắc làm chi nữa. Và từ không nhập giả, các ngài soi thấy mình và chúng sanh lẩn quẩn tự ràng buộc nhau trong vũ trụ vô minh này. Các ngài biết đó là giả, nhưng chúng sanh cứ cho đó là thực. Tháo gỡ sự ràng buộc đó là công việc phá mê khai ngộ của chư Bồ Tát. Nói khác là, các ngài đang độ sanh. Đạo Phật mà không nhằm mục đích độ sanh thì không phải là đạo Phật. Từ đây, chúng ta có thể thấy tính thực tiễn của đạo Phật qua tác dụng giáo dục xã hội nhằm hoàn thiện mối quan hệ giữa người và người. Sự độ sanh đó quả thực là một sự nghiệp lâu dài mà các Bồ Tát thiết thực xây dựng trên đường lập thành Phật quốc.

Cõi chúng sanh chính là Phật quốc. Chúng sanh, hay tập chúng duyên sanh (cái được sanh ra là do nhân duyên hội tập), không chỉ là loài hữu tình như con người và muôn thú, không chỉ là thế giới vô tri như núi rừng, cây cỏ, đất đá, mà còn là, và quan trọng nhất là, những khởi tâm động niệm của chính ta khi sáu căn tiếp xúc sáu trần. Tâm vọng động là chúng sanh. Tâm thanh tịnh là Phật quốc. *"Những cõi Phật này có sẵn trong tâm của vị Bồ Tát khi vị Bồ Tát phát nguyện làm lợi ích cho tất cả chúng sanh và tinh tấn tu tập để chứng ngộ Phật quốc độ đó. Nói cách khác, quốc độ Phật được quan niệm không phải như là kết quả để đạt đến mà là động lực, hay tiến trình để đạt đến nó. Đó là một điển hình về tính chất năng động tiêu biểu của toàn Kinh Duy-ma-cật."*[1] Đó chính là tiến trình chuyển hóa tâm, cũng là sự nghiệp độ sanh vĩ đại và lâu dài mà chư vị Bồ Tát cưu mang.

Muốn hoàn thành sự nghiệp đó, Phật chỉ dạy: Trực tâm, thâm tâm và Bồ-đề tâm là tịnh độ của Bồ Tát. Ba tâm này là nền tảng cơ bản không thể thiếu trên đường tu học.

KINH VĂN

Bảo Tích, ông nên biết! Trực tâm là tịnh độ của Bồ Tát; khi Bồ Tát thành Phật, chúng sanh không dua vạy sanh sang nước đó. Thâm tâm là tịnh độ của Bồ Tát; khi Bồ Tát thành Phật, chúng sanh đầy đủ công đức sanh sang nước đó. Bồ-đề tâm là tịnh độ của Bồ Tát; khi Bồ Tát thành Phật, chúng sanh có tâm Đại thừa sanh sang nước đó.

Bố thí là tịnh độ của Bồ Tát; khi Bồ Tát thành Phật, chúng sanh hay thí xả tất cả mọi vật sanh sang nước đó. Trì giới là tịnh độ của Bồ Tát, khi Bồ Tát thành Phật, chúng sanh tu mười điều lành, hạnh nguyện đầy đủ sanh sang nước đó. Nhẫn nhục là tịnh độ của Bồ Tát; khi Bồ Tát thành Phật, chúng sanh đủ 32 tướng tốt trang nghiêm sanh sang nước đó. Tinh tiến là tịnh độ của Bồ Tát; khi Bồ Tát thành Phật, chúng sanh siêng tu mọi công đức sanh sang nước đó. Thiền định là tịnh độ của Bồ Tát; khi Bồ Tát thành Phật, chúng

---

[1] Duy-ma-cật và lý tưởng người cư sĩ - Daisaku Ikeda, dịch giả: Nguyên Hảo.

sanh biết thu nhiếp tâm chẳng loạn sanh sang nước đó. Trí tuệ là tịnh độ của Bồ Tát; khi Bồ Tát thành Phật, chúng sanh được chánh định sanh sang nước đó.

Tứ vô lượng tâm là tịnh độ của Bồ Tát; khi Bồ Tát thành Phật, chúng sanh thành tựu từ, bi, hỷ, xả sanh sang nước đó. Tứ nhiếp pháp là tịnh độ của Bồ Tát; khi Bồ Tát thành Phật, chúng sanh được giải thoát sanh sang nước đó. Phương tiện là tịnh độ của Bồ Tát; khi Bồ Tát thành Phật, chúng sanh khéo dùng đặng phương tiện không bị ngăn ngại ở các pháp sanh sang nước đó. Ba mươi bảy phẩm trợ đạo là tịnh độ của Bồ Tát; chúng sanh đầy đủ niệm xứ, chánh cần, thần túc, ngũ căn, ngũ lực, thất giác chi, bát chánh đạo, sanh sang nước đó.

Hồi hướng tâm là tịnh độ của Bồ Tát; khi Bồ Tát thành Phật, được cõi nước đầy đủ tất cả công đức. Nói pháp trừ tám nạn là tịnh độ của Bồ Tát; khi Bồ Tát thành Phật, cõi nước không có ba đường ác và tám nạn. Tự mình giữ giới hạnh không chê chỗ kém khuyết của người khác là tịnh độ của Bồ Tát; khi Bồ Tát thành Phật, cõi nước không có tên phạm giới cấm. Mười điều lành là tịnh độ của Bồ Tát; khi Bồ Tát thành Phật, chúng sanh sống lâu, giàu to, phạm hạnh, lời nói chắc thật, thường dùng lời dịu dàng, quyến thuộc không chia rẽ, khéo giải hòa việc đua tranh kiện cáo, lời nói có lợi ích, không ghét không giận, thấy biết chân chánh sanh sang nước đó.

Trực tâm (āśaya) là tâm chân thành ngay thẳng, trước hết là đối với chính mình. Chân thực với chính mình, với mục đích tối thượng mình nhắm đến. Chân thành tới mức mộc mạc và thẳng thắn như khi tổ Huệ Năng trả lời tổ Hoằng Nhẫn (601-674): "Con đến để cầu làm Phật." Chân thực với chính mình còn có nghĩa là mọi lúc mọi thời đều tự biết rõ ràng: điều gì phải thì biết đó là phải, điều gì trái thì biết đó là trái; mình đang tham thì biết mình đang tham, mình đang phẫn nộ thì biết mình đang phẫn nộ, mình đang si mê thì biết đang si mê. Che giấu người khác một thời gian hoặc cả đời thì có thể được, nhưng che giấu hay tự lừa gạt mình thì không thể.

Tại sao phải chân thực với chính mình? Bởi vì những vọng tưởng đó không phải là mình chân thực. Có thể nói trực tâm là tâm chánh niệm. Niệm đã chánh thì tâm ý thức, hành vi và lời nói sẽ bắt đầu được sửa đổi. Chân thực với chính mình là để sửa đổi; mà sửa đổi chính là tu rồi, là không còn tạo ác nghiệp bây giờ để lãnh quả báo về sau. Vả lại, chân thực với chính mình được, thì chân thực với người khác tự nhiên sẽ thành; với người khác, ta sẽ không còn dối trá, quanh co, tà vạy, siểm nịnh. Đó chẳng phải là quan hệ giữa ta và người sẽ được cải thiện tốt hơn sao?

Hết mực chân thành với mình và người, sau cùng có hiệu quả khởi phát lòng tin vững chắc và hạnh nguyện bền bỉ là thâm tâm, tâm vượt trội hơn trực tâm. Thâm tâm, Phạn ngữ là adhyāśaya, với tiếp đầu ngữ adhi chỉ cái gì vượt trội hơn, gồm ba điều đan kết nhau chặt chẽ: tín, hạnh, nguyện.

Tín là tin tưởng. Tin là cánh cửa mở rộng vào đạo và là nguồn sinh mọi thiện pháp. Chúng ta tin những gì? Một là thâm tín nhân quả, tin rằng nhân quả nghiệp báo không hề sai chạy. Hai là thành tín Tam bảo, là nơi chúng ta nương tựa vào để nhận diện lại bản tâm chân thực của chính mình. Ba là tự tín tự tâm, tin rằng Phật tại tâm ta, chỉ vì ta mê nhất thời mà trầm luân muôn kiếp, tin rằng ta có khả năng tu thành Phật không sai khác. Bốn là kính tín minh sư, tin rằng nếu thành tâm tìm cầu, ta sẽ gặp vị thầy chân chính hướng dẫn trên đường tu học, và nếu có thầy, ta phải hết lòng tin, vâng, kính.

Hạnh là việc làm tích tập cùng với trí tuệ và công đức. Sự gia hạnh càng được vun bồi bao nhiêu thì thành tựu thâm tâm càng mau chóng và sâu dày bấy nhiêu. Vô số phương tiện độ sanh là vô số hạnh của Bồ Tát: tứ vô lượng tâm, lục độ, tứ nhiếp pháp, ba mươi bảy phẩm trợ đạo, hồi hướng tâm, thuyết pháp trừ tám nạn, giới hạnh, thập thiện v.v... Hạnh song hành cùng nguyện, vì hạnh mà không có nguyện thì hạnh không bền, và nguyện mà không có hạnh là nguyện suông. Điều kiện tiên quyết để thành tựu hạnh nguyện là bền chí, liên tục không gián đoạn. Sự giải đãi, phóng dật cần phải vượt qua bằng được. Bền chí thì mọi khó khăn dù lớn đến đâu cũng sẽ bị khắc phục.

Bồ-đề tâm (bodhicitta) là tâm hướng về tuệ giác tối thượng, niệm niệm luôn nhớ nghĩ tới mục đích tối hậu của việc độ sanh là thành tựu viên mãn quả vị Vô thượng Chánh đẳng Chánh giác cho mình và chúng sanh. Bồ-đề tâm kết hợp với thâm tâm và trực tâm thành một thể thống nhất có tác dụng kích hoạt mạnh mẽ cho tiến trình chuyển hóa tâm của hành giả.

Như đã nói, chuyển hóa tâm là sự nghiệp độ sanh của Bồ Tát. Hay nói cách khác, Bồ Tát độ sanh là Bồ Tát tu hành; mà tu hành là trang nghiêm tịnh độ. Cũng có nghĩa là tự độ và độ tha không tách rời nhau. Bồ Tát hoàn thành sự nghiệp xây dựng tịnh độ cũng là lúc chúng sanh tương ưng với hạnh nguyện của các ngài đều được độ tận. Đoạn kinh văn trên nêu ra một loạt phương tiện tiêu biểu để Bồ Tát sử dụng cho việc tu học và độ sanh. Lý thì đốn ngộ, ta và người đều không, nhưng sự phải tiệm tu, vì rõ ràng là ta và người còn đang dính mắc, ràng buộc nhau trong cái vũ trụ vô minh phiền toái này. Mặc dù các Bồ Tát biết đó là giả, nhưng chúng ta cứ cho đó là thực, bện chặt thành một khối phiền não mà oan uổng lưu chuyển trong ba cõi sáu đường. Thiên đường, địa ngục vốn không lại thành có. Do vọng tưởng, phân biệt chấp trước mà sanh phiền não. Phiền não ấy tức là chúng sanh vậy.

Trong đoạn kinh văn trên, chúng ta thấy trong mỗi một câu đều có lặp lại mệnh đề: *"khi Bồ Tát thành Phật, chúng sanh... ...sanh sang nước đó"*. Điều này không có nghĩa là Bồ Tát tu học trước, hoàn thành Phật quốc rồi rộng đón chúng sanh sang cõi nước của mình. Ở đây không có trình tự trước sau, bởi vì tu hành và độ sanh là đồng thời, nhằm tháo gỡ mọi dính mắc giữa mình và người, nhằm nhận chân ra rằng ta và chúng sanh là đồng bản thể chân như Phật tánh.

Tháo gỡ gút mắc này là việc làm của các Bồ Tát. Mấu chốt của gút mắc ở đâu? Chính là vọng tưởng, bám chấp, phân biệt. Phân biệt là thức thứ sáu hay ý thức. Bám chấp là thức thứ bảy, còn gọi là mạt-na thức. Vọng tưởng là thức thứ tám hay a-lại-da thức. Buông xuống triệt để những vọng thức này, phiền não chẳng sanh; tức chúng sanh đã được độ tận và Bồ Tát thành Phật. Việc này quả thực chẳng dễ chút nào! Nhưng dù có khó mấy, các Bồ Tát vẫn nhất định làm cho bằng được. Vì vậy, Bồ Tát Địa Tạng Vương phát nguyện: *"Địa ngục vị không, thệ bất thành Phật"* và Bồ Tát Quán Thế Âm cũng có thệ nguyện tương tự: *"Chúng sanh độ tận, phương chứng Bồ-đề."* Nhưng thật đáng buồn thay, vì địa ngục có bao giờ trống không, và chúng sanh thì vô thủy vô chung. Tâm kinh Bát-nhã thuyết: *"Vô vô minh diệc vô vô minh tận"*, nghĩa là không có vô minh, mà cũng chẳng hết vô minh. Vô vô minh là sở chứng của chư Bồ Tát, vô vô minh tận là nói về chúng ta, những chúng sanh khốn khổ. Thế thì phải làm sao? Thiết tưởng câu trả lời là do mỗi một chúng ta phải tự tìm ra trong sự trải nghiệm của chính mình.

KINH VĂN

Như thế, Bảo Tích! Bồ Tát tùy chỗ trực tâm mà hay phát hạnh, tùy chỗ phát hạnh mà được thâm tâm, tùy chỗ thâm tâm mà được ý điều phục, tùy chỗ ý được điều phục mà làm được như lời nói, tùy chỗ làm được như lời nói mà hay hồi hướng, tùy chỗ hồi hướng mà có phương tiện, tùy chỗ có phương tiện mà thành tựu chúng sanh, tùy chỗ thành tựu chúng sanh mà cõi Phật được thanh tịnh, tùy chỗ

> cõi Phật được thanh tịnh mà nói pháp được thanh tịnh, tùy chỗ nói pháp thanh tịnh mà trí tuệ được thanh tịnh, tùy chỗ trí tuệ thanh tịnh mà tâm thanh tịnh, tùy chỗ tâm thanh tịnh mà tất cả công đức đều thanh tịnh.
>
> Cho nên, Bảo Tích này! Bồ Tát nếu muốn được cõi Phật thanh tịnh, nên làm cho tâm thanh tịnh; tùy chỗ tâm thanh tịnh mà cõi Phật được thanh tịnh.

Mệnh đề được lặp lại trong đoạn kinh văn này là: *"tùy chỗ... mà được..."*, chỉ ra mối liên hệ nhân quả tương xứng và đồng thời. Bồ Tát phát tâm hướng về sự giải thoát càng chân thành bao nhiêu, hạnh nguyện càng rộng lớn bấy nhiêu, và lòng tin càng thêm vững chắc. Tâm ý, lời nói, việc làm, sự sử dụng phương tiện trên đường tu học và độ sanh đều thành tựu. Quốc độ được trang nghiêm, chánh pháp được xiển dương, trí tuệ và công đức được hoàn toàn viên mãn. Tuy nói rộng là Bồ Tát xây dựng sự nghiệp bằng lục độ, vạn hạnh, nhưng Phật đúc kết lại chỉ bằng một câu: *"Tùy theo tâm thanh tịnh mà cõi Phật được thanh tịnh."* (Tùy kỳ tâm tịnh tắc Phật độ tịnh. - 隨其心淨則佛土淨。) Đó là nguyên tắc chính yếu chi phối toàn bộ tiến trình tu tập như trên.

Phật độ vẫn thường thanh tịnh, chân tâm tự tánh chưa hề động chuyển. Vậy thì giải thoát hay không giải thoát không phải là vấn đề. Mấu chốt là còn ôm giữ kiến chấp sanh, trụ, diệt, là còn làm công việc độ sanh để thực chứng, thực ngộ, thực liễu, thực giác lý vô sanh. Nếu không, chúng ta cứ mãi như Xá-lợi-phất ở cuối phẩm này, chỉ thấy cõi này toàn là gò nổng, chông gai, hầm hố, sỏi sạn, đất đá nhơ nhớp đầy dẫy.

Độ sanh có ý nghĩa như vậy. Do đó, dù Bồ Tát có dùng vô vàn phương tiện: thập thiện, thuyết pháp, tứ vô lượng tâm, lục độ v.v... các ngài vẫn không hề thấy có mình làm và có chúng sanh được độ. Vượt khỏi bốn tướng ngã, nhân, chúng sanh, thọ giả, mà vẫn làm lợi ích. Độ sanh là duyên. Tâm thanh tịnh là nhân. Đó là cách nói trên sự tướng tu hành. Về lý thì trang nghiêm cõi Phật và thành tựu chúng sanh là một thể thống nhất không hai. *"Trực tâm là tâm trực niệm chân như, tức pháp tánh, tức tánh Không. Người tu đạo Bồ Tát niệm niệm tương ưng với tánh Không, đó là trí tuệ. Thâm tâm là tâm tích tập công đức sâu dày, kiên cố. Trực tâm là sự tích tập trí tuệ; thâm tâm là sự tích tập công đức. Bồ-đề tâm là tâm thâm nhập trí tuệ vì lợi lạc mai sau cho tất cả chúng sanh. Đoạn này nói rõ hạnh và quả là một. Ngay nơi hạnh là quả, hạnh đến đâu, quả đến đó. Hành giả phải thấy tính cách đồng thời này, nhân quả đồng thời này."*[1]

PHẬT HIỆN QUỐC ĐỘ

KINH VĂN

Lúc ấy, ông Xá-lợi-phất nương oai thần của Phật mà nghĩ rằng: Nếu tâm Bồ Tát thanh tịnh, chắc cõi Phật phải được thanh tịnh, vậy Thế Tôn ta khi trước làm Bồ Tát tâm ý lẽ nào không thanh tịnh, sao cõi Phật này không thanh tịnh như thế?

Phật biết ông suy nghĩ như vậy liền bảo rằng: Ý ông nghĩ sao? Mặt trời, mặt trăng há không thanh tịnh sáng suốt ư, sao người mù không thấy?

Bạch Thế Tôn! Chẳng phải thế. Đó là tại người mù, không phải lỗi ở mặt trời và mặt trăng.

Xá-lợi-phất! Cũng thế, bởi chúng sanh do tội chướng nên không thấy được cõi nước của Như Lai thanh tịnh trang nghiêm, chớ không phải lỗi ở Như Lai. Này Xá-lợi-phất! Cõi nước của ta đây vẫn thanh tịnh mà tại ông không thấy đó thôi.

Bấy giờ ông Loa Kế Phạm Vương thưa với ông Xá-lợi-phất rằng: Ngài chớ nghĩ như thế, mà cho cõi Phật đây là không thanh tịnh. Vì

---

[1] Đương Đạo - Thực Hành Con Đường Bồ Tát Qua Kinh Duy-ma-cật.

> sao? Vì tôi thấy cõi nước của Phật Thích Ca Mâu Ni thanh tịnh, ví như cung trời Tự Tại.
>
> Ông Xá-lợi-phất nói: Sao tôi thấy cõi này toàn gò nổng, hầm hố, chông gai, sỏi sạn, đất đá, núi non nhơ nhớp dẫy đầy như thế?
>
> Ông Loa Kế Phạm Vương thưa rằng: Đấy là do tâm của ngài cao thấp không nương theo trí tuệ của Phật nên thấy cõi này không thanh tịnh đó thôi. Thưa ngài Xá-lợi-phất! Bồ Tát đối với tất cả chúng sanh thảy đều bình đẳng, thâm tâm thanh tịnh y theo trí tuệ của Phật thì mới thấy được cõi Phật này thanh tịnh.

Sau khi nghe Phật dạy: "Tâm tịnh tức Phật độ tịnh", Xá-lợi-phất liền khởi tâm cho rằng, ắt hẳn khi Phật còn tu hạnh Bồ Tát, do tâm còn ô nhiễm nên thế giới này vẫn còn đầy bất tịnh. Xá-lợi-phất đã chứng quả A-la-hán, nhưng ngài vốn là một vị Bồ Tát hiện thân Thanh văn thì làm sao tâm ý vọng động như thế? Ngài chỉ "nương oai thần của Phật" mà thay thế chúng ta khởi niệm vậy thôi.

Thật vậy, vọng niệm dấy lên, tức thì mây mù vô minh che mờ tánh giác. Thế giới, vũ trụ nhân sinh mà thực tướng bất khả đắc, tức thì lù lù hiện thành những hình ảnh méo mó, lệch lạc tùy theo nghiệp thức của chúng sanh. Chính vì vậy, Loa Kế Phạm Vương với "tâm thanh tịnh y theo trí tuệ của Phật" nên thấy thế giới này đẹp và thanh tịnh như cung trời Tự Tại. Còn những ai mang tâm thức phân biệt "cao thấp không nương theo trí tuệ của Phật" thì sẽ thấy cõi này có cao thấp, đẹp xấu, sạch dơ, thiện ác...

Nhưng dù muốn dù không, chúng ta cũng đã theo nghiệp lực mà sanh ra ở cõi đời này, mang hình hài con người với đầy đủ cảm thọ, hiểu biết và suy tư. Nếu muốn cầu hạnh phúc chân thật cho mình và người, không có cách gì khác hơn là chính mình trước hết phải tự thay đổi bản thân mình. Hay nói cách khác, muốn cầu giải thoát và giác ngộ cho mình và người, chính mình phải tự chuyển hóa tâm mình để được "thanh tịnh y theo trí tuệ của Phật", không ai khác làm thay được.

Khi quá trình chuyển hóa tâm tiến tới giai đoạn công phu hàm dưỡng đã chín muồi thì vai trò của bậc minh sư có tác dụng đặc biệt quan trọng. Vai trò ấy giống như một nhân tố lay động mãnh liệt và có tính quyết định khiến chúng ta bừng tỉnh đột ngột khỏi một cơn ác mộng đã kéo dài quá lâu. Điều này kinh văn hình dung như việc Phật ấn ngón chân, làm hiển lộ Phật độ trang nghiêm, cũng tức là bản tâm của chúng sanh. Thế giới bản nhiên vốn thanh tịnh. Sai biệt đối đãi, ở góc độ chúng sanh mà nói, là vì chúng sanh mang nghiệp thức mà nhìn, dùng tâm ý thức mà phân biệt. Ở góc độ giác ngộ viên mãn, Phật chỉ vì muốn độ chúng sanh nên từ nơi thế giới thanh tịnh bản nhiên đó mà thị hiện ra muôn vàn khác biệt.

KINH VĂN

Khi ấy, Phật lấy ngón chân nhấn xuống đất, tức thì cõi tam thiên đại thiên thế giới liền hiện ra bao nhiêu trăm nghìn thứ trân bảo trang nghiêm rực rỡ, như cõi Vô Lượng Công Đức Bảo Trang Nghiêm của Phật Bảo Trang Nghiêm. Tất cả đại chúng ngợi khen chưa từng có và đều thấy mình ngồi trên tòa sen báu.

Phật bảo Xá-lợi-phất: Ông hãy xem cõi Phật đây trang nghiêm thanh tịnh.

Ông Xá-lợi-phất thưa: Dạ, bạch Thế tôn! Từ trước đến giờ con chưa từng thấy, chưa từng nghe. Nay cõi nước của Phật đều hiện rõ trang nghiêm thanh tịnh.

Phật bảo: Này Xá-lợi-phất! Cõi nước của ta thường thanh tịnh như thế! Nhưng vì muốn độ những kẻ căn cơ hạ liệt nên thị hiện ra cõi đầy nhơ nhớp xấu xa bất tịnh đó thôi. Ví như chư thiên đồng dùng một thứ bát bằng ngọc báu để ăn, nhưng tùy phước đức của mỗi vị mà sắc cơm có khác. Như thế Xá-lợi-phất! Nếu tâm người thanh tịnh, sẽ thấy cõi này công đức trang nghiêm.

Đoạn kinh văn trên chứng minh cho sự cần thiết có một vị minh sư. Không có minh sư khai ngộ thì khó mà chứng đạo. Tục ngữ dân gian ta có câu: "Không thầy đố mày làm nên." Việc đời đã thế, huống hồ việc đạo. Chúng ta đang ở thời mạt pháp, nghiệp dày tuệ mỏng, nên việc tự tu tự độ khó thành. Chính vì vậy mà tìm cầu minh sư là yếu tố cần thiết cho sự tu học. Trong Kinh Viên Giác, Phật dạy: *"Thiện nam tử! Chúng sanh đời mạt pháp, người muốn tu hành nên phát đại tâm cầu thiện trí thức, tức là phải cầu người có chánh tri kiến, chẳng chấp cảnh giới Thanh văn, Duyên giác, tâm chẳng trụ tướng, dù hiện trần lao, tâm thường trong sạch, thị hiện có lỗi mà tán thán phạm hạnh, khiến chúng sanh thường giữ giới luật, cầu người như thế mới được thành tựu Vô thượng chánh đẳng chánh giác. Chúng sanh đời mạt pháp gặp người như thế nên chẳng tiếc thân mạng mà phụng sự cúng dường. Thấy những thiện tri thức trong tứ oai nghi thường hiện các hạnh trong sạch ấy là thuận độ; hoặc gặp Bồ Tát nghịch độ, thị hiện đủ thứ tội lỗi mà tâm chẳng kiêu mạn, dù cho Bồ Tát ấy có vợ con quyến thuộc, giữ lấy tiền tài cũng chẳng sanh tâm khinh bỉ. Nếu thiện nam tử đối với các thầy bạn kể trên chẳng khởi ác niệm thì được đến chỗ rốt ráo thành tựu Chánh giác, nên bản tâm sáng tỏ chiếu khắp mười phương cõi Phật."*[1]

Trở lại bản kinh, hành động nhấn ngón chân xuống đất của Phật tượng trưng cho thủ thuật vi diệu của vị minh sư truyền tâm ấn cho đệ tử khi đã hội đủ nhân duyên. Trong pháp hội Vườn xoài này, đông đảo thính chúng với căn cơ thành thục, với lời thưa thỉnh của trưởng giả tử Bảo Tích về con đường tu học của Bồ Tát, khai thị của Phật về hành trạng độ sanh và chuyển hóa tâm để hoàn thành Phật quốc, thêm vào mối nghi của Xá-lợi-phất, tất cả tập thành nhân duyên đầy đủ để Phật chỉ ra rằng thế giới chúng ta

---

[1] Kinh Viên Giác, bản Việt dịch của Hòa thượng Thích Duy Lực.

đang ở đây chính là cõi Phật vốn thường thanh tịnh trang nghiêm, và hơn nữa, mỗi thính chúng lại là một vị Phật đang ngự trên đài sen báu.

Mọi người có tin điều đó không, thưa những vị Phật sẽ thành? Phật quốc hiện tiền đúng như Xá-lợi-phất lần nữa phát biểu thay chúng ta: *"Chưa từng thấy, chưa từng nghe."* Tại sao? Bởi vì tất cả những chuyện thấy, nghe, hiểu biết của chúng ta toàn là vọng tưởng, thì làm sao thấy được cõi Phật thanh tịnh? Nếu tâm người thanh tịnh, sẽ tự thấy được cõi này công đức trang nghiêm.

> **KINH VĂN**
>
> Trong khi Phật hiện ra cõi nước trang nghiêm thanh tịnh, năm trăm vị trưởng giả tử do ông Bảo Tích dắt đến đều chứng được Vô sanh pháp nhẫn, tám vạn bốn nghìn người phát tâm Vô Thượng Chánh Đẳng Chánh Giác. Bấy giờ Phật thâu nhiếp thần túc lại, cõi nước trở thành như xưa. Ba vạn hai nghìn người và trời cầu Thanh văn thừa đều nhận rõ các pháp hữu vi là vô thường, xa lìa trần cấu, đặng pháp nhãn thanh tịnh, tám nghìn vị tỳ-kheo không còn chấp thọ các pháp, kiết lậu đã hết, tâm ý được giải thoát.

Đang khi Phật hiện cảnh quốc độ trang nghiêm, các vị Bồ Tát và các vị có căn cơ Đại thừa, người thì chứng Vô sanh pháp nhẫn, kẻ thì phát tâm Vô thượng Bồ-đề. Và sau khi Phật thu nhiếp thần túc, chư thiên và các vị tỳ-kheo đệ tử ngộ lý vô thường, tâm lìa trần cấu, được pháp nhãn thanh tịnh. Do căn cơ sai biệt nên sở chứng của hội chúng có cao thấp khác nhau. Ba mươi hai nghìn người và chư thiên đã đoạn trừ được kiến hoặc, chứng quả Tu-đà-hoàn. Tám ngàn vị tỳ-kheo đoạn dứt tư hoặc, chứng quả A-la-hán. Năm trăm người trong đoàn cư sĩ Bảo Tích đắc Vô sanh pháp nhẫn, vào Bồ Tát bát địa. Quả vị càng cao thì số người chứng đắc càng ít, chứng tỏ đạo lý nhiệm mầu khó hiểu. Tuy nhiên số tám mươi bốn vạn người phát tâm Vô thượng Bồ-đề chứng minh tác dụng của phẩm Phật quốc này; hay nói khác là, số lượng nhiều như thế khẳng định lý tưởng Bồ Tát độ sanh là hành trình mà tất cả mọi chúng sinh đều phải đi qua để có thể thành Phật.

Tóm lại, phẩm Phật quốc có ý nghĩa thu nhiếp toàn bộ bản kinh. Độ sanh là con đường tu hành rốt ráo đến quả vị Phật. Bản kinh khuyến tấn hàng nhị thừa tiến lên Bồ Tát đạo, khẳng định khả năng tu chứng, diệu hạnh của cư sĩ bình đẳng với tăng chúng, khả năng ứng hiện diệu dụng bất khả tư nghị để hiển khai cảnh giới giải thoát bất khả tư nghị.

Để kết thúc phẩm này, chúng ta chẳng những nhớ lại mà còn phải chậm rãi đọc tụng từng câu lớn tiếng để thâm nhập nghĩa của một bài kệ trong Kinh Pháp Cú, cũng là nghĩa của phẩm Phật Quốc này:

諸惡莫作，
諸善奉行，
自淨其意，
是諸佛教 。

Chư ác mạc tác,
Chư thiện phụng hành.
Tự tịnh kỳ ý,
Thị chư Phật giáo.

Đừng làm các việc ác,
Vâng làm các điều lành.
Giữ tâm ý thanh tịnh,
Là điều chư Phật dạy.[1]

Thật là đơn giản, nhưng mấy ai làm được trọn vẹn trong một kiếp người!

---

[1] Pháp Cú Kinh (法句經), quyển hạ, bản Hán dịch của ngài Duy-kỳ-nan (維祇難) và đồng sự, thuộc Đại Chánh tạng, Tập 4, kinh số 210, trang 567, tờ b, dòng 1-2.

CHƯƠNG 2. PHẨM PHƯƠNG TIỆN

MỘT BỘ KINH PHƯƠNG ĐẲNG

Trước khi vào phẩm Phương tiện, thiết nghĩ cũng nên lướt qua bối cảnh lịch sử và đặc trưng văn học của bản kinh để có một khái niệm chung về sự xuất hiện của Duy-ma-cật và bản kinh này. Tất nhiên bản kinh được thuyết khi Phật còn trụ thế và do ngài A-nan trùng tuyên lại. Điều này được minh chứng bởi bốn chữ *Như thị ngã văn* và những cuộc đàm luận giữa Duy-ma-cật với mười vị đại đệ tử Phật.

Bối cảnh ấy có thời gian là lúc Phật còn tại thế và không gian là thành Tỳ-da-ly, thuộc vương quốc Bạt-kỳ (Vraji) ở Trung Ấn, nơi Duy-ma-cật trú ngụ. Sự phân chia bộ phái thành Thượng tọa bộ và Đại chúng bộ, cũng như quan điểm lịch sử về mầm mống hình thành và phát triển tư tưởng Đại thừa là những chuyện về sau, sau khi Phật nhập diệt ít nhất là hơn trăm năm. Ấn Độ cổ đại vào thời đức Phật còn ở thời kỳ quân chủ cát cứ phân quyền. Các bộ tộc có thế lực lớn mạnh chiếm cứ các khu vực, lập lãnh địa và vương triều của riêng mình. Tất cả có 16 nước lớn. Lúc bấy giờ, thành Tỳ-da-ly, còn gọi là thành Quảng Nghiêm, thuộc vương quốc Bạt-kỳ, là một trung tâm phát triển về kinh tế, thương mại và văn hóa. Đó cũng là nơi Duy-ma-cật cư ngụ, hòa mình sống lẫn với các giai tầng xã hội, ẩn thân thực hiện hạnh Bồ Tát, chờ đợi thời cơ thuyết Đại pháp. Thời cơ ấy là chuyến du hành của Phật và tăng đoàn đến địa phương này.

Đức Phật, từ khi thành đạo đến lúc nhập Niết-bàn, đã triển khai hơn 300 pháp hội. Đại sư Trí Khải[1] phân chia cuộc đời hoằng pháp của Phật thành năm thời kỳ: Hoa nghiêm, A-hàm, Phương đẳng, Bát-nhã và Pháp hoa Niết-bàn. Kinh Duy-ma-cật thuộc thời Phương đẳng, cùng với các kinh như Kinh Tư Ích, Kinh Thắng Man, Kinh Thủ-lăng-nghiêm v.v... Thời Phương đẳng kể từ sau khi Phật thành đạo 12 năm và kéo dài 8 năm. Trong thời gian này, Phật bắt đầu giới thiệu, dẫn dắt chúng tăng vào con đường Đại thừa, khuyến khích đệ tử hàng Thanh văn vượt qua mục đích tứ quả vốn chỉ là hóa thành, mà phát chí hướng Bồ Tát thẳng đến Bồ-đề tối thượng. Đây là thời cơ chín muồi để kinh Duy-ma-cật đến với chúng sanh trong cõi Ta-bà này.

Sau khi Phật nhập Niết-bàn hơn một trăm năm, tăng đoàn do bất đồng ý kiến về giới luật nên chia ra hai nhóm Thượng tọa bộ (bảo thủ) và Đại chúng bộ (cải cách). Sự rạn nứt này có mầm mống ngay từ kỳ kết tập kinh điển lần thứ nhất chỉ vài tháng sau khi Phật nhập diệt. Hơn một thế kỷ sau, vết thương nội bộ tăng đoàn bùng vỡ sau kỳ kết tập kinh điển lần thứ hai ở thành Tỳ-da-ly để giải quyết "thập sự phi pháp", tức là mười điều trái với giới luật do các tăng chúng thuộc tộc Bạt-kỳ đề xướng. Đó là quá trình phân hóa căn bản về giới luật. Ngoài ra, quá trình phân hóa bộ phái còn do nguyên nhân quan điểm bất đồng về bản chất, lý tưởng của một vị A-la-hán, khởi phát từ sự vụ *"năm việc của Đại Thiên".*[2] Chúng ta hãy lướt qua câu

---

[1] Đại sư Trí Khải (智顗 - 538-597) là người sáng lập tông Thiên Thai của Trung Hoa, hệ thống hóa giáo lý Phật giáo vào thời đại của ngài và đề xuất cách phân loại Ngũ thời Bát giáo. Ngài trụ ở núi Thiên Thai nên được tôn xưng là Thiên Thai Đại sư, được các vua của cả hai triều Trần, Tùy thời Nam Bắc triều kính trọng. Vua Trần dâng tặng ngài tôn hiệu là Trí Giả Đại sư.

[2] Các nhà nghiên cứu gọi đây là Đại Thiên ngũ sự (大天五事), tức là 5 việc của Đại Thiên. Ngài Đại Thiên (Mahādeva) ra đời sau khi Phật nhập diệt hơn trăm năm, được xem là thủy tổ của Đại chúng bộ thời kỳ ban đầu. Năm việc của Đại Thiên

chuyện dài này, nhường cho các nhà nghiên cứu lịch sử Phật giáo trình bày kiến giải.

Chúng ta dừng lại ở sự kiện rằng trải qua hai lần kết tập kinh điển, tăng đoàn đã chia ra ít nhất là hai bộ phái riêng rẽ. Khoảng 235 năm sau khi Phật Niết-bàn, kỳ kết tập kinh điển lần thứ ba diễn ra ở thành Ba-tra-lị-phất (Pāṭaliputra), tức thành Hoa Thị, nhằm chỉnh đốn giáo nghĩa và hàng ngũ tăng đoàn do tình hình chúng ngoại đạo trà trộn vào. Như vậy, trong vòng trên dưới 200 năm, tăng đoàn có xu hướng chuyển mình cải cách, cộng thêm sự phát triển tư tưởng học thuật bấy giờ đã tạo đà thúc đẩy các kinh điển thời Phương đẳng lưu truyền rộng rãi, trong đó có kinh Duy-ma-cật.

Đối với kỳ kết tập kinh điển lần thứ tư, có ba giả thuyết, nhưng giả thuyết đáng tin cậy hơn cả do giá trị sử liệu, được ghi chép trong sách Đại Đường Tây vực ký. Theo đó, kỳ kết tập kinh điển lần thứ tư diễn ra sau khi Phật nhập diệt khoảng 400 năm, tại thành Ca-thấp-di-la (Kasmira) thuộc tây bắc Ấn Độ, do tôn giả Thế Hữu (Vasumitra) chủ trì với sự giúp đỡ của tổ thứ 10 Thiền tông là Hiếp Tôn giả (Parsva).[1]

Một điều đáng lưu ý là ngoài 4 kỳ kết tập kinh điển mà hầu hết các nhà sử học Phật giáo đều nhất trí về thời gian và địa điểm, tương truyền còn có hai kỳ kết tập khác nữa.

Một là, do ngài A-nan kết tập các kinh thuộc Bí mật bộ,

được chính ngài tóm gọn trong bài kệ: "餘所誘無知，猶豫他令入；道因聲故起，是名真佛教。- Dư sở dụ, vô tri; do dự, tha linh nhập; Đạo nhân thanh cố khởi, thị danh chân Phật giáo." Nội dung năm điều này chính là những bất đồng quan trọng nhất về quan điểm giữa Đại chúng bộ và Thượng tọa bộ. Nói một cách ngắn gọn nhất thì 5 điều này cho thấy quả vị A-la-hán chưa phải thánh quả cuối cùng hoàn toàn giải thoát. Đây chính là sự mở đầu cho lý tưởng Bồ Tát dần dần phát triển.

[1] Xem chi tiết trong sách Tây vực ký, tác phẩm của ngài Huyền Trang, bản Việt dịch của Nguyễn Minh Tiến, quyển 3, phần nói về nước Ca-thấp-di-la, trang 195-199, NXB Liên Phật Hội, 2022.

Kim cương giới bộ, Thai tạng giới bộ; còn có giả thuyết cho rằng kỳ kết tập này là do Bồ Tát Kim Cương Thủ kết tập các kinh thuộc Lượng bộ và Tạp bộ.

Hai là, có một cuộc kết tập kinh điển Đại thừa khác được triệu tập khẩn thiết ngay sau khi Phật diệt độ, có hai thuyết. Theo sách Trí độ luận bách tắc, Bồ Tát Văn-thù và Bồ Tát Di-lặc đưa A-nan tới núi Thiết vi kết tập kinh Đại thừa. Theo Bồ Tát Xử thai kinh,[1] Đại Ca-diếp triệu thỉnh 84.000 vị A-la-hán từ thập phương cõi Phật đến chỗ cây Sa-la song thọ nơi Phật nhập diệt đã được bảy ngày đêm, và bảo A-nan trùng tuyên các kinh chia làm ba tạng: Bồ Tát tạng, Thanh văn tạng và Giới luật tạng. Ngài A-nan đã lần lượt trùng tuyên thành tám tạng: Thai hóa tạng, Trung ấm tạng, Ma-ha-diễn phương đẳng tạng, Giới luật tạng, Thập trụ Bồ Tát tạng, Tạp tạng, Kim cương tạng và Phật tạng. Lúc bấy giờ, Ca-diếp đã được Phật trao truyền chánh pháp nhãn tạng, kế thừa y bát thay Phật lãnh đạo tăng đoàn. Việc cấp bách nhất ngài phải làm chính là hội tập phần giáo nghĩa thượng thừa tinh yếu nhất nên mới mở một đại hội kết tập kinh Đại thừa như trên. Có lẽ hầu hết các kinh điển Đại thừa đều được trùng tuyên lúc này, trong đó có kinh Duy-ma-cật; tuy nhiên đây chỉ là ý kiến phiến diện của tôi.

Khoảng hơn hai trăm năm sau Công nguyên, lịch sử phiên dịch và truyền bá kinh Phật vào Trung quốc bắt đầu phát triển. Kinh Duy-ma-cật đã được nhiều nhà phiên dịch từ Phạn văn ra Hán văn. Đến nay chỉ còn ba bản lưu trong Đại Chính Tân tu Đại tạng kinh: một là, Phật thuyết Duy-ma-cật kinh, do Chi Khiêm, đời Ngô Tôn Quyền, dịch

---

[1] Bồ Tát xử thai kinh: tên gọi tắt của Bồ Tát tùng Đâu-suất thiên giáng thần mẫu thai thuyết quảng phổ kinh (菩薩從兜術天降神母胎說廣普經). Nội dung trích dẫn nằm ở phẩm Xuất kinh, thứ 38 (出經品第三十八). Đại Chánh tạng, Tập 12, kinh số 384, bắt đầu từ trang 1058, tờ a, dòng 18.

trong khoảng năm 222-253; hai là, Duy-ma-cật sở thuyết kinh, còn có tên là Bất khả tư nghị Giải thoát kinh do Cưu-ma-la-thập dịch trong khoảng năm 401-413; ba là, Thuyết Vô Cấu Xưng kinh do Huyền Trang dịch khoảng năm 650.

Riêng ở Việt Nam, từ khi Hòa thượng Huệ Hưng dịch lần đầu tiên năm 1951 đến nay, kinh Duy-ma-cật đã được dịch ra tiếng Việt bởi nhiều dịch giả khác như Hòa thượng Trí Quang, Ni trưởng Diệu Không, Hòa thượng Duy Lực, Hòa thượng Thanh Từ, Hòa thượng Từ Thông, Hòa thượng Tuệ Sỹ, cư sĩ Nguyễn Minh Tiến v.v...

Có một điều thú vị và lôi cuốn là trong Tổng tập Văn học Phật giáo Việt Nam, tập hai, Nhà xuất bản Thành phố Hồ Chí Minh, tác giả Lê Mạnh Thát khi nghiên cứu về Khương Tăng Hội (?-280, thiền sư Giao Chỉ, Việt Nam) và dịch phẩm Tạp thí dụ kinh đã phát hiện trong kinh đó ở truyện số 27 có nhắc đến Duy-ma-cật; điều này chứng tỏ kinh này đã được người Việt thời xưa biết đến.

MỘT CẢM HỨNG VĂN NGHỆ

Khi đã trở thành văn bản, kinh Duy-ma-cật ngoài giá trị tư tưởng còn bao hàm giá trị văn học đáng kể. Về mặt hình thức nghệ thuật, bộ kinh thường sử dụng nhiều hình ảnh diễm lệ có tính thuyết phục, như lúc Duy-ma-cật thuyết về quán thân hư huyễn ở phẩm Phương tiện, hoặc có những hư cấu nghệ thuật hết sức hoành tráng để diễn bày những đạo lý mà tư tưởng và ngôn từ không thể với tới được như ở phẩm Phật quốc, 500 lọng báu hợp lại thành một, che trùm cả thập phương thế giới, hoặc những cõi Phật hiển hiện, toàn thể được chứa trọn trong căn nhà của Duy-ma-cật, như ở phẩm Phật A-súc. Ngôn ngữ kinh văn là biểu pháp, như chúng ta sẽ thấy thần thông của Bồ Tát ở phẩm Bất tư nghị, hoặc ngay cả danh hiệu của các

Bồ Tát ở phẩm Nhập Bất nhị pháp môn cũng tóm thâu chỗ hành chứng của các ngài.

Về mặt nghệ thuật, có thể nói kinh Duy-ma-cật là một kịch bản văn học dàn dựng những đối thoại triết học đầy kịch tính, có thắt gút ở những chất vấn, có mở gút ở những giải nghi. Những điển hình là các đối thoại giữa Duy-ma-cật với mười đại đệ tử của Phật ở phẩm ba, với bốn vị Bồ Tát ở phẩm bốn, với Văn-thù ở phẩm năm... Hồ Thích (1891-1962), một học giả Trung quốc, ví kinh Duy-ma-cật như một hài kịch triết lý. Một trong những nhân sĩ thời nhà Đường ở Trung quốc là Vương Duy (699-761), tài hoa trong thi họa, âm luật, thư pháp, tự là Ma-cật, thuộc lòng kinh Duy-ma-cật từ nhỏ. Thi hào Tô Đông Pha (1037-1101) phải khen: Vị Ma-cật chi thi, thi trung hữu họa; quan Ma-cật chi họa, họa trung hữu thi (thưởng thơ Ma-cật, trong thơ có họa, ngắm tranh Ma-cật, trong họa có thơ). Thiền sư Vĩnh Gia Huyền Giác (665-713) do đọc kinh Duy-ma-cật mà đốn ngộ, và viết một tuyệt tác trong văn học Thiền là *"Chứng Đạo Ca"*. Ở nước ta, nhà thơ Quách Tấn (1910-1992) có câu thơ phảng phất hình ảnh "thiên nữ tán hoa" lắng sâu trong im lặng minh triết của Duy-ma-cật:

Ngày qua chầm chậm bóng kim thinh
Cảnh giới Duy-ma mình với mình
Hoa rải tờ thơ hương lành lạnh
Trăng cài nhánh mộng bóng xanh xanh

Thời Đông Tấn, bên Trung quốc, tương truyền danh họa Cố Khải Chi đã góp phần vào công cuộc quyên góp tài lực cúng xây chùa bằng cách vẽ một tranh chân dung Duy-ma-cật. Tranh vẽ đó sống động truyền thần đến nỗi bán được tới trăm vạn quan tiền. Bức tranh đó không được lưu truyền tới nay, nhưng thi hào Đỗ Phủ (712-770) từng trầm trồ khen tặng:

看畫曾饑渴，
追蹤恨森茫。
虎頭金粟影，
神妙獨難忘。

Khán họa tằng cơ khát
Truy tông hận miểu mang
Hổ đầu Kim Túc ảnh
Thần diệu độc nan vong

Ngắm tranh lòng những khát khao,
Ngày nay nhớ lại xiết bao bàng hoàng.
Kim Túc Phật tướng trang nghiêm,
Thần diệu rực rỡ ánh vàng khó quên.

Ở bảo tàng viện Cố Cung Đài Bắc còn lưu trữ bức tranh Duy-ma Thuyết pháp đồ của Đường Dần đời nhà Minh, vẽ Duy-ma-cật ung dung ngồi trên một tảng đá lớn thuyết pháp. Kinh Duy-ma-cật quả thực là một bộ kinh Phương đẳng sâu sắc, cũng là nguồn cảm hứng dạt dào trong văn học nghệ thuật.

VỊ TRƯỞNG GIẢ THÀNH VAIŚĀLĪ

Trở lại với bộ kinh, như chúng ta đã nói, phẩm đầu tức phẩm Phật quốc thâu tóm trọn ý kinh. Điều này cho thấy kinh Duy-ma-cật là một tác phẩm văn học trác tuyệt. Phẩm trước bao gồm ý phẩm sau. Phẩm sau khai triển ý phẩm trước. Mạch tư tưởng liên tục. Văn phong súc tích hàm chứa ý tứ thâm sâu. Nếu phẩm Phật quốc làm nổi bật chủ đề Bồ Tát độ sanh trên con đường tu hành để trang nghiêm quốc độ thanh tịnh, thì phẩm Phương tiện diễn bày các phương tiện mà Bồ Tát sử dụng để độ sanh, thể hiện qua hành trạng của Duy-ma-cật. Phẩm Phương tiện đề cập đến trí tuệ, đức độ và những phương tiện diệu dụng của Duy-ma-cật dùng để giáo hóa chúng sanh. Ông đã làm mọi việc như chư Phật đã làm, như chúng ta đã thấy trong bài kệ cư sĩ Bảo Tích tán thán Phật ở phẩm trước.

Phương tiện là những phương pháp thuận lợi được Bồ Tát khéo léo sử dụng tùy không gian, tùy thời gian, tùy hoàn cảnh, tùy đối tượng để giáo hóa chúng sanh vượt qua những mê lầm điên đảo, những vọng tưởng, chấp trước, phân biệt để trở về nguồn tự tánh chân như. Xa lìa biến kế sở chấp và y tha khởi, nhập vào viên thành thật; đó là cứu cánh giải thoát của mọi phương tiện. Có phương tiện dùng chung cho nhiều nơi, có phương tiện dùng riêng tùy nơi chốn. Có phương tiện có thể lặp lại ở những lúc khác nhau, lại có những thời điểm phải áp dụng những cách khác nhau. Có hoàn cảnh, hoặc căn cơ trình độ thì sử dụng phương tiện thuận. Hoặc có lúc gặp đối tượng lại cần phải có phương pháp nghịch hành mới tiếp cận và độ thoát họ được. Nói chung, chúng sanh có vô vàn phiền não thì Bồ Tát có vô lượng phương tiện độ sanh. Duy-ma-cật cũng thế, cũng thị hiện phương tiện thiện xảo trong công việc giáo hóa của mình.

Vậy Duy-ma-cật là ai, có thật không? Có quan điểm cho rằng ông là nhân vật huyền thoại. Cũng có thuyết cho rằng ông là nhân vật lịch sử có thật. Ngài Huyền Trang ghi chép lại trong Tây vực ký về các địa điểm liên quan trong kinh mà ngài đã đích thân đi đến như sau:

"Phía tây bắc cung thành, cách khoảng 1.5-2 km có một ngôi chùa, tăng sĩ rất ít, tu tập theo giáo pháp của phái Chính lượng thuộc Tiểu thừa. Bên cạnh đó có một ngọn tháp, là nơi ngày xưa nhóm [500 chàng trai con nhà trưởng giả] cùng với chàng Bảo Tích đã dâng lọng báu cúng dường đức Phật... ...

"Từ ngôi chùa nơi đây đi về phía đông bắc khoảng 1 km có một ngọn tháp, là nơi nền nhà cũ của ông Tỳ-ma-la-cật... ...

> "Cách chỗ này không xa có một đền thần, nhìn có vẻ như xây bằng gạch nung, nhưng theo tương truyền thì chỗ này xây bằng đá, chính là nơi xưa kia trưởng giả Tỳ-ma-la-cật thị hiện có bệnh để [nhân đó] thuyết pháp.
>
> "Cách đó không xa có một ngọn tháp, là nền nhà cũ của chàng Bảo Tích con nhà trưởng giả. Lại cách nơi này không xa có một ngọn tháp, là nền nhà cũ của cô Am-một-la......"[1]

Ngài Huyền Trang ghi chép những điều mắt thấy tai nghe như trên vào thế kỷ 7, sau Phật nhập diệt đã hơn ngàn năm, nhưng những chi tiết sống động, cụ thể vẫn còn được người thời ấy biết đến, nên có thể tin chắc rằng ông Duy-ma-cật không thể là một nhân vật hư cấu.

Theo Đại phương đẳng Đỉnh vương kinh[2] thì Duy-ma-cật có người con trai tên là Thiện Tư (善思), biện tài vô ngại, được Phật thọ ký cho về sau sẽ thành Phật hiệu là Vô Cấu Quang Như Lai (無垢光如來).

Căn cứ vào những điểm này, chúng ta có thể tin rằng cùng thời với Đức Phật có nhân vật hiện thực lịch sử này. Hơn nữa, khi một vị Phật ra đời chắc hẳn cũng có các vị cổ Phật, các vị đại Bồ Tát hóa thân để trợ giúp. Trong kinh này nói Duy-ma-cật là vị đại sĩ đến từ cõi Phật Diệu Hỷ của Đức Vô Động Như Lai.

KINH VĂN

> Thuở ấy, trong thành Tỳ-da-ly có ông trưởng giả tên là Duy-ma-cật, đã từng cúng dường vô lượng các Đức Phật, sâu trồng cội lành,

---

[1] Tây vực ký, bản Việt dịch của Nguyễn Minh Tiến, NXB Liên Phật Hội, 2022, trang 336-338. Theo cách phiên âm của ngài Huyền Trang thì Tỳ-ma-la-cật chính là Duy-ma-cật, Am-một-la chính là Am-ma-la.

[2] Phật thuyết Đại phương đẳng Đỉnh vương kinh (佛說大方等頂王經), còn gọi là Duy-ma-cật tử vấn kinh (名維摩詰子問經), 1 quyển, Trúc Pháp Hộ dịch, Đại Chánh tạng, Tập 14, số 477, trang 588.

> đặng vô sanh pháp nhẫn, biện tài vô ngại, du hí thần thông, chứng các môn tổng trì, đặng sức vô úy, hàng phục ma oán, thấu rõ pháp môn thâm diệu, khéo nơi trí độ, thông đạt các pháp phương tiện, thành tựu đại nguyện, biết rõ tâm chúng sanh đến đâu, hay phân biệt rành rẽ các căn lợi độn, ở lâu trong Phật đạo, lòng đã thuần thục, quyết định nơi Đại thừa. Những hành vi đều khéo suy lường, giữ gìn đúng oai nghi của Phật, lòng rộng như bể cả, chư Phật đều khen ngợi, hàng đệ tử, Đế thích, Phạm vương, vua ở thế gian v.v. thảy đều kính trọng.

Đoạn mở đầu này không thuộc nội dung thuyết giảng giáo pháp, chỉ giới thiệu về Duy-ma-cật. Có nhiều cách giải thích khác nhau về những nội dung như thế này trong kinh điển. Theo cách phân loại và gọi tên của Đại sư Trí Khải thì những phần này được gọi là *"kinh gia tự"* (經家敘) hay *"kinh gia thuật"* (經家述), nghĩa là phần mở đầu hoặc phần kể lại của người chép kinh. *"Người chép kinh"* ở đây có thể hiểu là những vị cùng tham gia kết tập với ngài A-nan, cũng có thể là những người ghi chép lại kinh văn, nhưng nói chung đây là những phần không phải trực tiếp từ kim khẩu Phật nói ra và được ngài A-nan nhắc lại. Hầu hết các bộ kinh lớn như Hoa nghiêm, Đại Bát Niết-bàn, Thủ-lăng-nghiêm, sở dĩ được hoàn chỉnh đều là nhờ có thêm các phần này, bởi vì ngài A-nan không thể có mặt đầy đủ trong tất cả các bối cảnh thuyết kinh. Như trong kinh Thủ-lăng-nghiêm, ngài A-nan vắng mặt phần đầu kinh. Trong kinh này, khi Bồ Tát Văn-thù vâng theo huấn thị của Phật mà đi thăm bệnh Duy-ma-cật, thì Phật còn ở lại vườn xoài Am-la nên A-nan cũng ở lại với Phật. Trong kinh, ông vắng mặt từ phẩm 5, phẩm Bồ Tát Văn-thù, và xuất hiện lại ở phẩm 11, phẩm Hạnh Bồ Tát khi Duy-ma-cật, Bồ Tát Văn-thù và các vị Bồ Tát cõi Chúng Hương về lại vườn Am-la đảnh lễ Phật. Do vậy, những phần kinh văn không trực tiếp có mặt ngài A-nan luôn được bổ sung từ các vị khác trong quá trình kết tập.

Theo thông lệ thì chỉ những gì từ chính kim khẩu Phật thuyết dạy mới được gọi là kinh, cho nên trong những trường hợp không phải do chính Phật nói ra thì phải có sự ấn chứng của Phật. Nội dung chính trong kinh này do Duy-ma-cật thuyết, được Phật ấn chứng là phù hợp với chánh pháp, do vậy mới được gọi là Kinh. Kinh này tên là *Duy-ma-cật sở thuyết kinh*, nghĩa là những điều Duy-ma-cật nói.

Phần trích kinh văn trên là một đoạn ngắn gọn giới thiệu đầy đủ công đức và trí tuệ của Duy-ma-cật. Công đức là quá trình tích lũy của việc tu hành, là gia công hoàn mãn cả lý và sự. Công là nhân, đức là quả. Tuy có làm nhưng chẳng rơi vào bệnh tác, một trong bốn bệnh *tác, nhậm, chỉ, diệt* như kinh Viên giác nói. Duy-ma-cật từ quá khứ đã từng cúng dường vô lượng các Đức Phật, sâu trồng cội lành. Đó là công. Cúng dường ở đây không giống như chúng ta ngày nay dâng tứ sự cúng dường lên chư tăng bốn vật phẩm là thực phẩm, y phục, ngọa cụ, thuốc men. Cúng dường đây là đem cả vọng thân, vọng tâm này buông xuống sạch sẽ mà theo về nương tựa ngôi Tam bảo. Bồ Tát xả bỏ thân tâm, tài mạng, trọn vì lợi ích chúng sanh mà không hối tiếc vì các ngài trong thì không còn thấy có mình, ngoài thì thấy mỗi chúng sanh là một vị Phật. Thế nên, cúng dường chúng sanh là cúng dường vô lượng chư Phật vậy. Mỗi khi lễ Phật, chắc mọi người không quên bài niệm hương rất tha thiết:

戒香定香與慧香，
解脫解脫知見香，
光明雲臺遍法界，
供養十方三寶前。

Giới hương định hương dữ tuệ hương,
Giải thoát, giải thoát tri kiến hương,
Quang minh vân đài biến pháp giới,
Cúng dường thập phương Tam bảo tiền.

Đó mới là chân thực cúng dường bằng cả tấm lòng theo làn khói hương nghi ngút thơm tỏa, kết thành tàn lọng bằng mây trùm khắp pháp giới mà dâng lên chư Phật. Tàn lọng bằng mây thơm đó chẳng kém gì tàn lọng của đoàn cư sĩ Bảo Tích vì nó được đan kết bằng tâm nguyện thực thi tam vô lậu học: giới, định, tuệ, cũng là phương tiện để chúng ta thoát khỏi phiền não hay sự chướng, và tri kiến hay lý chướng. Cúng dường theo nghĩa trên là vun trồng căn lành mà chúng ta đã có sẵn. Buông bỏ cái giả thì cái thực hiển hiện, và không còn có ta, có người thì tâm, Phật, chúng sanh chẳng hề sai khác.

Duy-ma-cật đã đời đời kiếp kiếp gia công như thế và dĩ nhiên khi nhân duyên đầy đủ, quả trái chín muồi, ông đạt được những giá trị siêu phàm: đặng vô sanh pháp nhẫn, biện tài vô ngại, du hí thần thông, chứng các môn tổng trì, đặng sức vô úy, hàng phục ma oán. Đó là nghĩa chữ đức trong công đức. Bồ Tát chứng Vô sanh pháp nhẫn là Bồ Tát bát địa, tâm không còn thối chuyển. Các ngài thấu suốt lý vô sanh của vạn pháp nên chẳng gì có thể phiền nhiễu, bức bách các ngài phải thọ nhận mà nhẫn chịu. Nói cách khác, không còn gì quan trọng bởi lẽ *bổn lai vô nhất vật* như cách nói của ngài Huệ Năng.

Biện tài vô ngại của Duy-ma-cật là khả năng vấn đáp, biện luận thông suốt, rốt ráo, không hề bị lý lẽ nào chướng ngại, mà chúng ta sẽ thấy ở những phẩm kế tiếp. Tôi chợt liên tưởng đến tài hùng biện, thậm chí ngụy biện của các triết gia Hi-lạp cổ đại, hoặc của các nhà tư tưởng ngoại đạo ở Ấn Độ thời bấy giờ; cho dù hay ho cách mấy, họ cũng lẩn quẩn trong ba cõi sáu đường. Biện tài của Duy-ma-cật không nhằm tranh thắng. Ông sử dụng luận ngữ để mở lối tiến lên cho hàng Thanh văn, để chỉ đường cho bất kỳ ai có đại tâm hướng về tuệ giác viên mãn. Biện tài của ông đi liền với du hí thần thông. Nói năng là lý, đi lại tự tại là sự. Biện tài vô ngại, du hí thần thông là cách nói khác của pháp giới Hoa nghiêm. Duy-ma-cật suốt thông tam thiên do chứng được các môn tổng trì, thấy thật tướng, ngộ thật tánh, hiểu thật nghĩa của vạn pháp, ví như người đã nắm giữ cội gốc, tất tường tận mọi ngọn ngành. Bậc đại giác, đại ngộ như thế tất nhiên chẳng còn gì e dè mà còn làm cho các hạng tử ma, thiên ma, ngũ ấm ma, nội ngoại ma và các tà sư ngoại đạo phải bị khuất phục.

Các công đức sâu dày kể trên chỉ là biểu hiện bên ngoài của một trí tuệ tối thắng thậm thâm bên trong. Ở đây, chúng ta thấy kinh văn bắt đầu hiện dấu vết Bát-nhã. Trí tuệ ấy chính là trí liễu đạt tánh không của vạn pháp. Tuy là không, tuy là huyễn, nhưng đối với chúng ta vốn là chúng sanh mê muội thì toàn thể vọng thân, vọng tâm, vọng cảnh đều thực có một trăm phần trăm. Như người nằm mộng thấy mình, người và cảnh mộng đều có đủ những vui vẻ hả hê, những hoảng sợ rùng rợn, những tức tối tràn đầy, những buồn phiền ai oán... Ai bảo là giả, là không? Bồ Tát biết thế, nên các ngài đi vào giấc mộng của chúng ta, khéo dùng những cái trong mộng mà đánh thức chúng ta. Những việc làm, những lý lẽ dạy bảo của Bồ Tát là những huyễn pháp để độ huyễn tướng, nên gọi là thấu rõ pháp môn thâm diệu, khéo nơi trí độ, thông đạt các pháp phương tiện, thành tựu đại nguyện.

Vậy thì chúng sanh huyễn, phương tiện huyễn, Bồ Tát cũng huyễn. Có người sẽ hỏi: Cái gì cũng huyễn, vậy thì còn lại là gì? Giấc mộng còn dài. Còn chúng sanh là còn có Bồ Tát. Chúng ta dệt mộng là do nghiệp. Bồ Tát đi vào cõi mộng của chúng ta là tùy nguyện. Tất cả pháp như mộng huyễn, nhưng không phải không còn gì. Còn lại là lời Phật dạy. Phật dạy tu, thì chúng ta cứ tu. Phật bảo trì giới, thì chúng ta cứ y theo giới mà trì. Phật bảo niệm Phật, thì danh hiệu Phật và Bồ Tát rất nhiều, tùy ý chọn một vị mà niệm. Phật dạy tụng kinh, thì cứ y kinh mà tụng. Phật bảo tham thiền, thì cứ thiền mà tham. Hãy làm rồi sẽ thấy. Hãy đi rồi sẽ đến. Chứ chúng ta vẫn cứ ngồi ỳ ra, hỏi lý sắc không, luận này giải nọ mà không biết mình đang bị thắt chặt bởi ngôn từ và khái niệm hoặc đang bị sa bẫy vào thế trí biện thông. Phương tiện truyền thông ở thế kỷ này rất phát triển; nếu chúng ta chưa đạt, thậm chí kiến giải còn sai lầm, mà chỉ dạy hay phổ biến rộng rãi thì cả thầy lẫn trò đều có nguy cơ sa vào địa ngục như kinh Lăng-nghiêm có nhắc nhở. Chừng nào chúng ta có bản lãnh như Duy-ma-cật: *biết rõ tâm chúng sanh đến đâu, hay phân biệt rành rẽ các căn lợi độn, ở lâu trong Phật đạo, lòng đã thuần thục, quyết định nơi Đại thừa*, chừng ấy hãy thuyết pháp độ sanh và làm những việc như ông đã làm.

Tất nhiên chúng ta có thể nói, có thể thuyết nhưng hãy thận trọng với mục đích là thể nghiệm mức độ đúng sai trong sự tu học của mình và với tinh thần xây dựng thành tựu lẫn nhau. Học hỏi trong lặng lẽ thì không thể có sự tiến bộ được. Đối với tha nhân, chúng ta không thể nhìn thấu tâm can họ, càng không có tư cách đánh giá tầm hiểu biết của họ. Muốn được bản lãnh như Duy-ma-cật, chúng ta chỉ có cách quay về bên trong mà nội quán. Chẳng phải khi ngồi thiền mới dụng công, mà từng giây, từng phút ta cần nhìn ra được và biết thật rõ từng niệm, từng niệm đang sanh thế nào, đang diệt thế nào. Đó là ta đang biết rõ tâm chúng sanh đến đâu. Biết rõ niệm nào là si mê, niệm nào là trí tuệ. Đó là ta hay phân biệt rành rẽ các căn lợi độn. Niệm si mê là độn căn, tức cội gốc tối tăm mê muội. Niệm trí tuệ là lợi căn, tức gốc lành sáng sủa.

Si mê và trí tuệ vốn bình đẳng trên căn bản tánh phiền động của tâm thức. Có động nên có mê, có mê nên cần có tuệ. Tâm ý thức vốn dĩ luôn phiền động. Cái phiền động đó chẳng phải là chúng ta. Ta biết chúng, chúng chẳng hề biết ta. Chúng là chúng, vốn động loạn nhiễu nhương. Ta là ta, vốn bình yên vô sự. Chẳng mảy may dính líu gì cả. Chỉ vì nhận tâm thức phiền động đó là mình, nên ta mới bị trăm mối ngổn ngang siết chặt. Cũng chỉ vì tâm thức luôn phiền động, nên chúng ta nói thì dễ, chứ làm thì rất khó. Nhận ra mình vốn vô sự đã là việc khó, giữ cho lòng mình thanh tịnh bình yên càng khó hơn. Cho nên chúng ta mới cần hạ thủ công phu, niệm Phật hay ngồi thiền tùy sở thích, thực hành chuyên cần, miên mật, và nhuần nhuyễn. Đó là ở lâu trong Phật đạo, lòng đã thuần thục, quyết định nơi Đại thừa.

Suy nghĩ chín chắn mà nói, tự tịnh kỳ ý quả là một điều hết sức khó. Bởi vì cây muốn lặng mà gió chẳng dừng. Thật vậy, chúng ta thường bị đè nặng, vây kín bởi những chuyện hằng ngày xảy ra liên tục và dồn dập. Hãy bỏ qua những vui sướng, hạnh phúc, cái làm chúng ta dễ nhạy cảm và khó quên là những khổ đau và phiền não. Chúng là cơn bão tuyết ào ạt ập đến một cách nhẫn tâm và chẳng hề nương tay ngưng nghỉ. Chúng ta sẽ có ứng xử đúng đắn với chúng khi nghe một giai thoại về ông Jigoro Kano; có phải là giai thoại hay không thì tôi không chắc chắn, nhưng sự tích này đã lưu lại trong ký ức của tôi từ khi còn bé được xem một bộ phim điện ảnh về môn võ Judo.

Jigoro Kano (1860-1933), thời niên thiếu thể chất yếu đuối, lớn lên theo học các môn võ thuật ở Nhật-bản, tuy nhiên ông không hài lòng với sở học của mình. Một hôm, ông đang lắng đọng tâm hồn nhìn qua khung cửa sổ, bên ngoài bão tuyết và gió lốc dập dìu. Ông chợt thấy một cây dương liễu đang mềm mại uốn mình rũ sạch tuyết bám và mặc cho cơn gió ngông cuồng thổi qua. Không một chút dính mắc. Không một chút trầy xước. Và ông đã ngộ được lý sâu sắc của võ thuật mà sáng tạo môn Judo.

Thái độ mềm mỏng tùy thuận càng tăng hiệu quả nếu chúng ta quán chiếu sâu xa bản chất vô sanh của cơn lốc xoáy phiền não nghiệt ngã kia. Chúng ta hãy xem một đoạn quán chiếu về phong đại trong kinh Lăng-nghiêm, rồi nghiền ngẫm thực chất của cơn gió phiền não trong những chuyện hằng ngày:

"A-nan, phong đại không có tự thể, khi động, khi tĩnh không chừng. Ông thường sửa áo vào trong đại chúng, gấu áo tăng già lê động đến người bên cạnh, thì có chút gió phảy qua mặt người kia. Gió đó lại là do gấu áo cà sa mà ra, do hư không mà phát khởi hay do mặt người kia mà sinh?

A-nan, nếu gió đó phát ra do gấu áo cà sa, thì ông đã mặc cả gió, lẽ ra cái áo phải bay tung ra, rời khỏi thân thể ông. Nay tôi thuyết pháp, rũ áo ở trong hội này, ông hãy xem cái áo tôi, gió ở chỗ nào? Không lẽ trong áo lại có chỗ chứa gió? Nếu gió đó do hư không sanh ra, thì khi cái áo ông không động vì sao lại không phải gió? Và tính hư không thường còn, thì gió phải thường xuyên sanh ra; khi không có gió, thì hư không phải diệt mất. Gió diệt, thì có thể thấy được, còn hư không diệt, thì hình trạng thế nào? Lại nếu có sanh diệt thì không gọi là hư không và đã là hư không làm sao lại phát ra gió được? Nếu gió đó sanh ra do cái mặt người bị phảy, thì đã do mặt người đó sanh ra, lẽ ra phải phảy lại ông, sao tự ông sửa áo mà lại phảy ngược lại người kia?

Ông hãy xét cho kỹ: sửa áo là do nơi ông, cái mặt thì thuộc về người kia, hư không thì vắng lặng, không thể lay động, vậy gió từ phương nào giong ruổi đến đó? Tính gió và tính hư không cách xa nhau, không phải hòa, không phải hợp, không lẽ gió kia, không do đâu mà tự có?

Ông thật không biết trong Như Lai tạng, tính phong là tính chân không, tính không là chân phong, bản nhiên thanh tịnh cùng khắp pháp giới, theo tâm chúng sanh, đáp ứng với lượng hay biết. A-nan, như một mình ông hơi động cái áo, thì có chút gió phát ra; khắp pháp giới đều phẩy, thì khắp cõi nước sanh ra phong đại. Phong đại đầy nhẫy thế gian, đâu có chỗ ở, theo nghiệp mà phát hiện. Thế gian không biết, lầm là nhân duyên và tính tự nhiên, đều là những so đo phân biệt của ý thức, chỉ có lời nói, toàn không có nghĩa chân thật".[1]

Ở trên là Phật chỉ dạy A-nan quán chiếu phong đại, còn cơn gió phiền não của những chuyện mỗi ngày xảy đến với chúng ta thì sao? Thiết nghĩ chỉ có chính chúng ta lắng tâm suy ngẫm, nghiệm xét thì mới có câu trả lời xác đáng cho chính mình.

Trở lại bản kinh, sau khi đã giới thiệu Duy-ma-cật với hành trạng vô vàn công đức như là điều kiện cần và đủ, kinh văn nói về phương tiện thiện xảo mà Duy-ma-cật sử dụng để độ sanh. Ông thị hiện làm thân trưởng giả ở thành Tỳ-da-ly. Tại sao và như thế nào ông thị hiện được cái thân người như thế? Ông là một vị thần thánh phương nào chỉ một nháy mắt là biến hiện thành trưởng giả Duy-ma-cật hay sao? Đó là chuyện của ông. Chúng ta không phải là ông, không có tài năng và bản lãnh như ông, nên không nói được. Chúng ta chỉ có thể đứng trên lập trường chúng sanh mà lạm bàn nghĩa lý. Thị hiện là hiển bày ra để chỉ dạy. Đối với sự vật hiện tượng xung quanh, chúng ta thường rất hời hợt quán xét. Không dễ có ai như Newton (1643-1727), chứng kiến quả táo rơi mà nhận ra luật vạn vật hấp dẫn. Đối với chúng ta, quả táo rơi chỉ là quả táo rơi. Newton lại khác, ông lại nhận ra cái ẩn tàng trong hiện tượng đó. Với Newton, quả táo rơi là thị hiện của chân lý. Thân thị hiện của Bồ Tát cũng thế. Thân thị hiện của Duy-ma-cật cũng nằm trong ý nghĩa đó. Vậy thì, Bồ

---

[1] Kinh Thủ-lăng-nghiêm, bản Việt dịch của Cư sĩ Tâm Minh Lê Đình Thám.

Tát Địa Tạng, Bồ Tát Quán Thế Âm hoặc thập phương chư Bồ Tát là con người bình thường như chúng ta, vẫn hiện diện quanh đây mà ta không nhận ra đó thôi. Ai nhận ra thì ông nhà giàu ở thành Tỳ-da-ly kia là Bồ Tát Tịnh Danh, người không tinh ý thì đó chỉ là ông phú hộ mà thôi.

Sự thị hiện của Duy-ma-cật cũng là phương tiện thể hiện của chân lý. Chân lý thì không ngăn ngại. Chân lý có thể hiện tướng thành thái tử Sĩ-đạt-ta; sinh ra, trưởng thành có vợ con, xuất gia đi tu, thành đạo, chuyển pháp luân và nhập Niết-bàn. Chân lý cũng có thể hóa hiện thành Duy-ma-cật; sinh ra, lớn lên lập gia đình, làm ăn buôn bán, tìm tòi học hỏi, tu tập và chứng ngộ. Hay nói cách khác, Thích-ca là phương tiện, Duy-ma-cật cũng là phương tiện, thông qua đó mà chúng sanh trong đại thiên thế giới này được độ tận. Trong ý nghĩa đó, tên phẩm Phương tiện chính là nói Duy-ma vậy.

KINH VĂN

Vì muốn độ người, nên ông dùng phương tiện khéo thị hiện làm thân trưởng giả ở thành Tỳ-da-ly, có của cải nhiều vô lượng để nhiếp độ các hạng dân nghèo; giữ giới thanh tịnh để nhiếp độ các kẻ phá giới; dùng hạnh điều hòa nhẫn nhục để nhiếp độ các người giận dữ; dùng đại tinh tiến để nhiếp độ kẻ biếng nhác; dùng nhất tâm thiền tịch để nhiếp độ kẻ tâm ý tán loạn; dùng trí tuệ quyết định để nhiếp độ những kẻ vô trí; tuy làm người bạch y cư sĩ mà giữ gìn giới hạnh thanh tịnh của sa môn; tuy ở tại gia mà không đắm nhiễm ba cõi, thị hiện có vợ con mà thường tu phạm hạnh; hiện có quyến thuộc, nhưng ưa sự xa lìa; dù mặc đồ quý báu, mà dùng tướng tốt để nghiêm thân; dù có uống ăn mà dùng thiền duyệt làm mùi vị.

Quả thực, Duy-ma-cật hết sức giàu có, chẳng những trong kiếp hiện tại mà từ vô lượng kiếp. Tài sản kếch sù của ông là công đức, trí tuệ, là đại nguyện độ sanh, là kho phương tiện vô tận. Cũng chính thế mà ông được gọi là trưởng giả. Ông dùng quỹ tài sản sung túc trên của mình để nhiếp phục và giáo hóa các tiện dân bần cùng, người phạm phá giới, kẻ hung dữ, người buông lung, kẻ tâm loạn động si mê. Những kẻ ấy không ai xa lạ mà chính là chúng ta đây, đang thiếu thốn về tâm lượng và sa đọa về đạo đức. Thế nhưng, chúng ta còn may mắn, ít ra là cho đến lúc này, vì chúng ta có cơ duyên học được kinh Duy-ma-cật, biết được cõi đời này đã từng có người sống đời bình thường như chúng ta nhưng thân tâm thường an lạc vô cùng. Thiết nghĩ chúng ta nên học theo ông Duy-ma-cật vậy.

Như đã trình bày ở phẩm Phật quốc, nếu muốn độ người, trước hết phải lấy sự chuyển hóa thân tâm mình làm căn bản. Duy-ma-cật cũng khởi hành từ căn bản đó. Ông dùng lục độ tu sửa thân tâm, làm khuôn mẫu cho người khác noi theo. Chúng ta cần lưu ý điểm khởi hành là ở ngay cá nhân mỗi người sẽ dần dần tạo luồng sóng ảnh hưởng tốt đẹp, trước hết đến người thân rồi sau là tha nhân trong xã hội. Phạm vi lan tỏa càng lớn tùy theo tiến độ của sự chuyển hóa thân tâm cá nhân. Nho gia có câu: *"tu thân, tề gia, trị quốc, bình thiên hạ"* cũng là khởi hành từ cùng một căn bản như vậy.

Nếu Bồ Tát Địa Tạng hiện tướng xuất gia thì trong bản kinh này, Bồ Tát Tịnh Danh, tức Duy-ma-cật hiện thân cư sĩ. Vị trí cư sĩ mở rộng đường phương tiện cho Duy-ma-cật tự độ và độ tha. Có thể là không có ai trong thành Tỳ-da-ly nhận biết được là ông đang tu. Dù sống với vợ con, quyến thuộc buộc ràng mà tâm ý ông vẫn hằng thanh tịnh, thêm vào tính cách giản dị và thầm lặng đó giúp ông dễ tiếp cận và gần gũi với mọi tầng lớp người trong xã hội.

KINH VĂN

Nếu khi đến chỗ cờ bạc, hát xướng thì ông lợi dụng cơ hội để độ người; dù thọ các pháp ngoại đạo nhưng chẳng tổn hại lòng chánh tín; tuy hiểu rõ sách thế tục mà thường ưa Phật pháp; cung kính

tất cả mọi người làm trên hết trong sự cúng dường; nắm giữ chánh pháp để nhiếp độ kẻ lớn người nhỏ; tất cả những việc trị sanh làm ăn buôn bán hùn hiệp, dù được lời lãi của đời, nhưng chẳng lấy đó làm vui mừng. Dạo chơi nơi ngã tư đường cái để lợi ích chúng sanh; vào việc trị chánh để cứu giúp tất cả; đến chỗ giảng luận dẫn dạy cho pháp Đại thừa; vào nơi học đường dạy dỗ cho kẻ đồng mông; vào chỗ dâm dục để chỉ bày sự hại của dâm dục; vào quán rượu mà hay lập chí. Nếu ở trong hàng trưởng giả, là bậc tôn quý trong hàng trưởng giả, giảng nói các pháp thù thắng; nếu ở trong hàng cư sĩ, là bậc tôn quý trong hàng cư sĩ, dứt trừ lòng tham đắm cho họ; nếu ở trong dòng Sát-đế-lợi, là bậc tôn quý trong dòng Sát-đế-lợi, dạy bảo cho sự nhẫn nhục; nếu ở trong dòng Bà-la-môn, là bậc tôn quý trong dòng Bà-la-môn, khéo trừ lòng ngã mạn cho họ; nếu ở nơi đại thần, là bậc tôn quý trong hàng đại thần, dùng chánh pháp để dạy dỗ; nếu ở trong hàng vương tử, là bậc tôn quý trong hàng vương tử, chỉ dạy cho lòng trung hiếu; nếu ở nơi nội quan, là bậc tôn quý trong hàng nội quan, khéo dạy dỗ các hàng cung nữ; nếu ở nơi thứ dân, là bậc tôn quý trong hàng thứ dân, chỉ bảo làm việc phước đức; nếu ở nơi trời Phạm thiên, là bậc tôn quý trong Phạm thiên, dạy bảo cho trí tuệ thù thắng; nếu ở nơi trời Đế thích, là bậc tôn quý trong Đế thích, chỉ bày cho pháp vô thường; nếu ở nơi trời Tứ thiên vương hộ thế, là bậc tôn quý trong Tứ thiên vương hộ thế, hằng ủng hộ chúng sanh. Trưởng giả Duy-ma-cật dùng cả thảy vô lượng phương tiện như thế làm cho chúng sanh đều được lợi ích.

Đoạn kinh văn này là con đường cụ thể của việc độ tha. Độ người đời hỏi phải có tính năng động, tham dự, hiện diện ở nơi nhiều người hội tụ, và tính chủ động giao tiếp với các tầng lớp xã hội như kinh văn ở phẩm Phật quốc có nói về các vị Bồ Tát: *Người đời không cầu thỉnh mà các ngài sẵn sàng làm bạn giúp cho an vui.* Duy-ma-cật cũng thế. Ông đi vào các nơi, từ trường học cho đến thương trường, từ những hội thảo chuyên đề cho đến việc chính trị, từ phố xá công cộng cho đến tụ điểm giải trí như sòng bạc, nhà hát, thậm chí cho đến trà đình, tửu điếm hay kỹ viện thanh lâu. Nơi nào có bước chân ông là nơi đó mọi người đều được lợi ích. Sự giáo hóa của ông đã giúp họ chuyển nguy thành an, chuyển khổ thành vui, chuyển mê thành tỉnh. Nói là độ người chứ thực ra là ông đang báo ân mọi người vì họ đã tạo cơ hội cho ông tích tập công đức tu đạo Bồ Tát.

Hiệu quả của việc độ tha có được là do sự vận dụng trí tuệ một cách linh hoạt và nhạy bén. Đó là trí tuệ thế gian và xuất thế gian. Ngoài căn bản trí vốn sẵn có, là trí uyên nguyên thấu suốt chân lý mà không khởi phân biệt, các vị Bồ Tát nói chung và Duy-ma-cật nói riêng do công phu tu hành mà có được hậu đắc trí, tức trí quán chiếu, phân biệt thông suốt các tướng sai biệt trong cảnh giới y tha khởi. Đối với thế gian, Duy-ma-cật học nhiều hiểu rộng, tinh thông ngũ minh: thanh minh hay hiểu biết và sử dụng điêu luyện văn tự ngôn ngữ; công xảo minh hay tinh tường kỹ thuật, toán học, khoa học v.v.; y phương minh hay giỏi về y học, dược lý; nhân minh hay thông thạo luận lý học; và nội minh hay thông hiểu các môn triết học, đạo lý, tư tưởng, Phật pháp. Có thể nói đa văn cũng là phương tiện thiện xảo, miễn là chúng ta giữ vững lòng chánh tín và nắm chắc ngọn đuốc trí tuệ Phật pháp soi đường chỉ đạo. Bồ Tát xuất gia hay Bồ Tát cư sĩ đều nên có tâm tìm cầu học hỏi để nâng cao trí tuệ như một phương tiện độ sanh hữu hiệu nhất. Kinh Tâm địa quán,[1] phẩm Ba-la-mật viết: *"Hàng trí giả Bồ Tát thường thích nghe những pháp sâu nhiệm, tâm sinh khát ngưỡng, không hề biết chán. Các ngài biết phân biệt chân lý nhị đế, dứt trừ nhị chướng, thông suốt ngũ minh, thuyết các pháp yếu, giải quyết mọi điều nghi vấn."*[2]

---

[1] Tức kinh Đại thừa Bản sinh tâm địa quán (大乘本生心地觀經), quyển 7, thuộc Đại Chánh tạng, Tập 3, số 159, trang 322.
[2] Bản Việt dịch của Hòa thượng Thích Tâm Châu.

Đến với bất cứ đối tượng chúng sanh nào, Duy-ma-cật khéo dùng Tứ nhiếp pháp (bố thí, ái ngữ, lợi hành, đồng sự) để nhiếp phục và giáo hóa họ. Vì thế, dù hàng giàu sang quyền quý hay tầng lớp bình dân, dù là bậc vương tướng, quan quyền hay tu sĩ, dù là cõi người hay cõi trời, ai cũng kính trọng, tôn quý ông. Ông hiện thân và hành xử không hề sai khác với xuất thân của họ. Họ là thứ dân, ông cũng là thứ dân. Họ quyền quý, ông cũng quyền quý. Họ học rộng hiểu nhiều, ông cũng đa văn bác học. Tất cả chỉ vì ông muốn chỉ bày chỗ sai lầm, bổ túc chỗ thiếu sót, tăng trưởng lợi ích cho mọi người. Đoạn kinh văn này có điểm giống với một đoạn trong kinh Pháp Hoa, phẩm Phổ môn, và một đoạn trong kinh Lăng-nghiêm, chương Nhĩ căn viên thông; đại ý: chúng sanh đáng dùng thân nào để độ thoát, Bồ Tát Quán Thế Âm liền hiện thân đó nói pháp khiến họ được thành tựu. Sự hiện thân đó trên cùng với chư Phật đồng một từ lực, dưới cùng với chúng sanh đồng một lòng bi ngưỡng. Điều này có nghĩa: dù là Quán Thế Âm hay Tịnh Danh Bồ Tát, các ngài chẳng hề vì mình mà đến với chúng sanh, mà chỉ vì trên học theo chư Phật mở rộng lòng từ, dưới vì tâm chúng sanh đang quy ngưỡng tha thiết mà ban trải tâm bi.

Người bình thường như chúng ta nếu thông minh lanh lợi đều có thể sử dụng vật ngay trước mắt để ứng phó một hoàn cảnh hay một tình huống cụ thể nào. Huống chi Duy-ma-cật với trí tuệ siêu việt, chắc hẳn ông xem vũ trụ vô minh này như một kho phương tiện phong phú sẵn có để hoằng pháp độ sanh. Được sử dụng đúng lúc, đúng chỗ, nhắm đúng đối tượng thì phương tiện liền phát huy công dụng triệt để phá mọi chấp trước của chúng sanh.

Theo thiển ý, đối với một vị giác ngộ, ngài có thể sử dụng bất cứ pháp nào trong vũ trụ vô minh này cũng hóa độ được chúng sanh. Một hôm Phật đến bên bờ sông nọ chờ thuyền chở khách qua sông. Tình cờ có một tu sĩ Bà-la-môn cũng vừa tới. Sau vài lời hỏi chuyện, và biết Phật đang chờ thuyền qua sông, vị tu sĩ này nổi tâm ngã mạn liền dùng thần thông bay lướt trên mặt nước đến bờ bên kia, vừa khi Phật bước xuống thuyền chở khách. Khi qua tới bờ kia, Phật hỏi vị tu sĩ: "Ông tu luyện phép này bao lâu?" Vị tu sĩ hãnh diện đáp: "Đã 40 năm." Phật từ tốn mỉm cười bảo: "Ta chỉ tốn hai đồng xu mà làm được việc mà ông phải mất 40 năm cuộc đời mình mới làm được." Chẳng những chỉ với hai đồng xu, một hòn đá, hay một cánh chim vừa vụt qua, mà còn với một cử chỉ bất thường trái khuôn phép, một lời nói phạm thượng, thậm chí một hành vi sàm sỡ, chư vị giác ngộ phải khiến bọn phàm phu chúng ta phải giật mình chợt tỉnh. Dưới đây, tôi xin dẫn ba mẩu chuyện nổi bật tính cách tự tại vô ngại của các vị thiền sư đạt ngộ khi vung tay dùng phương tiện. Xin lưu ý rằng đối với những phương thức các ngài vận dụng, chúng ta nên im lặng chiêm ngưỡng thì sẽ trăm ngàn lần lợi ích hơn là khởi tâm biện biệt, luận giải quanh co.

Chuyện thứ nhất: Thiền sư Đơn Hà (738-824), một hôm đến chùa Huệ Lâm gặp viện chủ Hướng vốn là người hay chấp chặt hình thức. Biết thế, Sư nhìn thấy vài tượng Phật, bèn thuận tay vơ lấy một pho đem đốt hơ tay. Viện chủ Hướng kinh hãi hỏi vì sao. Sư đáp: "Để tìm xá-lợi." Hướng viện chủ ngơ ngác hỏi tiếp: "Phật gỗ làm gì có xá-lợi?" Sư bồi thêm một câu: "Vậy tôi xin thêm hai tượng nữa đốt để xem." Người đời sau truyền tụng: "丹霞燒木佛，院主落鬚眉 - *Đơn Hà thiêu mộc Phật, viện chủ lạc tu mi* (Đơn hà thiêu Phật gỗ, viện chủ rụng lông mày) là vậy.

Chuyện thứ hai: Trong một buổi dạy chúng, thiền sư Tuyên Giám (780-865) muốn đập tan thói lăng xăng tìm thiền, cầu đạo bên ngoài của đạo chúng, và đồng thời phơi trần lòng ngã mạn của thức giả và chúng tăng chuyên gom góp, trau giồi kiến giải ở đầu lưỡi, Sư không ngại phát biểu: *"Đạt-ma là ông già Hồ tanh hôi, Bồ Tát thập địa là kẻ gánh phân, Đẳng giác, Diệu giác là kẻ phàm phu phá giới, Bồ đề Niết-bàn là cây cọc cột lừa, mười hai phần giáo là bộ sổ của quỷ thần, là giấy lau ghẻ, tứ quả tam hiền, sơ tâm thập địa là quỷ giữ mồ xưa, tự cứu được chăng?"*

Chuyện thứ ba: Một ni cô ngày nọ đến thỉnh giáo thiền sư Triệu Châu (778-897). Ni cô hỏi: "Thế nào là mật ý?" Sư liền đưa tay bấu chỗ ấy của ni cô. Ni cô hoảng hốt la toáng lên: "Sư còn thế ấy hả?" Sư đáp: "Chính ngươi mới thế ấy đấy chứ!"

Trở lại với bản kinh, Duy-ma-cật vì muốn dùng phương tiện nên hiện thân mang bệnh để tạo ra cơ hội có đông đảo mọi tầng lớp người trong xã hội đến thăm ông mà chuyển pháp luân.

HIỆN THÂN MANG BỆNH

> **KINH VĂN**
>
> **Ông dùng phương tiện hiện thân có bệnh. Do ông có bệnh nên các vị quốc vương, đại thần, cư sĩ, bà-la-môn cả thảy cùng các vị vương tử với bao nhiêu quan thuộc vô số nghìn người đều đến thăm bệnh. Vì những người đến thăm bệnh, ông nhân dịp thăm bệnh mới rộng nói pháp.**

Chúng ta có bệnh là do nghiệp chướng. Duy-ma-cật thì khác. Là Bồ Tát hiện thân cư sĩ, ông đến cuộc đời này là do nguyện lực. Tướng sinh đã thế, tướng lão, bệnh, tử cũng chẳng khác. Tất cả đều do bổn nguyện độ sanh mà hiện tướng. Bệnh là một trong năm hạnh mà một vị Bồ Tát thường tu tập như kinh Đại bát Niết-bàn có nói: thánh hạnh, thiên hạnh, phạm hạnh, anh nhi hạnh và bệnh hạnh. Hiện thân bệnh là mở đầu cho một pháp hội hi hữu mà vị cư sĩ tôn quý của chúng ta, trưởng giả Duy-ma-cật làm hội chủ. Ông lấy ngay một pháp thật gần gũi nhất với mọi người làm phương tiện thuyết minh; đó là thân người. Đó chính là chỗ khéo léo của Duy-ma-cật, vì thân người là kinh nghiệm đầu tiên và xác thực nhất của mọi người về sự hiện hữu của chính mình. Câu nói nổi tiếng của nhà triết học Pháp, René Descartes (1596-1650): *"Tôi tư duy, tức tôi tồn tại"* (tiếng La Tinh: Cogito, ergo sum), rất là khó hiểu đối với một người ít học hoặc một đứa bé. Nhưng chắc chắn một điều là họ cảm nhận được sự hiện hữu của mình qua thân thể của mình. Nếu người đó hoặc đứa bé kia có thể diễn đạt được kinh nghiệm về cái tôi của mình, ắt là họ sẽ nói: Tôi có mặt trên đời vì tôi có thân. Chính vì sắc thân là nền móng của ngã chấp nên bất kỳ ai cũng tham sống sợ chết, ai cũng ưa thích sự ngủ nghỉ hơn là lao động nặng nhọc, ai cũng trang điểm chải chuốt thân mình bằng y phục đẹp sang và ai cũng hài lòng vui vẻ khi có người khen tướng mạo mình dễ nhìn.

Thế nhưng, bản chất của sắc thân con người như thế nào? Chúng ta hãy lắng nghe Duy-ma-cật bóc trần sự thực.

KINH VĂN

Này các nhân giả! Cái huyễn thân này thật là vô thường, nó không có sức, không mạnh, không bền chắc, là vật mau hư hoại, thật không thể tin cậy. Nó là cái ổ chứa nhóm những thứ khổ não bệnh hoạn. Các nhân giả! Người có trí sáng suốt không bao giờ nương cậy nó. Nếu xét cho kỹ, thì cái thân này như đống bọt không thể cầm nắm, thân này như bóng nổi không thể còn lâu; thân này như ánh nắng dợn giữa đồng, do lòng khát ái sanh, thân này như cây chuối không bền chắc; thân này như đồ huyễn thuật, do nơi điên đảo mà ra; thân này như cảnh chiêm bao, do hư vọng mà thấy có; thân này như bóng của hình, do nghiệp duyên hiện; thân này như vang của tiếng, do nhân duyên thành; thân này như mây nổi, trong giây phút tiêu tan; thân này như điện chớp, sanh diệt rất mau lẹ, niệm niệm không dừng; thân này không chủ, như là đất; thân này không có ta, như là lửa; thân này không trường thọ, như là gió; thân này không có nhân, như là nước; thân này không thật, bởi tứ đại giả hợp mà thành; thân này vốn không, nếu lìa ngã và ngã sở; thân này là vô tri, như cây cỏ, ngói, đá; thân này không có làm ra, do gió nghiệp chuyển lay; thân này là bất tịnh, chứa đầy những thứ dơ bẩn; thân này là giả dối, dù có tắm rửa ăn mặc tử tế rốt cuộc nó cũng tan rã; thân này là tai họa, vì đủ các thứ bệnh khổ não; thân này như giếng khô trên gò, vì nó bị sự già yếu ép ngặt; thân này không chắc chắn, vì thế nào nó cũng phải chết; thân này như rắn độc, như kẻ cướp giặc, như chốn không tụ, vì do ấm, giới, nhập hợp thành.

Đọc kinh điển hay ngữ lục, chúng ta thường thấy Phật và chư tổ hay dùng những ví dụ, những so sánh thật độc đáo và tài tình đến mức không thể có cách diễn đạt nào khác hay hơn được. Dường như các bậc giác ngộ đều giống nhau ở điểm này. Duy-ma-cật cũng thế khi ông thuyết minh về sắc thân con người. Đoạn kinh văn trên giống như một bản hòa âm với phách nhịp cuồn cuộn trôi chảy, đưa người nghe từ bàng hoàng này đến ngỡ ngàng khác. Nó cũng giống như họa phẩm chân dung đa chiều, sống động và nổi bật, thu hút người xem vào vẻ đẹp ẩn tàng bên trong. Lý do là vì nó quá chân thực khi lột tả trần trụi sắc thân con người. Đôi khi chúng ta hiểu được sự thực đó, nhưng tiếc thay, chúng ta đã từ lâu quen sống với vọng tâm, vọng thân, vọng cảnh nên khó mà thấm thía cảm nhận, và càng không tài nào chấp nhận được sự thực kia.

Đối với một áng văn tuyệt tác, đầy chất thơ như đoạn kinh văn trên, bất kỳ cố gắng phân tích chia chẻ nào cũng thất bại. Do đó chúng ta chỉ nên đúc kết thành bài học thực tiễn. Điều đáng học ở đây là chúng ta cần có tâm quán chiếu tự thân mình. Không phải động não suy xét lẽ vô thường của sắc thân, mà chính là cần phải bằng cả con tim trải rộng để cảm nhận, thể hội cho bằng được sự sanh diệt của thân mình như mây nổi, như điện chớp, như bọt nước, như gió thoáng qua. Từ đó ta mới ngẩn người nhận ra mấy mươi năm đời mình cũng chẳng khác gì giấc mộng đêm qua:

Giấc Nam Kha khéo bất bình,
Bừng con mắt dậy thấy mình tay không.

(Cung Oán Ngâm Khúc- Nguyễn Gia Thiều)

Chẳng những quán thân sanh diệt, chúng ta còn nên đi sâu vào quán thân bất tịnh. Đó là phép quán đầu tiên trong Tứ niệm xứ mà Phật đã dạy: quán thân bất tịnh, quán thọ thị khổ, quán tâm vô thường, quán pháp vô ngã. Thân này là bất tịnh, chứa đầy những thứ dơ bẩn. Quả thực, thân chúng ta là một túi da đựng đồ dơ ngay từ lúc còn trong bụng mẹ cho đến cả sau khi trút hơi thở cuối cùng. Do tinh cha huyết mẹ, do nghiệp thức nhân duyên đưa đẩy, cộng với mống niệm luyến ái mà chúng ta nhập thai ở trong một không gian u tối, ẩm thấp, nóng lạnh bất thường suốt chín tháng dài như ngục tù. Nhập thai do nhân duyên bất tịnh. Bào thai, hay trụ xứ, nơi phát xuất thân ta lại là một nơi tối tăm dơ bẩn. Chưa hết, thân người từ ngoài vào trong toàn là những thứ hôi thối gớm ghiếc. Ngoài lỗ chân lông trên toàn thân bài tiết mồ hôi nhờn nhợt, chua hôi lợm giọng, thân người còn bài tiết nhiều thứ tanh tưởi, nặng mùi qua mắt, tai, mũi, miệng, tiểu tiện, đại tiện... mà chỉ mới nói đến là chúng ta đã buồn nôn. Đó là chưa kể những thứ bên trong thân như máu, mủ, đờm, dãi, mỡ, tủy, óc, mật... nếu bung vỡ ra thì không còn từ nào diễn tả được bản chất ô uế của ngoại tướng lẫn nội thể của chúng ta.

Khi còn sống, thân ta đã như thế, đến lúc mất đi, xác chúng ta còn ghê tởm hơn, như Phật miêu tả: *"Lại nữa, các tỷ-kheo. Tỷ-kheo như thấy một thi thể bị quăng bỏ trong nghĩa địa, chỉ còn toàn xương trắng màu vỏ ốc... chỉ còn một* đống xương lâu hơn một năm... chỉ còn xương thối trở thành bột. Tỳ-kheo quán thân ấy như sau: thân này tánh chất là như vậy, bản tánh là như vậy, không vượt khỏi bản chất ấy."¹

Khi đề cập đến sắc thân, Phật, Bồ Tát hay các vị tổ sư đều bắt đầu từ chỗ chỉ ra bản chất đích thực và hệ lụy phiền não của thân người. Các ngài đều nói như nhau. Tổ Quy Sơn Linh Hựu (771-853) mở đầu bài văn Quy Sơn Cảnh Sách đã nói: *"Bởi do nghiệp trói buộc mà có thân, tức chưa khỏi khổ lụy vì thân. Bẩm thụ tinh cha huyết mẹ, tạm mượn các duyên hợp thành. Tuy nhờ tứ đại giữ gìn, nhưng chúng thường trái nghịch."*² Ở nước ta, khoảng 400 năm sau, vua Trần Thái Tông (1218-1277) cũng thuyết tương tự: *"Hết thảy các người! Thân là gốc khổ, nếu tự cho nó là thật, cũng là nhận giặc làm con. Các ông nên chín chắn xem, chỉ sắc thân này khi chưa vào bào thai thì nơi nào được có. Bởi do niệm khởi duyên hội, năm uẩn hợp thành, thể mạo vọng sanh, hình dung giả có."*³ Như vậy, chúng ta thấy không kể khoảng cách thời gian là bao lâu, không gian là bao xa, những bậc giác ngộ đều nhìn và nói về sắc thân đúng như nó là. Cả ngàn năm trước, Duy-ma-cật nói thân này thật là vô thường... là vật mau hư hoại... là cái ổ chứa nhóm những thứ khổ não bệnh hoạn... do lòng khát ái sanh... do nơi điên đảo mà ra... do hư vọng mà thấy có... do nghiệp duyên hiện... do nhân duyên thành. Và triệu triệu năm sau, khi Đức Phật Di-lặc ra đời, chắc Ngài cũng không hề nói khác.

Duy-ma-cật không ngừng ở chỗ chỉ ra lẽ vô thường và bản chất uế trược của sắc thân. Từ sự phá chấp thân, ông nhắm thẳng vào ngã chấp của chúng ta mà khai phá.

---

¹ Kinh Niệm xứ, Trung Bộ kinh, phần Quán Thân, bản Việt dịch của Hòa thượng Thích Minh Châu.
² Quy Sơn cảnh sách văn, bản Việt dịch của Hòa thượng Thích Thanh Từ.
³ Khóa hư lục, Trần Thái Tông, phần Nói rộng sắc thân, bản Việt dịch của Hòa thượng Thích Thanh Từ.

Chấp thân tức là chấp ngã. Chấp ngã cũng là chấp thân. Ngoài ngã chẳng có thân. Ngoài thân không hề có ngã. Do đó kinh viết: *Thân này vốn không, nếu lìa ngã và ngã sở; thân này vô tri như cây cỏ, ngói, đá.* Trước khi cha mẹ sanh ra, ta chẳng hề có. Sau khi lìa đời, có ai biết cái tôi mình đi về đâu? Trước và sau đã không chắc chắn thì khoảng giữa lấy gì làm thực? Suy cho cùng, thân và ngã nương nhau mà thành, chỉ có danh chứ không có thực nghĩa. Chính thế mà Duy-ma-cật gợi ý chúng ta pháp quán thân hư huyễn: *thân này như đồ huyễn thuật... như cảnh chiêm bao... như bóng của hình... như vang của tiếng... như chốn không tụ.*

Thiền sư Lương Giới (807-869), khai tổ tông Tào Động, thuở nhỏ một hôm đang tụng Tâm kinh Bát-nhã đến câu: "vô nhãn, nhĩ, tỷ, thiệt, thân, ý" chợt ngưng lại hỏi một câu khiến vị thầy kinh ngạc và biết đây là bậc pháp khí thượng thừa: "Con có đủ mắt, tai, mũi, lưỡi, thân mà sao kinh lại bảo là không?" Câu hỏi này là một hoài nghi triết học, theo cách nói thông thường hiện nay. Thiền môn gọi đó là nghi tình. Chúng ta có thân hẳn hòi như vậy, tại sao Duy-ma-cật bảo nó là mộng huyễn? Hãy ấp ủ câu hỏi này vào tận đáy lòng và đừng tìm cách trả lời bằng những khái niệm trừu tượng hay lý thuyết viễn vông. Hãy đọc đi đọc lại đoạn kinh văn trên, đọc như bạn đang tụng một thần chú với hết lòng thành khẩn: như bóng của hình, như vang của tiếng... như bóng của hình, như vang của tiếng... Tôi tin rằng sẽ có sát-na nào đó bạn tự hiểu được thân này là cái gì và thầm hội được mình có hay không.

Đâu là thực, đâu là mộng? Mộng và thực cách nhau bằng giây phút giật mình tỉnh giấc? Bạn có nghe kể về giấc mộng Trang Chu chưa?

Trang Chu (365-260 TCN), người đời sau thường gọi là Trang tử, một hôm nằm mộng thấy mình hóa bướm, chợt thức giấc thấy mình lại là Chu, bèn tự hỏi chẳng biết mình hóa bướm hay bướm hóa thành mình. Câu hỏi đó trở thành nỗi ám ảnh day dứt nhà hiền triết cũng phải, vì Chu có sự phân vân giữa thân mình và thân bướm, có sự phân biệt giữa mộng và thực. Sự hóa thân dù theo hướng nào chăng nữa, thì thân bướm hay thân người cũng đều là ảo. Tuy thế, cái ảo đó không rời cái thực mà có; đó chính là bản tâm của Chu. Tâm Chu vui thích bay lượn thì Chu mang thân bướm. Tâm Chu ưa suy nghiệm lẽ huyền vi của đất trời để viết sách *Nam Hoa kinh* thì Chu mang thân người. Lý lẽ đó, Phật giáo gọi là "duy tâm sở hiện, duy thức sở biến". Ảo sắc thân không rời chân pháp thân mà có, giống như muôn ngàn màu sắc óng ánh chẳng thực tồn tại ngoài tinh thể kim cương.

Do đó, người trí tuy biết rõ ràng là thân vô thường, thân bất tịnh, thân vô ngã, thân hư huyễn, nhưng chẳng hề có ý tự hủy hoại thân mình; ngược lại còn biết dùng thân mình như phương tiện để nhận lại chân thân mà mình đã quên mất lâu nay. Trong ý nghĩa này, thân người từ một cái gì gớm ghiếc, mau tan hoại bỗng chuyển thành một vật quý giá đáng giữ gìn. Thân người khó được. Chúng ta có phước duyên lớn mới được làm người. Nếu sanh ở cõi trời, chúng sanh cứ mê mải tận hưởng phúc báo quá nhiều, đến khi cùng tận phải theo nghiệp thọ sanh nhận quả báo cho những ác nhân đã gieo ở quá khứ. Đã sa vào ba đường ác, địa ngục, ngạ quỷ, súc sanh thì chẳng biết ngày nào mới thoát ra. Chỉ có được làm người, chúng ta mới có cơ hội tu hành cầu giải thoát. Tại sao? Bởi vì chúng ta có trí tuệ siêu việt hơn loài vật, lại chẳng bị nạn đói khát của loài ngạ quỷ, cũng chẳng bị hành hạ như nghiệp địa ngục. Và nhất là chúng ta thừa hưởng kho tàng pháp bảo vô giá từ Đức Thế Tôn. Kinh Tứ thập nhị chương ghi: *"Nhân thân nan đắc, Phật pháp nan văn"* (thân người khó được, Phật pháp khó có cơ hội được nghe). Hãy nhìn thử quanh mình, bạn sẽ thấy hầu hết mọi người đều hời hợt với sự trôi chảy của đời mình. Hãy để qua một bên khía cạnh thị phi, thiện ác, cuộc sinh hoạt bình thường của chúng ta chỉ gói gọn trong công việc làm ăn tất bật, lo kiếm tiền, tạo cơ ngơi, sự nghiệp, để cuối cùng thở hắt một hơi xuôi tay nhắm mắt. Thật uổng phí mấy mươi năm làm người! Mà chưa chắc gì ta sống được lâu thế. Đâu đã hết chuyện, vừa khi tắt hơi, thần thức hoảng loạn trước gió nghiệp ập tới liền chuyển thân sanh vào ác đạo, biết lúc nào mới trở lại làm người. Đúng như kinh Phạm Võng dạy: *"Nhất thất nhân thân, vạn kiếp bất phục"* (một khi mất thân người, vạn kiếp không có lại).

KINH VĂN

Các nhân giả! Hãy nên nhàm chán cái thân này, chớ tham tiếc nó. Phải nên ưa muốn thân Phật. Vì sao? Vì thân Phật là pháp thân do vô lượng công đức trí tuệ sanh; do giới, định, tuệ, giải thoát, giải thoát tri kiến sanh; do từ, bi, hỷ, xả sanh; do bố thí, trì giới, nhẫn nhục, nhu hòa, cần hành, tinh tấn, thiền định, giải thoát tam-muội, đa văn, trí tuệ các pháp Ba-la-mật sanh; do phương tiện sanh; do lục thông tam minh sanh; do ba mươi bảy phẩm trợ đạo sanh; do chỉ quán sanh; do thập lực, tứ vô sở úy, thập bát bất cộng sanh; do đoạn tất cả pháp bất thiện, tu các pháp thiện sanh; do chân thật sanh, do không buông lung sanh; do vô lượng pháp thanh tịnh như thế sanh ra thân Như Lai. Này các nhân giả! Muốn được thân Phật, đoạn tất cả bệnh chúng sanh thì phải phát tâm Vô thượng chánh đẳng chánh giác.

Như vậy trưởng giả Duy-ma-cật vì những người đến thăm bệnh, mà nói pháp làm cho vô số ngàn người đều phát tâm Vô thượng chánh đẳng chánh giác.

Đây chỉ là một cách nói triệt để nhằm loại trừ mọi bám víu của chúng ta vào thân sắc, chẳng phải là đẩy sắc thân tới một cực đoan cần hủy bỏ. Hãy để ý vô lượng pháp thanh tịnh mà Duy-ma-cật gợi ý như: công đức, trí tuệ, ngũ phần pháp thân, tứ vô lượng tâm, thập ba-la-mật, lục thông, tam minh, 37 phẩm trợ đạo, chỉ quán, thập lực, tứ vô sở úy, 18 pháp bất cộng, thiện pháp, trực tâm v.v... Đó là những gì nếu không phải là hạnh nguyện tu tập của Bồ Tát? Mà hạnh nguyện sẽ không thể nào thực hiện được nếu không có cái thân cụ thể này như chúng ta đang có đây. Kinh Pháp cú có kệ:

Như từ một đống hoa,
Nhiều tràng hoa được kết.
Cũng vậy thân sanh tử,
Làm được nhiều thiện sự.

Do vô lượng pháp thanh tịnh như thế sanh ra thân Như Lai. Đây cũng là cách nói để dẫn dụ, khuyến khích lũ chúng sanh mê muội như chúng ta phải cố tu rồi có ngày sẽ chứng được pháp thân. Thực ra, pháp thân thường, lạc, ngã, tịnh, bất sanh bất diệt, chẳng phải do làm mà có. Duy-ma-cật không cho chúng ta biết pháp thân là gì. Dù cho ông có nói ra được, chúng ta cũng chẳng thể hiểu vì pháp thân thì chỉ có Phật tự biết. Chúng ta còn tu, thì hãy nói chuyện tu; đừng phí công nặn óc bàn luận về pháp thân, vì làm thế cũng giống như cá mà bàn chuyện trên bờ vậy. Hãy thành tâm tin rằng chúng ta cùng với Thích-ca Mâu-ni, chư Bồ Tát, chư tổ sư, và cả với Duy-ma-cật đồng một pháp thân. Các ngài đã tỉnh, nên nhận lại và thể nhập pháp thân. Chúng ta thì còn bị ảo thân, vọng tâm, huyễn cảnh lừa gạt nên cứ mãi dính mắc và trôi lăn theo chúng. Chúng ta như bị lóa mắt trước muôn vạn màu sắc tuy không thực nhưng luôn ảnh hiện lấp lánh, mà không hề nhận ra viên kim cương hiện ở ngay trước mắt. Muôn màu sắc kia không hề tồn tại ngoài hạt kim cương. Người trí thấy những màu sắc trang điểm đó liền nhận biết có hạt kim cương. Ảo thân, vọng tâm, huyễn cảnh cũng thế, là trang sức cho tự tánh pháp thân. Người trí ở ngay chúng mà trực nhận tự tánh nơi mình. Còn chúng ta, thì đáng thương thay, thường bị vẻ ngoài lôi cuốn của chúng lừa gạt, nên không thể xa lìa cái huyễn hóa. Bệnh lóa hay nhặm mắt của chúng ta, Phật gọi là vô minh. Trừ bỏ một phần vô minh thì chứng được một phần pháp thân. Đoạn hết vô minh thì toàn chân thân hiện bày rực rỡ. Đúng như vua Trần Thái Tông nói:

無位真人赤肉團，
紅紅白白莫相瞞，
誰知雲卷長空淨，
翠露天邊一樣山。

Vô vị chân nhân xích nhục đoàn,
Hồng hồng bạch bạch mạc tương man,
Thùy tri vân quyển, trường không tịnh,
Thúy lộ thiên biên, nhất dạng san.

Vô vị chân nhân, thịt đỏ au,
Hồng hồng trắng trắng dối chi nhau,
Ai hay mây cuốn, trời quang tạnh,
Núi hiện chân trời biếc một màu.[1]

Và đó chính là chân pháp thân của chúng ta như nhà vua kết luận: *"Ở ảo sắc cũng là chân sắc, nơi phàm thân cũng thật pháp thân."*

Từ đầu kinh đến kết thúc phẩm Phương tiện, kinh văn thường lặp lại một yêu cầu tối quan trọng đối với việc tu học là sự thực hành. Cũng giống như đối với bệnh nhân, đọc toa thuốc chỉ để biết bệnh, uống thuốc mới là chữa bệnh. Muốn được thân Phật, đoạn tất cả bệnh chúng sanh thì phải phát tâm Vô thượng Chánh đẳng Chánh giác. Muốn trị tận gốc bệnh nhặm mắt nhận lầm huyễn tướng,

---

[1] Khóa hư lục, Trần Thái Tông, bản Việt dịch của Tuệ Chi, trích từ Thơ Văn Lý Trần, Tập 2, quyển thượng, NXB Khoa Học Xã Hội, Hà Nội, 1988.

thiết nghĩ chúng ta nên tận dụng thân tâm, huyễn trí (tức trí tuệ con người chúng ta sẵn có) như phương tiện hữu hiệu nhất. Khi bệnh hết, thuốc chẳng còn cần thiết. Khi đã lên bờ, thuyền bè cũng phải bỏ. Phát tâm Bồ-đề chẳng phải là lời nói suông, mà phải thể hiện qua sự dụng công tu tập, tức phải có công phu đoạn ác tu thiện, tinh tấn thực tu cho đến khi thực chứng thân tâm huyễn hóa mới không phụ lòng Duy-ma-cật đã thuyết bộ kinh này cho chúng ta học hôm nay.

CHƯƠNG 3. PHẨM ĐỆ TỬ

NHỮNG CHUYỆN HẰNG NGÀY

Bản dịch này định danh đây là phẩm Đệ tử. Nếu nói rộng ra thì cả bốn chúng đều là đệ tử Phật, nhưng xét theo nội dung phẩm kinh, chúng ta biết là ở đây chỉ nói đến các vị đệ tử thuộc hàng Thanh văn.

Đức Phật từ sau khi thành đạo cho đến lúc nhập Niết-bàn, trải qua 49 năm du hành khắp xứ Ấn Độ tưới tẩm nguồn mưa pháp, Ngài luôn dùng oai âm thuyết giáo và đời sống thường nhật của mình làm thân giáo cho môn đồ. Tăng đoàn, với số tỳ-kheo hầu như gắn bó nhất với Phật là 1.250 vị, tiếp nhận sự giáo dưỡng đó mà tu học và chứng đắc không ít. Nổi bật nhất là mười vị đại đệ tử xuất hiện trong phẩm kinh này.

Bản dịch của ngài Huyền Trang là kinh Thuyết Vô Cấu Xưng gọi tên phẩm này là phẩm Thanh văn, đúng theo như cách hiểu mà chúng ta vừa nói trên. Thanh (聲) là âm thanh, tiếng nói, văn (聞) là nghe, Thanh văn là hàng đệ tử Phật nhờ nghe âm thanh thuyết pháp mà được chứng ngộ. Chính vì sự giới hạn của ngôn ngữ được biểu đạt qua âm thanh là phương tiện giúp họ chứng ngộ, nên các vị Thanh văn chỉ có thể đạt đến những quả vị cao nhất là Tu-đà-hoàn, Tư-đà-hàm, A-na-hàm và A-la-hán, gọi chung là Tứ thánh quả, mà theo cách nhìn trong kinh này là những quả vị Tiểu thừa.

Tu-đà-hoàn (Śrotāpanna), còn gọi là dự lưu, nghĩa là nhập vào dòng thánh, hay nghịch lưu, tức là ngược dòng sinh tử.

Tuy đã vào thánh đạo, nhưng bậc Tu-đà-hoàn còn phải qua bảy lần sanh tử để tu tập mới chứng quả A-la-hán. Tu-đà-hoàn là bậc thánh sơ quả, đã đoạn dứt 88 loại kiến hoặc, tức là những thấy biết sai lầm.[1] Bậc thánh chứng quả vị này đã thấy đạo nên quả vị này được gọi là kiến đạo vị.

Tư-đà-hàm (Sakṛadāgāmin) còn gọi là nhất lai quả, vì quả vị này chỉ còn một lần sinh vào cõi trời hoặc cõi người nữa là thành tựu trọn vẹn, nên ở vào tu đạo vị. Do chỉ còn một lần tái sinh nên gọi là nhất lai. Bậc Tư-đà-hàm đã đoạn dứt kiến hoặc, nhưng chỉ đoạn được 6 phẩm tư hoặc đầu của cõi Dục giới.

A-na-hàm (Anāgāmin) còn gọi là bất hoàn quả, là quả vị do đã đoạn trừ kiến hoặc và 9 phẩm tư hoặc của Dục giới mà chứng đắc. Quả vị này không còn tái sinh nên gọi là bất hoàn.

A-la-hán (Arhat) là quả vị cao nhất trong Tứ quả của hàng Thanh văn. Bậc thánh A-la-hán đã đoạn sạch 88 loại

---

[1] Bát thập bát sử (八十八使), tức 88 loại kiến hoặc, tức là những phiền não căn bản mà người tu tập cần dứt trừ. Kể chi tiết ra thì gồm có: ngũ lợi sử (thân kiến, biên kiến, tà kiến, kiến thủ kiến, giới cấm thủ kiến), ngũ độn sử (tham, sân, si, mạn, nghi), hợp thành thập sử hay thập hoặc. Người tu tập trong Ba cõi, nhờ thấu hiểu Bốn thánh đế nên trừ bỏ được các kiến hoặc theo từng trình tự không giống nhau, như quán xét tu tập Khổ đế trong Dục giới liền trừ được 10 kiến hoặc (thập sử); khi quán xét tu tập theo Tập đế và Diệt đế thì lần lượt trừ được mỗi giai đoạn là 7 kiến hoặc (thất sử, gồm thập sử kể trên trừ ra thân kiến, biên kiến và giới cấm thủ kiến thuộc ngũ lợi sử); đến khi tu tập theo Đạo đế liền trừ được 8 kiến hoặc (bát sử, gồm thập sử kể trên trừ ra thân kiến và biên kiến thuộc ngũ lợi sử), cộng cả thảy là 32 kiến hoặc (10+7+7+8), gọi là tam thập nhị sử. Khi tu tập Bốn thánh đế ở các cõi Sắc giới và Vô sắc giới cũng trừ được số kiến hoặc như ở Dục giới, nhưng khác biệt là không có sân, nên còn lại 7 kiến hoặc (thay vì 8), nhân cho Bốn thánh đế thành 28 kiến hoặc (nhị thập bát sử). Cộng chung hai giai đoạn tu tập ở Sắc giới và Vô sắc giới dứt trừ được 56 kiến hoặc (ngũ thập lục sử). Như vậy cộng chung số kiến hoặc phải dứt trừ trong Ba cõi là 88 kiến hoặc (32+56), gọi chung là bát thập bát sử. Thật ra đây cũng chỉ là những con số và sự phân loại mang tính biểu trưng hơn là những mô tả hoàn toàn chính xác, vì thân tâm của mỗi hành giả luôn có sự khác biệt đặc thù. (Dựa theo phần Thuật ngữ Phật học của Rộng Mở Tâm Hồn - www.rongmotamhon.net)

kiến hoặc và 81 loại tư hoặc trong ba cõi,[1] nên gọi là hay sát tặc (giết giặc), vượt qua phần đoạn sanh tử, chẳng còn thọ sanh, nên gọi là bậc vô sanh, xứng đáng cho trời người cúng dường, nên gọi là bậc ứng cúng, chẳng còn phải học tiếp, nên vào vô học vị. Tuy nhiên, cần lưu ý là trong Thập hiệu của chư Phật cũng có danh hiệu A-la-hán, được xưng tụng là Ứng cúng, theo cách nhìn của Đại thừa là hoàn toàn khác với danh xưng A-la-hán trong Tứ quả Thanh văn.

Ở phẩm Đệ tử này, nếu chỉ căn cứ vào bề mặt nội dung cuộc đối thoại giữa Duy-ma-cật và mười vị đại đệ tử của Phật, ắt hẳn chúng ta dễ đi đến một kết luận thuần túy mang tính lịch sử: đây là phản ánh cuộc chỉnh lý tư tưởng trong nội bộ tăng đoàn sau khi Phật nhập Niết-bàn hơn 100 năm, giữa hai khuynh hướng bảo thủ của Thượng tọa bộ và cấp tiến của Đại chúng bộ. Quan điểm lịch sử này vô tình trì trệ sự ra đời của bản kinh hơn cả trăm năm, thậm chí hơn cả hai trăm năm. Điều này đồng nghĩa với việc xác nhận kinh Duy-ma-cật chưa hề có trong khoảng tám năm Phật thuyết pháp thời Phương đẳng. Điều này cũng có nghĩa khẳng định Duy-ma-cật là nhân vật do người đời sau hư cấu. Hệ quả tai hại hơn của quan điểm lịch sử này là kích động mâu thuẫn giữa Phật giáo phát triển hay Đại thừa và Phật giáo nguyên thủy hay Tiểu thừa, cho dù chúng ta có biện minh hay cách mấy rằng cuộc chỉnh lý nội bộ này diễn ra rất mực ôn hòa với tâm từ bi nhằm nâng cấp tư duy.

Nội dung cuộc đối thoại giữa Duy-ma-cật và các vị đệ tử xuất gia xoay quanh những vấn đề như: thiền định (đối thoại với ngài Xá-lợi-phất), thuyết pháp (với các ngài Mục-kiền-liên, Phú-lâu-na, Ca-chiên-diên), khất thực (với

---

[1] Cũng gọi là cửu địa cửu phẩm tư hoặc (九地九品思惑), vì trong ba cõi phân thành cửu địa, gồm Dục giới, Tứ thiền và Tứ vô sắc, mỗi địa này có đủ 9 loại tư hoặc nên tính tổng cộng là 81 loại.

ngài Đại Ca-diếp và ngài Tu-bồ-đề), thiên nhãn (với ngài A-na-luật), giới luật (với ngài Ưu-ba-li), xuất gia (với ngài La-hầu-la), và Phật thân (với ngài A-nan). Đúng là như vậy, nhưng đó chỉ là cái nhìn hời hợt bên ngoài, quá đơn thuần, làm cho phẩm kinh này trở nên cục bộ với những vấn đề hết sức riêng rẽ và rời rạc. Do đó, phẩm kinh này bị ngộ nhận là sự phê phán nghiêm khắc đối với pháp tu của hàng Thanh văn.

Kinh Duy-ma-cật là một tuyệt tác văn học kịch. Phẩm trước bao hàm ý phẩm sau. Phẩm sau khai triển sâu rộng ý phẩm trước. Hãy đặt phẩm kinh này lại đúng vị trí của nó trong toàn bộ văn kinh, với chủ đề xuyên suốt về lý: Tâm tịnh tức Phật độ tịnh, và về sự: Nguyện lãnh lấy cõi Phật chẳng phải ở nơi rỗng không. Chắc chắn có một liên kết chặt chẽ giữa các cuộc đối thoại giữa Duy-ma-cật và mười vị đại đệ tử của Phật. Sự liên kết này làm cho những vấn đề được nêu lên thoạt trông dường như riêng biệt nhau, nhưng thực ra hết sức mạch lạc, đậm nét cốt lõi nghĩa kinh và góp phần đưa ý kinh đạt đến đỉnh điểm là pháp môn bất nhị. Phẩm kinh này giống như một kịch bản điện ảnh hiện đại, với các câu chuyện cá biệt mang nội dung khác nhau, nhưng bố cục cạnh nhau lại làm nổi bật một chủ đề chung.

Phê phán sự thiên lệch về cái Không, phá bỏ sự chấp trước vào cái Có; đó là cách khéo chỉ ra ý nghĩa tinh tế sâu nhiệm của lý Chân không Diệu hữu mà chúng ta sẽ nhận ra khi theo dõi tiếp kinh văn phẩm này. Sự phê phán phá chấp đó không nhằm vào giới tăng sĩ, bởi vì kinh Duy-ma-cật không bị gò bó trong không gian hạn hẹp của tự viện, chùa chiền, mà chủ yếu khai mở con đường chuyển hóa thân tâm cho hàng cư sĩ tại gia. Thông qua cuộc đối thoại với mười vị đại đệ tử của Phật, Duy-ma-cật mượn chuyện hằng ngày của các vị này để nói chuyện hằng ngày của chúng ta. Lý do chính là vì việc chuyển hóa thân tâm cần thiết phải được thực hiện ngay trong thực tế cuộc sống. Và đó là ý tứ nhất quán xuyên suốt chương phẩm này, cần đặc biệt chú trọng.

TRỰC NGỘ BẢN TÂM

HIỆN THÂN Ý

> **KINH VĂN**
>
> Lúc bấy giờ trưởng giả Duy-ma-cật nghĩ thầm rằng: Nay ta bệnh nằm ở giường, Thế Tôn là đấng đại từ, lẽ đâu không đoái lòng thương xót!
>
> Phật đã biết ý ông, liền bảo Xá-lợi-phất rằng: Ông đi đến thăm bệnh ông Duy-ma-cật.

Ông Duy-ma-cật đang mang bệnh, tự hỏi không biết Đức Phật có nghĩ thương đến mình chăng. Đối với mọi người, đây là chuyện thường tình. Bất kỳ ai trên đời cũng đều mong cầu an lạc hạnh phúc và hy vọng người khác quan tâm đến mình. Không có gì sai trái trong sự kiện tâm lý này, miễn là nỗi hoài vọng đó không vượt qua giới hạn cho phép của đạo đức xã hội. Tuy nhiên, chúng ta thường vì bản thân mà từ sự mong cầu tinh thần này dấn bước quá xa vào những ham muốn vật chất. Cuối cùng là chúng ta không ngần ngại dùng mọi thủ đoạn bỉ ổi và tàn nhẫn để đạt được chúng. Những ham muốn mà chúng ta cho là thường tình hợp lý, từ hơn 2.500 năm trước đã được Phật chỉ đích danh là ngũ dục: sắc dục (mê đắm hình sắc đẹp), thanh dục (mê đắm âm thanh êm dịu hay lạ), hương dục (mê đắm hương thơm, dễ chịu), vị dục (mê đắm vị ngon ngọt, vừa miệng) và xúc dục (mê đắm sự xúc chạm êm ái). Mở rộng ra, mọi sự tham muốn của chúng ta hầu hết đều khởi sinh từ năm đối tượng bên ngoài (hình sắc, âm thanh, mùi hương, vị nếm và sự xúc chạm), nhưng lại bị ta bám chấp, nắm giữ và xem như một phần của chính mình.

Chuyện bình thường của Duy-ma-cật khác với chuyện bình thường của chúng ta. Chúng ta có thân, dù khỏe khoắn hay bệnh hoạn, đều là để thọ lãnh nghiệp báo. Và khi chúng ta khởi lên một niệm là lúc chúng ta gieo xuống một nghiệp nhân. Ông Duy-ma-cật thì khác. Ông cũng có thân, nhưng đó là thân thị hiện mang bệnh, để lột trần thân sắc, cảnh tỉnh chúng sanh. Việc này chúng ta có thể hiểu được. Nhưng việc ông khởi ý mong Phật đoái hoài thì thực khó nghĩ bàn. Chúng ta chỉ có thể miễn cưỡng nói ông dụng tâm nương oai thần của Phật để khai mở một pháp hội tầm vóc siêu việt cả đại thiên thế giới, sẽ diễn bày sâu rộng pháp môn bất khả tư nghì.

Một bậc giác ngộ hiện thân ý như thế thì chỉ có Phật mới hiểu, nên Phật đã dạy Xá-lợi-phất là vị đệ tử trí tuệ bậc nhất trong tăng đoàn đến viếng thăm ông.

TÔN GIẢ XÁ-LỢI-PHẤT

Ngài Xá-lợi-phất (Sāriputta) sinh tại miền nam Ấn Độ, nước Ma-kiệt-đà (Magadha), làng Ca-la-tý (Upatissa) cách thành Vương Xá (Rajagrha) không xa. Ngài thuộc dòng dõi Bà-la-môn, cha là Ưu-bà-đề-xá (Upatiṣya), mẹ là bà Xá-lợi (Sāri). Từ thuở nhỏ ngài đã có trí tuệ và tài biện luận hơn người. Cậu của ngài là Câu-hi-la (Kausthila), một luận sư ngoại đạo nổi tiếng bấy giờ. Ông thường tranh luận với mẹ ngài và lúc nào cũng giành được phần thắng, nhưng từ lúc bà mang thai ngài thì lần nào ông cũng đuối lý thua cuộc. Người cậu nghĩ là do trí tuệ của thai nhi mà chị mình mới giỏi biện luận như vậy. Ông lại nghĩ, đứa bé này còn là thai nhi mà đã như vậy, nếu ta không nỗ lực học tập thì ắt là sau này sẽ không đủ sức tranh biện với nó. Nghĩ như vậy nên Câu-hi-la bỏ nhà ra đi, chu du khắp nơi để học hỏi, lập chí ngày đêm quên thân mình lao vào nghiên cứu học hỏi kinh điển các trường phái triết học đạo giáo đương thời, luận thư kim cổ, đến nỗi chẳng màng đến việc cắt móng tay. Người đương thời gọi ông là Trường trảo Phạm chí (Dīrghanakha: thầy tu móng dài). Sau này ông cũng qui y làm đệ tử Phật.

Năm lên tám, ngài Xá-lợi-phất đã được vinh danh khắp nước Ma-kiệt-đà. Nhân dịp đức vua tổ chức một đại hội thường niên để tạ ơn hai vị Long vương là Nan-đà và Bạt-nan-đà đã giúp cho đất nước luôn được mưa thuận gió hòa, Cậu bé Xá-lợi-phất theo cha đến tham dự, nhìn thấy bên trên khán đài có thiết lập ba tòa ngồi cao, một dành cho đức vua, một dành cho thái tử và một dành cho vị luận sư dám thách thức tất cả các luận sư khác. Xá-lợi-phất thản nhiên leo lên khán đài, đến ngồi ngay vào tòa ngồi của luận sư. Khi ấy, các luận sư danh tiếng đến dự đại hội đều ngần ngại không muốn ra tranh luận, vì nếu thắng một đứa bé cũng chẳng vinh dự gì, mà nếu thua thì thật là nỗi nhục quá lớn. Do vậy, mỗi người liền đặt câu hỏi rồi sai người theo hầu của mình mang đến chất vấn Xá-lợi-phất. Không ngờ tất cả mọi câu hỏi đều được Xá-lợi-phất trả lời và còn giải thích sâu rộng hơn nữa. Cho đến khi tất cả luận sư đều chịu khuất phục, không còn ai dám chất vấn nữa. Đức vua và nhân dân đều hết sức vui mừng khen ngợi, cho rằng đất nước gặp vận thái bình nên mới có bậc hiền trí ra đời. Từ đó danh tiếng ngài vang dội khắp nơi.

Thời thanh niên, Xá-lợi-phất và Mục-kiền-liên là bạn thân của nhau, họ sớm nổi danh uyên bác đến mức có hàng trăm thanh niên khác xin theo học. Sau đó, tất cả cùng theo học một trong lục sư ngoại đạo bấy giờ là ông San-xà-da-tì-la-chi tử (Sa-nhiên).[1] Thầy có 250 đệ tử, tất cả đều dựa vào ngài Xá-lợi-phất mà được thành tựu. Khi Sa-nhiên sắp chết bỗng hân hoan nở nụ cười, ngài Xá-lợi-phất thưa hỏi,

---

[1] Cũng gọi là Phạm chí Sa-nhiên (沙然). San-xà-da-tì-la-chi tử (刪闍耶毘羅胝子 - Sañjayavairaṭṭiputra) là một trong sáu luận sư ngoại đạo đương thời.

ông đáp rằng: "Người thế tục không có mắt, lấy sự ân ái làm thân thiết. Ta nhìn thấy vua nước Kim vừa chết, phu nhân của vua đâm đầu vào đống lửa chết theo, nguyện được cùng sanh về một chỗ với nhau." Phạm chí Sa-nhiên nói như vậy rồi liền mạng chung. Về sau, [ngài Xá-lợi-phất] gặp thương nhân người nước Kim, hỏi ra quả đúng [có sự việc] như vậy, liền hối tiếc là chưa học được hết phương thuật của thầy, có lẽ vì mình không phải người thích hợp nên thầy còn che giấu. Ngài tự biết mình chưa thông đạt nên vẫn có lòng mong cầu pháp thù thắng, nhưng không còn ai để có thể theo học được nữa. Tuy không đạt được pháp như vậy nhưng hết thảy các pháp khác ngài đều thông suốt, là bậc cao trổi nhất trong chúng ngoại đạo [lúc bấy giờ].

Một hôm, trên đường đi ngài gặp tỳ-kheo Át-bệ[1] dáng vẻ uy nghiêm chững chạc, nhân đó liền hỏi ngài Át-bệ giáo pháp nào ông đã học được với thầy. Át-bệ đọc kệ trả lời rằng:[2]

諸法從緣生
亦從因緣滅
我佛大沙門
常作如是說

Chư pháp tùng duyên sanh,
Diệc tùng nhân duyên diệt,
Ngã Phật đại sa môn,
Thường tác như thị thuyết.

Các pháp do duyên sanh,
Cũng do nhân duyên diệt,
Thầy tôi là Đức Phật,
Thường giảng dạy như vậy.[3]

---

[1] Át-bệ (Aśvajit), tức là ngài A-thuyết-thị, cũng gọi là tỳ-kheo Mã Thắng, là một trong 5 đệ tử đầu tiên của đức Phật, thuộc nhóm 5 anh em ngài Kiều-trần-như.
[2] Phần nội dung về ngài Xá-lợi-phất được tham khảo từ sách Pháp Hoa văn cú của ngài Trí Khải, bản Việt dịch của Nguyễn Minh Tiến.
[3] Theo Luật tạng Đại phẩm, Mahāvagga, tụng phẩm 4.

Quả là bậc trí tuệ hiếm có, vừa nghe qua Xá-lợi-phất liền đắc quả Tu-đà-hoàn. Sau đó Xá-lợi-phất theo chỉ dẫn của ngài Mã Thắng đã đến gặp Phật xin xuất gia làm đệ tử. Nửa tháng sau lễ xuất gia, một hôm Phật thuyết pháp về sự nhận thức của tâm cho tỳ-kheo Trường Trảo, Xá-lợi-phất đứng bên cạnh lắng nghe và chợt hoát ngộ, chứng quả A-la-hán, trong khi người cậu của ngài chỉ đắc quả Tu-đà-hoàn. Đó là câu chuyện trong kinh Trường trảo, thuộc Trường bộ kinh. Nhiều năm về sau, khi Phật thuyết kinh Pháp Hoa, Xá-lợi-phất được Phật thọ ký trong tương lai sẽ thành Phật hiệu là Hoa Quang Như Lai. Điều này chỉ ra cho chúng ta biết rằng các vị đệ tử đương thời của Phật tuy hiện tướng và tu chứng tứ quả Thanh văn (ngoại hiện Thanh văn), nhưng bên trong ẩn tàng Bồ Tát hạnh (nội bí Bồ Tát), cũng cần trải qua quá trình đồng thời tu học và độ sanh để thành tựu Phật quả.

Ngài Xá-lợi-phất được đức Phật khen ngợi là bậc trí tuệ đệ nhất trong hàng đệ tử xuất gia của Phật. Trên đường tu học, mấu chốt quan trọng nhất là thực thi Tam Vô lậu học: giới, định, tuệ. Tuy không nhất thiết thứ tự trước sau, nhưng để củng cố và phát triển lẫn nhau thì về cơ bản, có thể nói "giới sanh định, định sanh tuệ". Chính vì thế, chúng ta không lấy làm lạ khi đối thoại với Xá-lợi-phất, bậc trí tuệ đệ nhất trong tăng chúng, ông Duy-ma-cật đặt vấn đề về thiền định.

THIỀN ĐỊNH VÀ ĐỘNG NIỆM

KINH VĂN

Xá-lợi-phất bạch Phật rằng: Bạch Thế tôn! Con không kham lãnh đến thăm bệnh ông. Vì sao? Nhớ lại trước kia, con từng ở trong rừng ngồi yên lặng tọa thiền dưới gốc cây. Khi ấy ông Duy-ma-cật đến bảo con rằng: Thưa ngài Xá-lợi-phất! Bất tất ngồi sững đó mới là ngồi yên lặng. Vả chăng ngồi yên lặng là ở trong ba cõi mà không

> hiện thân ý, mới là ngồi yên lặng; không khởi diệt tận định mà hiện các oai nghi, mới là ngồi yên lặng; không rời đạo pháp mà hiện các việc phàm phu, mới là ngồi yên lặng.

Thiền định là điều chủ yếu quan trọng nhất trong sinh hoạt hằng ngày của chư tăng ni thời Phật còn trụ thế. Các ngài thường tìm nơi yên vắng, xa lánh thị tứ náo nhiệt và ô nhiễm bởi sự tranh chấp của người đời để tọa thiền. Đó có thể là nơi rừng sâu heo hút, đồi núi vắng lặng hay hang cốc u tịch không một bóng người. Kinh văn nói gọn là *lâm trung yến tọa*, nghĩa là ở trong rừng ngồi yên lặng tọa thiền.

Phẩm hạnh cao đẹp đó, kinh sách gọi là hạnh A-lan-nhã (araṇya). Cảnh thiên nhiên tịch tịnh u nhàn góp phần thúc đẩy sự thành công của việc thiền định. Trong Tương ưng bộ kinh (Samyutta Nikāya) có nhắc đến một ngày nọ Đức Phật gặp ngài Xá-lợi-phất đang tọa thiền trong một khung cảnh đầy thi vị và thanh nhã: *"Một lần nọ, đức Thế Tôn ngụ trong nước Sakya, tại thành Devadaha, Ngài đã thấy đại đức Sariputta nhập sâu trong thiền cảnh dưới vòm cây Elagala. Giống cây này chỉ mọc ở chỗ nào luôn luôn có dòng nước chảy qua. Người ta đã làm vòm cây ấy bằng bốn cây trụ trên đó để bụi cây đan nhau tạo thành một mái nhà. Bên dưới, mặt đất được trải cát bằng phẳng và ở chính giữa có lót những viên gạch để ngồi. Thật là một chỗ mát mẻ, yên lặng với những luồng gió nhẹ, trong sạch từ dưới nước thổi lên."*[1]

Chúng ta chớ nên bám vào văn tự nơi kinh văn: *Bất tất ngồi sững đó mới là ngồi yên lặng.* Hoặc dựa vào vài kiến thức nhỏ nhoi cóp nhặt được từ ngữ lục của các vị thiền sư đã triệt ngộ mà vội vàng phê phán phẩm hạnh A-lan-nhã hay chê trách công phu ngồi thiền hay niệm Phật. Sự ngã

---

[1] Kinh Devadaha trong Samyutta Khandhaka No.2; theo tác phẩm: Cuộc đời Đức Xá-lợi-phất, Nyanaponika Thera, dịch giả Nguyễn Điều, 1966.

mạn trống rỗng như vậy sớm muộn gì cũng đưa ta vào địa ngục dù quỷ sai chẳng mời.

Một hôm có người hỏi ngũ tổ Hoằng Nhẫn (602-675): "Kẻ học đạo tại sao không nên ở xóm làng thành thị mà phải ở trên núi?" Tổ đáp: *"Cây gỗ để dựng nhà lớn, vốn từ rừng sâu mà ra chớ không nơi nhân gian. Do ở xa con người nên không bị dao búa chặt đẽo thương tổn. Sau khi thảy thảy đã thành cây to mới kham nổi dùng làm rường cột, do đó mới biết rằng gửi thân ở hang sâu là xa lánh bụi bặm. Còn dưỡng tánh nơi núi cao thì tránh xa thói tục. Trước mắt không có vật gì thì tâm tự an ninh. Từ đó cây Đạo trổ bông, rừng Thiền ra trái vậy."*[1]

Thiền định trong nếp sống thường nhật của giới xuất gia phảng phất một nét đẹp siêu phàm thoát tục. Ông Duy-ma-cật không muốn dừng lại ở cảnh giới mơ màng ấy. Ông muốn kéo chúng tăng và cả chúng ta trở về hiện thực ở đây và bây giờ. Hiện thực ấy là sự thực không thể chối cãi: chúng ta đang hiện tướng con người và sống trong thế giới loài người. Nhưng vấn đề không phải là dứt bỏ thân này hoặc từ bỏ cõi này mới mong đạt được tâm thanh tịnh. Bản tâm vốn thường thanh tịnh mà chúng ta đã mê muội quên mất để chạy theo những cái dường như là thực: thân tâm ta, tha nhân và thế giới. Nay muốn quay về với cái thực là mình, không phải khư khư ôm lấy nhận định suông về lý như trên để gọi là được, mà phải trên căn bản xác quyết và chấp nhận rằng chúng ta đang hiện diện cùng với người khác trên cõi đời này, để tích cực thực hành những biện pháp cải thiện đời mình cho hạnh phúc hơn.

Căn bản ấy là sự nhận biết rõ ràng rằng chúng ta đang tùy nghiệp hiện thân trong ba cõi sáu đường. Ai trong chúng ta cũng đồng ý rằng mình là con người sống trong

---

[1] Cảnh Đức Truyền Đăng Lục, quyển 3, Đạo Nguyên Tổ sư soạn, Lý Việt Dũng dịch, 2013, trích từ phần phụ lục của dịch giả theo Lăng-già Sư Tư Ký.

cõi người, nhưng sự biết ấy lại là một sự bám chấp đáng thương. Hậu quả là trong từng ngày, từng giờ, từng phút, từng giây của đời mình, bên ngoài thì chúng ta không ngừng đối cảnh sinh tâm, bên trong thì niệm niệm chập chùng lăng xăng không ngớt. Từ đó mọi hành vi và ngôn ngữ phát ra toàn là mầm mống tạo nghiệp, đúng như lời Bồ Tát Địa Tạng thưa với Phật: *"Con xem xét chúng sanh trong cõi Diêm Phù, cử tâm động niệm không chi là chẳng phải tội."*¹ Do đó, chúng ta cứ mãi luân hồi trong ba cõi, lại tiếp tục khởi tâm động niệm, tạo nghiệp để trôi lăn không cùng tận trong sáu đường.

Khởi tâm động niệm, kinh văn gọi là hiện thân ý. Chúng ta đang lạc sâu trong mê cung của ba cõi, tâm cấu nhiễm quên mất chính mình. May mà Duy-ma-cật đã nhân cuộc đối thoại với Xá-lợi-phất mà chỉ cho chúng ta phương tiện thiền quán để trở về bản tâm thanh tịnh vốn sẵn có của mình: *Ở trong ba cõi mà không hiện thân ý, mới là ngồi yên lặng.* Hiểu được điều này, chúng ta mới thấy chỗ tuyệt diệu của Duy-ma-cật hiện thân bệnh và khởi ý mong Phật đoái hoài.

Khởi tâm động niệm là một niệm vô minh sanh vọng tưởng, vi tế nhỏ nhiệm khó thấy. Đó là nghiệp tướng. Vọng tưởng đã sanh, liền dẫn đến phân biệt và chấp trước, tức tâm ý thức. Đó là chuyển tướng. Vọng tưởng, phân biệt, chấp trước hội đủ thì cảnh giới hiện ra. Đó là hiện tướng. Bồ Tát Mã Minh, tổ thứ mười hai trong Thiền tông Ấn Độ, sống vào khoảng nửa đầu thế kỷ hai, gọi là Tam tế tướng. Một khi thấu triệt chúng là hư vọng, chẳng thực, chúng ta liền buông bỏ sạch sẽ thì chẳng có chuyện gì xảy ra. Đây chỉ là nói trên lý, chứ trong thực tế hằng ngày chúng ta cần tự tu, tự thiền, tự biết rõ ràng mới mong thọ dụng quả giải thoát.

---

¹ Kinh Địa Tạng Bồ Tát Bổn Nguyện, Việt dịch: Hòa thượng Thích Trí Tịnh.

Đến đây chúng tôi chợt nhớ một giai thoại trong thiền sử Trung quốc, xin kể ra đây. Vào thời nhà Đường, triều đại vua Đường Túc Tông và Đường Đại Tông, xuất hiện một nhân vật kiệt xuất là quốc sư Tuệ Trung (675?-775) vốn là một trong những đệ tử đắc pháp lỗi lạc của Lục tổ Huệ Năng. Lúc bấy giờ có pháp sư Đại-nhĩ Tam tạng từ Tây Thiên (Ấn Độ) đến kinh thành, tự cho là đắc được tha tâm thông biết được ý nghĩ của người khác. Vua nhờ quốc sư nghiệm chứng. Sau khi hai bên lễ bái nhau, Quốc sư liền hỏi: "Nghe nói ông đắc tha tâm thông?" Pháp sư kia khiêm tốn đáp: "Không dám." Quốc sư hỏi tiếp: "Ông nói xem hiện giờ lão tăng đang ở đâu?" Pháp sư Đại-nhĩ đáp: "Hòa thượng là thầy một nước, sao lại rỗi đi coi đua thuyền ở Tây Xuyên?" Quốc sư lại hỏi: "Còn bây giờ lão tăng ở chỗ nào?" Pháp sư trả lời: "Hòa thượng là thầy một nước, sao lại đến Thiên Tân xem khỉ đùa?" Lúc lâu sau, quốc sư lại hỏi như trước: "Còn bây giờ ông có biết lão tăng ở đâu không?" Lần này, pháp sư Đại-nhĩ bối rối lặng thinh vì không thấy được tâm ý của quốc sư. Quốc sư liền quát: "Hồ tinh! Tha tâm thông đâu?"[1] Hai lần trước, quốc sư Tuệ Trung sử dụng khởi tâm động niệm như là phương tiện hiện thân ý trong ba cõi, nên Đại-nhĩ tam tạng có thể thấy được. Lần sau cùng, tuy Tuệ Trung đang đối diện với Đại-nhĩ, mà ông chẳng mảy mún động tâm, tức trong ba cõi mà không hiện thân ý, thì lấy gì pháp sư kia thấy được dấu tích của ngài.

Không khởi tâm động niệm chẳng phải là ngưng bặt mọi tư tưởng, dập tắt mọi cảm xúc, vì làm như vậy là tự biến mình thành trơ trơ như gỗ đá vô tri. Không khởi tâm động niệm chẳng phải tự nhiên mà được, mà phải trải qua quá trình hàm dưỡng lâu dài công phu thiền định. Đến đây, tôi thiết nghĩ nên có cái nhìn chung về thứ lớp cảnh

---

[1] Cảnh Đức Truyền Đăng Lục, quyển 5, Đạo Nguyên Tổ sư soạn, Việt dịch, tập 1, Lý Việt Dũng, nxb Hồng Đức, 2013.

giới thiền định trước khi theo dõi tiếp kinh văn. Những ghi chép dưới đây chỉ là cóp nhặt từ sách vở, chẳng phải là thực chứng, nên chỉ có giá trị lược khảo sơ sài.

Tứ thiền, còn gọi là căn bản thiền hay căn bản định, gồm có sơ thiền, nhị thiền, tam thiền và tứ thiền. Đặc tính chung của bốn tầng thiền định này là xả bỏ cảm thọ và ái dục thô thiển của Dục giới. Hành giả tu tập trước tiên phải qua một giai đoạn công phu cho đến khi vọng tâm loạn động được thanh lọc bớt, hành giả đạt được chút khinh an và chánh niệm tỉnh giác. Tiếp tục lâu dần, hành giả sẽ nhập sơ thiền, còn gọi là Ly sanh hỉ lạc địa, và khi nhập sâu vào định thì hơi thở sẽ ngừng, chỉ khi xuất định thì mới thở lại bình thường. Từ sơ thiền, nếu tinh tấn, hành giả sẽ nhập nhị thiền, định lực có phần tiến triển hơn, sanh tâm an lạc, gọi là Định sanh hỉ lạc địa. Lúc này khi vào sâu trong định, chẳng những hơi thở ngừng, mà mạch đập của tim cũng không còn, chỉ trở lại bình thường khi xuất định. Tiến lên một bậc cao hơn là tam thiền, ý niệm và vọng tưởng không còn, cũng chẳng còn các niềm an lạc thô trọng trược, chỉ có sự an vui vi diệu tinh tế, gọi là Ly hỉ diệu lạc địa. Tiếp tục tinh tấn tu tập, hành giả sẽ đắc tứ thiền, xả bỏ niềm vui vi diệu trên, chỉ còn tâm niệm thanh tịnh, gọi là Xả niệm thanh tịnh địa. Bốn tầng thiền định này vượt qua Dục giới mà vào cõi Sắc giới.

Hành giả tu tập tinh tấn hơn nữa, nếu không lạc vào tà định, thì sẽ tiến lên bốn tầng thiền định cao hơn của cõi Vô sắc giới là: Không vô biên xứ, Thức vô biên xứ, Vô sở hữu xứ và Phi tưởng phi phi tưởng xứ. Hành giả muốn nhập vào Không vô biên xứ, phải xả ly sáu trần, tâm duyên nơi hư không, không còn khổ vui. Định thức xứ là xả bỏ Định hư không, tâm duyên nơi thức, muốn cùng thức tương ưng, niệm niệm không rời. Định hư không là nương bên ngoài. Định thức xứ là nương bên trong. Cả hai đều chẳng thật.

Hành giả quán các pháp là vô sở hữu, không chỗ để tâm nương gá, nên mọi vọng tưởng phân biệt đều dứt. Nội tâm trở nên vắng lặng, tịch tĩnh, nhập vào Vô sở hữu xứ. Định Phi tưởng phi phi tưởng là niệm thô đã hết, nhưng không phải không còn niệm vi tế. Hành giả đoạn trừ được cái có tưởng của Định thức xứ nên gọi là phi tưởng. Do đoạn trừ được cái không tưởng của Định vô sở hữu xứ nên gọi là phi phi tưởng. Lại nữa, do quán tâm thức chẳng phải có, nên gọi là phi hữu; cũng chẳng phải không, nên gọi là phi vô. Tứ thiền và tứ không kể trên gộp chung là tứ thiền bát định.

Diệt tận định (Nirodhasamapatti), còn gọi là Diệt thọ tưởng định, là cảnh giới thiền cao tột vượt qua tứ thiền bát định, nhằm ngưng hẳn mọi trạng thái của tâm thức. Trí Giả đại sư viết: *"Khi hành giả tu pháp quán Diệt thọ tưởng bối xả, cần phải diệt trừ định phi tưởng, ấm, giới, nhập và các tâm số pháp (tâm sở)...Nay hành giả muốn nhập định Diệt thọ tưởng bối xả, cần biết rõ tâm năng quán cũng chẳng phải là cảnh giới rốt ráo vắng lặng, nên xả bỏ tuệ tưởng và định của tâm năng quán. Do xả bỏ hai thứ định và tuệ này, nên gọi là xả bỏ Diệt thọ tưởng và các tâm số pháp... Do thọ tưởng đã dứt sạch, nhân đây tâm cùng pháp diệt tương ưng. Hành giả dùng pháp diệt để trì giữ tâm này, nên nội tâm vắng lặng, không còn tri giác, đây gọi là thân chứng định Diệt thọ tưởng. Trong định này không còn tâm thức, nếu muốn nhập định hay xuất định, phải ấn định thời gian xuất nhập dài hay ngắn."*[1] Xem thế thì Diệt tận định hay Diệt thọ tưởng định không phải là đề mục cho chúng ta bàn luận, vì đó là cảnh giới thân chứng của các vị A-la-hán, Bồ Tát hay Phật.

Theo trên, cảnh giới Diệt tận định có xuất có nhập. Kinh văn viết: *Không khởi Diệt tận định mà hiện các uy*

---
[1] Thiền Ba-la-mật, Thiên thai Trí Giả đại sư, dịch giả: Thích Đạt Ma Ngộ Nhất, Nhà xuất bản Tôn Giáo, 2011.

nghi, *mới là ngồi yên lặng.* Chúng ta nên hiểu như thế nào? Câu kinh văn này làm chúng tôi nhớ đến kinh Kim Cang, sau phần tựa, đoạn mở đầu viết: *"Lúc đó gần đến giờ ăn, Đức Thế Tôn đắp y, cầm bát, vào thành lớn Xá Vệ mà khất thực. Trong thành ấy, Đức Phật theo thứ tự, ghé từng nhà khất thực xong trở về tịnh xá, dùng cơm, rồi cất y bát. Sau khi rửa chân xong, Đức Phật trải tòa mà ngồi."*¹ Ngày ngày, Đức Phật trong suốt 49 năm du hóa độ sanh, Ngài vẫn làm công việc hết sức bình thường đó. Nhưng mấy ai tinh mắt thấy được trong sự bình thường tưởng chừng như chẳng có gì đáng để ý đó lại ẩn phục một định lực tự tại phi thường. Đó chính là Định tự tánh. Tự tánh vốn định, chẳng cần xuất nhập mà đi, đứng, nằm, ngồi vẫn rạng rỡ uy nghi. Và đây chính là điều mà Duy-ma-cật muốn nói với Xá-lợi-phất. Có thể nói: giác tự tánh tức đắc đại định, chẳng phải phí sức dụng công. Lý đó hàm nghĩa tuệ sinh định vậy.

Để thâm nhập câu kinh văn trên, ta nên tham khảo thêm một đoạn trong Pháp bảo đàn kinh, phẩm Cơ duyên. Có vị tăng đem bài kệ của thiền sư Ngọa Luân lặp lại với tổ Huệ Năng, kệ rằng:

臥輪有伎倆，
能斷百思想；
對境心不起，
菩提日日長 。

*Ngọa Luân hữu kỹ lưỡng
Năng đoạn bách tư tưởng,
Đối cảnh tâm bất khởi,
Bồ đề nhật nhật trưởng.*

*Ngọa Luân có bản lãnh,
Dứt được trăm tư tưởng,*

---

¹ Kinh Kim Cang, Việt dịch: Hòa thượng Thích Trí Tịnh.

Đối cảnh tâm không khởi,
Bồ đề luôn luôn trưởng.

Tổ nghe xong nói: "Kệ này chưa rõ tâm địa, nếu theo đó mà hành thì lại càng thêm trói buộc." Do đó Tổ khai thị một bài kệ:

惠能沒伎倆，
不斷百思想；
對境心數起，
菩提作麼長？

Huệ Năng một kỹ lưỡng,
Bất đoạn bách tư tưởng,
Đối cảnh tâm sổ khởi,
Bồ đề tác ma trưởng?

Huệ Năng không bản lãnh,
Chẳng dứt trăm tư tưởng,
Đối cảnh tâm cứ khởi,
Bồ đề làm sao trưởng?[1]

Trở lại với bản kinh, trong cuộc đối thoại với Xá-lợi-phất, ba câu: *Không hiện thân ý... không khởi diệt tận định... không rời đạo pháp mà hiện các việc phàm phu* là ông Duy-ma-cật nói về các bậc thánh nhân đã giác ngộ. Đứng về phía chúng sanh mà nhìn thì đó là sự thị hiện của các ngài cho chúng ta học tập. Về phía Bồ Tát, các ngài chưa hề tự nhận mình là bậc giác ngộ, cũng chưa hề thấy có mình hiện tướng giáo hóa chúng sanh bao giờ. Nếu ở giới xuất gia, các ngài cũng làm những việc như tăng chúng thông thường làm như gõ mõ, tụng kinh, ngồi thiền, kinh hành, niệm Phật... Nếu ở giới tại gia, các ngài cũng có vợ chồng, con cái, cũng làm ăn buôn bán. Một điểm chung là các ngài không rời bổn nguyện độ sanh, tùy duyên làm lợi ích chúng sanh rất tự nhiên như chúng ta đang hít thở vậy.

---

[1] Kinh Pháp Bảo Đàn, Lục tổ Huệ Năng, Việt dịch: Hòa thượng Thích Duy Lực, tái bản 2011.

TRI KIẾN VÀ PHIỀN NÃO

> **KINH VĂN**
>
> Tâm không trụ trong cũng không ở ngoài mới là ngồi yên lặng; đối với các kiến chấp không động mà tu ba mươi bảy phẩm trợ đạo mới là ngồi yên lặng; không đoạn phiền não mà vào Niết-bàn mới là ngồi yên lặng. Nếu ngồi được như thế là chỗ Phật ấn khả vậy. Bạch Thế tôn! Lúc ấy con nghe nói những lời đó rồi, im lặng không trả lời đặng, nên con không dám đến thăm bệnh ông.

Đoạn kinh văn này là phần dành cho chúng ta. Tại sao tôi nói như vậy? Nhìn chung phần kinh văn này đề cập đến tướng trạng tâm thức của phàm phu chúng ta và nhân đó dạy bảo cách tu tập trên căn bản trí tuệ Bát-nhã.

Thông thường chúng ta chỉ hướng ngoại mà quan sát và nhận xét thế giới và tha nhân chứ chẳng hề để ý đến diễn biến tâm thức của chính mình. Ai cũng mặc nhiên thừa nhận rằng chính mình đang suy nghĩ, đang cảm thọ, đang nhận biết. Cái sinh mệnh đang hiện hữu đó, kinh Kim Cang gọi là thọ giả tướng, thực ra là huyễn tướng do hư vọng mà có. Bản tâm bất giác chuyển thành a-lại-da thức lưu xuất cảnh giới. Do đó chúng ta mắt thấy có sắc, tai nghe có tiếng, mũi ngửi có mùi, lưỡi nếm có vị, thân xúc chạm có cảm giác, trong đầu lại biết có ý nghĩ, niệm tưởng. Cuối cùng là chúng ta bên ngoài thì bị cảnh giới hấp dẫn, bên trong thì bị tư tưởng lôi kéo càng đi càng xa, mà không biết rằng trong ngoài gì cũng chỉ toàn là mớ tưởng tượng hỗn độn. Thực tướng của chúng là Không. Vạn pháp là bóng. Tâm ta là gương. Bóng hiện dù có méo mó thô kệch hay đẹp đẽ muôn màu cũng chẳng thể chạm đến tự tánh sáng soi của gương. Quán xét được như thế thì ngoài ta chẳng chạy theo, trong ta không níu giữ. Hay nói theo kinh văn là: *Tâm không trụ trong cũng không ở ngoài*. Đó mới thực khế hợp bản tâm thanh tịnh của chính mình.

Bản tánh thanh tịnh chẳng loại trừ công dụng thấy, nghe, hiểu biết của tâm. Vì vậy mà lúc nào chúng ta cũng thấy, nghe, hiểu biết. Mặt khác, do chúng ta mang thân người, sống trong thế giới loài người nên sự thấy, nghe, hiểu biết của chúng ta bị giới hạn trong phạm vi con người. Ai cũng gọi là núi, thì chúng ta không thể cho nó là sông. Mọi người đồng ý rằng con cò thì trắng, con quạ thì đen, tất nhiên chúng ta không thể bảo ngược lại. Phật pháp gọi đây là đồng nghiệp vọng kiến; cùng chung một nghiệp thì có cái nhìn giống nhau. Lại nữa, mỗi một người do hoàn cảnh bản thân, gia đình, giáo dục, xã hội khác nhau nên cái nhìn có phần khác nhau. Đây là biệt nghiệp vọng kiến; nghiệp khác biệt nên có cái nhìn khác biệt. Thông hiểu sâu sắc giới hạn của kiến, văn, giác, tri, chúng ta sẽ dễ dàng vượt qua mâu thuẫn trong cách nhìn giữa ta và người khác. Về điều này, ông Duy-ma-cật đã chỉ cách cho chúng ta: *đối với các kiến chấp không động mà tu ba mươi bảy phẩm trợ đạo.*

Ba mươi bảy phẩm trợ đạo là nói gọn cho vô lượng pháp môn mà Phật dạy cho chúng sanh tu tập gồm có:

- Tứ niệm xứ: quán thân bất tịnh, quán thọ thị khổ, quán tâm vô thường, quán pháp vô ngã.

- Tứ chánh cần: tinh tấn ngăn ngừa điều ác chưa sanh; tinh tấn đoạn trừ điều ác đã sanh; tinh tấn phát triển điều lành chưa sanh; tinh tấn nuôi dưỡng điều lành đã sanh.

- Tứ như ý túc: dục như ý túc, lòng mong muốn đạo quả; tinh tấn như ý túc, siêng tu đạt đạo quả; định như ý túc, tâm chuyên chú thiền định; quán như ý túc, tư duy để đạt trí tuệ giác ngộ.

- Ngũ căn, ngũ lực: tín, tin vào Tam bảo; tấn, siêng năng tu hành; niệm, tâm tỉnh thức luôn biết rõ ràng; định, tâm không dao động trước sáu trần; tuệ, tâm quán chiếu thực tướng các pháp. Năm điều này là gốc rễ sinh thiện pháp, nên gọi là căn, khi được phát triển vững mạnh thì gọi là lực.

- Thất giác chi: niệm giác chi, tâm chánh niệm; trạch pháp giác chi, tâm chánh kiến; tinh tấn giác chi, tâm siêng năng tu hành; hỉ giác chi, tâm hoan hỉ ôn hòa; khinh an giác chi, tâm an lạc; định giác chi, tâm tĩnh lặng; xả giác chi, tâm buông bỏ mọi kiến chấp và phiền não.

- Bát chánh đạo: chánh kiến, thấy biết chân chánh; chánh tư duy, suy nghĩ chân chánh; chánh ngữ, nói năng chân chánh; chánh nghiệp, hành động chân chánh; chánh mạng, mưu sinh chân chánh; chánh tinh tấn, siêng năng chân chánh; chánh niệm, nhớ nghĩ chân chánh; chánh định, thiền định chân chánh.

Khi Duy-ma-cật khuyến tu như trên, ông muốn nhắc nhở chúng ta rằng thực tướng vạn pháp tuy là không, nhưng không mà chẳng phải không. Tại sao? Vì chúng ta luôn có chuyện mắt thấy tai nghe, và anh thì thấy thế này, tôi thì thấy thế khác. Đó mới là trọng điểm cần giải quyết: sở tri chướng hay chướng ngại do sự thấy biết. Do sự chướng ngại này mà mọi sự từ không trở thành chẳng phải không. Chúng ta không thể thay đổi cách nhìn của người khác, bởi vì nhân như vậy, duyên như vậy, họ mới có cách nhìn như vậy. Nhận hiểu và chấp nhận điều đó, chúng ta sẽ dễ dàng buông xuống những nhận định cố chấp, bướng bỉnh của mình. Chẳng cần phải bịt tai che mắt mà tâm vẫn thường an lạc.

Tuy nói thế nhưng thực tế thì rất khó bởi vì một khi cái thấy, nghe, hiểu biết của chúng ta đã là như vậy thì hệ lụy kéo theo sẽ là chuỗi phiền não trĩu nặng tâm ta. Có thể nói rằng kiến chấp là gốc sinh phiền não. Chúng ta khó có thể nhận ra mình đang chấp thủ cái thấy, nghe, hiểu biết của mình, nhưng chúng ta dễ dàng biết được mình đang vui buồn, thương ghét, bực dọc, hơn thua... Lý do chính là vì phiền não tác động trực tiếp tâm thức, và làm hiển lộ bản ngã của chúng ta. Điều này giải thích tại sao ta càng muốn dập tắt phiền não, chúng càng bùng phát dữ dội hơn. Duy-ma-cật quả là một nhà tâm lý học đại tài khi ông nói: *Không đoạn phiền não mà vào Niết-bàn mới là ngồi yên lặng.* Trên hình tướng mà nói, phiền não chẳng phải không có, vì nó là sự tự khẳng định bản ngã của chúng sanh. Phiền não thực ra chẳng phải do ai hay ngoại cảnh gây ra cho chúng ta. Chừng nào chúng ta còn ôm ấp kiến chấp của chính mình, thì chúng ta còn chìm đắm trong biển phiền não. Dù chúng là những ngọn sóng lăn tăn hay là cơn sóng thần tàn khốc, suy cho cùng, chúng chỉ là hư tưởng mà thôi. Cái chẳng phải không ấy rốt cuộc chẳng phải thực, hay rốt ráo cũng là không, thì bàn chi việc bám víu hay đoạn trừ. Thấy được thực tánh của phiền não, thì chẳng chấp giữ hay dập tắt. Đó chính là tâm thanh tịnh an trú Niết-bàn vậy.

Phiền não chướng thì thiên hình vạn trạng, trong đó duy chỉ có một loại mà chúng ta không thể nào trốn tránh được, vì nó sinh ra từ nhân quả nghiệp báo. Đó chính là báo chướng. Do thấy biết sai lầm mê muội, từ đời quá khứ chúng ta đã gieo ác nhân nên nay phải nhận ác quả. Cách thông minh nhất để chuyển hóa khổ đau thành an vui là tinh tấn tu hành theo lời Phật dạy và hồi hướng công đức cho oan gia trái chủ. Bấy giờ phiền não không trừ cũng tự dứt, Niết-bàn không cầu mà tâm vẫn bình an.

Để tạm biệt ngài Xá-lợi-phất, tôi xin dẫn thơ cụ Nguyễn Du (1766-1820) để tạm kết luận:

滿境皆空何有相？
此心常定不離禪。

Mãn cảnh giai không hà hữu tướng,
Thử tâm thường định bất ly thiền.

Khắp cảnh đều không đâu có tướng,
Tâm này thường định chính là thiền.[1]

KHAI MỞ PHÁP TƯỚNG

TÔN GIẢ MỤC-KIỀN-LIÊN

> **KINH VĂN**
>
> **Phật bảo Đại Mục-kiền-liên: Ông đến thăm bệnh ông Duy-ma-cật. Mục-kiền-liên bạch Phật: Bạch Thế Tôn! Con không kham lãnh đến thăm bệnh ông.**

Tôn giả Mục-kiền-liên (Mahā Maudgalyāyana) có nhân duyên bằng hữu sâu đậm với tôn giả Xá-lợi-phất. Hai ngài chào đời cùng một ngày. Điều lạ lùng là cả hai bà mẹ đều thọ thai cùng một ngày, và gia đình họ quen thân nhau tới bảy đời. Ngài Mục-kiền-liên tên là Câu-luật-đà (Kolita), nhưng vì theo họ mẹ nên thường được gọi là Mục-kiền-liên. Ngài xuất thân từ danh gia vọng tộc, quyền quý cao sang, nên được giáo dưỡng theo truyền thống Bà-la-môn. Ngài và Xá-lợi-phất là đôi bạn thân thiết từ thuở nhỏ. Cuộc sống sung sướng vô tư, vui đùa thản nhiên qua đi. Cho đến một ngày, hai vị công tử thanh niên này tham dự lễ hội sơn thần được tổ chức hàng năm ở thành Vương Xá. Qua hai ngày lễ hội tưng bừng với những màn tế lễ, nhảy múa, ca nhạc, kịch nghệ, khi những tài tử giai nhân chuyển qua biểu diễn những tình tiết bi thảm của cảnh sinh ly tử biệt, đôi bạn thân không hẹn mà cùng mang một tâm sự nặng trĩu trong lòng về sự vui thú giả tạo, tạm bợ, che đậy những khổ đau không thể tránh đã làm cho đời người luống trôi vô ích.

---

[1] Đề Nhị Thanh động (題二青洞), Thanh Hiên thi tập, Nguyễn Du.

Sáng hôm sau, khi gặp nhau, đôi bạn cùng bày tỏ nỗi suy tư trăn trọc, ám ảnh mình cả đêm qua. Và cuối cùng hai công tử thanh niên đi đến một quyết định thay đổi cả đời mình: rời gia đình, du phương khắp nơi tìm thầy học đạo giải thoát. Sau khoảng hai mươi năm lặn lội, cả hai quay về thành Vương Xá vì tất cả các vị thông thái nhất bấy giờ trong đó có ông San-xà-da Tỳ-la-chi tử, một trong lục sư ngoại đạo nổi tiếng, đều không đáp ứng được nguyện vọng giải thoát của hai ngài. Tuy thế, hai ngài vẫn ấp ủ tâm niệm tầm sư học đạo, nên cùng hẹn nhau rằng nếu ai tìm được minh sư sẽ báo cho người kia để cùng nhau kính bái làm thầy. Chính trong lúc này, Phật vừa du hành tới thành Vương Xá để tiếp độ vua Tần-bà-sa-la (Bimbisara) và tiếp nhận tinh xá Trúc Lâm do vua cúng dường.

Cơ duyên đã đến. Sau khi nghe được bài kệ Duyên Khởi từ ngài Mã Thắng và được biết đến Đức Phật, Xá-lợi-phất đã vội vã vui mừng báo tin cho bạn. Cũng như Xá-lợi-phất, Mục-kiền-liên đắc quả Tu-đà-hoàn ngay khi nghe bạn đọc lại bài kệ trên. Đôi bạn bấy giờ tìm đến Phật lễ bái và đồng xin xuất gia làm đệ tử Phật. Bảy ngày sau khi xuất gia, do sự nỗ lực tinh tấn quyết liệt và sự hộ trì của Phật, Mục-kiền-liên đã chứng quả A-la-hán. Về sau, khi thuyết kinh Pháp Hoa, Phật thọ ký cho ngài Mục-kiền-liên trong tương lai sẽ thành Phật hiệu là Đa-ma-la-bạt Chiên-đàn Hương Như Lai.

Nói đến Mục-kiền-liên, Phật tử chúng ta không ai không biết hạnh hiếu hiếm có và năng lực thần thông siêu việt của ngài. Mẹ ngài là bà Thanh-đề (Mudga) vốn là người keo kiệt bủn xỉn, không tin nhân quả, phá hoại chúng tăng, thường hủy báng Tam bảo. Một hôm, bà làm bánh bao nhân thịt chó để thết đãi trai tăng. Do tạo nghiệp nhân như vậy, sau khi chết bà bị đọa vào địa ngục A-tỳ. Mục-kiền-liên sau khi đắc thánh quả, vì nhớ mẹ và muốn báo hiếu nên đã nhập định, thấy bà bị đọa làm thân ngạ quỷ ở địa ngục. Ngài liền vận dụng thần thông vào địa ngục, dâng một bát cơm cho bà. Nào ngờ khi bà vừa ăn thì cơm bỗng biến thành lửa. Tôn giả biết là không thể nào xoay chuyển được nghiệp quả của mẹ nên quay về xin Phật cứu giúp. Phật dạy rằng, dù Mục-kiền-liên có thần thông quảng đại cũng không cứu thoát được mẹ ông, ngoại trừ nương nhờ oai lực và công đức thanh tịnh của chư tăng sau ngày lễ Tự Tứ (Pravāraṇā), vào ngày rằm tháng Bảy âm lịch thiết lễ cúng dường và cùng với chư tăng chú nguyện thì mới có thể độ người quá cố thoát khỏi nghiệp nạn. Tôn giả Mục-kiền-liên làm đúng theo lời Phật dạy và quả nhiên bà Thanh-đề đã thoát khỏi quả báo ngạ quỷ ở địa ngục. Sự tích này căn cứ theo kinh Phật thuyết Vu-lan-bồn. Lễ Vu-lan (Ullambana) bắt nguồn từ đó, và hằng năm được tổ chức long trọng tại Việt Nam và một số quốc gia Đông Nam Á mà văn hóa mang đậm nét Phật giáo như Trung quốc, Nhật Bản, Hàn quốc. Hiếu hạnh của Mục-kiền-liên chẳng phải chỉ có trong kiếp ngài đang hiện thân là đệ tử của Phật. Trong đời quá khứ, tôn giả cũng từng có hiếu với đấng sinh thành như vậy.

Đức Thế Tôn đã từng khen ngợi Mục-kiền-liên có thần thông bậc nhất trong hàng thánh chúng Thanh văn. Có rất nhiều chuyện kể về thần thông của tôn giả, trong đó tôi thích thú nhất là chuyện ngài thử nghiệm xem pháp âm của Phật vang trải bao xa. Một hôm, tôn giả đang ngồi trong thiền thất của mình chợt nghe tiếng Phật thuyết pháp rõ ràng vang lại từ tinh xá Trúc Lâm cách đó khá xa. Ngài chợt muốn biết xem pháp âm của Phật truyền đi bao xa nên vận thần thông bay qua hằng mươi ức quốc độ của các chư Phật đến tận cõi nước của Đức Thế Tự Tại Vương Như Lai (Lokesvararaja). Đức Phật này đang thuyết pháp cho chúng đệ tử, Mục-kiền-liên liền tìm chỗ ngồi nghe, đồng thời ngài vẫn còn nghe tiếng Phật Thích-ca bên tai. Các thánh chúng đệ tử của Đức Phật Thế Tự Tại Vương rất đỗi ngạc nhiên khi thấy ngài trong hình tướng bé tí. Sau khi Phật Thế Tự Tại Vương giới thiệu đó là đệ tử thần thông bậc nhất của Phật Thích-ca, Ngài bảo Mục-kiền-liên hiện thân to ngang bằng thánh chúng nơi đó. Và Ngài dạy tôn giả không nên dụng tâm đo lường pháp âm của chư Phật vì pháp âm Phật vô cùng tận khắp hư không pháp giới.

Tuy có thần thông siêu tuyệt, nhưng kết thúc cuộc đời tôn giả Mục-kiền-liên hết sức bi thương. Vì công cuộc hoằng dương chánh pháp của tôn giả có nhiều thành công to lớn nên các phái ngoại đạo đều ganh ghét, âm mưu hãm hại ngài. Chúng đã phục kích, xô đá đè ngài đến chết. Kinh tạng Pāli viết rằng chúng thuê sát thủ giết ngài. Dù hình thức ám hại như thế nào, có điều chắc chắn là tôn giả biết trước đoạn cuối cuộc đời mình sẽ vậy, vì đó là quả báo cho một tiền kiếp do nghe lời vợ mà ngài đã đem cha mẹ bỏ vào rừng sâu cho đói đến chết. Thần thông cũng không thể thoát khỏi nghiệp lực!

KHAI PHÁ PHÁP TƯỚNG

KINH VĂN

Vì sao? Nhớ lại trước kia, con vào trong thành Tỳ-da-ly ở trong xóm làng nói pháp cho các hàng cư sĩ nghe, lúc ấy ông Duy-ma-cật đến bảo con rằng: Này ngài Đại Mục-kiền-liên, nói pháp cho bạch y cư sĩ không phải như ngài nói đó. Vả chăng nói pháp phải đúng như pháp mà nói. Pháp không chúng sanh, lìa chúng sanh cấu; Pháp không có ngã, lìa ngã cấu; Pháp không có thọ mạng, lìa sanh tử; Pháp không có nhân, làn trước làn sau đều dứt; Pháp thường vắng lặng, bặt hết các tướng; Pháp lìa các tướng, không phải cảnh bị duyên; Pháp không danh tự, dứt đường ngôn ngữ; Pháp không nói năng, lìa giác quán; Pháp không hình tướng, như hư không; Pháp không hí luận, rốt ráo là không; Pháp không ngã sở, lìa ngã sở; Pháp không phân biệt, lìa các thức; Pháp không chi so sánh, không có đối đãi; Pháp không thuộc nhân, không nhờ duyên; Pháp đồng pháp tánh, khắp vào các pháp; Pháp tùy nơi như, không có chỗ tùy; Pháp trụ thật tế, các bên không động được; Pháp không lay động, không nương sáu trần; Pháp không tới lui, thường không dừng trụ; Pháp thuận không, tùy vô tướng, ứng vô tác; Pháp lìa tốt xấu; Pháp không thêm bớt; Pháp không sanh diệt; Pháp không trở về; Pháp ngoài mắt, tai, mũi, lưỡi, thân, ý; Pháp không cao thấp; Pháp thường trụ, không động; Pháp lìa tất cả quán hạnh.

Thưa ngài Đại Mục-kiền-liên! Pháp tướng như thế đâu có thể nói ư? Vả chăng người nói pháp, không nói, không dạy, còn người nghe cũng không nghe, không được. Ví như nhà huyễn thuật nói pháp cho người huyễn hóa nghe, phải dụng tâm như thế mà nói pháp. Phải biết căn cơ chúng sanh có lợi độn, khéo nơi tri kiến không bị ngăn ngại, lấy tâm đại bi ngợi khen pháp Đại thừa, nghĩ nhớ đền trả ơn Phật, chớ để ngôi Tam bảo dứt mất, như vậy mới nên nói pháp.

Khi ông Duy-ma-cật nói pháp ấy rồi, tám trăm cư sĩ phát tâm Vô thượng chánh đẳng chánh giác. Con không được biện tài như thế, nên không dám lãnh đến thăm bệnh ông.

Nếu trong cuộc đối thoại với Xá-lợi-phất, ông Duy-ma-cật đã chỉ thẳng nguồn tâm vốn thường trụ, thường tịnh, thường giác và thường định thì khi biện giải trước Mục-kiền-liên, Duy-ma-cật trực tiếp đi vào thực tướng của vạn pháp. Lý do chính là vì chúng sanh khó mà nhận biết được tự tánh nên Duy-ma-cật bắt đầu từ tướng trạng các pháp. Cuộc đối thoại của Duy-ma-cật không nhắm vào bản thân sự thuyết pháp, như hầu hết mọi người lầm tưởng, mà chỉ mượn sự thuyết pháp làm bước đầu khai phá pháp tướng. Điểm này rất quan trọng. Nếu để ý ta sẽ thấy Mục-kiền-liên có biệt tài nổi bật là thần thông chứ không phải là biện luận hay thuyết pháp.

Trong kinh Thủ-lăng-nghiêm, khi Phật bảo thánh chúng trình bày chỗ ngộ tánh viên thông, ngài Mục-kiền-liên thưa: *"Do xoay ý niệm trở về tính viên trạm nên tâm trí được mở bày, như lắng nước đục, đó là thứ nhất."*¹ Tôn giả tu chứng về ý thức, đã chuyển ý thức tức thức thứ sáu thành Diệu quán sát trí. Do tánh của ý thức là hay phân biệt, biện giải, nhận biết các pháp, và vì là thức biến nên nếu như chúng ta khéo chuyển thành trí thì ắt hẳn cũng sẽ đắc được thần thông diệu dụng biến hóa vô cùng như tôn giả Mục-kiền-liên vậy. Mặt khác, do ý thức hay nhận biết sum la vạn tượng, nhưng lại là nhận biết trên giả tướng hư vọng nên muốn khai phá pháp tướng thì không ai thích hợp để tiếp cận hơn là tôn giả Mục-kiền-liên.

Và đó chính là dụng tâm của Duy-ma-cật khi ông mở đầu: *Này ngài Đại Mục-kiền-liên, nói pháp cho bạch y cư sĩ, không phải như ngài nói đó. Vả chăng, nói pháp, phải đúng như pháp mà nói.* Mục-kiền-liên thuyết pháp gì không là vấn đề. Vấn đề là tôn giả đại diện cho ý thức, như trên đã nói là do ngài tu chứng tánh viên thông ở ý thức. Mục-kiền-liên thuyết pháp đồng nghĩa với việc sử dụng ý thức để nhận biết các pháp. Duy-ma-cật đang nói thẳng với cư sĩ chúng ta chớ nên theo ý thức mà nhận biết mọi sự vật hiện tượng, danh từ Phật học gọi là pháp, mà phải hiểu pháp đúng như thực tướng và thực tánh của nó. Chúng ta chắc không quên Duy-ma-cật còn được xưng là Bồ Tát Tịnh Danh mà danh hiệu này được Bùi Hưu, một tướng quốc đời nhà Đường, Trung quốc, sống khoảng giữa thế kỷ 9, ghi lại lời của tổ Hoàng Bá (?-850): *"Duy-ma là Tịnh Danh. Tịnh ấy là tánh. Danh ấy là tướng. Tánh tướng không khác, gọi là Tịnh Danh."*²

Đoạn kinh văn biện giải của Duy-ma-cật trước Mục-kiền-liên đánh động một vấn đề lớn từng làm đau đầu các

---

¹ Kinh Thủ Lăng Nghiêm, Việt dịch: Tâm Minh Lê Đình Thám.
² Truyền Tâm Pháp Yếu của thiền sư Hoàng Bá do Bùi Hưu soạn, trích từ Cảnh Đức Truyền Đăng Lục, quyển 9, Việt dịch: Lý Việt Dũng tập 1.

nhà tư tưởng kim cổ đông tây: Vũ trụ thế giới có tồn tại khách quan độc lập ngoài ý thức không và con người có thể nhận biết nó một cách chính xác không? Hay nói theo ngôn ngữ nhà Phật là: Vạn pháp có thực hiện hữu ngoài tâm ý thức không? Và tâm ý thức có nắm bắt được thực tướng các pháp chăng?

Trước hết ta thử tìm hiểu nghĩa chữ Pháp. *"Trong kinh điển Phật giáo, danh từ Pháp được sử dụng trong rất nhiều trường hợp và ý nghĩa cũng không đồng nhất. Nói một cách tổng quát thì Pháp có hai định nghĩa là nhậm trì tự tánh, quĩ sinh vật giải:*

1. *Nhậm trì tự tánh: tất cả sự vật, hiện tượng luôn giữ gìn bản tánh riêng của chúng, không thay đổi.*

2. *Quĩ sinh vật giải: tất cả sự vật đều duy trì tự tánh riêng biệt của chúng như những khuôn mẫu khiến người ta dựa vào đó làm căn cứ mà hiểu một hiện tượng nhất định.*

Nói theo nghĩa Nhậm trì tự tánh thì Pháp là chỉ cho tất cả cái tồn tại có đầy đủ tự tánh, bản chất riêng biệt; nói theo nghĩa Quĩ sinh vật giải thì Pháp chỉ cho những tiêu chuẩn của sự nhận thức, như qui phạm, pháp tắc, đạo lý, giáo lý, giáo thuyết, chân lý, thiện hành v.v. Tóm lại, Pháp chỉ chung cho hết thảy mọi sự vật, mọi hiện tượng, cụ thể hay trừu tượng, có tự tánh, bản chất riêng biệt làm căn cứ, khuôn mẫu khiến người ta nhìn vào là có thể nhận thức và lý giải được."[1]

Theo nghĩa trên, pháp tướng có thuộc tánh riêng và đặt trong mối quan hệ năng sở với tâm ý thức. Đó chưa phải là tướng chân thực của các pháp. Thực tướng các pháp không thể bằng cách khẳng định mà thấu hiểu được, nên Duy-

---

[1] Phật Quang Đại Tự Điển - Hòa Thượng Thích Quảng Độ Việt dịch.

ma-cật sử dụng phép phủ định giúp chúng ta dễ dàng trực nhận hơn: *Pháp không chúng sanh, lìa chúng sanh cấu; Pháp không có ngã, lìa ngã cấu; Pháp không có thọ mạng, lìa sanh tử; Pháp không có nhân, làn trước làn sau đều dứt; Pháp thường vắng lặng, bặt hết các tướng.* Trong mối quan hệ với ý thức, các pháp liền có sanh diệt. Thực ra các pháp tuy do nhân duyên sanh, nhưng cũng chính do duyên khởi nên tướng đang hiển hiện chẳng phải có thực ngã, làm gì có cáu bẩn, ô nhiễm hay trong sạch, thiện lành. Trong các pháp không hề có một chủ thể nhất định đang trải qua quá trình sanh-lão-bệnh-tử hoặc sanh-trụ-dị-diệt, hay thành-trụ-hoại-không. Hãy nhìn dòng sông đang trôi chảy. Nếu ai thấy được sự đứt đoạn của dòng nước ắt hẳn biết chắc rằng không có cái gì đang trôi chảy, thậm chí ngay cả sự trôi chảy không ngừng kia cũng chẳng thực có. Chính trong sự đối đãi năng sở với tâm ý thức, pháp liền rơi vào bốn tướng ngã, nhân, chúng sanh và thọ giả.

Tự tướng các pháp vốn là vô tướng, nên thường vắng lặng và thanh tịnh. Do đó tuy mắt thấy nhưng chẳng có gì bị thấy, tai tuy nghe nhưng tuyệt nhiên không có tiếng để nghe, nên kinh văn viết: *Pháp lìa các tướng, không phải cảnh bị duyên.* Hiểu rõ điều này, chúng ta sẽ hiểu tại sao phải ly tâm duyên tướng, xa lìa tâm phan duyên, vì đó là sự lầm lẫn vô ích và tệ hại. Sự sự vật vật tuy có tên gọi nhưng không có thực nghĩa, dù tâm ý thức có trăm ngàn cách biện giải, thuyết minh cũng chẳng đạt đến thực tại viên mãn tối hậu. Do vì pháp tướng bất khả thuyết, bất khả đắc nên kinh văn viết: *Pháp không danh tự, dứt đường ngôn ngữ; Pháp không nói năng, lìa giác quán.* Tuy nhiên sự sự vật vật vẫn có tên gọi và quan hệ với tâm ý thức nên tốt nhất chúng ta hãy để chúng tự yên như chúng đang là, mới thực sự rốt ráo xa lìa chấp trước tướng danh tự và ngôn từ. Bởi vì các pháp vốn là như vậy; ví như con cua bò ngang, con người đi thẳng, hay như trên khuôn mặt, mắt thì nằm ngang và mũi thì nằm dọc. Thực tướng là không, tức pháp ắt vắng lặng. Pháp tướng đã vắng lặng thì danh tướng tịch tịnh. Và đó là huyền nghĩa của Tịnh Danh.

Pháp tướng, theo tôi có thể phân thành ba tầng sâu cạn khác nhau: thực tướng, danh tướng và hiện tướng. Thực tướng vô tướng bất khả đắc. Danh tướng biểu trưng không thực nghĩa. Hiện tướng các pháp vốn là như vậy, theo lý Thập như thị trong kinh Pháp Hoa, phẩm Phương tiện.

Kinh Pháp Hoa viết: *"Chỉ có Phật cùng Phật mới có thể thấu tột tướng chân thật của các pháp, nghĩa là các pháp: tướng như vậy, tánh như vậy, thể như vậy, lực như vậy, tác như vậy, nhân như vậy, duyên như vậy, quả như vậy, báo như vậy, trước sau rốt ráo như vậy."*[1] Vậy như thị nghĩa là gì? Không khác, gọi là như (bất dị danh như). Đúng thế, chẳng sai là thị (vô phi viết thị). Thập như thị là nguyên lý hay quy luật tất yếu của sự sự vật vật hiện hữu trong mười pháp giới: địa ngục, ngạ quỷ, súc sanh, a-tu-la, nhân, thiên, Thanh văn, Duyên Giác, Bồ Tát và Phật.

Chúng ta đang ở trong cõi người, tức nhân giới, chỉ nên nói *thập như thị* trong cõi người thì dễ hiểu hơn.

1. Tướng như vậy (Như thị tướng): đây là nói tướng riêng. Mọi sự vật đều có hình tướng riêng biệt, không thể lầm lẫn với sự vật khác; ví dụ như núi có hình tướng khối, cao to, nhô lên, cây có tướng rễ bám trụ dưới đất, thân, cành lá thì vươn lên cao.

2. Tánh như vậy (Như thị tánh): mọi sự vật đều có thuộc tánh riêng của nó; ví dụ như đất thì cứng, nước thì lỏng, lửa thì nóng, gió thì động.

3. Thể như vậy (Như thị thể): đây là tướng chung. Mọi

---

[1] Kinh Pháp Hoa, Việt dịch: Thích Trí Tịnh.

sự vật tuy có hình sắc riêng nhưng trong mức độ nào đó vẫn có sắc thể chung; ví dụ như tôi, anh, ông A, bà B dù trông có khác nhau nhưng đều có điểm chung là chúng ta đều mang vóc dáng và đầy đủ tánh tình con người.

4. Lực như vậy (Như thị lực): là sức mạnh, tiềm năng nội tại kích thích và trưởng dưỡng sự vật đó tồn tại; ví dụ như ở người đó là nghiệp lực.

5. Tác như vậy (Như thị tác): riêng trong cảnh giới con người, đó chính là hành vi tạo tác do sự thúc đẩy của nghiệp lực. Do sự chi phối của nghiệp, hành vi tạo tác không thể khác hơn nên gọi là như vậy.

6. Nhân như vậy (Như thị nhân): sự vật hiện tượng, từ vật chất đến tinh thần hay từ thế giới đến con người chẳng phải tự nhiên mà hiện hữu, phải do nguyên nhân từ quá khứ mà có.

7. Duyên như vậy (Như thị duyên): là những điều kiện cần thiết và đầy đủ góp phần cho nhân.

8. Quả như vậy (Như thị quả): nhân duyên hội đủ, thời gian chín muồi, tất yếu sẽ dẫn đến một kết quả chắc chắn không sai chạy.

9. Báo như vậy (Như thị báo): đây là sự; quả đã thành thì người phải chịu nhận, không thể trốn thoát.

10. Trước sau rốt ráo như vậy (Như thị bổn mạt cứu cánh đẳng): từ bước đầu tiên là như thị tướng đến như thị báo là một vận hành có tính quy luật quyết định sự hiện hữu của một pháp, đồng thời cũng là nguyên lý chi phối bình đẳng đối với vạn pháp, không có ngoại trừ nên gọi là rốt ráo trước sau như vậy.

Nếu pháp vốn là như vậy thì tại sao kinh văn viết: *Pháp không hình tướng, như hư không; Pháp không hí luận, rốt ráo là không?* Chúng ta cần ví dụ sẽ dễ hiểu hơn. Trong tích truyện Mục-kiền-liên cứu mẹ, có chi tiết tôn giả dâng cơm cho mẹ. Bà Thanh-đề vì sợ bọn quỷ khác nhìn thấy sẽ tranh giành nên tay thì che bát, tay kia bỏ cơm vào miệng, nào ngờ cơm bỗng biến thành lửa. Chúng ta thử nói xem vật trong bát là cơm hay là lửa? Mục-kiền-liên dâng bát với tâm đại hiếu của thánh nhân thì vật trong bát là cơm. Bà Thanh-đề nhận bát với tâm tham lam bủn xỉn của loài ngạ quỷ thì vật trong bát thành lửa. Đó chính là tùy tâm lượng chúng sanh mà cảnh giới thành hình. Rõ ràng là pháp không có hình tướng nhất định, nhưng khi đã hiện tướng thì pháp pháp không ngoài thập như thị.

Không nói được thực tướng của sự vật thì thuộc tánh của chúng không có lý do tồn tại như tự tánh chân thật. Do tâm bất giác vọng động liền có chủ thể năng kiến và cảnh giới sở kiến. Thức thứ sáu, tức ý thức, khởi phân biệt nên xuất hiện danh tướng và tính chất của sự sự vật vật. Tâm năng nhiếp và cảnh sở nhiếp tương tức hòa hợp làm nên pháp tự tâm hiện. Hơn nữa, vì đã mê rồi, chúng ta theo nghiệp nhân đã tạo tác trong quá khứ và nghiệp báo đang thọ lãnh mà cứ tiếp tục không ngừng khởi vọng tưởng, phân biệt, chấp trước. Các pháp, vốn từ tâm hiện khởi, nay trở thành thực có ngoài tâm với đầy đủ hình tướng và tính chất riêng biệt. Do đó mà có ngắn dài, cao thấp, cứng mềm, nóng lạnh, sanh tử, thiện ác, có không v.v...

Cũng do tâm bất giác vọng sanh nên pháp pháp liền hiện, ý thức mê muội lại vọng tưởng duyên sanh, không biết rằng tướng tướng huyễn hóa, tánh tánh hư vọng, chẳng phải là thật tánh. Trên hiện thể, tuy tướng như vậy, tánh như vậy, nhưng trong bản thể, tánh tướng đều không; nên nói: *Pháp không ngã sở, lìa ngã sở.* Vì do duy tâm sở hiện, duy thức sở biến nên vạn pháp từ tướng đến tánh đều hư huyễn, trong đó mọi sự đối đãi, khác biệt, thậm chí ngay cả nhân duyên sanh diệt đều là vọng tưởng. Cho nên kinh văn viết: *Pháp không phân biệt, lìa các thức; Pháp không chi so sánh, không có đối đãi; Pháp không thuộc nhân, không nhờ duyên.*

Trong kinh Lăng-già, Phật dạy: *"Phật bảo Đại Tuệ! Đại Bồ Tát thành tựu bốn pháp được tu hành đại phương tiện. Thế nào là bốn? Nghĩa là khéo phân biệt tự tâm hiện, quán ngoại tánh phi tánh, lìa kiến chấp sanh trụ diệt, được tự giác thánh trí hiện lạc."* Thiền sư Hám Thị đời thứ 34 dòng Tào Động, sống giữa thế kỷ 17 ở Trung quốc chú giải như sau: *"Khéo phân biệt tự tâm hiện, là biết tam giới duy thức hiện, chẳng phải bởi duyên khác. Quán ngoại tánh phi tánh, là tất cả tánh bên ngoài thảy như mộng huyễn không có tự tánh. Lìa kiến chấp sanh trụ diệt, là đã biết tất cả tánh phi tánh đều chỉ là tự tâm thì các thứ chẳng khởi; đối với pháp sở tri không nhiếp thọ. Tự giác thánh trí hiện lạc, là đã biết tam giới duy thức, tất cả tánh không tự tánh, các thức chẳng sanh thì tự giác thánh trí như mặt trời ở trong hư không, tự nhiên được tự tại pháp lạc."*[1] Chúng ta mượn đoạn chú giải này để hiểu lời ông Duy-ma-cật nói bên trên.

Vạn pháp vô tướng, vô sanh, vô tự tánh và bình đẳng nên pháp đồng pháp tánh, khắp vào các pháp. Ở đây tánh và tướng không hai, rốt ráo là không. Thậm chí cái gọi là vô pháp, hay nói như Lục tổ là *bổn lai vô nhất vật*, pháp đó cũng chẳng là thực pháp. Sau khi truyền thừa y bát và phó chúc cho tôn giả Đại Ca-diếp trách nhiệm lãnh đạo tăng đoàn, Phật nói kệ:

法法本無法，
無法法亦法，
今付無法時，
法法何曾法。

---

[1] Kinh Lăng-già Tâm Ấn, Việt dịch: Thích Thanh Từ, 1975.

Pháp pháp bản vô pháp,
Vô pháp pháp diệc pháp.
Kim phó vô pháp thời,
Pháp pháp hà tằng pháp.

Pháp gốc pháp không pháp,
Pháp không pháp cũng pháp,
Nay lúc trao pháp không.
Pháp pháp đâu từng pháp.[1]

Tật xấu tệ hại cố hữu bám rễ sâu vào tâm thức chúng ta là chấp vào văn tự ngữ ngôn. Nghe Phật dạy *"pháp chưa hề là pháp"*, liền rơi vào chấp không. Đọc kinh Pháp Hoa, đến đoạn Phật thuyết Thập như thị, chúng ta vội gật gù cho là pháp thực có. Kinh văn vốn dĩ là phương tiện, chúng ta lại lầm lẫn cho là cứu cánh. Phật pháp là ngón tay chỉ thẳng, ta lại cho đó là mặt trăng.

Để tránh chúng ta sa vào chấp trước, Duy-ma-cật tiến sâu hơn, vào thẳng thực tướng và thực tánh của các pháp. *Pháp tùy nơi như, không có chỗ tùy; Pháp trụ thật tế, các bên không động được; Pháp không lay động, không nương sáu trần; Pháp không tới lui, thường không dừng trụ; Pháp thuận không, tùy vô tướng, ứng vô tác.* Đây là nói thẳng về pháp tướng. Dù vạn pháp có vô vàn hình tướng, thì cũng từ Như hiện ra. Như, chính là Như Lai tạng, còn gọi là chân tâm hay Phật tánh. Lý duy tâm chẳng hiển bày nếu nghĩa duy thức không được suy xét thấu đáo. Như Lai tạng không giữ tự tánh, bất giác vọng động tức thì chuyển thành a-lại-da thức lưu chuyển sanh diệt. Chẳng phải có hai tâm, chỉ ở nơi mê ngộ mà khác. Ngộ là giác tự tâm hiện. Mê thì tam tế lưu chuyển, thức biến không cùng. Cho nên, mê thì pháp ở ngoài tâm, cái này có thì cái kia có, cái này không thì cái kia không, sinh diệt trùng trùng. Ngộ thì

---

[1] Trích từ Cảnh Đức Truyền Đăng Lục, quyển 1, Việt dịch: Lý Việt Dũng.

tâm pháp không hai, pháp chẳng phải tự sanh, chẳng phải do cái khác sanh, chẳng phải hòa hợp hay không hòa hợp mà có, chẳng phải do nhân duyên cũng chẳng ngoài nhân duyên; đó là nghĩa *không có chỗ tùy*. Đã vô sở tùy, thì hiện hữu các pháp lấy gì làm gốc? Lấy thật tế làm gốc. Thật tế đây chính là sự biến hiện từ Như Lai tạng, bản tâm hay tạng thức của chúng ta. Do tập khí huân tập từ vô thủy làm nên nghiệp chủng của tạng thức, hay nói đơn giản là do thói quen tích tụ lâu đời lâu kiếp làm nên hạt giống, chỉ chờ duyên khởi mà hiện hành, pháp pháp liền hiện. Cũng giống như giải thích cơ bản của tâm lý học về giấc mơ: do sự ức chế lâu dài của tâm sinh lý mà giấc mơ hiện ra. Tiềm thức bị ức chế, biến hiện thành giấc mơ trong đó ta, người và cảnh vật đều y như thật. Cũng tương tự như thế, tạng thức hay A-lại-da thức huân tập các chủng tử thành nghiệp nhân chờ hội đủ duyên mà biến hiện thành chánh báo, tức ngã, và y báo, tức là tha nhân và cảnh giới quanh ta. Sự hiển hiện ở đây và ngay lúc này, kinh văn gọi nó là thật tế, từ chuyên môn Phật học gọi là duy tâm sở hiện, duy thức sở biến. Ta không thể cho sự hiển hiện ấy là thực có, cũng không thể nói là thực không. Vì vậy kinh văn viết: *các bên không động được*. Điều này có nghĩa là vạn pháp xa lìa mọi đối đãi: sanh diệt, có không, dơ sạch, tăng giảm v.v... Rõ ràng là Tâm kinh Bát-nhã đã được rút gọn trong đoạn kinh văn này.

Tánh của bảy đại: đất, nước, gió, lửa, không, kiến và thức, vốn là chân không, tùy theo tâm lượng chúng sanh mà hiển bày khắp pháp giới. Một khi đã hiển bày thì đất là đất, nước là nước, gió là gió, lửa là lửa, không thể nào lẫn lộn. Hơn nữa tướng của chúng từ xưa là thế, bây giờ vẫn thế, sau này cũng thế. Trong chừng mực hiểu biết của tôi, đó là ý nghĩa của một câu trong kinh Pháp Hoa: *"Các pháp trụ pháp vị, tướng thế gian thường trụ.*"¹ Và một khi pháp tướng đã hiển bày thì không ngoài nguyên lý thập như thị như trên đã nói. Chân lý nhân quả thể hiện vẹn toàn khi pháp tướng lồ lộ hiển bày.

Đoạn kinh văn Duy-ma-cật thuyết về pháp tướng hết sức súc tích nên ngôn từ có vẻ mâu thuẫn, nhưng ý nghĩa thâm sâu vượt qua ngôn ngữ vốn bị giới hạn trong những cặp phạm trù đối lập. Pháp chưa hề bị sanh, nên không bị diệt. Pháp chẳng từ đâu đến, và chẳng đi về đâu. Kinh văn viết: *pháp thường trụ không động*. Lửa chẳng phải do ta tạo ra bây giờ mới có, và chẳng vì khi lụi tàn tắt ngúm mà biến mất hẳn trên thế gian. Tướng của lửa muôn đời vẫn thường trụ. Thiền sư Khuông Việt (933-1011) đã có ngụ ý như thế:

木中元有火，
元火復還生。
若謂木無火，
鑽燧何由萌。

Mộc trung nguyên hữu hỏa,
Nguyên hỏa phục hoàn sanh.
Nhược vị mộc vô hỏa,
Toàn toại hà do manh.

Lửa sẵn có trong cây,
Vơi đi chốc lại đầy.
Ví cây không sẵn lửa,
*Xát lửa, sao bùng ngay?*²

Lửa đang cháy vốn chẳng mới bị sanh hay tự sanh, chẳng phải trước đó không mà giờ lại có. Tánh của lửa là

---

[1] Kinh văn: "是法住法位, 世間相常住 - Thị pháp trụ pháp vị, thế gian tướng thường trụ." Đại Chánh tạng, Tập 9, số 262, trang 9, tờ b, dòng 10.

[2] Nguyên Hỏa, thiền sư Khuông Việt, bản dịch của Tuệ Chi - Phạm Tú Châu. Thơ văn Lý Trần (tập I), NXB Khoa học Xã hội, 1977, trang 211.

không, vô hình vô tướng, vốn sẵn có, chẳng hề bị sanh; đúng là *thuận không, tùy vô tướng*, theo duyên mà hiện, tuy hiện nhưng chẳng do ai làm ra, gọi là *ứng vô tác*. Tuy mắt ta thấy nó có nổi bùng lên, phừng phực, rồi lụi tắt, nhưng đó chỉ là tùy tâm hiện lượng. Chính vì tùy tâm hiện lượng mà ta cho là pháp có thực do nương theo sáu trần (sắc, thanh, hương, vị, xúc, pháp) và sáu căn (mắt, tai, mũi, lưỡi, thân, ý). Cũng chính vì tùy tâm hiện lượng, hay nói cách khác, do tâm chúng sanh không ngừng điên đảo, mà tuy pháp không tới lui hay pháp thường trụ không động nhưng lại thường không dừng trụ lúc còn lúc mất. Mặt trăng chẳng hề biến dạng hay tiêu tan chỉ vì ta thấy nó khuyết hay tròn. Sự thường không dừng trụ, tức sự vô thường, chung quy chỉ là ảo ảnh vững chắc như thế chân vạc kết hợp bởi căn, trần, thức.

Thế nhưng sự vẫn là sự, thiện vẫn là thiện, ác vẫn là ác, buồn vẫn là buồn, vui vẫn là vui, tùy duyên mà khởi. Khi dòng pháp đã hiện khởi, người nếu mê, sẽ bị chuyển, người có trí thì pháp là pháp, mình là mình. Sách Đại Học, do học trò của Khổng tử ghi chép lại, viết: *"Tâm bất tại yên, thị nhi bất kiến, thính nhi bất văn"*,[1] nghĩa là tâm không để ý đến, thì dù có nhìn cũng chẳng thấy, có nghe cũng chẳng phải nghe... Thế thì sắc vẫn là sắc, thanh vẫn là thanh, mắt tai vẫn là mắt tai, ta vẫn thấy nghe như mọi người nhưng phiền não không sanh. Nghĩa là pháp trụ pháp vị bất động, tâm vẫn hằng thanh tịnh.

Đến đây tôi có một suy luận có thể là lệch lạc, ngoài đề, nhưng cũng mạo muội ghi chép để quí vị cùng phán đoán. Vì vạn pháp bất động và thường trụ, thì khi tâm ta thanh tịnh, ta có thể đột phá khoảng cách thời gian và không gian mà du hành về quá khứ hoặc tới tương lai, hay không

---

[1] Đại Học, chương 7: Chính thân tu tâm. Nguyên văn: "心不在焉，視而不見，聽而不聞..."

cần dịch chuyển mà biết được quá khứ vị lai. Đại sư Trí Khải khi tụng kinh Pháp Hoa tới phẩm Dược vương, tâm hốt nhiên thanh tịnh mà nhập định thấy hội Pháp Hoa vẫn còn đang diễn ra trên đỉnh núi Linh thứu là một bằng chứng cho điều này. Chúng ta vẫn không quên những lời tiên tri vô cùng chính xác của Nostradamus (1503-1566), hay của bà Vanga (Vangelia Pandeva Dimitrova, 1911-1996), hay của một danh nhân kiệt xuất nước ta là Nguyễn Bỉnh Khiêm (1491-1585). Tôi nghĩ rằng tâm linh họ rất trong sáng, thuần khiết và thanh tịnh đến mức độ có thể thấy được quá khứ vốn là vậy, và tương lai sẽ là vậy, không thể nào khác được.

Sắc tướng các pháp không thể thấu suốt bằng suy tư, quán xét. Huống hồ gì bằng âm thanh, ngôn ngữ, văn tự mà chúng ta có thể diễn đạt được, hoặc qua đó mà có thể hiểu thấu. Nghĩ không suốt, nói không thông, thì làm sao truyền đạt được cho người khác nắm bắt. Vì thế kinh văn viết: *người nói pháp, không nói, không dạy; còn người nghe, cũng không nghe, không được*. Vả lại, thực tướng các pháp là vô tướng; không tướng thì chẳng có gì để nói và nghe, hoặc để dạy để được, vì chỉ có cái có tướng mới có thể là đối tượng của thấy nghe, hiểu biết.

Điều được nói ra, điều được chỉ dạy vốn chỉ là ngón tay chỉ mặt trăng, là chiếc bè tạm dùng vượt biển mê qua bờ giác, là huyễn pháp phá trừ huyễn tưởng. Tôi không dám đem tâm chúng sanh mà đo lường trí tuệ của các bậc giác ngộ như chư Phật, Bồ Tát, tổ sư, nhưng thiết nghĩ các ngài đã thông suốt ba cõi thì việc sử dụng phương tiện huyễn hóa trong vũ trụ vô minh hư huyễn này chẳng phải là việc khó khăn. Hơn nữa, như đã nói, pháp mà không lưu truyền được thì chúng sanh không có cơ hội giải thoát và Phật pháp chẳng thể tồn tại vì đã mất đi mục đích tối hậu là độ sanh.

ĐẢ THÔNG PHÂN BIỆT

TÔN GIẢ ĐẠI CA-DIẾP

> **KINH VĂN**
>
> Phật bảo Đại Ca-diếp: Ông đi đến thăm bệnh ông Duy-ma-cật. Ca-diếp bạch Phật: Bạch Thế Tôn! Con không kham lãnh đến thăm bệnh ông.

Mười vị đại đệ tử được Phật khen ngợi về các năng lực nổi bật là: Xá-lợi-phất, trí tuệ đệ nhất; Mục-kiền-liên, thần thông đệ nhất; Phú-lâu-na, thuyết pháp đệ nhất; Tu-bồ-đề, giải không đệ nhất; Ca-chiên-diên, luận giảng đệ nhất; Đại Ca-diếp, đầu đà đệ nhất; A-na-luật, thiên nhãn đệ nhất; Ưu-ba-li, giới luật đệ nhất; A-nan, đa văn đệ nhất; La-hầu-la, mật hạnh đệ nhất. Có một bài thơ truyền khẩu trong giới tăng sĩ:

Xá trí, Liên thông, thuyết Phú-na,
Tu không, Chiên luận, Ca đầu đà,
A-na-luật thiên nhãn, Ba-li giới,
A-nan đa văn, mật hạnh La.

Tôn giả Đại Ca-diếp (616 TCN-496 TCN), sinh quán ở làng Mahattitha, ngoại ô thành Vương Xá, vương quốc Ma-kiệt-đà. Tên tiếng Phạn là Mahākāśyapa, tiếng Pāli là Kapila Kassapa. Thân phụ là Kapila Kassapa, thuộc giai cấp Bà-la-môn giàu có đến mức tương truyền là tài sản của ông chỉ hơn chứ không thua đế vương đương thời. Thân mẫu ngài là Sumanadevi, một hôm đi dạo trong vườn, chợt mệt và ngồi nghỉ dưới gốc cây Pippali, rồi chuyển dạ sanh ngài nên ngài được đặt tên là Pippali Kassapa. Sau khi theo Phật, vì trong tăng đoàn có nhiều người cùng họ, nên mọi người gọi tôn giả là Mahakassapa hay Đại Ca-diếp. Từ nhỏ vốn đã được giáo dục nghiêm khắc theo đẳng cấp bà-la-môn, nên đến tuổi thanh thiếu niên, ngài đã thông thạo nhiều môn học như thiên văn, địa lý, âm nhạc, toán số, văn chương và nhất là giáo nghĩa kinh Vệ-đà là bộ kinh tối cổ của Ấn Độ giáo thời bấy giờ.

Ngài có 30 tướng tốt giống Đức Phật, thiếu hai tướng là không có tướng bạch hào (lông trắng giữa hai chân mày) và tướng nhục kế (khối thịt nhỏ trên đỉnh đầu), nhưng nổi bật nhất là thân tướng ngài rực sáng óng ánh như vàng ròng. Sự việc này có liên quan đến tiền thân của ngài trong vô lượng kiếp về trước. Lúc bấy giờ, Đức Phật Tỳ-bà-thi (Vipasyin) đã diệt độ. Người người xây chùa, tạc tượng tưởng nhớ và cúng dường Ngài. Có một ngôi chùa do trải qua năm tháng, đã xiêu vẹo đổ nát. Tượng Phật trong chùa bị hoen ố, lở khuyết. Một hôm, có một cô gái nghèo khổ sống trong ngôi làng gần chùa đi qua và thấy cảnh điêu tàn ấy, cô bèn phát tâm bất cứ giá nào cũng phải thếp vàng tượng Phật. Sau hơn mười năm, do hóa duyên và dành dụm được một đồng tiền vàng, cô nhờ một người thợ bạc hoàn thành tâm nguyện. Người thợ bạc ấy chính là tiền thân của Đại Ca-diếp. Cả hai đều phát tâm thếp vàng tượng Phật, do vậy tâm đầu ý hợp mà nguyện kết làm vợ chồng đời đời kiếp kiếp giữ trong sạch, chỉ làm đạo hữu cùng tu cho đến ngày đắc đạo. Do nhân duyên ấy, trải qua 91 kiếp, cả hai sinh ra đều có thân tướng phát quang rực rỡ và cùng là vợ chồng nhưng không hề chung chăn gối. Kiếp này cũng vậy, Đại Ca-diếp cũng có vợ, nhưng chỉ chung nhà 12 năm chứ không chung giường. Tên của vợ ngài là Diệu Hiền (Bhadda Kapilani). Sau này bà cũng qui y Phật và đắc quả A-la-hán, gọi là tỷ-kheo-ni Tử Kim Quang.

Từ cuộc sống của vợ chồng Đại Ca-diếp và bà Diệu Hiền, ta có một bài học hết sức thực tiễn: đoạn lòng dâm là điều kiện tiên quyết nhất định phải có trên đường tu. Vì sao? Vì lòng dâm xuất phát từ ái dục. Hậu quả của nó là mê muội trôi lăn theo dòng sanh tử tương tục. Trong kinh Lăng-nghiêm, sau khi các thánh đệ tử trình bày về 25 viên thông, Phật nói rất minh bạch về bốn thứ cần đoạn trừ để được thanh tịnh: sát, đạo, dâm, vọng; trong đó điều dâm được đề cập trước nhất: *"Vậy nên ông A Nan, nếu không đoạn lòng dâm mà tu thiền định, thì cũng như nấu cát, nấu đá mà muốn thành cơm, dầu trải qua trăm nghìn kiếp cũng chỉ gọi là cát nóng, đá nóng. Vì cớ sao? Vì đó là giống cát, giống đá không phải là bản nhân của cơm vậy. Ông đem thân dâm cầu diệu quả của Phật, dầu được diệu ngộ, cũng chỉ là gốc dâm; cội gốc đã là dâm, thì phải trôi lăn trong tam đồ, chắc không ra khỏi, còn đường nào tu chứng Niết-bàn Như Lai. Chắc phải khiến cho thân tâm đoạn hết giống dâm, cho đến tính đoạn cũng không còn nữa, thì mới trông mong chứng quả Bồ-đề của Phật."*[1]

Ngài Đại Ca-diếp theo Phật tu năm 30 tuổi, chỉ sau tám ngày đã đắc quả A-la-hán. Năm 120 tuổi, tôn giả đến núi Kê túc (Kukkutapadagiri) cách khá xa thành Vương Xá, ẩn tàng nhục thân trong lòng núi chờ hàng triệu năm sau gặp Đức Phật Di-lặc để chuyển trao y bát của Phật Thích-ca. Trước khi nhập diệt, có ba sự kiện đáng ghi nhớ trong hành trạng của tôn giả Đại Ca-diếp:

Một là, ấn chứng trong hội Pháp Hoa. Trong kinh Pháp Hoa, phẩm Thọ ký, tôn giả được Phật thọ ký trong tương lai sẽ thành Phật hiệu là Quang Minh Như Lai. Chúng ta đang đọc kinh Duy-ma-cật, phẩm Đệ tử, trong đó có sự hiện diện đầy đủ của mười vị đại đệ tử của Phật. Trong hội Pháp Hoa, các ngài đều được thọ ký thành Phật trong tương lai. Điều này chứng tỏ các ngài đều là những vị đại Bồ Tát hiện tướng Thanh văn làm gương mẫu giáo hóa chúng xuất gia và tại gia.

---

[1] Kinh Thủ-lăng-nghiêm, quyển 6, Mục 2, Đoạn 1, bản Việt dịch của Cư sĩ Tâm Minh Lê Đình Thám.

Hai là, câu chuyện "niêm hoa vi tiếu". Trong một pháp hội trên núi Linh thứu, Phật cầm một nhánh hoa đưa lên trước đại chúng. Trong khi chẳng ai hiểu Phật muốn nói gì thì Đại Ca-diếp mỉm cười. Phật nói: "Ta có Chánh Pháp Nhãn Tạng, Niết-bàn Diệu tâm, Thực Tướng Vô Tướng, Vi Diệu Pháp Môn, bất lập văn tự, giáo ngoại biệt truyền, nay trao phó cho Đại Ca-diếp."[1] Chính vì thế, sau khi Phật nhập diệt, tôn giả Đại Ca-diếp kế thừa y bát của Phật lãnh đạo tăng đoàn, trở thành vị sơ tổ Thiền tông, đến năm 525 TCN thì trao lại cho A-nan.

Ba là, cuộc kết tập kinh điển đầu tiên trong lịch sử Phật giáo. Sau khi Phật diệt độ khoảng ba tháng, ngài Đại Ca-diếp đã tập họp 500 vị thánh tăng đã đắc quả A-la-hán tại thành Vương Xá, hang Tất-ba-la (Pippala), có thuyết cho là hang Thất Diệp (Saptaparni) năm 544 TCN, để kết tập kinh điển. Đại hội được sự bảo trợ của vua A-xà-thế (Ajatasastru). Chủ tọa là Đại Ca-diếp. Tôn giả A-nan, với trí nhớ phi phàm, lặp lại toàn bộ kim ngôn của Phật thuyết trong 49 năm, hơn 300 pháp hội. Tôn giả A-na-luật phụ trách trùng tuyên giới luật.

Hai sự kiện sau của cuộc đời tôn giả Đại Ca-diếp khẳng định vai trò lịch sử của tôn giả trong sự phát triển của Phật giáo từ sau khi Phật nhập Niết-bàn.

Tôn giả Đại Ca-diếp siêng tu khổ hạnh, được coi là đệ nhất hạnh Đầu-đà (Dhutanga). Hạnh Đầu-đà có 12 điều: 1. Mặc y phấn tảo, tức y được chắp vá từ vải hay giẻ rách. 2. Vật sở hữu tối thiểu chỉ có ba y, một bình bát, một tọa cụ và một đãi nước uống. 3. Khi khất thực, ai cho gì ăn đó, không để dành lại qua ngày sau. 4. Chỉ khất thực bảy nơi, nếu không ai bố thí thì chỉ uống nước, không ăn cho

---

[1] Vô Môn Quan, đệ lục tắc, thiền sư Vô Môn Tuệ Khai (1183-1260), soạn năm 1228; Việt dịch: Vũ Thế Ngọc, 1988.

đến hôm sau. 5. Không ăn quá ngọ. 6. Ăn ít vừa đủ. 7. Quá ngọ không uống chất lỏng cô đặc như sữa. 8. Luôn ở nơi thanh vắng. 9. Không trú ngụ một chỗ quá ba đêm. 10. Chỗ cư trú ngoài trời. 11. Thường ngụ ở gò mả, nghĩa địa. 12. Không đặt lưng nằm ngủ nghỉ.[1]

Những điều trên theo tôi chỉ có giá trị trong một thời gian lịch sử nhất định. Nếu giới tăng sĩ y cứ như thế trong hiện tại, thế kỷ 21, e có điều bất hợp lý và không thể thực hiện được. Ghi chép về hạnh đầu đà nhằm mục đích so sánh xưa và nay. Thời Phật còn trụ thế, chánh pháp hưng thịnh, dù giới luật khắt khe vẫn có nhiều tăng ni chứng đắc. Còn ngày nay dù qui phạm chẳng thay đổi nhiều nhưng tuy có hàng trăm vạn tu sĩ, những người thực chứng lại chẳng được bao nhiêu.

Chẳng những đối với Đại Ca-diếp, mà nói chung cho tăng đoàn, tăng chúng, khất thực vừa là một sự kiện thường nhật, vừa là công phu tu tập hằng ngày. Đối với đức Phật, khất thực vừa là một trong những sinh hoạt hằng ngày, vừa là sự thị hiện thân giáo làm gương mẫu giáo hóa chúng tăng. Hạnh khất thực trừ bỏ tâm ngã mạn, đó là lợi mình. Hạnh khất thực tạo phước cho chúng sanh, là tạo cơ hội cho chúng sanh làm việc bố thí, nhân đó tiếp cận thuyết pháp cho chúng sanh. Kinh Kim Cang tuyệt diệu như thế lại bắt đầu từ sự việc hết sức bình thường, một ngày như mọi ngày của Phật: đắp y, trì bát, vào xóm làng theo thứ tự từng nhà mà khất thực. Hơn ngàn năm

---

[1] Tham khảo thêm về Mười hai hạnh đầu đà này được kinh Phật thuyết Thập nhị đầu đà (佛説十二頭陀經), được kể ra như sau: 1. Sống nơi thanh vắng yên tĩnh; 2. Thành thực hành pháp khất thực, 3. Đi khất thực luôn bình đẳng theo thứ lớp; 4. Mỗi ngày chỉ ăn một bữa; 5. Ăn điều độ, có chừng mực; 6. Sau bữa ăn không uống nước; 7. Chỉ dùng nạp y; 8. Chỉ sử dụng 3 tấm y; 9. Ngủ nghỉ nơi nghĩa địa; 10. Ngủ nghỉ dưới gốc cây; 11. Ngủ nghỉ nơi đồng trống; 12. Khi nghỉ ngơi cũng chỉ ngồi không nằm. (Đại Chánh tạng, Tập 17, kinh số 783, trang 720, tờ c, dòng 6 - 10.)

sau, hình ảnh giản dị đến mức tuyệt vời cao đẹp đó lại được thể hiện hoàn mỹ trong cuộc sống du tăng của Hòa thượng Bố Đại (?- 916), thời Ngũ đại ở Trung Quốc:

一鉢千家飯，
孤身萬里遊；
青目睹人少，
問路白雲頭。

Nhất bát thiên gia phạn,
Cô thân vạn lý du,
Thanh mục đổ nhân thiểu,
Vấn lộ bạch vân đầu.

Bình bát cơm ngàn nhà,
Thân chơi muôn dặm xa,
Mắt xanh xem người thế.
Mây trắng hỏi đường qua.[1]

ĐẢ THÔNG PHÂN BIỆT

KINH VĂN

Là vì sao? Con nhớ lại trước kia, khi khất thực trong xóm nhà nghèo, lúc ấy ông Duy-ma-cật đến nói với con rằng: Ngài Đại Ca-diếp! Có lòng từ bi mà không phổ cập là bỏ nhà giàu mà đi đến nhà nghèo. Ngài Ca-diếp! Ở pháp bình đẳng nên đi khất thực theo thứ lớp. Vì không ăn mà đi khất thực; vì phá tướng hòa hiệp mà bốc cơm ăn; vì không nhận mà nhận món ăn của người; vì tưởng không tụ mà vào làng xóm; có thấy sắc cũng như người đui; có nghe tiếng cũng như vang; có ngửi mùi cũng như gió; lúc nếm vị không phân biệt; chạm các vật như trí chứng; biết các pháp tướng như huyễn, không tự tánh, không tha tánh, trước vốn không sanh, nay cũng không diệt.

---

[1] Kinh Thủ Lăng Nghiêm Tông Thông – Tăng Phụng Nghi, Việt dịch: Nhẫn Tế thiền sư, phần Tựa.

Cách khất thực của Đại Ca-diếp trong đoạn kinh văn đối thoại trên không phải là vấn đề được đặt ra để phê phán, mà là một ẩn dụ so sánh và là sự nối tiếp mạch lạc của kinh văn. Vạn pháp vốn như vậy, thường ẩn, tùy tâm mà hiện, theo thức mà biến. Đã hiện, đã biến thì pháp pháp sanh, trụ, dị, diệt nhất định không khác. Đã biến thì liền sanh phân biệt chấp trước. Chúng sanh trong đó có chúng ta, vì mê lầm nhận giả làm chân nên bị các dòng pháp xoay chuyển mà oan uổng trôi lăn trong ba cõi sáu đường. Lẽ nào chúng ta cứ trong thế bị động, phải chịu cái đang là như vậy? Đây là thắt nút, cũng là lý cần phải thông. Sự tu hành cầu giải thoát hẳn nhiên là phương tiện tháo gỡ gút mắc phi lý đó. Trong đối thoại với Mục-kiền-liên, Duy-ma-cật thuyết về pháp tướng thì ở đây ông chỉ bày cách tu hành chẳng những cho hàng tăng sĩ mà còn cho cư sĩ tại gia. Đây là mở nút, cũng là sự cần phải tu. Tính nghệ thuật của văn học kịch biểu hiện rất rõ trong đoạn đối thoại này.

Trong mắt của Đại Ca-diếp, dù thế gian nhộn nhịp đầy ắp người qua kẻ lại, mây trôi nước chảy, đất lỡ núi trồi, hình như chẳng làm ngài mảy may động tâm. Không khởi tâm động niệm, mà vẫn còn phân biệt nên Duy-ma-cật mới trách: *Có lòng từ bi mà không phổ cập là bỏ nhà giàu mà đi đến nhà nghèo*. Thực tướng vô tướng bất khả đắc. Từ quán pháp tướng mà thể nhập tánh bình đẳng của vạn pháp: không dơ không sạch, không tốt không xấu, không thiện không ác, không gì mang lại phiền não, không gì tạo ra thiên đường, cũng chẳng ù lì vô tính. Trên căn bản tánh vô sai biệt đó mà chúng ta khởi tu, sửa đổi ba nghiệp thân, khẩu, ý. Nói cụ thể hơn là ở pháp bình đẳng mà chúng ta nên thay đổi cách nhìn, cách nghĩ, cách nói, cách cư xử đối với mọi người. Điều đó có nghĩa là cần phải phá bỏ ý thức phân biệt vốn đã huân tập từ vô thủy. Cũng có nghĩa là bước đầu khởi tu là chuyển hóa thức thứ sáu, Ý thức thành Diệu quan sát trí.

Không thể nói các pháp chân thật là gì. Đạo lý này cần phải thâm nhập sâu sắc bằng cả trực giác và thể nghiệm thực tế của chúng ta. Bản thân ta từ tuổi nhỏ đến giờ là một hay là hai? Đừng nói chi khoảng thời gian dài như thế; bản thân ta một phút trước đây và một phút sau này là một hay là hai?

Hãy lấy ví dụ gần gũi nhất là tình cảm vợ chồng. Hôm trước thì yêu thương nhau vô cùng, hôm sau vì lý do gì đó giữa hai người lại trở nên cau có, giận dữ, thậm chí thù ghét nhau. Vài hôm sau nữa, hai người lại mặn nồng như đã chẳng có gì xảy ra. Vậy thì pháp pháp chẳng thể cho là một, cũng chẳng thể cho là hai. Bởi vì chúng là giả, là hư vọng.

Là hư vọng, giả tạm nhưng chúng vẫn lù lù ra đó! Tại sao? Bởi vì nghiệp của chúng ta nặng trĩu nên chúng ta vẫn cứ thấy, nghe, hay, biết về chúng. Và cũng bởi vì khối nghiệp đè nặng chình chịch đó đã lôi kéo, xô đẩy mà chúng ta để cho các pháp chuyển xoay, tạo tác chồng chất nghiệp nhân quả thân, khẩu, ý. Đó chính là gút mắc cột chặt và ràng buộc chúng sanh với nhau từ vô thủy đến vô chung.

Như đã nói trên, hạnh khất thực là ẩn dụ so sánh. Đối với giới tu sĩ, khất thực là phương pháp nuôi dưỡng thân tâm tuệ mạng thông qua sự liên hệ với chúng sanh. Tương tự vậy, người cư sĩ quyết tâm học Phật, trong khi duy trì thân mạng, tu sửa tâm tính, chẳng thể nào cắt đứt mối quan hệ với gia đình và xã hội. Đại Ca-diếp chọn lựa khi khất thực, chính là hình ảnh chúng ta phân biệt chấp trước trong cuộc sống chỉ vì chúng ta vẫn phải tiếp tục sống, vẫn phải đối mặt với cuộc đời, vẫn phải va chạm với tha nhân.

Duy-ma-cật nói với Đại Ca-diếp rằng *vì không ăn mà đi khất thực* là chính vì để nhận chân bản tâm bình đẳng hay pháp thân mà ngày ngày phải xin ăn, duy trì thân mạng để tu, để chứng. Tăng sĩ thời đó khi nhận thực phẩm cúng dường của thí chủ, thì ai cho gì họ đều mang bình bát nhận cả. Đến lúc thọ trai, chư tăng trộn lẫn các thức ăn với nhau mà dùng, chẳng cần phân biệt món này có thích hợp với món nọ không. Đây là pháp tu phá trừ chấp trước pháp tướng. Pháp chỉ là tướng duyên hợp như kinh Kim Cang nói, cần phải lìa. Kinh văn viết: *Vì phá tướng hòa hợp mà bốc cơm ăn; vì không nhận mà nhận món ăn của người.* Do đó trong sự liên hệ với thí chủ, chư tăng tuy đưa bình bát nhận thức ăn bố thí nhưng chưa hề thọ nhận bao giờ vì các ngài đang dụng tâm ly tướng mà tu hành. Xóm làng, thôn mạc đông đúc nhà nhà, chợ chợ, người người ví như pháp pháp dù có đầy ắp cả vũ trụ này, các ngài vẫn thấy như không, lúc nào cũng tâm niệm: *vì tưởng không tụ mà vào làng xóm.* Vì sao? Chính vì thực tướng các pháp là vô tướng, từ không mà có và từ có lại về không, cho dù chúng hiển hiện, tồn tại và biến hóa thiên hình vạn trạng trong vũ trụ vô minh này.

Trong cuộc đối thoại của Duy-ma-cật và Đại Ca-diếp, khất thực chính là quan hệ giữa ngã và phi ngã, ta và tha nhân, con người và thế giới, tâm năng nhiếp và cảnh sở nhiếp. Trong mối quan hệ đó, chúng ta cần phải thấu suốt được pháp tánh bình đẳng mà đạt được tự tại vô ngại trước vạn pháp. Nhìn cho thấu, buông được xuống hay không là ngay trong mối quan hệ này. Khi nói với Xá-lợi-phất, Duy-ma-cật chỉ thẳng bản tâm thường trụ bất động. Khi nói với Mục-kiền-liên, Duy-ma-cật đi vào thực tướng các pháp. Với Đại Ca-diếp, Duy-ma-cật phá bỏ ý thức, gốc rễ của mọi sự phân biệt đối đãi.

Phàm nhân chúng ta mỗi khi mắt thấy sắc, tai nghe tiếng, mũi ngửi mùi, lưỡi nếm vị, thân chạm xúc, ý nhận biết thì tâm ý thức động chuyển không ngừng khởi phân biệt, chấp trước. Liền đó tâm thức bị vạn pháp xoay chuyển, xô đẩy chúng ta vào lục đạo luân hồi. Chỉ khi nào chúng ta dụng công buông bỏ cái thấy, nghe, hay biết mê lầm như kinh văn dạy: *có thấy sắc cũng như người đui; có nghe tiếng cũng như vang; có ngửi mùi cũng như gió; lúc nếm vị không phân biệt; chạm các vật như trí chứng*, do chúng ta đã nhìn thấu rõ bản chất hư huyễn không thật của vạn pháp, *biết các pháp tướng như huyễn, không tự tánh, không tha tánh, trước vốn không sanh, nay cũng không diệt*; khi ấy gọi là giải thoát.

Nhìn thấu và buông bỏ là hai việc tu học đồng thời, không trước không sau. Tập buông bỏ thì mới hiểu thấu đáo. Thông suốt rồi mới nhẹ nhàng buông bỏ. Lời khuyến tu trên đồng nghĩa với một trong Tứ Y mà người tu theo Phật thường nghe: Y trí bất y thức. Y trí là tâm thanh tịnh trên căn bản giác ngộ vạn pháp bình đẳng. Y thức là tâm phân biệt, chấp trước dính mắc trần cảnh khởi niệm tham, sân, si. Sự mê lầm của thấy nghe, ngửi nếm, chạm xúc, suy tư đã từ lâu thâm nhập thành thói quen khó bỏ của chúng ta. Cho dù ta có đủ sáng suốt nhận ra những lầm lẫn ấy thì thói quen tệ hại vẫn buộc ta dễ duôi thừa nhận sự mê lầm đó là đúng. Chỉ khi nào sự tinh tấn dụng công tu hành hội đủ nhân duyên và công đức thì quả chứng ngộ mới nở bừng như thiền sư Viên Học (1072-1136) triều nhà Lý nước ta có kệ rằng:

六識常昏終夜苦，
無明被覆久迷慵。
晝夜聞鐘開覺悟，
懶神靜卻得神通。

Lục thức thường hôn chung dạ khổ,
Vô minh bị phú cửu mê dung.
Trú dạ văn chung khai giác ngộ,
Lãn thần tĩnh khước đắc thần thông.

Sáu thức đắm chìm đêm thâu khổ,
Mờ mịt vô minh phủ cõi lòng.
Sớm tối nghe chuông chùa chợt ngộ,
Biếng lười tỉnh giấc pháp tâm thông.[1]

KINH VĂN

Ca-diếp! Nếu có thể không bỏ bát tà mà vào bát giải thoát, dùng tưởng tà mà vào chánh pháp, dùng một bữa ăn mà thí cho tất cả, cúng dường chư Phật và các bậc hiền thánh rồi sau mới ăn. Ăn như thế, không phải có phiền não, không phải rời phiền não, không phải vào định ý, không phải ra định ý, không phải ở thế gian, không phải ở Niết-bàn, người thí không có phước lớn, không có phước nhỏ, không được lợi ích, không bị tổn hại, đó chính là vào Phật đạo, không nương theo hạnh Thanh văn. Ngài Ca-diếp! Nếu ăn như thế là ăn đồ cúng thí của người không uổng vậy. Bạch Thế Tôn! Lúc đó con nghe ông Duy-ma-cật nói lời ấy tỏ ngộ được điều chưa từng có, càng khởi tâm cung kính tất cả các vị Bồ Tát. Con lại nghĩ rằng: Kẻ danh gia này có được biện tài trí tuệ mới được như thế. Ai nghe mà chẳng phát tâm Vô thượng chánh đẳng chánh giác? Từ ấy đến nay, con chẳng còn đem hạnh Thanh văn, Bích-chi Phật để khuyên dạy người, vì thế nên con không kham lãnh đến thăm bệnh ông.

Bát tà là tám yếu tố ngược với Bát chánh đạo: tà kiến, tà tư duy, tà ngữ, tà nghiệp, tà mạng, tà phương tiện, tà niệm và tà định. Bát giải thoát còn gọi là bát bội xả hay tám pháp thiền định rũ sạch mọi triền phược trong ba cõi: 1. Nội hữu sắc tướng ngoại quán sắc, tự quán thân mình bất tịnh; 2. Nội vô sắc tướng ngoại quán sắc, đã thấy thân mình bất tịnh, lại quán thân người khác; 3. Tịnh bội xả thân tác chứng, rõ được sắc thân bất tịnh, thân tâm được thanh tịnh; 4. Hư không xứ bội xả, xa lìa được sắc thân, tâm duyên hư không, nhập vào cảnh giới Không vô biên xứ; 5. Thức xứ bội xả, do xả ly cảnh giới hư không chẳng thực

---
[1] Thiền sư Việt Nam, Hòa thượng Thích Thanh Từ, 1972.

mà nhập vào cảnh giới Thức vô biên xứ; 6. Vô sở hữu xứ bội xả, do quán ngũ uẩn chẳng thực, tâm không còn chấp trước, xả ly thức xứ, nhập vào Vô sở hữu xứ; 7. Phi hữu tưởng, phi vô tưởng xứ bội xả, y nơi ngũ uẩn đều không, xả ly vô sở hữu xứ; 8. Diệt thọ tưởng bội xả, do nhàm chán tâm tán loạn nên nhập định diệt thọ tưởng.

Bát tà và bát giải thoát, cũng như tướng tà và chánh pháp ở đây là cách nói, mượn tướng đối đãi mà lý giải chuyện thực tế của đời người. Ngay từ các phẩm trước, chúng ta đã thừa nhận thân phận con người của chúng ta với đầy đủ những cảm xúc, suy nghĩ và hành động của nó. Tất nhiên thân phận đó không thể tồn tại độc lập ngoài mối quan hệ xã hội đa dạng của nó bởi vì chúng ta sống là sống cùng với người khác. Điều đó có nghĩa là chúng ta mặc nhiên đồng ý với những qui ước đạo đức xã hội. Hãy để qua một bên những lý luận cao xa về sự siêu việt nhị biên, vượt qua đối đãi mà nhìn thẳng vào bản thân chúng ta trong mối quan hệ giữa người và người. Chỉ một lẫn lộn nhỏ giữa đúng và sai cũng đủ thay đổi số phận và có thể làm ta hối hận cả đời. Do đó ta nhất thiết phải nhận chân ra trong ta những mặt tiêu cực và tích cực, phải phân định rạch ròi ranh giới giữa thiện và ác, chánh và tà trong cảm xúc, suy nghĩ và hành vi của mình. Sự tự biết rõ ràng ấy hướng dẫn ta vào con đường đúng đắn không tạo nghiệp nhân ác để lãnh lấy quả báo xấu sau này. Đừng kiêu mạn tự cho là mình hiểu Phật pháp, rõ lý bất nhị mà lầm lẫn đánh đồng các giá trị thiện ác, chánh tà mà sa vào hầm hố tội lỗi, và tự dìm mình trong ba đường ác địa ngục, ngạ quỷ, súc sanh. Đó là điều nhắn nhủ khái quát của Duy-ma-cật: *không bỏ bát tà mà vào bát giải thoát, dùng tướng tà mà vào chánh pháp*. Và đó cũng chính là tu, là chuyển thức thành trí.

Tu tức là sửa tâm mình từ sai thành đúng, từ phàm thành thánh bởi vì chúng ta thường xuyên khởi tâm động niệm khi sáu căn tiếp xúc sáu trần. Chúng ta chưa thấu triệt pháp tướng hư huyễn nên luôn khởi tâm phân biệt, chấp trước khi thân tâm thọ nhận thế giới hay tha nhân. Sự thọ lãnh này, trên căn bản phân biệt đối đãi, được minh họa như việc khất thực và thọ nhận vật phẩm cúng dường của Đại Ca-diếp đối với thí chủ. Ngài Ca-diếp tuy từ bi mà không bình đẳng vì chọn xóm nhà nghèo mà bỏ qua nhà giàu để khất thực. Chúng ta có điều khác hơn là trong khi giao tiếp với người, với tâm vị kỷ mà có phân biệt lựa chọn những gì tốt đẹp, có lợi cho mình mà bài bỏ cái xấu tệ, hại mình. Đó chính là mấu chốt của thất bại và đau khổ. Phải buông bỏ tâm phân biệt khi thân tâm tiếp xúc và thọ nhận vạn pháp hay nói rõ hơn là mọi tình huống và mọi người. Muốn được như thế, khi đối nhân tiếp vật phải buông xả chấp trước phân biệt, là nghĩa: *dùng một bữa ăn mà thí cho tất cả*. Lúc nào cũng nên tâm niệm bản lai diện mục của mình là Phật, chớ nhận vọng làm chân, là nghĩa: *cúng dường chư Phật và các bậc hiền thánh rồi sau mới ăn*. Phàm nhân khi thọ lãnh một pháp liền chấp trước, phân biệt thể hiện trong ứng xử. Thánh nhân tuy trong hình hài là thân người nhưng khi thọ lãnh một pháp liền xem đó là bình đẳng, không gì khác biệt với vạn pháp, bản tâm bất động không khác Bồ Tát chư Phật. Tôi là phàm phu nhưng cũng mạn đàm rằng các ngài tuy có thọ nhận nhưng thực sự chưa hề thọ nhận, tuy có vui buồn nhưng chưa hề động lòng vì buồn vui. Tôi sẽ chẳng tin ông Cồ-đàm (Gautama), nếu ông nói rằng khi ngồi thiền dưới cội bồ-đề, trời mưa dầm dề mà ông không cảm thấy lạnh hoặc như thời tiết nóng hừng hực như thiêu đốt mà ông không cảm thấy nóng. Bậc thánh nhân thường trú trong cái biết nóng lạnh chứ chẳng phải trong cảm giác nóng lạnh, trong sự nhận biết phiền não chứ chẳng phải trong phiền não, trong sự tỉnh giác, chẳng phải trong tâm định hay loạn động, trong sự giác ngộ chứ không đắm chìm trong an nghỉ, nên kinh viết: *Ăn như thế, không phải có phiền não, không phải rời phiền não, không phải vào định ý, không phải ra định ý, không phải ở thế gian, không phải ở Niết-bàn.*

Có một truyện kể về thiền sư Bạch Ẩn (Hakuin Ekaku, 1685-1768) đáng để cho chúng ta suy gẫm. Ông là một vị tăng nổi tiếng đạo cao đức trọng. Gần tự viện của ông có một gia đình bán cửa hàng thực phẩm. Ông bà chủ cửa hàng đó chẳng may có cô con gái chửa hoang. Sau khi bị cha mẹ hạch hỏi nhiều lần, cô gái vì hoảng sợ và muốn bảo vệ tình nhân nên khai bừa cha đứa bé là Hakuin. Cha mẹ cô gái nổi giận bèn tìm đến sư chửi mắng nặng lời mà sư chỉ điềm đạm trả lời: "Thế à!" Thời gian sau, khi cô gái sanh con, ông bà liền đem đứa bé giao cho sư. Hakuin vẫn tiếp nhận đứa bé, và mặc cho lời đồn xấu lan rộng khắp phố chợ, sư vẫn hằng ngày ẵm đứa bé đi khắp nơi xin sữa nuôi dưỡng bé qua ngày. Cho đến một năm sau, do lương tâm cắn rứt, cô gái, mẹ đứa bé mới thú nhận cùng gia đình rằng cha đứa bé là một anh chàng bán cá ngoài chợ. Bấy giờ cha mẹ cô gái tìm đến sư sám hối tạ lỗi và xin nhận lại đứa bé. Sư giao trả lại đứa bé và ung dung nói: "Thế à!"

Câu trả lời của vị thiền sư không phải là ngạc nhiên mà là sự mặc nhiên chấp nhận trước một sự việc đang là như vậy. Khi trước ngài bị nguyền rủa, câu trả lời đã thế. Bây giờ dù đã được minh oan, câu trả lời vẫn thế. Ngài thọ nhận thị phi như chưa hề thọ nhận. Ngã tướng, nhân tướng, chúng sanh tướng, thọ giả tướng vắng bặt nơi đây. Không người tạo tác, cũng chẳng có việc tạo tác thì ai làm ai chịu? Chúng ta mượn câu chuyện vị thiền sư trên chỉ muốn nhấn mạnh một điều là tâm thanh tịnh bình đẳng thì không hề thấy có chúng sanh và tội phước của chúng sanh. Đó là phá chấp mà hàng Thanh văn chưa làm được. Thế nhưng, nhân quả vẫn là nhân quả không hề sai chạy. Khi đọc câu văn kinh: *người thí không có phước lớn, không có phước nhỏ, không được lợi ích, không bị tổn hại,* chúng ta đừng quên cư sĩ Bảo Tích đã nói: Nói pháp chẳng có cũng chẳng không, vì do nhân duyên các pháp sanh, không ta, không tạo, không thọ giả; những việc lành dữ cũng chẳng mất.

ĐỐN PHÁ ĐỐI ĐÃI

TÔN GIẢ TU-BỒ-ĐỀ

> **KINH VĂN**
>
> **Phật bảo Tu-bồ-đề: Ông đi đến thăm bệnh ông Duy-ma-cật. Tu-bồ-đề bạch Phật: Bạch Thế Tôn! Con không kham lãnh đến thăm bệnh ông.**

Khác với ngài Đại Ca-diếp chỉ khất thực người nghèo để tạo cơ hội cho họ gieo trồng phước báo, tôn giả Tu-bồ-đề lại tìm đến người giàu có để khất thực vì ngài không muốn người nghèo khó phải san sẻ vật thực khổ cực lắm họ mới kiếm được. Tu-bồ-đề ở thành Xá-vệ (Sravasti), là cháu của trưởng giả Tu-đạt (Sudatta), có thuyết nói là em của trưởng giả Cấp Cô Độc (Anathapindada), và là người xây dựng và cúng dường tu viện Kỳ Viên (Jetavana) cho Phật ở nước Kiều-tát-la (Kosala). Khi ngài vừa chào đời, tất cả tài sản, vật dụng, kho đụn đều biến mất. Nhà cửa trở nên trống không, cho đến ba ngày sau mọi thứ mới hiện ra lại. Mọi người cho đó là điềm lành nên ngài còn có tên là Không Sinh, Thiện Cát, Thiện Hiện, Thiện Kiến.

Ngay từ thuở nhỏ, ông đã có tâm hạnh bố thí vị tha đáng phục. Ông thường đem tiền bạc dành dụm được bố thí cho kẻ nghèo khổ. Ngay cả y phục đang mặc trên người, cậu bé Tu-bồ-đề vẫn không ngần ngại cởi ra đem cho người bần cùng cần có. Cha mẹ cậu thường bảo cậu cân nhắc, không nên quá đáng khi bố thí nhưng cậu vẫn vui vẻ giải thích là việc mình làm không sai.

Vốn thông tuệ và hiếu học từ bé, Tu-bồ-đề thường tự hào trên đời khó có người hiểu biết thật xuất sắc để bàn luận với mình về mọi kiến thức. Cho đến một hôm khi nghe tin Đức Phật là một bậc đại trí tuệ đã đến địa phương ông ngụ, với tánh hiếu kỳ, Tu-bồ-đề đã âm thầm tìm đến nơi Phật đang thuyết pháp để tìm hiểu. Tôn giả thật sự chấn động khi nghe pháp âm của Phật. Sau cùng ông xin quy y với Phật, xuất gia theo Phật tu hành trên đường giải thoát.

Trong mười vị đại đệ tử của Phật, tôn giả là người có trí tuệ giải không đệ nhất. Chính nhờ liễu đạt và thể nhập tánh không một cách rốt ráo nên ngài an nhiên tự tại, tùy thuận mọi người mà không hề khởi phiền não, cũng như chẳng hề não hại một ai. Đức Phật cũng từng khen ngợi ngài đã thành tựu Vô tránh tam muội thật hiếm có trong chúng tăng. Một hôm do tôn giả thưa thỉnh Phật xin Phật dạy cách an trụ chân tâm và hàng phục vọng tâm, do nhân duyên này mà tôn giả là đương cơ của pháp hội giảng kinh Kim Cang, bộ kinh xiển dương tánh không của vạn pháp, chỉ ra trí tuệ vô tướng có công năng phá vỡ mọi kiến chấp và pháp chấp của chúng sanh.

Thế mà trong kinh Duy-ma-cật, Tu-bồ-đề phải thừa nhận rằng đã có lần ngài gặp trưởng giả Duy-ma-cật và sau khi chỉ nghe vài lời từ vị cư sĩ này mà tôn giả mù tịt không biết trả lời ra sao. Tình huống đó là vị Bồ Tát hiện thân Thanh văn này chỉ diễn tuồng để chúng ta có bản kinh này mà tu học. Thực sự, *"Tu-bồ-đề, vốn là Phật Thanh Long Xà ở phương Đông, thị hiện thân Thanh văn vào trong hội Phật Thích-ca, ngài nhiều đời thấu hiểu lý không, nhưng chỉ chứng thiên không. Đến khi nghe pháp Bảo Minh Không Hải, ngài mới chứng không mà bất không, thành Đại A-la-hán trụ nơi bát địa, tức Bất động địa, còn gọi là Bồ tát trụ địa, về sau lên cửu địa, thập địa thuyết pháp độ sanh, chẳng trụ nơi chỗ trụ."*¹ Ở pháp

---

¹ Kinh Kim Cang Tông Thông - Tăng Phụng Nghi.

hội Lăng-nghiêm, tôn giả đã trình bày về thành tựu của pháp tu ý căn viên thông là *"nhờ Đức Như Lai phát minh tính giác là chân không, nên tính không được viên mãn sáng suốt, chứng quả A-la-hán, liền vào Bảo Minh Không Hải của Như Lai, tri kiến đồng như Phật, được ấn chứng thành quả vô học, tính giải thoát rỗng không"*.[1] Trong kinh Pháp Hoa, phẩm Thọ ký, tôn giả Tu-bồ-đề được Phật thọ ký tương lai thành Phật hiệu là Danh Tướng Như Lai.

KHÔNG VÀ BẤT KHÔNG

> **KINH VĂN**
>
> Vì sao? Nhớ lại thuở trước, con vào khất thực nơi nhà ông. Lúc đó trưởng giả Duy-ma-cật lấy bát của con đựng đầy cơm rồi nói với con rằng: Thưa ngài Tu-bồ-đề! Đối với cơm bình đẳng, thì các pháp cũng bình đẳng. Các pháp bình đẳng thì cơm cũng bình đẳng. Đi khất thực như thế mới nên lãnh món ăn.

Nếu khéo để ý, chúng ta sẽ nhận ra rằng trước khi mở lời đối thoại với Tu-bồ-đề, Duy-ma-cật đã không thuyết mà thuyết bằng hành vi đầy ẩn ý: lấy bình bát đang không có gì mà cho vào đó đầy cơm và vật thực. Bài pháp vô ngôn này là tổng đề cương những gì Duy-ma-cật sẽ nói với vị tôn giả giải không đệ nhất.

Phần lớn chúng ta tu học Phật, ngoài việc đi chùa lễ Phật, dụng công niệm Phật, thiền định, trì giới, bố thí v.v... chúng ta còn miệt mài đọc kinh sách, nghiên cứu đủ các bộ luận để mong phần nào hiểu được Bát-nhã và tánh không. Chúng ta cố tập nhìn đâu đâu cũng là không: ta không, người không, sự sự đều không. Đó là sai lầm nghiêm trọng! Ta đang quên rằng mọi sự đang có. Nói theo thuật ngữ Phật học, chúng ta và Tu-bồ-đề đều thiên chấp phương

---

[1] Kinh Thủ-lăng-nghiêm, quyển 5, mục 4, đoạn 13, bản Việt dịch của Cư sĩ Tâm Minh Lê Đình Thám.

diện phi hữu mà bỏ qua ý nghĩa phi vô của các pháp. Sự kiện cơm và vật thực chứa đầy bình bát là điều Duy-ma-cật nhắc nhở và triển khai qua cuộc đối thoại bằng ngôn từ và lý lẽ tưởng chừng hết sức mâu thuẫn. Điều nhắc nhở đó thâm thúy, sâu sắc gấp muôn vạn lần những bài thuyết pháp, tranh biện hay những luận văn thông thái nhất do thói hợm hĩnh tự cao của chúng ta làm ra.

Ở phần trước nói về ngài Đại Ca-diếp đã nêu rằng khất thực là biểu trưng cho mối quan hệ giữa ta và người, giữa chủ và khách. Ở đây cơm và vật thực tượng trưng cho sự thọ nhận, hay những tâm sở hành, những trạng thái tâm lý của chúng ta trong mối quan hệ với tha nhân và thế giới.

Khi các vị tăng sĩ trong tăng đoàn đi khất thực xong, các ngài sẽ trộn lẫn vật thực nhận được để thọ trai. Việc này nhằm mục đích điều phục ý thức phân biệt, dẫn đến sự lãnh hội rằng sự phân biệt là chủ quan, có liên hệ đến bản ngã của mọi người. Ngon dở, mặn nhạt là phân biệt giả dối, chưa hẳn là tự tánh của vật thực. Nó chỉ hiện hữu trong mối quan hệ giữa căn và trần. Tánh của vật thực là không. Tánh không ấy chẳng những ở một pháp mà hiện trú khắp vạn pháp, làm nên tánh bình đẳng của vạn pháp. Thấy được tánh bình đẳng ấy, trong lúc đối nhân tiếp vật, sự không khởi tâm phân biệt chẳng hề loại trừ sự biết rõ ràng hiện tướng của các pháp. Khi ấy ta dùng một món ăn, cảm thấy nó ngon và nói là nó ngon, cũng không phải là lời nói dối. Tánh tuy thực không nhưng tướng thì diệu hữu.

TÙY THUẬN BẤT KHÔNG, XA LÌA CÁC TƯỚNG

KINH VĂN

Như Tu-bồ-đề không trừ dâm, nộ, si, cũng không chung cùng với nó. Không hoại thân mình mà theo một tướng. Không dứt si ái sanh ra giải thoát. Ở tướng ngũ nghịch mà đặng giải thoát. Không mở cũng không buộc. Không thấy tứ đế, cũng không phải không thấy

> tứ đế. Không phải đắc quả, cũng không phải không đắc quả. Không phải phàm phu, cũng không phải rời phàm phu. Không phải thánh nhân, cũng không phải không thánh nhân. Tuy làm nên tất cả pháp, mà rời tướng các pháp, thế mới nên lấy món ăn.

Ý thức phân biệt lập nên mọi đối đãi: có không, thiện ác, dị đồng, thường đoạn v.v... Những cặp đối đãi ấy là giả tướng nương nhau mà tồn tại. Thực sự trong pháp giới duyên khởi thì sự sự vật vật được thành lập trên nguyên tắc tương tức tương nhập. Tuy chúng bao hàm, dung chứa nhau, nhưng mỗi mỗi đều riêng biệt, không lẫn lộn, và không loại trừ nhau. Do thức thứ bảy chấp trước và thức thứ sáu phân biệt mà chúng ta bị chính những đối đãi do mình tạo ra xô đẩy, lôi kéo khi bên này, lúc bên nọ khác nào như con tằm nhả tơ đan kén tự trói buộc chính mình.

Ở đoạn kinh văn trên, Duy-ma-cật bắt đầu khai mở pháp môn bất nhị, khai thị cho tôn giả Tu-bồ-đề: *không trừ dâm, nộ, si, cũng không chung cùng với nó.* Xét về mặt tâm lý, thông thường chúng ta có khuynh hướng thiên về mặt tích cực và bác bỏ mặt tiêu cực. Kết cục là ta gặp phải một phản lực đề kháng từ mặt tiêu cực hết sức mạnh mẽ. Có thể ta chế phục được nó trong một thời gian nhưng sự đè nén lâu ngày sẽ bùng vỡ và ta bị nhấn chìm trong sóng thần của ham muốn hay bị thiêu đốt trong núi lửa của thịnh nộ. Càng muốn loại trừ thì càng bị dính mắc. Người trí không làm việc ngu xuẩn như thế. Trái lại họ biết rằng trong đất có vàng, trong bùn có sen. Giải thoát chẳng có nếu không trải qua đau khổ. Tăng Triệu (374-414) luận hết sức ngắn gọn: *"Lìa dứt dâm dục, nóng giận, si mê là hạng Thanh văn. Cùng với dâm dục, nóng giận, si mê là kẻ phàm phu. Bậc Bồ Tát xem dâm dục, nóng giận, si mê là Niết-bàn."*[1] Người trí không tự hủy bỏ thân mà cầu thoát

---
[1] Kinh Duy-ma-cật, Cưu-ma-la-thập dịch, Tăng Triệu chú giải, Việt dịch: Hồng Đạo.

tam độc. Họ tùy thuận một tướng, tức nhất hiệp tướng hay hòa hiệp tướng theo kinh Kim Cang, biết rõ thân tâm mình do duyên hợp mà sanh, chẳng phải chân thật là mình, cũng chẳng sanh đoạn kiến mà xa lìa chân tánh:

地水火風識，
原來一切空。
如雲還聚散，
佛日照無窮。
色身與妙體，
不合不分離。
若人要甄別，
爐中花一枝。

Địa thủy hỏa phong thức,
Nguyên lai nhất thiết không,
Như vân hoàn tụ tán,
Phật nhật chiếu vô cùng.
Sắc thân dữ diệu thể,
Bất hiệp bất phân ly,
Nhược nhân yếu phân biệt,
Lô trung hoa nhất chi.

Đất nước lửa gió thức,
Nguyên lai thảy đều không,
Như mây lại tan hợp,
Phật nhật chiếu không cùng.
Sắc thân cùng diệu thể,
Chẳng hợp chẳng chia lìa,
Nếu người cần phân biệt,
Trong lò một cành hoa.[1]

Tùy thuận thân tứ đại này, hễ còn thở là còn tu, không để ý thức mê lầm dẫn dắt. Chúng ta chỉ cần nhận ra chân

---

[1] Thiền sư Đạo Huệ (?-1172), đời thứ 9 dòng thiền Vô Ngôn Thông. Trích: Thiền sư Việt Nam, Thích Thanh Từ, 1972.

tướng của si ái là vọng, là huyễn, tánh của nó là không, thì chẳng cần trừ tham, sân, si, cũng chẳng cần buộc mình vào giới, định, tuệ. Ở tướng ngũ nghịch (giết cha, giết mẹ, giết A-la-hán, phá hoại tăng đoàn, làm thân Phật chảy máu) mà nhận ra nhân quả nghiệp báo, hay hiểu đó là nguyện lực của Bồ Tát nghịch hạnh mà không khởi niệm. Chưa có túc mạng thông thì chớ vội phán đoán hành vi của người khác. Được như thế là giải thoát vậy.

Tầm nhìn của Duy-ma-cật không đưa Tu-bồ-đề đến sự lựa chọn giữa những đối đãi huyễn tưởng mà tạo sức bật cho tôn giả nhảy vượt qua những chướng ngại giả tạo không cần thiết: có và không, thiện và ác, tu và vô tu, đắc và vô đắc. Thấy tứ đế là chấp, không thấy tứ đế là đọa. Thấy có mình tu thì khó đắc, nhưng mình không tu thì chẳng bao giờ đắc. Thử nghĩ xem quý vị có lựa chọn nào? Duy-ma-cật đã trả lời thay chúng ta: *Tuy làm nên tất cả pháp mà rời tướng các pháp, thế mới nên lấy món ăn.* Phần trên là lý, câu trả lời này là sự. Khi đối nhân tiếp vật, nếu ta làm đúng như thế mới khế hợp chân lý, hay nói theo ngôn ngữ hình tượng: *thế mới nên lấy món ăn.*

Trong đoạn kinh văn trên, do chúng ta có cái thấy, nghe, hiểu biết phân biệt nên Duy-ma-cật trưng ra vài cặp đối đãi và lập ngôn thuyết lý phá bỏ. Ở đoạn kinh văn tiếp theo bên dưới, Duy-ma-cật thẳng tay đẩy mạnh kịch tính của cuộc đối thoại lên mức cao trào.

ĐỐN PHÁ ĐỐI ĐÃI

KINH VĂN

Như Tu-bồ-đề không thấy Phật, không nghe pháp, bọn lục sư ngoại đạo như Phú-lan-na Ca-diếp, Mạt-già-lê Câu-xa-lê tử, San-xà-dạ Tỳ-la-chi tử, A-kỳ-đa Sí-xá-khâm-ba-la, Ca-la-cưu-đà Ca-chiên-diên, Ni-kiền-đà Nhã-đề tử là thầy của ngài. Ngài theo bọn kia xuất

> gia, bọn lục sư kia đọa, ngài cũng đọa theo, mới nên lấy món ăn. Tu-bồ-đề! Nếu ngài vào nơi tà kiến, không đến bờ giác, ở nơi tám nạn, không được khỏi nạn, đồng với phiền não, lìa pháp thanh tịnh. Ngài được Vô tránh tam-muội, tất cả chúng sanh cũng được tam-muội ấy.
>
> Những người thí cho ngài, chẳng gọi phước điền. Những kẻ cúng dường ngài đọa ba đường ác. Ngài cùng với ma nắm tay nhau làm bạn lữ. Ngài cùng với các ma và các trần lao như nhau không khác. Đối với tất cả chúng sanh mà có lòng oán hận. Khinh báng Phật, chê bai Pháp, không vào số chúng tăng, hoàn toàn không được diệt độ. Nếu ngài được như thế, nên mới lấy món ăn.

Thời bấy giờ có 6 vị luận sư ngoại đạo thu hút số đông người nhất là; Phú-lan-na Ca-diếp (Purana Kassapa) chủ trương các pháp đoạn diệt, phủ nhận thiện ác do đó bác bỏ nhân quả và đạo đức; Mạt-già-lê Câu-xa-lê tử (Makhhali Gosaleiputta) chủ trương thuyết tự nhiên định mệnh; San-xà-da Tỳ-la-chi tử (Sanjaya Belatthiputta) chủ trương thuyết bất khả tri; A-kỳ-đa Sí-xá-khâm-ba-la (Ajita Kesakmabala) chủ trương duy vật, đoạn diệt và khoái lạc, phủ nhận nhân quả; Ca-la-cừu-đà Ca-chiên-diên (Pakudha Kaccana) chủ trương con người không thực có, vận mệnh do Trời Tự Tại quyết định; Ni-kiền-đà Nhã-đề tử (Nigantha Nataputta) chủ trương tu khổ hạnh, cấm sát sanh, không mặc quần áo.

Dường như vị trưởng giả đáng kính của thành Tỳ-da-ly đang bỡn cợt, xúi giục Tu-bồ-đề đừng theo Phật nghe pháp mà tìm đến những vị luận sư trên mà bái làm thầy. Nhưng thật ra không phải vậy. Lời nói của ông chứa đầy ẩn dụ. Lục sư ngoại đạo không ai khác hơn là lục căn của ta: mắt, tai, mũi, lưỡi, thân, ý. Trong pháp hội Lăng-nghiêm, Phật khai thị cho A-nan: *"Hay thay cho A-nan! Ông muốn biết cái câu sinh vô minh là cái đầu nút khiến ông phải sanh tử luân hồi, thì nó chính là sáu căn của ông, chứ không phải vật gì khác."* Vậy thì lúc nào chúng ta cũng nên theo sát sáu ông thầy ngoại đạo này, để biết thật rõ ràng các ông đang thấy, nghe, hiểu biết cái gì; đó chính là quán.

Phật dạy tiếp: *"Ông lại muốn biết tính vô thượng bồ-đề khiến ông chóng chứng đạo quả an vui, giải thoát, vắng lặng, diệu thường, thì cũng chính là sáu căn của ông, chứ không phải vật gì khác."* Vậy thì ta phải bái sáu ông này làm thầy rồi! Khúc mắc hiện diện ngay khi căn trần đối hiện, phát sanh thức phân biệt, lập thành kiến phần năng tri và tướng phần sở tri. Cả hai đều không có tự tánh, gá nương nhau mà có. Nhân trần phát ra cái biết của căn, nhân căn sinh ra cái tướng của trần. Dính mắc là do thức phân biệt chấp trước. Ra khỏi dính mắc, là xuất gia; còn có nghĩa là chỉ (tức ngừng lại). Đây là nghĩa theo sát lục căn mà thực hành chỉ quán.

Bọn lục sư kia bị đọa, là lục căn xa lìa dính mắc. Ngài bị đọa theo, là lúc Tu-bồ-đề đã rũ sạch mọi phân biệt nhị biên, cũng là lúc thức thứ sáu chuyển hóa thành Diệu quán sát trí. Ngay nơi kiến, văn, giác, tri mà tháo gỡ thì dù chánh hay tà, mê hay giác cũng không chấp thủ hay xả bỏ, nếu không thì đó chính là vô minh như kinh Lăng-nghiêm viết: *"Tri kiến lập tri, tức vô minh bổn; tri kiến vô kiến, tư tức Niết-bàn."* (Ở chỗ thấy biết mà lập có cái thấy biết, tức là gốc vô minh; thấy biết mà không có cái thấy biết, tức là Niết-bàn). Cứ thử nghiệm trong thực tế sẽ thấy; ở trong tai ương và phiền não mà không thực thấy có tai ương và phiền não thì chúng ta vẫn trụ vững, dù thời gian có bao lâu; còn trong thanh tịnh và bình yên mà thấy có bình yên thanh tịnh thì đang lúc đó tâm trí bồn chồn lo sợ nó chóng qua. Thế thì người khôn ngoan nên đồng với phiền não, lìa pháp thanh tịnh vậy. Thức phân biệt thường lừa gạt chúng ta. Chỉ khi nào ta xả bỏ chấp trước, xa lìa tất cả tướng, mới chân thật thấy tất cả pháp. Do chân thật thấy biết rõ ràng từng pháp một, lòng mong cầu và tranh chấp lụi tàn và tắt ngấm chẳng những ở riêng mình mà ngay cả ở chúng sanh, ta cũng cảm nhận họ chan chứa sự hòa đồng nhân nhượng đối với ta.

Sự phân biệt được thể hiện rõ rệt nhất không phải ở các pháp bên ngoài mà nằm ngay trong quan hệ giữa ta và người. Mọi lúc mọi nơi, dù ở mức độ lộ liễu hay ẩn giấu, chúng ta cũng xem trọng cái tôi của mình hơn người khác. Duy-ma-cật rất tinh tế khi nói với Tu-bồ-đề: *Những người thí cho ngài, chẳng phải phước điền; những kẻ cúng dường cho ngài đọa ba đường ác*. Nếu Tu-bồ-đề nghĩ mình là ruộng phước để người cúng dường, bố thí gieo giống phước báo nhân thiên, thì với suy nghĩ đó, khác nào ngài tự tôn mình cao quý hơn người. Thế là đã có phân biệt và bất bình đẳng giữa người và ta. Ta cao quý hơn vì ta là thánh nhân. Người cúng thí ta vì người còn phàm phu. Phàm phu ắt cũng có lúc bị đọa. Thế thì ta đang đưa người lên thiên đàng hay đẩy người xuống địa ngục? Còn nếu như Tu-bồ-đề, và cả chúng ta, biện bạch rằng mình thật không còn nhân tướng, ngã tướng thì thử xem ai dám làm những chuyện Duy-ma-cật đề nghị: *làm bạn với chúng ma, ở chung với phiền não, báng Phật, chê pháp, không cần tu, không muốn Niết-bàn, oán hận chúng sanh*... Phải phá ngã chấp trước đi, phải thấy nhân không trước đã, nếu được như thế mới nên lấy món ăn. Đoạn kinh văn trên rất vi diệu! Cùng một lời thoại, Duy-ma-cật khai ngộ cho cả căn cơ Tiểu thừa lẫn Đại thừa.

Chúng ta cùng xem lại kinh văn. Tu-bồ-đề bấy giờ đã đắc quả A-la-hán, chứng nhân không, ngã không. Tăng Triệu nói: *"Còn như xem ta người chẳng khác thì ai là kẻ gieo giống, ai là kẻ có ruộng?"*[1] Đã không kẻ nhận, người

---

[1] Kinh Duy-ma-cật, Cưu-ma-la-thập dịch, Tăng Triệu chú giải, Việt dịch: Hồng Đạo.

cho thì vật cho ở đâu? Đó chính là Bố thí ba-la-mật. Rốt ráo thì tướng bố thí và ngay cả cái gọi là pháp bố thí cũng chỉ là phương tiện giả danh không thực. Tuy nói thế, nếu Tu-bồ-đề đến gõ cửa nhà chúng ta khất thực, ta vẫn cứ cúng dường. Ta cho mà không phải là cho. Ngài nhận mà không phải là nhận. Thế mới là trung đạo.

Tướng tội phước là hai, chẳng đồng. Tội thì đọa địa ngục. Phước thì sanh nhân thiên. Suy cho cùng, tội phước do tâm mà hiện, do thức mà biến. Cung kính cúng dường với tâm so đo vọng cầu thì không khác với sát, đạo, dâm, vọng, đều là tạo nghiệp.

Thiền sư Đại Châu Tuệ Hải, môn đồ đắc pháp của Mã Tổ, giải đoạn kinh văn trên rất hay: *"Mê theo lục căn gọi là lục sư. Ngoài tâm cầu Phật gọi là ngoại đạo. Có vật để bố thí không gọi là ruộng phước. Sanh lòng thọ cúng đọa ba đường ác. Người nếu báng Phật thì không trước Phật. Cầu hủy nơi Pháp là không trước Pháp. Cầu không vào trong hàng thánh chúng, là không trước tăng. Rốt lại không được diệt độ. Người trí dụng hiện tiền. Như kẻ nào hiểu biết được như thế thì được ăn cái vui của pháp, cái sướng của thiền."*[1]

Điểm đáng lưu ý là Duy-ma-cật gom hết tất cả pháp thế gian (ngũ nghịch, đọa lạc, phiền não, trần lao) và xuất thế gian (Niết-bàn, tam-muội, Tam bảo) quy về hai phạm trù tiêu biểu cực kỳ chống đối nhau là Phật và ma. Chấp trước, phân biệt, lựa chọn, tranh luận, bất kỳ thế nào đi nữa đều vô ích và tai hại. Vì sao? Chính là vì tất cả là mộng huyễn bào ảnh. Sâu xa hơn thế, tất cả là báo thân, diệu dụng, là pháp độ của Đại Nhật Như Lai.

Ngôn ngữ mạnh bạo của Duy-ma-cật không phải là lý luận suông. Xem lại hành trạng của vị trưởng giả này, quả

---

[1] Cảnh Đức Truyền Đăng Lục, bản Việt dịch của Lý Việt Dũng.

đúng là ông đã từng dạo khắp thành Tỳ-da-ly, vào phố chợ, sảnh đường, công xưởng, cho đến kỹ viện, quán rượu, sòng bài. Đó chẳng phải là hình ảnh sống động của một vị Bồ Tát ung dung qua lại giữa thế gian, thậm chí còn tự tại nhập vào ma đạo để độ sanh sao?

HUYỄN TƯỚNG VÀ VĂN TỰ

KINH VĂN

Bạch Thế Tôn! Lúc đó con nghe những lời ấy rồi mờ mịt không biết là nói gì, cũng không biết lấy lời chi đáp, con liền để bát lại muốn ra khỏi nhà ông. Ông Duy-ma-cật nói: Thưa ngài Tu-bồ-đề! Ngài lấy bát chớ sợ. Ý ngài nghĩ sao? Như Phật biến ra một người huyễn hóa và nếu người huyễn hóa đó đem việc này hỏi ngài, chừng ấy ngài có sợ chăng? Con đáp: Không sợ! Trưởng giả Duy-ma-cật lại nói: Tất cả pháp như tướng huyễn hóa, ngài không nên có tâm sợ sệt. Vì sao? Vì tất cả lời nói năng không lìa tướng huyễn hóa, chí như người trí không chấp văn tự nên không sợ. Vì sao thế? Tánh văn tự vốn ly, không có văn tự, đó là giải thoát. Tướng giải thoát đó là các pháp vậy. Khi ông Duy-ma-cật nói pháp ấy rồi, hai trăm thiên tử được pháp nhãn thanh tịnh. Vì thế, nên con không kham lãnh đến thăm bệnh ông.

Ngôn thuyết của Duy-ma-cật khi thuận thì xuôi như thủy triều rút, khi nghịch thì như sóng thần vũ bão phủ chụp thình lình. Không lạ gì khi ngài Tu-bồ-đề nghe những lời ấy rồi mờ mịt không biết là nói gì. Tu-bồ-đề thông hiểu lý Không bậc nhất mà còn hoang mang như vậy đủ chứng tỏ rằng Duy-ma-cật là thiên tài sử dụng ngôn ngữ biện luận. Lý thì thống nhất, nhưng ngôn ngữ luận bàn hết sức mạnh bạo và chướng nghịch. Chỗ này ta cần lưu ý rằng thái độ bối rối của Tu-bồ-đề nhất định tạo hiệu quả phá nghi và đốn ngộ cho khán thính giả đang xem vở kịch đặc sắc này.

Tu-bồ-đề đang bối rối muốn để bình bát lại mà rời đi, nhưng Duy-ma-cật bảo: *ngài lấy bát chớ sợ*. Thoạt nghe qua, chúng ta nghĩ là ông đang trấn an Tu-bồ-đề. Thực ra ông đang thông qua tâm trạng hoang mang của Tu-bồ-đề mà giải mối quan hệ giữa ý thức phân biệt, ngôn ngữ văn tự và bản chất của thực tại. Tùy theo cộng nghiệp hay biệt nghiệp mà ý thức mỗi người nhận biết thế giới hoặc khi giống, hoặc khi khác với người khác. Nhưng tựu trung, thức phân biệt không thể nắm bắt chính xác bản chất của thế giới huyễn hóa. Đó là mức độ sai lạc thứ nhất của quá trình ý thức phản ánh thế giới khách quan. Kế tiếp, ngôn ngữ là công cụ biểu hiện thành lời của thức phân biệt khi nhận thức thế giới và khi truyền đạt thông tin từ người này đến người khác. Trong quá trình thông tin được truyền đạt, tùy theo trình độ hiểu biết, tâm lý và mục đích của người đưa và người nhận, mà thông tin có thể biến dạng, không còn chính xác; đây là mức độ sai lệch thứ hai. Như vậy, ngay từ khởi đầu cho đến cuối cùng, ngôn ngữ đã gắn liền với hình tướng sai lệch chủ quan của thế giới bên ngoài. Điều này kinh văn nói là: *tất cả lời nói năng không rời tướng huyễn hóa*. Vì thế Duy-ma-cật mới khuyên Tu-bồ-đề không nên sợ. Chớ sợ; là không chấp vào văn tự mà hiểu sai nghĩa lý. Chính vì gắn chặt với huyễn tướng mà ngôn ngữ văn tự không cách nào nắm bắt được bản chất của thế giới. Lúc nào cũng có khoảng cách giữa ngôn ngữ và chân lý như Duy-ma-cật diễn đạt: *Tánh văn tự vốn ly*. Thấu hiểu nghĩa này, lập tức thấy pháp pháp như như bất động, thường thanh tịnh, không thể nắm bắt, không thể chỉ bày, hoàn toàn không bị ràng buộc bởi vọng tưởng hay giả danh. Tướng giải thoát đó là các pháp vậy.

Trong cuộc đối thoại giữa Duy-ma-cật với Tu-bồ-đề, vì Duy-ma-cật là một bậc pháp thân đại sĩ nên đã khiến cho hàng trăm vị thiên tử hội tụ nghe pháp. Sau cùng có tới hai trăm vị thiên tử đắc pháp nhãn thanh tịnh; các ngài đã nhìn thấu suốt vạn pháp mà không hề bị chướng ngại.

CHỈ TƯỚNG VỌNG TƯỞNG

TÔN GIẢ PHÚ-LÂU-NA

> **KINH VĂN**
>
> **Phật bảo Phú-lâu-na Di-đa-la-ni-tử: Ông đi đến thăm bệnh ông Duy-ma-cật. Phú-lâu-na bạch Phật: Bạch Thế Tôn! Con không kham lãnh đến thăm bệnh ông.**

Phú-lâu-na Di-đa-la-ni tử (Purna Maitrayaniputra) là một trong mười đại đệ tử của Phật, được khen là thuyết pháp đệ nhất trong tăng đoàn. Tên của ngài khá dài (dịch ra Hán tự là Mãn Từ Tử), tượng trưng cho hoài bão cao ngất như núi to, và lòng từ trải khắp như sông dài. Tôn giả sinh cùng ngày với Đức Phật trong một gia đình danh giá ở gần thành Ca-tỳ-la-vệ. Ngài có tướng mạo đỉnh đạc, từ bé thông minh, thấu hiểu bốn tạng kinh Vệ-đà tối cổ của Bà-la-môn giáo. Khi trưởng thành, ngài sớm nhận thức cuộc đời vô thường, danh lợi, bạc tiền là phù phiếm, nên nuôi chí cát ái ly gia cầu đạo. Đêm thái tử Sĩ-đạt-ta xuất cung tầm đạo cũng là đêm ngài cùng nhóm bạn rủ nhau vào núi cao hẻo lánh tu hành khổ hạnh. Về sau ngài theo Phật xuất gia, chẳng bao lâu sau đã đắc quả A-la-hán.

Trong tăng đoàn, tôn giả hết sức hòa đồng, chân tình và nhiệt tâm với bạn đồng tu. Nếu vị tăng nào có hành vi sai trái, ngài thẳng thắn và từ tốn khuyên giải họ sám hối và tuân thủ giới điều để bản thân tiến bộ và để tăng đoàn và Đức Phật không bị hiểu lầm, ảnh hưởng không tốt cho việc hoằng hóa lợi sanh. Điểm nổi bật ở ngài là nhiệt tâm mong muốn đem giáo pháp du hóa, lưu bố rộng rãi ở mọi nơi cho mọi người. Có lần ngài xin Phật cho ngài đến địa phương Du-lô-na (Sunaparanta) để bố giáo. Nơi đó là một vùng xa hẻo lánh, đất đai khô cằn, đường đi hiểm trở. Hơn nữa, cư dân ở đó nghèo khổ, phong hóa còn thấp, tánh tình hung bạo. Đức Phật lo cho ngài sẽ gặp nhiều khó khăn, nhưng ngài vẫn không ngại, nhất định xin đi. Sau cùng khi được Phật chấp thuận, ngài lên đường đến Du-lô-na, nhưng khi đến nơi, ngài vẫn chưa vội hoằng pháp. Tôn giả tìm hiểu tình hình địa phương, học thổ ngữ để tiện việc giao tiếp, giúp đỡ cư dân cải thiện đời sống. Ngài chữa bệnh cứu người, dạy dân trồng trọt, cày cấy và thay đổi nề nếp sinh hoạt gia đình và tập thể. Từ đó ngài từ từ dẫn dắt mọi người từng bước vào ngũ giới, thập thiện. Ở Du-lô-na một thời gian, ngài độ được một ngàn cư sĩ, xây dựng nhiều giảng đường, tịnh xá. Kinh Giáo giới Phú-lâu-na, trong Trung Bộ kinh, có ghi lại việc tôn giả thỉnh cầu Phật cho đi du hóa ở Du-lô-na. Sau một thời gian ở địa phương đó, ngài viên tịch; đó là theo sử liệu của Phật giáo nguyên thủy. Phật giáo Đại thừa ghi chép rằng sau khi Phật diệt độ, và khi cuộc kết tập kinh điển lần thứ nhất sắp kết thúc, tôn giả mới về họp mặt với tăng đoàn.

Phú-lâu-na thường tha phương du hóa, nhưng khi nào nghe Phật khai mở pháp hội quan trọng nào, dù ở xa, tôn giả vẫn quay về tham dự. Ngài có mặt trong hầu hết các pháp hội đặc biệt trong các giai đoạn giáo hóa của Phật. Ngài dự hội Lăng-nghiêm, Bát-nhã, và trong hội Pháp Hoa, tôn giả đã được Phật thọ ký trong tương lai thành Phật hiệu là Pháp Minh Như Lai.

SAI LẦM THƯỜNG GẶP

KINH VĂN

Vì sao? Nhớ lại trước kia con ở trong rừng lớn, dưới gốc cây nói pháp cho các tỳ-kheo mới học. Lúc đó ông Duy-ma-cật đến bảo

> con: Thưa Phú-lâu-na! Ngài nên nhập định trước để quán sát tâm địa của những người này, rồi sau mới nên nói pháp. Ngài chớ nên đem món ăn dơ để trong bát báu, phải biết rõ tâm niệm của các vị tỳ-kheo này, chớ cho ngọc lưu ly đồng với thủy tinh, chớ nên dùng pháp tiểu thừa để phát khởi cho họ. Những người kia tự không có tì vết, chớ làm cho họ có tì vết. Họ muốn đi đường lớn, chớ chỉ lối nhỏ. Ngài chớ nên đem biển lớn để vào dấu chân trâu, chớ cho ánh sáng mặt trời đồng với lửa đom đóm. Ngài Phú-lâu-na! Những vị tỳ-kheo này đã phát tâm Đại thừa từ lâu, giữa chừng quên lãng, nay tại sao lấy pháp Tiểu thừa dẫn dạy họ? Tôi xem hạng Tiểu thừa trí tuệ cạn cợt cũng như người mù, không phân biệt được căn tánh lợi độn của chúng sanh.

Khi xem đến đoạn kinh văn Duy-ma-cật đối thoại với Phú-lâu-na, tôi có cảm giác bị khựng lại, như là vấp phải một chướng ngại vật gì. Một đặc điểm của kinh Phật là quán xuyến, xuyên suốt và xâu kết. Có nghĩa là từ phần tựa, hay phần mở đầu, đi qua phần chánh tông, hay nội dung chính của kinh văn, đến phần cuối, hay phần lưu thông, phải có sự nhất quán về giáo nghĩa để quy về tông chỉ của giáo pháp. Nghĩa lý của kinh văn từ phẩm Phật quốc, qua phẩm Phương tiện, đến phẩm Đệ tử, từ cuộc đối thoại với Xá-lợi-phất cho đến Tu-bồ-đề, tất cả đều khế hợp với tông chỉ pháp bất nhị. Nhưng mọi chuyện lại khác khi Phú-lâu-na xuất hiện. Duy-ma-cật khuyên Phú-lâu-na nên nhập định quán sát căn cơ rồi mới thuyết pháp cho các vị tăng mới học. Ông cho là tôn giả thuyết pháp không khế cơ, và dùng một loạt ví dụ so sánh, phê phán tôn giả đã thuyết pháp tiểu thừa. Hầu hết cách giải thích xưa nay là chỉ lặp lại những lời Duy-ma-cật nói; nghĩa là không giải thích gì cả, vì lời nói đó quá rõ; cũng có nghĩa là ý nghĩa kinh văn đã nằm ngay ở văn tự ngữ ngôn rồi. Nếu vậy thì ông Duy-ma-cật này quá đỗi phân biệt, nào là Tiểu thừa như món ăn dơ, như đồ thủy tinh, như tì vết, như lối nhỏ, như dấu chân trâu, như lửa đom đóm; nào là Đại thừa như bát báu, như ngọc lưu ly, như biển lớn, như đường rộng, như ánh mặt trời. Ông phân biệt đến mức cực đoan khi kết luận: *Tôi xem hạng tiểu thừa trí tuệ cạn cợt cũng như người mù, không phân biệt được căn tánh lợi độn của chúng sanh.* Nói cách khác là, Duy-ma-cật chẳng những chê trách pháp Phú-lâu-na thuyết, mà còn trực tiếp cho Phú-lâu-na là hạng Tiểu thừa kém trí. Có phải ý kinh thực như thế không? Chúng ta sẽ xem xét bên dưới.

CHỈ TƯỚNG VỌNG TƯỞNG

> **KINH VĂN**
>
> Lúc bấy giờ ông Duy-ma-cật liền nhập tam-muội làm cho những vị tỳ-kheo đó biết được kiếp trước của mình đã từng ở 500 đức Phật vun trồng các cội đức, hồi hướng về đạo Vô thượng chánh đẳng chánh giác, liền đó rỗng suốt trở lại đặng bổn tâm. Khi ấy, các vị tỳ-kheo cúi đầu đảnh lễ nơi chân ông Duy-ma-cật, ông liền nhân đó nói pháp làm cho tất cả không còn thối lui nơi đạo Vô thượng Bồ-đề. Con nghĩ hàng Thanh văn như con không quán được căn cơ của người, không nên nói pháp. Vì thế con không kham lãnh đến thăm bệnh ông.

Cách giải thích theo văn tự như vậy rất nguy hiểm vì gây cho người khác hiểu lầm bản kinh này phản bác, chống đối Phật giáo nguyên thủy, thậm chí khiến có người cho rằng kinh Duy-ma-cật là ngụy tạo. Như vậy vấn đề ở chỗ nào? Làm sao hiểu đoạn kinh văn này mà tông chỉ pháp bất nhị vẫn xuyên suốt một cách nhất quán? Duy-ma-cật muốn nói gì phía sau những lời mạnh bạo và quyết liệt như thế? Thực sự có phải ông muốn nói với Phú-lâu-na không? Trả lời được những câu hỏi này là phăng lần ra được sợi chỉ xâu kết mọi ngã đường của Duy-ma-cật trên hành trình của bản kinh này.

Chúng ta vẫn còn nhớ kết thúc câu chuyện với Tu-bồ-đề, Duy-ma-cật nói: *Tánh văn tự vốn ly*. Vậy mà chúng ta đã vội quên khi nghe ông nói chuyện với Phú-lâu-na. Chúng ta đã y ngữ sanh nghĩa, và đó chính là vấn đề. Khi nghe Duy-ma-cật nói, chúng ta rơi vào cảnh giới của lời nói, rồi duyên theo đó dựng lập tướng có, tướng không, tướng tiểu, tướng đại mà không biết rằng đó là các tướng vọng tưởng do ngôn thuyết mà có. Từ đó ta cho rằng lời nói này có nghĩa thế này, lời nói kia có nghĩa thế kia. Kinh Lăng-già viết: *"Lìa tất cả tướng vọng tưởng, ấy là nghĩa."*

Như vậy, lỗi không phải ở ngôn ngữ, văn tự hoặc do người nói, mà là do cách chúng ta nghe. Dùng thức để thấy hay nghe thì cảnh có tướng đẹp xấu, lời người nói có tiếng thuận nghịch. Dùng tánh để thấy hay nghe thì âm thanh sắc tướng đều rỗng không. Phú-lâu-na nói pháp cho các tỳ-kheo mới học chính là lúc chúng ta đối nhân tiếp vật. Chỗ này rất quan trọng, phải thấy được nghĩa này.

Mắt thấy sắc, tai nghe tiếng, thức tâm duyên theo cảnh trần mà vọng động, từ đó sinh dính mắc và khổ đau. Đó là nội dung kinh Giáo giới Phú-lâu-na mà Phật nói với tôn giả Phú-lâu-na: *"Này Pūrṇa có những tiếng do tai nhận thức, có những hương do mũi nhận thức, có những vị do lưỡi nhận thức, có những cảm xúc do thân nhận thức, có những pháp do ý nhận thức, mà khả ái, khả hỷ, khả lạc, khả ý liên hệ đến dục, hấp dẫn. Nếu tỳ-kheo hoan hỉ, tán thưởng, chấp thủ và an trú trong ấy, thời do hoan hỉ, tán thưởng, chấp thủ và an trú mà tham đắm, dục hỉ sanh. Và này Pūrṇa, ta nói rằng, từ sự tập khởi của dục hỉ là sự tập khởi của khổ."*[1]

Nếu chính bởi cách tiếp nhận các pháp không đúng đắn, nói rõ hơn là, do tâm vọng động phan duyên khi đối nhân

---

[1] Trung Bộ Kinh, kinh số 145: Kinh Giáo Giới Phú-lâu-na, Việt dịch: Hòa thượng Thích Minh Châu.

tiếp vật, nên Duy-ma-cật khuyên Phú-lâu-na: *ngài nên nhập định trước*. Ở đây Phú-lâu-na đại diện cho phàm phu chúng ta, cần phải có định, để quán sát tâm địa, để soi chiếu các tướng vọng tưởng mà ta đặt để cho các pháp. Quán chiếu biết rõ từng mỗi một chính là phân biệt căn tính lợi độn của chúng sanh. Chúng sanh đó không ai xa lạ mà là thức tâm điên đảo vọng tưởng của chính mình. Phú-lâu-na phải biết rõ tâm niệm của các vị tỳ-kheo này chính là giác biết tự tâm vọng tưởng của chính mình vậy.

Trong kinh Lăng-nghiêm, Bồ Tát Văn-thù nói: *"Thử phương chân giáo thể, thanh tịnh tại âm văn"*, nghĩa là trong thế giới chúng ta đang ở, lối dạy dỗ chân thật thanh tịnh là do ở nói và nghe. Nhận biết thực tướng các pháp do nghe và nói mà thể nhập. Hay nói cách khác, nghe và nói là hai mặt của vấn đề nhận thức. Trong cuộc đối thoại với Mục-kiền-liên, Duy-ma-cật chỉ ra vấn đề thể nhập thực tướng các pháp trên phương diện người thuyết; và ở đây, cũng vấn đề ấy nhưng lại trên phương diện người nghe. Người nghe đây là các vị tỳ-kheo mới học, cũng là tất cả chúng ta lúc đối nhân tiếp vật; mới học có nghĩa là đối pháp mà nhận biết, hay là nhận thức các pháp.

Đến đây ta mới rõ là Duy-ma-cật không nhắm vào Phú-lâu-na mà khai thị. Phú-lâu-na và ngôn thuyết của ngài trở thành pháp thử thách nhận thức của các vị tỳ-kheo. Đối nhân tiếp vật liền đem tâm phan duyên, do biến kế chấp mà dựng lập tướng vọng tưởng cho các pháp, làm cho các pháp vốn thanh tịnh nay trở thành cấu bẩn, vốn bình đẳng lại có tướng sai biệt. Điều đó khác nào làm cho bản tâm chúng ta vốn rỗng suốt, chu biến pháp giới nay bị tì vết, bị hạn chế trong khuôn khổ nhỏ hẹp của ý thức phân biệt vốn là trí tuệ cạn cợt cũng như người mù.

Sau cùng Duy-ma-cật nhập vào tam muội làm cho những vị tỳ-kheo đó biết được kiếp trước của mình; nghĩa là vào định tự tánh, Thủ-lăng-nghiêm đại định thấy lại bản lai diện mục của mình. Liền đó rỗng suốt lại bổn tâm; là từ sự thấy, nghe, hiểu biết mà quay về tánh giác diệu minh, đừng vì chấp cái minh mà lập ra sở minh, từ đó sinh ra cái năng hư vọng. Thấy được tánh giác minh trạm nhiên này, tức là kiến tánh, lập tức không còn thối lui nơi Đạo Vô Thượng Bồ-đề.

NHIẾP TƯỚNG NĂNG VỌNG

TÔN GIẢ CA-CHIÊN-DIÊN

> **KINH VĂN**
>
> **Phật bảo Ca-chiên-diên: Ông đến thăm bệnh ông Duy-ma-cật. Ca-chiên-diên bạch Phật: Bạch Thế Tôn! Con không kham lãnh đến thăm bệnh ông.**

Ca-chiên-diên, nguyên thuộc tộc họ là Na-la-đà (Nālaka), tên là Ma-ha Ca-chiên-diên (Mahākātyāyana), xuất thân danh gia vọng tộc. Cha ngài là quốc sư đương triều của vương quốc A-bà-đề (Avanti), một tiểu quốc ở miền Nam Ấn bấy giờ. Từ thiếu niên, ngài đã chăm chỉ học tập triết học Vệ-đà. Người anh của ngài đã nhiều năm đi khắp nơi học hỏi với nhiều vị danh sư. Khi ông trở về nhà, tự cho mình là thông thái, đã mở cuộc diễn thuyết trước công chúng. Ca-chiên-diên vì muốn thử sức học của mình nên cũng đã dựng đài thuyết giảng. Kết quả là ngài đã vượt qua anh mình, thu hút hết mọi thính giả. Từ đó ngài nổi tiếng với tài nghị luận vô song. Sau việc này, cha ngài đã gửi ngài đến học với sa môn A-tư-đà (Asita), là cậu ruột và cũng là người đã xem tướng cho Đức Phật lúc còn là thái tử Sĩ-đạt-ta vừa chào đời. Chính A-tư-đà trước khi mất, đã dặn dò ngài sau này nên tìm Đức Thế Tôn mà lạy làm thầy. Thời gian ở với cậu, Ca-chiên-diên đã sớm chứng tứ thiền, ngũ thông,

thông hiểu mọi ngành học thuật nên ngài tự cho mình có trí tuệ cao minh và đã thành tựu đạo nghiệp.

Lúc bấy giờ ở ngoại ô thành Ba-la-nại (Vārāṇasī), người ta khai quật được một bia đá trên đó khắc một bài kệ bằng cổ ngữ mà không ai có thể đọc được. Nhà vua đương triều nghe tiếng ngài thông thái nên đã triệu vào cung hỏi. Tuy ngài đọc được nhưng không tài nào hiểu được ý nghĩa của bài kệ thần bí kia. Ngài tâu với vua cho hạn vài ngày sẽ có lời giải. Tuy cố gắng hết sức nhưng vẫn vô ích, tôn giả bèn nhớ lại lời dặn dò của A-tư-đà năm nào. Sau vài ngày đắn đo, ngài quyết định đi đến nơi Phật đang ngự là vườn Lộc uyển (Sanarth) để thỉnh giáo về ý nghĩa bài kệ đó. Bài kệ đó như sau:

Vua của các vị vua là ai?
Thánh của các bậc thánh là ai?
Thế nào là người ngu?
Thế nào là người trí?
Làm sao xa lìa được dơ bẩn?
Làm sao chứng đạt được Niết-bàn?
Ai chìm đắm trong biển sanh tử?
Ai tiêu dao tự tại trong cõi giải thoát?

Đức Phật vừa nghe xong, với vẻ uy nghi, liền đáp:

Vua của các vị vua là thiên vương cung trời thứ sáu.
Thánh của các bậc thánh là Đức Đại Giác Phật Đà.
Để cho vô minh làm ô nhiễm là người ngu.
Có khả năng tiêu diệt mọi phiền não là người trí.
Dứt bỏ tham sân si là xa lìa được dơ bẩn.
Hoàn thành giới định tuệ thì chứng được Niết-bàn.
Còn vướng mắc vào ngã pháp
là còn chìm đắm trong biển sanh tử.
Thấy rõ pháp duyên khởi
thì tiêu dao tự tại trong cõi giải thoát.[1]

---
[1] Theo Mười Vị Đệ Tử Lớn Của Phật – Hòa thượng Tinh Vân, dịch giả Hạnh Cơ, 1994.

Sau khi được Phật chỉ bày, tôn giả tiến cung trình lên vua. Nhà vua cảm phục ngài, muốn giữ ngài lại trong cung nhưng tôn giả đã quyết tâm quy y làm đệ tử Phật. Từ đó hành trạng của tôn giả gắn liền với Đức Phật và tăng đoàn.

Ca-chiên-diên tu học theo Phật chẳng bao lâu thì chứng quả A-la-hán. Ngài được Phật và thánh chúng khen tặng là người có tài nghị luận bậc nhất trong hàng đệ tử Phật. Vì tôn giả xuất thân từ giai cấp bà-la-môn, lại xuất gia theo Phật, nên một số người thuộc dòng bà-la-môn bất phục hay tìm đến chất vấn đủ điều. Thế nhưng tôn giả với phong thái ung dung, giọng nói hùng hồn và lời lẽ sắc bén sau cùng cũng thu phục họ theo về. Sau này trong hội Pháp Hoa, Ca-chiên-diên được Phật thọ ký tương lai sẽ thành Phật hiệu là Diêm-phù-na-đề Kim Quang Như Lai.

Kinh Duy-ma-cật không những là một tác phẩm văn học đáng trân trọng mà còn là một bộ luận đặc sắc. Điểm sơ lại các cuộc đối thoại của các vị thánh tăng và Duy-ma-cật mà chúng ta đã xem qua, ta sẽ thấy một biện chứng thông suốt ngay từ đầu phẩm Đệ tử đến đây. Nhân thấy Xá-lợi-phất tọa thiền, Duy-ma-cật chỉ cho chúng ta trực ngộ bản tâm. Nhân ngài Mục-kiền-liên thuyết pháp mà Duy-ma-cật khai mở pháp tướng. Thấy Đại Ca-diếp quan hệ giao tiếp khất thực ở người nghèo mà ông đả thông phân biệt. Nhân Tu-bồ-đề tiếp nhận cúng dường của người giàu mà Duy-ma-cật đốn phá đối đãi. Do các vị tăng mới học nghe Phú-lâu-na nói pháp, ông liền chỉ tướng vọng tưởng do ngôn thuyết lập ra. Khi gặp tôn giả Ca-chiên-diên, vị trưởng giả Bồ Tát chỉ nói vài lời đã nhiếp tướng năng vọng hết sức thấu đáo, khiến vị tôn giả biện giải đệ nhất này cũng sững người im lặng. Thế nào là nhiếp tướng năng vọng? Hãy theo dõi tiếp kinh văn.

NHIẾP TƯỚNG NĂNG VỌNG

> **KINH VĂN**
>
> Vì sao? Nhớ lại lúc trước, Phật nói lược qua yếu chỉ các pháp cho các tỳ-kheo nghe, sau khi đó, con diễn nói lại nghĩa ấy, là những nghĩa vô thường, khổ, không, vô ngã, và tịch diệt. Lúc bấy giờ ông Duy-ma-cật đến nói với con rằng: Thưa ngài Ca-chiên-diên! Ngài chớ nên đem tâm hạnh sanh diệt mà nói pháp thật tướng. Ngài Ca-chiên-diên! Các pháp rốt ráo không sanh, không diệt, là nghĩa vô thường. Năm ấm rỗng không, không chỗ khởi là nghĩa khổ. Các pháp rốt ráo không có, là nghĩa không. Ngã, vô ngã không hai, là nghĩa vô ngã. Pháp trước không sanh, nay cũng không diệt, là nghĩa tịch diệt. Khi ông Duy-ma-cật nói pháp ấy xong, các tỳ-kheo kia tâm được giải thoát. Vì thế, nên con không kham lãnh đến thăm bệnh ông.

Một hôm, Ca-chiên-diên diễn nói lại Tam pháp ấn (Vô thường, khổ, không, bao gồm cả vô ngã và Niết-bàn), là những pháp sau này căn cứ vào đó mà mọi người thẩm định kinh sách, pháp ngữ có phải đúng là pháp Phật chăng. Diễn nói lại là lặp lại và mở rộng ra, ví dụ như: vô thường là vạn vật biến đổi không ngừng qua sanh, trụ, dị, diệt; đời người không ngừng sanh, lão, bệnh, tử, sớm còn tối mất. Đó là y ngữ sanh nghĩa, khiến pháp trở thành tướng vọng tưởng ngôn thuyết như ở đoạn kinh văn với Phú-lâu-na ta đã bàn.

Một sự thực nghiệm chứng được là cảnh sắc ngay trước mắt thì ta thấy, âm thanh vang bên tai thì ta nghe. Khi cảnh sắc bị che khuất, âm thanh ngưng lại thì ta bảo là ta không thấy không nghe. Như vậy là ta đã duyên theo sắc tiếng mà sanh tâm thấy nghe; rồi lầm tâm thấy nghe đó là tâm mình mà không biết đó là cái tâm sanh diệt do duyên với tiền trần mà khi có khi không. Cũng có nghĩa là trọn ngày chúng ta đều dùng tâm sanh diệt đó để nhận biết các pháp, bao gồm mọi sự, mọi vật, mọi người. Hậu quả là nhận thức của chúng ta trở nên lệch lạc, không chính xác, thậm chí là sai lầm tai hại. Đó là lý do tại sao Duy-ma-cật khuyên chớ nên đem tâm hạnh sanh diệt mà nói pháp thật tướng. Phật nói vô thường chỉ để phá chấp thường, chứ không thuyết tướng vô thường. Ta không những không tỉnh ngộ mà còn y văn tự mà lập tướng vô thường và tướng thường còn, rồi từ đó đối đãi giả dối sanh ra bao nhiêu hí luận; không biết rằng vô thường như bóng trăng dưới nước, không hề có thực, huống chi là vẻ lung linh của nó lại là dao động thực sao? Rồi lại vọng thuyết nào là vô thường là cái thường còn, nào là trong tướng có tánh, trong cái vô thường có cái thường còn v.v... toàn là hí luận. Nó không thực, tướng huyễn, tánh cũng huyễn. Cái huyễn chẳng lẽ sớm nở tối tàn để chúng ta ngao ngán lẽ vô thường? Chính vì thế Duy-ma-cật nói: *các pháp không sanh, không diệt, là nghĩa vô thường.*

Vì sao Duy-ma-cật phát biểu trái ngược với lẽ thông thường? Tôi muốn nêu thêm ra một góc độ khác là nghệ thuật biện giải của vị trưởng giả này. Chúng ta thích lý luận, biện giải bằng ngôn ngữ văn tự, hay bằng lôgic hay biện chứng thì ông tùy dụng sử dụng nghịch lý để phá sự chấp trước của chúng ta. Nghệ thuật nghị luận này, e rằng Ca-chiên-diên cũng chào thua, chẳng những có tác dụng kích ngòi công phá mà còn có hiệu quả đốn ngộ cho người nghe. Một loạt những lời ông nói về sau tỏ rõ điều này.

Năm ấm rỗng không, không chỗ khởi, là nghĩa khổ. Sắc thân ta do cha mẹ sinh ra, do tứ đại hợp thành, do nghiệp lực mà có, tức do nhân duyên sanh. Thọ, tưởng, hành, thức cũng thế, do tâm duyên cảnh mà sanh. Chúng ta đọc kinh Kim Cang vài lần, tụng Tâm kinh Bát-nhã hằng ngày được vài biến rồi rao truyền nhau là các pháp do duyên hợp nên tướng thì có, tánh thì không; khá hơn chút nữa, thì to tiếng tuyên bố "đương thể tức không". Có mấy ai thực sự chưa từng khổ không? Năm ấm rỗng không thì còn có thể hiểu được qua lý duyên khởi tánh không. Nhưng thế nào là không chỗ khởi? Duyên khởi chẳng phải là chỗ khởi sao? Trung Quán Luận còn lưu truyền bài Tam thị kệ của Bồ Tát Long Thọ (Nagarjuna, tổ thứ 14 Thiền Tông, khoảng thế kỷ 2):[1]

因緣所生法。
我說即是空。
亦為是假名。
亦是中道義。

Nhân duyên sở sinh pháp,
Ngã thuyết tức thị không,
Diệc vi thị giả danh,
Diệc vi thị trung đạo.[2]

Pháp do nhân duyên sanh,
Ta nói đó là không,
Thế gọi là giả danh,
Cũng gọi là trung đạo.

Bài kệ này là ngài Long Thọ vì chúng sanh mà tùy dụng thuyết nhằm diễn xướng tư tưởng Bát-nhã. Duyên khởi vì vậy cũng là giả danh, không thực sự nắm bắt được chỗ khởi đầu. Hơn nữa, năm ấm có chỗ bắt đầu không? Ta hãy theo dõi một đoạn kinh văn trong kinh Lăng-nghiêm, khi Phật dạy về năm ấm, Ngài thu nhiếp năm ấm về bản tâm nhiệm mầu của chúng ta: *"A-nan, ví như có người khi nghe đến quả mơ chua, thì trong miệng nước bọt chảy ra; khi nghĩ đến đứng trên dốc cao, thì bàn chân ghê rợn. Nên biết tưởng ấm cũng lại như vậy. A-nan, câu chuyện*

---
[1] Nagarjuna, tổ thứ 14 Thiền Tông, sống vào khoảng thế kỷ 2.
[2] Trung quán luận sớ (中觀論疏), Đại Chánh tạng, Tập 42, số 1824, trang 5, tờ c, dòng 4-5.

mơ chua như thế, không phải do quả mơ sinh ra, không phải do cái miệng mà vào. Thật vậy, A-nan, nếu do quả mơ sinh ra, thì quả mơ tự nói lấy, sao phải đợi người ta nói; nếu do cái miệng mà vào, thì cái miệng tự nghe lấy, cần gì đến lỗ tai; nếu riêng mình lỗ tai nghe, thì nước bọt kia, sao không từ lỗ tai chảy ra? Câu chuyện đứng trên dốc cao cũng vậy. Vậy nên biết rằng tưởng ấm là giả dối, vốn không phải tính nhân duyên, không phải tính tự nhiên."[1] Từ đoạn kinh văn này, liên hệ đến lời của Duy-ma-cật, ta có thể hiểu được thế nào là năm ấm không chỗ khởi; từ đó không cần phải qua luận bàn mà trực tiếp thấy năm ấm rỗng không. Chúng ta đối cảnh sinh tình, đối vật sinh tâm, liền cho tâm tình ấy là chính mình, nên năm ấm đầy ấp buồn phiền và vui thú. Nói nhân duyên sanh là thuận theo thế gian tục đế. Duy-ma-cật từ chỗ không có chỗ khởi và tướng giả dối của năm ấm mà nói tánh của khổ là không, hay nói cách khác, lý không là nghĩa khổ. Đó là nghịch thế gian mà quy về chân đế.

Sự chấp trước của chúng sanh cõi Ta-bà quá kiên cường, ương ngạnh, phải nhọc lòng các vị Bồ Tát, đạo sư, thánh nhân phải dụng tâm giáo hóa bằng mọi phương tiện. Sự chấp trước ấy chỉ nhằm vào một chữ: có! Chư Phật, Bồ Tát tùy thời, tùy cơ mà thuyết. Lời tuy có dài, có ngắn, có cạn, có sâu, nhưng chỉ nhằm một mục đích duy nhất là phá trừ chấp tướng. Bài Duyên khởi, kệ ngài Mã Thắng nói, bài Tam thị kệ ngài Long Thọ viết, và sau này bài kệ của ngài Huệ Năng, trong đó có câu bất hủ "Bổn lai vô nhất vật" là những ví dụ. Duy-ma-cật cũng thế, nhưng lối nói của ông quả thực thần sầu. Ông thuận theo cách hiểu thông thường của chúng ta, vốn là phân biệt và lựa chọn một trong hai đối đãi. Ông cũng chẳng cần lý luận hay ẩn dụ gì. Các pháp cứu cánh không chỗ có, các pháp rốt ráo là không, là nghĩa

---

[1] Kinh Thủ-lăng-nghiêm, Việt dịch: Tâm Minh Lê Đình Thám.

không. Một lời quyết liệt có tính quyết định. Ngộ thì ngay đó buông bỏ sạch sẽ. Không ngộ thì cứ tiếp tục loanh quanh trong ba cõi sáu đường. Không, tức là nghĩa huyễn của các pháp. Huyễn tức là trước chưa từng sanh, nay chưa từng dịch chuyển hay biến đổi, và chẳng có diệt sau này.

Ở trên nói năm ấm rỗng không là đồng nghĩa với trong năm ấm không có ngã. Chúng ta không hiểu dụng ý phá ngã, chấp trước lập tướng vô ngã, rơi vào đoạn diệt; không hiểu rằng thuyết vô ngã là trừ bỏ chấp ngã, trừ được rồi thì vô ngã chỉ là giả danh, là phương tiện không hơn không kém. Ngã còn không có, vậy thì vô ngã làm sao mà dựng lập? Như kinh văn nói: *Ngã, vô ngã không hai, là nghĩa vô ngã.*

Nhưng tại sao Duy-ma-cật lại nói về vô ngã trong khi trước đó ông đã phá ngũ ấm, tức bao hàm phá ngã trong đó? Ắt hẳn ông e rằng cho dù chúng ta thấy được tướng hư huyễn của năm ấm, nhưng vẫn còn tâm ly huyễn. Thậm chí nếu còn tâm liễu ngộ thì vẫn chưa đi tới cuối đường, vẫn chưa đại triệt đại ngộ. Kinh Viên giác nói: *"Y theo huyễn nói giác, cũng gọi là huyễn; nếu nói có giác ngộ cũng chưa lìa huyễn; nếu không giác ngộ, cũng lại như thế. Thế nên huyễn diệt, gọi là bất động."*[1] Có và không đều buông mới gọi là huyễn diệt. Tâm xa lìa cũng cần phải xa lìa, vì đó là cái ngã hết sức nhỏ nhiệm. Xa lìa đến mức không còn pháp nào để xa lìa, giác tâm viên mãn chiếu soi rõ ràng các pháp trước vốn không sanh, nay cũng không diệt, là nghĩa tịch diệt vậy.

Tăng Triệu chú giải đoạn kinh văn trên rất hay: *"Đức Như Lai bỏ thường nên nói vô thường, chẳng phải thật cho là thường. Bỏ vui nên nói khổ, chẳng phải thật cho là khổ. Bỏ thật nên nói không, chẳng phải thật cho là không. Bỏ ngã nên nói vô ngã, chẳng phải thật cho là vô ngã. Bỏ tướng nên nói tịch diệt, chẳng phải thật cho là tịch diệt."*[2]

---

[1] Kinh Viên giác, Việt dịch: Thích Huyền Vi.
[2] Kinh Duy-ma-cật, Cưu-ma-la-thập dịch, Tăng Triệu chú giải, Việt dịch: Hồng Đạo.

PHÁ THÀNH VỌNG KIẾN

TÔN GIẢ A-NA-LUẬT

> **KINH VĂN**
>
> Phật bảo A-na-luật: Ông đi đến thăm bệnh ông Duy-ma-cật. A-na-luật bạch Phật: Thế Tôn! Con không kham lãnh đến thăm bệnh ông.

Trong hoàng tộc Thích-ca (Śākya), phụ hoàng của thái tử Sĩ-đạt-ta, tức Đức Phật sau này, là vua Tịnh-phạn (Suddhodana) có em là Bạch Phạn vương (Amitodana). Tôn giả A-na-luật (Anuruddha) và tôn giả A-nan (Ānanda) là con của vị vương gia ngự đệ này. Cuộc sống của A-na-luật từ bé đến lớn bị đóng khung trong hoàng cung, nên ngài không biết tí gì về thế giới bên ngoài cung vàng điện ngọc. Cuộc sống vương giả của vị hoàng tử này đầy ắp những yến tiệc, ca vũ với cung nữ và những trò vui chơi tiêu khiển với hoàng thân quốc thích cùng trang lứa. Nếp sống đơn điệu, tẻ nhạt ấy đôi lúc khiến A-na-luật sinh ngao ngán. Cho đến một ngày, Phật trở về thành Ca-tỳ-la-vệ (Kapilavastu) sau nhiều năm xa xứ. Thế Tôn về lần này để thăm vua cha và di mẫu Ma-ha Ba-xà-ba-đề (Maha Pajapati) và để hóa độ cho hoàng tộc. Tư thế bất phàm và sức cảm hóa tràn đầy từ bi của Phật không bao lâu đã khiến sáu vị thân vương trẻ tuổi được cha mẹ cho phép xuất gia theo Phật. Các ngài là: A-na-luật (Aniruddha), Đề-bà-đạt-đa (Devadatta), A-nan (Ānanda), Kiếp-tân-na (Kimbila), Bà-sa (Bhagu) và Bạt-đề (Bhaddiya). Các hoàng tử này sau đó phần vì thân quen, phần do bị nài nỉ quá bởi người vương bộc thợ cạo là Ưu-ba-li, nên chấp thuận cho anh ta theo.

A-na-luật thông minh, chăm chỉ tu học theo sự giáo hóa của Phật, nhưng tôn giả vẫn còn tập khí nhiều đời trước nên hay ngủ vùi ngay cả khi Phật đang thuyết pháp.

Vì vậy có lần tôn giả bị Phật quở trách nặng, ngài sám hối và phát nguyện không ngủ cho đến khi chứng quả. Trong hội Lăng-nghiêm, khi trình bày về tính viên thông của nhãn căn, ngài kể: *"Nghe lời Phật quở, tôi khóc lóc tự trách, suốt bảy ngày không ngủ, hư cả hai con mắt. Đức Thế Tôn dạy tôi tu pháp Lạc Kiến Chiếu Minh Kim Cương Tam-muội. Tôi không do con mắt, xem thấy mười phương rỗng suốt tinh tường như xem cái quả trong bàn tay; Đức Như Lai ấn chứng cho tôi thành quả A-la-hán."* Từ đó tuy bị mù, nhưng tôn giả được Phật và thánh chúng khen tặng là có thiên nhãn bậc nhất trong tăng chúng.

A-na-luật bình thường hoạt bát, chân thật và đặc biệt rất hòa thuận với mọi người. Có lần ngài và hai bạn đồng tu là Bạt-đề và Kiếp-tân-na họp nhóm cùng tu tập trong một khu rừng nhỏ ở phía đông tinh xá Trúc Lâm. Một hôm do có vài tăng chúng xích mích quá ồn ào, Phật khuyên giải không xong, bèn ra ngoài và đến thăm ba vị tôn giả đang tịnh tu. Tuy ghé qua không lâu, Phật rất vui lòng khi thấy các ngài sống chung hòa thuận, an lạc và tinh tấn. Nhân việc đó, khi trở về, Phật ban chế pháp Lục hòa cho tăng chúng, theo đó có sáu nguyên tắc sống hòa hợp vì lợi ích chung của mọi người. Đó là: thân hòa đồng trú (hòa thuận sống chung), khẩu hòa vô tránh (không lời tranh cãi), ý hòa đồng duyệt (thông cảm hòa đồng), giới hòa đồng tu (cùng chung giữ giới), kiến hòa đồng giải (kiến giải hòa đồng), lợi hòa đồng quân (chia sẻ đồng đều).

A-na-luật hoằng hóa khắp nơi, từ thôn làng xa xôi, thị thành dân dã cho đến cung đình vua chúa hay dinh phủ tướng quan. Thời Pháp Hoa-Niết-bàn, trên đỉnh Linh thứu, tôn giả dự hội Pháp Hoa, nghe Phật thuyết kinh Pháp Hoa và được thọ ký là một trong số 500 vị A-la-hán sẽ thành Phật có cùng danh hiệu là Phổ Minh Như Lai. A-na-luật cũng có mặt khi Phật nhập Niết-bàn. Không bao lâu sau, ngài cùng tham dự kỳ kiết tập kinh điển đầu tiên trong lịch sử Phật giáo. Cuối đời không ai biết ngài đi đâu và tịch ở đâu.

A-na-luật là đệ tử có thiên nhãn bậc nhất của Phật. Nói đến thiên nhãn, tôi chợt nhớ đến bài kệ của ngài Phó Đại Sĩ (497-569):

天眼通非礙
肉眼礙非通
法眼唯觀俗
慧眼直緣空
佛眼如千日
照異體還同

Thiên nhãn thông phi ngại,
Nhục nhãn ngại phi thông,
Pháp nhãn duy quán tục,
Tuệ nhãn trực duyên không,
Phật nhãn như thiên nhật,
Chiếu dị thể hoàn đồng.[1]

Thiên nhãn thông chẳng ngại,
Nhục nhãn ngại chẳng thông,
Pháp nhãn chỉ quán tục,
Tuệ nhãn thẳng duyên không,
Phật nhãn ngàn vầng nhật,
Soi khác thể lại đồng.

A-na-luật tuy mù, nhưng bằng thiên nhãn ngài có thể nhìn thấy hết cả vũ trụ, không có gì ngăn ngại. Mắt phàm phu của chúng ta thì một hạt bụi nhỏ cũng đủ làm mờ cảnh vật. Pháp nhãn hiểu rõ mọi sự thế gian hay tục đế. Tuệ nhãn thâm nhập cảnh giới không hay chân đế. Phật nhãn như ngàn mặt trời. Tuy ngũ nhãn là năm nhưng cùng chung một thể tâm.

---

[1] Lương triều Phó Đại Sĩ tụng Kim Cang kinh (梁朝傅大士頌金剛經). Đại Chánh tạng, Tập 85, số 2732, trang 6, tờ c, dòng 21-23.

PHÁ THÀNH VỌNG KIẾN

> **KINH VĂN**
>
> Vì sao? Nhớ lại lúc trước, con đi kinh hành một chỗ nọ, khi ấy có vị Phạm vương tên Nghiêm Tịnh cùng với một vạn Phạm vương khác phóng ánh sáng trong sạch rực rỡ đến chỗ con cúi đầu làm lễ và hỏi: Thưa ngài A-na-luật! Thiên nhãn của ngài thấy xa được bao nhiêu? Con liền đáp: Nhân giả! Tôi thấy cõi tam thiên đại thiên thế giới của Phật Thích-ca Mâu-ni đây như thấy trái A-ma-lặc trong bàn tay vậy.
>
> Lúc đó ông Duy-ma-cật đến với con: Thưa ngài A-na-luật! Thiên nhãn của ngài thấy đó là làm ra tướng mà thấy, hay không làm ra tướng mà thấy? Nếu như làm ra tướng, thì khác gì ngũ thông của ngoại đạo, nếu không làm ra tướng thì là vô vi, lẽ ra không thấy. Bạch Thế Tôn! Lúc ấy con nín lặng. Các vị Phạm thiên nghe ông Duy-ma-cật nói lời ấy rồi, được chỗ chưa từng có, liền làm lễ hỏi ông rằng: Thưa ngài! Ở trong đời ai là người có chân thiên nhãn? Trưởng giả Duy-ma-cật đáp: Có Phật Thế Tôn được chân thiên nhãn, thường ở trong tam-muội, thấy suốt các cõi Phật không có hai tướng.
>
> Khi ấy Nghiêm Tịnh Phạm vương cùng quyến thuộc năm trăm Phạm vương đều phát tâm Vô thượng chánh đẳng chánh giác, đảnh lễ dưới chân ông Duy-ma-cật rồi bỗng nhiên biến mất. Vì thế con không kham lãnh đến thăm bệnh ông.

Lời của Duy-ma-cật thường được giải thích bằng những cách sau.

Thứ nhất: Thiên nhãn của A-na-luật do dụng tâm tác ý mà thấy hay không dụng tâm tác ý mà thấy? Nếu dụng tâm mà thấy thì cái bị thấy hay chỗ thấy có xa gần, cao thấp, tức có phân biệt, còn trong vòng nhị biên; do vậy mà thấy không đúng bản chất các pháp. Nếu không dụng tâm mà thấy thì không có chỗ thấy; đã không có chỗ thấy mà vẫn thấy thì cái thấy đó là ảo giác, là ảnh ảo, là lông rùa sừng thỏ. Cả hai trường hợp đều đi đến kết luận là thiên nhãn của A-na-luật có giới hạn, chưa giải thoát; chưa phải là chân thiên nhãn bất nhị.

Thứ hai: Thiên nhãn của A-na-luật do làm ra tướng mà thấy hay do không làm ra tướng mà thấy? Nếu làm ra tướng mà thấy, thì cái bị thấy hay chỗ thấy còn là các pháp có tướng đối đãi, cái thấy vì vậy chưa thoát tướng sanh diệt, nên thật tướng các pháp không hiển lộ. Nếu không làm ra tướng mà thấy, thì không thành lập được nghĩa thấy, bởi ta không thể thấy cái không có tướng. Như thế, thiên nhãn của A-na-luật bị hạn định, không vượt qua cái có tướng; do đó không là chân thiên nhãn bất nhị.

Còn có giải thích khác cho rằng thiên nhãn của A-na-luật là do chứng đắc, còn do dụng công dụng tâm nên thấy là thấy cái có tướng; còn thiên nhãn của chư thiên là do phước báo, là báo đắc tuy không dụng công dụng tâm mà vẫn thấy, nhưng cũng là thấy cái có tướng. Cả hai đều có giới hạn ở tướng, nên không là chân thiên nhãn bất nhị.

Còn có giải thích cho rằng có khi ta vẫn thấy cái không có sắc chất cụ thể như ký ức, hồi tưởng, giấc mơ, lấy trường hợp này dụ cho nếu không có tướng mà thấy; cách lý giải này hiểu sai nghĩa của cái không có tướng, để từ sự kiện A-na-luật bị mù mà vẫn thấy cái trước kia từng thấy đi đến kết luận thiên nhãn của A-na-luật vẫn không ra ngoài hình tướng.

Tất cả những cách giải thích trên thực ra là hí luận vòng quanh, là chẳng giải thích gì cả. Quá trình tư duy của các lập luận đó là: một, dựng lập cái vô tướng làm đối tượng của thiên nhãn, (cái vô tướng trở thành sở kiến đối đãi với năng kiến là thiên nhãn); hai, phủ định cái mình dựng lập bằng cách lý luận rằng cái vô tướng không thể dùng thiên nhãn mà thấy (đây là tự dựng lập rồi tự chối bỏ); ba, kết luận thiên nhãn chỉ thấy cái có tướng, chưa rốt ráo (sự kiện hiển nhiên từ trước, nay biến thành kết luận); sau cùng, cần phải loại trừ phân biệt để đắc chân thiên nhãn bất nhị (lại dựng lập một tướng mới là chân thiên nhãn). Sự giải thích kinh văn như trên xuất phát từ hiểu lầm và không nhận biết vấn đề được đặt ra và mục đích của Duy-ma-cật đối với A-na-luật.

Chúng ta cần trở lại theo bước chân kinh hành của tôn giả A-na-luật để xem câu chuyện xảy ra thế nào. Phạm vương Nghiêm Tịnh cùng mười ngàn vua các cõi trời khác đến chào và bắt đầu hỏi. Đó là vấn đề bắt đầu xuất hiện. Danh xưng Nghiêm Tịnh là tính chất quan trọng của vấn đề, không phải vấn đề được đặt ra là để so sánh xem ai có thiên nhãn cao hơn. Nghiêm là trang nghiêm, tịnh là thanh tịnh; danh xưng này ám chỉ cái thấy thanh tịnh trang nghiêm. Con số 10 ngàn biểu hiện mức độ rộng lớn vì có nhiều người không hiểu, và vì tầm quan trọng của vấn đề.

Duy-ma-cật hỏi: *Thưa ngài A-na-luật! Thiên nhãn của ngài thấy đó là làm ra tướng mà thấy, hay không làm ra tướng mà thấy?* Đây không phải là một nghi vấn mà là một vấn đề đã được xác định rõ ràng. Trong câu hỏi có ý nói thiên nhãn của A-na-luật đã bao gồm đầy đủ xa gần, trên dưới, cao thấp, nhỏ lớn v.v. tức chứa chấp mọi đối đãi. Thấy có sáng, thì phải thấy có tối. Thấy có động, tức cũng thấy có tịnh. Vấn đề là gì? Chính là cái thấy, thấy trong "thấy, nghe, hiểu, biết". Trong Phật học gọi là "kiến, văn, giác, tri". Sự chấp tướng của chúng ta có là do ta chấp có cái tâm thấy, nghe, hiểu biết chính thực là tâm mình. Lúc nào ta cũng thấy có ta, có người, có chúng sanh, có thọ nhận. Phật gọi đó là ngã kiến, nhân kiến, chúng sanh kiến, thọ giả kiến. Đọc kinh Kim Cang, ta thấy phần đầu, Phật phá ngã tướng, nhân tướng, chúng sanh tướng, thọ giả tướng, và phần sau Phật phá ngã kiến, nhân kiến, chúng sanh kiến, thọ giả kiến. Trong kinh Lăng-nghiêm, chỉ bằng một câu, Phật chỉ ra lỗi của cái thấy, mà bản kinh chúng ta xem ở đây gọi là thiên nhãn của A-na-luật. Đó là: *"Tri kiến lập tri, tức vô minh bổn; tri kiến vô kiến tư tức Niết-bàn."* Thấy mà lập ra tướng thấy, đó là gốc vô minh. Thấy mà chẳng có tướng thấy, đó là Niết-bàn. Lỗi đó, chính thiên nhãn của A-na-luật đã phạm phải, rất rõ khi tôn giả khẳng định: *Tôi thấy cõi tam thiên đại thiên thế giới của Phật Thích-ca Mâu-ni đây như thấy trái a-ma-lặc trong bàn tay vậy.*

Kiến chấp kết chặt năng kiến và sở kiến thành một khối kiên cố khiến khi thấy một vật, ta dễ dàng và cương quyết xác nhận là chính ta thấy nó như vậy hoặc chính nó là vậy trước mắt ta. Điều này giống như câu trả lời xác quyết của A-na-luật. Và chính vì vậy mà Duy-ma-cật chất vấn A-na-luật mà ta có thể nói bằng cách khác vẫn giữ nguyên nghĩa: "Cái thấy đó do trước mắt có vật mà thấy, (kinh văn ghi: làm ra tướng mà thấy) hay không có vật mà thấy, (kinh văn ghi: không làm ra tướng mà thấy)?" Nếu có vật trước mắt mà sinh ra cái thấy thì không có gì lạ, bởi vì ngũ căn (mắt, tai, mũi, lưỡi, thân), được kinh văn ẩn dụ là ngũ thông, tiếp xúc cảnh vật bên ngoài (hình sắc, âm thanh, mùi vị, cảm xúc cọ chạm, được kinh văn ẩn dụ là ngoại đạo) thì sinh ra cái biết của các căn; ta nói là ta thấy, ta biết. Nếu không có vật gì trước mắt, lẽ ra không thấy, tức là tướng năng thấy không còn. Bây giờ, lại đặt một vật trước mắt, ta lại bảo là ta thấy. Như vậy, có phải cái thấy của ta duyên theo tiền trần mà lúc có lúc không? Nghĩa là tướng năng thấy khi còn khi mất thì tính xác thực của tướng bị thấy không còn đứng vững. Có ta thấy, cho dù có hay không có vật bị thấy đều là đạo lý "tri kiến lập tri" cả. Và lời Duy-ma-cật nói với A-na-luật nhắm vào mục đích phá sập thành vách lập tri này, hay nói cách khác là phá trừ kiến chấp, khai quang cho thiên nhãn của A-na-luật. Và thiên nhãn đó mới thực là chân thiên nhãn mà chúng ta không cần dựng lập, vốn đã có sẵn mà ta đã quên từ vô thủy kiếp. Thế Tôn là Phật đã thành, có chân thiên nhãn toàn phần. A-na-luật là bậc thánh chứng từng phần chân thiên nhãn. Còn chúng ta đặc sệt phàm phu thì có mắt cũng như mù.

Có một sự kiện nhỏ ở phần cuối câu chuyện ngài A-na-luật, chúng ta chớ lướt qua: *Khi ấy Nghiêm Tịnh Phạm vương cùng quyến thuộc năm trăm Phạm vương đều phát tâm Vô thượng chánh đẳng chánh giác, đảnh lễ dưới chân ông Duy-ma-cật rồi bỗng nhiên biến mất.* Ban đầu đến là mười ngàn vị đến, bây giờ chỉ có 500 vị phát tâm bồ-đề, đảnh lễ Duy-ma-cật rồi đột nhiên biến mất; nghĩa là Duy-ma-cật nói đạo lý khó hiểu, rất ít người đột nhiên sáng tỏ để không còn mọi nghi vấn; *bỗng nhiên biến mất*, còn có nghĩa là tướng vọng kiến chẳng còn. Sau khi nhiếp tướng năng vọng của Ca-chiên-diên, Duy-ma-cật tiến công phá thành vọng kiến của A-na-luật, dẫn đến cuộc hội thoại khác không kém phần thú vị với tôn giả Ưu-ba-li.

PHÒNG PHI CHỈ ÁC

TÔN GIẢ ƯU-BA-LI

KINH VĂN

Phật bảo ông Ưu-ba-li: Ông đến thăm bệnh ông Duy-ma-cật. Ưu-ba-li bạch Phật: Bạch Thế Tôn! Con không kham lãnh đến thăm bệnh ông. Vì sao? Con nhớ lại ngày trước có hai vị tỳ-kheo phạm luật hạnh, lấy làm hổ thẹn, không dám hỏi Phật, đến hỏi con rằng: Thưa ngài Ưu-ba-li! Chúng tôi phạm luật, thật lấy làm hổ thẹn, không dám hỏi Phật, mong ngài giải rõ chỗ nghi hối cho chúng tôi được khỏi tội ấy. Con liền y theo pháp, giải nói cho hai vị.

Có đến năm vị cùng tên Ưu-ba-li trong các kinh điển Sanskrit và Pali. Một, là Ưu-ba-li, vương bộc, thợ cắt tóc trong hoàng cung, theo sáu vị vương tử xin xuất gia theo Phật lúc Ngài trở về triều lần đầu tiên; hai, là một người gánh phân một hôm gặp Phật đang trên đường về hoàng cung lần thứ nhất sau khi thành đạo và được Phật giáo hóa, thu nhận làm đệ tử; ba, theo Trung bộ kinh (Majjima Nikaya), kinh Ưu-ba-li (Upàli Sutta), Ưu-ba-li là một đại thí chủ của phái Ni-kiền-tử (Nigantha) được cử đến luận chiến với Phật, nhưng lại được Phật cảm hóa thu nhận làm đệ tử; bốn, là một vị đại thần thường hầu cận Phật khi còn là thái tử, lúc Phật trở về triều lần đầu tiên đã thu nhận ông làm đệ tử; năm, theo kinh Lăng-nghiêm, là Ưu-ba-li lúc trình bày với Phật chỗ thân chứng viên thông, đã tự thuật là ông theo Phật lúc vượt thành tầm đạo. Ở đây, tôi không quan trọng Ưu-ba-li là vị nào trong số năm vị trên, mà cứ y theo ý kiến đa số người bây giờ mà thuật lại hành trạng của vị thánh tăng được Phật và thánh chúng tặng danh hiệu là: tôn giả trì luật đệ nhất.

Xã hội Ấn Độ bấy giờ được phân chia thành bốn giai cấp: bà-la-môn (brahman) gồm giới trí thức, tu sĩ là những người được kính trọng và tôn quý nhất; sát-đế-lợi (kshastriya) gồm vua chúa, đại thần, tướng lãnh là những người có quyền lực nhất; vệ-xá (vaisya) gồm thương nhân, trưởng giả là giới giàu có nhất; và thủ-đà-la (sudra) là thành phần nô lệ trong những ngành nghề nặng nhọc, bị cho là tầng lớp hạ lưu hạ tiện nhất trong xã hội, phải xa lánh không được giao tiếp với tầng lớp thượng lưu và trung lưu kể trên; ngoài ra còn có tầng lớp chiên-đà-la (caṇḍāla) là những người hết sức khốn khổ bần cùng.

Tôn giả Ưu-ba-li xuất thân từ một gia đình thuộc giai cấp thủ-đà-la. Lúc nhỏ, ngài không được đi học, lớn lên phải làm những công việc dành riêng cho nô lệ như tôi tớ, đánh xe, giữ ngựa, khuân vác. Ưu-ba-li vốn là một thợ cắt tóc trong thành Ca-tỳ-la-vệ, may mắn được tuyển vào hoàng cung làm vương bộc, phụ trách việc cắt tóc cho các vị thân vương, hoàng thân, quốc thích. Chàng trai trẻ Ưu-ba-li tuy thân phận là nô bộc nhưng với tánh tình trung hậu, thuần lương và chất phác, rất được lòng mọi người trong hoàng tộc. Lần đầu trở về cung sau khi đắc đạo, một hôm Phật muốn cắt tóc, Ưu-ba-li được vinh dự tiến cử cắt tóc cho Phật. Trong thời gian cắt, bằng sự thận trọng và tập trung cao độ mà Ưu-ba-li chứng nhập tứ thiền. Sau đó, như đã kể trong chuyện A-na-luật, có sáu vị vương tử xin xuất gia theo Phật và Ưu-ba-li đã nài nỉ xin theo. Mặc dù được các vương tử ban tặng cho mọi vàng bạc châu báu mang theo, nhưng tôn giả vẫn quyết theo, nên các vương tử đành chấp thuận. Khi tất cả đến cầu Phật cho xuất gia, Thế Tôn bảo các vị vương tử hãy quyết định sau bảy ngày. Riêng đối với Ưu-ba-li, Phật lập tức đồng ý. Khi các vương tử trở lại gặp Phật tỏ quyết tâm xuất gia, được Phật thu nhận và dạy các vị phải đảnh lễ vị sư huynh Ưu-ba-li cho đúng pháp. Có thể nói Đức Phật và Phật pháp lần đầu tiên trong lịch sử nhân loại đã tuyên ngôn giá trị bình đẳng giữa người và người.

Hòa mình trong tăng đoàn, tôn giả nổi tiếng là tỳ-kheo trì luật đệ nhất, đầy đủ oai nghi tế hạnh. Ngài phụ trách mọi vấn đề về giới luật trong tăng đoàn như hòa giải, xử lý những rắc rối y cứ trên giới điều và pháp lục hòa, làm pháp yết-ma sám hối cho các tỳ-kheo phạm giới, hay như thảo trình với Phật về các điều khoản vi tế, chưa thỏa đáng của luật nghi. Tôn giả đã gắn bó với tăng đoàn cho đến sau khi Phật nhập diệt, ngài tham dự đại hội kiết tập kinh điển lần đầu và phụ trách việc kết tập Luật tạng.

PHÒNG PHI CHỈ ÁC

> **KINH VĂN**
>
> Bấy giờ, ông Duy-ma-cật đến nói với con: Thưa ngài Ưu-ba-li, ngài chớ kết thêm tội cho hai vị tỳ-kheo này, phải trừ dứt ngay, chớ làm rối loạn lòng họ. Vì sao? Vì tội tánh kia không ở trong, không ở ngoài, không ở khoảng giữa. Như lời Phật nói: tâm nhơ nên chúng sanh nhơ, tâm sạch nên chúng sanh sạch. Tâm cũng không ở trong, không ở ngoài, không ở khoảng giữa. Tâm kia như thế nào, tội cấu cũng như thế ấy. Các pháp cũng thế, không ra ngoài chân như. Như ngài Ưu-ba-li, khi tâm tướng được giải thoát thì có tội cấu chăng? Con đáp: Không.

Câu chuyện của tôn giả Ưu-ba-li bắt đầu với hai vị tỳ-kheo phạm giới đến gặp ngài xin sám hối. Nghi thức sám hối như thế nào, chắc phải thông qua quá trình luận tội xét xem người phạm giới đã phạm sai lầm thế nào, phạm phải giới điều gì và mức độ có nghiêm trọng không. Như vậy, Ưu-ba-li đóng vai trò của một thẩm phán, có người vi phạm, có giới bị phạm và có hình phạt thích đáng. Việc phán xét xác nhận tội lỗi thành điều thực có, biến luật nghi thành một liệt kê có tính chất hình thức cứng ngắt; có hiệu quả là một hình phạt nhất thời, không có tác dụng thay đổi hẳn tâm lý kẻ vi phạm. Điều này có nghĩa là người phạm tội có khả năng không hối cải và có thể tái phạm sau này. Chẳng phải chỉ có luật nghi của tăng đoàn thời bấy giờ, mà ngay cả luật pháp thế gian ở thời đại nào cũng thế, đều căn cứ vào điều luật quy định mà luận tội.

Duy-ma-cật y cứ trên tội tánh mà lý giải rằng suy cho cùng tội lỗi kia theo tâm niệm mà thành lập hay mất đi, vốn chẳng phải là bản chất của con người. Cưu-ma-la-thập (Kumarajiva, 344-413) khi dịch kinh đến đoạn này có chú rằng: *"Lấy tội làm tội nên tâm tự nhiên sanh nhơ lấm. Tâm tự nhiên sanh nhơ lấm, ắt bị nhơ lấm buộc ràng, thì đó là tội lỗi làm nhơ lấm chúng sanh. Chẳng lấy tội làm tội, đó là tâm sạch, tâm sạch ắt chúng sanh sạch vậy."*

Duy-ma-cật không ngừng ở đó. Ông truy nguyên gốc sinh ra tội lỗi là vọng tưởng điên đảo chấp ngã. Thật vậy, tội lỗi sinh ra từ một niệm mê mờ thúc đẩy ta phạm tội. Và tội lỗi tạo nghiệp dìm chúng sanh trong biển sâu của sanh tử luân hồi.

KINH VĂN

Ông Duy-ma-cật nói: Tất cả chúng sanh tâm tướng không nhơ cũng như thế. Thưa ngài Ưu-ba-li! Vọng tưởng là nhơ, không vọng tưởng là sạch; điên đảo là nhơ, không điên đảo là sạch; chấp ngã là nhơ, không chấp ngã là sạch. Ngài Ưu-ba-li! Tất cả pháp sanh diệt không dừng, như huyễn, như chớp; các pháp không chờ nhau cho đến một niệm không dừng; các pháp đều là vọng kiến, như chiêm bao, như nắng dợn, như trăng dưới nước, như bóng trong gương, do vọng tưởng sanh ra. Người nào biết nghĩa này gọi là giữ luật, người nào rõ nghĩa này gọi là khéo hiểu.

Duy-ma-cật rất khéo dẫn dắt câu chuyện từ việc phạm tội của hai vị tỳ-kheo qua tướng vọng động bất định của thức và bản chất bất khả đắc, không chỗ có của tâm. Tất cả pháp là do tâm sanh, tùy tâm mà chuyển. Một niệm vô minh vừa khởi, vạn pháp liền duyên nhau sanh. Vô minh chính là vọng tưởng điên đảo chấp ngã. Các pháp vốn như; ta đã biết khi Duy-ma-cật khai mở pháp tướng trong đối thoại với Mục-kiền-liên. Một khi đã sanh, thì pháp liền có tướng vọng tưởng, phân biệt, chấp trước. Kinh văn viết: *Vọng tưởng là nhơ, không vọng tưởng là sạch; điên đảo là nhơ, không điên đảo là sạch; chấp ngã là nhơ, không chấp ngã là sạch.* Và một khi pháp sanh, thì một chuỗi dài sanh diệt chớp nhoáng kéo nhau diễn ra vô cùng tận. Tất cả pháp sanh diệt không dừng, như huyễn, như chớp; các pháp không chờ nhau cho đến một niệm không dừng.

Sanh diệt như huyễn, nghĩa là chúng ta chỉ mới thấy nó mường tượng giống huyễn, chứ chưa phải là huyễn thực sự. Thấy như huyễn trước, rồi mới thấy hư huyễn; lúc này ta mới chứng thực được lời Duy-ma-cật: *các pháp đều là vọng kiến, như chiêm bao, như nắng dợn, như trăng dưới nước, như bóng trong gương, do vọng tưởng sanh ra.* Đến đây, nghĩa lý kinh văn tiếp nối một cách nhất quán với câu chuyện thiên nhãn vọng kiến của ngài A-na-luật. Và đây chính là hàm ý của Duy-ma-cật.

Phá trừ vọng kiến chỉ mới là lý. Làm sao để ngăn ngừa nó không tạo tội nghiệp mới là sự. Đó là lý do tại sao Duy-ma-cật tiếp cận Ưu-ba-li. Vọng kiến khó trừ ngay được, nên muốn nó không trở thành tội lỗi thì giữa chúng phải có bờ ngăn; đó là giới. Nhân có tỳ-kheo hành sự phi pháp, Phật mới ban chế luật nghi. Ngài không tùy tiện bày đặt ra giới hết thảy một lần. Kinh Đại Bát Niết-bàn viết: *"Ba-la-đề-mộc-xoa (Pratimokwa) gọi là tri túc, thành tựu oai nghi, không cất chứa, cũng gọi là tịnh mạng... là lìa nghiệp tà bất thiện của thân, khẩu, ý. Luật là các giới, oai nghi nghĩa hay trong các kinh thâm diệu, ngăn thọ tất cả vật bất tịnh và nhân duyên bất tịnh."*[1]

Giới không mang tính cố định. *"Có Thanh văn thừa trì thanh tịnh giới mà ở nơi Bồ Tát thừa gọi là phá giới. Có Bồ Tát thừa trì thanh tịnh giới mà ở nơi Thanh văn thừa gọi là phá giới. Thế nào là người Thanh văn thừa trì thanh tịnh giới mà ở nơi Bồ Tát thừa gọi là phá giới? Này Ưu-ba-li! người Thanh văn thừa cho đến chẳng nên phát khởi một niệm còn thọ thân sau, đây gọi là Thanh văn trì thanh tịnh giới, nhưng ở nơi Bồ Tát thì gọi là đại phá giới. Thế nào là người Bồ Tát thừa trì thanh tịnh giới mà ở nơi Thanh văn thừa gọi là phá giới? Này Ưu-ba-li! Đại Bồ Tát*

---

[1] Kinh Đại Bát Niết-bàn, Việt dịch: Thích Trí Tịnh.

tu hành Đại thừa có thể trong vô lượng a-tăng-kỳ kiếp kham chịu thọ thân chẳng hề chán khổ, đây gọi là Bồ Tát trì thanh tịnh giới mà ở nơi Thanh văn thừa gọi là đại phá giới."¹ Ở đây tôi không bàn luận sâu cạn về tánh tướng của giới, tôi chỉ quan trọng khía cạnh giới là bờ ngăn giữa căn và cảnh, là tấm chắn ngăn ngừa sai trái, ngừng hẳn điều ác, để vọng kiến không xô đẩy chúng ta phạm tội. Chỉ xin kể hai mẩu chuyện sau để chúng ta cùng thẩm xét.

Một hôm, thiền sư Quế Sâm (867-928) vì chúng thăng đài tuyên giới bổn trong lễ bố-tát xong bèn nói: *"Trì giới chỉ giữ luật thân mà thôi, chớ không thể giải thoát. Y theo văn mà tác giải, há phát khởi thánh ý?"*²

Ở tu viện Quang Hiếu, phía đông thành Dương Châu, có thiền sư Tuệ Giác là pháp tự của thiền sư Triệu Châu, một hôm có người tới hỏi sư: "Tôi bình sinh thích sát sanh, vậy có tội không?" Sư đáp: "Không tội." Người ấy ngạc nhiên: "Vì sao không tội?" Sư đáp: "Giết một, hoàn một."³

Quí vị thử suy ngẫm về hai câu chuyện trên xem, không chừng quí vị là người mà Duy-ma-cật muốn nhắn nhủ: *Người nào biết nghĩa này gọi là giữ luật, người nào rõ nghĩa này gọi là khéo hiểu.*

> ## KINH VĂN
>
> **Lúc đó hai vị tỳ-kheo khen rằng: Thật là bậc thượng trí! Ngài Ưu-ba-li này không thể sánh kịp. Ngài là bậc giữ luật hơn hết mà không thể nói được. Con đáp rằng: Trừ đức Như Lai ra, chưa có bậc Thanh văn và Bồ Tát nào có thể chế phục được chỗ nhạo thuyết biện tài của ông Duy-ma-cật. Trí tuệ của ông thông suốt không lường.**

---

¹ Kinh Đại-bảo-tích, pháp hội Ưu-ba-li, thứ 24, Việt dịch: Thích Trí Tịnh.
² Cảnh Đức Truyền Đăng Lục, quyển 21, tập 3, Việt dịch: Lý Việt Dũng.
³ Cảnh Đức Truyền Đăng Lục, quyển 11, tập 2, Việt dịch: Lý Việt Dũng.

> Khi ấy hai vị tỳ-kheo dứt hết nghi hối, phát tâm Vô thượng chánh đẳng chánh giác và phát nguyện rằng: Nguyện làm cho tất cả chúng sanh được biện tài như vậy. Vì thế con không kham lãnh đến thăm bệnh ông.

Một lần nữa chúng ta phải thán phục chỗ nhạo thuyết biện tài của ông Duy-ma-cật, đi từ việc phạm giới của hai vị tỳ-kheo, là một sự việc đã xảy ra, ngược về nguồn vọng kiến để nói cái mà ông không hề nhắc đến dù chỉ một chữ, là cái mà chúng ta phải tự thấy; đó là giới. Nhân tội mà nói giới, đó chẳng phải cũng là điều mà Phật đã làm sao? *"Này thiện nam tử! Như người vá áo, thấy áo có lỗ rách rồi sau mới vá. Cũng vậy, thấy chúng sanh có nhân duyên sa vào địa ngục A-tỳ, Như Lai bèn dùng Giới lành mà vá đó."*[1]

Có một điều khá thú vị là trong Cảnh Đức Truyền Đăng Lục do thiền sư Đạo Nguyên biên soạn năm 1004, có ghi chép lại 7 bài kệ của 7 vị cổ Phật trước Phật Thích-ca, từ Phật Tỳ-bà-thi đến Phật Ca-diếp, trong đó có 6 bài, trừ bài kệ của Phật Câu-lưu-tôn, đều có đề cập đến tội phước giai không, ác nghiệp thị huyễn, tội nghiệp như ảo. Chắc hẳn không phải là sự trùng hợp ngẫu nhiên? Đã đành giới là quan trọng, có tác dụng giữ gìn thân, khẩu, ý, nhưng một khi việc phạm tội đã xảy ra, cũng cần nên cân nhắc khi phán xử. Phán tội là khía cạnh dụng của giới. Lý lẽ tội tánh vốn không, nếu bị lạm dụng thì trở thành cái cớ cho ta tự biện bạch để tội bị nhân đôi; nếu khéo dùng thì chàng Vô Não (Angulimala) trong sát-na quay đầu lại lập tức trở thành thánh nhân.

Thiền sư Huyền Giác (665-713) nhân đọc kinh Duy-ma-cật mà đốn ngộ, sau viết "Chứng Đạo Ca" có thi kệ:

Sư tử hống thuyết vô úy,
Thương thay ai vẫn mê mờ rối.

---

[1] Kinh Đại Bát Niết-bàn, Việt dịch: Thích Trí Tịnh.

Chỉ e tội chướng lấp bồ-đề,
Chẳng được Như Lai mở kho bí.
Có hai tỳ-khưu phạm dâm sát,
Đóm huỳnh Ba-li thêm buộc siết,
Bồ tát Duy-ma chốc giải ngờ,
Như vầng dương hực tiêu sương tuyết.

HÀNH TRÌNH VIỄN LY

TÔN GIẢ LA-HẦU-LA

> **KINH VĂN**
>
> **Phật bảo La-hầu-la: Ông đi đến thăm bệnh ông Duy-ma-cật.**
> **La-hầu-la bạch Phật: Bạch Thế Tôn! Con không kham lãnh đến thăm bệnh ông.**

Phật giáo thế giới ngày nay thống nhất năm Đức Phật đản sanh là năm 624 TCN. Thái tử Sĩ-đạt-ta năm mười bảy tuổi kết hôn với công chúa Da-du-đà-la (Yasodhara), xuất gia năm 605 TCN, ba mươi tuổi thành đạo (594 TCN) và không lâu sau trở về thành Ca-tỳ-la-vệ để hóa độ thân tộc. Lúc đó La-hầu-la chỉ mới là một cậu bé mười tuổi. Nhiều đời trước, tôn giả từng phát nguyện làm con và theo làm đệ tử của bất kỳ vị Phật nào ra đời. Do nhân duyên đó, dù là còn bé, La-hầu-la đã sớm được Phật thu nhận vào tăng đoàn. Vậy là cậu bé La-hầu-la trở thành chú sa-di đầu tiên trong lịch sử Phật giáo. Tuy được nuông chiều từ bé trong hoàng cung, nhưng dần dà theo thời gian nhờ sự chăm sóc và dạy dỗ của Phật và tôn giả Xá-lợi-phất, vị thầy trực tiếp mà La-hầu-la thành thuần thục, biết phục thiện, đức hạnh nhẫn nhục vượt bực. Tôn giả thầm lặng, nghiêm mật trong công phu tu tập, oai nghi tế hạnh đầy đủ, thiền định tinh tấn. Vì thế mới ngoài hai mươi, La-hầu-la đã đắc quả A-la-hán và được Phật khen là đệ tử mật hạnh đệ nhất.

Trong văn học A-hàm, Trung bộ kinh, có ba bản kinh gắn liền với tuổi trẻ của La-hầu-la. Đó là Đại kinh Giáo giới La-hầu-la (Maha Rahulovada Suttam), kinh Giáo giới La-hầu-la ở rừng Ambala (Ambalatthika Rahulovada Suttam) và Tiểu kinh Giáo giới La-hầu-la (Cùla Rahulovada Suttam). Sự kiện này cho thấy giới là điều gắn bó nhất trong cuộc đời xuất gia của tôn giả. La-hầu-la được Phật thọ ký về sau thành Phật hiệu là Đạo Thất Bảo Hoa Như Lai. Hành trạng của tôn giả không sôi nổi, không có nhiều nhân duyên tiếp xúc dân gian, đúng như tính tình trầm mặc, cẩn mật của ngài. Ngài viên tịch trước Phật, lúc ngài ở tuổi trung niên trên dưới năm mươi.

Trong Đại Đường Tây Vực Ký, đại sư Huyền Trang ghi chép một chuyện lạ lùng. Có một vị hòa thượng già chống gậy ngày kia vào thành khất thực. Sau khi thọ bát cháo sữa của một người bà-la-môn, vị hòa thượng ấy thở dài nói: "Than ôi! Vị sữa ngon không pha tạp ngày nay lại không bằng ngụm nước trong thời Phật tại thế. Đó là vì phước báo của trời, người [đã suy giảm] khiến thành ra như thế." Bà-la-môn thưa: "Nếu vậy thì tự thân đại đức đã từng gặp Phật?" Vị sa-môn đáp: "Tất nhiên là vậy. Ngươi lẽ nào lại không nghe tên La-hỗ-la, con của Phật, chính là ta đây. Vì hộ trì Chánh pháp nên chưa tịch diệt." Vừa nói xong lời ấy thì hốt nhiên không còn nhìn thấy nữa.[1]

Ngài chính là một trong mười sáu vị La-hán trụ thế, dân gian thường gọi là La-hán Trầm tư.

---

[1] Tây vực ký, Pháp sư Huyền Trang, trang 315, bản Việt dịch của Nguyễn Minh Tiến, NXB Liên Phật Hội, 2022. Ngài Huyền Trang phiên âm tên **Rāhula** là La-hỗ-la, thay vì La-hầu-la.

HÀNH TRÌNH VIỄN LY

KINH VĂN

Vì sao? Nhớ lúc trước kia, các trưởng giả tử ở thành Tỳ-da-ly đến con cúi đầu làm lễ hỏi rằng: Thưa ngài La-hầu-la, ngài là con của Phật, vì đạo mà bỏ ngôi Chuyển luân vương mà xuất gia. Việc xuất gia đó có những lợi ích gì? Con liền đúng theo pháp mà nói sự lợi ích của công đức xuất gia.

Lúc đó ông Duy-ma-cật đến nói với con rằng: Thưa ngài La-hầu-la! Ngài không nên nói cái lợi của công đức xuất gia. Vì sao? Không lợi, không công đức mới thật là xuất gia. Về pháp hữu vi, có thể nói là có lợi, có công đức. Còn xuất gia là pháp vô vi; trong pháp vô vi, không lợi, không công đức. La-hầu-la! Vả chăng, xuất gia là không kia, không đây, cũng không ở chính giữa; ly sáu mươi hai món kiến chấp; ở nơi Niết-bàn là chỗ nhận của người trí, chỗ làm của bậc thánh; hàng phục các ma, khỏi ngũ đạo, đặng ngũ lực, lập ngũ căn; không làm náo người khác, rời các tạp ác, dẹp các ngoại đạo, vượt khỏi giả danh, ra khỏi bùn lầy không bị ràng buộc; không ngã sở, không chỗ thọ, không rối loạn trong lòng, ưa hộ trợ ý người khác, tùy thiền định, rời các lỗi. Nếu được như thế mới thật là xuất gia.

Khi ấy ông Duy-ma-cật bảo các trưởng giả tử: Các ngươi nay ở trong chánh pháp, nên cùng nhau xuất gia. Vì sao? Phật ra đời khó gặp. Các trưởng giả tử nói: Thưa cư sĩ, chúng tôi nghe Phật dạy cha mẹ không cho, không được xuất gia. Ông Duy-ma-cật nói: Phải, các ngươi nếu phát tâm Vô thượng Bồ-đề, đó chính là xuất gia, đó chính là đầy đủ giới pháp. Bấy giờ ba mươi hai vị trưởng giả tử đều phát tâm Vô thượng Bồ-đề. Vì thế con không kham lãnh đến thăm bệnh ông.

Trên là câu chuyện Ưu-ba-li giới thiệu bờ ngăn là giới để vô hiệu hóa thiên nhãn vọng kiến lập chỗ sở tri của A-na-luật. Giới là một phần quan trọng trong đời sống xuất gia. Muốn giới pháp hoàn thiện, trước hết phải hiểu nghĩa chân thật của việc xuất gia; thế mới đúng là lý soi đường cho sự, sự vẹn toàn cho lý. Một hôm, La-hầu-la đang nói về lợi ích của việc xuất gia cho một số thanh niên nhà giàu, Duy-ma-cật kịp thời xuất hiện để tiếp nối vở tuồng La-hầu-la đang diễn. Ông không phủ nhận lợi ích thiết thực mà La-hầu-la đang nói đến, nhưng ông cho rằng đó chưa phải là nghĩa rốt ráo, hãy còn hạn hẹp trong pháp hữu vi. Vì sao? Không lợi, không công đức mới thật là xuất gia.

Thật vậy, xuất gia có nghĩa chân thực là buông bỏ, là xa lìa. Đã gọi là xả bỏ, là xa rời, thì không còn thấy có cái gì là có, là được. Gọi là bỏ, chẳng phải như bỏ sanh tử, chọn Niết-bàn. Xuất gia là không kia, không đây, cũng không ở chính giữa; là ly tướng đối đãi phân biệt vậy. Gọi là ly, chẳng phải như ly phiền não, cầu Bồ-đề. Ly trong "viễn ly điên đảo mộng tưởng" của Tâm kinh Bát-nhã. Viễn ly mọi huyễn tướng của ngã, nhân, chúng sanh và thọ giả, vốn do vọng tưởng mà có. Viễn ly kiến chấp cho dù là sáu mươi hai tà kiến hoặc dù gom gọn lại còn bốn thứ ngã kiến, nhân kiến, chúng sanh kiến và thọ giả kiến. Viễn ly nhị chướng là sở tri chướng và phiền não chướng. Viễn ly tứ đảo: vô thường cho là thường, khổ cho là vui, vô ngã cho là ngã, bất tịnh cho là tịnh; thậm chí dựng lập ngã tướng của thường, lạc, ngã, tịnh mà lại mong cầu có được, nào biết rằng Niết-bàn chân thường, chân lạc, chân ngã, chân tịnh vốn thường trụ ngay nơi ta. Viễn ly cho đến tướng ly, niệm ly cũng ly, ly cho đến vô sở ly như kinh Viên giác nói. Vô sở ly chính là ở nơi Niết-bàn là chỗ nhận của người trí, chỗ làm của bậc thánh.

Chúng ta chưa phải là bậc thánh, hãy còn là phàm phu, còn dụng công xuất gia, viễn ly, nên Duy-ma-cật nhắc nhở chúng ta cảnh giác không nên chấp trước bất kỳ huyễn tượng nào đang diễn ra trước mắt, cho dù có Phật, Bồ Tát hiện thân khen ngợi, cũng đừng tưởng mình chứng đắc.

Đó chính là ma tự tâm hiện. Ngay cả trong hiện thực đối nhân tiếp vật cũng vậy, đủ các loài thiên ma, ma vua, ma quân, ma con, ma cháu lúc nào cũng sẵn sàng hóa thân đến làm chướng ngại hành giả xuất gia. Điều này trong Kinh Lăng-nghiêm Phật đã chỉ thẳng tận mặt năm mươi ấm ma để chúng ta cần nhớ kỹ.

Từ câu chuyện của A-na-luật trở ngược lại Xá-lợi-phất chủ yếu là phá thức thứ sáu. Đến đây, viễn ly cùng cực rốt ráo là đã chuyển thức thứ bảy mạt-na vốn có tác dụng kiên trì chấp trước thành Bình đẳng tánh trí. Vượt qua giai đoạn này, tức đã hàng phục ngũ ấm ma, xa lìa tam giới, các căn đã trở nên thanh tịnh, tiền ngũ thức theo đó chuyển hóa thành Thành sở tác trí. Chính là chỗ kinh văn viết: *hàng phục các ma, khỏi ngũ đạo, đặng ngũ lực, lập ngũ căn*. Cảnh trả về cho cảnh, người trả về cho người, pháp trả về cho pháp, trần trả về cho trần, danh tướng trả về cho danh tướng, rời bỏ mọi dính mắc. Lúc đó ta mới nhận ra các pháp vốn thanh tịnh, chẳng có gì ta phải nhận chịu hay có được. Và ta mới mặc nhiên tự tại, tùy thuận ý người, từ từng ý niệm đến hành vi đều ở trong chánh pháp, không hề phạm lỗi.

Các trưởng giả tử nghe ông Duy-ma-cật vừa luận bàn với La-hầu-la, lòng muốn xuất gia nhưng vì luật pháp bấy giờ chỉ cho người trẻ tuổi xuất gia với sự đồng ý của cha mẹ, nên Duy-ma-cật nhân đó kết luận: Các ngươi nếu phát tâm Vô Thượng Bồ Đề, đó chính là xuất gia, đó chính là đầy đủ giới pháp. Như vậy, trên hình thức của việc theo đuổi chân lý, rời gia đình, xa vợ con, bỏ sự nghiệp không còn là chuyện cần thiết nữa. Người cư sĩ có thể có công phu tu tập, đọc tụng kinh điển, thọ trì giáo giới như tăng nhân tự viện. Nhưng liệu chúng ta có đem tâm sanh diệt mà cầu quả Bồ-đề không, thì đó lại là vấn đề khác bên dưới sẽ đề cập đến. Và để khép lại câu chuyện về La-hầu-la, ta tạm gọi đây là câu chuyện về hành trình viễn ly. Cuộc viễn ly này không phải là để rời xa mà chính là sự trở về quê cũ, nhận lại ngôi nhà của chính mình, mới hay rằng nó vẫn thường ở đó, không hề biến đổi. Đó chính là pháp thân thường trụ của chính ta, và cũng là câu chuyện của tôn giả A-nan dưới đây.

PHÁP THÂN THƯỜNG TRỤ

TÔN GIẢ A-NAN

> **KINH VĂN**
>
> **Phật bảo A-nan: Ông đến thăm bệnh ông Duy-ma-cật. A-nan bạch Phật: Bạch Thế Tôn! Con không kham lãnh đến thăm bệnh ông.**

Tôn giả A-nan, trong số đại đệ tử của Phật là vị thánh tăng nổi tiếng đa văn đệ nhất với trí nhớ siêu việt tột bậc. Hành trạng của A-nan điểm đầy những mẩu chuyện tuy được chứng thực trong lịch sử nhưng vẫn đậm nét truyền kỳ. Tôn giả cùng với A-na-luật, Đề-bà-đạt-đa và Bạt-đề là anh em họ của thái tử Sĩ-đạt-ta. Lần đầu tiên khi Phật trở về thành Ca-tỳ-la-vệ, khi ngài gặp A-nan, lúc đó vừa mười tám tuổi, Phật đã nhận ra khí chất phi phàm của tôn giả có thể là bậc long tượng phát huy đạo pháp về sau. Từ đó Phật tiếp cận A-nan, khiến tôn giả trỗi dậy trong lòng niềm kính phục trước uy nghi của bậc đạo sư. Do đó, tôn giả đã cùng với các vị vương tử xuất gia theo Phật bắt đầu hành trình tu học và xiển dương Phật pháp.

Tuy A-nan không đầy đủ các tướng tốt và vẻ đẹp như Phật, nhưng so với thế gian, khó có ai bằng được ngài về hình tướng và dung mạo mà Bồ Tát Long Thọ phải ngợi khen:

面如淨滿月，
眼若青蓮華；

佛法大海水，
流入阿難心

Diện như tịnh mãn nguyệt,
Nhãn nhược thanh liên hoa.
Phật pháp đại hải thủy,
Lưu nhập A-nan tâm.[1]

Mặt như trăng thu đầy,
Mắt tợ hoa sen xanh.
Phật pháp như biển rộng,
Chảy vào tâm A Nan.

Tôn giả A-nan góp công rất lớn vào lịch sử phát triển của tăng đoàn, trong đó phải kể đến là nhờ ngài ba lần thỉnh cầu, Phật mới chấp nhận cho phái nữ xuất gia. Nguyên do là sau khi A-nan và các vương tử theo Phật một thời gian, hoàng phi Ma-ha Ba-xà-ba-đề phát tâm xuất gia đã cùng năm trăm phi tần, cung nữ vượt đường xa từ Ca-tỳ-la-vệ đến thành Tỳ-da-ly xin Phật cho xuất gia. Phật không đồng ý vì sự có mặt của nữ giới sẽ gây nhiều chướng ngại cho tăng đoàn. Nhờ A-nan kiên nhẫn thỉnh cầu ba lần, Phật đã chấp thuận, từ đó cho phái nữ được xuất gia làm tỳ-kheo ni.

Cũng vì quá khôi ngô tuấn tú mà A-nan trải qua một kinh nghiệm không may, nhưng đó lại là một cơ duyên lớn cho chúng sanh cõi Ta-bà. Một hôm tôn giả trì bát khất thực ngang nhà một cô gái thuộc tầng lớp chiên-đà-la tên Ma-đăng-già (Mātaṅga). Cô gái này choáng váng trước tướng mạo của ngài nên đã dùng tà chú Phạm thiên khiến tôn giả vào nhà để dùng nữ sắc mê hoặc ngài. Phật biết rõ nên giao cho Bồ Tát Văn-thù kịp thời hiện thân đọc chú Thủ-lăng-nghiêm cứu A-nan thoát nạn phạm trọng giới. Do nhân duyên đó, Thế Tôn đã thuyết kinh Đại Phật

---

[1] Đại trí độ luận (大智度論), quyển 3, Bồ Tát Long Thọ tạo luận, Cưu-ma-la-thập Hán dịch, Đại Chánh tạng, Tập 25, số 1509, trang 84, tờ a, dòng 18-19.

Đảnh Thủ-lăng-nghiêm là một kinh hết sức thù thắng. Cũng trong hội Lăng-nghiêm, A-nan đã phát đại nguyện:

伏請世尊為證明
五濁惡世誓先入
如一眾生未成佛
終不於此取泥洹

Phục thỉnh Thế Tôn vị chứng minh,
Ngũ trược ác thế thệ tiên nhập.
Như nhất chúng sinh vị thành Phật,
Chung bất ư thử thủ Nê-hoàn.[1]

Cúi xin Thế Tôn chứng minh cho,
Đời ác trược con thề vào trước,
Còn một chúng sinh chưa thành Phật,
Thì con không nhận hưởng Niết-bàn.

Trong hơn 25 năm trước khi Phật nhập Niết-bàn, A-nan là thị giả thường xuyên bên Phật. Với lòng kính yêu sâu sắc, tôn giả đã chăm sóc Phật hết mực tận tụy và chu đáo. Sau khi Phật tịch diệt vài tháng, đại hội kiết tập kinh điển lần đầu được triệu tập. Chỉ một đêm trước ngày khai mạc, tôn giả đã nhất tâm phản tỉnh, thiền quán và chứng quả A-la-hán. Sự chứng quả muộn màng của ngài cho chúng ta bài học quý giá. Thiên trọng về giáo, xem nhẹ phần hành trì sẽ dẫn đến sự trễ nải trong tu chứng. Văn tư tu phải là thế cân bằng và hoàn chỉnh, nhờ đó việc tu được viên mãn và sự hoằng dương chánh pháp về sau mới hưng thịnh. Trong hội Pháp Hoa, Phật đã thọ ký cho A-nan về sau sẽ thành Phật hiệu là Sơn Hải Tuệ Tự Tại Thông Vương Như Lai. Lịch sử Thiền tông bắt đầu từ ngài Ca-diếp, truyền cho đệ nhị tổ chính là tôn giả A-nan.

---

[1] Đại Phật Đỉnh Như Lai Mật Nhân Tu Chứng Liễu Nghĩa Chư Bồ Tát Vạn Hạnh Thủ Lăng Nghiêm Kinh (大佛頂如來密因修證了義諸菩薩萬行首楞嚴經), quyển 3, Đại Chánh tạng, Tập 19, số 945, trang 119, tờ b, dòng 16-17.

Về sau khi thấy cơ duyên hóa độ đã viên mãn, A-nan đã truyền y bát cho tôn giả Thương-na-hòa-tu (Shanavasa) và thị tịch. Tương truyền lúc đó ngài được 120 tuổi.

PHÁP THÂN THƯỜNG TRỤ

KINH VĂN

Vì sao? Nhớ lại lúc trước, Thế Tôn thân hơi có bệnh, phải dùng sữa bò. Con cầm bát đến đứng trước cửa nhà người đại bà-la-môn. Lúc bấy giờ ông Duy-ma-cật đến bảo con: Này A-nan, làm gì cầm bát đứng đây sớm thế? Con đáp: Cư sĩ, Thế Tôn thân hơi có bệnh, phải dùng sữa bò, nên tôi đến đây xin sữa.

Ông Duy-ma-cật nói: Thôi thôi! Ngài A-nan chớ nói lời ấy. Thân Như Lai là thể kim cang, các ác đã dứt, các lành khắp nhóm, còn có bệnh gì, còn có não gì? Im lặng bước đi, ngài A-nan! Chớ phỉ báng Như Lai, chớ cho người khác nghe lời nói thô ấy, chớ làm cho các trời oai đức lớn và các Bồ Tát từ Tịnh độ phương khác đến đây nghe được lời nói ấy. Ngài A-nan! Chuyển luân thánh vương có ít phước báo còn không tật bệnh, huống chi Như Lai phước báo nhiều hơn tất cả đấy ư? Hãy đi A-nan. Chớ làm cho chúng tôi chịu sự nhục đó. Hàng ngoại đạo Phạm chí nếu nghe lời ấy, chắc sẽ nghĩ rằng: Sao gọi là thầy, bệnh của mình không cứu nổi, mà cứu được bệnh người khác ư? Nên lên đi mau, chớ để cho người nghe. Ngài A-nan! Phải biết thân Như Lai chính là Pháp thân, không phải thân tư dục. Phật là bậc Thế Tôn hơn hết ba cõi, thân Phật là vô lậu các lậu đã hết, thân Phật là vô vi, không mắc vào các số lượng, thân như thế còn bệnh gì?

Bạch Thế Tôn! Lúc đó con thật quá hổ thẹn, không lẽ con gần Phật mà nghe lầm ư? Con liền nghe trên không có tiếng nói rằng: A-nan! Đúng như lời cư sĩ nói. Chỉ vì Phật ứng ra đời ác đủ năm món trược nên hiện ra việc ấy để độ thoát chúng sanh thôi. A-nan! Hãy đi lấy sữa, chớ có thẹn. Thế Tôn! Ông Duy-ma-cật trí tuệ biện tài dường ấy, cho nên con không kham lãnh đến thăm bệnh ông.

> Như vậy, năm trăm vị đại đệ tử mỗi người đều đối trước Phật trình bày chỗ bổn duyên của mình, vị nào cũng khen ngợi, thuật lại những lời của ông Duy-ma-cật và đều nói: Không kham lãnh đến thăm bệnh ông.

Câu chuyện của A-nan diễn ra vào một ngày Đức Phật nhuốm bệnh, cần phải dùng sữa bò cho khỏe. A-nan vì thế mà từ sáng sớm đã trì bát đến trước nhà một người giàu có thuộc tầng lớp Bà-la-môn chờ dịp khất thực.

Người sống trên đời ai mà chẳng có lúc bệnh. Không phải thân bệnh thì là tâm bệnh. Chúng ta không bàn đến bệnh lý theo kiểu y học. Trên đạo lý và theo Phật pháp, chúng ta có ba căn bệnh lớn là: phiền não chướng, nghiệp chướng và báo chướng. Phiền não chướng là tất cả những tâm sở bất tịnh theo bám tâm thức chúng ta. Nhân ta đã gieo và quả ta thọ lãnh là nghiệp báo chướng. Thân thọ bệnh của ta, Duy-ma-cật gọi là thân tư dục, là thân do ái nhiễm mà sanh và cũng được nuôi dưỡng bởi ái nhiễm. Thân tư dục là hình tướng sanh ra, có tướng đối đãi, tức có đẹp xấu, khỏe mạnh hay đau ốm, có thọ mạng dài hay ngắn, có sanh và diệt. Phàm phu phước mỏng, nghiệp dày nên thường xuyên có tướng bệnh. Thánh nhân do đoạn các việc ác, làm các điều lành, chẳng những hiếm khi bệnh mà còn thọ mệnh lâu dài.

Trong hàng thánh chúng bấy giờ có tôn giả Bạc-câu-la (Vakkula) được đời sau truyền tụng là trường thọ đệ nhất, thị tịch lúc 160 tuổi. Cả đời ngài trì giới không sát sanh, và lâu xa trong quá khứ, thời Phật Tỳ-bà-thi (Vipasyin Buddha), tôn giả đã dâng thuốc cúng dường một vị Bích-chi Phật. Do những nhân tối thiện lành đó mà được đầy đủ phúc thọ an khang như ngài thuật lại: *"Ta nơi Chánh pháp, trong Luật học đạo đến nay đã 80 năm, chưa từng bệnh, cho dù là đau đầu trong khoảng thời gian một cái khảy móng tay, và chưa từng uống thuốc dù là một miếng ha-lê-lặc."*

---

[1] Kinh Bạc-câu-la, Trung A-hàm.

Tôn giả Bạc-câu-la là một vị A-la-hán đã thế, huống chi Như Lai phước báo nhiều hơn tất cả. Vì các ác đã dứt, các lành khắp nhóm, còn có bệnh gì, còn có não gì?

Duy-ma-cật nói rõ ràng hơn: *Ngài A-nan! Phải biết thân Như Lai chính là Pháp thân, không phải thân tư dục. Phật là bậc Thế Tôn hơn hết ba cõi, thân Phật là vô lậu các lậu đã hết, thân Phật là vô vi, không mắc vào các số lượng, thân như thế còn bệnh gì?* Pháp thân (Dharmakaya) là thể chân như, chỗ sở y thành tựu tất cả công đức, là pháp tánh thâu gồm lý như như và trí như như, là tánh đức diệu minh soi chiếu và thông suốt vạn pháp, là Phật tánh thường trụ. Đó chỉ là những cố gắng tạm định nghĩa vì pháp thân là thể vô tướng xa lìa kiến văn giác tri. Ở chư Phật thì hiển hiện rốt ráo. Ở chư Bồ Tát thì chứng hiện từng phần. Ở phàm phu thì bị che lấp bởi vô minh. Tất cả loài chúng sanh đều có Phật tánh, đều đồng pháp thân Phật. Pháp thân tuy thường trụ, vô tướng, vô tác nhưng chúng sanh vì mê lầm nên cần thiết nương theo đó làm chỗ quy y, gọi là tạm tu. Pháp thân là một trong ba thân của Phật: Pháp thân, Báo thân và Hóa thân. Báo thân (Sambhogakaya) là tự thọ dụng thân, do công đức tu chứng hiện thành 80 vẻ đẹp và 32 tướng tốt, tự tại vô ngại như Phật A-di-đà ở cõi Liên hoa ảnh, hay cõi Cực lạc, hoặc như Phật Dược sư ở cõi Tịnh lưu ly. Hóa thân (Nirmanakaya) là vô lượng thân tùy loại chúng sanh mà Phật hóa hiện đồng hình tướng để hóa độ chúng sanh. Hóa thân là tha thọ dụng thân để làm lợi ích chúng sanh. Pháp thân, báo thân và hóa thân tuy nói có ba nhưng quy về một; một tức là ba, ba tức là một.

Kinh Đại Bát Niết-bàn viết: *"Thiệt tánh của Như Lai tức là Pháp thân, là thân vô sanh, là thân phương tiện, tùy thuận nơi thế gian thị hiện vô lượng nghiệp dụng, thị hiện sanh ra nơi này nơi khác. Như mặt trăng kia hiện ra trong tất cả chỗ có nước."* Dù là ánh trăng lưỡi liềm, trăng bán nguyệt, hay trăng ngày rằm, tất cả đều là ảnh hiện của một vầng trăng duy nhất lúc nào cũng tròn đầy viên mãn. Vì giáo hóa chúng sanh mà chư Phật thị hiện vô lượng thân tướng, vô biên nghiệp dụng, ngay cả hiện ra làm chúng sanh báng Phật, nhạo pháp, hay hoại tăng. Do nghĩa này, ta có thể hiểu kinh văn viết tiếp về A-nan: *Con liền nghe trên không có tiếng nói rằng: A-nan! Đúng như lời cư sĩ nói. Chỉ vì Phật ứng ra đời ác đủ năm món trược nên hiện ra việc ấy để độ thoát chúng sanh thôi.* Trên không có tiếng nói; là nghĩa từ pháp thân vô tướng thường trụ lưu xuất pháp chân thực là hóa thân ứng hiện ra đời để độ thoát chúng sanh.

Chẳng những hóa thân hiện tướng đản sanh, hay gồm cả tám tướng thành đạo, mà còn trong mỗi mỗi tướng trong mỗi một ngày của Phật. Đức Phật ra đời chỉ vì một đại sự nhân duyên duy nhất là khai thị chúng sanh giác ngộ và thể nhập Tri kiến Phật. Chỉ trong nửa thế kỷ, Phật đã để lại cho cuộc đời một kho tàng pháp bảo vô giá và ngôi nhà tăng bảo làm gương mẫu thánh thiện cho thế nhân; chỉ vì một mục đích duy nhất là để độ thoát chúng sanh thôi. Hóa thân Phật Thích-ca trụ thế 80 năm nhắn nhủ chúng ta nên có tâm tin rằng Phật tánh bổn hữu, Như Lai thường trụ, Pháp không hoại, và Tăng không diệt cho dù ngay trong đời ác đủ năm món trược. Tin được như vậy mới thực là tin sâu, là từ trực tâm, thâm tâm và Bồ-đề tâm, chứ không phải từ tâm sanh diệt. Nhân đã như thế thì quả chắc chắn không sai là Vô thượng Bồ-đề, chứng pháp thân thường trụ. Và pháp thân thường trụ chính là câu chuyện A-nan ở đây.

Vậy thì sự việc Phật có bệnh khiến A-nan phải lo lắng, phải hiểu thế nào cho đúng? Trong Kinh Đại Bát Niết-bàn, Bồ Tát Ca-diếp (không phải là tôn giả Đại Ca-diếp. Vị này còn trẻ, thuộc tộc Đa-la) có hỏi Phật tại sao Ngài bệnh khi mà Phật đã trải qua vô lượng kiếp tu đạo Bồ Tát nguyện cứu thoát chúng sanh khỏi các bệnh khổ, tại sao thân Phật là thân kim cang mà lại có bệnh. Rõ ràng là thánh chúng đều thấy Phật bệnh, sắp nhập Niết-bàn, thế mà *"lúc bấy giờ, Đức Thế Tôn, đại bi huân nơi lòng, rõ biết tâm niệm của đại chúng, muốn tùy thuận để đại chúng được lợi ích rốt ráo, liền ngồi dậy ngồi kiết già, dung nhan vui vẻ sáng rỡ như vàng ròng, mặt mắt xinh đẹp như trăng tròn, hình dung thanh tịnh không có những cấu uế, phóng ánh sáng lớn chiếu khắp hư không"* (Kinh Đại Bát Niết-bàn, phẩm 18: Hiện bệnh). Lúc này là hóa thân quy vị và hiện toàn pháp thân rực rỡ. Toàn thánh chúng hoàn toàn không còn lầm lẫn thấy tướng bệnh của Phật, chỉ thật thấy tướng hảo trang nghiêm phóng quang rực rỡ. Điều này thần diệu như cuối phẩm Phật quốc khi Phật nhấn ngón chân xuống đất hiện quốc độ thanh tịnh. Ánh từ quang ấy chiếu khắp tam thiên, các cõi địa ngục trở nên trống rỗng, loài ngạ quỷ bị đọa trăm ngàn năm bỗng hết đói khát. Điều đó chẳng phải là tướng bệnh của chư Phật, chư đại Bồ Tát là vì đại nguyện độ sanh đó sao? *"Trong ánh sáng ấy cũng nói tạng vi mật của Như Lai, nói rằng: tất cả chúng sanh đều có Phật tánh"*. Và Phật còn ngay đó mà chỉ ra cho chúng sanh tự tánh Phật nơi chính mình là chánh nhân để thoát ly sanh tử trở về tự tánh pháp thân. Đó là chánh nhân tối thắng để được quả tối thượng. Ba thân Phật bất khả tư nghị, chỉ Phật với Phật hiểu nhau thôi. Do đó chỉ có hóa thân của Kim Túc Như Lai, tức trưởng giả Duy-ma-cật mới có thể khai thị cho tôn giả A-nan.

Duy-ma-cật với trí vô ngại như thế, nên chẳng những mười vị đại đệ tử của Phật, thêm 500, thậm chí cả 1250 vị thánh chúng có lần lượt gặp ông, cũng sẽ được ông khai tuệ nhãn, và tất nhiên sẽ từ chối mà thú nhận rằng không kham lãnh đến thăm bệnh ông.

Những câu chuyện của các vị thánh tăng trên là những vở kịch đầy tính triết lý, có bố cục liên kết chặt chẽ nhau về mặt tư tưởng. Nghệ thuật dàn dựng kịch tuyệt vời ở chỗ nó không phải là một cuộc họp tranh luận có chủ đề hoặc một buổi lên lớp khô khan có bài bản. Đó chỉ là sự tình cờ gặp nhau trong đời thường. Rồi câu chuyện xoay quanh những sinh hoạt thường ngày của chư thánh chúng như tọa thiền, khất thực, thuyết pháp, nghe pháp, tư duy, kiến văn, xuất gia, trì giới, sám hối, hiếu dưỡng với thầy... Tuy nhiên, sự gặp gỡ tựa như ngẫu nhiên và các đối thoại tưởng chừng rời rạc lại liên kết nhau để hiển lộ một chủ đề tư tưởng xuyên suốt cả kinh văn. Mười vở kịch ngắn trên lại giống như một chuyến hành hương mà hướng dẫn viên là Duy-ma-cật đã khởi hành từ lời giới thiệu trực ngộ bản tâm, đưa chúng ta đi thưởng ngoạn một vòng đến chặng cuối là pháp thân thường trụ; điểm cuối cùng cũng là điểm xuất phát.

CHƯƠNG 4. PHẨM BỒ TÁT

BỒ TÁT DI-LẶC (MAITREYA)

VỊ PHẬT TƯƠNG LAI

> **KINH VĂN**
>
> Lúc bấy giờ Phật bảo Bồ Tát Di-lặc: Ông đi đến thăm bệnh ông Duy-ma-cật. Di-lặc bạch Phật: Bạch Thế Tôn! Con không kham lãnh đến thăm bệnh ông.

Bồ Tát Di-lặc (Maitreya) từ vô lượng kiếp tu Từ tâm Tam-muội, thành tựu lòng đại từ lưu xuất từ chủng tánh Như Lai, nên được xưng hiệu là Từ thị. Thời đức Đại Thông Trí Thắng Như Lai, ngài là bạn đồng tu với đức Phật Thích-ca Mâu-ni, nhưng vì còn chuộng hư danh và giải đãi, và vì Phật Thích-ca tinh tấn chuyên tu trải qua vô số a-tăng-kỳ kiếp nên Phật Thích-ca thành đạo trước. Khi Phật thị hiện ở cõi Ta-bà này, Bồ Tát Di-lặc sanh trong một gia đình bà-la-môn tại thôn Kiếp-ba-lợi (Kalpali), nước Ba-la-nại (Varanasi). Ngày kia Bồ Tát Di-lặc nhân thấy đức Phật kinh hành cùng thánh chúng, do ngưỡng mộ Phật, ngài đã đảnh lễ lạy Thế Tôn làm thầy. Tuy đã xuất gia nhưng ngài vẫn còn tập khí giải đãi, không thường xuyên thiền định, chẳng quyết định chặt đứt phiền não. Trong kinh Quán Di-lặc Bồ Tát thọ sinh Đâu-suất-đà thiên, Phật nhân tôn giả Ưu-ba-li hỏi, Ngài đáp: *"Trước kia Di-lặc sinh trong nhà đại bà-la-môn Ba-bà-lợi, thôn Kiếp-ba-lợi, nước Ba-la-nại. Mười hai năm sau, vào ngày 15 tháng 2 sẽ quay về nơi sinh, ngồi kiết già như nhập vào Diệt định. Thân *có ánh sáng màu vàng tía, rực lửa sáng chói như ngàn mặt trời bên trên đến trời Đâu-suất-đà... Lúc đó ở cõi trời Đâu-suất-đà, Bồ Tát đột nhiên hóa sinh ngồi kiết già ở sàng tọa Sư tử, trong điện Ma-ni, trong đài bảy báu."* Từ đó, Bồ Tát Di-lặc là Bồ Tát Đẳng giác nhất sanh bổ xứ ở tại nội viện cung trời Đâu-suất giáo hóa chư thiên, và chờ hơn ngàn triệu năm sau sẽ đản sanh vào cõi Ta-bà, thị hiện tám tướng thành đạo và là vị Phật kế tiếp sau bốn vị ở Hiền kiếp là Phật Câu-lưu-tôn, Phật Câu-na-hàm, Phật Ca-diếp và Phật Thích-ca.

Truyền thuyết Phật giáo Trung quốc kể rằng vào đời nhà Lương, thời Ngũ đại, có vị đại sĩ Phó Hấp (497-569), một cư sĩ uyên thâm Phật học, và vị Bố đại hòa thượng, một du tăng, mà qua nhiều truyền thuyết và thi kệ của hai ngài, người ta tin rằng hai ngài là hóa thân của Bồ Tát Di-lặc.

THỜI GIAN, HẠNH TU VÀ QUẢ CHỨNG

KINH VĂN

> Vì sao? Nhớ lại lúc trước, con nói hạnh Bất thối chuyển cho vị thiên vương ở cõi Trời Đâu-suất và quyến thuộc của người.

Con đường Bồ Tát phải đi qua nhiều tầng bậc gọi là giai vị. Có 50 giai vị gồm: thập tín, thập trụ, thập hạnh, thập hồi hướng và thập địa. Tiến vào thập địa, Bồ Tát được xem là bậc bất thối chuyển không còn thụt lùi trên đường hướng tới quả vị Bồ-đề. Bất thối chuyển (Avaivarti) là tâm tinh tấn, đức tính siêng tu của hành giả học theo Phật. Bất thối có ba ý nghĩa: vị bất thối ở sơ địa trong thập địa; hạnh bất thối và niệm bất thối. Vị bất thối là tâm không thối lui, tâm quyết định tiến xa nữa từ trên quả vị đã chứng được. Hạnh bất thối là việc làm, dụng công hơn nữa trên đường tu, là Bồ Tát thất địa trở lên. Niệm bất thối là Bồ

Tát bát địa trở lên, chánh niệm kiên cố vững vàng, đã đắc Vô sanh pháp nhẫn, được Vô công dụng trí. Vị thiên vương và quyến thuộc mà Bồ Tát Di-lặc đang khuyến tấn ở đây hãy còn từ thất địa trở xuống. Các vị ấy cần thời gian gia hạnh thêm để đạt đến quả vị cao hơn nữa.

Như vậy, hạnh bất thối chuyển được thuyết, đã bao hàm trong đó ý nghĩa có thời gian để đi và có chỗ để đến. Hạnh bất thối chuyển, tức quá trình tinh tấn dụng công tu học, chính là nhân mà quả là thành tựu của quả Bồ-đề và sự diệt độ thành Phật với sự thọ ký của Phật như là một đảm bảo chắc chắn nhất. Hãy bắt đầu với việc xem xét thời gian là gì, thế nào là thời gian để đi, thế nào là chỗ để đến, rồi dõi theo vấn nạn của Duy-ma-cật để khám phá ra trọng điểm cuộc đối thoại ở đây.

> **KINH VĂN**
>
> Lúc ấy ông Duy-ma-cật đến nói với con rằng: Ngài Di-lặc! Thế Tôn thọ ký cho ngài một đời sẽ được quả Vô thượng chánh đẳng chánh giác, đó là đời nào mà ngài được thọ ký? Đời quá khứ chăng? Đời vị lai chăng? Đời hiện tại chăng? Nếu là đời quá khứ, thời quá khứ đã qua. Nếu là đời vị lai, thời vị lai chưa tới. Nếu là đời hiện tại, thời hiện tại không dừng trụ. Như lời Phật nói: Này Tỳ-kheo! Như ông ngay bây giờ cũng sanh, cũng già, cũng chết.

Trong Kinh Hoa Nghiêm, khi Đồng tử Thiện Tài tham bái Bồ Tát Di-lặc, và được ngài cho vào tham quan Lầu các Tỳ-lô-giá-na đại trang nghiêm, vị đồng tử cầu pháp này *"ở trong Lầu các, thấy khắp tất cả cảnh giới trang nghiêm, đủ thứ sự khác biệt, mà chẳng tạp loạn nhau"*.[1] Trước mắt Đồng tử Thiện Tài, pháp giới lồng lộng hiển hiện đồng thời, không chướng ngại nhau, không xen tạp nhau, rõ rõ ràng ràng từ cảnh khổ của ba đường ác cho đến đỉnh

---

[1] Kinh Hoa Nghiêm, Việt dịch: Thích Trí Tịnh.

đài của chư quỷ thần, các lâu đài ở nhân gian, các phủ cung của chư ma vương cho đến cung điện diễm lệ của chư thiên, và ngay cả cảnh giới bảy báu uy nghiêm bất khả tư nghì của Tỳ-lô-giá-na trang nghiêm tạng. Chẳng những thế, Thiện Tài còn thấy Bồ Tát Di-lặc trải qua vô lượng kiếp thị hiện như vậy, tu hành như vậy, phát nguyện như vậy, thành tựu như vậy, *"vì trụ Bồ Tát trí tuệ, vì Di-lặc Bồ Tát gia trì, nên trong một ít thời gian mà Thiện Tài cho là vô lượng kiếp"* (Kinh Hoa Nghiêm). Trong Đại viên cảnh trí, trong pháp giới Tỳ-lô-giá-na không hề có những phân biệt đối đãi, cái thực và cái giả, vì toàn vọng tức chân vậy. Hãy để qua một bên không gian trong Lầu các bất khả tư nghì, chỉ nói đến khoảng thời gian Thiện Tài dõi theo quá trình tu học của Bồ Tát Di-lặc. Là dài hay là ngắn?

Thời gian là sự liên tục từ ngày hôm qua, ngày hôm nay đến ngày mai. Chúng ta biết thời gian là có, bởi vì ta kinh nghiệm qua sự ra đời, trưởng thành và sự già lão của chính mình. Thời gian là tất nhiên với chúng ta là vì chính mắt ta thấy dòng sông trôi chảy, hoa nở rồi tàn, bình minh qua và hoàng hôn đến. Do vậy, thời gian là khái niệm đúc kết từ nhận biết của chúng ta về sự sanh diệt, chuyển biến và lay động của sự sự vật vật. Quá khứ đã qua, hiện tại không dừng trụ và vị lai chưa đến, cho đến chúng ta ở trong từng sát na ngay bây giờ cũng sanh, cũng già, cũng chết. Trôi chảy, trôi chảy không ngừng. Nhà triết học Hi-lạp cổ đại, Heraclitus (khoảng 535-475 TCN) nổi tiếng với câu triết lý đầy thi vị và sâu sắc: *"Không ai tắm hai lần trên cùng một dòng sông."* Quả thực, ngay sát-na ta nhúng chân vào dòng nước thì con sông đã không biết bao nhiêu lần thay đổi dòng chảy. Dòng sông triền miên trôi chảy vào tâm thức chúng ta, định hình thành nỗi ám ảnh về thời gian, lạnh lùng cuốn phăng đi tất cả. Nó chỉ để lại trong ký ức những nỗi đau nhức nhối, những nuối tiếc về cái đã vụt mất và cảm giác trống rỗng, cô đơn và bất lực. Như nó đã lắng sâu vào tâm hồn nhạy cảm của thi nhân:

> Sóng gợn tràng giang buồn điệp điệp
> Con thuyền xuôi mái nước song song
> Thuyền về nước lại sầu trăm ngả
> Củi một cành khô lạc mấy dòng
>
> (Huy Cận, 1919-2005)

Ngay từ đầu câu chuyện, Duy-ma-cật đã hỏi Di-lặc Bồ Tát: *Đời nào mà ngài được thọ ký? Đời quá khứ chăng? Đời vị lai chăng? Đời hiện tại chăng?* Vấn đề không nằm trong câu hỏi. Vị Phật tại gia hết sức khéo léo khi đặt ra vấn nạn này, bởi vì mọi câu trả lời đều rơi vào nghịch lý của thời gian. Do đó phải hiểu là Duy-ma-cật ám thị cho chúng ta một ý tại ngôn ngoại mà chính chúng ta phải tự chứng. Đó là tướng tương tục, tướng lưu chuyển, tướng lay động, tướng sanh diệt; tất cả là giả dối và trống rỗng.

Trong chương 1 có nói: "Thời gian là dòng lưu chuyển từ quá khứ, qua hiện tại, đến vị lai. Dòng lưu chuyển đó là quá trình của sự sanh diệt. Chúng ta từ vô lượng kiếp về trước đã mê mất bổn tâm, nên oan uổng trôi theo dòng sanh tử luân hồi, mà chẳng biết rằng sanh sanh tử tử kia là vốn không thực có. Khi nào chúng ta xét thể nghiệm và thực chứng rõ ràng rằng chúng sanh có sự đứt đoạn, thì sự liên tục của thời gian, của sự sanh tử, của ngã, nhân, chúng sanh và thọ giả tướng chỉ là mê vọng và ảo ảnh mà thôi." Đức Thế Tôn thuyết vô thường để phá cái chấp thường của chúng sanh, để ngăn chúng sanh mê muội cái Tôi và cái Của-Tôi, tham đắm ngũ dục mà gây tạo tội nghiệp. Chúng ta lại sanh kiến chấp về cái vô thường, lại thành nhàm chán sanh tử, lầm nghĩa giải thoát là đoạn diệt. Từ đó sanh ra tứ quả Thanh văn. Ở mức độ khá hơn, ta thấy được tướng sát-na lưu chuyển của vạn pháp. Tuy biết được vạn pháp như huyễn, nhưng chúng ta vẫn không nhảy qua được vực thẳm của lẽ vô thường, liền chấp thế gian vô thường là vĩnh cửu. Nói đúng hơn là chúng ta chấp cái vô thường là cái thường hằng. Chung quy chúng ta vẫn không thoát khỏi tướng tương tục lay động kia và vĩnh viễn không thấy được dòng sông là bất động. Nếu dòng sông không bất động thì ta không tài nào hiểu nổi lời của Lục tổ Huệ Năng, "chính tâm các nhân giả động", khi ngài đang giải hòa vụ tranh cãi về gió động hay phướn động, vì rõ ràng là "gió đang thổi, phướn đang lay".

Từ bản chất giả dối, không thực của thời gian và sự chuyển động thì nhất định sự sanh ra không được thành lập. Cho dù thời gian có thật chăng nữa thì cũng không thể xác định được đời nào trong ba đời, quá khứ, hiện tại hay vị lai có sự sanh ra, vì thời gian trôi chảy không có điểm ngừng. Hơn nữa, nếu có sự sanh ra, tất nhiên có sự diệt mất. Thế thì cái mới sanh và cái đã sanh, đã mất là một hay là hai? Và cho dù ta có dùng phép biện chứng luận giải rằng sự chuyển hóa tích lũy về lượng sẽ gây đột biến về chất, thì cũng không thể nào quan niệm được sát-na đột biến. Sanh là tướng tương tục của pháp hư dối. Chết là tướng hoại của pháp hư dối. Sanh tử được giải mã là tướng hư huyễn. Như vậy thì làm gì có chuyện Di-lặc còn một đời nữa ở cung trời Đâu-suất rồi giáng sanh, xuất gia, tu hành và thành Phật? Có thể nói rằng sự xác tín của Bồ Tát Di-lặc vào hạnh tu và quả chứng lập tức không còn đứng vững.

Duy-ma-cật không nhắm vào sự thọ ký của đức Phật. Sự thọ ký đó trong kinh văn chỉ là khúc nhạc nền trỗi lên báo trước cao trào kịch tính khi đột nhiên vị trưởng giả thông thái xuất hiện và không ngừng chất vấn Bồ Tát Di-lặc. Sự thọ ký không đơn thuần là lời tiên tri một sự việc sẽ xảy ra trong một thời điểm ở tương lai vì hiểu như thế sẽ không nói được là thời điểm nào. Sự thọ ký không gì khác hơn là ký thác và ấn chứng. Trong kinh Đại Bảo Tích, Pháp hội 8, Pháp hội Pháp giới thể tánh vô phân biệt, khi tôn giả A-nan chúc mừng Bửu Thượng thiên tử được Phật thọ ký thành Phật, vị vua trời này nói: *"Thưa đại đức A-nan! Đều không có pháp, chẳng nói thọ ký."* Vị thiên tử này nêu ra một loạt pháp từ ngũ uẩn, tứ đại, lục căn, danh sắc cho đến ba đời, nhân kiến và sanh diệt, không thể nói thọ ký được (không thể nói được là sẽ có lúc nào đó, người nào đó sẽ thành đạo). Vì sao? Vì *"danh từ Bồ Tát là giả danh, là câu tịch tịnh. Nếu pháp rốt ráo là tịch tịnh thì không có thọ ký."*[1] Trong "Tư tưởng Duy-ma-cật Từ Một Góc Nhìn" (Nxb Hồng Đức, 2018) Hòa thượng Thích Thái Hòa viết: *"Pháp thọ ký của Phật cho Bồ Tát là không có pháp gì để thọ ký cả. Vì sao? Vì bản tính xưa nay tịch diệt, không đến, không đi, vô trú, vô trước, thì làm gì có trao, có nhận? Nên, thọ ký của Phật cho Bồ Tát là khiến cho Bồ Tát thuận theo tự tính của tâm Bồ-đề mà tiến đến chỗ toàn hảo của tâm bất sinh bất diệt."*

> **KINH VĂN**
>
> **Nếu dùng vô sanh mà được thọ ký, thì vô sanh tức là chánh vị, ở trong chánh vị cũng không thọ ký, cũng không được quả Vô thượng chánh đẳng chánh giác. Thế nào Di-lặc được thọ ký một đời ư?**

Trên là nói từ sanh mà được thọ ký. Việc này là bất khả đắc. Nhưng nếu không sanh ra thì việc thành Phật có thể hay không? Điều này càng không thể, vì đã không có sự sanh ra thì làm sao có việc trở thành. Nếu không có sự sanh ra, thì vật là chính nó, không thể là cái khác và càng không thể diệt mất và trở thành cái khác. Tư thế đó gọi là chánh vị, là thể tuyệt đối và bất động, là thể bất sanh bất diệt, là thể nguyên vẹn không thêm không bớt của các pháp. Kinh Pháp Hoa nói: "Các pháp trụ pháp vị, tướng thế gian

---

[1] Kinh Đại Bảo Tích, sách đã dẫn.

thường trụ", chính là nghĩa này. Lửa là lửa; không thể nói lửa diệt ở đây rồi sanh ra ở kia. Lửa là lửa; không thể nói do con người cổ đại cọ sát các hòn đá với nhau mà sinh ra lửa. Lửa là lửa; không thể nói mới vừa đây cái tướng chập chờn, phừng phực, động lay kia tắt ngúm, diệt mất và biến thành khói. Trong chánh vị vô sanh, không thể nói đám lửa cháy rừng hôm nay vài ngày nữa sẽ bị dập tắt và toàn bộ khói sẽ tiêu tan mất trong bầu khí quyển. Cũng vậy, không thể dự ngôn rằng Di-lặc còn một đời sẽ được quả Vô thượng chánh đẳng chánh giác, vì trong chánh vị, Phật vốn đã là Phật, không có chuyện sẽ trở thành.

> **KINH VĂN**
>
> **Là từ Như sanh mà được thọ ký, hay là từ Như diệt mà được thọ ký? Nếu từ Như sanh mà được thọ ký, mà Như không có sanh. Nếu từ Như diệt được thọ ký, mà Như không có diệt. Tất cả chúng sanh đều Như, tất cả pháp cũng Như, các thánh hiền cũng Như, cho đến Di-lặc cũng Như.**

Thể bất động, ngôi chánh vị vắng lặng, không hai không khác đó gọi là Như, mà Như, nghĩa là đã như vậy, lúc nào cũng như vậy, thì không có sanh cũng không có diệt. Vô sanh, chánh vị hay pháp vị hay Như là một; chính là tướng Không của các pháp vô tình lẫn hữu tình, không loại trừ bất cứ vật gì hay bất kỳ chúng sanh nào. Là tướng Không vì nó không có tướng. Là tướng chung cho muôn loài và vạn pháp nên nói: *Tất cả chúng sanh đều Như, tất cả pháp cũng Như, các thánh hiền cũng Như, cho đến Di-lặc cũng Như*, ngay cả tôi cũng Như, lẫn bạn cũng Như. Trong nghĩa thường trụ, Như chính là Phật tánh, là chân tâm, là bồ-đề, là Niết-bàn, là pháp thân. Nói một cách hình tượng hóa, Như là vị Phật trong chúng ta mà biểu hiện rõ ràng nhất chính là tánh thường biết của chúng ta. Do đó, Như là nền tảng căn bản cho vạn pháp hiện tướng;

ngoài Như không có các pháp. Vì Như không có tướng nên thoát ngoài mọi quan niệm; do đó càng cố diễn đạt, ta càng xa rời vị Phật-chính-mình.

> **KINH VĂN**
>
> Nếu Di-lặc được thọ ký, tất cả chúng sanh cũng phải được thọ ký. Vì sao? Vì Như không hai không khác. Nếu Di-lặc được quả Vô thượng chánh đẳng chánh giác, tất cả chúng sanh cũng đều được. Vì sao? Tất cả chúng sanh chính là tướng Bồ-đề. Nếu Di-lặc được diệt độ, tất cả chúng sanh cũng phải diệt độ. Vì sao? Chư Phật biết tất cả chúng sanh rốt ráo vắng lặng, chính là tướng Niết-bàn, chẳng còn diệt nữa.

Thật tướng là vô tướng. Thật tánh là Phật tánh. Di-lặc và tất cả chúng sanh đồng thật tướng và chân tánh bình đẳng không sai biệt. Nếu phải tu hành để đắc quả thì Di-lặc làm được, chúng sanh cũng làm được. Ví như trong vườn ươm đầy hạt giống bồ-đề, một hạt nảy mầm, vươn lên thành cây thì các hạt giống khác cũng có khả năng phát triển thành cây bồ-đề. Đây là thế đế, chân lý tương đối của thế gian. Nhưng trong đệ nhất nghĩa đế, không có sự phân biệt sanh và diệt, phiền não và bồ-đề, mê và giác, thậm chí còn không cả sự sai khác giữa thế đế và chân đế. Vì sao? Vì trong Như hàm nghĩa tịch diệt, rỗng rang vắng lặng nên tu mà không tu, chứng mà không chứng, diệt độ mà không phải là diệt độ, thành Phật mà không phải là thành Phật.

PHÁ KIẾN CHẤP VỀ SỰ GIÁC NGỘ

> **KINH VĂN**
>
> Cho nên Di-lặc, chớ dùng pháp đó dạy bảo các thiên tử, thật không có chi phát tâm Vô thượng chánh đẳng chánh giác, cũng không có chi thối lui. Ngài Di-lặc! Phải làm cho các vị thiên tử này bỏ chỗ kiến chấp phân biệt Bồ-đề. Vì sao? Bồ-đề không thể dùng thân được, không thể dùng tâm được.

Nếu thưởng thức bản kinh văn này như một vở kịch thì ta có thể hình dung được nhân vật trong vai Di-lặc lúc này đây đang sững người chết lặng và sượng sùng trước một kết luận hết sức thẳng thừng như vậy. Đó là hình ảnh của một giáo sư uy tín đang đứng trên bục giảng với niềm tin xác đáng vào giáo án của mình thì đột nhiên có một người bình dân xuất hiện và lên tiếng phê phán gay gắt bằng những phản biện không thể tranh cãi lại được. Sự chỉ dẫn của nhân vật Bồ Tát nhất sanh bổ xứ này lẽ ra phải nhắm vào tiêu điểm chính là cái nhìn sai lệch về vấn đề tu chứng. Nhìn sai về quả chứng sẽ dẫn đến làm sai trên đường tu. Chân lý vốn có sẵn, không thể sẽ được sanh ra. Phật vốn thường trụ, không phải là kết quả của một nhân. Mọi quan niệm theo trình tự từ nhận thức sự đau khổ, nguyên nhân gây đau khổ, phát tâm lựa chọn và cố gắng trên con đường thoát khổ, đã làm xong mọi việc, vượt thoát luân hồi và an nghỉ trong Niết-bàn; mọi quan niệm như vậy đều là chuỗi chuyển biến của tâm sanh diệt. Nhân sanh diệt thì quả không thể là bất sanh.

Thiền sư Pháp Dung (594-657), một trong những đệ tử đắc pháp của Tứ Tổ Đạo Tín (580-651), ngày kia có một vị tăng đến hỏi: "Thánh nhân nên đoạn trừ pháp nào và đắc pháp nào, mới được gọi là thánh nhân?" Sư đáp: "Chẳng pháp nào cần trừ, chẳng pháp nào cần đắc, mới gọi là thánh nhân." Vị tăng hỏi tiếp: "Tâm phàm thánh giống nhau hay khác?" Thiền sư đáp: "Khác chứ! Vì nhất thiết phàm phu đều có chỗ đoạn trừ, đồng thời có nỗi lo nghĩ hư vọng về chuyện đắc pháp. Chân tâm thánh nhân thì không có gì để đoạn trừ, cũng không có gì để đắc."[1]

Thế cho nên, Duy-ma-cật kết luận hết sức ngắn gọn: *Bồ-đề không thể dùng thân được, không thể dùng tâm*

---

[1] Cảnh Đức Truyền Đăng Lục, quyển 1, sách đã dẫn. Trích từ phần phụ lục của dịch giả, theo Tổ Đường Tập, quyển 1.

được. Chẳng phải kinh Viên giác có nêu ra bốn bệnh của người tu là: tác (cố làm), nhậm (mặc kệ), chỉ (ngưng triệt), diệt (đoạn trừ) đó sao?

> **KINH VĂN**
>
> Tịch diệt là Bồ-đề, vì diệt các tướng; chẳng nhận xét là Bồ-đề, vì ly các duyên; chẳng hiện hạnh là Bồ-đề, vì không ghi nhớ; đoạn là Bồ-đề, bỏ các kiến chấp; ly là Bồ-đề, lìa các vọng tưởng.

Duy-ma-cật sở hữu biện tài vô song. Lời ông nói tuy cô đọng mà bao trùm mọi lý lẽ sâu sắc. Thuyết minh đầu tiên của ông là mũi tên xé gió chướng ngại, lao thẳng vào hồng tâm: *Tịch diệt là Bồ-đề, vì diệt các tướng*. Bồ-đề, gắng gượng mượn ngôn từ chú thích thì có nghĩa là thực tướng vô tướng; ở vạn pháp nói chung, vô tình lẫn hữu tình, là tướng Không; ở chúng sanh nói riêng, là trí tuệ giác ngộ viên mãn. Bồ-đề tức là Như. Như là không hai không khác, không có tướng sai biệt, cũng chẳng có tướng có hay tướng không. Một niệm về tướng cũng không còn, nói chi là luận bàn về tướng; đó mới thực là diệt các tướng.

Đã là không có tướng, thì không thể là đối tượng sở tri. Đã là tướng giác ngộ viên mãn vốn sẵn có, thì không thể là đối tượng của bất kỳ tri giác cảm quan hay nhận thức lý tính nào; vì trí tuệ đó không phải là thành tựu được làm ra, được gia cố tăng thêm hay bị giảm đi bởi bất kỳ nhân duyên nào. Nên nói: *Chẳng nhận xét là Bồ-đề, vì ly các duyên*.

Trong bản dịch của hòa thượng Thích Huệ Hưng, câu kinh văn kế tiếp là: *Chẳng hiện hạnh là Bồ-đề, vì không ghi nhớ*, không được xác đáng lắm. Bản Hán văn của ngài Cưu-la-ma-thập viết: *"Bất hành thị Bồ-đề, vô ức niệm cố"* nghĩa là: Không "hành" là Bồ-đề, vì chẳng nghĩ tưởng. Còn bản dịch của ngài Huyền Trang thì viết: *"Bất hành thị Bồ-đề, nhất thiết hí luận, nhất thiết tác ý, giai bất thành cố"* nghĩa là: Không "hành" là Bồ-đề, mọi hí luận, mọi tác ý đều không thể lập thành. Hành là tâm hành, trong nghĩa của "ngôn ngữ đạo đoạn, tâm hành xứ diệt". Hành ở đây chính là sự động dụng của thức thứ sáu hay phân biệt, còn gọi là tâm biến kế sở chấp. Vì sao? Vì khi ta khởi lên mọi quan niệm, mặc định hay lý luận đều làm méo mó hình tướng không tướng của vị Phật-chính-mình. Hiểu "Bất hành thị bồ-đề" như trên thì xét theo văn mạch, ý nghĩa thống nhất với các câu khác trong đoạn kinh văn này.

Mọi hiện tướng của vạn pháp đều quy về tướng tịch diệt. Sự hiện hữu các pháp mang nội dung vắng lặng, không tự tánh, chỉ có danh tự, tên gọi rỗng không. Do vô minh, không nhìn thấy các pháp hiện diện như một ảo ảnh tương tục, chúng ta liền chấp chặt những gì mắt thấy tai nghe, cho đó là thật. Sự chấp thủ đó là kiến chấp mà chúng tôi đã đề cập nhiều chỗ trong chương trước, phẩm Đệ tử. Dùng tâm biến kế sở chấp, dùng thức thứ sáu tiếp cận vạn pháp còn chưa thể nhìn suốt hết các nhân duyên phức hợp của các pháp, huống hồ gì dùng ý thức mê lầm mà luận chân như thực tướng. Khi buông bỏ phân biệt, chấp trước thì tự nhiên các tướng diệt. Các tướng diệt thì vô tướng hiện. Do đó kinh văn viết: *Đoạn là Bồ-đề, bỏ các kiến chấp.*

Trong chương 3, phẩm Đệ tử, chúng tôi đã viết: "Khởi tâm động niệm là một niệm vô minh sanh vọng tưởng, vi tế nhỏ nhiệm khó thấy. Đó là nghiệp tướng. Vọng tưởng đã sanh, liền dẫn đến phân biệt và chấp trước, tức tâm ý thức. Đó là chuyển tướng. Vọng tưởng, phân biệt, chấp trước hội đủ thì cảnh giới hiện ra. Đó là hiện tướng." Kinh Lăng-già, Luận Đại thừa Khởi tín nói rất rõ về tam tế tướng. Kinh Lăng-nghiêm cũng có nói về tướng tương tục của thế giới và chúng sanh. Vọng tưởng chính là khởi tâm động niệm, là thức thứ tám a-lại-da. Khởi tâm động niệm, không ngừng phan duyên, chấp trước, phân biệt ràng buộc làm nhân tăng trưởng cho nhau, tạo nên tướng động chuyển càng động chuyển, tướng tương tục càng tương tục của các pháp. Chúng ta chính là vì không ra khỏi cảnh giới sở duyên nên mới bị các pháp chuyển lưu và trôi lăn, hụp lặn trong dòng sông vô tận của sanh tử và vô thường. Tin rằng lúc nào đó khi chúng ta tự mình nhìn thấy dù chỉ là một điểm đứt đoạn của dòng sông, chúng ta mới thấu suốt lời này của Duy-ma-cật: *Ly là Bồ-đề, lìa các vọng tưởng*.

Lấy âm thanh, sắc tướng mà cầu Như Lai; lấy ngôn ngữ văn tự mà mô tả thực tướng vô tướng; lấy ý thức phân biệt mà luận chân như; tất cả những dụng công vô ích đó chính là những gì Duy-ma-cật muốn nói ở đoạn kinh văn trên. Không thể khẳng định trực tiếp bản chất của sự giác ngộ tuyệt đối, Duy-ma-cật đã sử dụng thể phủ định bác bỏ sạch sẽ những ngộ nhận và sai lầm.

Nghệ thuật sử dụng phương tiện thiện xảo của Duy-ma-cật không ngừng ở sự phủ quyết mà đôi khi kết hợp với ngôn từ xác định được xem là ngón tay chỉ mặt trăng. Do đó, khi xem kinh văn, chúng tôi thường tự nhắc nhủ chớ nên dựa vào hiểu biết nông cạn của mình mà tạo dựng tướng vọng tưởng ngôn thuyết rồi cho đó là ý nghĩa kinh văn. Vì: *"Bất cứ khi nào văn tự được sử dụng, chúng ta ngay lập tức bị thu hút vào thế giới của các tham khảo, nhãn hiệu và khái niệm; nhưng sự giác ngộ, vốn vượt trội tất cả, nên không thể hiểu được bằng tri thức, khái niệm hoặc bằng tham cứu, cũng không thể diễn tả bằng lời."*[1]

> **KINH VĂN**
>
> Chướng là Bồ-đề, ngăn các nguyện; Bất nhập là Bồ-đề, không tham đắm; Thuận là Bồ-đề, thuận Chân Như; Trụ là Bồ-đề, trụ Pháp tánh; đến là Bồ-đề, đến Thật tế.

---
[1] Trích từ "A Celebrity Falls Sick" - Lạt-ma Dzongsar Khyentse Rinpoche.

Nhận thức hạn hẹp và sai lầm về sự giác ngộ thông qua con đường lý tính sẽ nuôi lớn những mong cầu hư vọng. Đó chỉ toàn là mớ vọng tưởng lăng xăng về một ngôi vị để thành. Bồ-đề không phải là thành quả của khát khao và nỗ lực. Càng tìm kiếm, càng xa rời. Bồ-đề cấm tuyệt mọi sự mong muốn về nó, nên nói bồ-đề chướng ngăn các nguyện; vì bồ-đề không phải là thiên đường nghỉ dưỡng sau cuộc hụp lặn trong luân hồi. Giác ngộ viên mãn thì không nghịch với các pháp vì đã nhìn thấu các pháp; danh vốn tịnh, tướng vốn như, tánh vốn không. Thuận chân như cũng có nghĩa là trụ pháp tánh, vì tánh và tướng vốn tịch tĩnh vậy. Đó chính là biên giới của thực tại tối hậu hay còn gọi là thật tế. Gọi là biên giới nhưng thực không có biên giới vì thực tại tối hậu không hình tướng (vô tướng), không chỗ có (vô sở hữu), và không thể được (vô sở đắc).

> **KINH VĂN**
>
> **Bất nhị là Bồ-đề, ly ý pháp; Bình đẳng là Bồ-đề, đồng hư không; Vô vi là Bồ-đề, không sanh, trụ, diệt; Tri là Bồ-đề, rõ tâm hạnh chúng sanh; Không hội là Bồ-đề, các nhập không nhóm; Không hiệp là Bồ-đề, rời tập khí phiền não.**

Chúng ta không tài nào đến được thật tế tối hậu bởi vì từ vô thủy mắt ta thấy có chỗ thấy, tai ta nghe có tiếng nghe, ý ta biết có chỗ biết. Thế giới của chúng ta lúc nào cũng hiện diện sự phân biệt đối đãi, mà từ xưa cổ nhân đã tượng hình thành hai phạm trù âm dương. Tại sao lại có hai? Vì chúng sanh tâm tánh vốn sáng suốt thường rõ biết, sát-na bất giác, nhân tánh sáng suốt mà lập ra chỗ thấy, nghe, hay, biết; từ đó sinh ra cái năng biết giả dối hư vọng. Bác sĩ Tâm Minh Lê Đình Thám (1897-1969), dịch kinh Thủ-lăng-nghiêm, đã chú giải rất hay: *"Chúng sinh mê lầm, ở nơi tính giác, chỉ theo cái minh, mà không biết cái diệu, nhận cái minh làm giác, nên cái diệu hóa thành cái sở minh, hình như ở ngoài cái giác. Năng sở đã thành* lập, thì vọng chấp ngày càng nhiều, do đó, theo trần cảnh mà phân biệt, mà tạo nghiệp, tự cột mình trong vòng sinh diệt." Do đó bản tánh bồ-đề đã bị quên mất tự bao giờ.

Còn năng kiến và sở kiến thì còn sự phân biệt có hai. Trong sự thấy, nghe, hiểu, biết, còn có chủ thể và đối tượng thì còn có sự đối đãi. Đoạn kinh văn này cô đọng lý giải tâm thức của chúng ta không phải là cái biết viên mãn, mà là cái biết đóng khung trong thập nhị xứ gồm lục căn (mắt, tai, mũi, lưỡi, thân, ý) và lục trần (sắc, thanh, hương, vị, xúc, pháp); trong đó Duy-ma-cật chọn ra một cặp tiêu biểu là ý và pháp, tức chủ thể hay người nghĩ tưởng và sự nghĩ tưởng.

Căn, trần và thức, mỗi một đều không có tự thể. Chúng nương nhau mà có. Cái biết của chúng ta gá vào căn, nương vào cảnh trần mà có. Có ánh sáng thì mắt ta thấy có cảnh sáng, có vật ở ngoài. Không có ánh sáng thì ta thấy không vật, chỉ có cảnh tối. Có tiếng động thì tai ta nghe. Tiếng lặng rồi thì tai ta không nghe. Sự thấy nghe đó sinh diệt theo cảnh trần, rời cảnh trần thì không có. Cái biết đó là cái biết của thức: ở mắt thì thấy, dính liền với sáng tối; ở tai thì nghe, dính liền với động tĩnh. Cái biết còn có đối tượng sở tri thì không thể nào là giác ngộ viên mãn. Tánh sáng suốt rõ biết, trạm nhiên bất động, tuyệt đối tròn đầy nay bị dính vào căn và trần mà hạn hẹp thành thức thì làm sao chúng ta không bị tạp nhiễm và lưu chuyển. Do đó mà nói: *Bất nhị là Bồ-đề, ly ý pháp.*

Phật dạy tôn giả A-nan trong kinh Lăng-nghiêm: *"Nếu bỏ cái sinh diệt, giữ tính chân thường hiện tiền, thì các tâm niệm căn, trần, thức, ngay đó đều tiêu mất; tướng vọng tưởng là trần, tính phân biệt là cấu, hai cái đó đã xa rời, thì pháp nhãn của ông liền được trong suốt, làm sao lại không thành bậc vô thượng tri giác?"*

Làm cách nào để xa rời căn và trần? Phải nhận ra tánh của chúng vốn trống rỗng. Mắt vốn không thấy cảnh, tai vốn không thể nghe tiếng vì nếu như thế, người chết cũng có thể thấy và nghe. Cảnh không thể nắm bắt được vì vạn vật sinh diệt không có điểm ngừng. Tất cả chỉ là ảo tưởng nương nhau mà có. Trên căn bản tánh không đó, không có sự sai biệt giữa căn và trần. Nói cách khác, từ mắt và sắc, tai và tiếng, mũi và hương, lưỡi và vị, cho đến ý và pháp đều rỗng không. Rỗng không cho đến chẳng còn tâm mong cầu xa rời căn trần. Đó mới thực là căn, trần, thức bình đẳng, thực là không. *Bình đẳng là Bồ-đề, đồng hư không.* Không còn lục căn năng biết và lục trần bị biết thì không còn nhận thức giả dối hư vọng.

Nhận thức giả dối hư vọng tiêu tan thì trí tuệ vô tướng giác ngộ viên mãn hiện tiền. Nghĩa là khi tâm sanh diệt đã diệt, pháp sanh diệt cũng diệt, các tướng sanh diệt đều diệt, chính là lúc mặt trời trí tuệ tối thượng hiển lộ. Trí tuệ vô tướng ấy vốn thường trụ, không do nhân duyên làm ra nên không có tướng sanh, trụ, diệt. Trí tuệ ấy không gì là không biết, vì bao trùm khắp pháp giới, không hề có bất kỳ chướng ngại gì. Nên nói: *Vô vi là Bồ-đề, không sanh, trụ, diệt; Tri là Bồ-đề, rõ tâm hạnh chúng sanh.*

Căn trần không đến với nhau, thì thức không sanh; là nghĩa của Không hội là Bồ-đề, các nhập không nhóm. Bồ-đề là giác ngộ viên mãn. Giác ngộ viên mãn thì không thấy tướng có của sáu trần. Khi sắc, thanh, hương, vị, xúc, pháp không còn là tướng sở duyên thì lục căn thanh tịnh; lục nhập chuyển thành lục thông. Không có chỗ biết, sở tri không thành lập thì không có sở tri chướng là gốc tích góp của mọi khổ đau; là nghĩa của *Không hiệp là Bồ-đề, rời tập khí phiền não.*

KINH VĂN

Không xứ sở là Bồ-đề, không hình sắc; Giả danh là Bồ-đề, danh tự vốn không; Như huyễn hóa là Bồ-đề, không thủ xả; Không loạn là Bồ-đề, thường tự vắng lặng; Thiện tịch là Bồ-đề, tánh thanh tịnh;

> **Không thủ là Bồ-đề, rời phan duyên; Không khác là Bồ-đề, các pháp đồng đẳng; Không sánh là Bồ-đề, không thể ví dụ; Vi diệu là Bồ-đề, các pháp khó biết.**

Phía trên đoạn kinh văn này nói về năng kiến. Từ phần này đến hết cuộc đối thoại là về sở kiến.

Không thể nào bằng cách trực chỉ, mô tả, so sánh hoặc ví dụ mà tiếp cận được trí tuệ vô tướng và tối thượng. Do đó, không thỏa đáng khi chú giải kinh văn theo cách: Bồ-đề là thế này vì nó như thế này, hoặc vì nó không như thế nọ. Duy-ma-cật dùng biện pháp phủ định để ngăn chúng ta làm như thế là không đúng, nghĩ như thế là chưa rốt ráo; chỗ còn lại là do ta tự chứng. Xem lại kinh văn sẽ rõ: cái có tướng thì không phải thực tại tối hậu; cái do nhân duyên mà có thì không phải chân thực; tư duy, nhận thức bằng ý thức cũng không phải là trí tuệ chân chính; cái biết của thức, chúng ta thường gọi là kiến thức, do thấy nghe mà biết cũng không phải đúng chính xác v.v... Duy-ma-cật không nói trí tuệ vô tướng là gì; phần đó để cho chúng ta tự chứng.

Sở kiến là cái bị thấy, nghe, hiểu biết, là vũ trụ, thế giới bên ngoài chúng ta. Vạn pháp hiện hữu trong không gian và thời gian, thậm chí ngay cả trong tâm thức, đều không thực có tự tướng và tự tánh. Pháp pháp đều do y tha khởi mà có, do biến kế sở chấp mà thành hình. Chúng là ảnh tượng hư vọng nên quan niệm không gian là sự trương nở của vật chất, và thời gian là sự vận động sanh diệt chỉ là trò lừa gạt của ý thức. Thậm chí ý thức còn đặt tên cho vạn vật theo sự phân biệt của mình. Vì vậy, cái biết của thức không phải là biết đúng như thật; vì nó có nền tảng là hình tướng giả dối, hiện hữu hư vọng và tên gọi rỗng không. Nhận cái không xứ sở... không hình sắc, giả danh... vốn không, là thực thì đích thực là không có trí tuệ.

Vì không theo sự thấy biết giả dối đó, mà đối với các pháp, chúng ta không chấp mê, không theo đuổi, không buông, không giữ, cũng không phân biệt so sánh. Các pháp rốt ráo không tướng nên không có sự động loạn, biến đổi, hay sanh diệt, mà thường vắng lặng, bất động và tịch tĩnh. Các pháp rốt ráo không tánh nên không có đối đãi, mà vẫn hằng thanh tịnh.

> **KINH VĂN**
>
> Bạch Thế Tôn! Khi ông Duy-ma-cật nói pháp ấy, hai trăm vị thiên tử chứng được Vô sanh pháp nhẫn. Vì thế, nên con không kham lãnh đến thăm bệnh ông.

Trong hội Lăng-nghiêm, Bồ Tát Di-lặc trình bày kinh nghiệm thực chứng về Thức đại viên thông, tu tập và đắc Vô thượng diệu viên Thức tâm Tam-muội. Ngài triệt ngộ lý vạn pháp duy thức; cho dù thánh phàm, uế tịnh, có không đều do thức tâm biến hóa. Ngài dùng phép quán duy thức, xa rời Y tha khởi và Biến kế sở chấp, chứng nhập tánh Viên thành thật.

Ngay từ đầu câu chuyện chúng ta rất dễ bị ngộ nhận chủ đề của đoạn kinh văn này là vô sở đắc, vô tu, vô chứng. Thực ra trong câu chuyện của Bồ Tát Di-lặc, sự thọ ký, việc tu chứng, giải thoát chỉ là bước dẫn nhập cho Duy-ma-cật thực hiện cuộc tiến công phá Thức trên quy mô toàn diện và không khoan nhượng. Và đó cũng là lối dẫn vào pháp môn Bất nhị sau này.

Có một điều hết sức bất ngờ và thú vị khi chúng tôi khám phá ra Duy-ma-cật đã dùng tới 25 câu nói về bồ-đề. Con số 25 cũng là 25 luân của ba pháp quán Xa-ma-tha, Tam-ma-bát-đề và Thiền-na trong kinh Viên giác, cũng là 25 pháp tu viên thông trong kinh Lăng-nghiêm. Tất cả là phương tiện phá chấp tướng để chứng pháp vô tướng, vô sở đắc. Phá chấp tướng là phá 25 cõi hữu từ địa ngục đến trời Phi tưởng phi phi tưởng. Phá một cách triệt để. Kinh Đại Bát Niết-bàn viết: *"Có sở đắc gọi là hai mươi lăm cõi, Bồ Tát dứt hẳn hai mươi lăm cõi đặng Đại Niết-bàn. Vì thế nên Bồ Tát gọi là Vô sở đắc."* Về con số không nhiều là hai trăm vị thiên tử chứng pháp vô sanh phản ánh ý nghĩa khó hiểu khi nói về kiến chấp đối với sự giác ngộ. Riêng sự từ chối của Di-lặc là một bước nhường của Bồ Tát xuất gia để vị Bồ Tát tại gia mang ánh sáng giác ngộ đi vào thành trì của cuộc sống trần tục như ta sẽ thấy trong câu chuyện của đồng tử Quang Nghiêm tiếp theo đây.

ĐỒNG TỬ QUANG NGHIÊM (PRABHAVYUHA)

CUỘC GẶP GỠ NGOÀI THÀNH TỲ-DA-LY

> **KINH VĂN**
>
> **Phật bảo đồng tử Quang Nghiêm: Ông đi đến thăm bệnh ông Duy-ma-cật. Quang Nghiêm bạch Phật: Bạch Thế Tôn! Con không kham lãnh đến thăm bệnh ông. Vì sao? Nhớ lại ngày trước, con ở trong thành lớn Tỳ-da-ly vừa ra, lúc đó ông Duy-ma-cật mới vào thành, con liền chào và hỏi rằng: Cư sĩ, từ đâu đến đây? Ông đáp: Tôi từ đạo tràng đến. Con hỏi: Đạo tràng là gì?**

Quang Nghiêm đồng tử (Prabhavyuha), bản dịch của Chi Khiêm gọi là Quang Tịnh đồng tử. Ở chương 1, phẩm Phật quốc, Quang Nghiêm được liệt kê trong danh sách thánh chúng Bồ Tát dự pháp hội ở vườn cây Am-la. Theo Trạm Nhiên, Quang Nghiêm là Bồ Tát tại gia. Ngài được gọi là đồng tử không hẳn là vì còn trẻ tuổi, cũng có thể là vì ngài có đầy đủ phẩm hạnh và trí tuệ mạnh mẽ ví như người trẻ tuổi. Ngài được Thế Tôn phái đi thăm bệnh ông Duy-ma-cật, và cũng thoái thác như các vị đệ tử khác của Phật, và ngài có lý do của mình.

Câu chuyện bắt đầu từ một hôm Quang Nghiêm đồng tử có việc phải xuất thành. Nghệ thuật phối cảnh đơn sơ của đoạn kinh văn trên gây một ấn tượng đặc biệt. Quang Nghiêm và Duy-ma-cật hôm đó gặp nhau từ hai hướng đối nghịch sẽ làm nổi bật chủ đề của cuộc đối thoại. Quang Nghiêm từ trong thành lớn Tỳ-da-ly vừa ra và trong thành lớn ấy lại có đạo tràng là nơi Phật đang trú ngụ và dạy bảo các đệ tử. Hai sự kiện này kết hợp lại có thể gợi cho ta thắc mắc phải chăng ông, giống như chúng ta, đang bội giác hiệp trần vì ông đã quên đạo tràng và đức Thế Tôn chính là ở trong thành, tức nghĩa tự tâm là đạo tràng. Nếu không thì ông sẽ không ngỡ ngẩn hỏi Đạo tràng là gì. Hình ảnh của đồng tử Quang Nghiêm có ý nghĩa ẩn mật khác sẽ hiển lộ ở cuối câu chuyện, chúng ta sẽ nhắc lại sau.

Lúc đó ông Duy-ma-cật mới vào thành, ngược hướng với Quang Nghiêm, tức nghĩa bội trần hiệp giác, đi ngược dòng mê của chúng ta. Chúng ta thấy mọi thứ đều có, ông thấy xưa nay không hề có một vật. Chúng ta thấy dòng sông trôi chảy, ông tin chắc rằng dòng sông đang và muôn đời bất động. Ta bị vùi lấp trong sanh tử và phiền não, còn ông thì thảnh thơi trong mê ngộ đều không. Một tầng ý nghĩa sâu hơn của hình ảnh Duy-ma-cật vào thành sẽ lóe sáng khi ta nhận ra thành Tỳ-da-ly kia là nơi cư dân sầm uất với nhiều phố chợ, quán xá, sòng bài, hí viện, thanh lâu... Đó là cuộc sống trần tục nơi mà sẽ nhô lên những đóa sen tỏa hương thanh thoát và rực sắc màu như tên của Quang Tịnh hay Quang Nghiêm đồng tử. Khi được hỏi từ đâu đến, Duy-ma-cật đáp không chần chờ: *Tôi từ đạo tràng đến*. Điều này có nghĩa là đạo tràng ở khắp mọi nơi, không phải chỉ bị đóng khung trong tự viện, tịnh xá, thiền đường, hay bất kỳ trung tâm tu học nào. Hình ảnh Duy-ma-cật đến từ bên ngoài thành giống như cú đạp mạnh của Hoàng Bá cho những ai khư khư chấp thủ Phật tại tâm hay tự tâm là đạo tràng. Duy-ma-cật từ đạo tràng nào không rõ, nhưng ông đang hướng vào thành, một nơi náo nhiệt, sôi động và hỗn tạp; đây là điều đáng cho ta suy nghĩ.

Đạo tràng là cội Bồ-đề nơi đức Phật tọa thiền và thành đạo, là Kim Cương Tòa hay Sư Tử Tòa Phật ngồi thuyết pháp. Các sự tích Phật giáo và truyền thuyết dân gian gọi đạo tràng là trú xứ của các vị Bồ Tát như Nga Mi Sơn có Bồ Tát Phổ Hiền, Ngũ Đài Sơn có Văn-thù, Cửu Hoa Sơn có Địa Tạng và Phổ Đà Sơn có Bồ Tát Quán Thế Âm; đó là tứ đại danh sơn trong Phật giáo Trung Quốc. Đạo tràng còn là tự viện, hay một trung tâm hoằng pháp của các vị tổ sư như Lục tổ Huệ Năng lập đạo tràng ở Tào Khê. Đây là nghĩa cụ thể của đạo tràng.

Tiếng Tây Tạng, đạo tràng là Changchub Nyingpo, nghĩa là bản chất của sự giác ngộ. Phạn văn viết là Boddhimaṇḍa. Ngài Huyền Trang dịch là Diệu Bồ-đề. Về nghĩa trừu tượng, chúng ta có thể hiểu đạo tràng là sự lưu xuất vi diệu từ sự giác ngộ tối thượng. Điều này ta có thể thấy qua kinh văn; mọi thể hiện từ tâm tư, phương pháp cho đến hành động thực tiễn, mọi sự đều hội tập quy về lý, nhân lý mà xuất sự. Đây gọi là hồi sự quy lý.

ĐẠO TRÀNG LÀ THỰC HÀNH

Cuộc gặp gỡ ngoài thành Tỳ-da-ly giữa hai vị Bồ Tát Quang Nghiêm và Duy-ma-cật không phải là sự ngẫu nhiên tiếp diễn sau cuộc hội thoại với Di-lặc Bồ Tát. Duy-ma-cật phá kiến chấp về Bồ-đề như ta đã xét qua, nhưng tuyệt nhiên chẳng phủ định sự tu chứng. Kinh Duy-ma-cật chú trọng sự thực hành, vì tu chứng là do thực hành như ta thường nghe nói về tín, giải, hành, chứng.

Trọn bài thuyết pháp của Duy-ma-cật có thể chia làm hai phần. Phần đầu là hiển bày sự tự độ và độ tha, bao gồm: 4 nền tảng tâm pháp, 6 nền tảng hành pháp, 8 pháp tiếp cận chúng sanh và 8 pháp thực hành tự độ và độ tha.

> **KINH VĂN**
>
> **Trực tâm là đạo tràng, vì không hư dối; Phát hạnh là đạo tràng, làm xong các việc; Thâm tâm là đạo tràng, thêm nhiều công đức; Bồ-đề tâm là đạo tràng, vì không sai lầm; Bố thí là đạo tràng, không mong phước báo; Trì giới là đạo tràng, được nguyện đầy đủ; Nhẫn nhục là đạo tràng, đối chúng sanh tâm không chướng ngại; Tinh tấn là đạo tràng, không biếng trễ; Thiền định là đạo tràng, tâm điều nhu; Trí tuệ là đạo tràng, thấy rõ các pháp.**

Ở phẩm Phật quốc, chúng ta đã nói qua về các nền tảng tâm pháp và hành pháp bên trên. Ở đây, ta chỉ nói ngắn gọn theo kinh văn. Các nền tảng tâm pháp lưu xuất từ lòng tin chân thành vào sự giác ngộ có thể được bằng tu hành theo Phật pháp. Các nền tảng đó được khơi nguồn từ sát-na kiến tánh. Đây là điều chúng tôi tin, vì chỉ có kiến tánh rồi thì tánh giác trong ta mới khơi lên trực tâm, thâm tâm, tâm phát hạnh nguyện và bồ-đề tâm là nền tảng tâm pháp cho muôn hạnh. Giống như chỉ khi ta chạm tới nguồn mạch nước ngầm, thì suối nước mới phun trào vậy. Cũng vậy, chúng ta vẫn thường xuyên làm từ thiện, không sát sanh, ăn chay trường, mỗi ngày đều niệm Phật, ngồi thiền, đọc kinh sách, thậm chí nghiên cứu đến mức có văn bằng tiến sĩ Phật học, nhưng sao vẫn không giải thoát, vẫn y nguyên là chúng sanh? Phải kiến tánh thì việc tu tập mới vào quĩ đạo đúng đắn. Bằng không, mọi việc ta làm đều vô ích vì nó xuất phát từ tâm sanh diệt. Quả chứng có chân thực là do việc tu hành có chánh nhân làm nền tảng.

Muôn hạnh đều gom về lục độ, là sáu nền tảng hành pháp. Bố thí không mong phước báo vì chân thật đã phá được ngã tướng và thọ giả tướng. Trong các truyện tiền sanh của Phật, không những Ngài bố thí tài vật mà ngay cả vợ con, thân thể và mạng sống của mình cũng chẳng còn là cái Của-Tôi, vì ngã còn không có thì làm gì có ngã sở. Trì giới là hoàn thành tâm nguyện lớn nhất là không bao giờ tổn hại chúng sanh, vì chúng sanh có quyền sống và hạnh phúc; làm được điều này là nguyện đầy đủ, là chân thật trì giới vậy. Nhẫn nhục mà tâm không chướng ngại vì đã phá được chúng sanh tướng và nhân tướng. Tinh tấn không trì trệ vì lòng tin đã chuyển thành những việc làm thường xuyên hằng ngày, tự nhiên không có sự cố gắng. Thiền định thể hiện mọi nơi, mọi lúc vì đã làm chủ được các căn, thức tâm đã thuần thục, tùy thuận chúng sanh. Trí tuệ là thấy rõ các pháp vốn không, tâm như như bất động, tuy còn mang nghiệp nhưng không hề bị gió nghiệp chuyển. Kiến tánh, khởi tâm tu, chuyên hành lục độ đến mức thâm sâu sẽ như Bồ Tát Quán Tự Tại *"chiếu kiến ngũ uẩn giai không, độ nhất thiết khổ ách"*.

> **KINH VĂN**
>
> Từ là đạo tràng, đồng với chúng sanh; bi là đạo tràng, nhẫn chịu sự khổ; hỉ là đạo tràng, ưa vui chánh pháp; xả là đạo tràng, trừ lòng thương ghét; Thần thông là đạo tràng, thành tựu pháp lục thông; giải thoát là đạo tràng, hay trái bỏ; phương tiện là đạo tràng, giáo hóa chúng sanh; tứ nhiếp là đạo tràng tiếp độ chúng sanh.

Tứ vô lượng tâm là hạng mục tổng quát, cộng với thần thông, giải thoát, phương tiện, và 4 pháp trong tứ nhiếp pháp là 8 cách tiếp cận chúng sanh. Từ, bi, hỉ, xả là điều kiện tiên quyết để độ sanh. Thần thông là khéo sử dụng lục độ khi giao tiếp với chúng sanh. Giải thoát là hay từ bỏ bản ngã, mọi bám chấp, đối với người không bị phiền não ràng buộc. Phương tiện là thuốc hợp bệnh. Tứ nhiếp pháp gồm bố thí, ái ngữ, lợi hành và đồng sự, là khéo tùy sự ưa thích của chúng sanh mà dẫn vào đạo pháp.

> **KINH VĂN**
>
> Đa văn là đạo tràng, đúng theo chỗ nghe mà thực hành; Phục tâm là đạo tràng, chánh quán các pháp; Ba mươi bảy phẩm trợ đạo là đạo tràng, bỏ pháp hữu vi; Tứ đế là đạo tràng, chẳng dối lầm thế gian;

> Duyên khởi là đạo tràng, từ vô minh cho đến lão, tử đều không hết; Phiền não là đạo tràng, biết là như thật; Chúng sanh là đạo tràng, biết là vô ngã; Tất cả pháp là đạo tràng, biết các pháp vốn không.

Đây là cụ thể hóa việc làm của một vị Bồ Tát cư sĩ đang thong dong tiến nhập thành trì thế gian. Tuy ta và người đều là trò huyễn thuật, nhưng trong thế giới bóng ảnh đó, mọi người nhìn nhau như thực tại hữu hình cùng tồn tại và liên hệ ảnh hưởng nhau theo một trình tự và quy luật nhân quả nhất định. Do đó, Duy-ma-cật không hề khẳng định thành Tỳ-da-ly và cuộc sống ở đó là thực có, và cũng chưa từng cực lực phủ định nó là không. Ông chỉ nhắn nhủ chúng ta nên có hành trang đầy đủ để có thể tự giúp mình và giúp người một cách hiệu quả nhất.

Đó là 8 pháp thực hành tự độ và độ tha bao gồm 2 cách tự trau giồi là đa văn và phục tâm, và 6 cách thực hành đúng pháp gồm 37 phẩm trợ đạo, tứ đế, duyên khởi, phiền não, chúng sanh và nhất thiết pháp.

Đa văn, học rộng biết nhiều sẽ càng tiện ích nếu biết sử dụng kiến thức trong thực tế. Phục tâm là tính cảnh giác cao để không bội giác hiệp trần và không bị các dòng pháp xoay chuyển. Phục tâm nhờ chánh quán vì còn là chúng sanh thì còn phiền não chướng và sở tri chướng nên cần phân biệt đúng sai, thuận theo thế gian mà biết phải trái.

Ba mươi bảy phẩm trợ đạo đối trị pháp hữu vi; hữu vi hết thì vô vi không còn, mới là bất nhị. Tứ đế là phương tiện ban đầu quay về bờ giác. 37 phẩm trợ đạo và tứ đế là thế đế. Duyên khởi là trung đạo. Duyên khởi và tánh Không gắn bó không rời như hai mặt của một đồng tiền. Từ tánh Không mà thấy vô minh cho đến lão tử đều là không. Từ duyên khởi mà thấy chuyện chúng sanh vô minh, sinh-lão-bệnh-tử là không bao giờ ngừng cả. Phiền não, chúng sanh và tất cả pháp là chân đế. Phiền não và chúng sanh đều không tự tánh. Tất cả pháp vốn không, cũng là Như. 37 phẩm trợ đạo và tứ đế là cẩm nang thực hành cụ thể. Duyên khởi, phiền não, chúng sanh và tánh Không là lời nhắc nhở ngăn không cho chúng ta sa lầy vào phương tiện.

ĐẠO TRÀNG LÀ KHỞI DỤNG

> **KINH VĂN**
>
> **Hàng ma là đạo tràng, không lay động; Tam giới là đạo tràng, không chỗ đến; Sư tử rống là đạo tràng, không sợ sệt; Thập lực, Vô úy, Bất cộng pháp là đạo tràng, không các lỗi; Tam minh là đạo tràng, không còn ngại; Một niệm biết tất cả pháp là đạo tràng, thành tựu Nhất thiết chủng trí. Như vậy thiện nam tử! Nếu Bồ Tát đúng theo các pháp ba-la-mật mà giáo hóa chúng sanh, thời bao nhiêu việc làm, hoặc nhất cử nhất động, phải biết đều từ nơi đạo tràng mà ra, ở nơi Phật pháp vậy.**

Trên là nói về tự độ và độ tha là việc làm của các vị Bồ Tát. Chúng sanh hữu tình nào do kiến tánh mà khởi tu, chuyên hành lục độ, đứng vững trên cõi trần tục này mà trang nghiêm cõi Phật cho chính mình và cho chúng sanh, thì đó chính là Bồ Tát. Tất cả việc làm bất khả tư nghì của Bồ Tát đều lưu xuất từ sự giác ngộ chân chánh. Không có giác ngộ chân thật thì không thể có tâm Bồ-đề, không thể có việc thực hành lục độ, cho đến không thể có tứ vô lượng tâm, 37 phẩm trợ đạo và phương tiện độ sanh nói chung. Đó chính là từ lý xuất sự vậy. Từ đây mà ta có thể hiểu nghĩa đạo tràng là từ chân thể khởi diệu dụng.

Chân thể đó chính là tâm như như bất động, không thể bị chuyển lay bởi phiền não chướng và sở tri chướng; nên gọi là *hàng ma là đạo tràng, không lay động*. Cũng có thể giải thích là từ vô thủy, chúng ta đã tập nhiễm sự hiểu biết lệch lạc và hành vi sai trái tạo nên nghiệp chướng khó tránh khỏi, ma chướng khó mà bị lay động. Chỉ có thể nhờ tu hành mà chuyển nghiệp thành nguyện, chuyển thức thành trí, và chuyển phàm thành thánh; đó là nghĩa hàng phục yêu ma.

Chân thể đó là tâm vô sở trụ. Tuy không dính mắc các pháp, nhưng phải biết rằng ngoài tâm không một pháp. Tuy không bị quyến rũ bởi ba cõi, nhưng ta chưa hề rời ba cõi vì ngoài ba cõi không có ta. Đi tìm nơi trú ngụ ngoài ba cõi cũng viển vông như dựng lập lâu đài trên không trung vậy.

Chân thể đó cũng là uy lực tiếng rống của sư tử gầm vang từ không trung làm khiếp vía mọi loài thú hiện có, xua tan những bóng ảnh ảo giác vốn xưa nay trùm lấp thế gian. Uy lực duy nhất và không sợ hãi một ai, ngược lại còn hàng phục được mọi luận thuyết dị giáo đang bênh vực cho tính thực tại của vũ trụ vô minh.

Chân thể đó là rốt ráo tối hậu mà chỉ có Phật mới chứng tới. Hàng Bồ Tát dù là thập địa cho đến đẳng giác vẫn còn một phần vô minh, chưa được lậu tận. Từ chân lý đó mà lưu xuất sức mạnh thần dũng của tam minh, tứ vô sở úy, thập lực, thập bát bất cộng pháp... Hội nhập vào thực tại độc nhất, toàn chân thiện mỹ đó mà chư Phật ba đời không gì là không biết. Ví như các Ngài đang tĩnh tọa trong đạo tràng mà ngoài vũ trụ vô cùng tận đang chìm trong cơn mưa tầm tã, chỉ thoát nhướng mắt thì không giọt mưa nào qua khỏi tầm nhìn; nên nói: *Một niệm biết tất cả pháp là đạo tràng, thành tựu Nhất thiết chủng trí.*

Còn chúng ta thì sao? Chỉ một câu ngắn gọn: Một niệm thì mê muội, lú lẫn đi thẳng vào luân hồi. Một niệm thì như vậy. Còn nhất cử nhất động của chúng ta thì càng tệ hại hơn vì không gì là không tạo nghiệp nhân để thọ báo trong ba cõi sáu đường. Duy-ma-cật tuy nhắn nhủ các vị Bồ Tát nhưng cũng là bày vẽ cho chúng ta tu theo các ngài đúng theo các pháp ba-la-mật. Ba-la-mật là sự tu hành rốt ráo của các Bồ Tát, nương vào Phật pháp thâm sâu vô cùng tận, để đưa mình và chúng sanh đến bờ giải thoát; mang ba nghĩa là sự cứu cánh, độ cùng cực và đến bờ bên kia. Sự tu hành rốt ráo như vậy, dù cất bước lên hay đặt chân xuống, đều xuất phát từ cái nhìn thông suốt: dù muôn vàn hình tướng, cũng từ Như mà ra; dù muôn vàn đối đãi, nhưng vẫn hằng thanh tịnh; đó là từ lý nói sự. Từ sự mà nói lý, phải biết đều từ nơi đạo tràng mà ra, ở nơi Phật pháp vậy. Tức là đạo tràng là nhân, bồ đề là quả.

Đến đây, chúng ta xem lại việc xuất thành của Bồ Tát Quang Nghiêm không phải là một sự tình cờ. Vị cư sĩ mà mọi người trong thành Tỳ-da-ly tôn kính gọi là đồng tử, hình như có sự phối hợp với Duy-ma-cật. Tuy đi ngược hướng với Duy-ma-cật, nhưng Quang Nghiêm cũng giống như vị cư sĩ thông thái và hùng biện kia, đều từ nơi đạo tràng mà ra, vì trong thành có đạo tràng nơi Phật đang giáo huấn môn đồ và cư dân trong vùng. Vì vậy, kết luận của Duy-ma-cật phải khiến chúng ta có cái nhìn khác, thâm sâu hơn về đồng tử Quang Nghiêm. Đó thực là một vị Bồ Tát cư sĩ cũng từ nơi đạo tràng mà ra, ở nơi Phật pháp vậy. Ngài đang xuất thành hướng tới nơi chúng sanh cần ngài, và ngài đang mang theo hào quang giác ngộ rực rỡ trang nghiêm như danh hiệu của mình. Duy-ma-cật đi vào thành, Quang Nghiêm xuất thành. Hai hướng nghịch nhau nhưng cùng từ đạo tràng mà ra, phải chăng tượng trưng cho các đối đãi trên đời đều từ mặt trời chân lý mà hiện? Mặt trời chân lý duy nhất chỉ có một, với Di-lặc Bồ Tát, Duy-ma-cật gọi là Bồ-đề; với đồng tử Quang Nghiêm là đạo tràng. Bồ-đề là thể tánh, đạo tràng là diệu dụng vậy.

BỒ TÁT TRÌ THẾ

BỒ TÁT TRÌ THẾ

KINH VĂN

Phật bảo Bồ Tát Trì Thế: Ông đi đến thăm bệnh ông Duy-ma-cật. Bồ Tát Trì Thế bạch Phật: Bạch Thế Tôn! Con không kham lãnh đến thăm bệnh ông.

Nhân vật xuất hiện kế tiếp trong vở kịch ta đang xem là Bồ Tát Trì Thế (Vansudhara), còn được gọi là Arya Sutare (Thánh Thiện Cứu Độ) hay Jagatimdhara hoặc Dhara-Loka-Jvala (Trì Thế Quang Minh). Xuất xứ từ vị nữ thần trong Ấn Độ giáo là Bhumidheri, phù điêu hay đồ tượng của vị Bồ Tát này thường được khắc họa mang hình tướng nữ. Bồ Tát Trì Thế được sùng kính phổ biến trong truyền thống Phật giáo Nepal và Mật tông Tây Tạng. Kinh điển liên quan đến vị Bồ Tát này là kinh Trì Thế Đà-la-ni, đã được ngài Huyền Trang dịch sang Hán văn. Bộ kinh Đại Bảo Tích, do Bồ-đề-lưu-chi đời nhà Đường dịch, cũng nói đến một vị Bồ Tát nam cư sĩ, có lẽ cùng là một vị với Bồ Tát Trì Thế ở đây.[1]

Tâm nguyện của Bồ Tát Trì Thế là hoàn thành công đức bố thí thù thắng hay Bố thí ba-la-mật nên ngài chuyên ban thí cho chúng sanh sự an lành, xa lìa mọi bệnh tật và tai họa, và nhất là rộng rãi bố thí tài sản, trân bảo cho mọi người. Danh hiệu ngài còn có nghĩa giữ gìn, hộ trì bảo quản sự đầy đủ và sung túc của chúng sanh.

Tài bảo vô giá và cần được ban phát rộng rãi, bảo hộ và lưu truyền mãi trên đời là trí tuệ diệu giác. Chính vì thế mà Bồ Tát Trì Thế không phải ngẫu nhiên được Phật Thích-ca chọn đi thăm bệnh Duy-ma-cật, sau khi Quang Nghiêm đồng tử từ chối. Câu chuyện đạo tràng bên trên sẽ được tiếp nối. Làm thế nào sự lưu xuất vi diệu của trí tuệ diệu giác được bảo truyền sâu rộng chính là câu chuyện của Bồ Tát Trì Thế tiếp theo đây. Một ý nghĩa khác ở chiều sâu hơn trong danh hiệu Trì Thế là cái tạm gọi là trân bảo Bồ-đề diệu giác vốn là thuộc về thế gian chỉ có thể tìm được ở cõi trần, ví như kim cương, vàng bạc chỉ có thể khai quật được từ sâu trong lòng đất.

---

[1] Theo chú thích của Robert A. F. Thurman trong bản dịch kinh Duy-ma-cật ra tiếng Anh: The Holy Teaching Of Vimalakirti.

CHUYẾN VIẾNG THĂM CỦA MA VƯƠNG

> **KINH VĂN**
>
> Vì sao? Nhớ lại lúc trước, con ở nơi tịnh thất, bấy giờ Ma Ba-tuần đem một muôn hai nghìn tiên nữ giống như trời Đế thích, trỗi nhạc đờn ca đi đến chỗ con ở. Ma cùng với quyến thuộc cúi đầu làm lễ dưới chân con, chấp tay cung kính đứng sang một bên. Trong ý con cho là trời Đế thích nên bảo rằng: Lành thay! Mới đến Kiều-thi-ca! Dù là có phước chớ nên buông lung. Ông nên quán ngũ dục là vô thường để cầu cội lành, ở nơi thân, mạng, tài sản mà tu pháp bền chắc.
>
> Ma vương nói với con: Thưa chánh sĩ! Xin ngài nhận một muôn hai ngàn thiên nữ này để dùng hầu hạ quét tước. Con nói rằng: Này Kiều-thi-ca! Ông đừng cho vật phi pháp này, tôi là kẻ sa môn Thích tử, việc ấy không phải việc của tôi.

Ma vương đây là Thiên Ma Ba-tuần (Mara Papiyas), vua cõi trời Tha hóa Tự tại, pháp lực vô cùng. Khi thế gian có bậc giác ngộ xuất hiện, trời đất rung chuyển dữ dội mà chúng sanh không hề hay biết. Chỉ có ma vương biết. Cung điện của ma bị lay động tựa hồ như muốn sụp đổ. Ma vương sợ hãi nên trước giờ phút vị thánh nhân thành đạo liền hiện thân nhất quyết cản trở để cơ ngơi và quyền lực của mình không bị đe dọa sau này. Đó là sự tích khi Phật Thích-ca thành đạo. Bạn tin hay không tùy bạn, nhưng tôi tin. Ma vương còn hiện thân thành ngũ ấm ma mà cuối kinh Lăng-nghiêm, đức Thế Tôn đã cảnh giác, phân tích rạch ròi cho chúng ta đề phòng. Bạn tu thiền hay niệm Phật mà thấy hào quang bao quanh mình hoặc hóa thân Phật hiện đến thì phải biết đó chẳng phải thật, mà là ma hiện thân qua sắc, thọ, tưởng, hành và thức ấm. Số lượng ma quân có thể tăng theo cấp số nhân, vì mỗi ấm có mười tướng ma, năm ấm có năm mươi tướng ma, và có thể mỗi tướng ma đó có thể có thêm mười tướng ma riêng biệt nữa. Thiên hình vạn trạng tướng ma!

Nhìn vào ngôi nhà quả cầu xanh chúng ta đang ở, ma vương hiện thân khắp nơi. Sóng thần, động đất, nạn đói... Thảm họa cháy rừng tồi tệ xảy ra ở Úc, từ 06/2019 kéo dài ngót một năm, thiêu rụi hơn 18 triệu rưởi mẫu đất, giết chết gần chục ngàn động vật hoang dã, hàng trăm người chết, hàng ngàn người di tản. Bệnh dịch Covid-19 khởi phát từ cuối năm 2019 cho đến tháng 02/2021, con số bị nhiễm đã vượt quá hàng trăm triệu người, và đã có hơn 2 triệu người tử vong. Đó là gì nếu không phải là chúng sanh đang hồi trả nghiệp, là lúc tử ma hay thần chết trá hình thành thiên tai nhân họa?

Trở lại kinh văn, tại sao Ma Ba-tuần lại đến thăm Bồ Tát Trì Thế ở nơi tịnh thất? Phải chăng là sự tinh tấn của vị Bồ Tát này có liên quan đến ma vương? Có lẽ vậy, vì một hành giả chuyên cần tu theo Phật là một cây gai khó chịu trong mắt của ma vương. Bạn thử xem, nếu tôi nhập thất tịnh tu, ít nhiều gì ma chướng hay ma sự sẽ đến quấy nhiễu tôi. Vì tôi càng cầu cái tịnh, tất cái động sẽ đến. Tôi không biết rằng cái tịnh là sự vắng mặt của cái động. Và cái động lại là ảo tưởng của tôi đang có về nó. Vì thế, cái tịnh tôi đang tìm, chung quy cũng là vọng tưởng. Cái động đó chính là ma vương cùng ma quân đang ầm ĩ trổi nhạc đờn ca mà ghé hỏi thăm tôi.

Một sự vụ khác chính đáng hơn có thể là lý do cho cuộc viếng thăm của Ma Ba-tuần là Bồ Tát Trì Thế đảm đương việc giữ gìn và bảo truyền Phật pháp cho thế gian. Thế nhưng, cái ma vương ghét nhất chính là Phật pháp, và hắn bắt đầu quỷ kế biến hình thành vị vua cõi trời Đao-lợi là Đế thích thăm viếng Bồ Tát Trì Thế, còn mang theo món quà tặng đáng kinh ngạc. Đó là mười hai ngàn thiên nữ tuyệt sắc mỹ miều. Con số mười hai ngàn là bội số ngàn lần của 12. Và số 12 tượng trưng cho thập nhị xứ, tức sáu căn và sáu trần. Sáu căn hợp sáu trần không chỉ sanh ra sáu thức mà bội thu thành vô số vọng thức, từ đó thành tam thiên đại thiên thế giới. Mười hai ngàn thiên nữ này lợi hại cả ngàn lần hơn hai quả bom nguyên tử thả ở Nagasaki và Hiroshima thời Thế Chiến Thứ Hai. Chúng ta nên lưu ý mười hai ngàn thiên nữ này vì chính thông qua các nàng mà việc bảo lưu và truyền bá tuệ giác được thực thi như phần sau câu chuyện sẽ đề cập tới.

Kinh Duy-ma-cật giống như một thần thoại sử dụng ngôn ngữ hình tượng hết sức tinh tế. Mỗi nhân vật từ trong danh hiệu, bối cảnh xuất hiện, trú xứ, cho đến mỗi bước chân, đều chuyển tải ý nghĩa tinh vi có thể làm sáng tỏ nghĩa văn kinh. Nếu không chú ý điều này, chúng ta sẽ hiểu lời nói của nhân vật một cách hời hợt trên mặt chữ. Từ đó kinh văn từ thâm nghĩa uyên áo bị đẩy lên bề mặt chữ nghĩa thông thường. Sự kiện ma vương từ trú xứ biến hình thành Đế thích mang theo mười hai ngàn thiên nữ đến tặng cho Bồ Tát Trì Thế là một bằng chứng cho nhận xét trên.

Ma vương ngụ ở cõi trời Tha hóa Tự tại, cõi trời cao nhất trong sáu cõi trời Dục giới. Tha hóa tự tại có nghĩa là từ cái khác biến thành sự tồn tại của chính mình. Điều này có nghĩa là mọi hiện hữu hay nói nôm na là sự vật, hiện tượng trên đời, là không thực, không có tự ngã hay tự tánh, đều là vay mượn từ cái khác mà có mình. Chính là nhân duyên sanh, là duyên khởi, là tánh y tha khởi. Ma vương vay mượn hình tướng của Đế thích để hiện thân chính là nghĩa này. Khi đã có sanh, sẽ có trụ, dị, diệt, tức có chuyển biến, có động lay, có vô thường, có đi đến ví như chuyến viếng thăm của ma vương với đoàn tùy tùng nhạc công náo nhiệt.

Vấn đề không ngừng ở đó. Cũng như cuộc đời chúng ta không đơn giản là sanh ra, lớn lên, già lão rồi chết, mà còn có khoảng giữa là sống với người khác, tiếp xúc với thế giới bên ngoài, tức cảnh trần hay trần tướng. Trần tướng đến với chúng ta đa dạng và nhiều sắc thái, mà kinh văn dụ là ma vương và các thiên nữ. Thực ra trần tướng, vạn pháp vốn tịch tĩnh, không có tánh sanh ra cái khác, nó chỉ đơn giản là duyên. Chỉ vì tâm phan duyên, tự tâm chấp trước buộc chặt vào cảnh nên sanh thức phân biệt kéo theo những vọng tình giả dối, những phiền não khổ đau tưởng tượng. Thức sanh ra mặc nhiên đã khoác cho cảnh trần bộ mặt khác. Vì thế, cảnh trần, trần tướng, hay các pháp hiện hữu với sự đan chéo phức tạp của tánh y tha khởi và tánh biến kế sở chấp.

Bồ Tát Trì Thế bạch Phật: *Trong ý con cho là Đế thích;* lời thú nhận này dẫn tới lời khuyên đầy thân thiện cho vua trời. Trì Thế đang thấy Đế thích đang hoang phí phước báu, đang chìm trong khoái lạc ngũ dục. Việc hoan lạc có hay không là chuyện của Đế thích tự biết. Lời khuyên quả là dư thừa, nếu không thì vị Bồ Tát Trì Thế của chúng ta đã giữ gìn dáng dấp quyến rũ của các nàng tiên quá mức. Tôi nghĩ là không đến nỗi như thế, vì lời khuyên; nên quán ngũ dục là vô thường, để cầu cội lành, ở nơi thân mạng, tài sản mà tu pháp bền chắc; ám chỉ một điều gì khác không chỉ có nghĩa vô thường của ngũ dục, thân mạng và tài sản; và vì lời chối từ trước sự mời mọc tiếp sau đó.

Ngũ dục là năm sự tham muốn khởi sinh từ sự hài lòng thích ý đối với năm trần cảnh. Từ năm sự tham muốn này mà phát triển thành vô số tham muốn trong đời sống. Do mắt ưa thích hình sắc đẹp nên khởi sinh tham muốn, khao khát chiếm hữu, duy trì. Mà sắc trần thì có vô số hình tướng chủng loại khác nhau, do vậy mà sự tham muốn cũng có vô số dạng thức khác nhau. Đối với âm thanh, mùi hương... cũng đều như vậy. Cõi người có hình sắc của cõi người thì cõi trời cũng có hình sắc của cõi trời. Hình thức tuy có khác nhau mà sự tham đắm đối với năm trần cảnh cũng đều như nhau. Do vậy mà Bồ Tát Trì Thế mới có lời khuyên quán ngũ dục là vô thường dành cho vua trời Đế thích.

Liên hệ với ý nghĩa của ma vương hiện hình Đế thích là tánh y tha khởi, dáng dấp kiều diễm của thiên nữ là tánh biến kế sở chấp, và con số 12 ngàn là vọng thức sinh ra từ thập nhị xứ, ta dễ hiểu rằng ngũ dục ở đây là những vọng tình do tâm phan duyên với cảnh trần mà có. Ở sắc thì thấy đẹp xấu mà muốn chiếm hữu hoặc xa lìa. Ở tiếng thì nghe êm ả hay chát chúa mà thích thú hay ghét bỏ. Ở mùi ngửi thơm hay thối mà tìm tới hay bỏ chạy. Ở vị nếm ngon dở mà ngấu nghiến hay phớt lờ. Ở xúc chạm thấy mịn màng hay thô nhám mà hay sờ mó hoặc gớm ghê.

Tâm vốn không có tánh tham muốn, hay dục tánh. Phật thuyết trong Kinh Đại Bát Niết-bàn: *"Do từ nơi duyên sanh ra tham nên nói là chẳng phải không, lại vì vốn không có tánh tham nên nói là chẳng phải có. Này Thiện nam tử! Do từ nơi nhân duyên mà tâm sanh ra tham, do từ nơi nhân duyên mà tâm được giải thoát"*; không có sự thiết yếu quyết định cho dục tánh. Suy xét đúng như vậy, dục tánh do nhân duyên sanh, nên gọi là quán ngũ dục là vô thường. Nền tảng vững chắc, cụ thể hữu hình của dục tánh là thân, mạng và tài sản, hay tất cả những gì thuộc về ta. Dục vọng không gì khác hơn là sự khao khát bảo toàn và thỏa mãn cái Tôi và cái Của-Tôi. Dục vọng như nước biển mặn, càng uống càng khát. Tâm trạng thèm khát không dứt này là gánh nặng áp lực cả một đời người mà muốn buông xuống thì phải thấy được bản chất hư vọng của ngã và ngã sở. Hư vọng không còn thì cái chân thực bền vững xưa nay là pháp thân tuệ mạng tự hiện tiền.

Rốt cuộc thì Bồ Tát Trì Thế có nhận ra sự trá hình và mưu đồ của ma vương không? Tôi nghĩ là có. Vì sao? Hãy theo dõi ngài trả lời ra sao khi ma vương tặng thiên nữ: *Này Kiều-thi-ca! Ông đừng cho vật phi pháp này, tôi là kẻ sa môn Thích tử, việc ấy không phải việc của tôi*. Thông thường mà hiểu thì Bồ Tát từ chối món quà là hàng ngàn giai nhân hấp dẫn vì đó là thứ tà vạy, dụ dỗ, trái với giới luật của người tu hành là không gần gũi nữ sắc. Theo lời Bồ Tát kể tiếp chuyện cho Phật thì ông nói chưa dứt lời, bỗng ông Duy-ma-cật đến, có nghĩa là ông còn muốn tiếp tục nói với ma vương. Ắt hẳn là ông muốn lật tẩy vị Đế thích giả hiệu này. Ý ông muốn nói phi pháp là không phải pháp chân thực, vì hình tướng Đế thích trước mắt ông là do tánh y tha khởi và vẻ quyến rũ của thiên nữ là tánh biến kế sở chấp, là thức biến hiện thành. Bồ Tát xa lìa y tha khởi và biến kế chấp, được tánh viên thành thật, nhìn thấy các pháp, không lầm lẫn. Nhìn thấy trước mắt là Đế thích và thiên nữ là cách thức của phàm phu mê lầm như tôi và bạn. Nhìn thấy trước mắt không phải thực là vua trời và thiên nữ là cách thức của Bồ Tát vậy. Đó là lý do Bồ Tát Trì Thế nói: *việc ấy không phải việc của tôi*, trong bản Hán văn của ngài Cưu-ma-la-thập viết là: "此非我宜 - thử phi ngã nghi", nghĩa là điều này không thích hợp với tôi.

SỰ XUẤT HIỆN CỦA DUY-MA-CẬT

> **KINH VĂN**
>
> Nói chưa dứt lời, bỗng ông Duy-ma-cật đến nói với con: Đây chẳng phải là Đế thích mà là Ma đến quấy nhiễu ông đấy! Ông lại bảo Ma rằng: Các vị thiên nữ này nên đem cho ta, như ta đây mới nên thọ. Ma sợ hãi nghĩ rằng: Có lẽ ông Duy-ma-cật đến khuấy rối ta chăng? Ma muốn ẩn hình mà không thể ẩn, ráng hết thần lực, cũng không đi được. Liền nghe giữa hư không có tiếng rằng: Này Ba-tuần! Hãy đem thiên nữ cho ông Duy-ma-cật thì mới đi được. Ma vì sợ hãi nên miễn cưỡng cho.

Đoạn kinh văn này có ba điểm cần lưu ý.

Các vị thiên nữ này nên đem cho ta, như ta đây mới nên thọ. Đó là lời đề nghị ông Duy-ma-cật nói với ma vương sau khi nhắc nhở Bồ Tát Trì Thế chớ nên lầm bộ mặt giả hiệu của ma vương. Một lời thách thức thẳng thừng không chút nhíu mày do dự hay sợ sệt. Chỉ là cuộn dây thừng do mớ sợi bện lại mà thành, chứ đâu phải con rắn mà hù dọa được vị cư sĩ lão luyện tinh đời của chúng ta. Duy-ma-cật đã nhìn thấy như thật bản chất của thiên ma và thiên nữ. Không nhìn thấy tướng con rắn, tức vẻ hấp dẫn của thiên nữ, đó là đã phá bỏ thức thứ sáu hay phân biệt, hay tánh biến kế sở chấp ở các pháp. Đây là điểm lưu ý thứ nhất.

Ma muốn ẩn hình mà không thể ẩn. Do thần uy của Duy-ma-cật mà ma vương run sợ, muốn bỏ trốn nhưng không thể. Vì sao? Vì hình tướng đương thời có tánh y tha khởi, là do nhân duyên sinh, thì quyết định là không thể cởi bỏ được. Cây táo khi được mùa sai trái, thì quả trên cành nhất định là quả táo, không thể là quả cam hay quả gì khác được. Do nhân quả và nghiệp cảm mà tôi sinh ra làm con của cha mẹ tôi chứ không phải của ai khác, và vì giới tính của tôi được quyết định bởi các nhiễm sắc thể của hệ di truyền DNA nên bạn thấy tôi là ông A chứ không phải là bà B. Đây là điểm lưu ý thứ hai.

Liền giữa hư không có tiếng rằng: Này Ba-tuần! Hãy đem thiên nữ cho ông Duy-ma-cật thì mới đi được. Bản ngã của chúng ta được xác lập và càng được củng cố bằng sự chiếm hữu của chúng ta đối với thế giới. Ta sở hữu càng nhiều thì càng cảm nhận ta tồn tại. Cảm nhận đó dường như rõ rệt khi dục vọng càng không ngừng mở rộng tầm ngắm đối với các mục tiêu. Ví như cây cỏ vay mượn dinh dưỡng từ nước, ấm áp từ nắng, thuốc bổ từ phân bón vậy. Vay mượn để hiện hữu là hoạt động của tánh y tha khởi, của lý nhân duyên sinh vậy. Vạn pháp do duyên khởi, tánh nó bất khả đắc và đương thể tức không. Bất khả đắc là không thể nói nó nhất định phải như thế này hoặc ngược lại phải như thế kia, là không có tự tánh. Đương thể tức không là không có tự tướng, là hình tướng hiện có vốn là giả dối. Vì vậy mà ma vương mới nghe trong hư không có tiếng khuyên nhủ vang lên. Đó chỉ là tin tưởng do nhận biết về mặt lý luận, không đủ khả năng khiến ta thâm nhập vào ý nghĩa tột cùng. Cho dù ta có niệm hàng vạn lần câu *"sắc bất dị không, không bất dị sắc"* cũng vô ích, nếu không noi gương *"Quán Tự Tại Bồ Tát hành thâm Bát-nhã ba-la-mật-đa"*. Sự thù thắng của bố thí được xếp hàng đầu trong các pháp ba-la-mật. Bố thí chính là buông bỏ sự chiếm hữu, là cho đi cái đang thuộc về ta, là không dính mắc vào tướng của sắc, thanh, hương, vị, xúc, pháp. *"Nghĩa là không trụ trước nơi hình sắc mà bố thí, không trụ trước nơi thanh, hương, vị, xúc, pháp mà bố thí."* (Kinh Kim Cang). Đó là xa lìa cả hai tánh y tha khởi và tánh biến kế sở chấp ở các pháp, cũng là lý do tại sao ma vương phải theo lời khuyên từ không trung mà *"đem thiên nữ cho ông Duy-ma-cật thì mới đi được"*; đây là điểm lưu ý thứ ba.

ĐẠI PHÁP UYỂN LẠC

KINH VĂN

Khi ấy ông Duy-ma-cật bảo các thiên nữ rằng: Ma đã đem các ngươi cho ta rồi, nay các ngươi đều phải phát tâm Vô thượng chánh đẳng chánh giác. Rồi ông theo căn cơ của thiên nữ mà nói pháp để cho phát ý đạo, và bảo rằng: Các ngươi đã phát ý đạo, có pháp vui để tự vui, chớ nên vui theo ngũ dục nữa.

Sự kiện các thiên nữ được Ma Ba-tuần trao cho Duy-ma-cật ví như một chúng sanh trong một niệm kiến tánh, nhận chân bản chất giả tạm của thế giới hiện tượng, của bản ngã và tha nhân, sơ phát tâm Bồ-đề. Ánh sáng diệu giác đã chọc thủng một lỗ nhỏ trên màn vô minh. Niệm kiến tánh này có tính quyết định vì từ đó lưu xuất tâm Bồ-đề khiến chúng sanh phát tâm khởi tu, để rũ bỏ những chấp trước phân biệt, những kiến chấp mê lầm. Niệm kiến tánh này thoắt hiện thoắt mất, không ổn định vì sức mê của nghiệp lực. Đây chính là lúc kịp thời và cần thiết có sự hộ trì kiên cố và lưu bố rộng rãi đối với chân tâm vi diệu. Ý nghĩa danh hiệu của Bồ Tát Trì Thế được thể hiện qua việc làm của Duy-ma-cật, theo căn cơ của thiên nữ mà nói pháp, là tác động hộ niệm của vị chân sư giác ngộ thêm vào để soi sáng đường đi cho hành giả.

Nếu Duy-ma-cật nêu ra pháp vui trước khi tùy căn cơ mà thuyết pháp, thúc đẩy tâm Bồ-đề ở các thiên nữ, chắc chắn sẽ không có sự tiếp nhận thích đáng. Chỉ chờ nhận thức đã chín chắn, thì đó là cơ hội tốt nhất để truyền đạt. Điều này minh chứng cho sự thực rằng tâm là nguồn lưu xuất vi diệu cho mọi hành vi và phương tiện như đã đề cập ở phần đồng tử Quang Nghiêm. Một khi chúng sanh nhận chân bản chất hư ngụy của thế giới hiện tượng, của bản ngã và tha nhân, khi mà tâm điên đảo được lật ngược lại tư thế đúng đắn, cũng là khi chúng sanh muốn rũ bỏ sạch sẽ kiến chấp mê lầm và mọi truy tìm hạnh phúc ảo. Sự từ bỏ ấy không hề có chút khó khăn, tuyệt nhiên một chút phiền muộn nén trong lòng cũng chẳng còn. Tuy nhiên, để sức mê của dòng nghiệp huân tập từ vô thủy mất đi tác dụng, cần phải có chiếc bè phương tiện để chúng sanh nương vào. Vì thế Duy-ma-cật mới nói với thiên nữ: *Các ngươi đã phát ý đạo, có pháp vui để tự vui, chớ nên vui theo ngũ dục nữa.*

KINH VĂN

Thiên nữ hỏi: Thế nào là pháp vui? Đáp: Vui thường tin Phật. Vui muốn nghe Pháp. Vui cúng dường Tăng.

Pháp vui mà Duy-ma-cật dạy cho các thiên nữ, ngài Huyền Trang dịch là *Đại Pháp Uyển Lạc*, nghĩa là niềm vui lớn trong vườn chánh pháp, nhân đó mà đạt được niềm vui thanh tịnh, gồm 28 pháp vui mà 3 pháp đầu tiên đề cập ở đây là phần tổng quát. Phần giữa gồm 23 pháp là phần khai triển, và 2 pháp cuối là phần kết. Trong phần giữa bản dịch của Hòa thượng Huệ Hưng bỏ sót 2 câu: "Lạc quảng hành thí. Lạc kiên trì giới", nghĩa là: "Vui rộng rãi thực hành bố thí. Vui kiên trì giữ giới." Như vậy tổng cộng là 30 pháp vui mà phần giữa gồm 25.

Ba niềm vui đầu tiên có được từ Tam bảo. Lưu xuất từ chân tâm diệu minh, nên tâm Bồ-đề tuy là sơ kỳ phát khởi nhưng cái duy nhất mà nó tương ưng không phải là những mục tiêu hư ảo mà vọng tâm truy tìm trước kia, mà là kho tàng bảo vật trân quý nhất trên đời là Phật, Pháp, Tăng. Càng học, càng tu, càng tăng niềm an lạc. Hòa Thượng Tịnh Không (1927- 2022) thường nói: *"Học Phật là sự hưởng thụ lớn nhất của đời người"*; đáng để chúng ta suy gẫm và trải nghiệm. Chân thực tu hành thì cái vui không cầu mà tự nhiên đến là vậy.

> **KINH VĂN**
>
> **Vui lìa ngũ dục. Vui quán ngũ ấm như oán tặc. Vui quán thân tứ đại như rắn độc. Vui quán nội nhập như không.**

Tiếp theo là 4 niềm vui có được từ sự nhận biết như thật.

Con người có quyền được hạnh phúc. Giá trị của hạnh phúc không tuyệt đối, mà phụ thuộc vào quan niệm từng người. Triết gia Hi-lạp cổ đại, Epicurus (341-271 TCN) quan niệm hạnh phúc là sự vắng mặt của đau khổ thể xác và tinh thần, là sự giải thoát khỏi sợ hãi trước cái chết và thế giới bên ngoài, có thể đạt được bằng sự phân biệt và lựa chọn. Quan niệm đó có vẻ thanh cao hơn những ý tưởng sau này gán ghép xuyên tạc cho Epicurus là chủ trương khoái lạc trần tục; nhưng hạnh phúc của Epicurus chỉ đơn sơ là suy niệm thuần túy triết lý chỉ ở ngọn ngành, không thực đi sâu vào gốc rễ.

Hạnh phúc của người học Phật chân thực đến từ cảm nghiệm nội tại sâu sắc, từ thực chứng thân thì bất tịnh, thọ thì đau khổ, tâm thì biến đổi không ngừng, vạn sự vạn vật đều không thật. Từ sự nhận biết như thật rồi khởi tâm tu hành, mà đảm bảo cho việc tu hành đúng đắn, nhất định phải có giới điều nghi luật ngăn những ham muốn phi pháp. Chính vì thế, vui lìa ngũ dục là hiệu quả của trí quán, lẽ ra phải có thứ tự đứng sau vui quán ngũ ấm, ...thân tứ đại, ...nội nhập, nhưng lại được xếp trước, chính là để kết nối với niềm vui từ Tam Bảo, điểm phát xuất cũng là đích quy về của việc tu hành.

KINH VĂN

> Vui giữ gìn đạo ý. Vui lợi ích chúng sanh. Vui cung kính cúng dường bực sư trưởng.

Đây là 3 niềm vui có được trong giao tiếp với người khác. Từ sự vững tin vào Tam bảo và luật nghi mà tâm hành giả tu Phật sẽ không thối lui, mặt khác, hành giả càng nhìn rõ hơn bộ mặt thật của sự trống rỗng trong việc truy tìm hạnh phúc ảo và của khoái lạc cảm tính. Tâm đạo càng được củng cố, thì việc làm lợi ích cho chúng sanh càng trở nên tự nhiên như việc thường ngày, mang lại niềm an lạc cho người cũng là cho chính mình. Và niềm an lạc đó có tác động trở lại với cung cách của hành giả đối với chư Phật, chư Bồ Tát, chư tăng cũng như đối với kinh điển, luận thư và pháp môn tu học; và gần gũi nhất chính là vị thầy đã trực tiếp chỉ dạy cho mình.

KINH VĂN

> Vui rộng rãi thực hành bố thí. Vui kiên trì giữ giới. Vui nhẫn nhục nhu hòa. Vui siêng nhóm căn lành. Vui thiền định chẳng loạn. Vui rời cấu nhiễm đặng trí tuệ sáng suốt. Vui mở rộng tâm Bồ-đề. Vui

> hàng phục các ma. Vui đoạn phiền não. Vui thanh tịnh cõi nước Phật. Vui thành tựu các tướng tốt mà tu các công đức. Vui trang nghiêm đạo tràng.

Chúng tôi đã thêm vào hai điều bị sót trong bản dịch của Hòa thượng Huệ Hưng là *"Vui rộng rãi thực hành bố thí. Vui kiên trì giữ giới."* Đoạn kinh này đề cập đến 12 niềm vui có được từ phương tiện và thành tựu của việc tu hành; có thể lấy đây làm 12 đối trị phiền não du nhập từ thập nhị xứ là căn trần.

Lục độ là phương tiện chủ đạo trong việc tự độ và độ tha. Mở rộng tâm Bồ-đề là từ sơ phát tâm tiến dần đến Bất thối chuyển và lan truyền ảnh hưởng đến chúng sanh; điều này phù hợp với công việc của Bồ Tát Trì Thế và là báo trước sự xuất hiện của pháp môn Vô tận đăng ở văn kinh kế tiếp. Thành tựu cụ thể không phải là quả vị được chứng, mà là nhiếp trừ ma chướng và phiền não. Thành tựu cụ thể cũng là sự tự thọ dụng và tha thọ dụng, sự lợi ích của mình và người.

KINH VĂN

> **Vui nghe pháp thâm diệu mà không sợ. Vui ba môn giải thoát mà không vui phi thời. Vui gần bạn đồng học. Vui ở chung với người không phải đồng học mà lòng không chướng ngại. Vui giúp đỡ ác trí thức. Vui gần thiện trí thức.**

Đây là 6 niềm vui từ thâm nhập thuyết lý sâu mầu và thực tiễn hành sự.

Pháp thâm diệu không chỉ ra được, nếu tạm luận thì về mặt thế giới quan có thể gọi là chân không diệu hữu, về mặt nhân sinh quan là trung đạo bất nhị. Pháp thâm diệu thì lý sự viên dung. Không theo được lý, hoặc không vẹn toàn được sự, do chướng ngại mà rút lui, đó gọi là sợ. Giống như ở pháp hội Thể tánh vô sai biệt trong kinh Đại Bảo Tích, 200 vị tỳ-kheo bỏ đi chỉ vì nghe Bồ Tát Văn-thù nói không có giải thoát và chứng đắc. Đó là sợ về lý. Cũng giống như hàng nhị thừa, cũng tu không, vô tướng, vô tác, nhưng nửa chừng đã vội an trú Niết-bàn hóa thành, không như các vị Bồ Tát nhập thế độ sinh. Đó là sợ về sự, cũng là chưa rốt ráo về lý, ví như quả trái chưa chín tới đã vội hái. *Vui ba môn giải thoát mà không vui phi thời* còn có nghĩa là hạnh phúc chân thực đang hiện có, khi ta, ngay lúc này và ngay ở đây, nhìn suốt bản chất không của vạn pháp mà không cần làm gì để thay đổi nó, vì nó vốn là vậy; cũng chẳng mong cầu điều gì, vì đó chỉ là vọng tưởng.

Niềm vui có được trong thực tế tu học là do sự hòa đồng của ta và người; chính là một trong tứ nhiếp pháp: đồng sự. Hòa đồng được với người cùng hay khác quan điểm mới là bình đẳng. Đối với người khác có hiểu biết chưa đúng đắn hay việc làm sai trái, không xa lánh mà ngược lại nên vì họ mà khéo nhiếp phục; đó là từ bi và khéo dùng phương tiện thiện xảo. Với người có sự hiểu biết và việc làm hay và tốt hơn ta, không nên đố kỵ mà phải thân cận học hỏi; đó là tinh tấn cầu tiến.

> **KINH VĂN**
>
> **Vui tâm hoan hỷ thanh tịnh. Vui tu vô lượng pháp đạo phẩm. Đó là pháp vui của Bồ Tát.**

Đây là 2 niềm vui từ chánh pháp. Y theo pháp Phật mà hoan hỷ tín thọ. Nhân thấu lý mà tin, muốn vẹn toàn sự mà nhận lấy thực hành. Do y giáo phụng hành, huân tập công đức mà thân tâm an lạc.

Đến đây, Duy-ma-cật nói tóm lại về tất cả 30 pháp vui trên: *"Đó là pháp vui của Bồ Tát."*

> **KINH VĂN**
>
> **Khi ấy Ma Ba-tuần bảo các thiên nữ rằng: Ta muốn cùng các ngươi đồng trở về thiên cung. Các thiên nữ đáp: Ông đã đem chúng tôi cho cư sĩ, chúng tôi có pháp vui, chúng tôi vui lắm, không còn muốn**

> vui theo ngũ dục nữa. Ma liền thưa với ông Duy-ma-cật rằng: Xin ngài nên xả các thiên nữ này. Người đem tất cả vật của mình để bố thí cho kẻ khác, đó mới là Bồ Tát.
>
> Ông Duy-ma-cật nói: Ta đã xả rồi, ngươi hãy đem đi, để cho tất cả các người được pháp nguyện đầy đủ.

Nhận được pháp vui do Duy-ma-cật truyền dạy, các thiên nữ không đồng ý cùng ma vương trở về thiên cung, vì không còn muốn vui theo ngũ dục nữa. Sự từ chối ấy có thể hiểu được vì hạnh phúc mới các nàng nhận được quá đầy đủ. Thế nhưng không muốn quay trở lại với chốn thiên cung trước kia lại là một lỗi lớn, vì các nàng đã tự rút vào vỏ ốc, không biết rằng chỗ hiểm họa chính là môi trường tốt thử thách và tôi luyện thành tài. Về phần Duy-ma-cật, khi nghe ma vương khẩn khoản xin lại món quà đã cho, ông đã không có ý giữ thiên nữ làm gì. Pháp vui đã truyền dạy, niềm vui đã chia sẻ, ngay cả bản thân cái vui cũng chỉ là phương tiện cũng đã buông xuống hoàn toàn nên ông nói: *Ta đã xả rồi*.

Duy-ma-cật trả thiên nữ về với Ma Ba-tuần, thỏa mãn yêu cầu của ma vương, cũng là đồng thời đáp ứng sự cầu mong giải thoát và chờ đợi cứu độ của các chúng sanh khác đang mơ màng trong ảo ảnh thiên đường. Sự đáp ứng nguyện vọng chúng sanh là khả thi vì ánh sáng giác ngộ sẽ theo các thiên nữ về trời và tỏa sáng khắp các tầng trời trong vũ trụ này. *Ngươi hãy đem đi, để cho tất cả các người được pháp nguyện đầy đủ*; đây không phải là một lời chúc lành mà là sự xác quyết rằng trí tuệ diệu giác lúc nào cũng được giữ gìn và lưu bố khắp nơi, ngay trong cõi đời trần tục.

PHÁP MÔN VÔ TẬN ĐĂNG

> **KINH VĂN**
>
> Lúc ấy, các thiên nữ hỏi ông Duy-ma-cật rằng: Chúng tôi làm thế nào ở nơi cung ma? Ông Duy-ma-cật đáp: Có pháp môn tên là Vô

> tận đăng, các chị nên học. Vô tận đăng là ví như một ngọn đèn mồi đốt trăm ngàn ngọn đèn, chỗ tối đều sáng, sáng mãi không cùng tận. Như thế đó các chị! Và lại một vị Bồ Tát mở mang dẫn dắt trăm nghìn chúng sanh phát tâm Bồ-đề, đạo tâm của mình cũng chẳng bị tiêu mất, tùy nói pháp gì đều thêm lợi ích cho các pháp lành, đó gọi là Vô tận đăng. Các chị dầu ở cung ma, mà dùng pháp môn Vô tận đăng này làm cho vô số thiên nữ phát tâm Vô thượng chánh đẳng chánh giác, đó là báo ơn Phật, cũng là làm lợi ích cho tất cả chúng sanh.

Khi Duy-ma-cật ung dung bảo thiên ma hãy đưa thiên nữ về trời, ông đã thành công trong việc thắp lên ngọn đuốc trí tuệ ở 12 ngàn thiên nữ, soi sáng thập nhị xứ là lục căn và lục trần. Căn trần thanh tịnh nên vọng kiến không còn. Vọng kiến không còn, thì nói như kinh Viên giác, *"nên mười hai xứ, mười tám giới và hai mươi lăm cõi đều thanh tịnh". "Vì một thế giới thanh tịnh, nên nhiều thế giới thanh tịnh, vì nhiều thế giới thanh tịnh, như vậy cho đến hết cõi hư không tròn sáng, ba đời tất cả bình đẳng không động."* (Kinh Viên giác) Vọng kiến không còn, thì cho dù ở đâu trong thế giới mười phương và thời gian ba đời, đại trí tuệ vẫn thường hằng, bất động, thanh tịnh và bình đẳng giác. Các thiên nữ lúc này là Bồ Tát sơ phát tâm nên chưa đủ tự tin mà hỏi: *Chúng tôi làm thế nào ở nơi cung ma?* Câu hỏi này phản ánh tâm trạng các nàng lo sợ bị cảnh trần khoái lạc lây nhiễm, đồng thời cho thấy thiên nữ vẫn còn tâm phân biệt thiện ác, thánh phàm.

Duy-ma-cật giới thiệu pháp môn Vô tận đăng không chỉ là một đảm bảo chắc chắn an toàn cho sự trở về của các thiên nữ rằng đạo tâm của mình cũng chẳng bị tiêu mất, hơn nữa còn là một biểu tượng nhập thế của Bồ Tát mở mang dẫn dắt trăm nghìn chúng sanh phát tâm Bồ-đề, cũng là trưởng dưỡng và trang nghiêm cõi nước Phật. Ánh sáng diệu giác tự có sức mạnh kỳ diệu lan tỏa vô cùng tận vì đơn giản chỉ là có sáng thì không còn tối. Chúng sanh vốn có ngọn đèn trí tuệ của mình, chỉ cần mồi châm là bừng sáng xua tan mọi phiền não và khổ đau; và đó cũng là ước nguyện của chúng sanh. Đáp ứng mong cầu này tức là báo đền ân Phật vậy, vì mục đích duy nhất Phật đến với chúng sanh là khai, thị, ngộ, nhập Tri Kiến Phật.

> **KINH VĂN**
>
> **Bấy giờ các thiên nữ cúi đầu đảnh lễ dưới chân ông Duy-ma-cật rồi theo Ma Ba-tuần trở về thiên cung, bỗng nhiên biến mất không còn thấy nữa. Bạch Thế Tôn! Ông Duy-ma-cật có thần lực tự tại và trí tuệ biện tài như thế, nên con không kham lãnh đến thăm bệnh ông.**

Pháp môn Hoan hỷ là phương tiện lưu xuất từ tâm giác ngộ có diệu dụng hộ trì và lưu bố ánh sáng diệu giác. Pháp môn Vô tận đăng là sự lưu truyền tâm giác ngộ không ngừng chuyển tải ánh sáng trí tuệ đến với chúng sanh. Các thiên nữ được Duy-ma-cật khai thị, ngầm tỏ ý thọ ân và nhận lấy trọng trách mà ông Duy-ma-cật hi vọng ở các cô nên cúi đầu đảnh lễ dưới chân ông Duy-ma-cật rồi theo Ma Ba-tuần trở về thiên cung. Nhưng tại sao *bỗng nhiên biến mất*? Đó là vì Ma Ba-tuần đại diện cho tánh y tha khởi, và thiên nữ là hiện thân của tánh biến kế sở chấp, cả hai đều quy vị, trở về tánh Không là cảnh giới của tánh viên thành thật vậy.

Trong câu chuyện của ngài Trì Thế, chúng ta thấy ông Duy-ma-cật hoạt động rất tích cực, nào là cảnh tỉnh Bồ Tát Trì Thế, dùng thần thông trêu phá thiên ma, nào là giáo huấn các thiên nữ. Bồ Tát Trì Thế hầu như chẳng làm việc gì cả cho xứng với danh hiệu hộ trì, ban phát sự sung túc cho thế gian. Điều này ẩn giấu một ý nghĩa rất sâu kín. Sự đầy đủ viên mãn nhất và trân bảo quý nhất trên đời không gì hơn là Phật tánh vốn tiềm ẩn ở chúng sanh, vốn thường trụ ở thế gian. Chỉ cần ngọn đèn Vô tận đăng của

Duy-ma-cật châm mồi là bừng sáng; và đây là việc làm bất khả tư nghì của hết thảy chư Phật và Bồ Tát, không riêng gì Bồ Tát Trì Thế và lão cư sĩ Duy-ma-cật mà thôi.

TRƯỞNG GIẢ TỬ THIỆN ĐỨC

TRƯỞNG GIẢ TỬ THIỆN ĐỨC

> **KINH VĂN**
>
> Phật bảo Trưởng Giả Tử Thiện Đức: Ông đi đến thăm bệnh ông Duy-ma-cật. Thiện Đức bạch Phật: Bạch Thế Tôn! Con không kham lãnh đến thăm bệnh ông.

Trong bản dịch Duy-ma-cật sở thuyết và tác phẩm Huyền thoại Duy-ma-cật, Hòa thượng Tuệ Sỹ viết và chú thích Trưởng giả tử Thiện Đức ở thành Tỳ-da-ly (Vaisali) là người trùng tên Sudatta với ông Cấp Cô Độc. Xét thấy theo vai trò cư sĩ và sự xuất hiện của vị trưởng giả này trong phẩm Bồ Tát là hợp lý, hơn nữa xét theo vị trí hộ pháp đặc biệt và sự hiểu biết sâu về giáo lý của Cấp Cô Độc trong hàng cư sĩ thì trưởng giả tử Thiện Đức không ai khác hơn là vị đại thiện nhân Cấp Cô Độc ở thành Xá-vệ (Sravasti) nước Kiều-tát-la (Kosala), trung bắc Ấn Độ bấy giờ. Ông tên Tu-đạt (Suddata), là một đại phú gia tuy tài sản triệu phú nhưng tấm lòng hào phóng hay bố thí rộng rãi cho người bần cùng, vô gia cư nên có hiệu là Cấp Cô Độc (Anathapindika), nghĩa là người chu cấp cho kẻ nghèo khổ cô độc. Ông nổi tiếng xưa nay không những vì hạnh bố thí rộng lớn mà còn vì ông là vị cư sĩ hộ pháp nhiệt thành. Sự tích kể rằng ông đã dùng vàng lót đầy khắp vườn cây của thái tử Kỳ-đà (Jeta), con vua Ba-tư-nặc (Prasenajit) để mua khu vườn này xây dựng tu viện cúng dường đức Phật và tăng đoàn. Chính ở tu viện Kỳ viên này, Phật đã 19 lần an cư. Hơn 30 năm tu học theo Phật, có thể nói Cấp Cô Độc là vị đệ tử kỳ đặc nhất trong hàng đệ tử cư sĩ của Phật.

HỘI PHÁP THÍ

> **KINH VĂN**
>
> **Vì sao? Nhớ lại thuở trước, con lập ra hội đại thí ở nhà cha con, hạn trong bảy ngày để cúng dường cho tất cả các vị sa môn, Bà-la-môn, cùng hàng ngoại đạo, kẻ nghèo khó, hèn hạ, cô độc và kẻ ăn xin. Bấy giờ ông Duy-ma-cật đến trong hội nói với con rằng: Này trưởng giả tử! Vả chăng hội đại thí không phải như hội của ông lập ra đâu, phải làm hội pháp thí chứ lập ra hội tài thí này làm gì?**
>
> **Con nói: Thưa cư sĩ! Sao gọi là hội pháp thí? Ông đáp: Hội pháp thí là đồng thời cúng dường tất cả chúng sanh, không trước không sau, đó là hội pháp thí.**

Nhân một ngày lễ tế tự tổ tiên theo gia tộc truyền thống bà-la-môn, trưởng giả tử Thiện Đức mở cuộc bố thí lớn, theo thứ tự trước sau cho nhiều hạng người trong xã hội từ tu sĩ, trí thức các giáo phái cho đến tầng lớp hạ lưu như người nghèo khổ, bần cùng, đơn chiếc, ăn mày. Có thể nói đó là một cuộc cứu tế, phát chẩn lớn kéo dài bảy ngày mà phẩm vật là vàng bạc, tiền tài, cơm ăn, áo mặc, thuốc men... Hội tài thí như vậy tuy lớn, nhưng người nhận được phẩm vật, phải theo thứ tự sa môn, Bà-la-môn, cùng hàng ngoại đạo, kẻ nghèo khó, hèn hạ, cô độc và kẻ ăn xin, vì xã hội Ấn bấy giờ không chấp nhận sự tiếp xúc của tầng lớp hạ lưu với các tầng lớp tôn quý bên trên, huống hồ gì sự cùng hiện diện trong một nghi lễ cúng tế. Vì vậy, phẩm vật theo nhu cầu của người nhận mà có khác biệt, và có chênh lệch. Hội tài thí hạn trong bảy ngày, nghĩa là có chấm dứt, có thời hạn. Lợi ích của người nhận vì thế cũng không lâu dài. Ngay cả việc bố thí cũng chỉ được thực hiện ngắn hạn; sự thực hành hạnh bố thí có ngắt quãng, không liên tục thường xuyên.

Chính vì những hạn chế như vậy mà gần đến cuối cuộc hội, Duy-ma-cật mới xuất hiện và chỉ ra tính hơn hẳn của pháp thí so với tài thí, vì đồng thời cúng dường tất cả chúng sanh, không trước không sau mang lợi ích đồng đều cho tất cả và không thiên trọng một ai. Tài thí thì dễ gặp nhưng pháp thí thì hiếm có. Pháp thí là ban phát, truyền trao Phật pháp thông qua lưu truyền kinh điển, giảng kinh thuyết pháp, có ảnh hưởng tâm linh mạnh mẽ có thể chuyển hóa nhận thức và cách sống của một người. Do đó hội pháp thí sẽ là cơ hội cho chúng sanh được châm mồi ngọn lửa của Vô tận đăng khơi lên tuệ giác của chính mình, nhất là khi những cơ hội đó lại có sự hiện diện của những vị chân sư giác ngộ. Trong ý nghĩa đó thì sự xuất hiện của trưởng giả Thiện Đức và hội đại thí là sự tiếp nối hợp lý cho câu chuyện Bồ Tát Trì Thế.

Chúng ta không quên trong kinh Kim Cang, khi tôn giả Tu-bồ-đề thỉnh hỏi Phật làm thế nào để an trụ chân tâm và làm sao hàng phục vọng tâm, Thế Tôn đã trả lời: *"Các vị đại Bồ Tát phải hàng phục tâm mình như thế này: bao nhiêu những loài chúng sanh, hoặc là loài noãn sanh, thai sanh, thấp sanh, hóa sanh, hoặc loài có hình sắc hay không hình sắc, hoặc loài có tưởng hay không tưởng, hoặc loài chẳng phải có tưởng hay chẳng phải không tưởng, thời ta đều làm cho được diệt độ, đưa tất cả vào vô dư Niết-bàn. Diệt độ vô lượng vô số, vô biên chúng sanh như thế, mà thiệt không có chúng sanh nào được diệt độ cả. Tại sao vậy? Này, Tu-bồ-đề! Nếu Bồ Tát còn có ngã tướng, nhân tướng, chúng sanh tướng, thọ giả tướng, thời chẳng phải là Bồ Tát. Tu-bồ-đề! Lại nữa, Bồ Tát đúng nơi pháp, phải nên không có chỗ trụ trước mà làm việc bố thí. Nghĩa là không trụ trước nơi hình sắc mà bố thí, không trụ trước nơi thanh, hương, vị, xúc, pháp mà bố thí. Này, Tu-bồ-đề! Bồ Tát phải nên bố thí như thế, chẳng trụ trước nơi tướng."*[1] Đoạn kinh văn trong kinh Kim Cang này có hai phần: thứ

---

[1] Kinh Kim Cang, bản Việt dịch của Hòa thượng Thích Trí Tịnh.

nhất, phải có cái nhìn thấu suốt vạn pháp vốn vô sanh; thứ hai, nhìn thấu rồi thì buông xuống được và trong lúc thực hành buông bỏ, vì do tập khí nên ta còn chút vướng mắc nơi tướng, nên lúc nào cũng phải nhớ đương thời tướng là giả dối, không nên trụ nơi tướng mà thí xả.

Chúng ta nên dùng đoạn kinh văn trên trong kinh Kim Cang để hiểu Duy-ma-cật thực sự muốn nói gì về việc bố thí pháp. Câu hỏi của trưởng giả Thiện Đức, sao gọi là hội pháp thí, cần được chúng ta xem xét kỹ trước khi đi vào một loạt giải thích của Duy-ma-cật, vì nó ảnh hưởng đến mức độ sâu cạn của cách ta hiểu về những lời giải thích đó. Thế nào là bố thí? Thông thường chúng ta hiểu bố thí là ban phát, là đem cho người khác cái họ đang cần. Họ cần của cải vật chất, ta dùng tài thí. Người ta thiếu hiểu biết, ta làm pháp thí. Người khác đang sợ hãi, âu lo, phiền não, ta thực hành vô úy thí. Bố thí như vậy chỉ có tầm rộng chứ không có chiều sâu. Bố thí ở đây ngoài nghĩa ban phát, đem cho, còn có nghĩa buông bỏ, xa lìa những gì lâu nay ta cứ khư khư ôm lấy như một sự thực hẳn hòi. Sự buông bỏ đó chính là xa lìa tánh y tha khởi và tánh biến kế sở chấp ở các pháp, trả các pháp về bản tánh tịch diệt của chúng. Đó mới là sự hoàn hảo của việc bố thí pháp vậy. Sự buông xuống triệt để đó xuất phát từ cái nhìn thấu suốt bản chất không của vạn pháp, đã được nói đến trong câu chuyện của Bồ Tát Trì Thế, nhất là trong hình ảnh Ma Ba-tuần và các thiên nữ quay về bằng cách bỗng nhiên biến mất.

Không có cái nhìn thấu suốt về tánh không thì việc giảng kinh, thuyết pháp, ấn tống hay trao tặng kinh sách Phật pháp chỉ có thể tạo công đức cho mình như khi làm tài thí thì tích phước vậy, do đó chỉ có thể nhất thời gây phấn khích, chứ không phải là ấn tượng sâu sắc cho người khác. *"Do đó, sự nhận biết về tánh Không là điều quan trọng đối với những ai muốn làm lợi ích chúng sanh, nếu không thì hoạt động của họ sẽ chỉ là một màn biểu diễn ngắn ngủi và nhiệt tâm của họ sẽ sớm lụi tàn. Hoặc ngay cả khi họ có thể kiên trì trong một thời gian, thuyết giáo của họ cũng nông cạn vì không chạm đến bản chất các pháp. Sự thiếu sâu sắc có thể dễ dàng nhận thấy ở những người đắm mình nghiên cứu Phật pháp trong một thời gian dài, đặc biệt là trong thời đại quá giỏi đánh giá và nhận xét người khác. Vì vậy mà tầm quan trọng của tuệ giác về tánh Không không thể không được nhấn mạnh."*[1]

Hội pháp thí hiểu theo nghĩa bề rộng là lưu bố Phật pháp, theo nghĩa chiều sâu là buông bỏ phân biệt chấp trước. Buông xuống vạn pháp cần có điều kiện ưu tiên và cần thiết là tuệ giác thông đạt, từ đó khởi phát sự tu, độ mình độ người có hiệu quả cụ thể. Buông bỏ chấp trước là trừ tánh y tha. Xa lìa phân biệt là đoạn dứt tánh biến kế. 32 câu giải thích dưới đây của Duy-ma-cật là để trả lời câu hỏi: Làm thế nào để buông bỏ, xa lìa tánh y tha khởi và biến kế sở chấp? Và đó là cách tôi bố cục và hiểu những lời giải thích của Duy-ma-cật.

TỪ NHẬN THỨC ĐẾN HÀNH ĐỘNG

KINH VĂN

Con hỏi: Thế là nghĩa gì? - Cư sĩ đáp: Nghĩa là vì đạo Bồ-đề, khởi Từ tâm; Vì cứu chúng sanh, khởi tâm Đại bi; Vì muốn giữ gìn chánh pháp, khởi tâm Hoan hỉ; Vì nhiếp trí tuệ, làm theo tâm Xả; Vì nhiếp tâm tham lẫn, khởi Bố thí ba-la-mật; Vì độ kẻ phạm giới, khởi Trì Giới ba-la-mật; Vì không ngã pháp, khởi Nhẫn nhục ba-la-mật; Vì rời tướng thân tâm, khởi Tinh tấn ba-la-mật; Vì tướng Bồ-đề, khởi Thiền định ba-la-mật; Vì Nhất thiết trí, khởi Trí tuệ ba-la-mật; Vì giáo hóa chúng sanh mà khởi ra Không; Chẳng bỏ pháp hữu vi mà

---

[1] The Lecture Notes Of The Vimalakirti Sutra, by Khenpo Sodargye Rinpoche's translation team.

> khởi Vô tướng; Thị hiện thọ sanh mà khởi Vô tác; Hộ trì chánh pháp, khởi sức phương tiện; Vì độ chúng sanh, khởi pháp Tứ nhiếp.

Tất cả những điều được khởi phát ở đây là: tứ vô lượng tâm, lục độ, tam giải thoát môn, phương tiện và tứ nhiếp pháp. Duy-ma-cật đang trực chỉ con đường Bồ Tát cho mọi người mà đại biểu là cư sĩ trưởng giả tử Thiện Đức. Con đường này dứt khoát không nghi ngờ là phải lưu xuất tự nhiên từ tâm giác ngộ, ít ra từ nhận thức có độ chín muồi nhất định. Không phải cứ đem tiền cúng chùa, quyên góp tài vật để cứu tế thiên tai là chúng ta từ bi như Phật và Bồ Tát; đó chỉ là lòng thương, là tình người với nhau, cách biệt rất lớn với ý nghĩa từ bi; bố thí đó chưa phải là ba-la-mật, hay rốt ráo. Vì thế, ta cứ cho ra tiền của hoài mà chẳng đắc đạo Bồ-đề, cũng chẳng có chúng sanh nào được cứu thoát; hơn nữa, tâm tham lận của chúng ta không thấy bị nhiếp phục mà càng ngày càng tăng trưởng. Cũng vậy, không phải ngồi khoanh chân, nhắm mắt im lìm vài mươi năm là thấy được tướng Bồ-đề. Phải trong sát-na nghe tiếng văng của viên sỏi vào thân cây trúc, chân thật nhận ra bản tánh rồi mới có thể vào thiền, chứ không phải thuộc lòng kinh sách mà trở thành thiền sư.

Từ nhận thức đưa đến hành động thực tiễn và từ sự để hoàn thiện lý. Vì sao? Vì Bồ Tát vẫn còn là con người bằng xương thịt, vẫn bị chi phối bởi sức mê của nghiệp và thói quen của ý thức phân biệt. Cho dù Bồ Tát có thâm tín vào vị Phật-chính-mình, đã có sát-na kinh nghiệm trực ngộ bản tánh, cũng vẫn cần thiết nương vào Phật pháp thậm thâm, dùng lòng tin mà thực hành. Theo nghĩa chân thật mà thực hành, không theo tiếng, không theo chữ, không theo lời, cũng không theo người.

Ở trong Phật pháp thậm thâm, vì Vô thượng bồ-đề, vì tự độ độ tha, vì viên mãn và hiển lộ tuệ giác vô thượng mà phát tâm từ, bi, hỉ, xả. Vì đối trị tam độc mà tu bố thí. Vì trừ nghiệp chướng mà trụ giới luật, làm gương mẫu cho người khác. Vì để thực chứng ngã pháp đều không mà thực hành nhẫn nhục. Phát đại tinh tấn vì muốn buông xả thân mạng, rời xa thân kiến và vì hàng phục vọng tâm. Ở nơi sanh tử mà không có lòng chấp mê, không luyến tiếc để bị luân chuyển; thường tu chỉ quán vô tướng để chứng nhập Bồ-đề. Tu tất cả pháp hành, dùng tuệ đi đầu để được Nhất thiết chủng trí.

Ngược lại với những điên đảo của thế gian, chúng sanh có 62 kiến chấp, Bồ Tát tu tánh Không. Chẳng sanh là nghĩa vô thường. Năm ấm rỗng không là nghĩa khổ. Niết-bàn tịch diệt, cũng chẳng chấp vô sanh là nghĩa Không. Các pháp vốn thực không, ngã và vô ngã không có hai tướng là nghĩa vô ngã. Thế gian sống dựa vào 5 ấm, 12 nhập, 18 giới, Bồ Tát không rời sanh tử mà không hề dính mắc một pháp. Cũng chẳng chấp vô tướng là chỗ chứng. Bồ Tát lập hạnh ở ngay sanh tử thế gian, tự tại dùng vô số phương tiện giáo hóa chúng sanh, hộ trì chánh pháp. Hộ trì mà không có chỗ hộ trì, cũng chẳng phải là loại bỏ hay quên mất chỗ hộ trì. Vì kiến chấp về sanh diệt đã dứt, cũng chẳng chấp vô sanh, mà tùy nhập tất cả pháp nhưng không thấy có pháp nào, ngay đến pháp cứu cánh Niết-bàn hay Nhất thiết chủng trí.

TỪ HÀNH ĐỘNG ĐẾN LỢI ÍCH

KINH VĂN

Vì kính thờ tất cả, khởi pháp trừ khinh mạn; Đối thân, mạng và tài sản, khởi ba pháp bền chắc; trong pháp lục niệm, khởi ra pháp nhớ tưởng; ở sáu pháp hòa kính, khởi tâm chất trực; chơn chánh thực hành thiện pháp, khởi sự sống trong sạch.

Trên là từ nhận thức lưu phát ra hành động, có phần nhấn mạnh về nguyên nhân hay mục tiêu của sự tu hành.

Bắt đầu đoạn kinh văn này cho đến hết lời giải thích là từ hành động thực tiễn đưa tới lợi ích cụ thể cho mình và người khác.

Bồ Tát buông bỏ ngã tưởng và tha tưởng, tâm không còn khinh mạn, thấy tất cả chúng sanh đều là thiện tri thức, là chư Phật và Bồ Tát hiện thân, liền khiêm cung với tất cả, không còn thấy lỗi của người mà chỉ thấy lỗi của mình; quả ngọt sẽ là người người thân thiện, cuộc sống an vui. Không trau chuốt tấm thân mau già dễ bệnh, không luyến tiếc mạng sống ngắn ngủi trong hơi thở, không ôm giữ tài sản nay còn mai mất, tâm hướng về pháp thân tuệ mạng và công đức pháp tài mà tu thì sẽ không còn sợ hãi cái chết và an nhiên trước sự được mất.

Bồ Tát thí xả ngã chấp và pháp chấp bằng cách an trú trong pháp lục niệm: niệm Phật, niệm Pháp, niệm Tăng, niệm Giới, niệm Thí, niệm Thiên. Bồ tát thường nghĩ nhớ đến vị Phật-chính-mình, noi theo chư Phật và Bồ Tát hiếu dưỡng phụ mẫu, cung kính Tam bảo, vì chúng sanh mà tu lục độ vạn hạnh, luôn thường muốn cho chúng sanh được giải thoát. Bồ Tát thường tâm niệm sự vi diệu của Phật pháp; là chánh pháp thường còn, thanh tịnh vô tướng, là chỗ rốt ráo dứt hẳn mọi phiền não cho chúng sanh. Bồ Tát nương vào tăng bảo như bậc sư trưởng; chư thánh tăng thọ trì chánh pháp tùy thuận tu hành, là ruộng phước cho chúng sanh nhưng không hề thọ nhận, thanh tịnh không nhơ; luôn nhớ nghĩ tăng bảo thường trụ, không thể phá hoại. Bồ Tát nghĩ tưởng giới như bờ ngăn, trong sanh tử thấy ngũ dục có lỗi lầm mà trì giới, chỉ trụ giới rốt ráo đưa đến quả Bồ-đề. Bồ Tát thực hành bố thí, dù chưa rốt ráo dứt hết các kiết sử nhưng vì làm cho chúng sanh an vui nên trừ được phiền não hiện tại. Bồ Tát cũng niệm Thiên, nhưng không phải là 28 cõi trời, từ trời Tứ thiên vương đến trời Phi tưởng phi phi tưởng, mà Bồ Tát vì chúng sanh mà cầu trời đệ nhất nghĩa tức quả Vô thượng chánh đẳng chánh giác, vì chúng sanh mà giảng thuyết phân biệt trời đệ nhất nghĩa. Bồ Tát thực hành lục niệm là nhân, và quả là tâm ý an trú trong chánh niệm.

Tâm ý làm chủ hành vi nên nhất cử nhất động không vượt ngoài chánh niệm. Chánh niệm là tâm chất trực hay trực tâm, ngay thẳng, chân chánh, không tà vạy. Bồ Tát thành tâm mong muốn mình và chúng sanh đồng thành Phật đạo, nên cùng trong sanh tử và cùng tu; hơn nữa, vì biết chúng sanh đều có Phật tánh nên cung kính nhất thiết chúng sanh; đó là thân hòa kính. Bồ Tát tu khẩu nghiệp, ý nghiệp, không chống trái chúng sanh; đó là khẩu và ý hòa kính. Bồ Tát nhìn thấy thật tướng, biết tội và nghiệp vốn không, nhưng vì tự độ và làm gương cho chúng sanh nên cùng trì giới như chúng sanh, đồng thời kính chúng sanh là vị Phật đang tu, đang trì giới mà cùng làm theo, không chống trái; đó là giới hòa kính. Bồ Tát dù biết rằng "vô trí diệc vô đắc" nhưng thuận theo căn cơ và tri kiến của chúng sanh mà không đả kích hay phỉ báng và Bồ Tát cũng tôn trọng chúng sanh mà theo trình tự thực chứng hoàn thành Tri kiến Phật; đó là kiến hòa kính. Bồ Tát tuy vô tác vô nguyện nhưng cùng tu với chúng sanh, biết chúng sanh tu vạn hạnh tích lũy công đức nên không chống trái mà đồng hạnh cùng chúng sanh; nên gọi là hạnh hòa kính.

Bồ Tát vì muốn buông bỏ ngã tướng, chúng sanh tướng mà từ tâm bình đẳng, chất trực mà hành vi, cư xử hòa đồng dẫn đến nhiều lợi ích cho mình và người như một cộng đồng tu tập.

Có một nhận xét chính đáng về con đường tu tập của Bồ Tát hay cách thức buông bỏ mọi chấp trước là sự thực hành đi từ trong ra ngoài, từ một tới nhiều, từ cá nhân tới cộng đồng và trong sự thực hành ấy, tầm ảnh hưởng của hiệu quả không chỉ cho cá nhân một hành giả hay một vị

Bồ Tát, mà còn lan rộng khắp mọi người trong cộng đồng xã hội. Điều này cho thấy một xã hội hoàn thiện bắt đầu từ một cuộc sống trong sạch vậy.

> **KINH VĂN**
>
> **Vì tâm thanh tịnh hoan hỷ, khởi gần bực thánh hiền; Vì chẳng ghét người dữ, khởi tâm điều phục; Vì pháp xuất gia, khởi thâm tâm; Vì đúng theo chỗ nói mà làm, khởi đa văn; Vì pháp vô tránh, khởi ở chỗ yên lặng; Vì đi tới Phật tuệ, khởi tọa thiền; Vì mở ràng buộc cho chúng sanh, khởi tâm tu hành; Vì đầy đủ tướng tốt và thanh tịnh cõi Phật, khởi sự nghiệp phước đức; Vì muốn biết tâm niệm tất cả chúng sanh đúng chỗ nên nói pháp, khởi ra nghiệp trí; Vì biết tất cả pháp không lấy không bỏ, vào môn nhứt tướng, khởi ra nghiệp tuệ; Vì đoạn tất cả phiền não, tất cả chướng ngại, tất cả pháp bất thiện, khởi làm tất cả pháp trợ Phật đạo.**
>
> **Như vậy Thiện nam tử! Đó là hội pháp thí. Nếu Bồ Tát trụ nơi hội pháp thí đó, là vị đại thí chủ, cũng là phước điền cho tất cả thế gian. Bạch Thế Tôn! Khi ông Duy-ma-cật nói pháp ấy, trong chúng Bà-la-môn, hai trăm người đều phát tâm Vô thượng chánh đẳng chánh giác.**

Trước đoạn kinh văn này là hành động thực tiễn đưa đến kết quả là lợi ích cụ thể về mặt đời sống thế gian hay xã hội. Đoạn kinh văn này đề cập thực tiễn tu hành đưa đến lợi ích về mặt đạo tâm của chính hành giả thực hành buông bỏ. Đó chính là thứ lớp thập địa của Bồ Tát đạo.

Khenpo Sodargye Rinpoche (1962- hiện tại), một vị lạt-ma nổi tiếng Tây Tạng, trong loạt bài giảng về kinh Duy-ma-cật, bắt đầu từ tháng 3 năm 2018, bố cục đoạn kinh văn trên rất hay. Chúng tôi chỉ tiếp nhận bố cục thập địa đó, nhưng có cách ghi chép của riêng mình, nên nếu có sự sai sót là do chúng tôi yếu kém hiểu biết, chứ không phải do bài giảng của ngài.

Vì tâm thanh tịnh hoan hỷ, khởi gần bực hiền thánh (Tâm tịnh hoan hỷ, khởi cận hiền thánh). Đã buông xuống được sự chấp trước về ta, người và sự sự vật vật, tâm tất nhiên an lạc. Hành giả vượt qua thập tín vị, bước vào tam hiền vị gồm thập trụ, thập hạnh, thập hồi hướng. Trước kia đã gần thiện hữu tri thức, nay càng thêm lợi lạc vì ở giai đoạn này, càng tương ưng với các thánh hiền. Vượt qua tam hiền vị, Bồ Tát càng tu tập, chứng nhân không, pháp không, thành tựu bố thí ba-la-mật, tâm thanh tịnh hoan hỷ, đắc sơ địa Bồ Tát tức Hoan hỷ địa (Pramudita-bhumi).

Vì chẳng ghét người dữ, khởi tâm điều phục; Vì pháp xuất gia, khởi thâm tâm (Bất tắng ác nhân, khởi điều phục tâm; Dĩ xuất gia pháp, khởi ư thâm tâm). Tâm Bồ Tát tương ưng với Ly cấu địa (Vimala-bhumi). Bồ Tát tuy gần bậc hiền thánh, nhưng không phân biệt để xa lánh kẻ xấu ác, vì họ chính là thiện tri thức giúp cho sự tiến bộ. Bồ Tát không nhìn thấy lỗi của người, chỉ xét lỗi của mình mà tự điều phục. Ngoài không phân biệt, trong thì tự điều phục, nên gọi là ly cấu. Xuất thế tục gia là việc khó, vì gia đình là sự dính mắc, là chướng ngại lớn nhất trong đời. Xuất phiền não gia lại càng khó hơn, cần sự thức tỉnh và nhận thức sâu xa. Xuất gia vì vậy là sự buông bỏ quyết liệt nhất, nên gọi là ly cấu (cấu là dơ uế, là những gì gây phiền não, đau khổ). Giai đoạn này, Bồ Tát thành tựu trì giới ba-la-mật, giới đức và giới hạnh viên mãn.

Vì đúng theo chỗ nói mà làm, khởi đa văn (Dĩ như thuyết hành, khởi ư đa văn); *Vì pháp vô tránh, khởi ở chỗ yên lặng* (Dĩ vô tranh pháp, khởi không nhàn xứ); *Vì đi tới Phật tuệ, khởi tọa thiền* (Thú hướng Phật tuệ, khởi ư yến tọa). Tâm Bồ Tát tương ưng với Phát quang địa (Prabhakari-bhumi). Để hoàn thiện tri hành hợp nhất, Bồ Tát phát triển học tập, trí tuệ tăng trưởng soi sáng việc làm, là nghĩa *khởi đa văn*, và ngược lại, việc tu hành thành tựu trở lại chứng thực chỗ hiểu biết, là nghĩa *đúng theo chỗ nói mà làm*. Để không bị ngăn ngại, Bồ Tát an tâm bất động, là nghĩa *khởi ở chỗ yên lặng*, với chúng sanh thì không chống trái, với các dòng pháp đang chuyển ở thế gian thì tùy duyên bất biến, là nghĩa *vì pháp vô tránh*, chỉ chuyên chú, là nghĩa *khởi tọa thiền* hướng về tuệ giác vô thượng. Ở giai đoạn này Bồ Tát tu tập và thành tựu nhẫn nhục ba-la-mật, đắc tứ thiền và ngũ thông, trí tuệ phát sáng nên gọi là Phát quang địa.

Vì mở ràng buộc cho chúng sanh, khởi tâm tu hành (Giải chúng sanh phược, khởi tu hành địa). Đây là giai đoạn quyết liệt, triệt để nhất của sự buông bỏ, xa lìa tánh y tha khởi và tánh biến kế sở chấp, chứng ngộ từng phần pháp thân. Khởi tâm tu hành không có nghĩa là bắt đầu sự tu hành từ đây, mà là tính quyết liệt và quyết định của giai đoạn này. Đây cũng là giai đoạn thống nhất giữa từ bi và trí tuệ.

Trong trình tự thập địa Bồ Tát, giai đoạn này bao gồm từ địa thứ tư đến địa thứ bảy: Diệm tuệ địa (Arcismati-bhumi), Nan thắng địa (Sudurjaya-bhumi), Hiện tiền địa (Abhimukhi-bhumi) và Viễn hành địa (Durangama-bhumi).

Trí tuệ phát sáng suốt ở Phát quang địa bắt đầu hợp nhất với từ bi ví như mặt trời ló dạng liền soi sáng khắp nơi và càng lên cao càng sưởi ấm vạn vật muôn loài. Ở Diệm tuệ địa, trí tuệ tăng trưởng không ngừng rực lửa đốt sạch sở tri chướng và phiền não chướng không những cho mình mà còn cho cả chúng sanh. Bồ Tát thành tựu tinh tấn ba-la-mật, bước vào Nan thắng địa. Gọi là Nan thắng địa vì Bồ Tát chạm tới những điều khó thể vượt qua. Đó chính là bước qua cánh cửa Bất nhị. Giai đoạn này, Bồ Tát thành tựu thiền định ba-la-mật, thông suốt nhị đế, sanh tử và Niết-bàn, phiền não và bồ-đề, thảy đều không hai. Bồ Tát bước vào Hiện tiền địa chứng đắc từng phần Pháp thân thanh tịnh, vô sanh, thực chứng chân như hiện tiền, thành tựu trí tuệ ba-la-mật, hoàn thành lục độ, nơi Niết-bàn vô trụ

(Apatisthita-nirvana), tức trụ lại thế gian mà không bị sanh tử ràng buộc, tiếp tục độ sanh, bước vào Viễn hành địa. Ngoài lục độ ta thường nghe nói đến, kinh Thập Địa có liệt kê thêm 4 pháp ba-la-mật là phương tiện ba-la-mật, nguyện ba-la-mật, lực ba-la-mật và trí ba-la-mật, gọi chung là thập ba-la-mật. Ở Viễn hành địa, Bồ Tát thành tựu phương tiện thiện xảo ba-la-mật và tiến xa nhiều hơn nữa, vượt khỏi thế gian và xuất thế gian, chứng ngộ Nhất Như, thâm nhập vô tướng. Hiện tiền địa là bước *"hành thâm Bát-nhã Ba-la-mật-đa thời, chiếu kiến ngũ uẩn giai không"*. Viễn hành địa là bước tiếp theo "độ nhất thiết khổ ách".

Vì đầy đủ tướng tốt và thanh tịnh cõi Phật, khởi sự nghiệp phước đức (Dĩ cụ tướng hảo, cập tịnh Phật độ, khởi phước đức nghiệp). *"Tổ Thập nói: Tất cả thiện pháp phân ra làm hai nghiệp gọi là nghiệp phước đức và nghiệp tuệ minh. Trong Lục độ, ba độ trước thuộc nghiệp phước đức. Ba độ sau thuộc nghiệp tuệ minh. Đầy đủ hai nghiệp ắt thành Phật đạo, ví như hai bánh xe đến đích. Nghiệp phước ắt được các quả báo tướng tốt, cõi nước thanh tịnh. Nghiệp tuệ minh ắt được nhất thiết trí nghiệp vậy."*[1] Tích lũy phước đức là nhân, trang nghiêm báo thân và quốc độ tiếp dẫn chúng sanh là quả. Đã tu từ vô lượng kiếp trước, khởi sự nghiệp phước đức chẳng phải mới bắt đầu từ sau Viễn hành địa, mà là ở giai đoạn này, Bất động địa, sự nghiệp ấy được nhấn mạnh vì Bồ Tát không còn quan tâm, không hề bị dao động bởi bất kỳ pháp chướng ngại nào, cho dù là nghiệp chướng cũng không hề làm cho nhiễu loạn, và vì trừ nghiệp chướng nên vun bồi phước đức. Bồ Tát đã được bậc bất thối chuyển, chỉ còn một quyết tâm độ tất cả chúng sanh, hoàn thành Phật đạo. Vì vậy, Bất động địa là bước thành tựu nguyện ba-la-mật.

---

[1] Kinh Duy-ma-cật, Cưu-ma-la-thập dịch, Tăng Triệu chú giải, Việt dịch: Hồng Đạo.

Vì muốn biết tâm niệm tất cả chúng sanh đúng chỗ nên nói pháp, khởi ra nghiệp trí (Tri nhất thiết chúng sinh tâm niệm, như ứng thuyết pháp, khởi ư trí nghiệp). Đây là địa thứ chín, Thiện tuệ địa. Bồ Tát thành tựu lực ba-la-mật, đắc thập lực, tứ vô sở úy, trí tuệ biện tài vô ngại. Bồ Tát khai mở trí lực của Như Lai, tức Nhất thiết chủng trí. Bồ Tát rõ biết tất cả, được tối thượng vô úy; lậu tận được tối thượng an lạc; khai thị vô biên pháp tạng, thuyết pháp vô tận, được tối thượng biện tài. Bồ Tát biết rõ chỗ khởi tâm động niệm và chỗ chấp trước của chúng sanh, nên trí tuệ khéo dùng phương tiện rành rọt để giáo hóa; chúng sanh nhờ đó mà được độ tận, thuốc đến bệnh trừ.

Vì biết tất cả pháp, không lấy không bỏ, vào môn nhất tướng, khởi ra nghiệp tuệ (Tri nhất thiết pháp, bất thủ bất xả, nhập nhất tướng môn, khởi ư tuệ nghiệp); *Vì đoạn tất cả phiền não, tất cả chướng ngại, tất cả pháp bất thiện, khởi làm tất cả nghiệp thiện* (Đoạn nhất thiết phiền não, nhất thiết chướng ngại, nhất thiết bất thiện pháp, khởi nhất thiện nghiệp); *Vì muốn được tất cả trí tuệ, tất cả pháp thiện, khởi làm tất cả pháp trợ Phật đạo* (Dĩ đắc nhất thiết trí tuệ, nhất thiết thiện pháp, khởi nhất thiết thiện nghiệp).

Bồ Tát vượt qua thành tựu về trí lực ở địa thứ chín là Thiện tuệ địa sẽ tiến vào giai vị cao nhất trong thập địa là Pháp vân địa. Bồ Tát quán sát các pháp chỉ có danh tướng, toàn là hư vọng. Rõ biết như vậy thì tâm không phan duyên, không còn tưởng và chấp trước sắc, cũng không tác ý, tức khởi tâm động niệm. Đối với vô lượng pháp mà không phân biệt, không hí luận, không truy tìm. Tùy thuận pháp số mà vào bình đẳng, nhập pháp vô vi thanh tịnh, chứng trí tuệ quang minh cùng khắp. Đó là nghĩa *vì biết tất cả pháp, không lấy*. Cũng không phải không phân biệt, cũng chẳng chấp các pháp là vô tánh. Do Bồ Tát biết núi là núi, sông là sông, con cò thì trắng, con quạ thì đen, nên Bồ Tát thâu nhiếp các pháp, chẳng mất chẳng hoại. Đó là nghĩa *vì biết tất cả pháp, không bỏ*. Từ đó, Bồ Tát phát trí thiện xảo diễn nói các pháp nghĩa, thấy rõ hình tướng chẳng phải là hình tướng lại chính là hình tướng. Do nghĩa đó mà vào môn nhất tướng chính là vô tướng vậy. Đắc trí Bát-nhã vô tri vô sở bất tri, như thế nghĩa là *khởi ra nghiệp tuệ*.

Bồ tát Pháp vân địa không thấy mình là mình, cũng không thấy chúng sanh là chúng sanh, không thấy có sự tách biệt giữa mình và chúng sanh. Vì chỉ có duy nhất một tướng vô tướng nên Bồ Tát chỉ còn một việc duy nhất là *khởi làm tất cả nghiệp thiện, khởi làm tất cả pháp trợ Phật đạo*, đoạn tất cả phiền não, tất cả chướng ngại, tất cả pháp bất thiện để mọi chúng sanh trong đó có mình cùng được Tri kiến Phật, vốn là nhân duyên đức bổn sư Thích-ca Mâu-ni đến với thế gian này. Bồ Tát Pháp vân địa dứt trừ luôn một tướng vô tướng, đắc trí ba-la-mật, chứng ngộ Pháp thân, vào ngôi Bồ Tát Đẳng giác Nhất sanh bổ xứ.

Tóm lại, trong khi hội pháp thí hiểu theo nghĩa bề rộng là lưu bố Phật pháp, nhấn mạnh khía cạnh khai mở trí tuệ cho chúng sanh thì nghĩa chiều sâu chú trọng phá trừ pháp chấp, mà công phu này đòi hỏi hành giả ít nhất và trước hết phải có sát-na chợt ngộ bản tánh. Sát-na chợt ngộ ấy là nhận ra sự bất giác khởi động của A-lại-da tâm là nguồn của mọi sanh diệt và động chuyển. Phẩm Bồ Tát bắt đầu với Bồ Tát Di-lặc là vì nguyên nhân này.

Nhận ra bản tánh, hành giả phát tâm buông bỏ những hão huyền không thực, trở thành vị đại thí chủ hạ thủ công phu tu hành mang lại lợi ích cho chính mình và chúng sanh, trở thành phước điền cho tất cả thế gian vậy. Hành giả ở đây không chỉ là tu sĩ xuất gia, mà rộng rãi bao gồm cư sĩ tại gia. Chúng ta thấy sau Bồ Tát Di-lặc, các nhân vật kế tiếp đều là cư sĩ tại gia. Mặc dù sự xác minh lý lịch cư sĩ của đồng tử Quang Nghiêm và Bồ Tát Trì Thế như chúng tôi nói ở trên chưa được chắc chắn lắm, nhưng trưởng giả Thiện Đức quả thực là một cư sĩ. Hơn nữa, ý nghĩa của hội pháp thí nằm trong phạm vi kinh văn về vị cư sĩ này chứng tỏ Bồ Tát đạo là có thể thực hiện được cho mọi người, từ kẻ ăn mày đến kẻ giàu có, từ người bình dân đến tầng lớp trí thức; có thể thực thi từ chỗ không biết gì đến đạt giai vị thập địa bồ tát. Chính vì thế khi ông Duy-ma-cật nói pháp ấy, trong chúng bà-la-môn hai trăm người đều phát tâm Vô thượng chánh đẳng chánh giác. Hai trăm người bà-la-môn, tức giới trí thức, là những người có trình độ nhận thức nhất định, có ý ám chỉ người có căn bản trí hoặc người đã kinh nghiệm chợt ngộ bản tánh mới có thể khởi tu đúng đắn. *Khi ông Duy-ma-cật nói pháp ấy*, có nghĩa là những người chợt tỉnh còn lúng túng, cần phải có vị chân sư xuất hiện điểm hóa và chỉ ra con đường Bồ Tát nên theo.

CHỖ RỐT RÁO CỦA SỰ BUÔNG BỎ

KINH VĂN

Lúc đó tâm con đặng thanh tịnh, ngợi khen chưa từng có, cúi đầu đảnh lễ dưới chân ông Duy-ma-cật. Con liền mở chuỗi anh lạc giá đáng trăm nghìn lượng vàng dâng lên, ông không chịu lấy. Con nói: Thưa cư sĩ, xin ngài hãy nạp thọ, tùy ý ngài cho. Ông Duy-ma-cật liền lấy chuỗi anh lạc chia làm hai phần, một phần đem cho người ăn xin hèn hạ nhất trong hội, còn một phần đem dâng cho đức Nan Thắng Như Lai, lại thấy chuỗi anh lạc ở trên đức Phật kia biến thành bốn trụ đài quý báu, bốn mặt đều trang nghiêm rực rỡ không ngăn che nhau.

Khi ấy ông Duy-ma-cật hiện thần biến xong lại nói rằng: Nếu người thí chủ dùng tâm bình đẳng thí cho một người ăn xin rất hèn hạ, xem cũng như tướng phước điền của Như Lai, không phân biệt, lòng đại bi bình đẳng không cầu quả báo, đó gọi là đầy đủ pháp thí vậy.

Được một vị chân sư như ông Duy-ma-cật khai ngộ thế nào là bố thí, buông bỏ pháp, trưởng giả tử Thiện Đức, một triệu phú lắm của nhiều tiền, đại diện cho chúng sanh ôm ấp vô số khối chấp trước, tâm phục, khẩu phục, thân phục. Thân, khẩu, ý không còn vọng động đuổi bám các pháp hư vọng, nên nói tâm đặng thanh tịnh, ngợi khen chưa từng có, cúi đầu đảnh lễ. Nhưng tại sao ông lại tháo xâu chuỗi trân châu quý báu thường đeo mà tặng cho ông Duy-ma-cật? Chẳng phải ông đang bố thí tài, mà đó là hành vi cụ thể chứng tỏ ông có thể thực sự rũ bỏ những gì mà lâu nay ông đeo bám. Hành vi này là rũ bỏ, tuy giống với hành động tôn giả Xá-lợi-phất cố phủi hoa trên người ở phẩm bảy Quán chúng sanh phía sau, nhưng ý nghĩa thực sự khác xa. Một đằng là đem cho để xả bỏ, đằng kia là cố bỏ cái đang bám víu mình.

Ông Duy-ma-cật trước không nhận là vì muốn chờ xem có phải là Thiện Đức thực sự đã thông suốt; rồi sau lại lấy để chứng thực rằng vị trưởng giả chủ hội đại thí đã triệt ngộ. Trưởng giả Thiện Đức dâng tặng xâu chuỗi, không phải vì Duy-ma-cật đã điểm khai, cũng chẳng quan tâm ông Duy-ma-cật muốn làm gì với xâu chuỗi ngọc sau khi nhận. Thêm nữa, sự kiện ông Duy-ma-cật liền lấy chuỗi anh lạc chia làm hai phần, một phần đem cho người ăn xin hèn hạ nhất trong hội, còn một phần đem dâng cho đức Nan Thắng Như Lai là một ấn chứng xác nhận Thiện Đức đã triệt ngộ pháp giới thể tánh bất nhị, vô sai biệt vì pháp pháp vô sanh. Câu kết luận của ông không phải là một lời khuyên mà vừa là ấn chứng cho trưởng giả Thiện Đức, vừa là một khai thị quyết liệt cho chúng ta triệt để phá chấp. Vì sao tôi nói thế? Vì sao Duy-ma-cật dâng tặng nửa xâu chuỗi cho đức Nan Thắng Như Lai mà không phải là Phật Thích-ca hay vị Phật nào khác? Nan Thắng có nghĩa là khó mà thắng được, khó có thể vượt qua được.

Nan Thắng Như Lai được phần tặng ngang bằng người ăn mày hèn hạ nhất. Điều này còn dễ nghe hơn câu chuyện kể có người hỏi thiền sư Vân Môn (864-949): "Phật là gì?", ngài đáp: "Que cứt khô." Nói lý sanh tử là Niết-bàn, mê ngộ đều không thì dễ. Nhưng xem Phật, Bồ Tát, giải thoát hay quả vị Vô thượng Bồ-đề cũng như lụa là gấm vóc hay giấc mộng đêm qua thì thực là khó; không khéo chúng ta sẽ rơi vào chủ nghĩa hư vô cực đoan. Để hiểu được làm thế nào được đầy đủ pháp thí, triệt để buông xuống sạch sẽ vạn pháp, ngay cả đối với pháp khó vượt qua như đức Nan Thắng Như Lai, chúng ta phải có dũng khí và trí tuệ siêu việt như hành vi thần biến của ông Duy-ma-cật. Tuy trước mắt thấy chuỗi anh lạc ở trên đức Phật kia biến thành bốn trụ đài quý báu ví như từ bi hỷ xả không đâu không khắp, bốn mặt đều trang nghiêm rực rỡ không ngăn che nhau, ví như bốn biện tài vô ngại không gì không vượt qua, nhưng quốc độ ấy cũng là thế giới hư huyễn.

KINH VĂN

Trong thành những người ăn xin hèn hạ bực nhất thấy thần lực như vậy và nghe những lời nói kia, đều phát tâm Vô thượng chánh đẳng chánh giác. Vì thế nên con không kham lãnh đến thăm bệnh ông Duy-ma-cật.

Như thế, các Bồ Tát đều tuần tự đến trước Phật trình bày chỗ bổn duyên của mình, vị nào cũng khen ngợi, thuật lại những lời của ông Duy-ma-cật và đều nói: Không kham lãnh đến thăm bệnh ông.

Khi Duy-ma-cật giảng giải xong về hội pháp thí, các cư sĩ trí thức bà-la-môn đều hiểu và phát Bồ-đề tâm. Đến đoạn kinh văn này, những người thấy và hiểu được hành vi thần biến, lời nói thâm sâu của Duy-ma-cật về Phật Nan Thắng lại là những người ăn xin hèn hạ bực nhất. Những điều khó hiểu nhất, khó làm nhất và khó vượt qua nhất lại có thể khai mở trí tuệ cho hạng người hạ lưu *bực nhất* (kinh văn nhấn mạnh) khiến họ phát tâm Bồ-đề. Như vậy thì nếu nói không có sự giải thoát, hay nếu phải buông bỏ cả vị Phật Nan Thắng kia thì vì họ có thể hiểu và thực thi, nên ai cũng có thể được. Liên hệ với vai trò cư sĩ trong mối quan hệ với tăng nhân hiện nay, sẽ không quá đáng khi nói: *"Không thể phủ nhận khuynh hướng cho rằng chỉ có tu sĩ là hoàn toàn thông hiểu Phật pháp và mới thực là Phật tử. Nhưng ý nghĩ rằng cư sĩ Phật tử tại gia phải thuận theo và để tăng nhân nắm vai trò hướng dẫn lại cực lực bị bác bỏ bởi kinh Duy-ma-cật. Ở đây, khả năng vượt trội hơn của cư sĩ đối với người xuất gia đã được đề cập đến rất rõ ràng."*[1]

---

[1] Talks on The Vimalakirti Sutra, Hisamatsu Shin'i chi (1889-1980), The FAS Society Journal, Preface in 1990-91, Part 1 in 1992, Part 2 in 1996, Part 3 in 1997.

CHƯƠNG 5. PHẨM VĂN-THÙ BỒ TÁT

BỒ TÁT VĂN-THÙ

HÌNH TƯỢNG VĂN-THÙ TRONG KINH ĐIỂN

> **KINH VĂN**
>
> Lúc bấy giờ Phật bảo Văn-thù-sư-lợi: Ông đi đến thăm bệnh ông Duy-ma-cật.

Đại trí tuệ Pháp vương tử Văn-thù-sư-lợi là vị đại Bồ Tát thường xuất hiện trong hầu hết các bộ kinh lớn như Pháp Hoa, Hoa nghiêm, Lăng-nghiêm, Duy-ma-cật... của Phật giáo Đại thừa. Một số kinh gọi Bồ Tát Văn-thù bằng tên khác như trong kinh Vô lượng thọ, kinh Niết-bàn tên ngài là Diệu Đức, kinh Quán sát Tam-muội, kinh Đại Tịnh Pháp môn ghi là Phổ Thủ, Kinh Đại Nhật danh xưng của ngài là Diệu Cát Tường. Kinh Văn-thù-sư-lợi Bát Niết-bàn ghi ngài là con của vị bà-la-môn Phạn Đức, ở thôn Đà-la, nước Xá-vệ, lúc sinh ra từ hông phải của mẹ đã biết nói. Khi trưởng thành, đi cầu pháp ở các vị tiên nhân, nhưng vì ngài vô cùng thông biện nên không ai có thể đối đáp. Sau cùng ngài xuất gia theo Phật.

Kinh Bi Hoa, phẩm Chư Bồ Tát Bổn thọ ký ghi rằng ở vô số kiếp trước, Bồ Tát Văn-thù là vị vương tử thứ ba tên Vương Chúng của vua Vô Tránh Niệm. Bấy giờ có Phật Bảo Tạng trụ thế. Nhờ phụ vương và quan đại thần tên Bảo Hải khuyên bảo, ngài phát tâm bồ-đề cúng dường đức Phật Bảo Tạng và chư tỳ-kheo trong suốt ba tháng, hồi hướng cầu quả Vô thượng Bồ-đề và đối trước Phật phát 18 đại nguyện.[1]

---

[1] Kinh Bi Hoa (悲華經), tức Đại bi liên hoa kinh (大悲蓮華經), 10 quyển, do ngài Đàm-vô-sấm dịch, thuộc Đại Chánh tạng, Tập 3, kinh số 157. Nội dung đề cập ở

Theo kinh Văn-thù-sư-lợi Phật độ nghiêm tịnh,[1] kiên trì với những đại nguyện này, trải qua vô số kiếp tu hành, ngài thành Phật hiệu là Phổ Hiện Như Lai, ở cõi nước Thanh tịnh Vô Cấu Bảo Trí. Nội dung Phật thọ ký cho ngài trong kinh Bi Hoa cũng giống như vậy. Danh hiệu này nghĩa là hiển hiện khắp mười phương, tất cả chúng sanh đều thấy được, nhờ đó nhất định sẽ thành Phật. Kinh Ương-quật-la cũng viết Bồ Tát Văn-thù đang ở cõi Thường Hỷ của Hoan Hỷ Tạng Mâu-ni Bảo Tích Như Lai.

Trong Kinh Văn-thù-sư-lợi Pháp bảo tạng Đà-la-ni, đức Phật nói với Bồ Tát Kim Cang Mật Tích Chủ: *"Sau khi ta diệt độ, ở phương đông bắc của cõi Thiệm-bộ-châu (Jambu-dvipa) này có nước tên Đại Chấn-na, trong nước ấy có ngọn núi tên là Ngũ Đỉnh, Đồng tử Văn-thù-sư-lợi du hành đến đó cư trú và vì chúng sinh nói pháp..."*[2] Nước Đại Chấn-na là chỉ Trung quốc, núi Ngũ Đỉnh tức là Ngũ Đài sơn. Vì vậy, Phật giáo Trung quốc cho rằng trú xứ của Bồ Tát Văn-thù là Ngũ Đài sơn, còn gọi là Thanh Lương sơn, nay thuộc tỉnh Sơn Tây.

TRUYỀN THUYẾT VỀ HÓA THÂN

Năm 736, đời nhà Đường, Trung quốc, thiền sư Đạo Nhất (708-799), hành hương đến núi Ngũ Đài với nguyện

---

đây nằm trong quyển 3, Phẩm Bồ Tát thọ ký. Xem bản Việt dịch và chú giải của Nguyễn Minh Tiến, NXB Liên Phật Hội, 2016.

[1] Tức Văn Thù Sư Lợi Phật Độ Nghiêm Tịnh Kinh (文殊師利佛土嚴淨經), 2 quyển, do ngài Trúc Pháp Hộ dịch vào đời Tây Tấn, thuộc Đại Chánh tạng, Tập 11, số 318.

[2] Phật Thuyết Văn Thù Sư Lợi Pháp Bảo Tạng Đà La Ni Kinh (佛說文殊師利法寶藏陀羅尼經), Đại Chánh tạng, Tập 20, số 1185A, trang 791, tờ c, dòng 11-14: "爾時世尊復告金剛 密迹主菩薩言。我滅度後於此贍部洲東北方有國名大振那，其國中有山號曰五頂，文殊師利童子遊行居住，為諸眾生於中說法。- Nhĩ thời Thế Tôn phục cáo Kim Cương Mật Tích Chủ Bồ Tát ngôn: Ngã diệt độ hậu ư thử Thiệm-bộ châu đông bắc phương hữu quốc danh Đại Chấn-na, kì quốc trung hữu sơn hiệu viết Ngũ Đỉnh, Văn-thù-sư-lợi đồng tử du hành cư trụ, vị chư chúng sinh ư trung thuyết pháp."

ước đảnh lễ Bồ Tát Văn-thù. Khi đến phạm vi Ngũ Đài sơn, sư thấy thấp thoáng ở xa một vị tăng cưỡi voi trắng, gần đó có một ngôi cổ tháp rực rỡ ánh vàng. Đến gần hơn, sư gặp một đồng tử xưng là Thiện Tài cho biết đó là Kim Các Tự, và vị tăng kia chính là Bồ Tát Văn-thù. Sau khi tham vấn Bồ Tát và đi xem qua toàn khu vực, sư bái biệt ra về. Không đầy vài mươi bước, sư quay đầu nhìn lại thì toàn bộ cảnh quan đã gặp biến mất. Sư trở về, yết kiến vua Đường Huyền Tông và thuật lại toàn bộ câu chuyện. Nhà vua theo lời mô tả của sư mà ra lệnh khởi công xây dựng ngôi Kim Các Tự. Công trình này được hoàn tất bởi một nhà sư Ấn Độ là Bất Không Kim Cương vào cuối thế kỷ thứ 8, dưới sự bảo trợ cung cấp của vua Đường Đại Tông.

Năm 840, Ennin, một nhà sư Nhật hành hương đến Ngũ Đài Sơn, về sau đã thuật lại chuyện đúc tượng Bồ Tát Văn-thù ở một tự viện trên núi là chùa Hoa Nghiêm. Qua sáu lần tượng đúc đều bị hư vỡ, người điêu khắc tượng thành tâm cầu nguyện Bồ Tát hiển linh chỉ bày, liền thấy Bồ Tát Văn-thù hiện thân cưỡi trên lưng sư tử màu vàng, và chỉ trong thoáng chốc theo mây ngũ sắc biến mất trên không. Vị sư trụ trì bảo người khắc tượng theo hình ảnh đó điêu khắc ra tượng Bồ Tát cưỡi sư tử rất xuất thần. Từ đó hình tượng này trở nên lưu truyền phổ biến trong nghệ thuật khắc tượng và hội họa cho đời sau.

Truyền thuyết Phật giáo Nepal kể rằng lúc Văn-thù trú tại Ngũ Đài sơn, ngài biết có Phật Adibudha ra đời và hoằng pháp trên một ngọn đồi mà bao quanh là hồ Kali mênh mông nước bị nhiễm độc của long vương. Ngài liền đến, dùng thanh kiếm lửa chẻ núi thoát nước, đào một hồ nước khác cho long vương. Hồ Kali cạn nước tạo thành thung lũng Kathmandu hợp với các vùng đất xung quanh thành vương quốc Nepal sơ khai. Còn trên ngọn đồi kia, Bồ Tát dựng lên tự viện phụng thờ Phật Adibudha. Bồ Tát Văn-thù trở về trú xứ sau khi hoàn thành mọi việc và dạy một đệ tử ở lại làm vua vùng đất mới. Chính vì vậy Bồ Tát Văn-thù trở thành người khai mở đất nước trong tín ngưỡng Văn-thù ở Nepal. Và ngọn đồi Phật Adibudha khi xưa, ngày nay là đồi Swayambhu vẫn còn dấu tích ngôi cổ tự nói trên và gần đó là một ngôi thánh điện thờ Bồ Tát Văn-thù.

Truyền thuyết Swayambhu Purana ở trên du nhập từ truyền thuyết lập quốc của xứ Vu-điền (Khotan), tức Tân Cương, Trung quốc ngày nay. Truyền thuyết Gorsnga Vyakarana kể rằng khi Phật Thích-ca du hành đến đồi Gorsnga, nước Vu-điền, thấy một hồ nước mênh mông rất bất tiện cho cư dân đi lại, nên Ngài đã bảo hai vị tôn giả Xá-lợi-phất và Đa văn thiên làm cạn hồ nước. Hai tôn giả đã dùng thần thông di chuyển các sinh vật trong hồ đến một hồ khác và làm cạn hồ kia. Vì tên Gorsnga là tên cổ xưa của đồi Swayambhu, và cũng vì xứ Vu-điền không còn là một cương thổ xác định vào thời Phật giáo Tây Tạng kết tập kinh điển nên có sự lẫn lộn về địa danh dẫn đến truyền thuyết lập quốc của xứ Vu-điền thành câu chuyện Văn-thù khai mở xứ sở Nepal. Từ phân tích các sự kiện trong hai truyền thuyết trên, trong bài viết *Lưỡi gươm vàng trí tuệ* đăng tải trên mạng thuvienhoasen.org, 12/2010, cư sĩ Tâm Hà Lê Công Đa kết luận: *"Như vậy, một cách tóm tắt, giả thuyết cho rằng Bồ Tát Văn-thù đến từ Trung quốc và đã tạo dựng nên xứ Nepal, đã không phù hợp cả về mặt lịch sử cũng như tính luận lý."*

Kinh Bồ Tát Văn-thù nhập Niết-bàn có đề cập việc Bồ Tát Văn-thù từng đến dãy Hi-mã-lạp-sơn để giáo hóa 500 vị tiên nhân, sau đó tự dùng chân hỏa tam muội mà nhập Niết-bàn. Xá lợi được cung thỉnh về núi Hương sơn, mà theo học giả người Pháp, Lamotte, chính là ngọn Gandhamadana, một trong năm ngọn núi vây quanh hồ Anavatapa thuộc vùng Kế-tân (Kashmir).

Có nhiều truyền thuyết về hóa thân của Bồ Tát Văn-thù. Tôi lược sơ qua hai chuyện thú vị nhất, một rất xưa và một mới đây.

Chùa Linh Tựu thời Nam Bắc triều, đời nhà Ngụy, Trung quốc, có lần tổ chức trai hội lớn, bỗng nhiên có một phụ nữ ra dáng nghèo nàn, đang mang thai, một tay bế đứa bé, một tay dắt một bé trai khác, theo sau là một con chó, cùng nhau vào chùa xin cơm chay. Vị sư trụ trì mang ba phần ăn cho họ. Người phụ nữ xin thêm phần cho con chó. Nhà sư hơi chau mày nhưng cũng mang ra thêm một phần ăn. Người phụ nữ lại tiếp tục nài nĩ xin thêm nữa vì muốn đứa bé trong bụng được hưởng lộc Phật. Đến lúc này, sư không chịu đựng được nữa, bèn la lớn: "Đứa bé còn chưa sinh, sao mà ăn được." Nói xong rồi yêu cầu họ rời đi. Tức thì, bọn người ăn mày bỗng biến thành Bồ Tát Văn-thù, Thiện-tài đồng tử và Vu-điền quốc vương (cả hai là đệ tử của Bồ Tát Văn-thù), bay lên không và biến mất, chỉ còn nghe vang giọng trên không: *"Khổ hồ liên căn khổ, điềm qua triệt đế điềm, tam giới vô trước xứ, trí sử a sư hiềm -* 苦瓠連根苦，甜瓜徹蒂甜，三界無著處，致使阿師嫌". Tạm dịch: Mướp đắng rễ cũng đắng, dưa ngọt cuống cũng ngọt, ba cõi không bám chấp, lại bị thầy tăng rầy.

Lão hòa thượng Hư Vân (1840-1959) năm 43 tuổi, phát nguyện tam bộ nhất bái từ Phổ Đà sơn đến Ngũ Đài sơn, hồi hướng công đức cho người mẹ quá cố. Đến nay còn lưu truyền câu chuyện Bồ Tát Văn-thù hiện thân thành một người ăn mày cứu giúp lão hòa thượng hai lần ngã bệnh, đói lạnh, kiệt sức hôn mê trong thời tiết mùa đông khắc nghiệt mà trên đường hoang vắng không bóng người. Hòa thượng hỏi tên và người ăn mày cho biết tên là Văn Cát, ngụ tại Ngũ Đài sơn. Sau cùng hòa thượng đến gần núi Ngũ Đài dâng hương lễ bái ở chùa Hiển Thông và các am tự kế cận, hỏi thăm mới biết người ăn mày cứu nạn chính là hóa thân Bồ Tát Văn-thù.

Lịch sử Phật giáo có nhiều nhân vật được cho là hóa thân khác của Bồ Tát Văn-thù như Bồ Tát Long Thọ (khoảng giữa thế kỷ hai), vua Trisong Detsen (742-797) sáng lập Phật học viện Samye ở Tây Tạng, đại sư Tông-khách-ba (Tsongkhapa, 1357-1419) sáng lập tông phái Mũ Vàng (Geluk) truyền thừa đến nay là đức Đạt-lai Lạt-ma thứ 14, sơ tổ tông Hoa Nghiêm là Đỗ Thuận (557-640) cũng được cho là hóa thân của Văn-thù.

Như vậy qua kinh điển, truyền thuyết và sự tích, tín ngưỡng Văn-thù đã trở thành một phần không thể thiếu trong Phật giáo truyền thống hầu hết các nước như Việt Nam, Trung quốc, Nhật Bản, Hàn quốc, Nepal, Tây Tạng... Trên điện thờ trong các chùa chiền trưng bày trang nghiêm tôn tượng đức Thích-ca, bên trái là Bồ Tát Văn-thù, bên phải là Bồ Tát Phổ Hiền Bồ Tát.[1] Trong khắc tượng hay tranh họa, ta thường thấy Bồ Tát Văn-thù với dáng dấp trẻ trung, cưỡi trên lưng sư tử, tượng trưng cho tâm thức hoang dã bị thuần phục, tay phải cầm một thanh kiếm bốc lửa, tượng trưng cho trí tuệ bất nhị, tay trái cầm nhánh hoa sen bên trên có quyển kinh Bát-nhã, tượng trưng cho trí tuệ tánh không. Và với sự kết hợp đó, chúng ta có thể theo vị đại Bồ Tát pháp vương tử này đến thăm bệnh vị cư sĩ thông thái Duy-ma-cật thành Tỳ-da-ly.

SỨ GIẢ CỦA THẾ TÔN

> **KINH VĂN**
>
> **Văn-thù-sư-lợi bạch Phật: Bạch Thế Tôn! Bực thượng nhơn kia khó bề đối đáp, vì ông ấy rất thâm đạt thật tướng, khéo nói pháp mầu, trí tuệ vô ngại, biện tài thông suốt, rõ thấu phương pháp tu trì của tất cả Bồ Tát, thâm nhập kho tạng bí mật của chư Phật, hàng phục**

---

[1] Bồ Tát Văn-thù và Bồ Tát Phổ Hiền cùng với đức Phật Tỳ-lô-giá-na cũng được xem là ba vị thánh của thế giới Hoa Tạng, được gọi chung là Hoa Nghiêm Tam thánh.

> các ma, thần thông tự tại và trí tuệ phương tiện đều đặng rốt ráo. Tuy thế con xin vâng thánh chỉ của Phật đến thăm bệnh ông. Lúc ấy trong đại chúng các hàng Bồ Tát và hàng đại đệ tử, Đế thích, Phạm thiên, Tứ thiên vương đều nghĩ rằng: Hôm nay hai vị đại sĩ Văn-thù-sư-lợi và Duy-ma-cật cùng nhau đàm luận tất nói pháp mầu. Tức thời tám nghìn Bồ Tát, năm trăm Thanh văn và trăm nghìn thiên nhân đều muốn đi theo. Bấy giờ, Văn-thù-sư-lợi cùng các Bồ Tát, các đại đệ tử và các hàng thiên nhân cung kính đoanh vây đi vào đại thành Tỳ-da-ly.

Sau khi các vị đệ tử của Phật từ chối đi thăm bệnh Duy-ma-cật, mà theo cuối phẩm Đệ tử, con số có tới 500 người, và 32 ngàn vị Bồ Tát, con số nêu ra ở phẩm Phật quốc, cũng ngại không muốn đi, Phật bảo Bồ Tát Văn-thù đến thăm Duy-ma-cật. Trong đoạn kinh văn trên, có hai điều ta cần lưu ý là Bồ Tát Văn-thù tán thán Duy-ma-cật và Văn-thù vâng lời Phật đảm nhận việc thăm bệnh.

Bồ Tát Văn-thù tán thán ông Duy-ma-cật là bực thượng nhân khó bề đối đáp, vì ở vị cư sĩ trưởng giả này, mọi sự đều hoàn hảo, từ sự thấu suốt bản chất của pháp giới cho đến nhất cử nhất động, mỗi lời mỗi chữ đều là diệu dụng khó nghĩ bàn. Vị cư sĩ trí tuệ cực kỳ sắc xảo kia đã viễn ly nhận thức phân biệt, điên đảo về mọi hiện tượng, chứng ngộ thật tướng vô tướng, đầy đủ khả năng biện thuyết thật tướng. Biện thuyết sao cho người khác có thể đạt ngộ, không phải bằng những lý luận siêu hình mà phải dựa vào ngôn ngữ thường ngày, sử dụng lô-gích, cách nói của mọi người, sử dụng hình ảnh, biểu tượng để truyền đạt chỗ ngôn ngữ văn tự không thể đến được, thậm chí lặng thinh ở chỗ không nói được cũng có tác dụng kích thích người khác liễu ngộ. Biện thuyết ấy phải xuất phát từ thực chứng của bản thân đối với thực tại, nếu không sẽ không có hiệu quả thuyết phục và chuyển đổi nhận thức sai lầm của người khác. Trí tuệ biện tài đó xa lìa thành kiến, ác cảm, biết rõ chỗ thuận nghịch, hiểu chỗ thích, chỗ ghét của chúng sanh mà tương giao.

Ông Duy-ma-cật chẳng những biện luận vô ngại mà còn rõ thấu phương pháp tu trì của tất cả Bồ Tát để tự thực hành và đồng thời để giáo hóa chúng sanh. Hiểu biết thông thạo, sử dụng quyền biến các pháp thức đều nhằm mục đích thành tựu độ sanh. Nghệ thuật độ sanh cộng với sự hiểu biết thông thạo các pháp môn chính là bí yếu của Bồ Tát mà đại biểu là Duy-ma-cật.

Bồ Tát từ sự thâm đạt thật tướng mà có bản lĩnh khéo nói pháp mầu, trí tuệ vô ngại, biện tài thông suốt, rõ thấu phương pháp tu trì. Bản lĩnh này thể hiện chiều sâu không thể đo được của sự thâm nhập kho tạng bí mật của chư Phật là thân mật, khẩu mật và tâm mật.

Thân Phật là pháp thân vô tướng, là thân bất sanh bất diệt, là thân vô biên cùng khắp, phổ hiện vào khắp các sắc tướng. Chúng sanh tùy tâm ý mà thấy pháp thân Như Lai, lập tức xa rời các pháp ác mà tu các pháp lành. Bồ Tát hiện ra thân mạng để chỉ ra sanh tử cùng vạn pháp vốn không. Bởi là không, nên pháp pháp bình đẳng, Bồ Tát chẳng chấp bám cảnh duyên, mà quán các thân không thật là thân, mà là từ pháp thân hiện. Đó là Bồ Tát khéo tu pháp thân, khéo hiểu Phật thân. Chư Phật, chư Bồ Tát tuy thị hiện mà không hề nhận là thị hiện, tuy làm mọi sự độ sanh mà chưa từng làm một việc gì, ẩn mật như vậy nên gọi là thân mật. Chư Phật và Bồ Tát chẳng những hiện thân ẩn mật, lại còn tùy nghi ngôn hoạt tương ưng, nói lời nói của chúng sanh, thinh âm vô hạn, không ngăn mé, viên diệu hóa độ chúng sanh, khéo dùng ngôn ngữ văn tự tuyên thuyết vô vàn nghĩa lý thâm sâu, tuy nói mà không nói. Chúng sanh tùy tâm ý mà hiểu cạn sâu, tùy căn cơ mà được lợi ích cụ thể. Đó là khẩu mật. Chư Phật và Bồ Tát thường định và bất động nhưng không gì là không biết, vô niệm nhưng chưa từng bỏ quên chúng sanh, vô trụ nhưng tâm bao trùm khắp pháp giới. Đó chính là tâm mật.

Mật hạnh bất khả tư nghị là nhân mà quả là sức mạnh và sự linh hoạt của Bồ Tát trong việc chuyển hóa mọi phiền não và đau khổ. Không gì là không thể vượt qua, nên nói hàng phục các ma. Bồ Tát biết rõ vạn pháp hư huyễn, nhưng nói huyễn không có nghĩa là Bồ Tát chối bỏ cái đang thấy trước mắt. Bồ Tát chỉ muốn ngăn chúng ta đừng say đắm chúng, mà nên có thái độ ung dung như chúng ta đang xem phim ảnh, truyền hình hoặc đang lướt facebook vậy, nên gọi là thần thông tự tại. Thần thông tuy là bất khả tư nghì, nhưng các ngài làm được thì ta cũng có thể làm được; đó là khi lục nhập trở thành lục thông. Lời tán thán của Bồ Tát Văn-thù rõ ràng xác nhận Duy-ma-cật là con đường Bồ Tát mẫu mực cho chúng ta noi theo, và ngài kết luận: *Trí tuệ phương tiện đều rốt ráo*. Trí tuệ thấu suốt tánh không và pháp bất nhị nhưng không phải không có pháp giới duyên khởi và chúng sanh vô lượng nên Bồ Tát cần phải khổ cái khổ của chúng sanh, cần phải nói tiếng nói của muôn loài, nghĩ bằng cái nghĩ phân biệt của chúng sanh, để có thể thành tựu đại nguyện độ tận.

Như chúng ta đã biết ở phẩm Đệ tử, ông Duy-ma-cật nằm trên giường bệnh và khởi tâm mong Phật đoái hoài, chính là vì ông mong nương Phật ân, mong Thế Tôn sẽ gửi chúng Bồ Tát, các đệ tử tăng ni hoặc cư sĩ đến thăm viếng, nhân cơ hội đó khai mở một pháp hội chưa từng có. Đến lúc này, sự kiện Phật dạy Bồ Tát Văn-thù thăm bệnh chứng tỏ tâm ý tinh tế của Phật. Đáp ứng mong muốn của Duy-ma-cật chính là Phật hộ niệm. Phật hộ niệm là phương tiện trợ giúp Duy-ma-cật hoàn thành tâm nguyện. Bảo Văn-thù đi, là kết hợp viên mãn trí tuệ và từ bi. Bậc toàn giác hộ niệm ví như mặt trời ban phát ánh sáng và hơi ấm cho vạn vật và muôn loài. Biên độ của sự hộ niệm ấy tùy thuộc vào sự tiếp nhận của chúng sanh mở rộng đến mức nào. Chẳng những Duy-ma-cật nhận sự hộ niệm của Phật, mà cả Văn-thù cũng tiếp nhận bằng cách vâng lời mà đi thăm bệnh ông Duy-ma-cật. Văn-thù vâng lời Phật đi thăm bệnh ông Duy-ma-cật chứng tỏ tâm ý hộ niệm của Phật ứng hợp với lòng khát ngưỡng của chúng sanh. Tám ngàn Bồ Tát, năm trăm chúng Thanh văn, và trăm ngàn thiên nhân đều đi theo Bồ Tát Văn-thù đến với Duy-ma-cật bằng sự rộng mở con tim và khối óc, không mang theo quan niệm nào, thành kiến hoặc cảm tính nào mà trước đó đã chấp chặt vào. Hội chúng đi theo đều cùng một suy nghĩ háo hức muốn chứng kiến cuộc gặp gỡ của hai vị đại sĩ. Cuộc gặp gỡ của hai vị Bồ Tát tại gia và xuất gia nằm trong sự hộ niệm và sắp xếp của Thế Tôn. Duy-ma-cật mong chờ một cuộc viếng thăm, Văn-thù nhận lời Phật đi thăm bệnh, cả hội chúng háo hức đi theo, tất cả chỉ có một ý nghĩa duy nhất là tấm lòng mở rộng của mọi người, cũng như tâm khát ngưỡng của chúng sanh mong chờ và đón nhận sự hộ niệm của Thế Tôn.

CUỘC CHÀO HỎI KỲ LẠ

KINH VĂN

Lúc ấy, trưởng giả Duy-ma-cật thầm nghĩ: Nay đây ngài Văn-thù-sư-lợi cùng đại chúng đồng đến thăm. Ông liền dùng sức thần thông làm cho trong nhà trống rỗng, không có vật chi và cũng không có người thị giả nào, chỉ để một chiếc giường cho ông nằm bệnh. Ngài Văn-thù-sư-lợi vào nhà ông Duy-ma-cật rồi, thấy trong nhà trống rỗng không có vật chi, chỉ có một mình ông nằm trên giường mà thôi. Khi ấy ông Duy-ma-cật chào rằng: Quý hóa thay! Ngài Văn-thù-sư-lợi mới đến! Tướng không đến mà đến, tướng không thấy mà thấy. Ngài Văn-thù-sư-lợi nói: Phải đấy, cư sĩ! Nếu đã đến tức là không đến, nếu đã đi tức là không đi. Vì sao? Đến không từ đâu đến, đi không đến nơi đâu, hễ có thấy tức là không thấy. Thôi việc ấy hãy để đó.

Đoạn kinh văn trên, ta cần chú ý ba điểm: một là, sự kiện trống không ở nhà ông Duy-ma-cật; hai là, cuộc chào hỏi kỳ lạ của chủ và khách; ba là, lời chào hỏi dừng ngắt đột ngột. Tuy là ba, nhưng thực ra chỉ là một vấn đề, vì mỗi điểm sau lại là điểm quy về hay mục tiêu của sự thuyết minh ở sự kiện trước.

Chư tôn đức tăng chúng và các nhà chú giải xưa nay đều thống nhất ý kiến cho rằng thần biến của ông Duy-ma-cật làm cho trong nhà trống rỗng, không có vật chi và cũng không có người thị giả nào là chỉ cho bản tâm và pháp giới đều không. Tánh không đó là niết bàn tịch tĩnh, được biểu hiện bằng hình ảnh Duy-ma-cật đang nằm yên tịnh dưỡng. Đạo Sinh (355-434) giải thích: *"Dùng nhà trống để chỉ tâm không, có bỏ dẹp nên mới không."*[1] Đó là chú thích từ xưa, và nay cũng chẳng khác.

Chúng ta cần lưu ý kinh văn có ghi chép những thắc mắc khơi lên từ sự thiếu vắng, trống rỗng này. Như ở phẩm này, Bồ Tát Văn-thù hỏi: *Cư sĩ! Nhà này vì sao trống không và không có thị giả?* Ở phẩm Bất tư nghị, tôn giả Xá-lợi-phất thấy trong nhà không có bàn ghế gì cả, nên suy nghĩ: *Các Bồ Tát và hàng đại đệ tử sẽ ngồi nơi đâu?* Ở phẩm Phật đạo, Bồ Tát Phổ Hiện Sắc Thân thắc mắc: *Cư sĩ! Cha mẹ, vợ con, thân bằng quyến thuộc, những người tri thức là ai? Tôi tớ, trai bạn, voi ngựa, xe cộ ở đâu?* Ở phẩm Phật Hương Tích, lần nữa Xá-lợi-phất nhìn quanh và tự hỏi: *Giờ ăn gần đến, các Bồ Tát đây sẽ thọ thực nơi đâu?* Tất cả các nghi vấn đó đều là những cơ hội cho Duy-ma-cật chuyển một thời pháp. Dọn nhà trống là thủ pháp tài tình của Duy-ma-cật khôn ngoan nhằm mục đích rất cụ thể. Hơn nữa, việc dọn nhà trống còn là biện pháp nghệ thuật của kinh văn nhằm phát khởi, ngoài ba phẩm vừa kể, các

---

[1] Kinh Duy-ma-cật, Cưu-ma-la-thập dịch, Tăng Triệu chú giải, Việt dịch: Hồng Đạo.

phẩm Quán chúng sanh và phẩm Vào pháp môn Không hai. Có thể nói thần biến trống rỗng ngôi trượng thất trước khi diễn ra cuộc hội ngộ của hai vị đại sĩ là sự sẵn sàng dẫn đạo của tuệ giác siêu việt cho diệu dụng từ bi của Bồ Tát. Một mục tiêu khác của mưu lược "vườn không nhà trống" này là nhằm mở đường cho cuộc chào hỏi kỳ lạ nhất xưa nay, chẳng những không biểu lộ thân tình, mà cũng không có cả chút gì theo quy ước giao tiếp thường tình.

Cuộc chào hỏi kỳ dị này cũng được chư tôn đức và các bậc trí giả xưa nay lý giải là mối quan hệ không rời nhau giữa vô tướng và huyễn tướng. Sự kỳ dị bắt đầu với lời chào của Duy-ma-cật: *Quý hóa thay! Ngài Văn-thù-sư-lợi mới đến! Tướng không đến mà đến, tướng không thấy mà thấy.* Trong Duy-ma kinh nghĩa sớ (維摩經義疏), ngài Cát Tạng (549-623) tổng kết: *"Có người cho rằng pháp thân chẳng đến, ứng thân có đến, cho nên nói tướng chẳng đến mà đến. Có người cho rằng chân đế chẳng đến, thế đế có đến, cho nên nói tướng chẳng đến mà đến. Có người cho rằng thật pháp chẳng đến, tương tục có đến. Có người cho rằng thể của pháp giới chẳng đến, dụng của pháp giới có đến. Có người cho rằng trung đạo chẳng đến, giả danh có đến."*[1]

Mọi sự thấy, nghe, hiểu biết đều không rời tự tánh. Còn phân lập thành chủ thể và khách thể thì còn xa rời tự tánh, không thể kiến tánh. Tánh gì? Chính là chân tánh diệu minh mà kinh Lăng-nghiêm đã xiển dương. Mọi sự động dụng đều không ly pháp tánh. Vì vạn pháp từ chân như hiện, vì pháp thân lấy vạn pháp làm thân nên nói: *Tướng không đến mà đến*; nghĩa này tương tự áp dụng cho mọi sự như đi đến, thấy, nghe, hiểu biết. Duy-ma-cật từ tánh mà hiện tướng. Thoạt nghe qua câu trả lời của Bồ Tát Văn-thù, chúng ta tưởng chừng như phủ bác sự đi đến. Nếu đã đến tức là không đến vì sự đến đã chấm dứt

---

[1] Duy-ma kinh nghĩa sớ - Cát Tạng. Nguồn: daitangkinh.org.

và không thể xác định được thời điểm đến ở quá khứ hay hiện tại. Còn nếu chưa đến, thì cũng không quyết được khi nào sẽ đến. Cũng vậy, khi đi không đến nơi đâu, vì tương lai chưa tới, không thể nói được chính xác khi nào đến, và vì nhà ông Duy-ma-cật trống không nên đến chỗ trống không cũng giống như chẳng có nơi đến vậy; hơn nữa, trong sự đi, không thể chỉ ra sát-na đầu tiên cất bước, vì dưới bước cao còn có bước thấp, dưới bước thấp còn có bước thấp hơn, thậm chí khi chân còn chạm đất thì rõ là chưa có sự đi. Không nên hiểu ở đây kinh văn phủ bác sự đi đến, mà phải hiểu là sự đi đến, thấy nghe, hiểu biết, sanh diệt đều không thể nói được, là bất khả đắc trong cả ba thời quá khứ, hiện tại và vị lai. Chúng ta có thể tìm thấy cách biện luận này trong phẩm thứ hai, Trung quán luận của Bồ Tát Long Thọ (từ nửa sau thế kỷ đầu đến nửa đầu thế kỷ hai). Không thể nói được không có nghĩa là phủ định tuyệt đối. Khéo hiểu thì thấy pháp thân. Không khéo hiểu thì vĩnh viễn là huyễn tướng. Tuy là huyễn nhưng lại là động dụng của chân tâm.

Như vậy đoạn kinh văn trên đi từ tánh không trừu tượng quay về pháp tướng cụ thể của sự đi đến, giống như kéo ta từ đôi cánh bay lượn trên không xuống mặt đường gập ghềnh với từng bước chân còn in dấu. Điều này có nghĩa là kinh văn không truy đuổi lý luận siêu hình mà bỏ quên hiện trạng sanh tử của chúng sanh.

Dọn dẹp nhà trống là lấy cái không để lập đề. Luận về sự đi đến là tùy không hiển lộ có, tức bệnh tình đang có của Duy-ma-cật, hay rõ hơn là hiện trạng sanh tử của chúng sanh. Điều này giải thích tại sao cuộc chào hỏi lạ thường bỗng dưng bị Văn-thù đột ngột dừng ngắt: *Thôi việc ấy hãy để đó*; để chuyển tiếp qua mục đích của cuộc viếng thăm. Điều này cũng phù hợp với yêu cầu thâm nhập cuộc sống trần tục là con đường Bồ Tát đạo chân chính. Phẩm

Đệ tử và phẩm Bồ Tát có thể nói là lý luận sơ bộ phá bỏ vọng tưởng, chấp trước và phân biệt. Quá trình này diễn ra bên ngoài nơi trú ngụ của Duy-ma-cật. Bắt đầu chương này, phẩm Văn-thù-sư-lợi cho đến hết phẩm Phật Hương Tích, mọi việc xảy ra trong nhà ông Duy-ma-cật. *"Ở trong nhà Duy-ma-cật, cuộc bàn luận xoay quanh trọng tâm về việc Bồ Tát cần thiết hội nhập vào thế gian để đạt tới trí tuệ rốt ráo. Phật giáo về cơ bản là đối diện và hành xử tương hợp với cuộc sống, do đó bản thân cuộc sống chính là nền tảng rèn luyện của Bồ Tát."*[1] Cũng ngay trong không gian nội thất trống rỗng đó, Văn-thù hội ngộ Duy-ma-cật, là biểu tượng trí tuệ Bát-nhã kết hợp với phương tiện từ bi, đúng với tâm nguyện của Phật. Hay nói cách khác, Bồ Tát Văn-thù và Bồ Tát Tịnh Danh đã hoàn toàn tiếp nhận sự hộ niệm gia trì của Thế Tôn.

Bồ Tát Văn-thù khởi hành từ vườn Xoài đến trượng thất của Duy-ma-cật có thể ví như lộ trình nhập thế tu hành của Bồ Tát, tuy có bước chân đi nhưng thực ra không có sự đi, là nghĩa vô tu. Lộ trình đó dẫn tới ngôi trượng thất trống rỗng, dụ như không có nơi đến, là nghĩa vô chứng. Văn-thù, một Bồ Tát xuất gia đến gặp Duy-ma-cật, một cư sĩ tại gia bệnh hoạn, là nghĩa "bất ly thế gian giác", tức giải thoát và sanh tử không hai. Văn-thù vâng lời Phật viếng thăm Duy-ma-cật, hoàn thành tâm ý của Thế Tôn, tức nghĩa trí tuệ và từ bi không hai vậy.

HIỆN TRẠNG BỆNH TÌNH HAY KHỔ ĐẾ

KINH VĂN

Cư sĩ bệnh có chịu nổi được không? Điều trị có bớt không? Bệnh không đến nỗi tăng ư? Thế Tôn ân cần hỏi thăm chi xiết.

---

[1] Trích từ Vimalakirti Nirdesa Sutra: Seven Treasures - Dịch kinh: Robert A. F. Thurman - Chú giải: Hon Sing Lee và Chiew Hoon Goh.

Bồ Tát Văn-thù chuyển lời thăm hỏi của Phật đến với ông Duy-ma-cật. Sự đoái hoài của Phật đúng với mong đợi, đối với vị cư sĩ đáng kính này vừa là sự gia trì hộ niệm vừa là sự ấn khả cho những gì ông sẽ trần thuyết sắp tới. Lời Thế Tôn ân cần hỏi thăm chi xiết tuy ngắn gọn nhưng thâm ý vô cùng vì hàm chứa chân tình đại bi không những đối với Duy-ma-cật mà cả đối với chúng sanh. Chỉ vỏn vẹn ba câu hỏi thăm, ta có thể cảm nhận được Duy-ma-cật chính là toàn thể chúng sanh, và chúng sanh chính là Duy-ma-cật. *Cư sĩ bệnh có chịu nổi không*; lời thăm hỏi này chỉ bày sự thống khổ. Đây là nói quả trước để hiển lộ nhân ở văn kinh sau, cùng một trình tự khi Phật thuyết Tứ đế: Khổ, Tập, Diệt, Đạo.

Cuộc đón tiếp và chào hỏi kỳ lạ của hai vị đại sĩ, như đã thấy, đi từ lý Không, nay việc hỏi han bắt đầu bằng sự Có. Duy-ma-cật đang đau đớn thân xác. Chúng sanh đang đau khổ và phiền não. Thống khổ đang chịu đựng rõ ràng là hiện trạng sanh tử của mọi chúng sanh, là bệnh vậy. Bệnh của chúng ta là vọng thân nhận sự sinh, già, bệnh, chết; vọng tâm chịu đủ mọi sự giày vò. Tiến triển của bệnh tật, hay sự tăng giảm là luân chuyển trong ba cõi sáu đường. Mức độ thô trọng của bệnh nằm ở sáu cõi phàm. Mức độ càng vi tế khi càng tiến lên từng bậc ở các cõi thánh nhị thừa và mười địa Bồ Tát. Do đó có thể nói, thứ bậc giải thoát càng cao, vô minh càng giảm và nhỏ nhiệm khó trừ; đó chẳng phải là điều khích lệ và cũng là cảnh giác cho chúng ta sao?

Cảm nghiệm đau khổ là bằng chứng xác thực nhất cho sự hiện hữu của chúng ta, bởi lẽ nó có tác động tâm lý mạnh mẽ và dữ dội hơn so với niềm vui sướng và hạnh phúc. Đó là kinh nghiệm mà hầu hết mọi người đều công nhận là thực có. Có sự thống khổ quần quại đi đến tuyệt vọng khiến con người thăng hoa thành thiên tài kỳ đặc lạ lùng. Hàn Mặc Tử (1912-1940) là một trong số đó, với cuộc đời ngắn ngủi vướng phải bệnh phong nhưng tài hoa thi ca của ông đến nay vẫn còn để lại cho thi đàn Việt Nam bao tiếc nuối ngậm ngùi. Tiếc thay ông chỉ sờ được cái lạnh của đau khổ và lạc vào cái hư vô của cuộc đời:

Cơn gió lập đông buốt lạnh lùng
Tứ bề gom lại một cõi không
Lặng nghe - Tôi nhé, nghe tôi khóc
Hiện hữu mà chi? Chỉ nghẹn lòng

Lại có sự thống khổ dẫn đến triết lý về một thế giới đầy rẫy sự ác và khổ đau là bản chất cuộc sống. Đó là trường hợp của triết gia người Đức, Arthur Schopenhauer (1788-1860) quan niệm thế giới là ý chí ái dục mù quáng. Hầu hết chúng ta đều có khuynh hướng bế tắc như trên khi bản thân bị đau khổ vây quanh. Nhận diện sự có mặt của khổ đau chỉ là hiểu biết triệu chứng bệnh tật. Nhìn thấu bản chất của phiền não mới là chữa trị dứt tuyệt căn nguyên của mọi đau khổ trên đời.

Nhận diện đau khổ và phiền não không phải để bị khuất phục bởi nó mà để vượt qua bằng tất cả trí tuệ, khả năng và phương tiện chúng ta hiện có. Hãy xem Văn-thù liên tục hỏi Duy-ma-cật, như một bác sĩ đang chẩn đoán cho bệnh nhân. Và Duy-ma-cật cũng lần lượt trả lời. Tại sao Duy-ma-cật phải đáp lời, giống như đang tự viết toa thuốc cho chính mình? Hòa thượng Thích Trí Quảng (1940-hiện nay) nhận xét: *"Duy-ma trả lời mới thật hay và đúng nghĩa. Thật vậy, đạo Bồ Tát lấy hạnh làm chính. Nghĩa là chúng ta phải hiểu pháp qua hành động. Nếu chỉ hiểu ở mặt suy lý thuộc về triết lý suông, không lợi ích gì. Hiểu cuộc đời qua hành động, tiêu biểu bằng nhân vật Duy-ma là con người sống thật. Còn Văn-thù là trí chỉ gợi lên phương hướng... Vì vậy, Văn-thù đến gợi ý và Duy-ma tự trả lời."* (Lược Giải Kinh Duy-ma).

CHẨN ĐOÁN BỆNH CĂN HAY TẬP ĐẾ

KINH VĂN

Bệnh cư sĩ nhơn đâu mà sanh, sanh đã bao lâu, phải thế nào mới mạnh được?... Ông Duy-ma-cật đáp: Từ nơi si mà có ái, bệnh tôi sanh. Vì tất cả chúng sanh bệnh, nên tôi bệnh. Nếu tất cả chúng sanh không bệnh, thì bệnh tôi lành. Vì sao? Bồ Tát vì chúng sanh mà vào đường sanh tử, hễ có sanh tử thời có bệnh. Nếu chúng sanh khỏi bệnh thì Bồ Tát không có bệnh. Ví như ông trưởng giả chỉ có một người con, hễ người con bệnh, thì cha mẹ cũng bệnh, nếu bệnh của con lành, cha mẹ cũng mạnh. Bồ Tát cũng thế! Đối với tất cả chúng sanh, thương mến như con, nên chúng sanh bệnh, Bồ Tát cũng bệnh, chúng sanh lành, Bồ Tát cũng lành. Ngài hỏi bệnh ấy nhơn đâu mà sanh? Bồ Tát có bệnh là do lòng đại bi.

Trên đã chỉ bày hiện trạng sanh tử là bệnh khổ của chúng sanh, hay Khổ đế. Đoạn kinh văn này là Tập đế; vị bác sĩ thông tuệ Văn-thù bắt đầu chẩn mạch tìm nguyên nhân căn bệnh của vị cư sĩ bệnh nhân. Chúng ta lưu ý hai điều khi nói về bệnh khổ: một là trọng điểm, sự không phân biệt giữa Bồ Tát, chúng sanh và bệnh khổ; hai là thứ yếu, nguyên nhân bệnh khổ lại là kết luận sau cùng để hiển nghĩa đại bi.

Từ nơi si mà có ái, bệnh tôi sanh. Trong bản văn của mình, ngài Huyền Trang dịch: *"Vô minh nên có ái của các hữu tình sinh ra đã lâu rồi, bệnh này của tôi sinh ra cũng như vậy. Lâu xa trước cả sinh tử đến nay."* Vô minh và ái là hai chi trong chuỗi mắc xích thập nhị nhân duyên. Cái quan trọng là chúng không chỉ nói lên cái thoạt tưởng là nguyên nhân của bệnh khổ mà còn bộc lộ mối liên hệ gắn liền giữa Bồ Tát, chúng sanh và sanh tử. Sanh tử không thực là sanh tử. Chỉ vì vọng tưởng, phân biệt, chấp trước mà chúng sanh và sanh tử cùng có, thế giới tương tục và chúng sanh luân hồi cùng hiện. Mặt khác, Bồ Tát và chúng sanh cũng chẳng thể phân biệt hay tách rời. Chúng sanh vốn không thực thì Bồ Tát lại có thực sao? Bồ Tát không phải là thần tiên trên trời, rảnh rỗi ngó xuống trần gian, thấy chúng sanh khổ quá nên hạ phàm cứu giúp. Hơn nữa, Bồ Tát không hề tự nói mình là Bồ Tát, còn kia là chúng sanh. Chỉ có chúng ta mới nghĩ rằng đây đích thực là Bồ Tát, còn kia mới là phàm phu. Chúng ta sinh ra đời, lớn lên, có đầy đủ ham muốn, hy vọng, xấu xa và thiện lành. Bồ Tát cũng thế, cũng si ái, cũng đấu tranh, tật đố... Triệu chứng và hiện trạng của bệnh không khác nhau. Bệnh chúng sanh có từ vô thủy. Bệnh của Bồ Tát chẳng biết có tự lúc nào. Hay nói rõ hơn, Bồ Tát phát bệnh từ lúc chúng sanh nhuốm bệnh vậy, nên chúng sanh bệnh, Bồ Tát cũng bệnh, chúng sanh lành, Bồ Tát cũng lành. Bồ Tát, chúng sanh gần nhau không thể phân biệt, nhưng cũng xa nhau một trời một vực. Vì sao? Vì Bồ Tát là chúng sanh thống khổ, từ phiền não và khổ đau mà tìm nguyên nhân của khổ, phương cách trừ bỏ khổ và con đường chân chính thoát khổ. Đó là quan hệ bất nhị giữa chúng sanh và Bồ Tát, là điểm trọng yếu để giải thích câu nói thâm thúy bất hủ của Duy-ma-cật: Vì tất cả chúng sanh bệnh, nên tôi bệnh. Mối quan hệ mật thiết ấy có từ vô thủy đến vô chung vì nếu chúng sanh khỏi bệnh thì Bồ Tát không có bệnh. Từ điểm cốt yếu này, ta mới hiểu tại sao Duy-ma-cật kết luận: *Bồ tát có bệnh là do lòng đại bi.*

Thật là mâu thuẫn khi nói một người đã thoát khỏi mọi ràng buộc và tự do thực sự, lại bị vướng vào sự rung động cảm tính là lòng thương cảm đối với người khác. Khi bạn thương xót một ai, nếu bạn cho rằng bạn có cùng hay phần nào nỗi đau khổ của người đó, là bạn nói dối. Lòng thương cảm đó có thể là phản ánh của kinh nghiệm đau thương từng trải của bạn, hiện vẫn còn tiềm ẩn trong tiềm thức mà bạn không nhận ra mà thôi. Sự cảm thương người khác cũng có thể là xung động nhất thời phát ra một cách vô thức từ sự so sánh mình và người, đã đánh thức khía cạnh hiền lương của bản tánh con người trong bạn. Lòng xót thương đó chỉ hiện ra một lúc nào đó ở một đối tượng nào đó. Trong nhiều tình huống đau thương giống nhau của người khác mà bạn chứng kiến, ít ra có một lần bạn sẽ không cảm xúc hoặc có cảm xúc khác với những lần trước. Vì vậy, có thể nói là tình thương hoàn toàn không có căn bản trên sự vị tha. Hay nói cách khác, trái tim nhân hậu không phải là lòng đại bi.

Từ bi của chư Phật và Bồ Tát không thể giải thích được bằng lập luận vững chắc của toán học hay từ ngữ hoa mỹ của văn chương. Từ bi chỉ có thể cảm nhận bằng tâm hồn khao khát giải thoát của con người trần tục đang ngộp thở trong muộn phiền và thống khổ. Trí tuệ như mặt trời sáng rực trên không, ta có thể thấy, nhưng hơi ấm của nó ta không xác định được chỗ nào, chỉ cảm thấy nó hiện diện chung quanh và đang ôm choàng lấy ta chỉ khi ta cảm thấy đau khổ. Hơi ấm đó chính là từ bi.

Bạn đã từng đau khổ như mọi người, ấp ủ nỗi đau lâu ngày biến nó thành nghi vấn về bản chất của bệnh khổ, và trong một niệm bạn chợt nhận ra toàn bộ quá khứ và hiện tại của bạn chỉ là một sự tưởng tượng. Cả cuộc đời mình là tưởng tượng. Mê là tưởng tượng. Khổ cũng là tưởng tượng. Ngộ là tưởng tượng. Cực lạc cũng là tưởng tượng. Bạn điềm đạm nhìn xung quanh và thấy mọi người đang cười và đang khóc. Bạn nói với họ là mọi người đang nằm mơ giữa ban ngày. Có người tin bạn và họ gọi bạn là Bồ Tát nhưng bạn không vì thế mà thương và quan tâm họ nhiều hơn. Có người không tin lại phỉ báng bạn, nhưng cũng không vì thế mà bạn đặc biệt ghét họ. Người tin bạn mong sao được vẻ điềm đạm như bạn. Họ được bạn nhắc nhở, làm theo lời bạn và dần dần cũng được sự tỉnh táo và điềm nhiên. Họ cho rằng bạn từ bi, nhưng thực ra bạn chẳng trọng họ hơn những người khác, những người cho rằng bạn là phàm phu hoặc thậm chí là tà ma ngoại đạo đang dụ hoặc mọi người. Nếu bạn đúng là một người như vậy thì bạn là Duy-ma-cật tái sinh, vì chúng sanh mà vào đường sanh tử. Và những mỹ từ như Bồ Tát, từ bi, chỉ là do chúng sanh mang bệnh khổ ban tặng cho bạn mà thôi.

Tóm lại, bệnh khổ của chúng sanh là do vọng tưởng mà khởi. Si ái đại biểu cho thập nhị nhân duyên, khởi từ vọng tưởng. Nếu lầm cho si ái là nguyên nhân bệnh khổ thì bệnh của chúng sanh sẽ không trị được tận gốc. Không bệnh mà tưởng bệnh thì phải dùng tuệ giác về tánh Không mà chữa trị và đó là việc làm của Bồ Tát ví như vị bác sĩ đem thân mình tự làm nhiễm bệnh, như làm một thí nghiệm để điều chế phương thuốc điều trị cho mọi người.

LIỆU PHÁP BÁT NHÃ HAY DIỆT ĐẾ

KINH VĂN

Ngài Văn-thù-sư-lợi hỏi: Cư sĩ! Nhà này vì sao trống không và không có thị giả? Ông Duy-ma-cật đáp: Cõi nước của chư Phật cũng đều không.

- Lấy gì làm không?

- Lấy không làm không.

- Đã không, cần gì phải không?

- Vì không phân biệt, nên không.

- Không, có thể phân biệt được ư?

- Phân biệt cũng không

- Không, phải tìm nơi đâu?

- Phải tìm trong sáu mươi hai món kiến chấp.

- Sáu mươi hai món kiến chấp phải tìm nơi đâu?

- Phải tìm trong các pháp giải thoát của chư Phật.

- Pháp giải thoát của chư Phật phải tìm nơi đâu?

> - Phải tìm nơi tâm hạnh của tất cả chúng sanh. Ngài lại hỏi vì sao không thị giả? Tất cả chúng ma và các ngoại đạo đều là thị giả của tôi. Vì sao? Vì các ma ưa sanh tử, mà Bồ Tát ở nơi sanh tử không bỏ. Còn ngoại đạo ưa các kiến chấp, mà Bồ Tát ở nơi các kiến chấp không động.

NHẬN RA CĂN BẢN TRÍ

Đoạn kinh văn này là sự hợp tác của Bồ Tát Văn-thù và Duy-ma-cật trong việc tìm phương pháp thích hợp cho việc điều trị bệnh khổ. Liệu pháp đúng đắn thì toa thuốc mới có công hiệu. Bồ Tát Văn-thù hỏi là nghi. Duy-ma-cật trả lời là ngộ. Nghi và ngộ hỗ tương nhau phát minh liệu pháp Bát-nhã là con đường trung đạo tiêu trừ bệnh khổ hay Diệt đế.

So với độ dày của bộ kinh Đại Bát-nhã thì Tâm kinh Bát-nhã là một bản luận văn súc tích và cô đọng. Tương tự, những câu đối đáp của hai vị đại sĩ trong đoạn kinh văn này là hội thoại rút gọn Tâm kinh. Luận về tánh không, thì dù có tham khảo cả thư viện chuyên đề, cũng không thể nói được minh bạch. Ở những chương trước của tập sách này đã ghi chép tản mạn về tánh không, ở đây chỉ tóm gọn là tánh không là bản chất hay thực tại tối hậu của sự sự vật vật mà hiện hữu của chúng đang phô diễn trước mắt chúng ta chỉ là thức biến. Bản chất trống rỗng của các pháp được Duy-ma-cật thuyết minh rõ ràng nhất trong cuộc đối thoại với tôn giả Mục-kiền-liên. Đoạn kinh văn ở trên, Bồ Tát Văn-thù và Duy-ma-cật bắt đầu từ pháp không là bệnh lý dẫn đến trí không là liệu pháp Bát-nhã được sử dụng như phương tiện tối ưu để điều trị bệnh khổ. Do đó cuộc đối thoại của Văn-thù và Duy-ma-cật không phải giới thiệu một nhận thức luận siêu việt để chúng ta tra cứu, luận giải mà là đưa ra phương pháp trị liệu thực tiễn cho chúng ta tự cứu thoát khỏi bệnh khổ: vọng tưởng, phân biệt, chấp trước.

Văn-thù hỏi: *Nhà này vì sao trống không*; chính là đề cập thẳng về nghĩa không của pháp giới và đồng thời bao hàm ý tự tánh pháp giới là không, hay có nguyên nhân nào khác làm pháp giới trở thành không. Đây là một song đề. Nếu trả lời rằng pháp giới vốn không thì không thể quan niệm về cõi nước Phật; chẳng lẽ ngoài pháp giới còn có cõi Phật nào khác sao? Nếu không có cõi Phật ngoài pháp giới, sao lại có tên gọi là cõi Phật? Đó là nan đề thứ nhất. Giải quyết nan đề này là thành tựu nghĩa rốt ráo của phẩm Phật quốc; cõi Phật không đâu xa mà ở chính ngay pháp giới chúng sanh. Nan đề thứ hai là nếu trả lời rằng cần có nguyên nhân khác làm pháp giới trở thành không, thì đồng nghĩa nói là bản chất của pháp giới vốn là chẳng không; vậy thì thế giới của khổ đau chẳng thể nào dứt. Còn nếu cho rằng pháp giới vốn không, thì sự thống khổ chẳng có nghĩa, và giải thoát không còn cần thiết. Giải quyết nan đề này là làm sáng tỏ nghĩa chân không diệu hữu của vạn pháp.

Câu trả lời của Duy-ma-cật rất khôn ngoan và chính xác giải quyết cả hai nan đề trên: *Cõi nước của chư Phật cũng đều không*. Cõi nước Phật thường tịch, rỗng rang bao trùm khắp pháp giới. Nghĩa Không chẳng rời cõi nước, giống như đạo lý sắc không bất tức, bất ly. Sắc vốn là không, chẳng phải sắc diệt rồi mới không. Vì nhấn mạnh nghĩa không của pháp nên nói: *Lấy không làm không*. Đó là chỗ không khác của sắc và không, tức tánh chân không của vạn pháp. Tuy nhiên, ngoài không, chẳng có sắc. Đó là chỗ không đồng của sắc và không, tức tướng diệu hữu của các pháp. Không khác, nhưng bất tức, không phải là một. Không đồng, nhưng bất ly, không phải là hai cái rời nhau.

Pháp giới vốn không, nhưng tuệ giác chưa phát khởi nên nghĩa không còn mờ mịt. Quán nghĩa không của các pháp đi từ khởi trí phân biệt đến chỗ không phân biệt nên nhận ra nghĩa không. *"Pháp tuy tự không nhưng cần phải có không tuệ, nếu chẳng có không tuệ thì nơi ta là có. Vì dùng không tuệ vô phân biệt này thì được không, tức nơi ta chẳng có."* (Duy-ma kinh nghĩa số - Cát Tạng). Không tuệ đó chính là trí tuệ Bát-nhã có thể liễu ngộ nghĩa không. Vì vậy, Bồ Tát Văn-thù mới gợi ý: *Đã không, cần gì phải không*. Bệnh khổ của chúng ta cũng là một pháp trong vạn pháp. Liệu pháp Bát-nhã có thể dứt trừ ba tướng tương tục: thế giới, chúng sanh và nghiệp quả vốn hư huyễn mà từ vô thủy đến nay, chúng ta mãi cho là thực có; nên nó thành bệnh khổ hành hạ ta không ngừng. Không bệnh mà nghĩ lầm là bệnh thực thì quả là vừa bi vừa hài!

Trượng thất trống rỗng ví cho gương. Duy-ma-cật, đại diện chúng sanh đang nằm bệnh trên giường và Bồ Tát Văn-thù chẩn mạch, cả hai là dụ cho ảnh. Ảnh không lìa gương mà có, nên cái có chúng sanh thống khổ và cái có Bồ Tát độ sanh chưa từng lìa không. Sự không thể chia cắt được của ảnh và gương chính là không phân biệt. Ảnh vốn không thực có, và không thể tách biệt với gương. Tánh của gương là trong suốt, không một vật. Sự chia cắt ảnh riêng, gương riêng là bất khả thi. Có gương, có ảnh, rồi sau mới nhận ra gương ảnh không chia tách. Tuy vậy, thực ra chỉ có gương, không hề có ảnh. Đó là khởi dụng phân biệt nhận ra chỗ không phân biệt; tức gương và ảnh không thể chia cắt. Và từ không phân biệt mà biết chỗ phân biệt trước kia là không có; tức ảnh là chỗ phản ánh của gương, thực sự không có; nên nói: *Vì không phân biệt, nên không*. Đạt được nghĩa này tức đã liễu trí không, hay nói cách khác, căn bản trí vô tri đã hiển lộ.

NHẬN RA TÁNH BIẾN KẾ SỞ CHẤP

Tuệ giác về tánh không làm sao lại là phương tiện hữu hiệu nhận ra nghĩa không của các pháp? Tâm duyên cái có của trần cảnh mà khởi. Trừ tâm phan duyên, tức sự khởi tâm động niệm, thì pháp pháp chưa hề có; lấy gì bị phân biệt? Ví dụ như chúng ta đang chờ xe buýt ở một trạm dừng; chúng ta vẫn thấy, biết có dòng xe cộ đang qua lại trước mắt, nhưng chợt đập vào mắt ta là một phụ nữ tuyệt đẹp vừa chạy xe lướt qua; sát-na chú ý người phụ nữ đó là lúc tâm ta phan duyên, vọng động, thấy và nhìn theo xe. Chỉ trong ngàn vạn lần nhanh hơn một nháy mắt, tâm thức biến động từ phan duyên qua vọng tưởng, phân biệt, chấp trước. Trước lúc đó, có thể tâm thức ta đang nghĩ tưởng chuyện gì, nhưng đối với ta, dòng xe cộ vút qua lúc đó chỉ là dòng xe cộ không hơn không kém.

Bạn cần phải thấy chỗ đứt đoạn trong dòng tâm thức, từ suy tưởng trước kia chuyển qua theo dõi người phụ nữ xinh đẹp kia. Sát-na đó chính là bản tâm không hình bóng nhưng rất chân thực. Trực nhận sát-na không vọng động, như tôi thường ví dụ là thấy được chỗ đứt đoạn của dòng sông, lập tức thấy chân tánh xưa nay của ta không khác, luôn trạm nhiên bất động, luôn diệu giác tinh minh, biết rất rõ ràng con cò thì trắng, con quạ thì đen. Không tuệ ấy chính là tâm bất động, trí vô phân biệt. Bồ Tát Văn-thù hỏi: *Không, có thể phân biệt được ư?* Câu hỏi này muốn chỉ ra chỗ: tâm bất động, trí vô phân biệt nhưng không gì mà không biết. Duy-ma-cật đáp: *Phân biệt cũng không*; là nghĩa biết tất cả nhưng không có chỗ biết. Tuy nhiên, cứ bám nghĩa dùng trí không nhận ra pháp không, thì đã có hai, trí và pháp, năng và sở, là biết mà lập thành sự biết và chỗ biết tức gốc của vô minh, như kinh Lăng-nghiêm có dạy: *"Tri kiến lập tri thị vô minh bổn."* Chính do nơi "tri kiến lập tri" hay kiến chấp bám rễ sâu vào sự phân biệt đối đãi, nên muốn thấu suốt bản chất trống rỗng của các pháp, như câu hỏi của Văn-thù: *Không, phải tìm nơi đâu?* Cần phải xa lìa phân biệt đối đãi. Nghĩa là tìm trong sáu mươi hai món kiến chấp, thấy được sự bất toàn không cứu cánh triệt để, sự ràng buộc và đau khổ của nó.

Theo kinh Đại Bát-nhã, kinh Phạm Võng, kinh Nhân Vương và các luận thư, có 62 loại tà kiến khác nhau, nhưng tựu trung đều là những hiểu biết sai lầm do chấp trước ngũ uẩn qua ba thời quá khứ, hiện tại, vị lai với những quan niệm phân biệt đối đãi về có không, đoạn thường, nhất dị. Còn phân biệt là còn quanh quẩn và bị ràng buộc trong sự đối đãi. Do đó, xa lìa phân biệt là phá bỏ kiến chấp. Kinh Kim Cang ở phần đầu là phá bốn tướng ngã, nhân, chúng sinh, thọ giả, phần sau là phá bốn kiến: ngã kiến, nhân kiến, chúng sanh kiến và thọ giả kiến. Như vậy chẳng phải đã cho thấy tướng chấp là do kiến chấp hay sao? Vì vậy, có được liệu pháp Bát-nhã, ung nhọt đầu tiên của bệnh khổ cần được phẫu thuật chính là ý thức, thức thứ sáu hay phân biệt. Phẫu thuật đó chính là chuyển ý thức thành diệu quan sát trí, nhận ra tánh biến kế sở chấp ở các pháp. Thực ra, Phật không thuyết tướng năng kiến, nói bốn kiến tức là đối với tất cả pháp chẳng sanh pháp tướng. Tứ kiến tức phi tứ kiến; đây là chỗ đại ngộ của thiền sư Hám Sơn (1546-1623) khi đọc kinh Kim Cang. Nghĩa là trừ tướng, chẳng trừ kiến vậy.

NHẬN RA TÁNH Y THA KHỞI

Cũng với liệu pháp Bát-nhã, vị cư sĩ đang bệnh, đồng thời là vị bác sĩ cực kỳ tài ba Duy-ma-cật đề ra mục tiêu kế tiếp chúng ta phải nhắm vào là sự ràng buộc do chấp trước, bám víu không rời. Bên cạnh sự phân biệt đối đãi, sự chấp trước gây ra không ít phiền não. Chúng ta có thể dễ dàng bỏ xuống những thành kiến, phân biệt, so đo tính toán chủ quan, nhưng rất khó phủ nhận tính khách quan của trần cảnh bên ngoài, mà luôn cho rằng sự vật đó xưa nay là vậy, và được mọi người nhìn thấy đúng vậy. Đó là hiện tướng của Đế thích do ma vương hóa hiện đến thăm Bồ Tát Trì Thế. Việc buông bỏ sự chấp trước đến mức triệt để khó thực hiện vì phải hạ bệ cái hình tượng tôn quý nhất như hành động chia quà tặng ngang bằng nhau cho đức Nan Thắng Như Lai và người ăn xin hèn hạ nhất thành Tỳ-da-ly. Cái thấy, nghe, hiểu biết căn cứ trên tướng trạng của cái có bên ngoài là chấp vào tánh y tha khởi của các pháp, là cái động của mạt-na thức hay thức thứ bảy.

Chúng ta thường đào bới, moi móc, bằng mọi giá, những quan điểm sai lầm từ những tác giả, những quyển sách mà ta cho là tà đạo, tà thư. Nhưng ở đây, kinh văn viết: *Sáu mươi hai món kiến chấp phải tìm nơi đâu? Phải tìm trong pháp giải thoát của chư Phật.* Do phân biệt, chấp trước gây ra bệnh khổ, nên chúng ta có khát vọng, yêu cầu được siêu việt và thoát khỏi trong Phật pháp. Cách hiểu đó không thể ngăn tôi nghĩ đó quả thực là một lời tuyên bố đáng sợ cho chúng ta, những tín đồ ngoan ngoãn tin vào chân, thiện, mỹ.

Nước biển chỉ có vị mặn. Pháp Phật cũng chỉ có một vị giải thoát. Cho nên dù Thế Tôn giảng dạy vô lượng pháp môn cũng chỉ nhằm chuyển cái thấy, nghe, hiểu biết của chúng sanh thành trí tuệ viên mãn của Tri Kiến Phật, chứng được tánh viên thành thật của pháp giới. Pháp giải thoát phải tìm nơi tâm hạnh của tất cả chúng sanh. Giải thoát là tâm Phật. Ràng buộc và thống khổ là tâm chúng sanh. Giải thoát hay phiền não cùng là một bản tâm, một chân tánh. Muốn cởi nút thì tìm ngay chỗ thắt nút. Chúng ta muốn thoát khỏi bệnh khổ thì phải ngay sự động chuyển của tâm thức mà triệt ngộ bản chất trống rỗng và hư vọng của dòng tâm thức thì bệnh khổ lập tức biến mất như lúc nó bất giác hiện ra vậy. Và lúc đó là lúc thức thứ tám, a-lại-da thức chuyển thành đại viên cảnh trí.

Dù bệnh lý và liệu pháp chữa trị đặt căn bản trên tánh Không, nhưng Duy-ma-cật còn đang nằm bệnh trên giường, cũng như chúng sanh đang thống khổ lại là một sự thực không thể chối cãi. Do sức mê của nghiệp, bệnh khổ đã gặm nhấm chúng sanh từ vô thủy nên quá trình trị liệu sẽ gặp vô số chướng ngại. Nên nhớ rằng hai vị đại sĩ Văn-thù và Duy-ma-cật chỉ giúp ta tìm ra bệnh căn và đề nghị phương pháp chữa trị. Chính chúng ta phải tự thắp đuốc mà đi, tự điều trị cho chính mình.

Chướng ngại trong việc trị bệnh được kinh văn nhân cách hóa thành chúng ma và ngoại đạo sau khi bị nhiếp phục lại trở thành người điều dưỡng hỗ trợ bệnh nhân mau chóng lành bệnh. Mê muội từ lâu đã trở thành tập quán cố hữu, rất khó bỏ, khiến chúng sanh thấy đây là mình, đây là cuộc đời của mình, kia là chuyện mình ưa thích, nọ là việc mình căm ghét... Si ái mù quáng mang lại nỗi thống khổ luân hồi cho chúng sanh. Nhưng thật kỳ lạ là chúng sanh lại thích thú với niềm si ái của mình! Duy-ma-cật gọi sự mê muội đắm chìm trong biển ái là *các ma ưa sanh tử*. Chúng sanh vọng động trước cảnh trần bên ngoài nên mắt thấy sắc thì yêu ghét, tai nghe tiếng ngọt ngào liền theo, tiếng gắt gỏng thì cáu giận, mũi, lưỡi, thân và ý cả ngày loạn động. Hầu như cả cuộc đời ngắn ngủi của chúng ta đều bám chặt và chạy đuổi cái bên ngoài; kinh văn ví như *ngoại đạo ưa kiến chấp* là vậy. Chúng sanh nào từ trong thống khổ, không chấp nhận thống khổ, quyết tự cứu, mà từ si phát tuệ, từ ái sinh bi, Duy-ma-cật gọi đó là *Bồ Tát ở nơi sanh tử không bỏ*. Chúng sanh nào từ sự giao tiếp với cảnh trần mà không chạy theo, từ sự chấp thủ những thấy, nghe, hiểu biết mà liễu ngộ nghĩa không, Duy-ma-cật gọi là *Bồ Tát ở nơi các kiến chấp mà không động*. Bồ Tát như vậy đã chuyển ái kiến thành từ bi và trí tuệ, là phương tiện tự độ và độ tha, luôn theo sát bên cạnh trưởng dưỡng pháp thân, nên gọi là *thị giả* vậy.

NHẬN RA BỆNH TƯỚNG

> **KINH VĂN**
>
> Ngài Văn-thù-sư-lợi hỏi: Bệnh của cư sĩ tướng trạng thế nào?
> Ông Duy-ma-cật đáp: Bệnh của tôi không hình, không tướng, không thể thấy được.
> Bệnh ấy hiệp với thân hay hiệp với tâm?
> Không phải hiệp với thân, vì thân tướng vốn lìa; cũng không phải hiệp với tâm, vì tâm như huyễn.

Điều quan trọng nhất để có thể hiểu phẩm Văn-thù thăm bệnh này là chúng ta nên xem Duy-ma-cật đang bệnh giống như chúng ta là những chúng sanh đang thống khổ. Nếu vì tôn trọng ông như một vị Bồ Tát mà chúng ta cố gắng lý giải bệnh của Bồ Tát thì sẽ không hiểu việc làm và những gì ông nói. Lý do duy nhất chỉ vì ông là Bồ Tát và chúng ta là chúng sanh; sự cách biệt đó do chính chúng ta tạo ra, và nó quá xa đến nỗi Duy-ma-cật làm gì, nói gì chỉ là suy đoán của chúng ta. Ví dụ như nói bệnh của Duy-ma-cật là bệnh quyền, bệnh giả; nhân đại bi mà khởi, tùy ứng chúng sanh mà khởi hiện thân tứ đại như chúng sanh nên dường như ông có bệnh thật. Việc luận bệnh thật hay bệnh quyền là không cần thiết vì nó không có ích lợi gì cho sự giải thoát của chúng sanh. Đọc kinh sách Phật không phải là tìm chân dung Phật hay Bồ Tát, mà để thấy sự khôn ngoan của các ngài, từ đó làm theo để chúng ta thoát khổ. Văn-thù tượng trưng cho trí tuệ và thông qua trò chuyện mà Duy-ma-cật lãnh hội sự thật căn bệnh là gì và làm thế nào hết bệnh. Chúng sanh muốn thoát bệnh khổ thì phải ngay nơi bệnh khổ mà tìm thuốc chữa. Đó là cách hiểu của tôi đối với cuộc hội thoại của hai vị đại sĩ, xem như là một chỉ dẫn cho chúng ta tự cứu chính mình. Và đó là lý do tôi bố cục đối thoại của hai người thành bệnh chứng hay khổ đế, bệnh căn hay tập đế, liệu pháp hay diệt đế và phần sau là phương thuốc hay đạo đế.

Đoạn kinh văn hỏi đáp về gian trượng thất trống không là tổng luận về pháp không. Bệnh hoạn là một pháp. Pháp giới rỗng không thì lẽ nào bệnh của Duy-ma-cật hay bệnh của chúng sanh lại có? Thắc mắc của Bồ Tát Văn-thù tại sao nhà lại trống, là trực giác về bệnh tình ông Duy-ma-cật vốn không mà hiện có. Cũng giống như bệnh của chúng sanh, bản chất tuy là không nhưng hiện ra muôn vàn khổ sở. Do đó, đoạn kinh văn ở đây là biệt luận về chúng sanh bệnh, cũng là kết luận chắc chắn của bác sĩ trước khi viết toa thuốc cho bệnh nhân.

Duy-ma-cật và cả chúng sanh vốn không hề có bệnh: *Bệnh của tôi không hình, không tướng, không thể thấy được*. Đây là nói thẳng bệnh tưởng của chúng sanh, chẳng có ý nói pháp thân không bệnh; vì hai nghĩa khác nhau. Đây cũng là phần đề, nêu ra vấn đề bệnh.

Hỏi đáp về sự tương hợp giữa bệnh và thân tâm là phần thực, chỉ thẳng tướng không của bệnh. Lấy sự đau nhức khi bệnh làm ví dụ. Khi bệnh, ta cảm thấy khổ sở vì mệt nhừ và nhức mỏi. Cảm giác đau nhức từ đâu ra? Nếu đầu nhức, thì lúc đó ta không cảm thấy chân tay rã rời. Nếu lưng đau, thì đầu chẳng nhức. Vậy tại sao có lúc ta đau đầu, lại có lúc ê ẩm lưng? Không lẽ cái đau biết chạy lung tung trong thân? Hoặc chẳng lẽ có nhiều cái đau trong thân, và nhiều cái tôi cùng lúc cảm nhận chúng? Nếu nói toàn thân đều đau, thì ngoài không ai đánh ta, cái đau trong thân từ đâu ra ta không xác định được. Chẳng lẽ tự nhiên ta đau nhức? Cái đau nhức đó không do nhân duyên, cũng không phải tự nhiên có; bản chất nó là không thực vậy. Cái đau nhức và thân ta không dính líu nhau, nên nói: *Không phải hiệp với thân, vì thân tướng vốn lìa*; nghĩa này không hề nói đến pháp thân không bệnh hoặc thân xác thịt của ta là không. Nhận ra sự không dính líu nhau giữa thân và cảm giác rã rời đó, ta mới hiểu ngay cái đau nhức là không, bệnh thực ra là tưởng.

Tương tự như vậy ta hãy xét xem sự tổn thương của ta do đâu mà có, khi tai ta nghe ai đó miệt thị hay châm biếm. Chắc chắn không phải lời nói đó có gai đâm chọc vào tim ta, vì nếu vậy, những ai đang nói chuyện quanh ta lúc đó sao ta không bị tổn thương? Chẳng lẽ ta tự tổn thương mình? Hay là sự tổn thương tự nhiên đến với riêng ta? Truy tìm lý do của cảm giác tổn thương đó, ta sẽ có vô số lý lẽ trưng bày; nhân duyên cuối cùng không thể xác định rõ được. Nếu người đang làm ta tổn thương lại là người thân yêu của ta, thì ta càng rõ ràng sự vô căn cứ của tâm trạng của chính mình, vì mới hôm qua, ta và người đó còn ngọt ngào thương yêu nhau; đâu mới là tâm trạng thực của mình? Thấy nó là như vậy, rồi sát-na sau nó không còn là như vậy. Vậy thì cảm giác ấm áp của hôm qua và cảm giác tổn thương của hôm nay chỉ là vọng tưởng, phân biệt, chấp trước, vốn không thực. Do đó, bệnh khổ như kinh văn viết: *Cũng không phải hiệp với tâm, vì tâm như huyễn.* Không phải dễ dàng để cho bất kỳ ai cũng nhận được nghĩa không của cái mê và sự khổ. Phải thấy cái như huyễn rồi mới nhận ra cái hư huyễn.

Nhân có vị tăng vừa mất, có người hỏi tổ Pháp Nhãn Văn Ích (885-958): Vị tăng đó về đâu? Sư đáp: Vong tăng chưa từng chết. Người hỏi tiếp: Bây giờ thì sao? Sư nói: Ông chẳng biết vong tăng. Nếu ngộ pháp thân là thể kim cang bất tử, thì chẳng thấy có vị tăng chết. Nếu chẳng thấy có người, thì chết chỉ là tưởng tượng.

KINH VĂN

- Địa đại, thủy đại, phong đại, hỏa đại, trong bốn đại, bệnh về đại nào?

- Bệnh ấy không phải địa đại, cũng không lìa địa đại; thủy, hỏa, phong đại cũng như thế. Nhưng bệnh của chúng sanh là từ nơi tứ đại mà khởi, vì chúng sanh bệnh nên tôi có bệnh.

Trước hỏi về nhà trống là nêu nghĩa pháp không, sau hỏi về thị giả là từ bệnh cần có người chăm sóc để hiển nghĩa hiện trạng đang có của bệnh. Đoạn kinh văn này cũng cùng một cách hiển lộ nghĩa chân không diệu hữu. Phần đề: trực chỉ bệnh không có tướng. Phần thực: chỉ minh bạch bệnh chẳng hề hợp với thân hay tâm, là nghĩa chân không của bệnh khổ. Tiếp cho đến hết câu đáp của Duy-ma-cật về bốn đại là phần luận và phần kết để chỉ nghĩa diệu hữu.

Bệnh khổ tuy không tương ưng với thân tâm vì thân tâm chẳng dính líu gì với nó, nhưng bệnh khổ không ngoài thân tâm mà có, như ví dụ gương và ảnh ta đã nói. Chính vì vậy, khi bệnh, ta đúng là có cảm giác ê mình, nhức mỏi; đó là nghĩa kinh văn nói bệnh không phải là các đại, cũng không lìa các đại, và đó là phần luận, chỉ rõ nghĩa Có của bệnh khổ.

Từ câu: *Bệnh của chúng sanh là từ nơi tứ đại mà khởi*, là phần kết, chỉ ra lý do duy nhất của bệnh là sự chấp trước của chúng sanh về thân tứ đại, tức là thân kiến. Đó cũng là lý do ông thuyết bài pháp ngắn về thân tứ đại ở cuối phẩm Phương tiện trước khi Phật gửi người đến thăm viếng. Do chúng ta luôn dính mắc vọng thân, vọng tâm, vọng cảnh mà chấp mê sinh khổ. Chúng sanh nào do sát-na phát tuệ, khởi tâm Bồ-đề, dùng tuệ phương tiện liễu ngộ mê khổ đều không, nhìn lại mình thì cũng cùng một khuôn mặt chẳng hề khác trước kia. Chúng sanh ấy có thể nói như Duy-ma-cật kết luận: *Vì chúng sanh bệnh nên tôi có bệnh*, cũng cùng một câu nói chẳng hề khác lúc bắt đầu câu chuyện thăm bệnh. Đến đây thì nghĩa diệu hữu của bệnh Bồ Tát và bệnh chúng sanh thành tựu hoàn toàn.

PHƯƠNG THUỐC ĐIỀU TRỊ HAY ĐẠO ĐẾ

PHÁ TRỪ THÂN KIẾN

> **KINH VĂN**
>
> Khi ấy Ngài Bồ Tát Văn-thù hỏi ông Duy-ma-cật: Phàm Bồ Tát an ủi Bồ Tát có bệnh như thế nào? Ông Duy-ma-cật đáp: Nói thân vô thường, không nói nhàm chán thân. Nói thân có khổ, không nói ưa thích Niết-bàn. Nói thân vô ngã mà khuyên dạy dắt dìu chúng sanh. Nói thân không tịch, không nói là rốt ráo tịch diệt. Nói ăn năn tội trước, không nói vào nơi quá khứ. Lấy bệnh mình mà thương bệnh người. Phải biết cái khổ vô số kiếp trước, phải nghĩ sự lợi ích cho tất cả chúng sanh, nhớ đến việc làm phước, tưởng đến sự sống trong sạch, chớ nên sanh tâm buồn rầu, phải thường khởi lòng tinh tấn, nguyện sẽ làm vị y vương điều trị tất cả bệnh chúng sanh. Bồ Tát phải an ủi Bồ Tát có bệnh như thế để cho được hoan hỷ.

Mới xem qua, chúng ta cho là có hai: Bồ Tát không bệnh, đến thăm viếng và ủy lạo, an ủi Bồ Tát có bệnh. Nếu vậy, thì đó là việc riêng của hai vị và chúng ta đã quên mất chính chúng sanh đang khổ sở ở thế gian này mới đang cần chữa trị. Kinh văn dùng ngôn ngữ hình tượng, tuy nói có hai vị đang hỏi đáp, nhưng thực ra chỉ là một, chính là chúng sanh qua thống khổ đã nhận ra nghĩa Không của bệnh, và từ tâm hạnh của mình có được pháp giải thoát của chư Phật là liệu pháp Bát-nhã. Bồ Tát không bệnh là trí tuệ Bát-nhã. Bồ tát có bệnh là chúng sanh từ khổ đã phát tâm Bồ-đề, nay cần dược liệu để vượt qua cái Có của bệnh vậy. Đoạn kinh văn này là phương thuốc ban đầu để chúng sanh vượt qua mâu thuẫn, tạm gọi là mâu thuẫn để không rơi vào bẫy sập của hai bên Có và Không.

Bồ Tát Văn-thù là người thăm viếng, hỏi han, thì đáng lẽ thắc mắc về sự an ủi phải do ông Duy-ma-cật hỏi. Ở đây ngược lại, là vì từ câu trả lời của Duy-ma-cật, đại diện cho chúng sanh bệnh khổ, chúng ta có thể thấy người bệnh đã thức tỉnh và quyết định lựa chọn uống thuốc để chấm dứt mọi ảo tưởng xưa nay. Nếu ảo tưởng bắt đầu với sự chấp trước về thân, hay thân kiến, thì phải ngay thân này khởi trí quán sự giả dối của thân. Đây là trên quả mà quán. Nếu biết thân là huyễn, lập tức ly huyễn; đó là đốn. Nhưng chúng sanh có căn cơ khác nhau, nên kinh văn bày cách tiệm thứ. Ở đây dùng sự ngừng chỉ của pháp Như huyễn Tam-ma-đề (Samatha), phân tích thứ lớp, từ giả nhập không. Vì ngừng chỉ, nên yêu cầu đầu tiên phá thân kiến phải là đoạn dâm dục và sát sanh, giữ trai giới. Kinh Lăng-nghiêm nói rõ, không đoạn lòng dâm và sát sanh thì không có lý nào ra khỏi tam giới. Đó là về sự. Về lý, phải quán thấy được là thân mình tan hoại trong từng sát-na; thân là gốc của cái tôi, lìa thân không có tôi; vì muốn chu toàn cho tôi và thân tôi mà tôi kinh nghiệm khổ đau và phiền muộn trong đời. Thấy được sự giả dối của nó không hẳn là chấm dứt ảo tưởng. Vì nếu không khéo, chúng ta sẽ bị chới với trong không gian xám sệt của đám tro tàn sau khi tất cả bị thiêu hủy sạch, vội nắm lấy cửa Thiền như hầm trú ẩn để xa lánh cuộc đời:

Tuồng ảo hóa đã bày ra đấy,
Kiếp phù sinh trông thấy mà đau.
Trăm năm còn có gì đâu,
Chẳng qua một nấm cổ khâu xanh rì.
Mùi tục lụy dường kia cay đắng,
Vui chi mà đeo đẳng trần duyên?
Cái gương nhân sự chiền chiền,
Liệu thân này với cơ thiền phải nao.
            (Cung Oán Ngâm Khúc- Nguyễn Gia Thiều)

Nói thân vô thường, là phá cái chấp điên đảo của chúng sanh về cái có của vọng thân, ngăn chúng sanh chạy theo vọng cảnh, chứ không nói nhàm chán thân. Nói thân có khổ, là phá cái chấp si mê của chúng sanh về sự vui vẻ, lạc thú không hề tồn tại mãi trên đời, để khi không còn, sẽ không có muộn phiền, đau khổ, chẳng có ý bảo tìm Niết-bàn mà xa lìa sanh tử. Nói thân vô ngã, là ngăn chúng sanh vì ngã mà tạo tác ác nghiệp để chịu quả báo về sau, chứ không có ý nói không có chúng sanh đang sống và đang đau khổ. Nói thân không tịch, là thân có tướng hiện tại không thực là thân, giới thiệu pháp thân vô tướng mới là chân thân thường trụ, rỗng rang, lặng lẽ, chứ không có ý bảo phải diệt tuyệt, diệt tận mới được thân vĩnh hằng. Quán thân và bệnh khổ hiện có là quả báo của tội nghiệt ta đã gây ra từ bao kiếp trước. Do tánh tội vốn không, vô sanh, chỉ do vọng tạo, nên không chấp giữ tướng tội quá khứ, chứ không bài trừ nhân quả. Và vì chính ta đã khiến chúng sanh tổn hại và đau khổ, nên cần thiết sám hối hồi hướng công đức cho chúng sanh.

Tùy theo cái Có mà không hủy tận cái Có để chấp thủ cái Không. Phá bốn điên đảo về thường, lạc, ngã và tịnh, thuận theo cái Có, Bồ Tát lấy bệnh mình mà thương bệnh người, khởi đại bi tâm mà độ thoát chúng sanh. Đoạn kinh văn tiếp theo là từ trên nhân mà quán, từ không nhập giả. Bồ tát phát tâm tu hành để chữa bệnh khổ cho mình và chúng sanh, đã thấy thân và bệnh vốn không, đã biết cái khổ vô số kiếp trước, nếu không có được liệu phương tiện thì đến bao giờ mới dứt, do đó khởi bi tâm mà tu muôn hạnh, vì nghĩ sự lợi ích cho tất cả chúng sanh. Bồ Tát nhớ đến việc làm phước mà không vung phí, ngược lại phải vun bồi như tiết kiệm của cải dùng cho việc thuốc thang. Bồ Tát hay tưởng đến sự sống trong sạch, làm vô số thiện pháp như uống thêm thuốc bổ cho mau lành bệnh, ngăn trừ việc ác như kiêng cử món ăn tổn hại cho bệnh tình. Thế nên, từ thực hành, dấu hiệu thuyên giảm của bệnh khổ là sự an ủi cho Bồ Tát. Vọng tưởng, chấp trước, phân biệt cũng có lúc lắng xuống, không còn hoàn toàn chế ngự trọn ngày như trước. Từ đó, Bồ Tát, chúng sanh có bệnh khởi lòng tinh tấn, nguyện sẽ làm vị y vương điều trị tất cả bệnh chúng sanh. Công hiệu của phương thuốc phá trừ thân kiến bước đầu mang lại an vui cho cuộc sống.

PHÁ TRỪ NGÃ KIẾN VÀ CHÚNG SANH KIẾN

KINH VĂN

- Cư sĩ! Bồ Tát có bệnh phải điều phục tâm mình như thế nào?

Ông Duy-ma-cật đáp: Bồ Tát có bệnh phải nghĩ như thế này: Ta nay bệnh đây đều từ các món phiền não, điên đảo vọng tưởng đời trước sanh ra, là pháp không thật có, lấy ai chịu bệnh đó. Vì sao? Vì tứ đại hòa hợp giả gọi là thân, mà tứ đại không chủ, thân cũng không ngã. Lại nữa, bệnh này khởi ra đều do chấp ngã, vì thế ở nơi ngã không nên sanh lòng chấp đắm. Đã biết gốc bệnh, trừ ngay ngã tưởng và chúng sanh tưởng.

Thân kiến là phần thô trọng và ngã kiến là độ vi tế của cùng một cái Tôi. Thân kiến, ngã kiến là gốc của mọi sự có trên đời. Chúng ta sống trong mối quan hệ với người khác. Chính trong sự liên hệ này mà ta và tha nhân, ngã và chúng sanh được cùng thiết lập, không thứ tự trước sau. Đoạn kinh văn này là mở rộng phương thuốc phá trừ bệnh chấp đắm thân ra phạm vi lớn hơn là ngã kiến và chúng sanh kiến.

Khi chúng ta bị cảm cúm thì thường dùng thuốc Tylenol, trong đó có các thành phần dược chất Acetaminophen hạ sốt, Dextromythorphan giảm ho. Cũng vậy, điều trị bệnh khổ hay điều phục tự tâm trước phải lấy trí quán làm phương thuốc, mà dược chất cụ thể là phương cách quán khác nhau tùy từng đối tượng khác nhau như đau khổ, nghiệp quả, thân, ngã, chúng sanh, ngũ uẩn, căn, trần, thức...

Quán là quan sát, xem xét, phân tích dưới nhiều góc độ và trong nhiều mối liên hệ nội tại lẫn ngoại tại. Bồ

Tát có bệnh (từ đây, ta gọi Bồ Tát tức là những chúng sanh từ trong đau khổ và khắc khoải đã phát tuệ và tâm Bồ-đề mà khởi tu) muốn hết bệnh, lành mạnh, nên xuất phát từ chính mình mà dùng trí quán. Phải bắt đầu từ sự đau khổ đang cảm nhận mà truy tìm nguyên nhân chính là ảo tưởng giả dối và sai lầm. Sự đau khổ, phiền não và nguyên nhân của nó chẳng phải chỉ mới có đây mà đã bám theo ta từ vô thủy. *Ta nay bệnh đây đều từ các món phiền não, điên đảo vọng tưởng đời trước sanh ra.* Nói đời trước là không xác định được đời nào, hơn nữa, cái Có chẳng thể sinh ra từ không có gì, nên dù ta mang hình hài nào trong lục đạo, cũng không xác định được ta đích thực là ai. Quan niệm rằng có một linh hồn lên thiên đường, hoặc xuống địa ngục, hay thần thức luân chuyển trong ba cõi sáu đường suy cho cùng chỉ là hình tượng hóa một chủ thể siêu ảo, là pháp không thật có, do vọng tưởng điên đảo mà thành. Vọng tưởng là chưa hề có mà sinh ra có thế giới, chúng sanh, nghiệp quả. Ba tướng hư vọng vì không thật ấy nên gọi là điên đảo. Trong kinh Lăng-nghiêm, Phật dạy: *"Phú-lâu-na, ba thứ tiếp tục điên đảo ấy, đều do tính sáng suốt rõ biết của giác minh, nhân rõ biết phát ra có tướng, theo vọng tưởng mà kiến chấp sinh ra, các tướng hữu vi núi sông, đất liền thứ lớp dời đổi, đều nhân cái hư vọng đó, mà xoay vần sau trước."* Vọng tưởng thì không gì biện minh được, vì *"đã gọi là vọng, thì làm sao có nhân, nếu có nguyên nhân, thì sao gọi là vọng? Chỉ tự các vọng tưởng xoay vần làm nguyên nhân cho nhau, theo cái mê, chứa cái mê, trải qua kiếp số như vi trần."*[1]

Vậy là chúng ta dường như trải qua vô lượng kiếp làm chúng sanh chỉ vì cái mê vọng không thật có, khiến vô minh trở thành nghiệp từ vô thủy còn tiếp tục đeo bám ta ở đời này. Cũng trong kinh Lăng-nghiêm, Phật dạy: *"Các ngươi nếu muốn phát tâm Bồ-đề nơi Bồ Tát thừa, sanh*

---

[1] Kinh Thủ-lăng-nghiêm, bản Việt dịch của Cư sĩ Tâm Minh Lê Đình Thám.

lòng đại dũng mãnh, quyết định lìa bỏ các tướng hữu vi, nên suy xét kỹ cái cội gốc phiền não của nhuận nghiệp vô minh và nhuận sanh vô minh từ vô thủy này là ai làm, ai chịu?"¹ Tương tự vậy, Duy-ma-cật nói là chúng ta có bệnh thống khổ, thì lấy ai chịu bệnh đó.

Tuy nhiên, vì phiền não quá thực đối với ta, vì trọn ngày ta thương thân bệnh đau đớn, nên ông Duy-ma-cật phải nhắc lại thân cũng không ngã để trừ lòng chấp đắm vào cái tôi ảo ảnh kia. Chúng ta cần quán sát thấu đáo rằng đời trước do vọng tưởng điên đảo nên kiếp kiếp quả báo có bệnh khổ. Nhân đã hư vọng, quả chẳng lẽ thực có? Quán sát như thế là trên nhân phá quả. Do mê quả, thấy bệnh sinh tử là thực, nên chấp ngã là si, thuận ngã khởi tham, nghịch ngã phát sân. Tam độc đầy đủ, trở lại làm nhân cho sinh tử vị lai; cứ thế mà các khổ không ngừng. Nếu biết bệnh không thực, lập tức buông bỏ tức là ngay ở quả hiện tại phá nhân sinh tử vậy.

Thế giới, chúng sanh, nghiệp quả do vọng cùng khởi. Ngã tưởng và chúng sanh tưởng cũng vậy, vì tôi có ngã, bạn có ngã nơi bạn, chúng sanh cũng không ngoại lệ. Cùng sanh tử, dính mắc lẫn nhau, các ngã đối nhau càng thêm rối loạn, sinh thêm phiền toái. Mỗi một niệm tưởng thấy có mình là ngã tưởng. Mỗi một niệm tưởng thấy có người khác mình là chúng sanh tưởng. Chỉ khi nào mỗi một niệm tưởng đều tự buông bỏ kiến chấp có mình, có người thì phiền não tự diệt.

PHÁ TRỪ PHÁP TƯỞNG ĐIÊN ĐẢO

KINH VĂN

Phải khởi pháp tưởng. Nên nghĩ rằng thân này chỉ do các pháp hiệp thành, khởi chỉ là pháp khởi, diệt chỉ là pháp diệt. Lại các pháp ấy đều không biết nhau, khi khởi không nói nó khởi, khi diệt không

---

¹ Kinh Thủ-lăng-nghiêm, sách đã dẫn.

> nói nó diệt. Bồ Tát có bệnh muốn trừ diệt pháp tưởng phải nghĩ rằng pháp tưởng này cũng là điên đảo; điên đảo tức là bệnh lớn, ta nên xa lìa nó.

Pháp tưởng mà ông Duy-ma-cật đề cập ở đây có nghĩa rất rộng, bao gồm từ căn bản bên trong là cái Tôi, ra ngoài là thế giới; tức là ngũ uẩn và thập bát giới. Ngũ uẩn gồm sắc, thọ, tưởng, hành, thức là căn bản của ngã. Thập bát giới gồm sáu căn, sáu trần và sáu thức là tổng quan sự thành lập thế giới. Phải khởi pháp tưởng là quán sát vạn pháp đều do vọng tưởng duyên sanh.

Trong là thân tâm đều do tứ đại, ngũ uẩn giả dối tạo thành, mạng căn luân hồi trong ba cõi sáu đường không có tướng ta nhất định nào. Thân tâm còn không thực, huống hồ gì là bệnh hoạn của thân tâm. Ta và chúng sanh đều như thế. Bản chất của bệnh khổ chỉ là như Bồ Tát Văn-thù nói trong pháp hội Pháp giới thể tánh vô phân biệt, kinh Đại Bảo Tích: *"Các chúng sanh ấy thân kiến điên đảo chấp ngã và ngã sở. Hàng phàm phu ấy phát khởi ngã tưởng, chấp trước ngã tưởng và chấp trước tha tưởng mà phát khởi tâm và tâm sở. Những tâm và tâm sở ấy tạo tác các nghiệp thiện hoặc các nghiệp bất thiện. Do hành nghiệp ấy làm nhơn mà các chúng sanh ấy có được quả báo."*[1]

Gốc rễ bên trong như thế, ngọn ngành là thế giới bên ngoài chẳng khác. Quán pháp giới duyên khởi là biết *"tất cả pháp hư vọng như giấc mộng vì chỉ là niệm tưởng; tất cả pháp như trăng trong nước vì chẳng phải là sự thiệt có; tất cả pháp như tượng trong gương vì không chúng sanh; tất cả pháp như vang vì hư không và âm thanh sanh ra; tất cả pháp sanh diệt vì nhân duyên tạo thành."*[2]

Quán duyên khởi càng sâu sắc hơn khi ta nhận ra bản

---

[1] Kinh Đại Bảo Tích, quyển 26, bản Việt dịch của Hòa thượng Thích Trí Tịnh.
[2] Kinh Đại Bảo Tích, sách đã dẫn.

thân sự kết hợp cũng là giả dối. Sự kết hợp kia là không thực thì tướng các pháp không được thành lập, nên gọi là giả hợp. Hay nói cách khác, không hề có bất cứ cái gì đến với nhau để kết hợp thành cái khác; là nghĩa: *Lại các pháp ấy đều không biết nhau.* Nói vậy không có nghĩa là loại trừ tướng giả dối do hư vọng mà thành vọng sanh, vọng diệt; là nghĩa: *khi khởi không nói nó khởi, khi diệt không nói nó diệt* vì trong duyên khởi, thực không có gì sanh ra hay mất đi; nghĩa là sự khởi sinh và diệt mất của các tướng trong và ngoài đều là hư vọng, và sự kết hợp để làm thành các tướng đó cũng là hư giả. Do đó khi quán duyên khởi của ngũ uẩn và căn, trần, thức mà nói do nhân duyên nên có, thì sự kết hợp để có này cũng là pháp tưởng điên đảo, cần phải xa lìa. Tương tự như Duy-ma-cật nói: tướng không thấy mà thấy, ta có thể nói: pháp không hợp mà hợp; hoặc như Văn-thù nói: hễ có thấy tức là không thấy, ta có thể hiểu: hễ có hợp tức là không hợp. Sự động chuyển không thực, tức là không có cái đang động chuyển. Sự giả hợp không thực, tức là không có cái mới sinh ra hay diệt mất do kết hợp hay tan lìa. Quán thành tựu hai mấu chốt cực kỳ hệ trọng này tức là nắm trong tay vũ khí lợi hại quyết định phá được các pháp tưởng điên đảo.

LÌA HAI TƯỚNG ĐỐI ĐÃI

KINH VĂN

Thế nào là xa lìa? Lìa ngã và ngã sở. Thế nào lìa ngã và ngã sở? Là lìa hai pháp. Thế nào là lìa hai pháp? Là không nghĩ các pháp trong ngoài, mà thật hành theo bình đẳng. Sao gọi là bình đẳng? Là ngã bình đẳng, Niết-bàn bình đẳng. Vì sao? Ngã và Niết-bàn hai pháp này đều không. Do đâu mà không? Vì do văn tự nên không. Như thế, hai pháp không có tánh quyết định. Nếu đặng nghĩa bình đẳng đó, thì không có bệnh chi khác, chỉ còn có bệnh Không, mà bệnh Không cũng không nữa.

Sự khởi diệt của các tướng là tánh biến kế sở chấp của các pháp. Sự giả dối kết hợp thành các tướng là tánh y tha khởi của các pháp. Xa lìa hai tánh đó là thành tựu tánh viên thành thật, hay bản chất như như bất động của các pháp vậy.

Duy-ma-cật chỉ ra cách xa lìa là phải *lìa ngã và ngã sở*. Do chấp có ta nên mới có cái của ta. Ta đang cảm thọ, và cái cảm thọ rất thực ấy là cái của-ta. Sự thấy, nghe, hiểu biết, cũng như sự thống khổ, tất cả đều cùng một lý lẽ đó. Ngã và ngã sở nơi ta là thế này; ngã và ngã sở nơi người thì thế kia. Do đó nảy sinh xung đột và tranh chấp, thế giới động loạn không ngừng. Tăng Triệu viết: *"Cái ngã là chủ muôn vật, muôn vật là cái của ta. Nếu xa lìa ngã và ngã sở ắt chẳng pháp nào chẳng lìa."* (Kinh Duy-ma-cật chú giải). Duy-ma-cật tiếp tục hướng dẫn ta cách phá vỡ sự chấp trước mê lầm về ngã, như là chủ thể muốn chiếm hữu, và về ngã sở, như là vũ trụ đối tượng của sự chiếm hữu. Muốn chiếm đoạt vật gì để tăng trưởng lợi ích cho mình, chúng ta thường lựa chọn, phân biệt trong mục tiêu vật nào là tốt nhất cho ta. Do đó Bồ Tát phải ngay nơi sự đối lập mà phá chấp trước, tức là lìa hai pháp... là không nghĩ các pháp trong ngoài, mà thật hành theo bình đẳng. Ta phải chú ý cụm từ: *thật hành theo bình đẳng*; có nghĩa nhấn mạnh việc sống, việc làm, việc thực thi đối nhân tiếp vật phải xuất phát từ nhận thức bình đẳng. Bước này là thiền quán chuyển tiếp từ giả nhập không sang không nhập giả, từ tam-ma-đề (samatha) sang tam-ma-bát-đề (samapatti), pháp tu từ trí quán sang bi tâm, và mở đầu cho phần kinh văn tiếp sau chúng ta sẽ nói đến.

Để phá ngã tưởng, chúng sanh tưởng và pháp tưởng, Bồ Tát dùng pháp quán tam-ma-đề, ngưng chỉ sự động lay giả hợp, nhờ tịch chiếu mà thấy các pháp như huyễn, tức chỉ mới giống thôi, chưa thực sự là huyễn. Đó gọi là quán duyên khởi hay quán không. Đó là tu trí, quán giả nhập không để phá các hữu, trừ phiền não chướng là nhân của phần đoạn sanh tử của phàm phu. Đến đây, Bồ Tát đã chứng các pháp thực là hư huyễn. Nên nhớ: phải thấy như huyễn trước, sau mới rõ hư huyễn. Vì muốn trừ sự chấp trước vào tướng đối đãi của các pháp, Bồ Tát dùng pháp quán tam-ma-bát-đề, khởi huyễn trí phân biệt, nhờ tịnh chiếu mà thấy ngũ uẩn, căn, trần và thức tánh vốn không, nhưng biến hiện không rời chân tâm tự tánh.

Các pháp tuy đối đãi nhưng vẫn hằng thanh tịnh như như bất động. Do đó, các pháp tuy là huyễn nhưng huyễn tướng không còn, mà vào bình đẳng. Ở phàm phu, trong là ngũ uẩn, là căn thức phải chấp thủ, ngoài là trần tướng phải theo đuổi. Ở nhị thừa, trong là sanh tử cần xa lánh, ngoài là Niết-bàn cần chứng đắc. Ngã tướng và trần tướng, sanh tử và Niết-bàn là đại biểu cho các pháp đối đãi, rốt ráo đều rỗng không. *"Do trái nghịch với Niết-bàn cho nên gọi là ngã, vì xả bỏ ngã cho nên gọi là Niết-bàn. Hai pháp đối đãi thì có danh tự sinh. Đã đối đãi có danh tự thì không nhất định, vì thế mà gọi là không."* (Duy-ma kinh nghĩa sớ - Cát Tạng).

Thức thứ sáu, ý thức phân biệt các pháp thành đối đãi, nên sinh ra tưởng vọng tưởng ngôn thuyết, không đạt tới bản chất thực của các pháp, không có thực nghĩa. Vì do văn tự nên không, vì rốt ráo không nên bình đẳng. Đây là Bồ Tát dùng phương tiện huyễn trí, từ không nhập giả, quán huyễn, trừ dứt huyễn tướng, đạt rốt ráo không; nên nói: *Nếu đặng nghĩa bình đẳng đó, thì không có bệnh chi khác.*

Chỉ còn bệnh Không, mà bệnh Không cũng không nữa. Vì sao? Nói không là phá chấp có. Ví như hoa đốm có là do mắt bị nhòa. Chữa hết bệnh mắt nhậm thì không trung trống rỗng. Hoa đốm lóa chóa trước mắt chẳng còn bị thấy nữa thì mọi biện bạch, luận không về hoa đốm cũng vô giá trị, như hết bệnh thì bỏ thuốc không dùng nữa. Hơn nữa, Bồ Tát chứng tột cùng không, thì chẳng thấy không là do tạo tác, chẳng thấy không là pháp riêng rẽ cần đắc, vì tất cả pháp đồng thể nhất như bình đẳng. Có tức là không, chẳng còn thực có. Không tức là có, chẳng còn thực không. Tức Bồ Tát đã ly tứ cú, tuyệt bách phi. *Bệnh không cũng không*, còn có nghĩa khác là tuy phá chấp hữu mà không loại trừ duyên khởi giả danh và nhân quả nghiệp báo. Thánh Đức Thái Tử (Shotoku Taishi) viết: *"Nói chung, tâm chúng sanh dễ bị ảnh hưởng, vì thế trước hết phải dùng Pháp trừ bỏ Ngã, rồi dùng Không để trừ Pháp, và sau cùng là dùng tánh Không rốt ráo làm không cả cái Không. Và đó là cảnh giới tối thượng không chút phiền não nhiễu loạn."*[1] Đến đây là thành tựu quán bình đẳng không, trừ trí chướng, phá nhân biến dịch sanh tử của Bồ Tát. Biết không cũng là không, tức là vào trung đạo.

KHỞI TÂM ĐẠI BI

"Trí nương nơi Không mà thành. Bi tùy các Hữu mà sinh. Hai pháp này cần có nhau, vì sao như thế? Nếu chỉ tu trí thì trì trệ nơi Không, nếu chỉ tu bi thì đắm vào Hữu."[2] Từ đoạn kinh văn tiếp theo cho đến hết phẩm này là hiển nghĩa Bồ Tát có bệnh dùng trí phương tiện tu tâm đại bi.

> **KINH VĂN**
>
> Vị Bồ Tát có bệnh dùng tâm không thọ mà thọ các món thọ, nếu chưa đầy đủ Phật pháp cũng không diệt thọ mà thủ chứng. Dù thân có khổ, nên nghĩ đến chúng sanh trong ác thú mà khởi tâm đại bi. Ta đã điều phục được tâm ta, cũng nên điều phục cho tất cả chúng sanh.

---

[1] Trích từ Expository Commentary on the Vimalakirti Sutra, BDK English Tripiṭaṭka, 2012, tức bản Anh văn của Chú giải kinh Duy-ma-cật của Thánh Đức thái tử.
[2] Duy-ma kinh nghĩa ký - Huệ Viễn. Nguồn: daitangkinh.org.

Thành tựu quán bình đẳng không; là phát huy pháp quán thiền na (dhyana) tới đỉnh điểm, Bồ Tát ngộ tánh thanh tịnh, bình đẳng, giác. Trong tánh viên giác ấy, Bồ Tát thực hành theo bình đẳng: *"Dùng tâm tịnh giác, không chấp huyễn hóa, và các tướng yên tĩnh, rõ biết thân tâm đều là ngăn ngại, không biết giác sáng, không nương các ngại, hằng đặng vượt qua cảnh ngại cùng không ngại, thọ dụng thế giới và cùng thân tâm."* (Kinh Viên giác). Tuy vượt qua sanh tử lẫn Niết-bàn, không chấp cảnh huyễn hóa, không trì trệ ở trí giác sáng, Bồ Tát vẫn đang thọ thân sanh tử, thấu hiểu cái khổ vui của chúng sanh vì đã từng trải nghiệm qua. Từ đó nương thọ mà khởi bi, nương bi mà khởi nguyện.

Tuy thọ nhận sanh tử, cảm nghiệm khổ vui không khác chúng sanh, nhưng Bồ Tát có bệnh không thấy có chỗ thọ. Sự thọ lãnh ấy thực là không có thọ lãnh. Vì sao? Vì thọ là không thực. Chúng ta thường lý luận về thọ và không thọ mà quên bản chất của thọ uẩn là vọng tưởng hư minh như Phật nói trong hội Lăng-nghiêm; trông nó có vẻ rõ rõ ràng ràng nhưng là huyễn tưởng.

Không thọ sanh tử là chứng không. Không thọ Niết-bàn là nhập giả. Nhập giả mà thọ như chúng sanh nên ông Duy-ma-cật bệnh vì chúng sanh bệnh. Nếu chúng sanh thực lìa thọ nhận ngũ uẩn và căn trần, thì ông cũng lìa; nói cách khác, chúng sanh lành bệnh thì Bồ Tát lành bệnh.

Đề-bà-đạt-đa phá hoại tăng đoàn, mưu sát hại Phật, phải lãnh quả báo địa ngục, nhưng tâm như ở cõi trời, vì ông là Bồ Tát nghịch hạnh, nguyện làm chướng ngại thử thách quyết tâm và đạo hạnh của Phật trải qua kiếp kiếp tu hành. Bồ Tát cũng tạo tội ngũ nghịch vì lợi ích tối thượng của chúng sanh. Bồ Tát cũng hành thập thiện để sanh vào cõi nhân thiên, gần gũi, dẫn dắt chúng sanh có thiện báo. Để độ ba đường ác, Bồ Tát cũng thọ các pháp ác, từ trong thống khổ mà khởi tu trí, tu bi; tuy hòa mà không đồng. Để độ ba đường lành, Bồ Tát cũng học hành thông suốt các khoa học nhân loại, cũng tu luyện thần thông của cõi trời; tuy đồng cư mà không tham đắm. Sự thọ nhận sanh tử của Bồ Tát, về trí, là thọ mà không thọ, về bi, là vì giáo hóa chúng sanh mà thọ đủ các khổ vui trong đời.

"Bồ Tát lợi căn từ Không nhập Giả, tuy luôn dùng không chỗ thọ mà nhận các thọ, như trồng cây trên không trung, nhưng nếu không có sức đại tinh tấn thì không thể ở trong các thọ mà thành tựu tất cả Phật Pháp."[1] Nếu chưa đầy đủ Phật pháp, cũng không diệt thọ mà thủ chứng. Chúng sanh bệnh còn nặng, do chưa thâm ngộ Phật pháp, thì Bồ Tát đồng hành cùng bệnh như chúng sanh, còn tiếp tục giáo hóa chúng sanh. Bồ Tát chưa tròn Phật sự thì chưa nhập Niết-bàn vì con đường thọ nhận sanh tử là cần thiết phải trải qua để hoàn thành Phật quốc. Trong cơn đau đớn của sanh tử, Bồ Tát nhận ra chúng sanh cũng như mình, do vọng tưởng, phân biệt, chấp trước mà có bệnh sanh tử luân hồi. Bồ Tát chia sẻ phương thuốc điều trị, chỉ cho chúng sanh những gì mình biết, những gì mình làm để tự chữa bệnh; vì chính mình đã thử nghiệm công hiệu của vị thuốc Phật pháp và vận động thể dục của Phật sự. Khi một chúng sanh từ trong sanh tử phát tâm Bồ-đề, dùng Phật pháp điều trị bệnh sanh tử, chia sẻ phương thuốc đó với mọi chúng sanh, là chúng sanh ấy đã thắp ngọn Vô tận đăng mà cư sĩ Bồ Tát Duy-ma-cật trao truyền, là nghĩa: *Ta đã điều phục tâm ta, cũng nên điều phục cho tất cả chúng sanh.*

LÌA TÂM PHAN DUYÊN

> ### KINH VĂN
>
> Chỉ trừ bệnh mà không trừ pháp, dạy cho dứt trừ gốc bệnh. Sao gọi là gốc bệnh? Nghĩa là có phan duyên, do có phan duyên mà thành

---

[1] Duy-ma kinh lược sớ - Trạm Nhiên. Nguồn daitangkinh.org.

> gốc bệnh. Phan duyên nơi đâu? Ở trong ba cõi. Làm thế nào đoạn phan duyên? Dùng vô sở đắc; nếu vô sở đắc thì không có phan duyên. Sao gọi là vô sở đắc? Nghĩa là ly hai món chấp. Sao gọi là hai món chấp? Nghĩa là chấp trong và chấp ngoài; ly cả hai đó là vô sở đắc.

Từ thọ mà không chỗ thọ, Bồ Tát và chúng sanh đang tu hành mới nhận ra xưa nay do vọng tưởng mà mình chạy theo huyễn tướng. Trong bản thể, pháp giới là nhất chân, như như bất động. Ở pháp giới chúng sanh, pháp vốn chân đã thành vọng, vốn như như đã thành hư huyễn nên Bồ Tát không diệt tận pháp huyễn mà biến chúng thành phương tiện pháp huyễn độ chúng sanh huyễn. Trong ý nghĩa đó, Bồ Tát không đóng cửa luân hồi, mà còn rộng mở để cùng chúng sanh đang tu Bồ Tát đạo tiến vào độ tận.

Đoạn kinh văn này trước phá tâm vọng tưởng điên đảo, sau phá tâm chấp trước kiên cường, nên nói: Chỉ trừ bệnh mà không trừ pháp, dạy cho dứt trừ gốc bệnh. Vọng hoặc đã hết, pháp tưởng đã dứt thì pháp pháp vào chánh vị như như bất sanh bất diệt. Phá tâm vọng tưởng điên đảo chính là từ chứng ngộ thức thứ tám, a-lại-da tâm vọng động, mà chuyển thành chánh trí. Đã thấy ngũ uẩn và căn trần không thực có, thì phá đây là phá chấp thấy có thực pháp. Pháp đã là huyễn thì chuyện nắm bắt còn không thể được, huống hồ gì là việc diệt trừ. Do đó, *chỉ trừ bệnh*; là Bồ Tát biết rõ mọi phương thức giáo hóa, chỉ cần dạy chúng sanh trừ tâm bệnh. Cho nên trong vũ trụ vô minh, đầy ắp phiền não đối với chúng sanh, nhưng với Bồ Tát lại là phương tiện làm Phật sự. *Không trừ pháp*; là không loại trừ duyên khởi, không bác bỏ nhân quả vì chúng sanh do tâm phan duyên theo trần cảnh, bị cuốn vào chuỗi thập nhị nhân duyên mà luân chuyển từ vô minh đến lão tử, nay dùng sự tu hành như liễu nhân để ngộ nhập chân thân Phật tánh thường trụ.

Kinh văn tiếp theo nói đến tâm phan duyên là phá tâm chấp trước kiên cường. Do có phan duyên mà thành gốc bệnh. Vậy tâm phan duyên là gì?

Thể của vọng tưởng là sát-na tâm vọng động bên trong, ở sáu căn hướng ngoại, tức cảnh trần, liền chấp tướng các pháp là thật có. Trong ngoài đều không thật, nên gọi là vọng. Hoạt dụng của vọng tưởng chính là chấp trước, còn gọi là tâm phan duyên (alabama). Phan duyên là cầu nối pháp tưởng và vọng niệm. Phan duyên là rượt đuổi, là bám víu, là nương vịn vào pháp giả dối không thực có, hoặc lầm pháp phương tiện là cứu cánh rốt ráo nên bị các pháp đó chuyển. Chúng sanh duyên theo sáu trần khởi các tâm sở phiền não, tạo nghiệp tam độc thì cảm ứng ba đường ác. Chúng sanh nương theo thập thiện nghiệp đạo thì sanh cõi nhân thiên. Nếu tu tứ thiền bát định thì y báo là sắc giới và vô sắc giới. Chúng sanh còn tâm phan duyên thì đừng trông mong thoát ra ngoài tam giới; đó là nghĩa: *Phan duyên nơi đâu? Ở trong ba cõi.* Thế nhưng ba cõi vốn là hư vọng, các pháp sở duyên như hoa đốm trong không, thì việc truy cầu không khác nào là đuổi hình bắt bóng. Hệ lụy tất nhiên là chúng sanh tự chuốc đau khổ và trôi lăn trong lục đạo luân hồi. Vì vậy, tâm phan duyên là nhân, bệnh sanh tử là quả thông cả ba đời. Thông hiểu lý lẽ đó, thì cho dù chỉ với trí tuệ phàm phu chưa thấm nhuần Phật pháp, chúng ta cũng có thể ngừng ngay công việc mò trăng đáy nước kia.

Nhưng chỉ vì phàm phu chúng ta cứ chấp chặt cái thấy, nghe, hiểu biết của mình, tự phụ và háo thắng chẳng quan tâm lý lẽ khôn ngoan: *nếu vô sở đắc thì không có phan duyên* nên Duy-ma-cật một lần nữa khuyên ta hãy xa lìa hai thứ chấp trong và chấp ngoài. Trong là vọng kiến tạo tánh biến kế sở chấp của các pháp, ngoài là pháp tưởng do tánh y tha khởi giả dối của các pháp. Trong là ý thức giới, ngoài là nhãn giới, đều là không thực có, như Tâm kinh viết: *"Vô nhãn giới nãi chí vô ý thức giới."* Trong là cái ngã muốn chiếm đoạt, ngoài là thế giới và tha nhân mà ngã phải chinh phục và chiến thắng.

Nhận ra tính vô ngã của ta, người và sự vật, thấy được bản chất ảo vọng của ba quả sinh ra là thế giới, chúng sanh và nghiệp quả thì lập tức đốn tận gốc rễ của vọng tưởng. Xa lìa hai kiến chấp trong và ngoài, nhận ra pháp pháp không tự tánh thì không còn dính mắc mảy may và dứt trừ bệnh sanh tử vậy. Trong là nhân, là tướng chung của ta và người, ngoài là pháp, tức tướng chung của thế giới và sự việc.

Dứt khoát phải buông bỏ chấp trước vào những cái đối lập đó. Không buông bỏ không được. Buông bỏ một lúc hay buông bỏ từng phần là do căn cơ và dũng khí của mỗi một chúng sanh. Ngài Phó Đại Sĩ dẫn kệ tụng của ngài Di-lặc rằng:

人空法亦空，
二相本來同。
遍計虛分別，
依他礙不通。
圓成說識海，
流轉若飄蓬。
欲識無生忍，
心外斷行蹤。

Nhân không pháp diệc không,
Nhị tướng bản lai đồng.
Biến kế hư phân biệt,
Y tha ngại bất thông.
Viên thành thuyết thức hải,
Lưu chuyển nhược phiêu bồng.
Dục thức vô sinh nhẫn,
Tâm ngoại đoạn hành tung.[1]

---

[1] Lương Triều Phó Đại Sĩ Tụng Kim Cang Kinh (梁朝傅大士頌金剛經), Đại Chánh tạng, Tập 85, số 2732, trang 2, tờ c, dòng 23-26.

Nhân không pháp cũng không
Hai tướng xưa nay đồng.
Biến kế vọng phân biệt,
Y tha ngại chẳng thông.
Viên thành là biển thức,
Lưu chuyển như cỏ bồng.
Muốn biết không sanh nhẫn,
Ngoài tâm dứt hành tung.

KINH VĂN

Ngài Văn-thù-sư-lợi! Đó là Bồ Tát có bệnh, điều phục tâm mình để đoạn các khổ: già, bệnh, chết là Bồ-đề của Bồ Tát. Nếu không như thế, chỗ tu hành của mình không được trí tuệ thiện lợi. Ví như người chiến thắng kẻ oán tặc mới là dõng, còn vị nào trừ cả già, bệnh, chết như thế mới gọi là Bồ Tát.

Đoạn kinh văn nói về Bồ Tát điều phục tự tâm nhắc chúng ta nhớ lại nhân duyên Phật thuyết kinh Kim Cang. Do tôn giả Tu-bồ-đề hỏi Phật về cách an trụ chân tâm và làm sao hàng phục vọng tâm, Phật đáp rằng Bồ Tát nên độ tận chúng sanh vào Vô dư Niết-bàn, tuy *"độ vô lượng, vô số, vô biên chúng sanh như thế, mà thiệt không có chúng sanh nào là kẻ được diệt độ cả. Tại sao vậy?... Nếu vị Bồ Tát còn có tướng ngã, tướng nhân, tướng chúng sanh, tướng thọ giả, thời chẳng phải là Bồ Tát"*, vì các tướng ngã, nhân, chúng sanh, thọ giả đều thu nhiếp về lý duy tâm sở hiện, duy thức sở biến. Bồ Tát có bệnh điều phục tâm mình trong kinh Duy-ma-cật nghĩa tương đương với Bồ Tát làm sao hàng phục vọng tâm trong kinh Kim Cang. Bồ Tát trong kinh Kim Cang muốn điều phục vọng tâm thì trong thực hành phải lấy sự buông bỏ chấp tướng làm đầu bằng cách thực hành pháp bố thí vô tướng, đưa chúng sanh vào vô sanh. Bồ Tát trong kinh Duy-ma-cật điều phục vọng tâm bằng cách trừ vọng kiến trong ngoài, thực hiện pháp vô sở đắc, buông xuống vạn duyên, cùng chúng sanh dứt trừ sanh tử mà không có tướng sanh tử bị dứt trừ. Nguyên lý, phương pháp và mục đích đều như nhau.

Để đoạn các khổ: già, bệnh, chết là Bồ-đề của Bồ Tát; hay dứt trừ sanh tử là mục đích phương thuốc điều trị của Bồ Tát có bệnh. Đối với sanh, lão, bệnh, tử, chúng ta thường sợ hãi vì không nhận thức sâu sắc về bản chất ảo vọng của nó. Các nhà khoa học, giáo sư nghiên cứu Phật học, các triết gia dù có viết hàng đống những pho sách đồ sộ mà không chứng được a-lại-da tâm vọng động, thì mãi mãi vẫn thấy thế giới này sanh diệt và bản thân họ cũng vô vọng trong đối mặt với sanh, già, bệnh, chết. Tuy nhiên đó chỉ là bước đầu đi đến vô sanh. Nếu không dứt sanh tử thì chẳng phải là độ sanh, vì Bồ Tát và chúng sanh tu hành mà không đủ trí tuệ thiện lợi. Nếu con đường tu hành chỉ nhắm vào thủ chứng Niết-bàn cho riêng mình, thì đó chỉ có thiện mà không có lợi. Chỉ khi nào chúng sanh tu hành chia sẻ trí tuệ cùng phương tiện với các chúng sanh khác đồng bệnh sanh tử như mình, thì khi ấy thiện lợi vẹn toàn. Người vượt qua sanh tử, tức chiến thắng kẻ oán tặc chỉ mới có dũng, còn người nào diễn bày cách và cùng chiến đấu bên nhau với người khác để chứng pháp vô sanh thì mới xứng đáng là Bồ Tát đầy đủ bi, trí, dũng.

RÀNG BUỘC VÀ GIẢI THOÁT

SỰ RÀNG BUỘC CỦA ÁI KIẾN

KINH VĂN

Bồ Tát có bệnh nên nghĩ thêm thế này: Như bệnh của ta đây, không phải là thật, không phải có; bệnh của chúng sanh cũng không phải thật, không phải có. Khi quán sát như thế, đối với chúng sanh nếu có khởi lòng đại bi ái kiến thì phải bỏ ngay. Vì sao? Bồ Tát phải trừ dứt khách trần phiền não mà khởi đại bi, chớ đại bi ái kiến đối với

> sanh tử có tâm nhàm chán, nếu lìa được ái kiến thì không có tâm nhàm chán, sanh ra nơi nào không bị ái kiến che đậy, không còn bị sự ràng buộc, lại nói pháp cởi mở sự ràng buộc cho chúng sanh nữa. Như Phật nói: Nếu mình bị trói mà mở trói cho người khác, không thể được. Nếu mình không bị trói mới mở trói cho người khác được. Vì thế, Bồ Tát không nên khởi những sự ràng buộc.

Chúng sanh phát tâm Bồ-đề, hoặc Bồ Tát sơ phát tâm dù chỉ trong một niệm kiến tánh, thì sự thấy tánh ấy vẫn là chưa rõ ràng; chưa triệt ngộ pháp vô sanh. Do đó, Duy-ma-cật khuyên: Bồ Tát có bệnh nên nghĩ thêm thế này: bệnh không phải thật, tánh nó là hư vọng, không phải có, tức không phải do nhân duyên giả hợp mà thành; tất cả chỉ là vọng. Đã là vọng thì ta có thể trừ vọng tâm mà hết bệnh. Quán bệnh mình, bệnh người đều là vọng, nên từ thọ bệnh khởi bi tâm, từ bi tâm phát thệ nguyện tự độ, độ tha.

Về lý, tuy chúng ta có thể hiểu rằng bệnh sanh tử là không thật có, nhưng trong thực tế giao tiếp, sự hiểu biết đó có thể gặp chướng ngại do sự nhận thấy. Chúng ta cảm nghiệm mình và người thân quen chung quanh bị ràng buộc nhau trong những khổ vui xoay vần. Chúng ta lại chứng kiến các chúng sanh khác cũng tương tự vậy. Phần vì trí tuệ chưa đủ, phần khác vì còn tập khí phiền não, nên trong thực tế giao tiếp, chúng ta khó mà giải tỏa những bức xúc nặng nề. Tuy không có phản ứng tiêu cực chống lại và thường hay nhẫn nhịn, nhưng trong tâm lại phát sinh lòng mẫn cảm xót xa cho bi kịch giữa mình và người. Cảm tính ấy chính là đại bi ái kiến, tự thương mình và người, luẩn quẩn ràng buộc nhau trong xiềng xích vô hình không đáng có.

Hơn nữa, bệnh không phải thật, tức nói trí quán từ giả nhập không. Bệnh không phải có, nhưng lại là hiện thọ, tức là khởi bi tâm từ không nhập giả. Cả hai bi và trí đều là phương tiện vào trung đạo. Chỉ cùng một tâm mà mê là sanh tử, si ái, vô minh, ngộ lại là Niết-bàn, thanh tịnh, thường giác. Nghĩa là tánh của sanh tử là Niết-bàn, tánh của si ái là thanh tịnh, tánh của vô minh là thường giác. Đó là vào pháp môn Bất nhị. Rõ biết tánh bệnh thì phá được tận gốc, mê sự là bị trói buộc bởi tướng bệnh, mê lý là chấp vào giải thoát; mà nguyên nhân chính là do khởi lòng đại bi ái kiến.

Đại bi ái kiến nói về Bồ Tát hay chúng sanh sơ phát tâm, còn bị dính mắc trong sự mắc mứu nhau giữa mình và người. Nghĩa là Bồ Tát thấy có sự ràng buộc, dính mắc của chúng sanh, trong đó bao gồm cả mình; và sự ràng buộc ấy khó mà chối bỏ. Điều này làm chướng ngại con đường tu hành vì ái kiến làm chúng sanh hay Bồ Tát sơ phát tâm dễ buông xuôi, hoặc mất phương hướng, từ đó sinh tâm nhàm chán sanh tử, lạc vào nhị thừa.

Một chướng ngại có tính cực đoan khác là chúng sanh sơ phát tâm vì ái trước, sinh ra mê sự, mê lý, ra sức cố gắng công phu mà thực ra là đã rơi vào lệch lạc có tính hủy hoại đường tu. Các Bồ Tát dù đã có phần tiến bộ nhất định cũng thường bị lỗi này; do không cảnh giác cao độ nên rơi vào những hiện tượng ấm ma như Phật dạy trong kinh Lăng-nghiêm: *"A-nan, thiện nam tử kia, đương ở trong đó, được rất sáng suốt, cái tâm phát sinh đè nén quá phận, bỗng ở nơi đó phát ra lòng bi vô cùng, như thế cho đến xem muỗi mòng như là con đỏ, tâm sinh thương xót, nước mắt tự chảy ra; ấy gọi là công dụng đè nén quá mức; ngộ thì không có lỗi, không phải là chứng bậc thánh; giác ngộ không mê nữa, lâu tự tiêu hết. Nếu nhận là chứng bậc thánh, thì có giống ma sầu bi vào trong tim gan, thấy người thì đau xót, kêu khóc vô hạn; sai mất chính thụ, sẽ bị chìm đắm."* Bồ Tát từ địa thứ sáu trở xuống, chưa thể vô ngại, nên từ quán không vào hữu, dễ bị chới với, thủ chấp tướng bệnh mà sinh ái kiến. Tăng Triệu viết: *"Bậc lục trụ trở xuống, tâm chưa thuần nhất, nơi có thì bỏ không, nơi không thì bỏ có, chưa có thể dùng cái bình đẳng chân tâm có không đều vượt qua nên trong chỗ trang nghiêm cõi Phật, giáo hóa người vật ắt còn xen trộn ái kiến."* (Kinh Duy-ma-cật chú giải)

Sự nguy hại nghiêm trọng như vậy nên Duy-ma-cật khuyên nếu manh nha bi cảm ái kiến thì phải bỏ ngay. Vì sao? Vì ái kiến cũng không phải là thật pháp, chỉ do vọng chấp mà thành khách trần phiền não, cần phải trừ dứt mới thực là chân đại bi. Bồ Tát biết bệnh không phải thật, liền từ bỏ ái; không phải có, liền xa lìa kiến. Ái kiến nương tâm bi mà có, nên gọi là khách; do thấy có khổ đau, khởi bi cảm xót xa mà bi tâm bị nhiễm ô, nên gọi là trần. Bồ Tát phải trừ dứt khách trần phiền não tức là thanh tịnh tâm bi. Nếu có ái kiến thì tướng sanh tử chưa buông bỏ triệt để. Nếu cảnh giác xa lìa ái kiến thì trong sanh tử mà không bị tướng sanh tử chuyển nên: *Sanh ra nơi nào không bị ái kiến che đậy, không còn bị ràng buộc.* Sự ràng buộc đã dứt thì không có gì khó khăn cho việc cởi mở mọi khúc mắc trói chặt chúng sanh.

Vì thế, Bồ Tát không nên khởi những sự ràng buộc. Mọi sự trói buộc không đến từ bên ngoài, mà do chính tự tâm tạo ra từ cái nhìn chấp chặt. Câu kết luận này là chuyển tiếp cho Duy-ma-cật đi sâu vào phân tích quan hệ giữa ràng buộc và giải thoát ở văn kinh tiếp theo.

PHƯƠNG TIỆN VÀ TRÍ TUỆ

KINH VĂN

Sao gọi là ràng buộc? Sao gọi là giải thoát? Tham đắm nơi thiền vị là Bồ Tát bị ràng buộc. Dùng phương tiện thọ sanh là Bồ Tát được giải thoát. Lại không có phương tiện tuệ thì buộc, có phương tiện tuệ thì giải, không tuệ phương tiện thì buộc, có tuệ phương tiện thì giải.

> Sao gọi không có phương tiện tuệ thì buộc? Bồ Tát dùng ái kiến trang nghiêm Phật độ, thành tựu chúng sanh, ở trong pháp Không, Vô Tướng, Vô Tác mà điều phục lấy mình; đó là không có phương tiện tuệ thì buộc.
>
> Sao gọi có phương tiện tuệ thì giải? Bồ Tát không dùng ái kiến trang nghiêm Phật độ, thành tựu chúng sanh, ở trong pháp Không, Vô Tướng, Vô Tác, điều phục lấy mình, không nhàm chán mỏi mệt; đó là có phương tiện tuệ thì giải.
>
> Sao gọi không có tuệ phương tiện thì buộc? Bồ Tát trụ nơi các món phiền não, tham dục, sân hận, tà kiến... mà trồng các cội công đức; đó là không có tuệ phương tiện thì buộc.
>
> Sao gọi có tuệ phương tiện thì giải? Là xa lìa các thứ phiền não, tham dục, sân hận, tà kiến... mà vun trồng các cội công đức, hồi hướng Vô thượng chánh đẳng chánh giác; đó là có tuệ phương tiện thì giải.

Phương thuốc điều trị nhằm chữa dứt bệnh sanh tử cho chúng sanh, tức mang lại sự giải thoát. Muốn nói đến giải thoát, trước hết phải nói đến sự ràng buộc. Luân hồi lấy tâm ái làm căn bản ràng buộc và lưu chuyển mọi loài chúng sanh; là nhuận sanh vô minh được nói đến trong kinh Viên giác và kinh Lăng-nghiêm. Đối với người bình thường chưa có ít nhiều biết về Phật pháp, đó là sợi dây tình cảm cha mẹ, vợ chồng và con cái. Đối với Bồ Tát hay chúng sanh sơ phát tâm, đó chính là đại bi ái kiến. Do đó, Duy-ma-cật nhắc nhở khi điều trị bệnh sanh tử, nên thận trọng cần phân biệt rõ tâm bi và ái kiến. Sự thận trọng đó là cần thiết cho giải thoát, giống như uống thuốc đúng liều lượng thì công hiệu. Không thận trọng thì bị trói buộc, ví như liều lượng thuốc sử dụng sai thì nguy hại vậy.

Sự cân bằng liều lượng thuốc ở đây là khéo phối hợp nhuần nhuyễn phương tiện và trí tuệ. Duy-ma-cật từ tâm ái kiến dẫn nhập vào sự tương tác chặt chẽ giữa trí tuệ và phương tiện trong việc giải thoát chúng sanh. Từ đó có vấn đề đặt ra là: *Sao gọi là ràng buộc? Sao gọi là giải thoát?* Lý giải mối quan hệ giữa trí và bi, hay tuệ và phương tiện là trả lời câu hỏi này vậy.

Phương tiện tuệ là trí tuệ về tánh không được thực thi cụ thể trong giáo hóa chúng sanh, chúng ta gọi tắt là trí tuệ. Tuệ phương tiện là phương thức, biện pháp giáo hóa được dẫn đạo bằng trí tuệ về tánh không. Thông suốt các pháp không ngăn ngại là trí tuệ. Tích lũy công đức để độ sanh, trang nghiêm cõi Phật cho chúng sanh là phương tiện. Trí tuệ và phương tiện gắn bó chặt chẽ nhau thì sự nghiệp hoằng hóa độ sanh mới dễ dàng thuận lợi. Thiên trọng hay thiếu hẳn một bên đều là ràng buộc.

Duy-ma-cật là bệnh nhân mà cũng là thầy thuốc, nêu ra ba ví dụ để diễn giải sự ràng buộc của ái kiến và sự phối hợp nhịp nhàng của tuệ và phương tiện để tháo gỡ nút thắt tế nhị kia.

Tham đắm mùi thiền là chấp vào phương tiện, là sử dụng thuốc quá liều. Khát vọng giải thoát quá mức nặng nề sẽ trở thành dây trói hành giả săn tìm an lạc, dùng thiền định mong dập tắt phiền não. Đó là không có trí tuệ, phương tiện trở thành ràng buộc; kinh văn gọi là: *không có tuệ phương tiện thì buộc.* Tham đắm thiền vị thì cho dù công phu có thâm, định lực có sâu tới đâu cũng bị ràng buộc ở nơi thọ sanh hay chỗ sở đắc như thủ chứng Niết-bàn của nhị thừa hoặc như đắc tứ thiền bát định thọ sanh vào các cõi trời Sắc và Vô sắc giới. Khác hẳn với sự thọ sanh đó, Bồ Tát chứng ngã, pháp đều không, không còn tướng sanh tử trói buộc, nên tự tại tùy duyên, tùy nguyện thọ sanh như là phương tiện độ sanh, đi lại trong tam giới như dạo chơi ngoạn cảnh. Đó là phương tiện có trí tuệ hướng dẫn thì giải thoát; kinh văn gọi là: *có tuệ phương tiện thì giải.*

Một ví dụ khác về sự cần thiết của tuệ phương tiện, tức phương tiện có trí tuệ chỉ đạo, là tâm ái kiến đối với sự tu hành. Bồ Tát, chúng sanh phát tâm tu hành, làm đủ các việc tu công đức, khởi tâm chấp trước đắm nhiễm vào sự, sanh kiến tư phiền não. Ví như bố thí cầu phước báo là khởi tham, gặp người phê phán pháp tu hay hiểu biết về Phật pháp của mình thì nổi sân, được chút ít mà tự cho là đã chứng là tà kiến, ngạo mạn. Không có trí tuệ, mọi việc làm đều là vô ích, phương tiện đã trở thành sai lạc. Tướng sanh tử và phiền não vẫn còn nguyên. Dù cho vun trồng bao nhiêu công đức, công phu có miệt mài thì vẫn không giải thoát. Dính mắc vẫn là dính mắc. Luân hồi vẫn hoàn luân hồi. Đó là không trí tuệ dẫn dắt, phương tiện trở thành ràng buộc; đó gọi là *không có tuệ phương tiện thì buộc*. Ngược lại, ví như chúng ta tôn sư trọng đạo, đối với ai cũng xem là Bồ Tát, hành xử khiêm cung, thì dù chỉ lễ lạy người một lạy, như Bồ Tát Thường Bất Khinh, là đầy đủ các công đức hồi hướng quả bồ đề. Đó là phương tiện có trí tuệ, đó là *có tuệ phương tiện thì giải*.

Trên là mê sự, chấp trước phương tiện, thiếu trí tuệ nên thay vì phát triển tâm bi, chúng sanh tu hành lại sa vào ái kiến, bị thế giới của cái có xiềng trói. Xen lẫn những lúc như vậy, chúng sanh tu hành lại có khi mê lý, nên trí tuệ tánh không, vốn trong sáng bị tâm mê chấp làm cho ám muội. Nói xen lẫn là vì không phải lúc nào tâm chúng ta cũng nghiêng lệch một bên có hoặc không, nên giữa ví dụ về ái kiến thiên vị và ví dụ về đắm nhiễm vào công đức, Duy-ma-cật đặt để một ví dụ về tu pháp tam giải thoát môn: Không, Vô tướng, Vô tác. Đó là lúc chúng sanh tu hành vướng vào chấp không. Do mê lý, ái kiến về tánh không, nên trí tuệ bị trì trệ trong lý không. Sự trì trệ đó là hạn hẹp trong nhận thức thuần túy lý tính, không có tác dụng độ sanh. Chấp trước vào không, trở thành ám muội như vậy là do trí thiếu bi, lý thiếu sự, có tuệ mà không phương tiện; kinh văn gọi là: *không có phương tiện tuệ thì buộc.*

Chỉ khi nào Bồ Tát hay chúng sanh phát tâm tu hành, từ sự vô thường quán thấy các pháp dường có dường không, tợ tợ như mơ, như huyễn như hóa mà ngộ lý không. Bồ Tát chẳng trì trệ nơi Không, Vô tướng, Vô tác mà vào thế giới hữu, va chạm với cái có, nhưng vẫn ở trong tam giải thoát môn mà tự điều phục, dùng trí huyễn tiếp nhận chúng sanh huyễn, ngộ cái thực sự hư huyễn. Lúc đó Bồ Tát hay chúng sanh tu hành có thành tựu, quay nhìn lại, vẫn thấy biển là biển, sông là sông như như bất động. Đó là phương tiện được trí tuệ tác thành; kinh văn gọi là: *có phương tiện tuệ thì giải.*

> **KINH VĂN**
>
> **Ngài Văn-thù-sư-lợi! Bồ Tát có bệnh đấy phải quán sát các pháp như thế. Lại nữa, quán thân vô thường, khổ, không, vô ngã; đó là tuệ. Dù thân có bệnh vẫn ở trong sanh tử làm lợi ích chúng sanh không nhàm mỏi; đó là phương tiện. Lại nữa quán thân: thân không rời bệnh, bệnh chẳng rời thân, bệnh này, thân này, không phải mới, không phải cũ; đó là tuệ. Dù thân có bệnh mà không nhàm chán trọn diệt độ; đó là phương tiện.**

Tóm lại, lượng thuốc được sử dụng đúng liều là khéo điều phối trí tuệ và phương tiện để chúng sanh tu hành tránh nguy cơ sa vào tâm ái kiến đối với tướng sanh tử hay thế giới của cái có, vẫn còn đang nhập nhằng chưa muốn dứt. Điều này hết sức quan trọng trong quá trình trị bệnh, tức hàng phục vọng tâm và điều phục chúng sanh. Bồ Tát hay chúng sanh phát tâm cần phải luôn nhớ rằng bệnh sanh tử phi chân, phi hữu. Duy-ma-cật muốn nhắc nhở lần nữa nên nói: *Bồ Tát có bệnh đấy phải quán sát các pháp như thế;* bệnh đã là vọng, chẳng lẽ các pháp lại là thật có, nên không chỉ riêng phải quan sát thân và bệnh mà nói chung là các pháp vậy.

Tuy biết bệnh là vọng nhưng Bồ Tát vẫn không rời căn bản *quán thân vô thường, khổ, không, vô ngã*. Vô thường và khổ là thế đế. Không, vô ngã là chân đế. Bồ tát quán thân trong thế đế thì không luyến tiếc sanh tử, quán thân trong chân đế thì thấy không có mình, do đó tự tại nhập thế gian. Đó là có tuệ chiếu vô thường thì soi sáng hữu. Thấm thía cái vô thường thì trừ được khổ. Tuệ soi suốt lý không thì trừ được ngã. Bồ Tát có bệnh vì không quên căn bản quán thân như trên, và vì bệnh mình cũng giống bệnh người nên sẽ không xa rời chúng sanh, mà luôn tinh tấn tự hành và lợi tha. Có trí tuệ quán thân thường xuyên là tự nhắc nhở chính mình, chúng sanh tu hành mới dần xa lìa được tâm ái; điều này là quan trọng cho chúng sanh sơ phát tâm.

Căn bản quán thân như trên là nói về Bồ Tát từ sơ phát tâm đến Bồ Tát địa thứ sáu. Văn cú tiếp theo là nói về Bồ Tát thất địa trở lên các bậc đã chứng pháp vô sanh. Bồ Tát không ngừng ở căn bản quán thân như trên, nên kinh văn viết: *Lại nữa quán thân*, quán đến mức nhuần nhuyễn không còn phân thế đế và chân đế, trực nhận vô thường tức là không, khổ suy cho cùng là vô ngã, vì thực ra không có gì động lay, không có gì từ sanh đi tới diệt, cũng chẳng có ai làm ai chịu. Vì thân là vọng mà bệnh cũng vọng. Đã là vọng thì không có trước sau, mà đồng thời cùng hiện. Một niệm bất giác thì ta, thế giới và chúng sanh đều đầy đủ khắp vũ trụ này. Do đó mà thân và bệnh chẳng rời nhau từ vô thủy đến nay. Do nhuận nghiệp vô minh mà có biến dịch sanh tử. Do nhuận sanh vô minh mà có phần đoạn sanh tử. Thân và bệnh nương nhau xoay vần lưu chuyển không hề gián đoạn nên xưa nay chúng sanh luôn khổ, nên nói: *không phải mới*. Bồ Tát nhận biết thân và bệnh cùng vọng, do hết chấp trước như trước kia, nên thân bệnh không thực là thân bệnh, gọi là: *không phải cũ*.

Không phải mới, nên Bồ Tát suy gẫm thân này tuy đáng chán, nhưng không phải cũ, nên cũng thân này, bệnh này mà giờ trở thành phương tiện diệu dụng, không nhàm chán mà được bất động địa. Đó là Bồ Tát đã thấy thân này, bệnh này, và cả thế giới này đều lưu xuất từ Đại quang minh tạng hay chân pháp thân vậy. Bồ Tát và chúng sanh vốn đã diệt độ, chẳng cần trọn diệt độ nữa như Duy-ma-cật đã nói với Bồ Tát Di-lặc ở phẩm trước. Đến đây là liều lượng thuốc đầy đủ, không thiếu cũng không dư, tức là Bồ Tát đã thống nhất thế đế vô thường, khổ với chân đế không, vô ngã, vì trong pháp giới thể tánh vô sai biệt không có gì là thế đế và chân đế; cũng như đã thành tựu phối hợp trí và bi, vì tuệ là phương tiện, phương tiện là tuệ.

TRUNG ĐẠO ĐIỀU PHỤC

XA LÌA HAI PHÁP

> **KINH VĂN**
>
> **Ngài Văn-thù-sư-lợi! Bồ Tát có bệnh nên điều phục tâm mình như thế, mà không trụ trong đó, cũng không trụ nơi tâm không điều phục. Vì sao? Nếu trụ nơi tâm không điều phục là pháp của phàm phu, nếu trụ nơi tâm điều phục là pháp của Thanh văn, cho nên Bồ Tát không nên trụ nơi tâm điều phục hay không điều phục, lìa hai pháp ấy là hạnh Bồ Tát.**

Bồ Tát có bệnh nên điều phục tâm mình như thế, là Duy-ma-cật muốn tóm tắt lại tất cả dặn dò về phần điều phục tâm, mà ta có thể ghi là tổng kết quá trình điều phục hay trung đạo. Từ đây cho đến hết phẩm này chính là bản tổng kết đó. Tổng kết không phải là liệt kê từng bước cần phải làm theo thứ tự, mà là kim chỉ nam tổng hợp những điểm cốt lõi của nhận thức và hành động trong suốt quá trình điều trị bệnh sanh tử.

Trí quán phá ngã kiến và chúng sanh kiến, bắt đầu từ nhận ra nguyên nhân của bệnh sanh tử là nhuận nghiệp vô minh, tức điên đảo vọng tưởng. Vọng tưởng là pháp không thật, từ đó phá ngã tưởng, chúng sanh tưởng và pháp tưởng, dẫn đến ngã kiến và chúng sanh kiến không còn. Trong trí quán đó, quán duyên khởi phá pháp tưởng là mấu chốt. Pháp tồn tại là không thật, sự chuyển động cũng không thật, ngay cả sự giả hợp lập thành pháp tướng cũng không thật. Tất cả pháp không tự tánh, chỉ do tánh y tha và biến kế mà thành. Hiểu được như thế là có thể xa lìa tâm ý thức phân biệt có hai. Đó là mở ra pháp môn Không hai.

Khi đã chuyển tâm ý thức phân biệt thành diệu quán sát trí, Bồ Tát quán bình đẳng không, diệt trừ huyễn tướng, đồng thời nương thọ khởi bi, nương bi khởi nguyện, vào pháp giới chúng sanh mà cùng tu bi và trí, hoàn thiện điều phục tự tâm mình và điều phục tâm chúng sanh. Cùng trong sanh tử với chúng sanh, Bồ Tát tự mình thực hiện và chỉ cho chúng sanh tâm phan duyên là mầm bệnh luân hồi. Bồ Tát muốn trừ tâm phan duyên, nên xa lìa tâm chấp trước, tức kiến chấp trong và ngoài, thấy lý vô sở đắc mà đoạn trừ sanh tử. Muốn trừ tâm chấp trước, Bồ Tát hạ thủ ngay ở những đối lập mà không sanh tâm ái kiến bằng cách phối hợp linh hoạt phương tiện và trí tuệ. Đó là mở ra con đường trung đạo mà gốc của nó là trí bát-nhã. Chúng ta thấy rõ hình ảnh Đại trí Pháp vương tử Văn-thù ở đây với lưỡi gươm vàng Bất nhị và bảo kinh Bát-nhã; điều phục hay hàng phục vọng tâm là như vậy.

Điều trị vào trung đạo là có sự chữa trị mà không có tướng bệnh cần chữa trị. Việc điều trị là huyễn sự vì đối tượng của nó là vọng tâm. Như trên đã nói, Bồ Tát muốn trừ bám chấp, trước tiên nhắm vào sự phân biệt, hay nói rõ hơn, là những đối đãi. Lìa đối đãi là lìa vọng, do đó Duy-ma-cật có chủ ý rõ rệt khi đặt vấn đề là Bồ Tát điều phục tâm cần thiết lìa sự an trú nơi tâm điều phục hay tâm không điều phục. Vì đối tượng của điều trị là vọng tâm, nên hai bên đều là vọng. Trọng điểm của đoạn kinh văn này nhấn mạnh vào lìa hai pháp hơn là bàn về hạnh Bồ Tát, nên khi đọc tiếp kinh văn, chúng ta không nên chú trọng quá nhiều vào chi tiết hạnh Bồ Tát sẽ dễ bị lạc hướng.

Nếu trụ nơi tâm không điều phục là pháp của phàm phu, nếu trụ nơi tâm điều phục là pháp của Thanh văn. Tâm không điều phục là tâm hành của chúng sanh, là tất cả tâm sở phiền não, kiết sử trói buộc. Tâm không điều phục là tâm ô nhiễm, không tự chủ, bị lèo lái bởi vô minh và si ái mà lưu chuyển trong sanh tử. Chính là vọng tâm. Thuận theo vọng tâm là do không thấy rõ bản chất trống rỗng, không thật của thế giới hiện tượng. Thuận theo, là pháp của phàm phu; trong nguyên bản là "thị ngu nhân pháp", đúng ra phải dịch "là pháp của kẻ ngu". Trụ nơi tâm không điều phục là còn nguyên trần tướng; đó là vọng tâm. Ngược lại, chấp trước kiến tư phiền não là thật, tuy cố gắng làm các pháp nghịch để diệt trừ, cũng là tâm vọng tưởng, là tâm phan duyên, không thấy pháp tánh. Trụ nơi tâm điều phục là diệt tướng thế gian mà chẳng thấy tánh sanh tử là niết bàn. Đó là pháp của nhị thừa, cũng là vọng, không chân thực. Lìa hai pháp đó là lìa vọng thì phá được bám chấp.

Chúng ta đã nói qua về làm sao hàng phục vọng tâm trong kinh Kim Cang và kinh Duy-ma-cật. Trong kinh Kim Cang, Phật còn dạy tôn giả Tu-bồ-đề thực hành bố thí vô tướng, tức buông bỏ tất cả tướng, là an trụ chân tâm. Ở đây, Duy-ma-cật lìa hai pháp, vì trụ bên nào cũng đều là vọng. Lìa hai bên tức là đã an trụ chân tâm. Đạo lý an tâm của hai kinh không khác nhau, cùng trong thực hành, kinh Kim Cang nêu nghĩa chân thật quyết định, kinh Duy-ma-cật linh hoạt nghĩa diệu dụng.

KINH VĂN

Ở trong sanh tử mà không bị nhiễm ô, ở nơi Niết-bàn mà không diệt độ hẳn là hạnh Bồ Tát. Không phải hạnh phàm phu, không phải

> hạnh hiền thánh, là hạnh Bồ Tát. Không phải hạnh nhơ, không phải hạnh sạch, là hạnh Bồ Tát. Tuy vượt khỏi hạnh ma, mà hiện các việc hàng phục ma là hạnh Bồ Tát. Cầu Nhất thiết trí, không cầu sái thời là hạnh Bồ Tát.

Trung đạo lấy lìa nhị biên, phá đối đãi làm chính. Đây là những ví dụ từ trong hạnh Bồ Tát mà qua diễn giải chúng ta sẽ thấy nghĩa không xả, không thủ, không thiên chấp, không trụ trước.

Dù cho sanh tử hay Niết-bàn, cũng không thủ, không xả. Dù là phàm hay thánh, cũng không chấp có, chấp không. Hạnh Bồ Tát không thể nhất định là uế hay tịnh vì đã lìa hai tướng, chỉ cầu lợi cho tất cả chúng sanh, vì vậy hạnh Bồ Tát không trụ trước hai bên. Bồ Tát đã chiến thắng ma sự ma tâm, nên không ngại thị hiện ma sự giáo hóa chúng ma; hành tung không thể nắm bắt bằng hình tướng vì đã lìa thiện ác. Đã có trí tuệ mà không tu công đức, hoặc chưa đủ trí tuệ mà cứ đắm vào công đức; cả hai đều chưa trọn vẹn, là phi thời. Chưa đạt trung đạo mà thủ chứng, là chưa đúng lúc, là phi thời. Không thiên chấp mới là chẳng phi thời, nên muốn cầu trí Phật, chẳng nên thiên chấp cực đoan.

VÔ TRỤ VÀ DIỆU DỤNG

> **KINH VĂN**
>
> Dù quán các pháp không sanh mà không vào chánh vị là hạnh Bồ Tát. Quán mười hai duyên khởi mà vào các tà kiến là hạnh Bồ Tát. Nhiếp độ tất cả chúng sanh mà không mê đắm chấp trước là hạnh Bồ Tát. Ưa xa lìa mà không nương theo sự dứt đoạn thân tâm là hạnh Bồ Tát. Tuy ở trong ba cõi mà không hoại pháp tánh là hạnh Bồ Tát. Tuy quán Không mà gieo trồng các cội công đức là hạnh Bồ Tát. Dù thật hành vô tướng mà cứu độ chúng sanh là hạnh Bồ Tát. Dù thật hành vô tác mà quyền hiện thọ thân là hạnh Bồ Tát. Dù thật hành vô khởi mà khởi tất cả hạnh lành là hạnh Bồ Tát.

Lìa hai pháp, phá đối đãi không hẳn là thực lìa, thực phá. Vì nếu như vậy sẽ rơi vào hư vô. Trung đạo không phải là phá hủy tất cả, mà là dung nạp, thâm nhập những đối đãi mà thực hành bình đẳng. Đoạn kinh văn trên nêu nghĩa bất nhị trong các pháp tu làm ví dụ tiêu biểu như pháp vô sanh, thập nhị nhân duyên, tứ nhiếp pháp, pháp tịch tĩnh, tánh không, ba giải thoát môn. Quán vô sanh mà không thủ chứng chánh vị như như. Quán mười hai duyên khởi để phá chấp thường chấp đoạn, vào tà kiến là không thủ chấp chánh kiến, vì pháp không nhất định. Tu tứ nhiếp pháp, không theo tướng hữu của chúng sanh mà khởi ái kiến. Tu hạnh A-lan-nhã tịch tĩnh, mà chẳng theo nghĩa Không để đoạn diệt tướng Có. Thị hiện thọ sanh trong thế giới của cái Có mà chẳng quên vạn pháp giai không. Tu Không, Vô tướng, Vô tác, Vô nguyện mà không ngại thọ thân làm đủ các công đức và pháp lành để độ sanh.

KINH VĂN

Dù thực hành sáu pháp Ba-la-mật mà biết hết các tâm, tâm sở của chúng sanh là hạnh Bồ Tát. Dù thực hành sáu pháp thần thông mà không dứt hết lậu hoặc là hạnh Bồ Tát. Dù thực hành bốn vô lượng tâm mà không tham đắm về cõi Phạm thế là hạnh Bồ Tát. Dù thực hành thiền định, giải thoát, tam muội mà không theo thiền định thọ sanh là hạnh Bồ Tát. Dù thực hành bốn pháp niệm xứ mà không hoàn toàn lìa hẳn thân, thọ, tâm, pháp là hạnh Bồ Tát. Dù thực hành bốn pháp chánh cần mà không rời thân tâm tinh tấn là hạnh Bồ Tát. Dù thực hành bốn pháp như ý túc mà đặng thần thông tự tại là hạnh Bồ Tát. Dù thực hành năm căn mà phân biệt rành rẽ các căn lợi độn của chúng sanh là hạnh Bồ Tát. Dù thực hành năm lực mà ưa cầu thập lực của Phật là hạnh Bồ Tát. Dù thực hành bảy pháp giác chi mà phân biệt rõ rệt trí tuệ của Phật là hạnh Bồ Tát. Dù thực hành tám pháp chánh đạo mà ưa tu vô lượng Phật đạo là hạnh Bồ Tát. Dù thực hành các pháp chỉ quán trợ đạo mà trọn không thiên hẳn nơi tịch diệt là hạnh Bồ Tát.

Hiệu quả của trung đạo là mở rộng đường tu cho hành giả và chúng sanh. Trung đạo là bất nhị, là ngay trên đối đãi mà phá chấp trước. Tâm phá chấp trước cũng cần phải bỏ, mới thực hết chấp trước. Do đó, đối với vạn pháp, Bồ Tát không bị trói buộc, không bị hạn chế mà tự tại vô ngại thiện dụng tất cả pháp. Bồ Tát đối với tất cả pháp tu, pháp phương tiện, không hề ngưng nghỉ, hạn chế trong cái đã được, nên không gì là không mở rộng, không gì là không biết, không gì là không thể sử dụng. Ví như lục độ là vô tướng nhưng Bồ Tát biết tất cả tướng chúng sanh. Cái giới hạn tưởng chừng khó vượt qua ở thân tâm chúng sanh là sáu căn. Sáu căn là giặc, nay đã mở gút mắt thành lục thông; đã thông thì căn trần thức đều thông, không có gì là lậu hay vô lậu, vì tâm không còn ngăn trệ. Cũng vậy, trên quả mà nói thì do sức mạnh của trung đạo mà ba mươi bảy phẩm trợ đạo cùng lục độ vạn hạnh đã được tự do phát triển cùng cực.

Thật tình mà nói, lúc đọc tới đoạn kinh văn này, tôi có tâm nghi tại sao ông Duy-ma-cật lại diễn giải dài dòng nhiều chi tiết về hạnh Bồ Tát, rất khó cho việc bố cục văn kinh. Sau tôi mới nhận ra là mình đã dùng tâm ý thức để xem đoạn kinh văn này. Bởi vì con đường trung đạo đã vượt ra khỏi phạm vi lý thuyết, mà đi vào thực tế cuộc sống chiêm nghiệm và chọn lựa thái độ. Chúng sanh hay Bồ Tát, dù đã có sát-na kiến tánh khởi tu, do tập khí và sức mê của nghiệp nên vẫn còn bị chi phối bởi ái kiến; thô thì là tâm ái đối với người thân quen, tế thì là lòng mẫn cảm thương xót. Chẳng phải ông Duy-ma-cật sau khi nói *"Lìa hai pháp là hạnh Bồ Tát"* đã liền sau đó nhắc nhở *"Ở trong sanh tử mà không bị nhiễm ô"* đó sao? Hơn nữa, bởi vì con đường trung đạo chỉ có thể đi qua thực tiễn với đôi mắt cực kỳ nhạy bén và tỉnh táo quan sát xung quanh tinh tế dưới nhiều góc cạnh vì pháp không có tánh nhất định, và pháp vốn như như. Làm thế nào hành xử theo trung đạo là do mỗi người tự làm trong khi vượt sông Bất nhị trên thuyền Bát-nhã.

雲自高飛水自流，
海天空闊漾虛舟，
夜深不向蘆灣宿，
迥出中間與兩頭。

Vân tự cao phi, thủy tự lưu,
Hải thiên không khoát dạng hư chu,
Dạ thâm bất hướng lô loan túc,
Quýnh xuất trung gian dữ lưỡng đầu.

Mây tự bay cao nước chảy xuôi,
Trời cao biển rộng chiếc thuyền không,
Đêm khuya chẳng ghé bãi lau nghỉ,
Vượt ra dòng giữa với hai bờ.

(Thiền sư Đan Hà Tử Thuần 1064-1117)

HẠNH KHÔNG TRỤ

> **KINH VĂN**
>
> **Dù thực hành các pháp bất sanh bất diệt, mà dùng tướng hảo trang nghiêm thân mình là hạnh Bồ Tát. Dù hiện oai nghi theo Thanh văn, Duyên giác mà không rời Phật pháp là hạnh Bồ Tát. Dù theo tướng hoàn toàn thanh tịnh của các pháp mà tùy theo chỗ sở ứng hiện thân là hạnh Bồ Tát. Dù quan sát cõi nước của chư Phật trọn vắng lặng như hư không mà hiện ra rất nhiều cõi Phật thanh tịnh là hạnh Bồ Tát. Dù chứng đặng quả Phật, chuyển pháp luân, nhập Niết-bàn mà không bỏ đạo Bồ Tát là hạnh Bồ Tát vậy.**
>
> **Khi ông Duy-ma-cật nói những lời ấy rồi, cả đại chúng đi theo ngài Văn-thù-sư-lợi, trong đó tám nghìn vị thiên tử đều phát tâm Vô thượng chánh đẳng chánh giác.**

Vì trung đạo chỉ thể hiện trong quá trình điều trị bệnh sanh tử nên kết luận cho tâm vô trụ cần xem xét chung trên đường tu lập công hạnh và thu quả đức. Nghĩa là nhìn vào hạnh quả là biết mức độ thành tựu của một chúng sanh đang tu hành.

Bồ Tát tu pháp vô sanh, là hạnh nhập không, nhưng không trụ ở không, mà dùng quả tướng hảo để trang nghiêm tự thân, dễ tiếp cận giáo hóa chúng sanh; đó là quả đức không trụ mà tùy hữu. Trước là vì tướng tùy tâm sanh, sau là vì chúng sanh ưa thích hình tướng nên Bồ Tát dùng tướng mạo uy nghi đến với chúng sanh. Tướng rốt ráo thanh tịnh là vô tướng, nhưng vì Bồ Tát khởi dụng độ sanh, nên hiện bày các tướng đẹp đẽ trang nghiêm. Vẻ ngoài đẹp đẽ là quy ước giao tiếp giữa con người, không phải là sự giả dối. Do đó, thời nay mà hiện tướng hòa thượng Tế Điên thì khó nói cho chúng sanh nghe theo.

Bồ Tát tu hành luôn nghĩ nhớ cứu cánh Bồ-đề nhưng không trụ ở quả Phật, lại ngoài hiện tướng nhị thừa, trong là hạnh Bồ Tát. Phật pháp bao dung tất cả pháp, nên Bồ Tát không vì tướng nhị thừa mà bác bỏ nhất thừa, cũng không vì nhất thừa mà chống đối nhị thừa. Do đó, không rời Phật pháp là chẳng trụ ở quả tướng, không ngại trong ba thừa mà hiện oai nghi, là hạnh tu không trụ. Hiện tướng xuất gia oai nghi như thế vì nhị thừa là căn cơ bậc trung dễ tiếp dẫn đa số căn cơ còn thấp, và đồng thời hướng lên tầm cao, phát triển sự tu học, làm gương tinh tấn cho mọi người.

Bồ Tát tu thật tướng thanh tịnh là hướng quả tịch diệt nhưng không trụ ở pháp tịch diệt mà theo lòng khát ngưỡng và tâm ý chúng sanh mà ứng hợp hiện thân giáo hóa, không nhất định một thân mà vô số thân khác nhau, thậm chí đối nghịch, để làm những việc khó làm là tu hành và độ sanh trong sanh tử; đó là hạnh quả đều chẳng trụ.

Quán sát cõi nước của chư Phật trọn vắng lặng như hư không; là hướng quả vô tướng. Vô tướng thì không chỗ trụ.

Hiện ra rất nhiều cõi Phật thanh tịnh, cũng chẳng trụ cõi nước riêng biệt nào dù là cõi Phật Dược Sư, cõi Phật Di-đà, hay cõi Phật Bất Động; đó là hạnh nguyện không trụ.

Bồ Tát độ sanh, không trụ vào các tướng chuyển pháp luân, thành đạo và Niết-bàn; là quả không trụ. Hơn nữa, Bồ Tát độ sanh, giống như biểu diễn ảo thuật, đưa chúng sanh huyễn vào Bồ-đề huyễn, nên thị hiện tám tướng thành đạo; đã huyễn thì không có chỗ trụ.

Bồ Tát độ tận chúng sanh bằng muôn vạn hạnh nguyện, mà không mệt mỏi ngưng nghỉ. Không ngưng nghỉ là nghĩa chẳng trụ. Vô vàn hạnh nguyện là không giới hạn trong số lượng, cũng là nghĩa hạnh không trụ.

Khi ông Duy-ma-cật thuyết đến đây thì 8.000 vị thiên tử các cõi trời phát tâm Vô thượng Bồ-đề. Các vị là Bồ Tát sơ phát tâm, đã nghe, hiểu và nhận lãnh sự chỉ dẫn của vị y sư Duy-ma-cật về điều trị bệnh sanh tử. Các vị đệ tử của Phật, các vị A-la-hán và các Bồ Tát khác trong hội chúng đã phát tâm từ lâu, nên chỉ cần xem xét lại đường tu của mình mà điều chỉnh, do đó, kinh văn không nói đến. Theo tôi, phẩm Văn-thù thăm bệnh là bài thuyết pháp cho người sơ phát tâm tu hành giải thoát khỏi sanh tử, là cẩm nang cho những ai quyết tâm dấn thân vào Bồ Tát đạo. Đây là bài pháp quan trọng cho người phát tâm cầu giải thoát, vì định hướng ban đầu đúng đắn thì bước đi về sau dễ dàng và mau chóng tới đích. Ví như nền móng không kiên cố vững chắc thì dinh thự cao mấy cũng có ngày sụp đổ.

CHƯƠNG 6. PHẨM BẤT TƯ NGHỊ

DẪN NHẬP HÀNH TRÌNH KIẾN ĐẠO

TÂM VỌNG CẦU GIẢI THOÁT

> **KINH VĂN**
>
> Lúc bấy giờ ngài Xá-lợi-phất thấy trong nhà ông Duy-ma-cật không có giường ngồi chi hết, mới nghĩ rằng: Các Bồ Tát và các hàng đại đệ tử đây sẽ ngồi nơi đâu?
>
> Trưởng giả Duy-ma-cật biết được ý đó, liền nói với ngài Xá-lợi-phất rằng: Thế nào, nhân giả vì pháp mà đến hay vì giường ngồi mà đến?
>
> Ngài Xá-lợi-phất nói: Tôi vì pháp mà đến, chớ không phải vì giường ngồi.

Tôn giả Xá-lợi-phất được ban tặng danh hiệu trí tuệ đệ nhất trong hàng ngũ tăng đoàn. Do đó chẳng phải ngẫu nhiên mà ông nhìn quanh quất và suy nghĩ có vẻ như ngớ ngẩn. Xá-lợi-phất thắc mắc về chỗ ngồi, là liên kết ăn ý trong vai diễn của ngài và Duy-ma-cật, vì Duy-ma-cật biết được ý đó. Trong ý nghĩa đó, niệm khởi đó của tôn giả cũng nằm trong sự hộ niệm của Phật. Xá-lợi-phất khởi niệm để dẫn nhập vào pháp môn Bất khả tư nghị mà Duy-ma-cật sẽ đề cập ở phẩm này. Nhân Xá-lợi-phất khởi niệm, dẫn đến việc Duy-ma-cật hỏi vặn lại, và có chuyện mượn tòa sư tử để hội chúng nghe pháp giải thoát bất tư nghị và thấy thần lực siêu tột của sự giải thoát. Sự phối hợp của một vị xuất gia trí tuệ bậc nhất lại khởi niệm và một trưởng giả cư sĩ bệnh hoạn tinh ý là điều khó nghĩ bàn.

Thắc mắc của tôn giả Xá-lợi-phất là không gian trượng thất của Duy-ma-cật quá nhỏ, làm sao đủ chỗ dung chứa số lượng 500 vị Thanh văn, 8.000 vị Bồ Tát và cả trăm ngàn thiên nhân? Ví như sự bất an vô cùng của vô lượng chúng sanh trong sanh tử, nương tựa vào đâu tìm giải thoát. Làm sao nương tựa chánh trụ? Làm sao thâu nhiếp vọng cầu? Đó là hai khía cạnh của một vấn đề khó hiểu, khó làm. Duy-ma-cật sẽ giải đáp bằng pháp môn bất tư nghị, chỉ ra chỗ không hề có lại có thể có, việc không thể thực hiện lại có thể thực hiện.

Nếu chúng ta xem đoạn kinh văn trên như đang thưởng thức một vở kịch, ta sẽ thấy ngoài sự giao cảm hô ứng của hai vai diễn như đã nói trên, mọi tình tiết của vở kịch này đều bao hàm trong lời thoại trên giữa Duy-ma-cật và Xá-lợi-phất. Duy-ma-cật hỏi: *Nhân giả vì pháp mà đến, hay vì giường ngồi mà đến?* Câu hỏi này dẫn dắt vào trọng điểm của nội dung là pháp bất tư nghị. Xá-lợi-phất trả lời: *Tôi vì Pháp mà đến, chớ không phải vì giường ngồi*; là thông tin gián tiếp về nội dung Duy-ma-cật sẽ trình bày. Do đó, không thể nhận định rằng ngài Xá-lợi-phất tâm thì tìm chỗ ngồi, lại vọng ngôn nói vì pháp mà đến. Hơn nữa, lời đáp của tôn giả đã hoàn thành xuất sắc vai diễn của mình khi giới thiệu nhân vật chính lên bục giảng thuyết về pháp môn Giải thoát bất khả tư nghị.

KINH VĂN

Ông Duy-ma-cật nói: Ngài Xá-lợi-phất! Vả chăng người cầu pháp, thân mạng còn không tham tiếc, huống chi là giường ngồi. Vả người cầu pháp không phải có sắc, thọ, tưởng, hành, thức mà cầu; không phải có giới, nhập mà cầu; không phải có dục giới, sắc giới, vô sắc giới mà cầu. Ngài Xá-lợi-phất! Vả chăng người cầu pháp không đắm trước nơi Phật mà cầu, không đắm trước nơi pháp mà cầu, không đắm trước nơi chúng mà cầu. Vả người cầu pháp không thấy khổ mà cầu, không đoạn tập mà cầu, không đến chứng diệt, tu đạo mà cầu.

Tâm niệm muốn tìm chỗ ngồi ví như tâm cầu giải thoát của chúng sanh. Bệnh sanh tử đã bám trụ vào a-lại-da đã trở thành nghiệp tướng tương tục thì việc kiếm chỗ ngưng nghỉ cho nó là điều hầu như không thể thực hiện được khi vẫn còn tâm thức chấp ngã. Cần sự ngưng trụ, nghỉ ngơi như thế là đem tâm sanh diệt mà cầu pháp giải thoát. Đem tâm mệt mỏi mà ngồi tòa Tam bảo là điều không thể được. Ngay cả chỉ để hiểu đau khổ là gì và làm sao dứt trừ đau khổ cũng không có đáp án thỏa đáng, vì trong tâm thức đã lưu trữ một ngã tưởng đang chịu đựng một pháp tưởng mệt mỏi thì chỗ nghỉ ngơi kia không tránh khỏi là pháp vọng tưởng. Nếu chúng ta nhận ra đạo lý không ai làm, không ai chịu thì ta sẽ hiểu là không ai ngừng nghỉ và chẳng có chỗ bình an sau cùng. Nếu đã nhận ra chúng sanh sanh diệt còn không có, chẳng có gì gọi là thân mạng sống còn, thì nói chi đến chỗ an nghỉ dừng trụ cho sự sanh sanh diệt diệt kia; là nghĩa: *Thân mạng còn không tham tiếc, huống chi là giường ngồi*. Đem tâm sanh diệt mà cầu pháp giải thoát thì pháp giải thoát đó là pháp tưởng, không chân thật. Dứt tâm sanh diệt chính là giải thoát không cần cầu, đó là ý: hết cái vô thường là cái thường còn. Tóm lại, pháp vô sanh là điều đầu tiên cần nhận biết khi mong cầu giải thoát; ở đây chỉ nói cần nhận biết, chưa nói đến thực chứng.

Tại sao chúng ta khó nhận biết pháp vô sanh? Chính vì tâm chấp tướng hay vọng tưởng về sắc tướng ở ta quá kiên cố. Muốn đối trị tướng chấp, chẳng những ta cần lìa tướng hòa hợp, mà tướng đối đãi cũng phải lìa. Ngã thì do năm ấm mà có dường như thực. Pháp thì do nhân duyên giả hợp mà thành, thậm chí sự giả hợp không phải là cái tạm thời hiện hữu, mà là cái thực ra không hề có. Cái tôi trong mộng có rõ ràng, là sắc. Cái tôi trong mộng cảm xúc rành rành, là thọ; suy nghĩ phân biệt xem ra cũng hợp lý, là tưởng; cũng sống động, là hành; và biết mọi thứ xung quanh, là thức. Cái tôi trong mộng vì mệt mỏi mà tìm chỗ nghỉ ngơi, vì sợ hãi mà tìm chỗ ẩn trú, thì chỗ nghỉ ngơi nương thân đều là mơ tưởng vớ vẩn hảo huyền. Chẳng những hạnh phúc khoái lạc trần tục mà ngay cả thiên đường trong sạch cũng vẫn là chuyện mộng mị. Vì thế, kinh văn viết *không phải từ ấm, giới, nhập* hay do có ba cõi mà tìm cầu. Các pháp từ thế gian đến xuất thế gian, một tướng cũng không có. Phật dạy trong kinh Kim Cang: *"Phàm sở hữu tướng giai thị hư vọng. Nhược kiến chư tướng phi tướng, tức kiến Như Lai."* (Phàm hễ có hình tướng đều là hư vọng. Nếu thấy các tướng không phải là tướng, tức là thấy Phật.) Lìa chấp trước hai tướng đối đãi, tức thấy pháp vô tướng. Thấy pháp vô tướng, sẽ ngộ pháp vô sanh. Ngộ pháp vô sanh thì chẳng bị ràng buộc bởi một pháp nào; đó là nghĩa giải thoát không cầu mà được.

Trên là thấu đạt lý. Bồ Tát sơ phát tâm từ lý xuất sự. Sự đây là hành trình tu tập từ sơ phát tâm, trải qua suốt giai vị tu đạo phải lấy vô trụ làm đầu. Trụ là phàm phu, là pháp nhân duyên, là pháp hữu vi, là hai mươi lăm cõi, và ngay cả chấp vào pháp không cũng là trụ. Duy-ma-cật phá sự chấp trước từ quả ngược về nhân, nên công hiệu phá chấp phát huy triệt để. Chấp tướng Tam bảo mà cầu là chưa rõ lý không. Chưa rõ nghĩa không nên còn vin vào tứ đế, trụ hóa thành, chưa đến bảo sở. Do tùy sự não hại của chúng sanh, Phật thuyết tứ đế. Chúng ta không biết, lại chấp có pháp để tu, có quả vị để thành nên sanh ái kiến. Phật thuyết Bát-nhã thậm thâm, chúng ta hiểu chưa tận, vội muốn an cái tâm đang phiền động để đắc cái tâm bất động. Đó là vọng hướng bên ngoài mà tìm cầu cái hư tưởng; không biết rằng tự tâm vốn bất động là Phật, tự tánh vốn đầy đủ, là Pháp, và báo thân vốn hằng thanh tịnh là Tăng.

Trên là ở quả mà phá tướng vọng cầu. Kinh văn tiếp theo là phá chấp trụ tướng vọng cầu ở nhân. Về lý thì trí phải hiểu nghĩa vô sanh và vô tướng, về sự thì việc phải theo tâm vô trụ. Được như thế thì là trọn đủ để cầu pháp giải thoát. *"Không có trí cầu thánh nhân quán khổ gọi là không thấy khổ; không có hạnh cầu thánh nhân đoạn tập gọi là không đoạn tập; không có đức đoạn chướng tạo tác, chướng diệt cầu thánh nhân gọi là không cầu chứng diệt; chẳng có hạnh cầu thánh nhân tu đạo gọi là không tu đạo."* (Duy-ma kinh nghĩa ký - Huệ Viễn) Trong sanh tử mà chấp sanh tử là thực có, do không có trí nên từ trụ trước tướng khổ mà cầu tướng giải thoát. Chúng ta đang tu hành, chưa thấy nghĩa trung đạo nên cố chấp có và không. Tất cả nhân đều là trụ tướng sanh tử mà tâm vọng cầu quả giải thoát thì quả giải thoát không vượt ra phạm vi của hình tướng.

VÔ KHỔ, TẬP, DIỆT, ĐẠO

> **KINH VĂN**
>
> **Vì sao? Vì pháp không hý luận. Nếu nói: ta phải thấy khổ, đoạn tập, chứng diệt, tu đạo, đó là hý luận, không phải cầu pháp. Ngài Xá-lợi-phất! Pháp là tịch diệt, nếu thật hành pháp sanh diệt là cầu pháp sanh diệt không phải cầu pháp. Pháp là không nhiễm, nếu nhiễm nơi pháp cho đến Niết-bàn, đó là nhiễm đắm không phải cầu pháp. Pháp không chỗ làm, nếu làm nơi pháp, đó là chỗ làm không phải cầu pháp. Pháp không thủ xả, nếu thủ xả pháp, đó là thủ xả không phải cầu pháp. Pháp không xứ sở, nếu chấp trước xứ sở, đó là chấp trước nơi xứ sở không phải cầu pháp. Pháp không có tướng, nếu nhân tướng mà biết, đó là cầu tướng không phải cầu pháp.**

Trụ tướng sanh tử mà bàn về giải thoát thì chỉ là quanh quẩn trong sanh tử, rốt ráo chẳng thể giải thoát mà càng thêm trói buộc, nên kinh văn viết: *Vì pháp không hý luận.* Pháp vốn tịch tịnh, không có tánh gây nhiễm, thì lấy gì gây khổ? Chúng sanh vì vọng tưởng, phân biệt, chấp trước mà sanh phiền não, tạo nghiệp chiêu cảm quả phần đoạn sanh tử. Bồ Tát còn chấp vào niệm bất giác là thực có, thì chưa đoạn biến dịch sanh tử. Chưa dứt khổ đau, mà cứ phân tích, chia chẻ sự đau khổ và đề nghị cách cứu khổ thì dù có thoát khỏi cõi Dục, vào cõi Sắc, hoặc tiến lên cõi Vô sắc cũng chẳng có giá trị cứu cánh nào. Tất cả đều không ra ngoài vòng hý luận. Hý luận là chưa thấy pháp là tịch diệt, chưa thấy tánh vô sanh của các pháp, là còn trụ tướng sanh diệt của các pháp. Hý luận là chưa thấy pháp là không nhiễm, chưa thấy tánh vô sai biệt của các pháp, là còn trụ tướng đối đãi của các pháp. Còn trụ tướng sanh diệt, đối đãi là còn khổ. Không trụ các tướng sanh diệt và đối đãi mới thực hết khổ. Đó là nghĩa chân thật bệnh khổ chính là không có khổ (vô khổ) trong Tâm kinh Bát-nhã.

Hý luận là chưa thấy tánh Như của các pháp, là còn trụ tướng động của pháp. Chúng sanh thấy có khổ, là trụ ở vận hành của nghiệp tướng. Do đó, chúng sanh chưa rõ biết nghiệp hành (hay chánh báo) vốn thực là không, cũng không hiểu cảnh sống (hay y báo) vốn không. Bồ Tát sơ phát tâm, thấy có sát-na vọng động của a-lại-da tâm, thấy có mê, là trụ ở nghiệp tướng trong tam tế. Bồ Tát sơ phát tâm vì thế khởi huyễn trí quán (tức năng quán) là hành. Huyễn pháp bị quán (tức sở quán, đối tượng bị quán) là xứ. Chúng sanh đang khổ, hay dù đã sơ phát tâm Bồ-đề cũng chưa nhận ra chỗ thọ, chỗ làm rốt ráo là không; do chưa nhận ra nên từ chỗ thọ, chỗ làm mà hy vọng, tìm cầu giải thoát; là nghĩa: *Pháp không chỗ làm, nếu làm nơi pháp, đó là chỗ làm, không phải cầu pháp.* Còn trụ tướng hành xứ là chưa rõ lý không rốt ráo. Nếu sáng tỏ tột cùng lý không thì không có chuyện giải thích tại sao có bệnh khổ; tức là không có tập (vô tập).

Hý luận còn là chưa thấy tánh bất khả đắc của các pháp, là còn trụ tướng có của các pháp. Phàm phu thấy có cảnh sống và mọi sự vật bên ngoài nên theo si ái, chọn lựa; cái nghịch thì bỏ vì cho chúng là nguyên nhân của khổ, còn cái thuận thì chạy theo vì tưởng là chúng mang lại hạnh phúc; do đó mà có sanh tử. Nhị thừa thấy phiền não là đáng bỏ, chọn Niết-bàn là nơi an ổn để cầu, tuy đã dứt phần đoạn sanh tử, nhưng biến dịch sanh tử vẫn tiềm tàng. Bồ Tát Đại thừa lấy ngộ bỏ mê chưa rốt ráo. Tất cả mọi pháp thủ xả đó không phải là trung đạo, chỉ có nghĩa lấy hay bỏ pháp có tướng, không là pháp giải thoát. Hơn nữa, vì có thủ xả nên có tranh đoạt và mong cầu, không có giải thoát. Kinh văn nói: *Nếu thủ xả pháp, đó là thủ xả, không phải cầu pháp.* Nếu thấu suốt không thể đạt được các pháp vì chúng chưa từng có, thì không có việc trừ diệt nguyên nhân bệnh khổ; tức là không có diệt (vô diệt).

Hý luận cũng có nghĩa là chưa thấy tánh vô sở hữu, không chỗ có, không chỗ đặt để, là còn trụ tướng không gian, chỗ có các pháp. Đây là chỗ khoa học khó thể vượt qua, nên mới có thuyết Big Bang, vụ nổ lớn trong vũ trụ sinh ra vật chất và quan điểm cho rằng sự cọ xát của các hạt lượng tử là sự chuyển động. Phật giảng cho tôn giả Phú-lâu-na trong kinh Lăng-nghiêm: *"Trong tính không đồng, không khác, nổi dậy thành ra có khác; khác với cái khác kia, thì nhân cái khác đó, mà lập thành cái đồng. Phát minh cái đồng, cái khác rồi, thì nhân đó, mà lập ra cái không đồng, không khác. Rối loạn như vậy, đối đãi với nhau sinh ra lao lự; lao lự mãi phát ra trần tướng, tự vẩn đục lẫn nhau; do đó, đưa đến những trần lao phiền não."* Tôi hiểu lời dạy này là: Từ chân tâm diệu giác tinh minh khởi lên cái sở minh là thế giới vũ trụ, nhân có vũ trụ mà có hư không, rồi từ vũ trụ vật chất và hư không mà sinh ra tâm ý thức. Vũ trụ, hư không và tâm ý thức xoay vần rối loạn, sinh ra tánh y tha và biến kế sở chấp mà thành hình trần tướng của sự sự vật vật, đưa đến sanh tử phiền não.

Do đó mà còn trụ vào tướng sanh và chỗ có của các pháp sau cùng cũng chỉ là phiền não đau khổ. Phàm phu khăng khăng cho rằng thế gian là thực có ở đây, ngã thực có trên đời, nên sinh đắm nhiễm. Nhị thừa tuy đã phá ngã chấp nhưng vẫn chấp cảnh vô thường, sanh tử đau khổ là thực nên vin vào pháp Niết-bàn giải thoát. Bồ Tát sơ phát tâm cũng còn thấy có Niết-bàn vô tướng để đắc. Vì vậy, Duy-ma-cật nói: *Chấp trước nơi xứ sở không phải cầu pháp. Pháp không có tướng, nếu nhân tướng mà biết, đó là cầu tướng không phải cầu pháp.* Có tâm mong cầu tướng thế gian hay tướng Niết-bàn thì chỗ mong cầu ấy chỉ là chỗ ngồi nghỉ ngơi hư tưởng, không phải là pháp chân thực. Dù cho chúng ta có bỏ chỗ này, đến chỗ kia để thoát khổ, thì sự đi đến chỗ kia không phải là con đường vượt thoát bệnh khổ, tức là nghĩa không có đạo (vô đạo) trong "vô khổ, tập, diệt, đạo" của Tâm kinh Bát-nhã.

ƯNG VÔ SỞ TRỤ

> **KINH VĂN**
>
> **Pháp không thể trụ, nếu trụ nơi pháp, đó là trụ nơi pháp không phải cầu pháp. Pháp không thể thấy, nghe, hay, biết, nếu làm theo thấy, nghe, hay, biết, đó là thấy, nghe, hay, biết không phải cầu pháp. Pháp là vô vi, nếu làm hữu vi, là cầu hữu vi không phải cầu pháp. Vì thế ngài Xá-lợi-phất, nếu người cầu pháp, đối với tất cả pháp, không có cầu đến.**
>
> **Khi ông Duy-ma-cật nói lời ấy rồi, năm trăm vị thiên tử ở trong các pháp được pháp nhãn thanh tịnh.**

Pháp không thể trụ, không do kiến văn giác tri mà được. Phàm phu do thấy, nghe, hay, biết có thế tục, thế giới bên ngoài mà không nhận ra tướng vọng tưởng của nó nên sanh khổ. Nhị thừa thấy cảnh mà ngộ, nghe pháp mà hiểu, được lý vô thường, khổ, vô ngã nên phát tâm xuất thế gian, nhưng không biết thế gian và xuất thế gian không hai, không nhập thế độ sanh mà an trú trong Niết-bàn không rốt ráo. Hơn nữa, mọi cố gắng làm đều không được lý chân thực nên gọi là pháp hữu vi không thể tới.

Đây là kết luận của Duy-ma-cật sau khi chỉ ra tâm trụ tướng mà mong cầu giải thoát là không thể được vì pháp không thể trụ. Cái tướng vọng của pháp có thể trụ chỉ là chỗ ngồi do ta tưởng tượng, không phải là pháp giải thoát chân thực. Đến với sự giải thoát chân thực, ta nên như Xá-lợi-phất vì pháp mà đến, chớ không phải vì giường ngồi, vì chỗ không thể trụ mà đến, nên như ngài Huệ Năng vì tình cờ nghe qua câu *"ưng vô sở trụ, nhi sanh kỳ tâm"* mà ngộ và tìm đến với ngũ tổ Hoằng Nhẫn. Vì sao? Nếu chúng ta theo chỗ thấy, nghe, hay, biết và làm mà cầu giải thoát thì sự mong cầu đó vẫn còn bị ràng buộc trong tướng vọng tưởng giả dối của kiến chấp và tạo tác, không thể hiển lộ Phật tánh thường còn và đại Niết-bàn chân thật. *Nếu người cầu pháp, đối với tất cả pháp, không có cầu đến.* Nếu hiểu cuộc hội thoại của Duy-ma-cật và Xá-lợi-phất mà đặt trọng tâm vào tâm không mong cầu là không thỏa đáng. Đúng là các pháp, từ pháp sanh diệt đến pháp giải thoát, đều bất khả đắc, từ pháp giới chúng sanh đến pháp giới nhất như đều bất tư nghị, nhưng kết luận bằng tâm vô cầu thì chúng ta không có hướng giải thoát. Do đó, khi Duy-ma-cật khuyên *không có cầu đến* nghĩa là không nên có tâm chấp trước trụ tướng, mà nên thực hành tâm vô trụ. Làm sao thực hành tâm vô trụ chính là pháp môn bất khả tư nghị vậy.

Khi ông Duy-ma-cật nói lời ấy xong rồi, năm trăm vị thiên tử ở trong các pháp đắc pháp nhãn thanh tịnh. Các vị vua cõi trời này đại diện cho cư sĩ nói riêng và chúng sanh đang tu nói chung, do nghe Duy-ma-cật thuyết giảng mà ngộ lý phát trí, đối với các pháp tướng không trụ. Pháp nhãn thanh tịnh là tâm vô trụ liền vào giai vị kiến đạo khởi tu, tức sơ địa Bồ Tát. Chúng ta có thể thấy rõ hội thoại với tôn giả Xá-lợi-phất ở đây là phần tiếp nối mạch lạc và chặt chẽ với phẩm Văn-thù thăm bệnh, dẫn dắt chúng sanh phát tâm tu hành đúng đắn từ giai vị kiến đạo vào giai vị tu đạo của hành trình Bồ Tát.

CÂU CHUYỆN VỀ TÒA SƯ TỬ

LỰC DỤNG CỦA PHƯƠNG TIỆN

> **KINH VĂN**
>
> **Bấy giờ trưởng giả Duy-ma-cật hỏi ngài Văn-thù-sư-lợi rằng: Thưa ngài, ngài dạo đi trong vô lượng nghìn muôn ức a-tăng-kỳ quốc độ, thấy cõi Phật nào có những tòa Sư tử tốt đẹp thượng diệu do công đức tạo thành?**
>
> **Ngài Văn-thù-sư-lợi nói: Cư sĩ! Về phương đông cách đây khỏi ba mươi sáu số cát sông Hằng cõi Phật, có thế giới tên Tu-di tướng, Đức Phật ở thế giới ấy hiệu là Tu-di Đăng vương, hiện vẫn còn. Thân Phật cao tám muôn bốn nghìn do tuần, tòa Sư tử cũng cao như thế, trang nghiêm tốt đẹp bực nhất.**

Như chúng ta đã biết, trong phẩm Văn-thù thăm bệnh, sự giáo hóa của Duy-ma-cật nhắm vào chúng sanh và Bồ Tát sơ phát tâm. Phẩm Bất tư nghị bắt đầu bằng suy nghĩ có vẻ như là vớ vẩn của Xá-lợi-phất, nhưng sự thực là một dẫn nhập khéo léo cho Duy-ma-cật hướng dẫn các vị sơ phát tâm vào hành trình kiến đạo mà đuốc tuệ soi đường chính là tâm vô trụ. Tâm vô trụ còn là then chốt của sự giải thoát. Tâm vô trụ là bất khả tư nghị vì trụ chỗ không thể trụ, là tánh đức của giải thoát. Ba đức của giải thoát là chân tánh cũng là thực tướng vì giải thoát tối hậu thì tánh tướng không hai; thực tuệ hay trí bát-nhã; và thực dụng hay lực dụng có hiệu quả của phương tiện.

Thực tướng không hề có mảy may một tướng nên không thể là đối tượng nắm bắt được của nhận thức. Chẳng những thế, huyễn tướng trong pháp giới duyên khởi cũng chẳng thể xác quyết bằng tứ cú. Như vậy, chân đế hay tục đế không thể do nghị luận mà thấu suốt. Chúng ta thường nghe câu: "ly tứ cú, tuyệt bách phi" hay "ngôn ngữ đạo đoạn, tâm hành xứ diệt" là nghĩa này. Tứ cú là bốn câu: có; không; cũng có cũng không; chẳng phải có chẳng phải không. Chấp vào bốn câu này là hữu vào tứ cú, thành 16 câu, vào ba thời là 48 câu. Chấp không ở bốn câu này cũng thành 48, cộng lại là 96, thêm bốn câu căn bản ở trên là 100, tức bách phi. Tâm hành xứ diệt là: *"Quên hết lời nói, dứt bặt suy nghĩ. Từ ngữ này biểu thị cảnh giới giác ngộ tuyệt đối, không còn lời nói hoặc ý nghĩ nào có thể diễn đạt được, tức cảnh giới đệ nhất nghĩa đế."* (Phật Quang Đại Tự Điển). Thực tướng thì thể tuyệt bách phi, lý siêu tứ cú; thực tuệ thì ngôn ngữ đạo đoạn, tâm hành xứ diệt là vậy.

Thực tuệ là trí Kim Cang bát-nhã phá trừ vọng tưởng, phân biệt, chấp trước. Quyền trí thì uyển chuyển không nhất định. Cả hai đều bất khả tư nghị. Thực tướng và thực tuệ đều không thể nghĩ bàn, vậy thì chúng sanh làm sao giải thoát nếu không có thực dụng? Đây chính là chỗ cần thiết có lực dụng của phương tiện để Bồ Tát thành tựu việc tự độ và độ tha; tức phương tiện thần diệu để chúng sanh thể nhập chỗ không thể trụ, không thể nghĩ bàn. Chúng sanh thực hiện được sự thể nhập chính là thực dụng, tánh đức của giải thoát, chứng tỏ giải thoát không phải là cái gì không tưởng và mơ hồ. Cốt lõi của phẩm Bất tư nghị là chỗ này.

Câu chuyện về tòa Sư tử là chứng minh rõ rệt, bắt đầu với Duy-ma-cật tìm hiểu thông tin từ Văn-thù, tức là Bồ Tát tu hành tham vấn trí tuệ bát-nhã, vốn từng là thầy của bảy đời chư Phật quá khứ, truyền dạy pháp giải thoát bất khả tư nghị. Như Tâm kinh tụng: *"Tam thế chư Phật y Bát-nhã Ba-la-mật-đa cố đắc A-nậu-đa-la Tam-miệu*

Tam-bồ-đề." Ba đời chư Phật nhờ Đại trí Văn-thù mà đắc Nhất thiết chủng trí, biết khắp tam thiên đại thiên thế giới, do đó vị trưởng giả đáng kính đã hỏi thăm đúng người để tìm mượn tòa ngồi cho hội chúng.

Tuy nhiên, yêu cầu của ông phải là những tòa Sư tử tốt đẹp thượng diệu do công đức tạo thành, tức do trí tuệ và đạo hạnh kết hợp mà có. Duy-ma-cật trước hỏi là muốn cho hội chúng tin, sau chuyển dời các tòa Sư tử về là hiển thật. Duy-ma-cật hỏi Văn-thù là nương vào thật tuệ. Ông hỏi mượn tòa ngồi để đáp ứng mong mỏi của hội chúng nhân đó mang lại cho chúng các tòa ngồi tốt đẹp nhất tượng trưng cho chỗ an trú tối thượng là pháp giải thoát bất tư nghị. Bồ Tát vì chúng sanh mong cầu mà hiện đến nói pháp; đây là thực dụng bất tư nghị. Bồ Tát Văn-thù giới thiệu về các tòa Sư tử ở thế giới Tu-di tướng của Phật Tu-di Đăng vương với đầy đủ xuất xứ, lý lịch và chi tiết mô tả xác quyết thật tuệ hay pháp giải thoát là có thực, không phải là giả, đồng thời hiển bày quả công đức y báo thù thắng mang lại lòng tin cho hội chúng.

THẦN THÔNG HIỂN BÀY PHÁP GIỚI NHẤT NHƯ

Có lẽ trong các kinh điển Phật giáo, thần thông được thể hiện nhiều nhất ở kinh Duy-ma-cật. Điều này không lạ vì trọng lực của sự giáo huấn đặt trên tính thực dụng hơn là hình thức lý luận siêu hình chỉ mang màu sắc triết học. Ở phẩm đầu tiên, thần thông hiển hiện khi đoàn cư sĩ Bảo Tích dâng lọng báu và khi Phật ấn ngón chân xuống đất hiện cõi Phật trang nghiêm. Ở phẩm Đệ tử, sau khi đảnh lễ ông Duy-ma-cật, Phạm vương Nghiêm Tịnh và tùy tùng bỗng nhiên biến mất. Ta cũng có thể thấy sự thần kỳ khi ma vương và thiên nữ biến mất ở phẩm Bồ Tát. Ở phẩm Quán chúng sanh, thiên nữ rải hoa biến Xá-lợi-phất thành tướng nữ. Ở phẩm Phật Hương Tích, ông Duy-ma-cật biến ra hóa thân Bồ Tát sang cõi Chúng Hương của

Phật Hương Tích thỉnh cơm thơm và cùng 900 vạn Bồ Tát nơi đó cùng về lại nhà ông Duy-ma-cật. Ở phẩm Hạnh Bồ Tát, Duy-ma-cật dùng thần thông mang trên tay cả hội chúng và toàn bộ các tòa Sư tử đến gặp Phật. Lạ lùng hơn, ở phẩm Thấy Phật A-súc, Duy-ma-cật nhập định mang toàn bộ cõi Diệu Hỷ của Phật Bất động về như mang một tràng hoa trưng bày cho hội chúng xem.

Thần thông trong kinh Duy-ma-cật có sức hấp dẫn, không phải vì bản thân của phép lạ, mà là vì nghệ thuật dùng hình ảnh, âm thanh làm chấn động hội chúng khi ông Duy-ma-cật muốn truyền đạt những gì vượt quá tri giác cảm quan và nhận thức lý luận. Bên cạnh tác dụng phá bỏ mọi quan niệm cố hữu của ý thức phân biệt, thần thông trong kinh Duy-ma-cật còn làm đảo ngược chấp trước của chúng ta về sự hữu và sự sanh diệt, thông qua thần biến bất chấp chướng ngại về không gian và thời gian. Duy-ma-cật chọn thần thông làm phương tiện giáo hóa hiệu quả nhất, có thể thực hiện cùng một lúc xoay chuyển tâm thức nhiều người. Mọi người cùng một lúc và tùy mức độ chấn động ở căn cơ mà thể nhập pháp giải thoát bằng những cửa vào khác nhau. Đó là thực dụng không thể nghĩ bàn. Và cái bất tư nghị lớn nhất là chúng sanh tưởng như vô vọng lại được giải thoát, là nội dung cốt lõi của phẩm kinh này.

KINH VĂN

Lúc ấy, trưởng giả Duy-ma-cật hiện sức thần thông tức thời đức Phật ở cõi nước kia điều khiển ba vạn hai nghìn tòa Sư tử cao rộng nghiêm sạch đến trong nhà ông Duy-ma-cật. Các Bồ Tát, đại đệ tử, Đế thích, Phạm thiên, Tứ thiên vương tất cả đều thấy việc xưa nay chưa từng thấy. Nhà ông Duy-ma-cật rộng rãi trùm chứa cả ba vạn hai nghìn tòa Sư tử không ngăn ngại, mà ở nơi thành Tỳ-da-ly cho đến bốn thiên hạ cõi Diêm-phù-đề cũng không bị ép chật, tất cả đều thấy y nguyên như thế.

Sự phối hợp của Phật Tu-di Đăng vương và Duy-ma-cật chuyển dời các tòa ngồi đồ sộ là thật tuệ ứng hiện thành phương tiện. Trượng thất của ông Duy-ma-cật, trong ý nghĩa biểu trưng, giống như thiền phòng là nơi diễn ra các công án hay mẩu đối thoại ly kỳ mà mục đích là các thiền sư kích thích sự đắc pháp cho đệ tử nào đã chín muồi về nhận thức. Do đó, các tòa Sư tử vừa là sự thách thức, vừa là khai thị cho hội chúng giác ngộ.

Tòa Sư tử tượng trưng cho trí tuệ vô tướng mà có tướng, là tướng giác ngộ hiển lộ thì cao lớn vòi vọi như núi Tu-di. Pháp giải thoát thì không có lớn nhỏ. Hơn nữa sự lớn nhỏ là do duyên khởi giả dối kết hợp. Nhìn ra sự vô sai biệt của các pháp chính là đắc pháp giải thoát. Sự hiện bày không chướng ngại của ba vạn hai nghìn tòa Sư tử đồ sộ trong nhà ông Duy-ma-cật chẳng mảy may ảnh hưởng gì đến không gian trượng thất, thậm chí ngay cả đối với toàn thành Tỳ-da-ly hay cả cõi Diêm-phù-đề. Ngay nơi sự hiện bày đó mà nhận ra pháp giới thể tánh vô sai biệt là đúng dụng ý của Duy-ma-cật. Hiện bày vô sai biệt ngay trong thế giới sai biệt đối đãi là thần lực bất tư nghị, vì nó phản ánh pháp giới nhất như và cả pháp giới sanh diệt đều bất tư nghị. Duy-ma-cật biểu diễn không phải để chúng ta trầm trồ khen ngợi sự thần kỳ. Chúng ta không hiểu dụng ý của Bồ Tát sử dụng phương tiện, chỉ thấy thần kỳ nên cố gắng lý giải bằng những thuyết lý cao xa như sự sự vô ngại của Hoa nghiêm mà không biết rằng mình đang rơi vào hý luận chẳng ích lợi gì cho việc điều trị bệnh sanh tử, trước hết cho chính mình chứ đừng nói tới cho kẻ khác. Duy-ma-cật biểu diễn chỉ để kích thích, khai thị cho ta ngộ nhập thật tướng mà an trụ trên tòa Sư tử. Tính thực dụng đó mới chính là không thể nghĩ bàn. Hiểu được dụng ý của Duy-ma-cật để tự giải thoát chính mình lại là khó nghĩ bàn hơn nữa.

THÁNH CHÚNG ĐĂNG TÒA

> **KINH VĂN**
>
> Ông Duy-ma-cật mời ngài Văn-thù-sư-lợi và các Bồ Tát thượng nhơn ngồi nơi tòa Sư tử, song phải hiện thân mình đứng cao bằng tòa kia. Tức thời các Bồ Tát có thần thông liền biến hiện thân hình cao bốn muôn hai nghìn do tuần đến ngồi nơi tòa Sư tử, còn các Bồ Tát mới phát tâm và hàng đại đệ tử đều không lên được.

Chúng ta đã nhận ra tính thực dụng bất tư nghị của pháp giải thoát. Đến đây câu chuyện về tòa Sư tử hướng chúng ta vào tính an trú bất tư nghị của pháp giải thoát.

Tất cả hội chúng đều chứng kiến sự thâu nhiếp thần diệu của các tòa Sư tử vào trượng thất của Duy-ma-cật là việc chưa từng thấy, nhưng chỉ có các vị đại Bồ Tát thể nhập thật tướng vô sai biệt của các pháp mới có thể đăng tòa. Các vị Bồ Tát sơ phát tâm và hàng đại đệ tử chưa triệt ngộ trí không, chưa liễu tâm vô trụ thì không thể lên tòa ngồi.

Hiển sự bất tư nghị là dùng tâm vô trụ mà trụ chỗ không có chỗ trụ, nghĩa là trụ ở ba đức của giải thoát là thực tướng, thực trí và thực dụng. Thực tướng vô tướng; trụ ở cái không hình tướng là thần kỳ. Thực trí như ngọn đèn Tu-di phát sáng, lấy rỗng rang chiếu cùng tột lý không, tuy chiếu mà không chiếu mới là thực chiếu; trụ ở cái không chiếu mà chiếu, chính là thần diệu. Thực dụng là ở nơi phương tiện có hiệu quả thiết thực cho sự giải thoát mà dụng công tu hành, tuy tu mà không tu; trụ nơi không tu mà tu, chính là thần biến. Do đó, việc mượn tòa là để nói "ưng vô sở trụ", hay nói nôm na là Duy-ma-cật vì muốn hội chúng không có chỗ ngồi nên mới mượn tòa ngồi.

Bây giờ chúng ta xem qua kinh văn nói về mức độ thể nhập pháp giải thoát của hội chúng. Đây không có ý phân biệt cao thấp, nhưng do vì tính thực dụng của giải thoát nên có cấp độ an trú của tu chứng. Ngài Văn-thù-sư-lợi và các Bồ Tát thượng nhơn ngồi nơi tòa Sư tử ắt hẳn phải là bồ-tát thập địa, tức Pháp vân địa trở lên Đẳng giác Bồ Tát, thành tựu trí tuệ ba-la-mật, chứng đắc pháp môn bất nhị, hoàn toàn thể nhập pháp giới bình đẳng nên nói: *thân cao bằng tòa kia*. Các Bồ Tát có thần thông sở dĩ hiện thân hình cao bốn muôn hai nghìn do tuần là các vị Bồ Tát từ địa thứ bảy trở lên, tức Viễn hành địa, tu chứng pháp vô sanh, được Vô sanh pháp nhẫn an trú bất động tâm ở địa thứ tám, Bất động địa, từng bước bước vào pháp giới nhất như bình đẳng ở địa thứ chín là Thiện tuệ địa. Từ Bồ Tát địa thứ sáu trở xuống chưa thấy pháp tánh rõ ràng, chỉ thấy tướng tam tế là nghiệp tướng, chuyển tướng và hiện tướng, chứng được A-lại-da tâm, biết thân và bệnh sanh tử đều là vọng tưởng. Các vị đó ngược xuống các vị Bồ Tát sơ phát tâm, và cả hàng nhị thừa, tuy thấy được vọng tưởng nhưng do còn nhiều chướng ngại của phân biệt, chấp trước nên không thể đăng tòa.

KINH VĂN

Lúc đó, ông Duy-ma-cật mời ngài Xá-lợi-phất lên tòa Sư tử ngồi.

Ngài Xá-lợi-phất đáp: Thưa cư sĩ! Tòa này cao rộng quá, tôi không lên được.

Ông Duy-ma-cật nói: Ngài Xá-lợi-phất, phải đảnh lễ đức Tu-di Đăng vương Như Lai mới có thể ngồi được.

Khi ấy, các vị Bồ Tát mới phát tâm và hàng đại đệ tử đều đảnh lễ đức Tu-di Đăng vương Như Lai, rồi ngồi được ngay nơi tòa Sư tử.

Những vị chưa thể đăng tòa nói trên vì trí tuệ chưa vươn tới tương xứng với tầm cao của tòa ngồi. Đối với các vị này, Duy-ma-cật mời tôn giả Xá-lợi-phất đăng tòa trước là vì tôn giả là người đại diện cho hội chúng khi trước đó, tôn giả có ẩn ý khi tuyên bố vì pháp mà đến. Đến đây, một lần nữa chúng ta lại thấy tôn giả Xá-lợi-phất biểu diễn xuất sắc vai diễn của ngài khi cố tỏ ra vụng về không thể đăng tòa và đành thú nhận với chủ nhà. Tính thực dụng bất khả tư nghị của pháp giải thoát không dung nạp sự bất lực, nên Duy-ma-cật bày cách: phải đảnh lễ đức Tu-di Đăng vương Như Lai mới có thể ngồi được.

Tại sao các vị Bồ Tát mới phát tâm và hàng đại đệ tử khi đảnh lễ đức Tu-di Đăng vương Như Lai rồi liền ngồi được ngay nơi tòa Sư tử? Trong thực tế, khi chúng ta thực hành công phu niệm Phật, niệm chú, ngồi thiền, tụng kinh, bái sám với lòng tin chắc vào sự hộ niệm của chư Phật và Bồ Tát mà chẳng cần thắc mắc về hiệu quả của lòng thành. Đó là chúng ta tin vào thực dụng bất tư nghị của pháp giải thoát. Sự thâu nhiếp các tòa Sư tử đặt vào căn nhà nhỏ của ông Duy-ma-cật và cách toàn hội chúng đăng tòa, cả hai sự việc đều mô tả sự an trú của tâm vô trụ. Nghệ thuật diễn đạt tài tình của bản kinh một lần nữa được khám phá hết sức bất ngờ và đầy thú vị.

THẦN LỰC BỒ TÁT

TỪ THẦN BIẾN ĐẾN LIỄU NGỘ

> **KINH VĂN**
>
> **Ngài Xá-lợi-phất nói:** Thưa cư sĩ! Thật chưa từng có. Như cái nhà nhỏ tí này mà dung được các tòa cao rộng như thế, mà nơi thành Tỳ-da-ly không có ngăn ngại, các tụ lạc, thành ấp, cùng những cung điện chư thiên, long vương, quỉ thần trong bốn thiên hạ ở cõi Diêm-phù-đề cũng không ép chật.

Nhân sự kiện hi hữu ba mươi hai ngàn tòa Sư tử biểu hiện sự dung thông giữa cái lớn và cái nhỏ mà tôn giả Xá-lợi-phất kinh ngạc khen ngợi: thật chưa từng có. *"Lời tán thán của Xá-lợi-phất phác họa sâu rộng hai sự hiểu biết* không thể nghĩ bàn của chư Phật và Bồ Tát về cái thông thường và cái chân thật cũng như cách các ngài có thể hiển thị những biểu hiện không thể nghĩ bàn." (Duy-ma kinh nghĩa sớ - Thánh Đức Thái tử). Cái thông thường ở đây là pháp giới chúng sanh. Cái chân thực chính là pháp giới nhất chân. Chư Phật và Bồ Tát thấu triệt cả hai pháp giới. Sự giác ngộ đó là không thể nghĩ bàn, đưa đến đại dụng là giải thoát cho chúng sanh.

Cổ đức và các nhà chú giải xưa nay đều lấy đó làm ý chính cho pháp bất tư nghị giải thoát. Các chú giải đó chỉ chú ý về thần lực của phương tiện Bồ Tát sử dụng mà bỏ quên khả năng tiếp thu của chúng sanh trước những biểu diễn phi phàm của Bồ Tát. Do đó, tính thực dụng của pháp giải thoát bất tư nghị chưa được khai phá triệt để. Từ thực tướng và thực tuệ mà có thực dụng, như Trạm Nhiên nói: "Chư Phật, Bồ Tát trụ vào quả vị giải thoát bất tư nghị, có thần dụng lớn." (Duy-ma kinh lược sớ).

Quả vị giải thoát bất tư nghị mà Trạm Nhiên nói đó chính là quả của nhân "ưng vô sở trụ". Nói cách khác, tâm vô trụ trong câu chuyện tòa Sư tử là liễu nhân chứ không phải sinh nhân, làm hiển lộ diệu tâm mà kinh Kim Cang gọi là "nhi sinh kỳ tâm". Vì vậy, pháp bất khả tư nghị giải thoát, mà Duy-ma-cật sẽ nói ở kinh văn tiếp theo, không gì khác hơn là chân tâm bản tánh vốn có như nhau ở chư Phật, Bồ Tát và chúng sanh.

Văn kinh tiếp theo kể về thần lực giải thoát bất khả tư nghị của Bồ Tát. Có bốn lần Duy-ma-cật nói: *Nếu Bồ Tát trụ nơi pháp giải thoát đó; Bồ Tát ở nơi pháp bất khả tư nghị giải thoát; Bồ Tát trụ nơi pháp bất khả tư nghị giải thoát; Bồ Tát trụ cảnh bất khả tư nghị giải thoát*. Điều đó có nghĩa là Bồ Tát vì đã liễu ngộ tự tâm, từ tự tâm mà ứng hiện phương tiện giáo hóa chúng sanh. Việc làm của Bồ Tát vì thế đối với chúng ta thực là không thể nghĩ bàn.

Tuy nhiên, thông qua việc làm phi thường của Bồ Tát, chúng ta hoàn toàn có khả năng tiếp thu và liễu ngộ chân tâm bản tánh vì cường độ chấn động của những việc làm phi thường đó. Đó chính là điều tôi muốn nhấn mạnh ở đây. Làm sao chúng ta có thể? Cũng bằng cách các vị Bồ Tát đã làm, mà Duy-ma-cật hàm ý qua việc mượn tòa Sư tử, là "ưng vô sở trụ nhi sinh kỳ tâm". Nếu các vị Bồ Tát nói, chúng ta liền hiểu, hoặc các ngài làm việc gì, chúng ta liền trực nhận dụng tâm của các ngài, thì lợi ích chúng ta nhận được là vô cùng to lớn. Ngũ tổ Hoằng Nhẫn nói: *"Chẳng biết tự tâm, học đạo vô ích. Nếu ngay lời nói, liền biết bản tâm, đó là bậc đại trượng phu, thiên nhân sư, Phật."*[1] Nếu các Bồ Tát từ liễu ngộ tự tâm, y tâm vô trụ mà biểu diễn giáo hóa thì chúng ta nên theo trình tự ngược lại là từ sự giáo hóa đó, cho dù chỉ thoáng nhận ra chân tâm bản tánh, nên cứ y tâm vô trụ mà tu cho đến lúc đại triệt đại ngộ tâm lượng của mình.

KINH VĂN

Ông Duy-ma-cật nói: Ngài Xá-lợi-phất! Chư Phật và chư Bồ Tát có pháp giải thoát tên là Bất khả tư nghị. Nếu Bồ Tát trụ nơi pháp giải thoát đó, lấy núi Tu-di rộng lớn nhét vào trong hạt cải vẫn không thêm bớt, hình núi Tu-di vẫn y nguyên, mà trời Tứ thiên vương và Đao-lợi thiên vương không hay không biết đã vào đấy, chỉ có những người đáng độ được mới thấy núi Tu-di vào trong hạt cải, đó là pháp môn Bất khả tư nghị giải thoát.

Đây là ví dụ đầu tiên nói về sự dung nhập giữa cái thật lớn và cái thật nhỏ, nếu ta theo dõi kỹ, sẽ hiểu Duy-ma-cật muốn nói gì. Thực tướng của các pháp quy về vô tướng. Lý không nếu đến chỗ rốt ráo thì không có cái gì dung nhập với cái gì; nghĩa là sự dung nhập không thành lập. Pháp tự tánh không có lớn nhỏ, cứng mềm. Hình thức lớn nhỏ là

---

[1] Kinh Pháp Bảo Đàn, phẩm Tựa, Việt dịch: Thích Duy Lực.

do tùy duyên tụ họp không thật. Đây là mượn hình tướng khai thị cái không tướng. Do đó nói dung nhập là nhân duyên giả danh, là phương tiện trừ phân biệt chấp trước. Nếu trên tướng hữu mà luận, thì nhỏ có thể bỏ vào lớn, là hợp lý có sự dung nhập, nhưng lớn bỏ vào nhỏ thì nghịch lý, không có sự dung nhập. Tướng lớn nhỏ, tánh cứng mềm đều không nhất định. Một vật có thể lớn hay cứng so với vật này, nhưng lại nhỏ hay mềm so với vật khác; nên sự vật dung thông nhau chỉ có nghĩa tương đối. Thậm chí, bằng tư duy trừu tượng ta có thể hình dung ngoài không gian ba chiều của con người, còn có các không gian đa chiều khác có những loài sống khác đang tồn tại song song với vũ trụ của chúng ta mà không lấn áp hay hủy hoại nhau. Ta và các loài sống đó thấy nhau thì có sự dung thông, còn như không thấy nhau thì hai thế giới không dung nạp. Vậy trên tướng hữu mà nói thì sự dung nạp hay không dung nạp, sự tương khắc hay tương sanh không phải là vấn đề.

Vì sao? Vì còn vọng thức thì còn chướng ngại; tất cả pháp đều do tâm trụ trước, phân biệt mà thành, đều do tâm thức vọng động mà chuyển. Nếu thấu lý duy thức sở biến thì nghĩa duy tâm sở hiện tự nhiên rõ ràng; ta cứ theo sự kiến đạo mà trừ chấp trước phân biệt, phản vọng hoàn chân. Nếu phản vọng hoàn chân thấy được pháp giới thể tánh vô sai biệt thì chứng được tâm bao thái hư, lượng chu sa giới không mảy may chướng ngại. Đó là chân tâm bình đẳng, hàm dung không hữu như gương phản chiếu hư không và vật tượng mà không bị chướng ngại và không hề quá tải.

Về nghĩa lý của tâm bao thái hư, lượng chu sa giới, Pháp sư Tịnh Không giảng: *"Điều thứ nhất phải biết là khởi tâm động niệm. Ở đây có hai nghĩa: khởi tâm là tự tánh, động niệm là a-lại-da. Khởi tâm là chân tâm, động niệm là vọng tâm. Bất luận là chân tâm hay vọng tâm,* chỉ cần vừa động là chu biến pháp giới...Thứ hai là hiện tượng...xuất sanh vô tận là ý niệm có thể khắp pháp giới, hư không giới, sanh khởi biến hóa. Điều này bất khả tư nghì, khởi tác dụng lớn đến như vậy. Thứ ba là hàm dung không hữu, điều này rất quan trọng. Hàm dung không hữu là gì? Là tâm lượng. Hàm không là tâm bao cả vũ trụ. Dung hữu là lượng khắp pháp giới."[1] Phật chỉ khảy móng tay, ấn ngón chân thì quốc độ thanh tịnh, trang nghiêm hiện bày. Chúng ta chỉ một niệm vô minh thì ba cõi sáu đường đầy đủ. Ở Phật, Bồ Tát, là tâm vô ngại bất tư nghị, ở chúng sanh là tâm vọng động không có hạn lượng. Lấy bất tư nghị vô ngại trừ bất tư nghị vọng động là bất tư nghị giải thoát. Ngài Trạm Nhiên viết: *"Quán chúng sinh một niệm tâm vô minh tức là tâm Như Lai. Nếu thấy được tâm này thì có thể đem núi Tu-di để vào hạt cải nào có ngại gì? Các việc bất tư nghị sau này dầu cùng kiếp nói cũng không hết, đều là ý này. Nên văn nói: Giải thoát của chư Phật phải tìm ở tâm hạnh chúng sinh, nếu quán tâm hạnh chúng sinh thì được giải thoát của Phật. Trụ vào giải thoát này thì có thể hiện được các việc bất tư nghị như thế."* (Duy-ma kinh lược sớ). Chúng ta cũng có thể nói: nếu thấy tâm lượng này, thì sự giải thoát không còn là khó, mà có thể thực hiện ngay trong hiện đời.

PHÁ PHÁP TƯỚNG TRONG KHÔNG GIAN

Trở lại ví dụ về núi Tu-di và hạt cải, núi Tu-di là địa đại. Lấy núi Tu-di rộng lớn nhét vào trong hạt cải là phá tướng lớn nhỏ của các pháp. Hình núi Tu-di vẫn y nguyên; là pháp vị hay tánh như của địa đại vẫn như vậy. Đó là phá chấp tướng chứ không phá pháp. Chúng sanh nào dù trong sát-na ngộ tánh, lập tức thấy được điều đó, là nghĩa của câu: *Chỉ có những người đáng độ được mới thấy núi Tu-di vào*

---

[1] Tịnh Độ Đại Kinh Diễn Giải, tập 344, Hòa thượng Tịnh Không.

trong hạt cải. Duy-ma-cật lấy núi Tu-di là địa đại làm ví dụ chung cho bảy đại (đất, nước, gió, lửa, không, kiến, thức). Phá chấp trụ một đại là phá chấp vào cả bảy đại; nghĩa là phá tướng hữu hay sự lập thành thế giới và chúng sanh. Đây là điểm quan trọng đầu tiên của phá tướng.

> **KINH VĂN**
>
> Lại lấy nước bốn biển lớn cho vào trong lỗ chân lông, không có khuấy động các loài thủy tộc như cá trạnh, ngoan đà, mà các biển lớn kia cũng vẫn y nguyên. Các loài rồng, quỉ thần, A-tu-la v.v...đều không hay không biết mình đi vào đấy, và các loài ấy cũng không có loạn động.

Nước bốn biển là thủy đại. Đổ nước bốn biển vào lỗ chân lông mà các loài thủy tộc đều không hay biết và biển lớn vẫn nguyên vẹn là phá tướng lưu chuyển của thế giới, vì nếu thế giới thực sự bị dời động thì các loài sống đã bị quấy nhiễu bởi biển nước chuyển dời. Đây là phá chấp trụ vào tướng động của các pháp, là điểm phá tướng quan trọng thứ hai.

> **KINH VĂN**
>
> Lại nữa, ngài Xá-lợi-phất! Bồ Tát ở nơi pháp bất khả tư nghị giải thoát, rút lấy cõi tam thiên đại thiên thế giới nhanh như bàn tròn của thợ gốm rồi để trong bàn tay hữu quăng ra ngoài khỏi những thế giới như số cát sông Hằng, mà chúng sanh trong đó không hay không biết mình có đi đâu, lại đem trở về chỗ cũ, mà người không biết có qua có lại, và thế giới ấy cũng vẫn y nguyên.

Dường như vị cư sĩ bác học Duy-ma-cật có kiến thức rất uyên bác về thiên văn học, vì ví dụ này chứng tỏ ông đã nhìn ra chuyển động xoay tròn của các hành tinh và các thiên hà nhanh như chiếc bàn xoay của thợ gốm. Vũ trụ xoay nhanh như vậy mà có thể rút nhặt ra một thiên hà.

Hành động này mang ý nghĩa phá tướng tương tục của thế giới vô thường. Đặt trọn thiên hà trong tay và ném đi thì quả là hình ảnh trác tuyệt mà chưa từng có họa sĩ nào có thể nghĩ ra. Hình ảnh tóm gọn vũ trụ và quăng mạnh đi không chỉ là phá tướng tương tục mà phá luôn tướng an trụ của thế giới trong hư không; vì nếu hư không và không gian thực có để vạn vật an trụ trong đó thì khi thế giới bị ném đi, chúng sanh đã bị văng đi tán loạn trong không gian vũ trụ. Lại đem trở về chỗ cũ mà chúng sanh và thế giới vẫn y nguyên là không trừ tướng không của hư không, cũng chẳng trừ tướng có của chúng sanh và thế giới. Đây là điểm phá tướng quan trọng thứ ba.

Tuy ba ví dụ ở trên phá tướng hữu, tướng động, tướng an trụ của các pháp, nhưng vẫn hàm dung tướng có của chúng sanh và thế giới, tức chánh báo và y báo, cũng có nghĩa là bảo toàn luật nhân quả ba đời của sanh tử.

PHÁ PHÁP TƯỚNG THEO THỜI GIAN

KINH VĂN

Lại nữa, ngài Xá-lợi-phất! Hoặc có chúng sanh nào ưa ở lâu trong đời mà có thể độ được, Bồ Tát liền kéo dài bảy ngày ra làm một kiếp để cho chúng sanh kia gọi là một kiếp; hoặc có chúng sanh nào không ưa ở lâu trong đời mà có thể độ được, Bồ Tát liền thâu ngắn một kiếp lại làm bảy ngày, để cho chúng sanh kia gọi là bảy ngày.

Trên là phá chấp trước tướng của các pháp có tồn tại, động dời, tăng giảm trong không gian. Ví dụ ở đây chỉ ra chính tâm niệm của chúng ta làm ra thời gian, thông qua đó phá tướng sanh diệt của các pháp. Đây là điểm phá tướng quan trọng thứ tư. Điều này chúng ta đã xét qua ở những chương trước. Kéo dài bảy ngày ra làm một kiếp, nhưng thực ra vẫn là bảy ngày. Thâu ngắn một kiếp lại làm bảy ngày, nhưng thực ra vẫn là một kiếp. Nếu khéo nhìn ra chính sự bám chấp của chúng ta vào sanh diệt là nguyên nhân tạo ra thời gian thì có thể hiểu thần lực của Bồ Tát làm thời gian co giãn. Một niệm chiêm bao đêm trước là dài. Hôm sau thức giấc lại biết là ngắn. Một ngày hạnh phúc ở cõi tiên sao quá ngắn, trăm năm trần thế đau khổ lại quá dài. Nhận ra sanh diệt là vọng, chính là dụng tâm của Bồ Tát hiển thị thần thông kéo dài, rút ngắn thời gian. Đọc kinh văn đến đây, tôi có cảm nhận rằng ông Duy-ma-cật ám chỉ vị Bồ Tát trụ ở pháp bất tư nghị kia không ai khác hơn chính là tự tâm chúng ta. Thực vậy, vì chỉ có tự tâm ta mới cảm nghiệm được thời gian như kéo dài khi nỗi niềm mong nhớ ai đó đang nặng trĩu trong lòng:

Sầu đong càng lắc càng đầy,
Ba thu dồn lại một ngày dài ghê.

(Truyện Kiều - Nguyễn Du)

Và cũng chỉ chính chúng ta mới cởi trói được cho mình nếu buông xuống mọi vọng niệm dính mắc. Mọi hướng dẫn phá tướng đều là phương tiện có tác dụng khiến ta không còn ngộ nhận các pháp thực là nguyên nhân của phiền não và chợt hiểu rằng chính tâm lượng của mình thiên biến vạn hóa thành cái gọi là vũ trụ và nhân sinh. Tất cả đều không có thật nghĩa, toàn là tưởng tượng mà thôi.

Do đó, khi Duy-ma-cật nói: Bồ Tát trụ nơi pháp bất khả tư nghị giải thoát là ông ám chỉ những ai đang nguyện theo con đường Bồ Tát nếu ở tâm vô trụ mà lìa tất cả tướng, tất sẽ chứng được tất cả pháp xuất sanh từ tự tâm tự tánh của chính mình.

NHIẾP VẠN PHÁP, KHÔNG HỦY PHÁP TƯỚNG

KINH VĂN

Lại nữa, ngài Xá-lợi-phất! Bồ Tát trụ nơi pháp bất khả tư nghị giải thoát, đem những việc tốt đẹp của tất cả cõi Phật gom về một

> nước chỉ bày cho chúng sanh. Lại nữa, Bồ Tát đem tất cả chúng sanh ở tất cả cõi Phật để trên bàn tay hữu của mình rồi bay đến mười phương bày ra cho ai cũng thấy tất cả mà bản xứ không lay động. Lại nữa, ngài Xá-lợi-phất! Những đồ cúng dường chư Phật của chúng sanh trong mười phương, Bồ Tát làm cho tất cả đều thấy nơi một lỗ chân lông. Lại nữa, bao nhiêu nhựt nguyệt, tinh tú trong các cõi nước ở mười phương, Bồ Tát đều làm cho mọi người thấy rõ nơi một lỗ chân lông.

Trên là phá tướng, chỉ trừ chấp trước chứ không hủy hoại tướng nên có đoạn kinh văn tiếp. Phật pháp không có pháp nhất định, nên câu nói "ly nhất thiết tướng, tức nhất thiết pháp" không triệt bỏ các tướng mà thâu nhiếp các pháp về tự tâm. Duy-ma-cật đưa ra hình ảnh rất ngoạn mục là Bồ Tát gom tất cả chúng sanh ở tất cả cõi Phật, bao nhiêu nhựt nguyệt, tinh tú là nghĩa thâu nhiếp mười pháp giới. Để trên bàn tay phải hay nơi một lỗ chân lông cho mọi người đều thấy, là hiển bày lý duy tâm sở hiện, ngoài tâm không pháp. Chẳng những các pháp giới mà ngay cả tâm hạnh chúng sanh, được tượng trưng bởi những đồ cúng dường chư Phật của chúng sanh trong mười phương cũng đều thu về một tâm niệm. Sự thâu nhiếp ấy là bất khả tư nghị vì nó chỉ phá chấp trụ tướng chứ không hoại tướng các pháp, nên tuy nhiếp về tự tâm nhưng ai ai cũng thấy rõ.

KINH VĂN

> Lại nữa, ngài Xá-lợi-phất! Bao nhiêu thứ gió ở các cõi nước trong mười phương, Bồ Tát có thể hút vào trong miệng mà thân không hề tổn hại, những cây cối ở bên ngoài cũng không xiêu, ngã, trốc, gãy. Lại khi kiếp lửa cháy tan cõi nước ở mười phương, Bồ Tát đem tất cả lửa để vào trong bụng, lửa cũng vẫn y nguyên mà không chút gì làm hại. Lại quá số cát sông Hằng thế giới Phật về phương dưới, lấy một cõi Phật đem để cách khỏi số cát sông Hằng thế giới ở phương trên như cầm mũi kim nhọn ghim lấy một lá táo mà không tổn hại.

Bồ Tát tu hành hiểu rõ lý duy tâm sở hiện, nên thâu nhiếp muôn vàn hình tướng của vạn pháp về chân tâm tự tánh, không còn trụ tướng mà thấy biết như thật các pháp, các tướng xuất sanh như thế nào, thành hình như thế nào, an trụ như thế nào và hoại diệt như thế nào. Nghĩa là tuy vô trụ nhưng phải biết rõ ràng tướng sanh diệt của vạn pháp; biết ngọn ngành tất cả mà tâm chẳng hề bị xao động. Đoạn kinh văn trên nói về gió là xác định cần phải biết rõ ràng về sự thành hình tướng thế giới, ví dụ về lửa là công nhận tướng hoại diệt của sự sự vật vật, về dời chuyển phương hướng cõi Phật là minh chứng tướng trụ của thế giới.

Kinh Lăng-nghiêm viết: *"Cái giác thì sáng suốt, cái hư không thì không hay biết, hai cái đối đãi với nhau, thành có lay động, cho nên có phong luân nắm giữ thế giới."* Một niệm bất giác sanh vũ trụ hư không và tâm thức đối đãi, giao nhau, xoay vần loạn động, đó là phong luân hay gió động chuyển tạo thành thế giới. Và do duyên nghiệp chúng sanh thật nhiều sai biệt nên có nhiều gió nghiệp tạo thành thế giới y báo của chúng sanh. Kinh Hoa Nghiêm và Luận Du-già Sư Địa cũng có nói đến các loại gió góp phần kiến tạo tam thiên đại thiên ở kiếp thành. Duy-ma-cật đề cập đến bao nhiêu thứ gió ở các cõi nước trong mười phương là có ý nói đến tướng lập thành thế giới đều quy về bản tâm, nên nói: *Bồ Tát có thể hút vào trong miệng*. Tuy nhiên bao nhiêu gió nghiệp cũng đều là vọng, nên chẳng thể gây hại gì cho tự tánh, còn gọi là Pháp thân thường trụ, do đó kinh văn nói: *mà thân không hề tổn hại*. Và tuy thế giới là vọng, nhưng rất thực đối với chúng sanh, do đó chúng sanh đang tu Bồ Tát đạo cũng không trụ trước tướng không, mà cần biết rõ ràng rằng thế giới y báo cũng có sanh, cũng có hữu; đó là nghĩa tại sao *những cây cối ở bên ngoài cũng không xiêu, ngã, trốc, gãy*. Ở ví dụ núi Tu-di là phá tướng hữu và tướng thành, trong khi ở đây lại nghiêng về nghĩa lập thành và tồn tại. Đó là Duy-ma-cật muốn phá trừ bệnh bám chấp bất trị của chúng ta, khi nghe nói phá tướng liền chấp chặt vào sự đốn phá.

Cũng tương tự ví dụ về gió, ở ví dụ về lửa, Duy-ma-cật đề cập đến tướng hoại diệt của vạn pháp, vì lửa là đại diện cho sự hủy diệt. Khi kiếp trụ của thế giới sắp hết, hỏa tai nổi lên, bắt đầu thiêu hủy cõi Dục giới và tầng sơ thiền của Sắc giới. Chúng sanh nhiều phước đức chuyển sanh lên cõi Nhị thiền. Duy-ma-cật đã phá tướng động ở ví dụ biển nước, phá tướng trụ ở ví dụ quẳng ném thiên hà, phá tướng sanh diệt ở ví dụ co giãn thời gian, nhưng không hề phủ nhận thế giới có hủy hoại khi nói: *Lại khi kiếp lửa cháy tan cõi nước ở mười phương*. Thế nhưng, tướng lửa là do tâm tạo, nếu thâu nhiếp về tâm, thì hiện tướng lửa tuy là vọng, chẳng thể nào nguy hại đến chân tánh. Hiểu được như vậy thì chúng sanh đang tu hành Bồ Tát đạo dù đang ở trong biển lửa của kiếp hoại cũng không mảy may bị chướng ngại.

Nếu ở ví dụ quẳng ném thiên hà, Duy-ma-cật phá tướng trụ của các pháp, thì trong đoạn kinh văn trên, sự dời chuyển và an vị một cõi Phật, từ phương dưới xa xôi lên tít mãi phương trên bất kỳ, thật nhẹ nhàng và dễ dàng, chứng minh tướng trụ của cõi nước hay thế giới. Hai sự việc này không hề mâu thuẫn, vì trụ hay không trụ thì thế giới, vũ trụ, hay pháp giới đều không ngoài tâm mà có, vì pháp bất tư nghị chính là tâm hàm dung không hữu như chúng ta đã nói qua.

LƯU XUẤT HIỂN THỊ PHÁP TƯỚNG

KINH VĂN

Lại nữa, ngài Xá-lợi-phất! Bồ Tát trụ cảnh bất khả tư nghị giải thoát hay dùng thần thông hiện làm thân Phật hoặc hiện thân Bích-chi Phật, thân Thanh văn, thân Đế thích, thân phạm vương, thân đế chúa, hoặc thân chuyển luân thánh vương. Các thứ tiếng to, tiếng vừa, tiếng nhỏ ở các cõi nước mười phương đều biến thành tiếng Phật

> diễn nói pháp vô thường, khổ, không, vô ngã và những pháp của chư Phật ở mười phương nói ra làm cho khắp tất cả đều được nghe.

Đoạn kinh văn trên đề cập đến thực dụng của pháp giải thoát ở khía cạnh hiển thị bất tư nghị. Thâu nhiếp và hiển thị là hai mặt biểu hiện của tự tâm. Thâu nhiếp là vạn pháp quy tâm. Hiển thị là tâm lưu xuất vạn pháp. Bồ Tát được pháp giải thoát thì pháp pháp không thể ràng buộc. Chẳng những thế, Bồ Tát tự tại hiện đủ âm thanh sắc tướng vì sự giải thoát của chúng sanh.

Sự thị hiện, phân thân thành trăm nghìn muôn ức của chư Phật, Bồ Tát không chỉ giới hạn là hiện thân Phật, mà là vô lượng vô biên thân chúng sanh đủ các chủng loại, thành phần, với mục đích duy nhất là độ chúng sanh giải thoát. Điều này chúng ta có thể thấy trong kinh Địa Tạng Bồ Tát bổn nguyện, ngài Địa Tạng bạch Phật: *"Con phân hiện thân hình ra ở cùng khắp trăm nghìn muôn ức hằng hà sa thế giới. Trong mỗi thế giới hóa hiện trăm nghìn muôn ức thân. Mỗi thân đó hóa độ trăm nghìn muôn ức người làm cho quy kính ngôi Tam bảo, khỏi hẳn vòng sanh tử hưởng vui Niết-bàn."* Trước đó, đức Phật có nói với Bồ Tát Địa Tạng rằng: *"Ta phân ra nhiều thân độ thoát những hạng chúng sanh mỗi mỗi sai khác như thế. Hoặc hiện ra thân trai, hoặc hiện ra thân gái, hoặc hiện ra thân trời, rồng, hoặc hiện ra thân quỉ thần, hoặc hiện ra rừng, núi, sông, ngòi, ao, rạch, suối, làm lợi ích cho mọi người, để rồi độ họ được giải thoát."* Trong kinh Thủ-lăng-nghiêm và kinh Pháp Hoa đều có nói đến Bồ Tát Quán Thế Âm tùy theo căn cơ và lòng khát ngưỡng của chúng sanh mà ứng hóa hiện thân đồng như chúng sanh để độ chúng giải thoát. Phật và Bồ Tát, các ngài vẫn hiện thân vô biên mà không có tướng để thấy. Trong kinh A-di-đà, ở cõi Cực Lạc có các loài chim quý như khổng tước, anh võ, bạch hạc... do Phật A-di-đà biến hóa ra, ngày đêm cất tiếng êm ái thuyết pháp Phật, các hàng cây báu, lưới báu rung vang âm thanh hòa nhạc, khiến các chúng sanh cõi ấy luôn khởi tâm niệm Phật, niệm Pháp, niệm Tăng. Đó là thanh âm vi diệu của chư Phật và Bồ Tát không lúc nào không vang vọng mười phương, mà không có tiếng để nghe. Chỉ cần chúng sanh nào có tâm, sẽ thấy cái không thể thấy, nghe cái không thể nghe, chúng sanh đó lập tức trực nhận bản tâm, minh tâm kiến tánh, khởi sự tu hành, xa lìa phiền não, vào giai vị tu đạo của địa thứ hai là Ly cấu địa. Vì sao? Vì vạn pháp tức là Phật pháp. Vì núi rừng, sông biển, chim thú, gió thổi, cây rung đều là Phật pháp cả.

TÍNH THỰC DỤNG CỦA PHÁP GIẢI THOÁT

KINH VĂN

Ngài Xá-lợi-phất! Nay tôi chỉ nói qua thần lực giải thoát bất khả tư nghị của Bồ Tát như thế, nếu nói cho đủ đến cùng kiếp cũng không hết được.

Khi đó ngài Đại Ca-diếp nghe nói pháp môn Bất khả tư nghị giải thoát của Bồ Tát, ngợi khen chưa từng có, mới bảo ngài Xá-lợi-phất rằng: Ví như có người ở trước người mù phô bày các thứ hình sắc, người mù kia đâu thể thấy được. Nay tất cả hàng Thanh văn nghe pháp môn bất khả tư nghị giải thoát này cũng đâu thể hiểu được. Người trí nghe pháp môn này mà ai chẳng phát tâm Vô thượng chánh đẳng chánh giác. Tại sao chúng ta mất hẳn giống ấy, đối với pháp Đại thừa này đã như hột giống thúi? Tất cả hàng Thanh văn nghe pháp môn Bất khả tư nghị giải thoát này đều phải than khóc tiếng vang động cõi tam thiên đại thiên thế giới, còn tất cả Bồ Tát nên hết sức vui mừng mà vâng lãnh pháp ấy. Nếu có Bồ Tát nào tin hiểu pháp môn Bất khả tư nghị giải thoát này thời tất cả chúng ma không thể làm gì được.

Khi ngài Đại Ca-diếp nói như thế rồi có ba vạn hai nghìn vị thiên tử đều phát tâm Vô thượng chánh đẳng chánh giác.

Duy-ma-cật chỉ nói qua thần lực giải thoát bất tư nghị của Bồ Tát chứ không trực tiếp nói pháp môn giải thoát, vì đã là pháp bất tư nghị thì xa lìa tư duy, ngôn ngữ nghị luận. Thực tướng và thực tuệ chỉ có thể thâm nhập bằng thực dụng. Thông qua tính thực dụng, tính khả thi mà chúng sanh có thể kiến đạo, tu đạo và đắc đạo. Điều này là chân thực. Nếu không nắm được ý nghĩa này, chúng ta sẽ sa vào hý luận và bằng lòng với những kiến giải không chút ích lợi gì cho việc thanh lọc tâm hồn chứ chưa nói tới giải thoát khỏi đau khổ. Chư Phật, Bồ Tát với lực dụng vô biên, phương tiện vô lượng nên Duy-ma-cật chỉ nói sơ lược những dụng ý cốt yếu khi các ngài biểu diễn thần dụng độ sanh, chứ *nếu nói cho đủ đến cùng kiếp cũng không hết được.*

Khi đó ngài Đại Ca-diếp nghe nói pháp môn Bất khả tư nghị giải thoát của Bồ Tát, ngợi khen chưa từng có. Thực ra, Duy-ma-cật không có một câu chữ nào mô tả pháp môn bất tư nghị đó, mà chỉ nói về thần lực không thể nghĩ bàn của Bồ Tát nếu trụ ở pháp giải thoát bất tư nghị. Chúng ta cần phân biệt rõ chỗ này. Ông Duy-ma-cật không nói mà tôn giả Đại Ca-diếp đã nhận ra, hiểu được và ngợi khen chưa từng có; chúng ta đừng quên Duy-ma-cật thuyết kinh này vào thời Phương đẳng, tức là chưa tới thời Pháp hoa-Niết-bàn là lúc đức Phật chỉ thẳng Phật tánh. Do đó, theo thiển ý, pháp giải thoát bất tư nghị mà Duy-ma-cật ngụ ý trong phẩm này cũng chính là đóa sen Chánh pháp nhãn tạng mà sau này đức Thế Tôn truyền trao trong hội niêm hoa vi tiếu cho ngài Đại Ca-diếp đại triệt đại ngộ. Như vậy, ngay ở pháp hội của ông Duy-ma-cật, tôn giả Đại Ca-diếp đã liễu ngộ pháp giải thoát khi chứng kiến sự kiện tòa Sư tử và nghe qua các câu chuyện Duy-ma-cật kể về thần lực của Bồ Tát. Chính vì thế Đại Ca-diếp mới cảm thán: *Nay tất cả hàng Thanh văn nghe pháp môn bất khả tư nghị giải thoát này cũng đâu thể hiểu được.* Lời cảm thán ấy lại được bày tỏ với tôn giả Xá-lợi-phất, vị trí tuệ đệ nhất trong hàng

Thanh văn. Đồng thời với sự chứng tỏ Đại Ca-diếp đã ngộ nhập pháp môn bất tư nghị, lời cảm thán đó bộc lộ sự tiếc thương cho các đệ tử Thanh văn của Phật lâu nay trú ẩn quá lâu nên sinh chấp trước pháp phương tiện thời A-hàm để trở thành hạt giống mục rữa, mộng lép chồi khô.

Đại Ca-diếp đại biểu cho người đã ngộ nhập, hiểu được dụng ý của Duy-ma-cật nên mới có nhận định về sự lĩnh ngộ của hội chúng đối với pháp bất tư nghị. Phàm phu không tài nào hiểu được, như người mù kia đâu thể thấy. Nhị thừa chỉ phần ít tin hiểu, vui mà than khóc tiếng vang động cõi tam thiên, nên cần khuyến khích. Các Bồ Tát tùy chỗ chứng đắc hết sức vui mừng mà vâng lãnh pháp ấy, thọ nhận tiến tu. Đại Ca-diếp nói với Xá-lợi-phất, vì Xá-lợi-phất vì pháp mà đến, tức là đại diện cho chúng sanh chân thực cầu pháp, không kể là phàm phu, nhị thừa hay Bồ Tát. Dù cho chúng sanh ở bất kỳ căn cơ nào mà có thể tin hiểu dụng ý của Duy-ma-cật cũng đều có khả năng tiếp nhận hoàn toàn pháp giải thoát khó nghĩ bàn. Hay nói cách khác, pháp giải thoát đáp ứng đầy đủ lòng chân thành cầu giải thoát của chúng sanh. Chính vì vậy, sau khi ngài Đại Ca-diếp nói, có tới ba vạn hai nghìn vị thiên tử đều phát tâm Vô thượng chánh đẳng chánh giác. Con số này vừa bằng con số tòa Sư tử mà ông Duy-ma-cật mượn về; tượng trưng cho sự tương xứng của pháp giải thoát bất tư nghị của chư Phật, Bồ Tát và lòng khát ngưỡng, khả năng tiếp nhận của chúng sanh.

KINH VĂN

Bấy giờ, ông Duy-ma-cật nói với ngài Đại Ca-diếp rằng: Ngài Đại Ca-diếp! Các vị làm ma vương trong vô lượng vô số cõi nước ở mười phương phần nhiều là bực Bồ Tát trụ nơi pháp bất khả tư nghị giải thoát, vì dùng sức phương tiện giáo hóa chúng sanh nên thị hiện làm ma vương. Lại nữa, ngài Ca-diếp! Vô lượng Bồ Tát ở mười phương, hoặc có người đến xin tay, chân, tai, mũi, đầu, mắt, tủy

não, huyết thịt, da xương, xóm làng, thành ấp, vợ con, tôi tớ, voi ngựa, xe cộ, vàng bạc, lưu ly, xà cừ, mã não, san hô, hổ phách, trân châu, đồi mồi, y phục và các món ăn uống, mà người xin đó phần nhiều là bực Bồ Tát trụ pháp bất khả tư nghị giải thoát dùng sức phương tiện đến thử thách để làm cho các Bồ Tát kia thêm kiên cố. Vì sao? Bồ Tát trụ pháp bất khả tư nghị giải thoát có thần lực oai đức nên mới dám làm việc bức ngặt để chỉ bày cho chúng sanh những việc khó làm như thế. Còn kẻ phàm phu hạ liệt không có thế lực, không thể làm bức ngặt được Bồ Tát, ví như con long tượng dày đạp, không phải sức lừa kham chịu nổi. Đó là môn trí tuệ phương tiện của Bồ Tát ở nơi pháp bất khả tư nghị giải thoát vậy.

Bản dịch của Huyền Trang có thêm câu cuối là: *"Khi pháp này được nói xong, có tám ngàn Bồ Tát chứng nhập cảnh giới giải thoát bất khả tư nghị, vốn chỉ có thể được chứng nhập bằng trí lực của phương tiện thiện xảo của Bồ Tát."* Con số tám ngàn vừa đúng tổng số Bồ Tát theo ngài Văn-thù đến nhà ông Duy-ma-cật; chứng tỏ rằng từ Bồ Tát sơ phát tâm cho đến các địa cao hơn, nếu tin hiểu và thọ nhận đúng đắn pháp tu bất tư nghị sẽ chắc chắn được giải thoát khó mà nghĩ bàn.

Tóm lại, Bồ Tát tu hành hay chúng sanh đang tu Bồ Tát đạo, nếu khéo dùng tâm vô trụ, đều có thể thâu nhiếp tất cả pháp, phá tất cả tướng, tự thành tựu sự tu hành và có năng lực ứng dụng phương tiện, tùy duyên hiển thị giáo huấn. Vị Bồ Tát có thần lực này tất nhiên là từ hàng Bất động địa trở lên, tự tại thị hiện các tướng không chướng ngại. Do suốt thông pháp tướng nên không trừ tướng nào mà không hiện thân được, dù làm ma vương, hoặc kẻ xấu ác nhất, miễn sao thực dụng mang cho chúng sanh lợi ích giải thoát. Thậm chí Bồ Tát có thể hiện thân làm người cầu xin những thứ khó buông xả, chỉ để kích thích chúng sanh tu hành thành tựu hạnh bố thí, tất cả cũng đều chỉ vì mục đích độ sanh.

Trong ý nghĩa thực dụng, Đại Ca-diếp minh chứng cho hàng Thanh văn có thể thể nhập pháp giải thoát bất tư nghị. Trong ý nghĩa độ sanh, ma vương và những kẻ cầu xin những thứ khó cho lại là Bồ Tát hóa thân, chứng tỏ đại dụng khó nghĩ bàn.

Đọc hết phẩm kinh này, chúng ta thấy rõ một điều là chỉ cần tin, hiểu và làm theo lời Phật dạy thì chắc chắn chúng ta có tòa Sư tử để ngồi. Pháp bất tư nghị không cần nói nhiều, chỉ cần thực dụng mang lại lợi ích giải thoát là đúng với nguyện lực của ba đời chư Phật.

362

CHƯƠNG 7. PHẨM QUÁN CHÚNG SANH

CHÂN DUNG CHÚNG SANH

Trong chương đầu tiên, phẩm Phật quốc, tôi nêu ý kiến rằng triết lý sắc không chỉ là sự nhắc nhở, gợi ý cho vấn đề khác quan trọng hơn, là thực tế dính mắc giữa chúng sanh với nhau. Giải quyết vấn đề này chính là mục đích thực tiễn độ sanh của đạo Phật, làm cho mình và người đều giải thoát. Trong Chú giải kinh Duy-ma, Tăng Triệu dẫn lời ngài Cưu-ma-la-thập: *"Nếu thường tại hữu thì trói buộc nơi tướng chấp, nếu thường tại không thì xả bỏ gốc thiện."* Chúng ta không thể phủ nhận sự hiện hữu của mình và tha nhân trong mối quan hệ tương tác không thể tránh khỏi có những hệ lụy phiền não. Đây là khẳng định một thực tế cần giải quyết.

Do vậy mà, trong quan hệ với chúng sanh, Bồ Tát đang tu hành, vì để tránh hý luận của ngôn từ về sắc không, cần có cái nhìn thấu đáo về bản chất của chúng sanh, để từ đó việc tu hành và độ sanh trở nên mỹ mãn. Bản chất không thật chẳng loại trừ ý nghĩa chúng sanh là một tồn tại trong quan hệ. Quán chúng sanh vì thế phải hội đủ hai tư thế có và không. Tại sao phải quán chúng sanh và quán như thế nào là nội dung của phẩm kinh này.

QUÁN CHÚNG SANH NHƯ HUYỄN

> **KINH VĂN**
>
> Lúc bấy giờ, ngài Văn-thù-sư-lợi hỏi ông Duy-ma-cật rằng: Bồ Tát quán sát chúng sanh phải thế nào?
>
> Ông Duy-ma-cật đáp: Ví như nhà huyễn thuật thấy người huyễn của mình hóa ra, Bồ Tát quán sát chúng sanh cũng như thế. Như người

> trí thấy trăng dưới nước, thấy mặt trong gương, như ánh nắng dợn, như vang của tiếng, như mây giữa hư không, như bọt nước, như bóng nổi, như cây chuối bền chắc, như chớp dừng lâu; như đại thứ năm, như ấm thứ sáu, như tình thứ bảy, như nhập thứ mười ba, như giới thứ mười chín. Bồ Tát quán sát chúng sanh cũng như thế. Như sắc chất cõi vô sắc, như mộng lúa hư, như thân kiến của Tu-đà-hoàn, như sự nhập thai của A-na-hàm, như tam độc của A-la-hán, như tham giận phá giới của Bồ Tát chứng Vô sanh nhẫn, như tập khí phiền não của Phật, như người mù thấy sắc tượng, như hơi thở ra vào của người nhập diệt tận định, như dấu chim giữa hư không, như con của đàn bà không sanh đẻ, như phiền não của người huyễn hóa, như cảnh chiêm bao khi đã thức, như người diệt độ thọ lấy thân, như lửa không khói. Bồ Tát quán chúng sanh cũng như thế đó.

Chúng sanh là loài hữu tình, do năm uẩn giả hợp mà thành, có tâm thức và bị phiền não trói buộc trong sanh tử. Để trả lời câu hỏi của ngài Văn-thù: *Bồ Tát quán sát chúng sanh phải thế nào?* Ông Duy-ma-cật xác định lập trường tiên quyết: *Ví như nhà huyễn thuật thấy người huyễn của mình hóa ra.* Đó là yêu cầu chúng ta phải thấy được ta, vì ta cũng là một chúng sanh, và chúng sanh đồng là huyễn hóa, không có thực. Chúng ta nên lưu ý câu hỏi của Bồ Tát Văn-thù không hề đặt vấn đề giáo hóa chúng sanh, mà là trí quán. Bồ Tát ở đây là chúng sanh đang tu Bồ Tát đạo. Phải tự hiểu mình là chúng sanh đang tu, phải thực hành trí quán như thế nào, phải tu thế nào, phải làm gì để cởi bỏ thắt gút, dính mắc ràng buộc mình và chúng sanh. Nghĩa là Bồ Tát dùng trí quán đúng như thật, do thực hành Như huyễn Tam-ma-đề mà không thấy có mình, cũng không thấy có người. Từ đó hành giả đang tu có thể buông bỏ những chấp trước không cần thiết, xua tan vô minh và phiền não, và từ đó đem lại lợi ích cho mình và cho cả chúng sanh.

Sự lầm lẫn tai hại của chúng ta là khi nhận ra mình có mặt trên đời cũng là lúc ta bám víu vào cái ngã đối diện với một thế giới đầy dẫy tha nhân. Chấp chúng sanh tướng gắn liền chấp ngã tướng, hay nói theo kinh văn ở phẩm Bồ Tát Văn-thù là ngã tưởng và pháp tưởng là gốc điên đảo vọng tưởng gây bệnh sanh tử. Tuy nhiên phẩm Văn-thù chỉ trừ ngã tưởng và pháp tưởng, đến phẩm này, Duy-ma-cật mới phá chấp chúng sanh tướng. Trong muôn vàn pháp tướng, Duy-ma-cật chọn chúng sanh để quán vì chúng sanh là gần gũi nhất với cái ngã trong quan hệ đối nhân tiếp vật của chúng ta. Vì vậy, để ý nghĩa quan trọng của việc độ sanh bộc lộ hết nhân sinh quan tích cực, phẩm Quán chúng sanh là cần thiết.

Mặt khác, phẩm Bất tư nghị nêu ra tính thực dụng và khả thi của sự giải thoát, do đó dễ đưa đến hiểu lầm rằng có chúng sanh thực để hóa độ. Hơn nữa, dù cho chúng ta suy nghĩ như thế nào về sự thị hiện bệnh của Duy-ma-cật, là quyền hay là thực, hoặc nói chung là chư Phật và Bồ Tát có đến với cõi đời để cứu độ hay không, thì suy nghĩ đó mặc nhiên hàm chứa quan điểm là cuộc đời này có thực, chúng ta có thực và người khác cũng có thực. Đau khổ và giải thoát bỗng nhiên trở thành hai thái cực có thực đối chọi nhau. Phẩm Văn-thù thuyết minh về đau khổ. Phẩm Bất tư nghị thuyết minh về giải thoát. Phẩm Quán chúng sanh thành phẩm riêng biệt là để tiếp nối hoàn thiện hai phẩm trước. Duy-ma-cật thuyết Quán chúng sanh chính là để ngăn chúng ta không chấp ngón tay là mặt trăng.

Câu trả lời đầu tiên của Duy-ma-cật có thể nói là định đề xác quyết nguyên tắc tánh không khi quán sát chúng sanh. Chúng sanh còn có nghĩa là tập chúng duyên sanh, nghĩa là bất kỳ cái gì được sanh ra đều do nhân duyên tích tập. Vấn đề là cái sống của loài hữu tình, bao gồm ta, tha nhân, mỗi mỗi đều là dòng tâm thức miên viễn trôi chảy không ngừng. Cái sống đó có thực sự trôi chảy không hay chỉ là huyễn hóa? Phẩm Quán chúng sanh chỉ bày cách cho chúng ta thực hành trí quán làm sao để tự giải đáp.

Duy-ma-cật không đưa ra bất kỳ lý luận hay sự phân tích nào sau câu trả lời đầu tiên như một tiền đề. Giống như một vị thầy già nua đã sống gần hết cuộc đời, đưa ra thật nhiều ví dụ để truyền lại cho lớp học trò non nớt những kinh nghiệm từng trải. Sau lời đầu tiên như là tựa đề của bài học, Duy-ma-cật đưa ra 30 ví dụ. Vị cư sĩ đáng kính của chúng ta có chủ ý rõ ràng khi đưa số lượng ví dụ như vậy. Ông không cần ta động não phân tích, lý luận gì cả. Những thứ đó vô ích. Ông chỉ cần ta quan sát, không khởi tâm động niệm, chỉ chú tâm quán sát tới khi nào thâm nhập được bản chất huyễn hóa của chúng sanh.

Quán chúng sanh huyễn không có nghĩa cho rằng chúng sanh là sản phẩm của chính tâm mình, mà phải đạt tới căn bản tự tha nhất như, ta và người rốt ráo đều thanh tịnh. Nếu chấp chặt rằng chúng sanh là tự tâm ta sinh ra, sẽ dễ có nguy cơ sa vào bẫy sập của ma hành ấm như kinh Lăng-nghiêm có dạy. Tướng hiện tại của chúng sanh là do lầm lẫn của tự tâm, nên vốn thanh tịnh nay trở thành ô nhiễm. Tướng chúng sanh không phải tự sanh ra, không phải do cái khác sanh ra, không phải tự nhiên cũng không phải do nhân duyên. Nếu tạm nói thì là cộng nghiệp và biệt nghiệp có sức mê gây ra vọng kiến có tướng chúng sanh. Ngài Đạo Sinh (355-434) nói: *"Chẳng phải không có người huyễn, nhưng không phải người thật."* Đó cũng cùng một ý của ngài Cát Tạng: *"Như huyễn thì có mà chẳng phải có, chẳng phải có mà có."* Rốt ráo chúng sanh chỉ là giả danh, là ảnh tượng, là hư vọng mà thôi.

Một loạt hình ảnh từ bóng trăng dưới nước cho đến sự lâu dài của tia chớp trên không mà Duy-ma-cật lấy làm ví dụ không ngừng lại ở ý nghĩa chúng là không thật có. Cần có cái nhìn xuyên thấu màn sương ảo ảnh dụ hoặc kia. Người trí thấy trăng dưới nước, biết có trăng trên trời; thấy mặt trong gương, tự biết pháp thân; nhìn ánh nắng dọn, biết có mặt trời chân lý. Người trí nghe vang của tiếng, liền ngộ được tánh nghe. Mây giữa hư không cũng như màn sương, tuy không chạm được, nhưng làm hiển lộ tánh thấy. Dù là vật thoắt còn thoắt mất như bọt nước... bóng nổi... như chớp hoặc dù là vật thể cụ thể ta nhìn thấy, chạm được nhưng không thật có như sự bền chắc của cây chuối, rốt cuộc cũng chẳng có gì là bản chất thực sự cả. Quán xuyên suốt tướng hư dối của chúng sanh, chúng ta có thể biết cái giả không rời cái thật mà có, biết cái giả là muôn vàn hiện thân của cái thật. Thế mới biết rằng ta và chúng sanh tuy là hư vọng nhưng không ngoài diệu chân như tánh. Quán chúng sanh được như thế là thấy đạo lý bất khả đắc. Và nhiệm mầu hơn là tuy bất khả đắc nhưng chúng sanh lại là dấu hiệu của thực tại tiềm ẩn mà chúng ta không thể thuyết minh bằng tri thức nhưng có thể thực chứng bằng quán chiếu và tu hành.

Thấy được cái ẩn, trở lại quán cái hiện tướng, ta có thể khám phá ra cái hiện có rốt ráo cũng không hề có, như đại thứ năm, như ấm thứ sáu, như tình thứ bảy, như nhập thứ mười ba, như giới thứ mười chín. Đó là những cái không hề có. Phật thuyết có bốn đại là đất, nước, gió, lửa; năm uẩn là sắc, thọ, tưởng, hành, thức; tình thức có sáu là nhãn, nhĩ, tỷ, thiệt, thân và ý; mười hai nhập là sáu căn và sáu trần; mười tám giới là sáu căn, sáu trần và sáu thức. Cái đáng chú ý là số lượng. Không kể số lượng là bao nhiêu, có số lượng là không thực, vì không hề có chuyện kết hợp, tích tụ các đơn vị để trở thành cái có số lượng, như chúng ta đã nói qua ở chương 5: "Quán duyên khởi càng sâu sắc hơn khi ta nhận ra bản thân sự kết hợp cũng là giả dối. Sự kết hợp kia là không thực thì tướng các pháp không được thành lập, nên gọi là giả hợp." Chúng sanh cũng cùng đạo lý vô sở hữu như vậy. Thêm nữa, mỗi hạng mục như đại, uẩn, căn, nhập, giới đều bị giới hạn bởi số lượng. Vượt ngoài số lượng đó, ta không thể quan niệm được đó là cái gì. Điều này chứng tỏ nhận thức lý tính của con người có hạn. Những gì nằm trong phạm vi nhận thức thì ta cho là có. Những gì vượt ngoài phạm vi đó, ta nhất định là không tồn tại. Và nếu quán chúng sanh như là cái ngoài số lượng, vượt qua tầm nhận thức thì sự tồn tại của chúng sanh phải là cái bất khả tư nghì. Không chỉ là cái thực, mà cả cái giả, cái huyễn cũng khó mà nắm bắt. Đó là lý do tại sao tôi tin rằng trước khi con người bước chân ra khỏi thái dương hệ này thì vũ trụ đã vào kiếp Không rồi. Và đó cũng là tiền đề của quán bình đẳng không giữa cái chân thực và cái huyễn hóa.

Đúng là có những chuyện không thể có, nhưng không nhất định là không; cũng như có nhiều chuyện rõ ràng mắt thấy tai nghe, nhưng không thực là có. Xem xét chúng sanh đến tột cùng, chúng ta mới vỡ lẽ rằng chẳng thể nói rành mạch chuyện có chuyện không. Sắc tức là không. Không tức là sắc. Thực hành sâu sắc quán chúng sanh đến tột cùng là thấy bình đẳng không. Tâm, Phật, chúng sanh cũng cùng đạo lý bình đẳng như vậy.

Quán chúng sanh *như sắc chất cõi Vô sắc*. Theo lý thường thì cõi Vô sắc không có hình tướng hay sắc chất. Nhưng nếu quán tận nghĩa thâm sâu, chẳng những cõi Vô sắc mà cả tam giới đều là diệu sắc phản ánh Như Lai tạng vốn bao trùm vũ trụ tam thiên đại thiên. Bồ Tát chứng pháp thân thấy được chúng sanh là hóa thân của chư Phật, cõi nước chúng sanh cũng là cõi nước Phật.

Quán chúng sanh *như mộng lúa hư*, như hạt giống mục nát mà nảy mầm. Đúng là những chuyện không thể xảy ra, nhưng không nhất định là vậy. Chúng sanh vốn có hạt giống Phật tánh nhưng vì mê lầm nên hiện tại đang là hư thối; nếu khéo vun trồng lại thì tất có ngày nảy mầm thành tựu quả Bồ-đề. Chẳng phải Kinh Đại Bát Niết-bàn nói hàng nhất-xiển-đề cũng có thể thành Phật đó sao?

Cũng từ bản chất huyễn hóa hay nguyên tắc tánh không, ta có thể nhận ra vô số đạo lý tuyệt diệu chỉ có thể thâm nhập bằng quán chiếu chứ không do lý luận. *Thân kiến của Tu-đà-hoàn* là chuyện không thể có, vì người chứng quả vị này đã đoạn được ba kiết sử là thân kiến, hoài nghi và giới cấm thủ; làm sao sinh kiến chấp về thân tướng? Bước sâu thêm, từ sự phá chấp về thân sinh diệt mà thấy được thân thật không sinh diệt; từ cái thân tướng giả dối mà thấy được chúng sanh đồng một pháp thân bất sanh bất diệt. Chúng sanh hiện có, *như sự nhập thai của A-na-hàm, như tam độc của A-la-hán* cũng là điều không tưởng vì bậc chứng quả vị A-na-hàm, còn gọi là Bất lai, nghĩa là sau khi thân hoại liền hóa sanh ở cõi Tịnh Cư mà nhập Niết-bàn, không còn thọ sanh nữa; còn quả vị A-la-hán, có nghĩa là bậc đã dứt trừ mọi phiền não (sát tặc), đáng tôn kính (ứng cúng) và đã thoát ly sanh tử (bất sanh) thì làm sao khởi tham, sân, si? Nghĩa rốt ráo của bất sanh là không còn ảo tưởng về sự sanh diệt, là nhận ra không hề có cái gọi là sanh diệt. Quán chúng sanh *như tham giận phá giới của Bồ Tát chứng Vô sanh nhẫn, như tập khí phiền não của Phật,* cũng cùng đạo lý vô sanh như vậy.

Nếu đã quán như thế mà không thẩm thấu nghĩa vô sanh thì chúng ta thử quán chúng sanh là pháp độ của chư Phật. Nghĩa là hãy xem người người việc việc đều là Phật và Bồ Tát tùy duyên thị hiện để độ chính chúng ta. Nếu tâm ta chân thật cảm nhận được như thế thì mọi việc trái đạo lý, mọi chướng ngại, mọi oan gia trái chủ đều trở thành thân thuộc hay thị giả hoặc bạn bè giúp đỡ cho ta.

Sự ngu xuẩn nhất của chúng ta là thích nói lý lẽ và cố chấp vào những gì mắt thấy tai nghe. Rõ ràng là xã hội đủ các hạng người, thế giới đủ các loài sinh sôi nảy nở mà vị lão sư lẩm cẩm kia cứ bảo ta xem như không hề có một ai. Chúng ta cứ khăng khăng nói người khác là có thực và thường hay gây phiền toái cho mình. Thái độ đó chẳng khác nào ta đang bênh vực cho những điều vô lý như *người mù có thể thấy, chim bay để lại dấu, tượng đá lại sinh con...*

Lại một lần nữa, Duy-ma-cật cho thấy nếu khéo quan sát, ta sẽ nhận ra ở chúng sanh những dấu hiệu của cái ẩn tàng không phải là đối tượng của nhận thức lý tính. Chúng sanh *như người mù thấy sắc tượng*; mù thì làm sao thấy, nhưng không phải không có tánh thấy. Chúng sanh không thể có *như hơi thở ra vào của người nhập diệt tận định*; không còn hơi thở tức mạng căn đã dứt, không còn tái sinh, nhưng tuệ mạng vẫn thường còn. Chúng sanh còn không có, huống hồ gì tâm dong ruổi của chúng sanh vốn như hơi thở. Chúng sanh *như dấu chim giữa hư không* nhưng người trí có tuệ nhãn vẫn thấy rõ vết tích của chân không diệu hữu. Chúng sanh không có thực *như con của thạch nữ*, huống hồ là tướng nam nữ ở chúng sanh. Hiện hữu của chúng sanh vô lý *như phiền não của người huyễn hóa* nhưng khán giả nhanh mắt sẽ nhận ra trò ảo thuật là do bàn tay khéo léo của nhà ảo thuật bởi pháp chẳng ngoài tâm. Chúng sanh tồn tại mơ hồ *như cảnh chiêm bao khi đã thức*. Do đó mà nếu ta cứ một mực ương ngạnh cho chúng sanh là thực có, khác nào mù quáng tin vào cái vô lý *như người diệt độ thọ lấy thân, như lửa không khói*.

NGHỆ THUẬT NHIẾP ẢNH CHÂN DUNG

Những ví dụ sau cùng của Duy-ma-cật chính là nhắm thẳng vào kiến chấp của chúng ta. Ý nghĩa chính là ở chỗ này. Người còn không thực có thì buồn vui, yêu hận và những xung động thường nhật của mọi người quanh ta chỉ là diễn xuất. Chúng ta còn chưa chịu buông bỏ thì đợi tới chừng nào? Nhà thơ Bùi Giáng (1926-1998) hẳn là quan sát người đời thật tinh tường và vô tư mới có thể nhẹ nhàng viết những câu lục bát giản dị mà hết sức có thần:

Chiều nay ra phố dạo phường,
Nhìn xem thiên hạ áo hường quần lam.
Người ta có vẻ dung hàm,
Rong chơi từng cặp tràn lan vỉa hè.
Tôi nhìn tôi ngắm tôi nghe,
Nghe là nghe mộng không nghe tò mò.

Một loạt 30 ví dụ đầy ấn tượng mà Duy-ma-cật gợi ý, phơi bày ra nhiều góc cạnh của một hình ảnh và nhiều hướng nhìn cho người quan sát. Duy-ma-cật quả là nhà nhiếp ảnh đầy kinh nghiệm, nhanh tay lia máy chụp bắt mọi ngóc ngách chân dung của chúng sanh. Chỉ trong một đoạn kinh văn ngắn gọn như trên, với những ví von đẹp mắt, Duy-ma-cật đã chỉ ra ba pháp quán mà đức Phật hướng dẫn trong kinh Viên giác và kinh Thủ-lăng-nghiêm: tam-ma-đề, tam-ma-bát-đề và thiền-na; sau này Đại sư Thiên Thai Trí Giả hết sức tài tình khi nêu ra ba pháp quán tương đương là giả quán, không quán và trung quán. Chúng ta nên nghiền ngẫm các ví dụ trên, thực hành trí quán, quán sâu đến mức tận cùng mà Trạm Nhiên gọi là *"bản tế kim cang của tâm tánh"*, chứng nhập chỗ không tịch của Phật và chúng sanh. Nghĩa là từ ba quán (giả, không, trung) và ba đế (thế đế, chân đế và đệ nhất nghĩa đế) mà thành tựu nghĩa bình đẳng không, từ các tướng thâu nhiếp về nhất tâm, từ nhất tâm hiển thị các tướng.

Thực tuệ xuyên suốt ba quán. Giả phá hữu, không phá giả, trung phá không. Tuy vậy, chưa thực chứng trung đạo thì mọi nói năng, thuyết lý vẫn còn là hý luận vọng chấp, không một chút lợi gì cho sự giải thoát. Vượt qua sự chấp trước vào trung đạo, từ trung nhập chân, chính là thành tựu đạo chủng trí của Bồ Tát, được thể hiện bằng sự im lặng vang dội sau này của Duy-ma-cật vậy. Quán chiếu không cần theo thứ tự nhất định từ giả nhập không, không nhập giả rồi vào trung đạo. Cách thức như vậy quá lý thuyết khuôn khổ. Cần xoay trở vấn đề, hình tượng để bóc trần bản chất. Nhìn đàn chim đang bay, người có tâm cơ linh hoạt sẽ thấy không có tiến trình sanh tử. Hoặc có người thấy chim bay mà ngộ tánh thấy ở mình. Hoặc có người nhận ra mình là mình, chim là chim, chẳng dính líu gì nhau. Thiền sư Hương Hải (1628-1715) lại dường như chẳng thấy gì khi viết:

Nhạn quá trường không,
Ảnh trầm hàn thủy.
Nhạn vô di tích chi ý,
Thủy vô lưu ảnh chi tâm.[1]

Tạm dịch:

Vừa khi cánh nhạn lưng trời,
Đáy hồ lạnh buốt, bóng rơi thình lình.
Nhạn bay riêng lối vô tình,
Thản nhiên nước chẳng giữ hình làm chi.

Còn chúng ta có thể thấy chúng diệu hữu trên không như đã nói. Quán sát chúng sanh thực linh hoạt như vậy mới thấy suốt bản chất chúng sanh. Duy-ma-cật tạo cơ hội cho chúng ta khi dùng tới 30 ví dụ. Vạn pháp đa dạng, chúng sanh vô lượng thì số lượng ví dụ nhiều hơn cũng là phương tiện thực hành quán chiếu. Đối với ba pháp quán xa-ma-tha, tam-ma-bát-đề và thiền-na, Đức Phật dạy trong kinh Viên giác: *"Nếu lại chúng sanh độn căn đời sau, tâm muốn cầu đạo, không được thành tựu, do xưa có nhiều*

---

[1] Bài kệ này dẫn theo Lê Quý Đôn trong Kiến văn tiểu lục là của Thiền sư Hương Hải. Nhưng có lẽ Lê Quý Đôn đã nhầm, vì thật ra trong Hoằng Trí Thiền Sư Quảng Lục (宏智禪師廣錄), quyển 4 (Đại Chánh Tạng, Tập 48, kinh số 2001) ở trang 48, tờ c, dòng 1 và 2 đã có thi kệ này và ghi rõ niên đại là năm Kiến Viêm thứ 3 (1129), tức là trước đó 5 thế kỷ. Phật Tổ Lịch Đại Thông Tải (佛祖歷代通載) quyển 18 cũng chép thi kệ này ở phần về Thiền sư Thiên Y Nghĩa Hoài, sống vào khoảng niên hiệu Thiên Thánh (1023-1032). Do vậy cũng không thể nói chắc tác giả bài kệ này là ai. (Chú giải theo Nguyễn Minh Tiến)

nghiệp chướng, cần phải siêng sám hối, thường khởi hi vọng, trước đoạn thương ghét, ganh tị, dua nịnh, cầu tâm thắng thượng, ba thứ tịnh quán, theo học một việc quán này không được, lại thực hành quán kia, tâm không phóng xả, lần lượt cầu chứng."[1]

Quán tới khi nhận ra vấn đề không phải là có hay không có đối tượng quán, mà là chợt nảy sinh thắc mắc là ai đang quán. Đó chính là lúc các tướng đối đãi ở chúng sanh không sanh, chỉ còn thuần một nghi tình là ai đang thấy, nghe, hiểu biết. Giải quyết nghi tình ấy không phải là vấn đề chính đặt ra ở đoạn kinh văn này. Cái chủ yếu là lúc nảy sinh nghi tình cũng là lúc tâm thức xa lìa tướng chúng sanh. Lúc ấy là lúc ta yên lặng tự biết rõ ràng. Sự biết rõ ràng đó là bản chất, là tự tánh của tâm, có hay không có đối tượng, vẫn chiếu sáng minh bạch. Trong cái biết rõ ràng ấy không có phân ly chủ thể và đối tượng, chỉ còn thuần tự tánh biết. Thức thứ sáu chuyển hoạt dụng phân biệt thành diệu quán sát. Đó chính là lúc không còn thấy tướng thiện ác, tướng người tốt, kẻ xấu, tướng bạn bè hay kẻ thù. Quán thấu suốt để cuối cùng ngộ ra những dính mắc ở thế gian đều phát sanh từ si ái và tình chấp.

KHI MẶT TRỜI LÓ DẠNG

ĐỨC TƯỚNG CHÂN THẬT CỦA TÂM TỪ

> **KINH VĂN**
>
> **Ngài Văn-thù-sư-lợi hỏi:** Nếu Bồ Tát quán sát như thế, phải thực hành lòng từ như thế nào?
>
> **Ông Duy-ma-cật đáp rằng:**
>
> - Bồ Tát quán sát như thế rồi phải tự nghĩ rằng: Ta phải vì chúng sanh nói pháp như trên, đó là lòng từ chân thật.

---

[1] Kinh Viên Giác, Việt dịch: Thích Huyền Vi.

Câu hỏi của Bồ Tát Văn-thù là nghi vấn tất nhiên phải nảy sinh vì nếu chúng sanh không thực có, tức đối tượng không có thì lòng từ làm sao có được vì không có đích nhắm.

"Nói quán chúng sanh, quán tức đạt chiếu. Pháp năm ấm là chúng, tụ hợp để thành con người là sanh. Vả lại ở các xứ mà thọ sanh gọi là chúng sanh."[1] Quán chúng sanh là quán gồm cả ta và người, không riêng gì người. Do đó khi trí chứng là chứng cả ta và chúng sanh đều huyễn, là tịch diệt, vô tướng, không phiền não, cũng chẳng luân chuyển. Quán chúng sanh mà thành tựu đệ nhất nghĩa đế, đạt chiếu thâm sâu thì lòng từ tự nhiên phát khởi. Ví như khi mặt trời ló dạng thì sự ấm áp bắt đầu lan tỏa, trùm khắp thế gian. Nắng càng cao thì nhiệt lượng càng nhiều. Cũng vậy, trí chứng càng sâu thì lòng từ càng thấm đậm. Phật thuyết trong Kinh Hoa Nghiêm: *"Nhất thiết chúng sanh giai hữu Như Lai trí tuệ đức tướng."* (Tất cả chúng sanh đều có trí tuệ và đức tướng của Như Lai.) Trí tuệ là Phật tánh. Đức tướng là tâm từ.

Như vậy, chúng sanh vốn sẵn có Phật tánh và tâm từ. Chúng sanh vì phiền não che lấp mà không thấy được Phật tánh. Theo kinh Đại Bát Niết-bàn, thánh nhân nhị thừa do tín thuận mà tin có Phật tánh, Bồ Tát thập trụ tuy biết có Phật tánh nhưng chưa được rõ ràng. Bồ Tát quán suốt ba đế: thế đế tức chúng sanh duyên, chân đế tức pháp duyên, đệ nhất nghĩa đế thấy trung đạo tức vô sở duyên. Không có chỗ duyên nên được tâm bình đẳng, ví như xem cha mẹ và kẻ oán ghét mình như nhau. Bồ Tát quán được như vậy tức đã trụ sơ địa mà khởi phát tâm từ. Bồ Tát chứng Vô sanh pháp nhẫn trở lên có biểu hiện tâm từ rất rõ rệt. Chúng ta tuy trí chưa chứng ngộ tự tánh, nhưng nếu theo học, tập tu, sửa chữa những quan niệm, ý tưởng sai lầm, những hành vi bất thiện, những lời nói

---

[1] Cát Tạng - Duy-ma kinh nghĩa sớ.

không tự kiểm soát, dần đi từ sự vào lý, không lo không có ngày ngộ tánh mà hiển lộ lòng từ. Huân tu lâu ngày, khi cơ duyên chín muồi sẽ tự ngộ. Trí đã chứng thì tâm từ lưu xuất. *"Trên nền tảng của tâm đã bắt đầu hiển lộ vì những che chướng chấp ta chấp chúng sanh đã nhẹ bớt, chúng ta bắt đầu cảm nghiệm được lòng từ hay lòng thương yêu như một thực tại vốn đã có từ muôn đời nơi chúng ta."*[1]

Nói cách khác, tâm từ là hiệu quả của quán chiếu. Đức tướng hay tâm từ hiển lộ theo mức độ thành tựu của quán chiếu và trí chứng. Tâm từ lưu xuất từ giác ngộ tự tánh, không do tập thành, không do nhân duyên cũng không phải tự nhiên mà có. Giác ngộ tự tánh tuôn chảy lòng từ, nghĩa là trí tuệ hiện đức tướng và biểu hiện thành sự thực hành vô tâm. Vì vô tâm nên hành mà không hành, tâm từ do đó thành nơi nương náu chân thực cho chúng sanh. Theo Luận Đại trí độ, thấy có chúng sanh đau khổ mà khởi lòng cảm thương là chúng sanh duyên từ; không thấy có chúng sanh, chỉ thấy có pháp năm uẩn mà khởi từ tâm là pháp duyên từ; không thấy chúng sanh, cũng không thấy pháp uẩn mà có tâm từ là vô duyên từ.

Tình người theo quan niệm thế gian, chữ nhân (仁) của đạo Khổng, lòng bác ái của Thiên chúa giáo đều là chúng sanh duyên từ, vì trong đó có chủ thể khởi phát tình thương và có đối tượng mà tình yêu thương nhắm đến. Do đó món quà trao tặng không ngoài vật dục đầy đủ của thế gian. Tất nhiên trong đó cũng có sự quên mình và lòng vị tha, nhưng đó chỉ là pháp sanh diệt vì chúng sanh chưa hoàn toàn hết khổ. Thánh nhân nhị thừa thấy khổ là tập hợp của năm uẩn, nên lấy pháp vô ngã làm thuốc chữa bệnh khổ, nhưng cũng chưa rốt ráo dứt trừ bệnh tưởng. Chúng sanh duyên từ và pháp duyên từ theo nghĩa đó vẫn còn nằm trong vọng tưởng. Bồ Tát *"quán chúng sanh thiệt,*

---
[1] Đương Đạo - Thực hành Con đường Bồ Tát qua kinh Duy-ma-cật.

thành chẳng phải chúng sanh, quán chẳng phải chúng sanh, thành chúng sanh thiệt, đều tùy ý mà thành không có hư vọng" (Kinh Đại Bát Niết-bàn). Quán như thế nên vào trung đạo mà thuyết pháp vô sanh cho chúng sanh an vui tột cùng; đó là lòng từ chân thật.

Vô duyên từ là lòng từ chân thật. Từ là ban vui. Chúng sanh cả đời tìm vui mà không biết rằng tự thân mình còn là huyễn thì cái vui đó có gì là thật. Bồ Tát đang tu, do trí chứng lẽ thật, nhằm lợi ích chúng sanh, nói ra sự thực, mang lại cho chúng sanh đệ nhất nghĩa pháp lạc, gọi là thực hành lòng từ chân thật. Hơn nữa, khi chúng sanh thấy được sự thực, mọi dính mắc ràng buộc giữa ta và người, giữa người và người sẽ dễ dàng tan biến. Bồ Tát đang tu, vì còn đối nhân tiếp vật, để tháo mở gút mắt cho chúng sanh, trong đó có chính mình, cần thiết phải nói thẳng và thật. Biết ta và người vì mê huyễn mà có, cần thiết nên nói nên nhắc. Nói là nói ra sự thực vọng tưởng có người có ta ở chúng sanh. Nhắc là nhắc cho nhớ trí tuệ Phật và đức tướng Từ là cái vốn sẵn có của chính mình, không gì là mới mẻ cả. Trong sự nói nhắc ấy không hề có một vật. Không hề có người nói, và người nghe là huyễn, pháp huyễn cũng không, thì sự nói nhắc kia không có gì là xót thương cho người nghe cả. Nghĩa là tâm hành từ cũng không. Đó chính là lòng từ chân thật vậy.

Nhờ sự chân thật ấy mà chúng sanh cảm nhận được lòng từ của Bồ Tát. Không thể dùng nhận thức lý tính để lý giải tâm từ, chỉ có thể cảm nhận mà hiểu. Một khi chúng sanh cảm nhận được, lập tức lòng từ như hương trầm xông ướp vào tâm và lan tỏa sang chúng sanh khác. Sự cảm nhận này chỉ có thể có được thông qua kinh nghiệm giao tiếp cụ thể. Khi chúng ta giao tiếp với ai đó và cảm nhận được từ người đó như một nơi nương tựa an toàn vô điều kiện, chúng ta sẽ tin rằng người đó hẳn là một vị Bồ Tát.

Kinh nghiệm đó giống như cảm giác khi chúng ta bước vào thánh đường trang trọng của một nhà thờ hoặc chánh điện tôn nghiêm của một tự viện. Kinh nghiệm giao tiếp cụ thể đó là cách chúng sanh hiểu tâm từ của Bồ Tát.

Nếu nhìn từ góc độ chúng sanh, lòng từ chính là cảm nhận của chúng sanh nương tựa vào bậc giác ngộ. Nếu nhìn từ góc độ Bồ Tát đang tu, ta có thể hiểu lòng từ là lấy bệnh mình mà thương bệnh người. Từ sự cảm nhận mà hiểu được lòng từ, chúng sanh được cảm hóa và thay đổi cách nhìn, cách ứng xử đối nhân tiếp vật mà tự cứu chính mình. Nhờ đó, phiền não dứt trừ, trí tuệ thăng tiến, tâm từ lưu xuất và lan tỏa như pháp môn Vô tận đăng mà Duy-ma-cật trao các thiên nữ mang về cung trời tiếp nối vô tận. Đó là nghĩa chân thật của lòng từ.

TÁNH ĐỨC CỦA TÂM TỪ

> **KINH VĂN**
>
> Thực hành lòng từ tịch diệt, bởi vì không sanh. Thực hành lòng từ không nóng bức, bởi không có phiền não. Thực hành lòng từ bình đẳng, bởi ba đời như nhau. Thực hành lòng từ không đua tranh, bởi không có khởi. Thực hành lòng từ không hai, bởi trong ngoài căn trần không hiệp. Thực hành lòng từ không hoại, bởi hoàn toàn không còn. Thực hành lòng từ kiên cố, bởi lòng không hủy hoại. Thực hành lòng từ thanh tịnh, bởi tánh các pháp trong sạch. Thực hành lòng từ vô biên, vì như hư không.

Ngay chính câu hỏi của Bồ Tát Văn-thù, *nếu Bồ Tát quán sát như thế phải thực hành lòng từ thế nào*, và câu trả lời của Duy-ma-cật, *Bồ Tát quán sát như thế rồi phải tự nghĩ*, đều hàm ý rằng bước tiếp nối của quán chiếu chính là tâm từ. Hay nói cách khác, tâm từ là hệ quả tất nhiên khi quán chiếu thành tựu. Nếu ở trên, Bồ Tát đang tu nhìn chúng sanh như nhà ảo thuật, biết rõ ràng trò biến hóa không thực, là nghĩa quyết định của quán chúng sanh, thì ở đoạn kinh văn này, nghĩa chân thật nội tại của tâm từ thẩm thấu xuyên suốt những điển hình về tánh đức, công đức và biểu hiện của lòng từ. *"Khi chúng ta thâm đạt được tự thể của tâm từ, ta cũng thâm đạt được tất cả những ngữ nghĩa mà ở đây giải thích."*[1] Trong bốn vô lượng tâm, hỷ xả là hạnh, từ bi là đức. Công hạnh là việc làm thể hiện tánh đức. Do đó, xưa nay kinh luận khi nói về Tứ vô lượng tâm thường đặt tánh đức từ bi trước công hạnh hỷ xả. Lại nữa, bi là cứu khổ, từ là ban vui. Cứu khổ tận cùng là phá trừ phiền não. Cái vui cao tột là thường, lạc, ngã, tịnh. Phiền não là huyễn. Thường, lạc, ngã, tịnh là chân. Vì vậy, trong bốn đức hạnh từ, bi, hỷ và xả, kinh văn ở đây lấy sự ban vui làm đầu, làm tiêu biểu chung.

Cũng như những ví dụ về quán chiếu chúng sanh, Duy-ma-cật đưa ra 30 điển hình của tâm từ, trong đó tâm từ chân thật là căn bản cho tất cả. Con số tương xứng giữa những ví dụ về trí quán và điển hình về tâm từ dụng ý chỉ ra tâm từ chẳng những lưu xuất từ trí quán mà còn rộng lớn tương ưng với mức sâu cạn của trí chứng. Pháp giới vô biên, chúng sanh vô lượng như thế nào thì tâm từ cũng vô tận như thế ấy. 30 điển hình về tâm từ phản ánh độ sâu thẳm, mức bao la của nhiều đặc trưng biểu hiện để chúng sanh dễ cảm nhận và hiểu tâm từ, dù với bất kỳ căn cơ trí tuệ hay chướng ngại nghiệp báo như thế nào.

Tánh đức của tâm từ thậm thâm có thể nêu ra 9 điển hình:

- Tịch diệt từ: Bồ Tát đang tu do trí quán, chứng vô sanh, khi lòng từ hiển lộ, tâm xa lìa mọi chấp thủ các tướng, vô vi, vô tác vì không thấy có ta đang ban an

---

[1] Audio: Giảng kinh Duy-ma-cật - Hòa thượng Thích Phước Tịnh. Nguồn: phapthihoi.org.

vui cho người. Đó là Bồ Tát thực hành lòng từ tịch diệt.

- Bất nhiệt từ: Vì phiền não và ái kiến không sanh nên lòng không bị thiêu đốt, vì vượt qua sở tri chướng nên tâm không dao động bởi những đối đãi. Đó là Bồ Tát thực hành lòng từ không nóng bức.

- Đẳng chi từ: Bồ Tát liễu tri nghiệp mê như huyễn, thật không có chúng sanh luân chuyển ba đời, cũng chẳng có tướng chúng sanh để lòng từ hướng tới cứu độ nên Bồ Tát thực hành lòng từ bình đẳng.

- Vô tránh từ: Do chứng biết chúng sanh bình đẳng nên vô vi, xa lìa nghiệp nhân thiện ác đối đãi, thấy không có ta, không có người, cũng không cả sự, nên ngoài thì chẳng có gì trái ý ta, trong thì tâm không khởi ý chống đối. Đó là Bồ Tát thực hành lòng từ không đua tranh.

- Bất nhị từ: Thấy nghe cảnh khổ của người khác mà khởi tâm động niệm thương xót là tình thức khởi từ căn trần, là tâm sinh diệt. Tâm từ lưu xuất từ trí chứng lẽ thật vô sanh, khế hợp với pháp tánh mà lìa hai tướng thương ghét phân biệt. Bồ Tát không duyên huyễn tướng chúng sanh, không tự thấy mình là Bồ Tát, kia là chúng sanh mà thực hành lòng từ không hai.

- Bất hoại từ: Do trí chứng đệ nhất nghĩa không, tâm rốt ráo ly tướng. Các tướng ngã, nhân, chúng sanh, thọ giả không còn. Pháp tướng diệt tận, nên Bồ Tát không còn dính mắc mà tạo lỗi lầm. Tâm từ lưu xuất khế hợp trí chứng, nên là vô tướng, không còn nhân duyên bị hoại. Đó là Bồ Tát thực hành lòng từ không hoại.

- Kiên cố từ: Vì tâm như như bất động lưu xuất lòng từ như ý hướng, nguyện vọng độ sanh kiên cố như kim cang, vì làm nơi nương tựa vững vàng cho chúng sanh nên Bồ Tát thực hành lòng từ kiên cố.

- Thanh tịnh từ: Do trí quán thấy tánh của chúng sanh và các pháp là không ô trược vì đối đãi, nên lòng từ đồng pháp tánh thuần tịnh. Đó là Bồ Tát thực hành lòng từ thanh tịnh.

- Vô biên từ: Tâm vô tướng bao trùm vạn hữu. Lòng từ theo đó rộng lớn không giới hạn. Đó là Bồ Tát thực hành lòng từ vô biên.

CÔNG ĐỨC CỦA TÂM TỪ

> **KINH VĂN**
>
> Thực hành lòng từ A-la-hán, vì phá các giặc kiết sử. Thực hành lòng từ Bồ Tát, vì an vui chúng sanh. Thực hành lòng từ Như Lai, vì đặng tướng như như. Thực hành lòng từ của Phật, vì giác ngộ chúng sanh. Thực hành lòng từ tự nhiên, vì không nhơn đâu mà đặng. Thực hành lòng từ Bồ-đề, chỉ có một vị. Thực hành lòng từ vô đẳng, không chi sánh bằng, vì đoạn các ái kiến. Thực hành lòng từ đại bi, dẫn dạy cho pháp đại thừa. Thực hành lòng từ không nhàm mỏi, quán không, vô ngã.

Khi sự giác ngộ tự tánh lưu xuất một cách vi diệu thành đức tướng, vô lượng tánh đức của tâm từ hiển hiện diệu dụng tự độ, độ tha, nhằm thành tựu viên mãn sự giác ngộ; như khi mặt trời ló dạng, sức nóng của nó tự hoàn thiện công đức sưởi ấm thế gian.

Ở trên là 9 điển hình về tánh đức của tâm từ, Duy-ma-cật tiếp đến dẫn ra 9 ví dụ về công đức xứng tầm.

- A-la-hán từ: A-la-hán có ba nghĩa, trong đó có một nghĩa là sát tặc, tức giết giặc phiền não. Kiết là trói buộc, sử là sai khiến. Kiết sử là mười thứ phiền não căn bản gồm: tham, sân, si, mạn, nghi, thân kiến, biên kiến, kiến thủ, giới cấm thủ và tà kiến. Nghĩa kinh không ngừng ở việc phá các giặc kiết sử này. Trí tuy chứng rốt ráo nghĩa vô sanh, nhưng thực tiễn tu hành không thể không thực hành những điều cơ bản. Không thể vì ngộ tánh mà không trừ bỏ những kiết sử sai khiến và trói buộc. Bồ Tát thấu suốt lý không cũng không chấp thủ; đó mới thực là phá tận mọi ràng buộc, rốt ráo là sát tặc. Bồ Tát ngộ tánh khởi tu, cũng giữ ngũ giới, hành thập thiện, cũng muốn rời sanh tử, chứng niết bàn, cũng thực hành mọi bước cần thiết của việc tu hành. Có như thế mới là khuôn mẫu cho chúng sanh thấy, nghe, tin, làm theo mà được lợi ích lớn. Đó là Bồ Tát thực hành lòng từ A-la-hán, vì phá các giặc kiết sử.

- Bồ Tát từ: Bồ Tát hạnh hàm nghĩa tự giác và giác tha. Trí chứng là tự giác. Vì chúng sanh mà nói là giác tha. Bồ Tát không nghỉ ngơi luôn giáo hóa chúng sanh để đem lại an vui cho chúng sanh. Tâm từ của Bồ Tát chuyển hóa tâm ý và hành vi của chúng sanh từ sai thành đúng, từ phàm thành thánh. Đó là thực hành lòng từ Bồ Tát, vì an vui chúng sanh. Bản dịch của ngài Huyền Trang viết: *"Tu lòng từ Bồ Tát vì làm thành thục hữu tình không dừng nghỉ."*

- Như Lai từ: *"Đi trên đạo như thật để đến chánh giác là nghĩa Như Lai."*[1] Trí chứng tánh như của các pháp. Hành như trí chứng là như như bất động. Bồ Tát đối nhân tiếp vật thì tùy duyên hóa độ nhưng tâm từ thuận với tướng như, tức là bất biến. Tùy duyên bất biến như vậy gọi là Bồ Tát thực hành lòng từ Như Lai.

---

[1] Huệ Viễn - Duy-ma kinh nghĩa ký.

- Phật chi từ: Bồ Tát tu tâm từ vì muốn chúng sanh cởi bỏ khúc mắc với nhau. Bồ Tát vì muốn chúng sanh giác tự tánh, tự giải thoát khỏi những ràng buộc huyễn hoá do tự tâm biến hiện mà thuyết thật pháp. *"Giác ngộ hữu tình đang ở trong mộng"*[1] như thế gọi là thực hành lòng từ của Phật.

- Tự nhiên từ: Lòng từ khai phát từ ngộ tánh và tăng trưởng theo trí tuệ, không phải do dụng công mài miệt hoặc do cảm thương mà có. Chúng ta thường từ sự đau khổ của mình và người, từ kinh nghiệm về sự biến động, dời đổi của cuộc đời mà sanh tâm nhàm chán, hoặc lòng xót xa. Chúng ta có thể bắt đầu như vậy, nhưng nếu không có trí sáng suốt xem xét, ta sẽ dễ bị tình thức dẫn dắt vào vọng tưởng. Đó là dụng công làm đủ việc từ thiện ngoài xã hội, đến chùa lạy Phật, lễ bái, quyên góp tài vật... Chúng ta tưởng đó là tu hành, chờ ngày thành quả Bồ-đề, mà không biết rằng mình đang làm đủ mọi việc với tâm sanh diệt thì làm sao được quả thường còn? Tệ hơn nữa là do dụng công với nhận thức không đúng như vậy, lâu ngày sẽ sanh tâm mê tín. Bồ Tát tu lòng từ do quán chiếu và trí chứng thật tánh các pháp mà khởi tu, làm gương mẫu cho chúng sanh. Đó là Bồ Tát thực hành lòng từ tự nhiên, vì không nhơn đâu mà đặng. Bản dịch của ngài Huyền Trang là: *"Vì theo sự vận hành mà giác ngộ tánh các pháp."*

- Bồ-đề từ: Trong kinh Tăng chi bộ, đức Phật dạy: *"Này Pahārāda, biển lớn chỉ có một vị mặn. Cũng vậy, này Pahārāda, Pháp và Luật cũng chỉ có một vị là vị giải thoát."*[2] Cũng vậy, Bồ Tát quán chúng sanh thành

---

[1] Theo bản dịch của ngài Huyền Trang - Kinh Thuyết Vô Cấu Xưng.
[2] Kinh Tăng Chi Bộ (**Aṅguttara Nikāya**), chương Tám Pháp, Phẩm Lớn, tiểu đoạn 16. Bản Việt dịch của Hòa thượng Thích Minh Châu.

tựu, tâm từ phát khởi nên chỉ muốn nói với chúng sanh một sự thực duy nhất: sinh tử là huyễn mộng. Cũng có thể nói Bồ Tát quán chúng sanh là huyễn sự nên hành tâm từ hóa độ chúng sanh cùng tri kiến Phật. Nghĩa là Bồ Tát muốn cùng chúng sanh được duy chỉ một chân tuệ tối thượng là trí tuệ Như Lai. Đó là Bồ Tát thực hành lòng từ Bồ-đề.

- Vô đẳng từ: Bồ Tát quán chúng sanh, thành tựu nghĩa không; thức thứ sáu ý thức, chuyển thành Diệu quan sát trí, thức thứ bảy mạt-na chuyển thành Bình đẳng tánh trí, xa lìa tâm phân biệt, nên không có hai biên đối đãi để so sánh, chọn lựa. Tâm bình đẳng vượt qua buộc mở, hợp lý, theo bỏ, cũng không đắm trước nghĩa không. Rốt ráo si ái đã tận, nên lòng từ ban trải không chi sánh bằng. Đó là Bồ Tát thực hành lòng từ sâu thẳm không chi sánh bằng.

- Đại bi từ: Bồ Tát thân chứng tính đúng đắn của pháp Đại thừa đáp ứng đúng nguyện vọng của chúng sanh, nên phát huy sáng tỏ nghĩa Đại thừa dẫn dắt chúng sanh theo hướng tu hành chính đáng.

- Vô yếm từ: Bồ Tát do trí quán không, thấu suốt pháp tánh, không thấy ta độ người, cũng chẳng thấy có chúng sanh cần hóa độ, nên tâm từ lưu xuất không ngừng nghỉ, không mệt mỏi hay bị chướng ngại gì. Đó là Bồ Tát thực hành lòng từ không nhàm mỏi.

BIỂU HIỆN THỰC HÀNH TÂM TỪ

KINH VĂN

Thực hành lòng từ pháp thí, không có luyến tiếc. Thực hành lòng từ trì giới, để hóa độ người phá giới. Thực hành lòng từ nhẫn nhục, để ủng hộ người và mình. Thực hành lòng từ tinh tấn, để gánh vác chúng sanh. Thực hành lòng từ thiền định, không thọ mùi thiền.

> **Thực hành lòng từ trí tuệ, đều biết đúng nhịp. Thực hành lòng từ phương tiện, thị hiện tất cả.**

Công đức của tâm từ là thành tựu mỹ mãn lợi ích chúng sanh, hướng chúng sanh vào Phật đạo. Khi chúng sanh tự giác khởi tu cũng là lúc chúng sanh cảm nhận được toàn bộ tâm từ của Bồ Tát biểu hiện qua thân giáo; thành tâm thực hành các phương tiện Ba-la-mật làm mẫu mực cho chúng sanh. Kinh văn nêu ra 11 thể hiện thực hành tiêu biểu của tâm từ.

- Pháp thí từ: Bồ Tát truyền đạt cho chúng sanh tất cả những gì hiểu biết được do trí quán chiếu và chứng thực, đồng thời đem hạnh thường xả dạy cho chúng sanh không ngoan cố chấp thủ mà buông xuống mọi dính mắc. Bồ Tát tận thí các pháp hiện có, vì đã liễu ngộ tánh không của các pháp, để làm gương cho chúng sanh thấy buông xả vạn sự thì tâm an. Đó là Bồ Tát thực hành lòng từ pháp thí, không có luyến tiếc.

- Trì giới từ: Bồ Tát khéo giữ gìn giới luật, không buông lung phạm lỗi, cũng không chấp chặt giáo điều. Hơn nữa, lúc trước đã phạm nhiều sai trái, nay hiểu ra nên vì làm gương sám hối cho chúng sanh mà thực hành giữ giới nghiêm cẩn. Đó là Bồ Tát thực hành lòng từ trì giới để hóa độ người phá giới.

- Nhẫn nhục từ: Bồ Tát biết rõ ràng chúng sanh là huyễn, nhưng chúng sanh tự cho mình là thật, dễ bị tổn thương bởi ngoại giới. Để tháo gỡ dính mắc, Bồ Tát không khởi tâm động niệm, cũng chẳng gây phiền não cho chúng sanh nên thường nhẫn chịu. Nhẫn mà không có gì để nhẫn vì đã chứng lý vô sanh, không còn thấy có nhị biên đối đãi chạm tới mình. Đó là Bồ Tát tự giúp mình, giúp người nên thực hành lòng từ nhẫn nhục.

- Tinh tấn từ: Bồ Tát thấy khổ là giả, nhưng chúng sanh cho đó là thật, nên Bồ Tát tự nguyện nhận sự khổ về phần mình. Trong sự gánh vác ấy, Bồ Tát không buông lung giải đãi, cũng chẳng cố sức dụng công mà thường vui vẻ làm lợi ích, tạo cơ hội cho chúng sanh tinh tấn tu hành thoát khỏi những cái mà chúng cho là khổ. Đó là Bồ Tát thực hành lòng từ tinh tấn.

- Thiền định từ: Bồ Tát nhận biết phiền não tức bồ-đề, nên tự nguyện thọ nhận phiền não để thực hành thiền định, truyền đạt kinh nghiệm cho chúng sanh; không đắm trước xuất thế gian, không chạy theo thế gian, không chối bỏ, cũng không dính mắc với chúng sanh. Đó là Bồ Tát thực hành lòng từ thiền định.

- Trí tuệ từ: Bồ Tát biết rõ pháp thân vốn bất sanh bất diệt, Phật tánh thường trụ. Tuy không cầu chứng ngộ, Bồ Tát vẫn thực thi các pháp tu làm liễu nhân thành quả vị. Bồ Tát vẫn tích hợp nhân duyên chờ quả giác ngộ, vì để khích lệ chúng sanh nên tu mà không tu, chứng mà không chứng. Đó là đối nhân tiếp vật mà nói. Về tự thân, Bồ Tát lúc nào cũng biết rõ ràng, biết cái gì đang hiển hiện đến, biết cái gì đang bỏ đi, đều biết đúng lúc. Đó là Bồ Tát thực hành lòng từ trí tuệ.

Sáu mục kể trên là tương ứng với sáu pháp ba-la-mật. Ngoài ra còn có bốn pháp khác, gọi chung là thập ba-la-mật, đó là: Phương tiện ba-la-mật, Nguyện ba-la-mật, Lực ba-la-mật và Trí ba-la-mật. Kinh văn ở đây chỉ nêu thêm về tâm từ thể hiện bằng sự toàn hảo của phương tiện lực, tức là phương tiện từ.

- Phương tiện từ: Bồ Tát khéo dùng vạn pháp làm phương tiện độ sanh. Không gì không thể là phương tiện vì Bồ Tát đã thấu suốt tánh không của các pháp. Tức là khéo ở cái biết như thật mà dùng phương tiện vô ngại, ví dụ như Bồ Tát Quán Âm khéo thị hiện nhiều hóa thân khác nhau như được nói trong Kinh Pháp Hoa, phẩm Phổ môn.

Bản dịch của ngài Huyền Trang ghi thêm: *"Tu lòng từ nguyện lực vì đã phát sanh vô lượng đại nguyện; tu lòng từ đại lực vì có thể làm tất cả các việc rộng lớn; tu lòng từ trí lực vì hiểu rõ tánh tướng của tất cả pháp; tu lòng từ thần thông vì không hoại tánh tướng của tất cả pháp; tu lòng từ nhiếp sự vì phương tiện làm lợi ích các hữu tình; tu lòng từ vô trước vì có vô ngại nhiễm."*

KINH VĂN

Thực hành lòng từ không ẩn giấu, lòng ngay trong sạch. Thực hành lòng từ thâm tâm, không có hạnh xen tạp. Thực hành lòng từ không phỉnh dối, không có lừa gạt. Thực hành lòng từ an vui, làm cho tất cả được sự an vui của Phật. Lòng từ của Bồ Tát là như thế đó.

- Vô ẩn từ: Bồ Tát vì chúng sanh mê lầm mà thuyết minh thật tánh, không có gì để che dấu. Trí chứng chân thật lưu xuất lực từ thanh tịnh làm đức tướng hiển lộ pháp thân Phật tánh. Nên nói Bồ Tát thực hành lòng từ không ẩn giấu, lòng ngay trong sạch.

- Thâm tâm từ: Tâm từ là đức tướng thuần khiết, lưu xuất từ bản tâm vô nhiễm nên không xen lẫn các pháp tạp loạn hay tạp niệm vọng cầu, duy nhất vì đại nguyện muốn chúng sanh tự ngộ. Dù ứng xử thuận nghịch với chúng sanh ra sao, Bồ Tát cũng một lòng chỉ ra nghĩa huyễn. Đó là Bồ Tát thực hành lòng từ thâm tâm.

- Vô cuống từ: Vì xuất phát từ trực tâm và thâm tâm nên tất cả giáo hóa và thuyết minh của Bồ Tát chỉ vì muốn thức tỉnh chúng sanh đang trong cơn mộng mị từ vô thủy. Đó là Bồ Tát thực hành lòng từ không phỉnh dối, không có lừa gạt.

- An lạc từ: Vì sự hóa độ của Bồ Tát không phỉnh dối, nên chúng sanh tin được. Từ tin được mà lòng sinh khát ngưỡng. Từ sự khát ngưỡng mà khởi tâm Bồ-đề. Từ có tâm Bồ-đề mà y giáo phụng hành. Từ y giáo phụng hành mà chúng sanh được an lạc tối thượng. Đó là Bồ Tát thực hành lòng từ an vui, làm cho tất cả được sự an vui của Phật.

Bốn sự thực hành được liệt kê sau cùng ở trên có thể được xem là tổng kết biểu hiện của lòng từ xuất sanh từ trực tâm, thâm tâm và Bồ-đề tâm, vốn là nền tảng căn bản cho sự nghiệp hoàn thành Phật quốc, cũng là nơi nương tựa chân thực cho chúng sanh trở về với trí tuệ và đức tướng của vị Phật-chính-mình.

TÂM BI, HỶ VÀ XẢ

KINH VĂN

Ngài Văn-thù-sư-lợi hỏi: Sao gọi là lòng bi?

- Bồ Tát làm công đức gì cốt để cho chúng sanh.

- Sao gọi là lòng hỷ?

- Có lợi ích đều hoan hỷ, không hối hận.

- Sao gọi là lòng xả?

- Những phước báu đã làm, không có lòng hy vọng.

Như đã nói, tứ vô lượng tâm là đức tướng của tâm giác ngộ do quán chiếu và trí chứng. Phần trên Duy-ma-cật đã thuyết minh về tâm từ như là tiêu biểu chung. Tiếp đến, hai vị thầy của chúng ta trao đổi về tâm bi, hỷ và xả. Tuy ngắn gọn nhưng nghĩa tinh yếu đều bao hàm trong đó.

Từ là ban vui, bi là cứu khổ (Từ năng dữ lạc, bi năng bạt khổ). Bồ Tát giáo hóa chúng sanh, cứu giúp chúng sanh thoát khỏi sự xâu xé của những đối đãi, mà đối đãi căn bản nhất chính là sanh tử. Bồ Tát không thấy có mình, thì có ích gì nhận công đức về phần mình. Chi bằng đem hồi hướng mọi công đức cho chúng sanh, vì chúng sanh tự coi mình có thực, nên đối với chúng sanh, công đức nhận được là thực có. Công đức đó trở nên có lợi cho việc tu hành của chúng sanh, hoặc ít ra cũng có thể chuyển hóa được nghiệp quả chúng sanh. Đem công đức là thiện pháp để giảm trừ, chuyển hóa ác pháp là phiền não, đau khổ cho chúng sanh; điều này chính là thực hành tâm bi vậy.

Bồ Tát làm lợi ích chúng sanh, hoan hỷ, không hối hận. Chúng sanh được cái an vui tột cùng là xa lìa sanh tử, cũng là mục đích độ sanh của Bồ Tát; đó là chân hỷ.

Bồ Tát thi ân không mong báo đáp, làm lợi ích cho chúng sanh với lòng rỗng rang vô trụ. Vì sao? Vì do trí chứng pháp tánh, nên không có cái vui để cho, không có khổ để trừ. Quán bình đẳng trong độ sanh như thế là thực hành tâm xả những phước báu đã làm, không có lòng hy vọng. Hơn nữa, Bồ Tát còn ở trong thế gian, khi đối nhân tiếp vật, đã buông bỏ hai tướng chướng ngại là oán hận và thương yêu, đã xa lìa tướng ngã, tướng chúng sanh, pháp xa lìa cũng xa lìa. Đó chính thực là chân xả.

HỌC LÀM BỒ TÁT

TRÍ CHỨNG KHỞI BI NGUYỆN

KINH VĂN

Ngài Văn-thù-sư-lợi lại hỏi: Sự sanh tử đáng sợ, Bồ Tát phải y nơi đâu?

Ông Duy-ma-cật đáp: Bồ Tát ở trong sanh tử đáng sợ đó, phải y nơi sức công đức của Như Lai.

Ngài Văn-thù-sư-lợi lại hỏi: Bồ Tát muốn y sức công đức của Như Lai phải trụ nơi đâu?

- Bồ Tát muốn y sức công đức của Như Lai phải trụ nơi chỗ độ thoát tất cả chúng sanh.

> Lại hỏi: Muốn độ chúng sanh, phải trừ những gì?
> - Muốn độ chúng sanh phải trừ phiền não.
> - Muốn trừ phiền não, phải thực hành những gì?
> - Phải thực hành chánh niệm.
> - Thế nào là thực hành chánh niệm?
> - Phải thực hành pháp không sanh không diệt.
> - Pháp gì không sanh, pháp gì không diệt?
> - Pháp bất thiện không sanh, pháp thiện không diệt.

Khi trí tuệ khởi phát bốn đức tướng vô lượng, từ bi hỷ xả, tuy không còn thấy mình là mình, nhưng Bồ Tát đang tu vẫn không lìa sự thực trước mắt là báo thân vẫn đi lại sinh hoạt với mọi người, và người người ngoài kia vẫn còn đang chịu khổ. Đây là chỗ cần giải quyết. Đây là đúng lúc chuyển tiếp từ nhận thức sang hành động, từ trí thành bi. Đây cũng chính là lúc Duy-ma-cật và chúng sanh trở thành một. Hết thảy chúng sanh gom vào Duy-ma-cật. Duy-ma-cật là điển hình cho chúng sanh. Ông cũng bệnh như chúng ta. Chỉ khác một điều là ông rất rõ bệnh tình của mình, còn chúng ta không hề biết mình đang bệnh, thậm chí cho rằng ta đang rất khỏe. Do đó ở phẩm Văn-thù thăm bệnh, vấn đáp giữa hai vị đi từ hiện trạng bệnh khổ, qua chẩn đoán xác định căn nguyên là bệnh tưởng, đến liệu pháp Bát-nhã trị liệu. Đó là y lý chuyên môn, không thể giải thích cho người bệnh hiểu ngay được. Muốn người bệnh hợp tác trong việc chữa trị, bác sĩ cần chỉ cho thấy hiện tướng đang đau đớn ở cơ thể bệnh nhân. Vì vậy mà đoạn kinh văn trên và tiếp theo dưới ghi những vấn đáp hết sức cụ thể giữa Duy-ma-cật và Văn-thù.

Bồ Tát đang tu, đã nhuần nhuyễn quán chiếu sanh tử như huyễn mộng, lẽ nào còn tâm kinh sợ? Câu hỏi của Văn-thù chính là ám chỉ chúng sanh sơ phát tâm vậy. Tuy vừa ngộ tánh khởi tu, đã hiểu lý nhưng sự thì vẫn đang thọ thân, sức mê của nghiệp chưa dứt, nghiệp hoặc vẫn còn, nên chúng sanh sơ phát tâm hãy còn sợ luân hồi. Về phần Bồ Tát đang tu, khi thọ thân do cách ấm còn mê, và nếu chưa thực chứng vô sanh nhẫn và chưa thấy trung đạo thì trong sự tu hành vẫn phải thành thực với chính mình rằng ta và người là chúng sanh đang thật có, đang kinh nghiệm đau khổ và đang tìm cầu sự giải thoát. Nếu không tự nhủ như thế, dù có đọc thiên kinh vạn quyển, hay luận giảng cao siêu tới đâu cũng chẳng chút ích lợi gì cho mình, nói chi là cho người. Nếu là Bồ Tát bất thối chuyển trở lên vì thị hiện độ sanh, vì hành tứ vô lượng tâm mà vào sanh tử thì cũng phải làm như thật. Nghĩa là Bồ Tát cũng có kết nghiệp, cũng có suy tư quán chiếu và kiến tánh khởi tu; và tất nhiên mong cầu giải thoát phải cần nơi nương tựa. Do đó, nếu chương này bắt đầu bằng quán chúng sanh là huyễn, thì đến đây Duy-ma-cật muốn chúng ta từ lý xuất sự, phải xem chúng sanh là thật như chúng đang là. Tức là ta phải tự chữa bệnh trên lập trường hiện thực với kinh nghiệm khổ đau, tâm lý sợ hãi sanh tử và ước nguyện giải thoát. Đó là lý do tại sao Văn-thù hỏi: *Sự sanh tử đáng sợ, Bồ Tát phải y nơi đâu?* Chúng ta hãy xem Văn-thù và Duy-ma-cật đối đáp như thế nào để mở cửa cho chúng sanh vào nơi an trú, học làm Bồ Tát.

Nơi an trú đó chính là phải *y nơi sức công đức của Như Lai*. Nương tựa công đức Như Lai là niệm nhớ công đức, hạnh nguyện của chư Phật ba đời. Sức mạnh của niệm nhớ có khả năng xua tan mọi lo sợ, do dự, hay lùi sụt tâm tu hành. Nương vào Như Lai còn là nghĩa tin chắc vào vị Phật-chính-mình, là phát nguyện làm theo lời Phật dạy để đắc quả vị Phật-sẽ-thành. Cụ thể là tự trong thâm tâm khởi phát đại nguyện tu bốn tâm vô lượng. Tín, hạnh, nguyện được như thế tự nó sẽ có sức bạt trừ nghiệp khổ.

Trong cách hiểu của nhiều người, "Như Lai công đức chi lực" là cái gì ngoại tại, siêu việt và đầy quyền năng. Chúng ta nên hiểu theo nghĩa tích cực hơn. Bồ Tát đang tu, còn trong sanh tử, nên nương tựa vào trí lực do công phu huân tu của bản thân. Dựa vào sự tu hành mà trí tuệ càng tăng tiến, phiền não càng giảm trừ bao nhiêu thì Phật tánh càng hiển lộ bấy nhiêu. Nói cách khác, sức mạnh công đức của Phật không gì khác hơn là trí Bát-nhã. Tâm kinh nói rất rõ: *"Bồ-đề-tát-đỏa y Bát-nhã Ba-la-mật-đa cố tâm vô quái ngại, vô quái ngại cố vô hữu khủng bố, viễn ly điên đảo mộng tưởng, cứu cánh Niết-bàn. Tam thế chư Phật y Bát-nhã Ba-la-mật-đa cố đắc A-nậu-đa-la Tam-miệu tam-bồ-đề."* (Bồ Tát nương trí Bát-nhã, tâm không bị chướng ngại, nên không có gì làm kinh sợ, và đã xa lìa mọi mộng tưởng điên đảo, đạt cứu cánh Niết-bàn. Chư Phật ba đời y theo trí Bát-nhã nên đắc quả Vô thượng chánh đẳng chánh giác.) Bồ Tát y theo trí Bát-nhã chứng pháp Vô sanh, tức không còn thấy có gì sanh ra, không có mình, cũng chẳng có người. Đó là nghĩa *y nơi sức công đức của Như Lai, phải trụ nơi chỗ độ thoát tất cả chúng sanh*, cũng tức là làm cho người khác tự ngộ lý vô ngã, nghĩa vô sanh.

Chúng sanh qua kinh nghiệm sanh tử, thấy được Khổ đế, là bước đầu phát tâm tu hành. Bồ Tát hay chúng sanh sơ phát tâm vì chưa có trí quán thuần thục nên muốn phá trừ ác duyên hay nghiệp chướng chỉ bằng cách nương vào công đức tâm từ của chư Phật mà phát thệ nguyện độ tận chúng sanh. Cũng vì chưa giác ngộ tự tánh nên phát hoằng nguyện *"Chúng sanh vô biên thệ nguyện độ"*. Đó là chúng sanh đang tu tâm từ. Sức mạnh bất tư nghị của nguyện lực chắc chắn bạt trừ nghiệp chướng sanh tử của chúng sanh. Điều này có thể thấy trong kinh Địa Tạng bổn nguyện công đức. Hoặc câu chuyện của bà Thanh-đề, mẹ của tôn giả Mục-kiền-liên, nhờ sức chú nguyện của chư tăng mà thoát khổ địa ngục, cũng minh chứng ý nghĩa này.

Sức mạnh của thệ nguyện cũng thúc đẩy sự phát triển bền chắc của tâm bi, vốn lưu xuất từ tuệ giác, nay lan tỏa, trở lại tăng tiến trí tuệ. Trí quán rõ ràng hơn nên chúng sanh bắt đầu thấy ra nguyên nhân của khổ, hay Tập đế như Duy-ma-cật tự nhận ra ở mình: Từ nơi si mà có ái, bệnh tôi sanh. Cần nhắc lại một điều hết sức quan trọng là Duy-ma-cật và Bồ Tát đang tu, hay chúng sanh phát tâm ở đây đã thống nhất thành một như trên đã nói. Do đó nếu ở đây nói chúng sanh cũng tức là đang nói đến Bồ Tát, đề cập đến Bồ Tát tức cũng ám chỉ chúng sanh. Độ sanh là giúp vượt qua sanh tử nên Bồ Tát đang tu lúc nào cũng nhớ thực trạng của sanh tử đối với chúng sanh là bệnh khổ. Thấy ở mình và người nguyên nhân của khổ là vô minh và ái dục nên vì tất cả mà phát hoằng nguyện *"Phiền não vô tận thệ nguyện đoạn"*. Nói cách khác, Bồ Tát muốn độ chúng sanh, phải trừ phiền não, thành tựu tâm bi, cứu khổ cho mình và người.

Phiền não chẳng chừa một ai, cho nên bất kỳ chúng sanh nào tu tâm bi, muốn trừ phiền não cho người, trước phải thực hành và thành tựu cho chính mình. Đó là nguyên tắc, bởi vì nếu chưa làm được gì cho chính mình, tất nhiên chẳng thể làm được gì cho người khác. Do đó, để dẹp trừ phiền não phải thực hành chánh niệm. Chánh niệm là vô niệm, nhưng không phải là trơ trơ như đá, mà là không khởi tâm động niệm khi mắt thấy tai nghe. Chánh niệm không phải là định hay giữ tánh biết luôn trong hiện tại; vì làm thế dễ rơi vào vô ký hay mặc kệ cho những gì xảy ra quanh ta, trong khi lúc nào sinh hoạt của ta cũng gắn liền với quan hệ giao tiếp với người khác. Chánh niệm là không khởi tà niệm, là không thấy hai tánh đối đãi mà động tâm. *"Niệm có, niệm không là niệm tà. Chẳng niệm có không là niệm chánh. Niệm thiện, niệm ác là niệm tà. Chẳng niệm thiện ác là niệm chánh. Cho đến niệm khổ vui, sanh diệt, thủ xả, oán thân, yêu ghét... thảy đều là niệm tà. Chẳng niệm khổ vui... là niệm chánh."¹* Tâm không dấy khởi thì quán chiếu sẽ đạt lý. Lý thông thì niệm lực càng mạnh. Điều này dễ hiểu, ví như khi ta bình tĩnh thì sẽ suy xét được mọi khía cạnh của vấn đề.

Trí quán theo dõi sát sao mọi biến chuyển của tình thức, sẽ chợt ngộ ra tánh biến kế sở chấp đã làm méo mó sự vật bên ngoài. Đó cũng là lúc ta nhận ra tánh y tha khởi, hay lý nhân duyên sanh của các pháp. Đây chưa phải là rốt ráo, nhưng thành tựu giả quán như vậy cũng giúp cho chúng sanh và Bồ Tát đang tu nhận ra lý như thật là thân bất tịnh, thọ thị khổ, tâm vô thường và pháp vô ngã. Kinh văn ở đây chỉ nói ngắn gọn là phải thực hành chánh niệm, trong khi ngài Huyền Trang dịch là *"muốn diệt trừ phiền não cho tất cả hữu tình nên tu như lý quán sát các tác ý"* có phần rõ nghĩa hơn.

Trí quán chiếu tứ niệm xứ minh bạch là đã thực hiện hoằng nguyện *"pháp môn vô lượng thệ nguyện học"*. Chánh niệm đủ mạnh nên hành vi không sai trái, không gây tổn hại, khổ đau cho người tức đã ban an vui cho người. Đó là ta tu tâm hỷ vậy. Người được cái vui không phiền não, không lý nào lại gây phiền não cho ta. Cho tức là nhận vậy. Ý nghĩa dùng chánh niệm trừ phiền não là ở chỗ này.

Bồ Tát Văn-thù truy vấn tiếp: *Thế nào là thực hành chánh niệm?* Duy-ma-cật đáp: *Phải thực hành pháp không sanh không diệt.* Chúng ta dễ hiểu lầm là Duy-ma-cật đang đề cập tới nghĩa vô sanh của các pháp. Chúng ta thường có khuynh hướng tìm cái cao siêu, nên vội cho là lão cư sĩ uyên thâm kia hẳn là muốn nói nghĩa vô sanh. Thật ra không phải vậy. Hai vị Bồ Tát đang hỏi đáp liên tục, nên ngữ nghĩa phải theo ngữ cảnh, phải tiếp nối theo mạch văn. Chúng ta đọc tiếp sẽ thấy: *Pháp gì không sanh, pháp gì không diệt? Pháp bất thiện không sanh, pháp thiện không diệt.* Rõ ràng

---
¹ Đại Châu Tuệ Hải, thế kỷ 8-9, Đốn ngộ nhập đạo yếu môn.

là hai vị đang nói tới vấn đề thiện ác trong hành xử của con người, chẳng chút dính líu gì đến nghĩa vô sanh.

Như trên đã nói, có chánh niệm nên hành vi đúng đắn, không phiền hại người. Muốn không tổn thương, không gây hại cho người chỉ có một cách. Đó là khi đối nhân tiếp vật, ta phải phân rõ đúng sai, phải đứng trên lập trường của người mà ứng xử. Thiện bao giờ cũng là thiện. Ác lúc nào cũng là ác. Tánh như của thiện ác là vậy. Vào bình đẳng không, thì tâm có thể điều phục cái ác, phát huy cái thiện. Không làm điều ác dữ, không bỏ điều thiện lành là ý chỉ tâm hành tứ chánh cần. Tứ chánh cần là: đoạn trừ điều ác đã sanh, ngăn ngừa điều ác chưa sanh, thúc đẩy điều thiện chưa sanh, phát triển điều thiện đã sanh. *"Thế nào là ác? Thế nào là thiện? Tâm nhiễm lậu là ác. Tâm không nhiễm lậu là thiện. Chỉ không nhiễm, không lậu thì pháp ác chẳng sanh. Khi được không nhiễm không lậu thì thanh tịnh tròn sáng, lóng yên thường lặng, cứu cánh không dời đổi; ấy gọi là pháp thiện chẳng diệt. Đây tức là chẳng sanh chẳng diệt vậy."*[1] Xả bỏ pháp ác, tích tập pháp thiện chẳng giữ riêng mình mà hồi hướng công đức cho chúng sanh. Đó là Bồ Tát và chúng sanh đang tu tâm xả, không còn hai bên thiện ác, bạt trừ đau khổ, thực hiện hoằng nguyện *"Phật đạo vô thượng thệ nguyện thành"*, tức Đạo đế vậy.

Đến đây, Duy-ma-cật đã thuyết minh xong căn bản của việc học làm Bồ Tát, giống như trước kia đức Phật thuyết bài pháp chuyển pháp luân đầu tiên cho năm anh em ông Kiều-trần-như.

QUÁN CHÚNG SANH NHƯ THẬT

> **KINH VĂN**
>
> **Pháp thiện và pháp bất thiện lấy gì làm gốc? Thân là gốc. Thân lấy gì làm gốc? Tham dục là gốc. Tham dục lấy gì làm gốc? Hư vọng**

---

[1] Đại Châu Tuệ Hải - Đốn ngộ nhập đạo yếu môn.

> phân biệt là gốc. Hư vọng phân biệt lấy gì làm gốc? Tưởng điên đảo là gốc. Tưởng điên đảo lấy gì làm gốc? Không trụ là gốc. Không trụ lấy gì làm gốc? Không trụ thì không có gốc.

Từ căn bản tín, hạnh, nguyện tu bốn vô lượng tâm mà thâm nhập Tứ diệu đế như trên là bước đầu để trí quán chiếu dần sáng tỏ lý vô ngã ở chúng sanh. Muốn học làm Bồ Tát, ta phải trở lại bản vị chúng sanh của chính mình. Vì thế hai vị Bồ Tát của chúng ta hoàn toàn không bàn gì cao sâu về lý vô sanh, nghĩa thường trụ bất sanh bất diệt, cũng chẳng nói gì liên quan tới nghĩa lý "ưng vô sở trụ nhi sinh kỳ tâm" như hầu hết chúng ta hiểu lầm khi đọc kinh văn tới đây. Đoạn kinh văn này hoàn toàn đề cập tới chúng sanh được tạo bởi năm ấm. Thân là sắc ấm. Tham dục là hành ấm. Hư vọng phân biệt là thọ ấm. Tưởng điên đảo là tưởng ấm. Không trụ là thức ấm. Phân biệt từng ấm cho dễ quán sát chứ thực ra năm ấm là một tổng thể phức tạp của cái ngã ở chúng sanh, từ lúc nhập thai, sinh ra cho đến khi từ biệt cuộc đời.

Thiện ác khởi từ thân ngũ uẩn nên kinh văn viết thân là gốc. Chúng ta do kinh nghiệm cái thân rõ rệt nhất nên nảy sinh ý thức về cái tôi; tức ngã tưởng khởi từ thân kiến. Cũng do chúng sanh kiên cường chấp chặt thân nên sắc ấm là vọng tưởng kiên cố. Ngã trước hết chính là thân. Đối với chúng sinh phàm phu, cái gì thuận với ngã là tốt, là thiện; cái gì nghịch với ngã là xấu, là ác.

Sau khi đời trước dứt, vọng tưởng u uẩn là hành ấm, hay thức thứ bảy vẫn không ngừng trôi chảy, ngay từ đầu đã duyên dục tình của cha mẹ mà gieo chủng tử si ái khiến a-lại-da, thức thứ tám, gá thai, nên nói thân lấy tham dục là gốc. Tham dục là ý chí mù quáng âm ỉ tuôn chảy không ngừng; đó chính là hành ấm chấp chặt a-lại-da thức làm ngã. Sâu thẳm bên trong dường như có một linh hồn là tôi, rõ rệt bên ngoài có thân thể này cũng là tôi. Đó là cái chấp của ái dục, là gốc của thọ sanh và là chỗ khởi đầu cho cái biết sống. Đó là lý do tại sao khi chúng ta muốn học làm Bồ Tát thì trước tiên phải phá ngã chấp; và là lý do đức Thế Tôn phương tiện khai triển thời A-hàm trước tiên.

Chúng sinh ở cõi Dục thì tham dục là gốc hiện hữu. Chúng sanh ở cõi Sắc giới có sắc thân thanh tịnh, không có tướng nam nữ và tham dục. Ở cõi Vô sắc thì chúng sanh không có sắc chất. Do đó, Duy-ma-cật đang nói đến con người có sắc thân và dục vọng. Đây có thể được xem là minh chứng bản kinh này nhằm vào đại đa số đối tượng là cư sĩ, tức là những người học đạo đang sống trong đời sống có gia đình, gần gũi ái dục.

Chúng ta đến với cuộc đời trước tiên dưới dạng thức ấm để dần dần thành hình thân là sắc ấm. Cái vi tế đến trước, cái thô trược đến sau. Trong thai nhi, thức thứ sáu dần tăng trưởng khả năng phân biệt và cảm thọ đơn giản như nóng lạnh, đói no, thúc đẩy quá trình hình thành và phát triển các căn làm nơi phát ra tiền ngũ thức, dẫn đến bào thai hoàn chỉnh hình người. Những cảm thọ và phân biệt đơn giản, từ ngay khi còn trong bào thai cũng đủ để thai nhi phản ứng lựa chọn. Và sau khi ra đời, không ai dạy mà trẻ con biết khóc đòi bú khi đói, biết cười khi lạnh mà được mẹ ấp ủ trong vòng tay yêu thương. Đó là tham dục dấy lên từ cảm thọ và chọn lựa nên hư vọng phân biệt là gốc, chính là thọ ấm, là vọng tưởng hư minh vì cảm giác vốn không thực mà cứ rõ ràng như trước mắt.

Chúng ta nên có cái nhìn linh hoạt. Không phải cái gốc này thành hình xong và là cội nguồn lập thành cái khác. Cái biết sống động nên được nhìn linh hoạt như là một tổng thể phát triển sống động. Từ sự chọn lựa dẫn đến sự chiếm hữu, hình thành nhận thức rằng thực đang có một vật bên ngoài ta để ta chiếm đoạt. Kiến chấp và pháp chấp bắt đầu từ đây. Do hư vọng phân biệt muốn sở hữu, nên ta cho mọi sự vật là có. Hư vọng phân biệt và tưởng điên đảo kết chặt nhau cùng lớn mạnh. Trong sự phát triển của tiền ngũ thức và ý thức hay thức thứ sáu, chức năng phân biệt, nhận biết của tâm thức trải khắp tất cả cảm quan đến tâm ý, nên là vọng tưởng dung thông. Ở đây, Duy-ma-cật gọi hư vọng phân biệt lấy *tưởng điên đảo là gốc*, là thức thứ sáu hay tưởng ấm. Đây chưa phải là cái gốc cuối cùng nhưng Duy-ma-cật vẫn gọi nó là điên đảo vì nó là cái biết ngược ngạo: không có mà cho là có, chẳng thực mà cho là thực. Hàng Thanh văn chỉ chứng tới đây, chưa vượt qua thức ấm, vội cho là rốt ráo, vì lầm tưởng là đã làm ngừng cái động, đã chấm dứt cái vô thường. Họ không thấy thật không hề có sự động, thật không hề có vô thường; hay nói cách khác, chưa thấy nghĩa duy thức để hiển lý duy tâm. Vì vậy mà trong kinh Lăng-nghiêm, đức Phật gọi hàng Thanh văn là ngoại đạo, nghĩa là còn ở bên ngoài, chưa thực đi vào nghĩa thậm thâm.

Trở lại với kinh văn, chúng ta đã quán xét tâm thức chúng sanh qua các biểu hiện là thọ, tưởng và hành ấm. Nhìn dưới nhiều góc cạnh, cái biết sống lúc nào cũng động chuyển không ngừng. Nghĩa dao động, không ngừng đó được Duy-ma-cật gọi là gốc vô trụ, chính là thức ấm. Thức ấm là căn bản vi tế của cái biết sống. Vì vi tế nên khi vào thai là thức ấm đến trước, khi chết đi là thức ấm đi sau cùng nên có thể đoán được sau khi chết, con người về đâu nếu biết hơi ấm kết thúc nơi nào ở cơ thể; cụ thể là ở đỉnh đầu là vãng sanh cõi Phật, ở trán hay mắt là sanh thiên, ở ngực phần có tim là nhân đạo, ở bụng là ngạ quỷ, ở đầu gối là súc sanh, ở lòng bàn chân là địa ngục.

Tâm thức có đủ động chuyển của thọ, tưởng, hành ấm thì làm sao mà trụ? Do đó, khi Văn-thù hỏi: *Tưởng điên đảo lấy gì làm gốc?* Duy-ma-cật đáp: *Không trụ là gốc.* Đó là do quán tâm thấy được nghĩa chẳng trụ, nghĩa tuôn chảy không ngừng của thức ấm. Nếu riêng quán các pháp, hành giả có thể từ chỗ nhận ra lý nhân duyên sinh mà hiểu nghĩa pháp không tự tánh, hoặc thấy được hiện tướng của pháp không phải là thực tướng, hiểu được nghĩa không của các pháp. Không thì các pháp không thể là chỗ trụ cho tâm thức; tâm thức không thể trụ, là nghĩa dao động của thức ấm.

Nghĩa không trụ là thức biến là gốc của vạn pháp; do đó Duy-ma-cật kết luận: *Ở nơi gốc không trụ mà lập tất cả pháp*. Nói đơn giản là tâm thức động chuyển nên có đây, có kia, có tất cả mọi thứ trên đời. Quan trọng hơn hết, nếu đã là thức vọng tưởng không trụ thì không có gốc, không vững vàng thì làm sao toàn bộ những thứ đặt nền móng trên đó đứng vững? Hạ tầng thức ấm đã vọng động điên đảo thì cấu trúc thượng tầng là tất cả pháp tất phải là lâu đài bằng cát thôi.

Nếu truy vấn tiếp thì có thể nảy sinh nghi vấn là gốc của tâm thức không trụ kia rốt cuộc là gì? Chỗ này kinh Lăng-già gọi là bất giác, là nghiệp tướng, tướng ban đầu trong tam tế; còn kinh Lăng-nghiêm gọi là vọng tưởng điên đảo, là vô thỉ vô minh. *Điên đảo thì không có gốc*, ví như chàng Diễn-nhã-đạt-đa trong kinh Lăng-nghiêm vậy. Nghĩa là thức ấm, cái biết sống ở chúng sanh là hư vọng không thực. Nhưng nói thế không có nghĩa là không có cái gọi là tâm thức. Nó không nhân gì mà có, cũng chẳng phải tự nhiên có; đơn giản nó chỉ là mê muội thôi. Mê thì là a-lại-da tâm, ngộ là chân tâm; chẳng phải có hai tâm. Hơn nữa, a-lại-da thức hay chân tâm cũng chỉ là giả danh để chư Phật, Bồ Tát phương tiện diệu dụng gọi bằng âm thanh ngôn ngữ để giáo hóa chúng sanh. Nếu thấy được chỗ không trụ, không gốc, đó là bậc pháp khí đốn ngộ, chứng được a-lại-da tâm; còn việc chuyển thức thứ tám này thành Đại viên cảnh trí lại là chuyện khác, đây kinh văn không nói đến. Nếu chưa thể thấy, thì có thể tiệm tu tuần tự phá các ấm từ sắc, thọ, tưởng, hành đến thức.

Hầu hết mọi người khi đọc đến đoạn kinh văn trên, đều hiểu lầm nghĩa vô trụ theo ý "ưng vô sở trụ nhi sinh kỳ tâm" do không nhìn ra ở đây Duy-ma-cật muốn chúng ta quán chúng sanh như chúng đang là. Đặt chúng sanh về bản vị, quán sát ngũ ấm tất nhiên sẽ dẫn dắt ta tới cái gốc không thực của chúng.

Ta nên lưu ý hai hiểu lầm thường có khi xem kinh văn đến đây: một là, thực hành pháp không sanh không diệt chẳng hề hàm chứa gì ý nghĩa vô sanh; hai là, không trụ không dính líu gì tới chân tâm vô tướng, hay tâm vô sở trụ. Điều này rất hệ trọng để quán suốt chúng sanh. Tôi nhấn mạnh chỗ này vì hầu hết các chú giải hay bài giảng hiện nay đều mắc phải sai lầm đáng tiếc này.

NGÕ CỤT CỦA NHỮNG ĐỐI LẬP

THIÊN NỮ TÁN HOA

> **KINH VĂN**
>
> **Bấy giờ trong nhà ông Duy-ma-cật có một thiên nữ thấy các vị trời, người đến nghe pháp, liền hiện thân ra tung rải hoa trời trên mình các vị Bồ Tát và đại đệ tử. Khi hoa đến mình các vị Bồ Tát đều rơi hết, đến các vị đại đệ tử đều mắc lại. Các vị đại đệ tử dùng hết thần lực phủi hoa mà hoa cũng không rớt.**

Lúc bấy giờ, ngoài Duy-ma-cật và Bồ Tát Văn-thù, một vai diễn kiệt xuất mới là một thiên nữ hóa hiện đến trong vở đại kịch. Trong một bài từ của mình, Tô Đông Pha (1037-1101) viết:

白髮蒼顏
正是維摩境界

空方丈散花何礙
朱唇箸點
更鬢還生彩
Bạch phát thương nhan
Chánh thị Duy-ma cảnh giới
Không phương trượng tán hoa hà ngại
Chu thần trợ điểm
Cánh kế hoàn sinh thái

"Tóc bạc da mồi, chính là cảnh giới của Duy-ma-cật. Nơi phương trượng trống không, nàng thiên nữ tán hoa, ngại gì mà không điểm giúp một nụ cười thơm thắm, để cho mái tóc già này xanh xanh trở lại."[1] Có thể xuất phát từ kinh Duy-ma-cật, hình ảnh thiên nữ tán hoa đã in đậm dấu ấn trong văn hóa dân gian và văn học nghệ thuật của nhiều nước châu Á như Trung quốc, Việt Nam. Đó là biểu tượng của sự ca ngợi và niềm vui lớn trước sự kiện hi hữu đem lại lợi lạc, hạnh phúc cho con người. Sự kiện hi hữu ở đây là các vị trời, người đến nghe pháp không thể nghĩ bàn ở tịnh thất của ông Duy-ma-cật. Vì vậy, thiên nữ hiện thân tán thán đồng thời khảo nghiệm thính chúng. Từ trong căn nhà trống rỗng của một vị đại sĩ mà hiện thân, biểu trưng cho từ pháp thân vô tướng hay Như Lai tạng hóa hiện thân độ sanh. Thiên nữ hiện thân còn có nghĩa là thành tựu về trí quán chúng sanh huyễn, nên văn kinh phía sau viết: tất cả pháp không phải nam, không phải nữ, cũng như về quán chúng sanh thật như đang là, nên có hình tướng nam của ông Duy-ma-cật và hình tướng nữ của thiên nữ. "Tịnh Danh lấy không làm thiện xảo, thiên nữ lấy hữu làm diệu dụng, cho nên một bên thì hư không, một bên thì rải hoa."[2]

Trong Luận Đại trí độ, phẩm Tán Hoa thứ 29, vị thiên

---
[1] Quách Tấn - Hoài niệm hòa thượng Thích Trí Thủ.
[2] Cát Tạng - Duy-ma kinh nghĩa sớ.

chủ Thích-đề-hoàn-nhơn rải hoa tán thán tôn giả Tu-bồ-đề. Cuộc đối đáp của hai người tỏ rõ ý đó là hoa vô sanh, chẳng phải do cây sanh hay tâm sanh ra. Đã là hoa vô sanh nên không gọi là hoa. Ngũ ấm, lục nhập, 12 xứ, 18 giới, sáu ba-la-mật, cho đến sự có pháp Không hay chẳng có pháp Không, và ngay cả Nhất thiết chủng trí đều là pháp vô sanh. Pháp vô sanh nên không gọi là pháp; nếu gọi là pháp chỉ là giả danh vậy. Do đó ta có thể biết thiên nữ này là Bồ Tát bát địa từ pháp tánh không mà hiện thân ra tung rải hoa trời chính là mượn hoa để hiển tánh bình đẳng, thành tựu nghĩa vô sanh.

Sự sự việc việc không chỗ sanh ra, nhưng nếu chỉ có thế thì Duy-ma-cật chẳng phải cất công thuyết thành bản kinh này cho chúng ta tu học. Và nàng thiên nữ kia cũng không cần hóa hiện khảo nghiệm thính chúng. Pháp thì bất động, nhưng tâm thức chúng sanh không ngừng sanh nhiều chuyện phiền toái. Xem tiếp vở kịch trong kinh văn, có sự cố xảy ra là hoa trời được thiên nữ tung rải, không vướng trên người các vị Bồ Tát mà cứ bám vào tăng y các vị thánh đệ tử Phật, dù các ngài cố hết sức rũ bỏ. Có thể mọi người trong chúng ta dễ dàng hiểu lý do; chỉ là về mặt nhận thức thôi, chứ về mặt thực tế thì quá khó cho chúng ta để làm, là vì tâm chúng ta cũng giống như tâm các vị thánh đệ tử vẫn còn nhiều dính mắc.

KINH VĂN

Lúc ấy, thiên nữ hỏi ngài Xá-lợi-phất: Tự sao mà phủi hoa?

Xá-lợi-phất nói: Hoa này không như pháp nên phủi.

- Chớ bảo hoa này không như pháp. Vì sao? Hoa này nó không có phân biệt, tự nhân giả phân biệt đó thôi! Nếu người xuất gia ở trong Phật pháp có phân biệt là không như pháp, nếu không phân biệt là như pháp. Đấy, xem các vị Bồ Tát, hoa có dính đâu? Vì đã đoạn hết tưởng phân biệt. Ví như người lúc hồi hộp sợ, thời phi nhơn mới

> thừa cơ hại đặng. Như thế, các vị đại đệ tử vì sợ sanh tử nên sắc, thinh, hương, vị, xúc mới thừa cơ được, còn người đã lìa được sự sợ sệt thì tất cả năm món dục không làm chi đặng. Do tập khí kiết sử chưa dứt hết nên hoa mới mắc nơi thân thôi, còn người kiết tập hết rồi, hoa không mắc được.

Diệu dụng của thiên nữ là rải hoa, làm lộ ra và nhân đó san bằng tâm phân biệt và chấp trước của chúng sanh và Bồ Tát đang tu. Tôn giả Xá-lợi-phất lần nữa diễn vai hành giả căn cơ còn cạn cợt khi nói: *Hoa này không như pháp nên phủi*. Vì giới luật của tăng đoàn không cho phép chư tăng trang sức vẻ ngoài, nên hoa bám trên y là vật phù phiếm đi ngược giới điều. Như pháp là khế hợp thực tướng vô sanh của các pháp. Nói hoa không như pháp là không đúng vì hoa này là hoa vô sanh được thiên nữ bình đẳng cúng dường tất cả Bồ Tát, thánh đệ tử, trăm ngàn vị vua trời, chư thiên, long thần, quỷ thần, thính chúng hiện đang nghe vị Đại sĩ Tịnh Danh thuyết pháp. Hơn nữa, hoa này là do tâm vô phân biệt của thiên nữ, là Bồ Tát bát địa đắc pháp vô sanh, cảm ứng thành hoa diệu báo trang nghiêm; sao lại không như pháp? Hoa cúng dường tượng trưng cho chánh pháp rải đều cho chúng sanh. Hoa rời Bồ Tát, hoa bám Thanh văn không phải do hoa hữu ý. Hoa không có tâm chọn lựa. Đường rơi của hoa tự do, không riêng hướng về một ai. Đạo Sinh nói: *"Chẳng thể khiến nó chẳng dính, cũng chẳng thể khiến nó dính."*[1]

Tuy nhiên, đối với người lại khác. Ngay lúc đầu đã có hai: người thấy hoa rơi và hoa rơi bên ngoài. Đó là yếu tố quyết định sự bám víu của hoa vào người. Vì các vị thánh đệ tử có giới cấm, nên cho mình là người giữ giới, cho hoa là bất tịnh. Đó là tâm phân biệt có hai là ta và cảnh giới bên ngoài. Ở cảnh giới bên ngoài, ta lại thấy có các giá trị

---

[1] Chú giải kinh Duy ma - Tăng Triệu, Việt dịch: Linh Sơn Đại tạng kinh, daitangkinh.org.

khác nhau của thiện ác, đẹp xấu và những cái đối nghịch tương tự. Các tầng phân biệt chồng chất là do tự tâm. Chính mình tạo ra ý niệm phân biệt, như kinh văn viết: *Hoa này không có phân biệt, tự nhân giả phân biệt đó thôi.* Vấn đề nằm ở chỗ con người thường so đo giữa những đối lập, và hay chấp thủ theo chọn lựa. Chấp trước nên bị cảnh trần thao túng, trói chặt mà sinh phiền não. Cho nên đối với chúng sanh thái độ khôn ngoan nhất là đoạn hết tưởng phân biệt, lìa tâm duyên tướng thì hoa của cảnh trần không thể bám dính.

Không nên vì thấy kinh văn nói quá rõ ràng mà chúng ta cho rằng ý kinh bị hạn hẹp bởi ngôn từ. Sự thực không hề ẩn giấu sau chữ nghĩa. Sự thực chỉ đơn giản là Bồ Tát vì không còn phân biệt chấp trước nên hoa không dính, Thanh văn vì sợ sanh tử nên sắc thanh, hương, vị, xúc mới thừa cơ được; sợ sanh tử vì vẫn còn đang quán chúng sanh như thật chúng đang là, nên thấy sanh tử là thật, muốn xa lìa và cầu Niết-bàn. Chúng sanh sơ phát tâm hãy còn nhiều phiền não. Bồ Tát thất địa trở xuống, chưa đắc vô sanh, nên tập khí phiền não vẫn chưa đoạn. Bồ Tát bát địa, chứng pháp vô sanh, đã dứt trừ phiền não và ở vị bất thối. Theo ngài Tăng Triệu nhắc lại lời của ngài La-thập, Bồ Tát bát địa vẫn có tâm ái đối với Phật pháp, và đó là sự ràng buộc ngấm ngầm vi tế.

Vấn đề đáng lưu ý chính là sự lập thành những cái đối đãi. Văn kinh cho ta thấy hai hình ảnh đối lập: Bồ Tát lặng yên để hoa rơi, thánh đệ tử vung tay phủi xuống. Tôi muốn thêm vào hình ảnh của những thiếu nữ đang nhặt nhạnh, gom góp hoa về làm trang sức:

年年和露向秋開，
月淡風光愜寸懷。
堪笑不明花妙處，
滿頭隨到插歸來。

Niên niên hòa lộ hướng thu khai,
Nguyệt đạm phong quang thiếp thốn hoài.
Kham tiếu bất minh hoa diệu xứ,
Mãn đầu tùy đáo sáp quy lai.
(Tổ Huyền Quang, 1254-1334)

Năm năm nở đúng tiết thu qua,
Gió dịu trăng thanh ý mượt mà,
Cười kẻ không hay hoa huyền diệu,
Khi về mái tóc giắt đầy hoa.
(Việt dịch: Thích Nhất Hạnh, 1926-2022)

Chúng ta có ba sự kết hợp ở ba hình ảnh. Bồ Tát và hoa. Thanh-văn và hoa. Thiếu nữ và hoa. Thử nói xem hình ảnh nào là như pháp, hoặc có sự khác biệt nào giữa các hình ảnh ấy không? Theo tôi thì không gì khác biệt cả. Tuy nhiên, nếu theo kinh văn mà quán chúng sanh như chúng đang thật là, tất nhiên tôi phải tự nguyện học làm Bồ Tát, buông bỏ phân biệt chấp trước để tự tháo gỡ tâm dính mắc ở chính mình để giúp mình bớt khổ.

Thực ra các pháp vốn không đến với nhau. Đất là đất, nước là nước, gió là gió, lửa là lửa. Chúng chẳng đến với nhau để có cái gọi là giả hợp. Mọi cấu trúc đều không hề có trên đời này. Cũng vậy, hoa là hoa, người là người, không dính dáng nhau nên không có chuyện bám hay không bám. Do đó chẳng có chuyện cần phủi bỏ hay không phủi bỏ. Sự lập thành cặp đối lập căn bản đã sai ngay từ đầu. Trong ý nghĩa đó, có thể thấy phẩm kinh này chỉ ra ngõ cụt của những đối lập, chuẩn bị cho phẩm Pháp môn Bất nhị về sau.

GIẢI THOÁT VÀ SANH TỬ

KINH VĂN

Ngài Xá-lợi-phất nói: Thiên nữ ở nhà này đã được bao lâu?

- Tôi ở nhà này như ngài được giải thoát.

> - Ở đây đã lâu ư?
> - Ngài giải thoát cũng lâu như thế nào?
> Ngài Xá-lợi-phất nín lặng không đáp.

Ngài Xá-lợi-phất hỏi vì nghĩ rằng chắc hẳn thiên nữ đã từ lâu tu tập ở tịnh thất của ông Duy-ma-cật và đã được giải thoát nên mới có tài biện luận tuyệt hay qua câu chuyện hoa rơi. Câu hỏi của Xá-lợi-phất về thời gian cư trú hàm chứa ẩn ý về thời điểm giải thoát của thiên nữ. Nghĩa là ngài mặc nhiên thừa nhận quan điểm của mình rằng sự giải thoát là có thực và mang tính tiến trình. Khác với phẩm Bồ Tát, Duy-ma-cật hỏi Bồ Tát Di-lặc về thời điểm được thọ ký thành Phật, thì ở đây, câu hỏi của Xá-lợi-phất ám chỉ có sự giải thoát thực sự đã được hoàn thành rồi. Tiến trình từ phiền não đến bồ-đề đã được thực hiện. Nghĩa là câu hỏi, Thiên nữ ở nhà này đã được bao lâu, xác lập phiền não và bồ-đề, sanh tử và giải thoát là những phạm trù đối lập.

Trở lại từ đầu phẩm, ta nhận thấy bắt đầu là quán chúng sanh huyễn, tiếp theo là quán chúng sanh thật như chúng đang là. Mục đích đưa chúng sanh về lại bản vị là thuận lợi cho việc khai mở trí tuệ quán chiếu của hành giả sơ phát tâm, cũng như để Bồ Tát sơ cơ bước từng bước vững vàng từ giai vị ngoại phàm thập tín qua giai vị Bồ Tát nội phàm là thập trụ, thập hạnh, thập hồi hướng. Từ đó, Bồ Tát đang tu nhập vào thánh vị thập địa. Một vấn đề thiết yếu nảy sinh là từ việc nhận ra phiền não kiết tập từ phân biệt và chấp trước đi đến cởi bỏ ràng buộc, sẽ bật ra yêu cầu tất yếu là giải thoát như là bờ bên kia của sanh tử. Đối lập giữa sanh tử và phiền não từ đầu đã là sự kết nối chủ quan của ý thức.

Thiên nữ đắc pháp thân Bồ Tát bát địa, thấu rõ nghĩa vô sanh và bất khả đắc mà trụ ở giải thoát bất khả tư nghị tức không gian trống rỗng ở tịnh thất của Duy-ma-cật. Hơn nữa, đó là quê hương, là bản xứ vốn từ xưa nay thiên nữ chưa từng rời đi, chưa từng trở về, nên không thể gọi nhà là bờ giải thoát khỏi dòng sanh tử. Nếu tạm gọi là tu giải thoát thì lâu là ba a-tăng-kỳ kiếp, mau là sát-na kiến tánh thành Phật. Vì vậy, thời gian nhanh chóng hay kéo dài chỉ là những đối nghịch tưởng tượng về bến mê và bờ giác. Mê lâu mau thì giải thoát cũng đồng thời như thế. Giá trị của giác ngộ và mê lầm, giải thoát và sanh tử đồng đẳng là không.

Hơn nữa, quán chúng sanh thật có như chúng đang là, có nghĩa là chúng sanh đầy đủ thân nghiệp không rời năm ấm, khẩu nghiệp không rời văn tự, ý nghiệp không rời dâm, nộ, si. Tuy nhiên, thật tánh là Phật tánh cũng chẳng rời chúng sanh đang có như thật kia. Thánh phàm chẳng lìa thì hỏi chi việc giải thoát lâu mau; đó là nghĩa sanh tử và giải thoát không hai. Bản thể tâm và a-lại-da thức không phải một, thì phải biết rằng cái gốc vọng tưởng điên đảo là thức ấm, hay cái biết sống, không phải không có; đó là nghĩa chân vọng chẳng phải một. Chẳng tức chẳng ly, không phải một cũng chẳng là hai, nên thiên nữ nói: Tôi ở nhà này như ngài được giải thoát. Nghĩa là từ lúc Xá-lợi-phất thấy có sanh tử và giải thoát là hai, thì thiên nữ đã thấu nghĩa bất nhị rồi; tức vọng tưởng phân biệt có ở chúng sanh từ vô thủy, nhưng xưa nay tâm vốn chẳng có một pháp, huống hồ gì là có hai cái sai biệt.

Thế thì có chuyện giải thoát khỏi sanh tử không? Chúng sanh đang tu, trí quán chiếu tiến sâu, thấy thức ấm như một điểm đến bất động; giống như một thác nước đang ào ào đổ xuống nhưng từ xa trông như dải lụa trắng đang buông rũ. Nếu không khéo biết xuyên thủng màn nước thức a-lại-da động loạn điên đảo, chúng ta sẽ dễ nhận lầm đó là nơi an trú cuối cùng. Chưa trừ được tận cái gốc vô trụ thì vọng tưởng điên đảo mờ mịt kia trở thành mặt đối lập của cái tưởng như là chân tâm. Cái đối đãi tối hậu này cũng là giả tưởng vì thực ra không có hai tâm. Tánh của thức là biết, tướng của thức là động. Đó là cái biết như kinh Lăng-nghiêm gọi là "tri kiến lập tri", là cái biết của thế lưu bố tưởng mà đối tượng sở tri là huyễn vọng. Huyễn vọng không thật thì không thể phá, giống như chúng ta nhìn lâu vào đèn sẽ thấy ánh chóa. Ánh chóa ấy không hề có thực và ta không thể xóa được chừng nào ta còn nhìn vào đèn, tức còn đối tượng sở tri. Đồng thời nếu lập cái biết vọng thì cái biết vọng ấy lại trở thành sở tri, cũng là vọng. Phật dạy: *"Tự tâm trở chấp lấy tự tâm, không phải huyễn thành ra pháp huyễn. Không chấp trước, không có gì là phi huyễn. Cái phi huyễn còn không sinh, pháp huyễn làm sao thành lập được"* (Kinh Lăng-nghiêm). Cái phi huyễn và cái huyễn, cũng như cái gọi là chân tâm và vọng tâm, cả hai đều là huyễn. Theo ý nghĩa này, ta có thể hiểu Xá-lợi-phất hỏi: *Ở đây đã lâu ư?* nghĩa là: *"Thực không có giải thoát sao?"*; và câu hỏi vặn lại của thiên nữ: *Ngài giải thoát cũng lâu như thế nào?* là: *"Vậy sanh tử cũng là thực sao?"*

GIẢI THOÁT VÀ VĂN TỰ

KINH VĂN

Thiên nữ nói: Tại sao bực kỳ cựu đại trí lại nín lặng?

- Giải thoát không có ngôn thuyết, nên ở đó ta không biết nói sao!

Thiên nữ nói: Ngôn ngữ văn tự đều là tướng giải thoát. Vì sao? Vì giải thoát không ở trong, không ở ngoài, không ở hai bên, văn tự cũng không ở trong, không ở ngoài, không ở hai bên. Thế nên, ngài Xá-lợi-phất, chớ rời văn tự mà nói giải thoát. Vì sao? Vì tất cả pháp là tướng giải thoát.

Ngài Xá-lợi-phất hỏi: Không cần ly dâm, nộ, si, được giải thoát ư?

Thiên nữ nói: Phật vì kẻ tăng thượng mạn nói ly dâm, nộ, si, là giải

> thoát thôi, nếu kẻ không tăng thượng mạn thời Phật nói tánh của dâm, nộ, si là giải thoát.

Quán chúng sanh, trong đó có cả bản thân mình, thật đang tồn tại, hành giả không thể chối bỏ tiến trình tu tập nhằm cứu cánh là giải thoát khỏi phiền não. Nhưng nếu quán chúng sanh là huyễn, thì làm sao quan niệm về sự giải thoát? Đó là nan đề, nên nếu được thiên nữ hỏi như thế, chắc chúng ta do không thông đạt mà im lặng thôi. Thế nhưng vì ngài Xá-lợi-phất là đệ nhất trí tuệ trong hàng đại đệ tử của Phật, nên tôi tin rằng khi vừa nghe xong lời thiên nữ biện luận về sự việc hoa rơi, ngài đã lập tức nhận ra ngõ cụt hay chỗ bế tắc của những đối đãi. Hoa rơi tự do hay hoa còn vướng mắc, luân hồi hay giải thoát chung quy chỉ là hư tưởng. Không hư tưởng là tỉnh táo. Tỉnh táo chỉ đơn giản là không tưởng tượng viển vông và chẳng cần lý do tự biện minh nào.

Sự không cần thiết phải trả lời khi đã ngộ ra lẽ thật càng được củng cố hơn khi ta nhận ra ngay cả lời nói và im lặng cũng là một mâu thuẫn không lối thoát. Nói thì không tới tận cùng. Im thì chúng sanh, với quan niệm mình thật có, không thể xác định đúng đắn hướng tu hành. Do đó vị tôn giả cực kỳ thông minh chỉ có thể trả lời là: *Giải thoát không có ngôn thuyết, nên ở nơi đó ta không biết nói làm sao!* Đây không phải là cách né tránh do không thông đạt như hầu hết chúng ta thường làm là viện dẫn chỗ bất tư nghị của pháp giải thoát. Đây là do thực hiểu, thực ngộ mà không nói. Còn chúng ta do ngu si và ngạo mạn, không hiểu gì hết mà ra vẻ đạt ngộ rồi ngụy biện đó là bất khả tư nghì. Có thể xem đây là sự im lặng của một vị Bồ Tát bước đầu tỏ ngộ pháp bất nhị, dẫn đến sự im lặng sấm sét của Duy-ma-cật như là một vị Phật toàn giác. Sự im lặng đó tạo cơ hội cho thiên nữ thuyết tướng giải thoát của tất cả pháp bao gồm cả văn tự.

Như đã nói qua trong câu chuyện của tôn giả Tu-bồ-đề ở phẩm Đệ tử, văn tự ngôn ngữ tánh vốn ly, vì mọi nói năng đều gắn liền với tướng huyễn hóa của các pháp nên văn tự, ngữ ngôn không thể nắm bắt được thực tại. Tánh như, hoặc tướng không của các pháp không hề bị trói buộc trong vọng tưởng và giả danh. Mọi cố gắng diễn tả sự giải thoát là không thể được vì càng cố gắng càng biến nó thành pháp hữu vi có tướng. Nghĩa là từ quan niệm đã nảy sinh một đối lập giả tưởng là văn tự và giải thoát.

Đúng là văn tự không thể chạm tới bản thể, nhưng ngôn ngữ văn tự đều là tướng giải thoát. Tướng giải thoát là tướng không bị ràng buộc bởi bất cứ gì, là tướng thường trụ. Hãy lấy ví dụ là bảng gam màu trong đó có ba màu chính là xanh, đỏ, vàng và ba màu phụ là tím, cam, xanh lá. Màu tím sanh ra từ xanh dương kết hợp màu đỏ. Màu tím tự nó không có; tướng tím không tự sanh nên gọi là *không ở ngoài* xanh và đỏ. Tìm trong màu xanh dương, ta không thấy màu tím. Đỏ là đỏ, không thể là tím. Vì tướng tím không có trong đỏ và xanh; nên gọi là *không ở trong*. Nhưng ta không thể nói quyết định là trong xanh và đỏ không có tướng tím, vì như vậy không thể hiểu tại sao từ xanh và đỏ không sanh ra màu lục mà lại nhất định là tím. Vậy thì tướng tím chẳng phải trước không nay có, chẳng phải mới sanh ra do sự kết hợp hai bên xanh đỏ; nên gọi là *không ở hai bên*. Tướng tím không phải trước không nay có, không phải là mới sanh ra, nên tướng tím là thường trụ, là như thị, muôn đời là tím, không thể lẫn lộn với đỏ hay xanh. Tướng tím là thường trụ, là tướng giải thoát vậy. Cũng vậy, các pháp không tự sanh, không do cái khác sanh, không phải nhân duyên hòa hợp, cũng chẳng phải tự nhiên có; pháp tướng là thường trụ, hay nói cách khác là *tất cả pháp là tướng giải thoát*.

Văn tự cũng vậy. Bảng mẫu tự, các ký hiệu tự nó không có nghĩa. Các ký hiệu mẫu tự kết hợp lại gọi là danh từ.

Nghĩa của danh từ không rời sự vật, tức danh từ không tự nó có; là không ở ngoài. Danh từ chỉ là khái niệm, không tồn tại như sự vật cụ thể bên ngoài. Ví dụ như ở hoa hồng, không có gì là hoa, chỉ có cánh hoa, nhụy hoa, hương hoa, sắc hoa... Hoa hiện hữu như danh từ thuần túy, do không rời sự vật mà tự có, nên gọi là không ở ngoài. Nhưng danh từ không phải là từng mẫu tự, tức không ở trong, vì nếu như vậy tại sao ta không gọi hoa mai, hoa cúc, hoa lan là quả mai, quả cúc, quả lan. Tướng của hoa xưa nay không phải là tướng của quả. Vì không do sự sắp xếp kết hợp các ký hiệu mẫu tự mà có tướng, nên gọi là không ở hai bên. Hoa mãi mãi là hoa, không thể là quả hay là cành lá, nên tướng của danh từ hoa là tịch tịnh, thường như vậy, là tướng giải thoát.

Tất cả pháp và ngôn ngữ văn tự đều có tướng thường trụ, nghĩa là tướng như vậy không khác, là tướng không biến đổi. Bồ Tát đang tu, thông đạt tướng Như của các pháp mà có được bốn biện tài vô ngại là từ, nghĩa, pháp và nhạo thuyết biện tài. Nếu biết tướng văn tự không rời các pháp mà có, nhưng tánh tướng thanh tịnh thì chẳng cần xả bỏ, mà có thể sử dụng như phương tiện hữu hiệu để độ sanh. Mặt khác, nếu biết văn tự không thể đến chỗ tận cùng mà ly danh tự tướng thì chân trời giải thoát rộng mở hơn. Dính mắc hay không là do thái độ của hành giả.

Nếu quán chúng sanh thật như đang là, thấy bốn thế đế do văn tự kinh sách chỉ bày rõ ràng mà khởi tâm e sợ luân hồi, tầm cầu Niết-bàn thì sai lầm là do người chấp chứ không phải là lỗi của văn tự; đó là dính ở bên ngoài. Nếu khăng khăng ôm ấp tánh biết vọng, cho đó là rốt ráo, đó là dính ở bên trong. Nếu cứ xoay trở trong tích góp vạn hạnh, mưu cầu công đức, đó là dính ở giữa. Sanh tử luân hồi là bên trong. Niết-bàn giải thoát là bên ngoài. Hình tướng đầu tròn áo vuông là ở giữa. Hành giả dù là cư sĩ hay người xuất gia cứ chấp vào những cái đó mà miệt mài cả đời đi tìm giải thoát thì thực là sự tự ràng buộc đáng thương.

Xiềng xích của phàm phu khác dây trói của nhị thừa. Trói buộc ở nhị thừa khác với ở Bồ Tát ngoại và nội phàm. Dính mắc của Bồ Tát ngoại và nội phàm khác với kiết tập của Bồ Tát thánh vị từ sơ địa đến thất địa. Kiết tập của Bồ Tát thất địa khác với tập khí vi tế của bậc bất thối chuyển. Tùy theo mức độ kết chặt của phiền não mà Phật chỉ bày chỗ tháo gỡ khác nhau; đây chính là nghĩa của câu kinh văn: *chớ rời văn tự mà nói giải thoát*. Tuy cách nói trước sau có khác, nhưng lời của Như Lai tuyệt nhiên không hề hư vọng. Kinh văn lướt qua tam độc như là ví dụ để hiển rõ nghĩa tướng văn tự, cũng như tướng các pháp đều là giải thoát.

Dâm, nộ, si chỉ là danh tự, tự thân không có giá trị thiện ác. Nói dâm, nộ, si là sanh tử, hay nói dâm, nộ, si là giải thoát không phải vì bản chất của tam độc, mà chính vì người nghe mà thuyết. Chúng sanh có căn cơ nhị thừa vì muốn lìa sanh tử, lập tướng Niết-bàn giải thoát. Kinh văn gọi chúng sanh này là kẻ tăng thượng mạn, vì tu với tâm chấp ngã; tâm muốn mình lìa sanh tử, muốn mình đạt Niết-bàn. *Phật vì kẻ tăng thượng mạn nói ly dâm, nộ, si là giải thoát* để chúng kiên quyết lìa pháp ác, tăng tiến tu pháp thiện để mau đến hóa thành trước mắt, sau đó dùng phương tiện Pháp Hoa mà độ chúng. Đối với Bồ Tát có căn cơ Đại thừa, phá được ngã chấp, không còn là người tăng thượng mạn. Phật vì những chúng hữu tình đang tu này mà thuyết thể tánh không sai biệt của các pháp để chúng sanh đó khởi từ bi, không xả tam độc, ngược lại còn khéo nhân đó hiện tướng phiền não để độ sanh. Do đó kinh văn viết: *Nếu kẻ không tăng thượng mạn thời Phật nói tánh của dâm, nộ, si là giải thoát*.

Do tâm phan duyên nên thức sanh phân biệt, chấp trước mà có dâm nộ si. Nhưng tâm vốn chẳng có tánh dâm, nộ, si nên gọi là không. Vậy chẳng thể quyết định là tâm tịnh hay bất tịnh, dâm nộ si là có hay không. Nếu duyên theo sanh tử thì dâm nộ si là hệ phược. Nếu trong pháp tánh thì tánh của dâm nộ si là giải thoát. Hơn nữa, tuy tam độc do nhân duyên sanh, nhưng tâm là tâm, tam độc là tam độc, không có chuyện hòa hợp, không có chuyện dâm nộ si trói buộc được tâm. Ví như mặt trời là mặt trời, chẳng dính líu gì đến khói bụi mây mù, chẳng có gì hợp nhau cả. Chúng ta không thấy mặt trời là vì chúng ta cứ dán mắt vào mây mù khói bụi.

Không khó để nhận ra kịch tính của phẩm này càng lúc càng siết chặt từ đối đáp của Văn-thù và Duy-ma qua chiều dài của quán chúng sanh từ giả đến thật, chuyển qua cuộc đối thoại ngắn và có phần gay cấn hơn giữa thiên nữ và Xá-lợi-phất. Nhịp dồn dập của các câu thoại càng về cuối càng đẩy ta sâu vào thế bí hiểm hay ngõ cụt của những đối lập. Chúng sanh ảo ảnh qua 30 ví dụ, chúng sanh như huyễn đối lập với chúng sanh như thật với năm ấm, người đang thấy và hoa đang rơi, mâu thuẫn giữa sanh tử và giải thoát ẩn sau thời gian cư ngụ của thiên nữ, đối đãi của giải thoát và văn tự qua sự im lặng của Xá-lợi-phất; tất cả đều là những đề mục mẫu, những ví dụ chuẩn bị lối vào cửa bất nhị của một phẩm về sau. Tất cả những chi tiết đó khiến chúng ta phải thừa nhận giá trị văn học kịch của bản kinh có sức hấp dẫn tăng dần qua từng phẩm.

NGÔI TỊNH THẤT HUYỀN DIỆU

THU NHIẾP SAI BIỆT ĐỐI ĐÃI

KINH VĂN

Ngài Xá-lợi-phất nói: Hay thay, hay thay, Thiên nữ! Nàng được cái gì, chứng cái gì mà biện tài như thế?

Thiên nữ nói: Tôi không được, không chứng, mới được biện tài như thế. Vì sao? Nếu có được có chứng thời ở trong Phật pháp là kẻ tăng thượng mạn.

Hoa rơi vô tình hay hữu ý, giải thoát thực hay hư, mức độ khả đắc của văn tự, có hay không lỗi lầm của tam độc, chừng ấy thắc mắc dường như không có câu trả lời dứt khoát, nhưng lại được thiên nữ chuyển hướng chỉ ra những đối lập thực ra là sự đánh lừa của ý thức phân biệt. Xá-lợi-phất sau cùng đã nhận ra điều đó, không còn quanh quẩn trong ngõ cụt nên khen ngợi. Ý khen ngợi chính là ở chỗ thiên nữ khéo quan sát và thông suốt hai bên của những đối đãi: *Hay thay, hay thay, thiên nữ! Nàng được cái gì, chứng cái gì mà biện tài như thế?* Phải chăng thiên nữ đã nhận ra chỗ quay về để mọi sự khác biệt dung thông với nhau?

Người nhận ra, là đắc, chỗ quay về là chứng; nghĩa là có hai bên. Có đắc, có chứng rơi vào giới hạn, nên ngôn ngữ văn tự không thông. Thấy mình đắc, thấy người không đắc; là nghĩa đối nhau. Nếu có chỗ chứng đắc, tất phải có chỗ chưa chứng đắc; cũng là nghĩa đối đãi. Ngã chấp và pháp chấp tuy vi tế, nhỏ nhiệm nhưng còn nguyên. Còn nguyên, chưa tận dứt mà nói chứng đắc là kẻ tăng thượng mạn. Hơn nữa, không đắc là, trong thì chẳng được cái gì về cho mình; không chứng là, ngoài thì chẳng có gì để gọi là thấy, là đến. Tuy thấy nhưng không có người thấy. Chỗ thấy tuy rõ ràng nhưng chưa hề tồn tại. Trong ngoài đều không, hai tướng năng sở bặt hết dấu vết, nên không có giới hạn cho năng lực thuyết minh và sử dụng ngôn ngữ văn tự tùy ý khởi hiện các phương tiện pháp môn theo căn cơ chúng sanh. Nên thiên nữ nói: *tôi không được, không chứng mới được biện tài như thế.* Phải nhận thấy chỗ vô phân biệt mở ra khả năng biện tài vô tận.

KINH VĂN

Ngài Xá-lợi-phất hỏi thiên nữ: Ở trong ba thừa, ý nàng cầu thừa nào?

Thiên nữ nói: Cần pháp Thanh văn để hóa độ chúng sanh, tôi làm Thanh văn; cần pháp nhơn duyên để hóa độ chúng sanh, tôi làm

> Bích-chi Phật; cần pháp đại bi để hóa độ chúng sanh, tôi làm Đại thừa. Thưa ngài Xá-lợi-phất! Như người vào rừng chiêm-bặc, chỉ ngửi có mùi chiêm-bặc chứ không còn mùi hương nào khác. Cũng như người vào nhà này chỉ ngửi mùi hương công đức của Phật chớ không ưa ngửi mùi hương công đức của Thanh văn và Bích-chi Phật.
>
> Thưa ngài Xá-lợi-phất! Có những vị Đế thích, Phạm vương, Tứ thiên vương và chư thiên, long thần, quỷ cả thảy vào trong nhà này nghe thượng nhân đây giảng nói chánh pháp, đều ưa mùi hương công đức của Phật, phát tâm rồi ra.
>
> Thưa ngài Xá-lợi-phất, tôi ở nhà này đã mười hai năm chưa từng nghe nói pháp Thanh văn, Bích-chi Phật chỉ nghe đại từ đại bi của Bồ Tát và những pháp bất khả tư nghị của chư Phật.

Muôn vàn đối đãi, mọi cái khác biệt phải chăng trở về cái trống rỗng? Vạn pháp quy về một, một quy về đâu?

Giải thoát chắc chắn không phải là điều mà chúng sanh còn mê có thể hiểu. Khổ hạnh là giải thoát. Nhận bát sữa cúng dường của nàng Tu-xà-đa (Sujata) cũng là giải thoát. Xa lìa ham muốn thế gian là giải thoát. Dâm, nộ, si cũng là giải thoát. Chấm dứt sanh tử là giải thoát. Bỏ kiến chấp có sanh tử, dạo chơi trong luân hồi cũng là giải thoát. Xa lìa vô thường là giải thoát. Không còn thấy có cái vô thường cũng là giải thoát. Bỏ cái động, nhận tịch diệt là giải thoát. Không thấy có cái động, động tịnh không hai cũng là giải thoát. Có bao nhiêu phiền não của chúng sanh thì có bấy nhiêu giải thoát của chư Phật, Bồ Tát. Nhưng điều kỳ diệu nhất của giải thoát là không được cái gì cho riêng mình nhưng lại được vô lượng vô biên lợi ích cho chúng sanh. Đó chính là điều duy nhất có được ở sự giải thoát, và được thiên nữ gọi là *mùi hương công đức của Phật*. Vì thế khi ngài Xá-lợi-phất hỏi về chí hướng pháp môn tu giải thoát, thiên nữ lấy sự mong cầu của chúng sanh làm câu trả lời.

Đức Thế Tôn vì chúng sanh thuyết ba thừa. Thanh văn thừa (Sravakayana) tu theo tứ diệu đế, chứng bốn thánh quả. Duyên giác thừa (Pratyekayana) theo lý thập nhị nhân duyên mà tu và chứng quả Duyên giác, cũng gọi là Bích-chi hay Độc giác Phật. Bồ Tát tu lục độ chứng pháp vô sanh. Trong kinh Pháp Hoa, Phật nói không có ba thừa, chỉ có nhất thừa, phương tiện hiện có ba. Như thiên nữ nói: *Cần pháp Thanh văn để hóa độ chúng sanh, tôi làm Thanh văn; cần pháp nhơn duyên... làm Bích-chi Phật; cần pháp đại bi... làm Đại thừa*, thì quả thực, thiên nữ không ai xa lạ mà chính là Phương tiện Pháp Hoa hóa thân Bồ Tát Quán Thế Âm. Nhất thừa là không riêng cho bất kỳ căn cơ nào, là Phật tánh thường trụ, là vị Phật-chính-mình của chúng sanh. Trở về chỉ có một, nhưng diệu dụng ứng hóa thì chẳng những có ba mà là vô lượng thân, vô lượng phương tiện. Kinh Đại Bát Niết-bàn ghi: *"Thiệt không có tam thừa mà điên đảo cho là có tam thừa. Đạo nhứt thừa chơn thật mà điên đảo cho là không có nhứt thừa."*

Để ví dụ cho điều duy nhất có được từ sự giải thoát, thiên nữ đưa ra hình ảnh: *như người vào rừng chiêm-bặc, chỉ ngửi có mùi chiêm-bặc chứ không còn mùi hương nào khác*. Ở đây, thiên nữ bắt đầu nói cái duy nhất không hai, sau một hồi khéo ám chỉ cho Xá-lợi-phất thấy ảo ảnh của những đối đãi. Cây chiêm-bặc, tên khoa học là magnolia champaka, thuộc họ lan, thường có ở các nước Nam Á và Đông Nam Á. Hoa màu vàng cam, mùi thơm ngào ngạt. Bước vào vườn lan chiêm-bặc, chỉ có duy nhất hương lan thơm tỏa khắp các chiều không gian, người người đều thích. Hương giải thoát cũng vậy, biến thành lợi ích thẩm thấu vào tâm thức chúng sanh. Vào trong nhà này chẳng phải chỉ có nghĩa vào trong tịnh thất của ông Duy-ma-cật, mà là bước vào ngôi thất kỳ diệu Như Lai tạng bao trùm pháp giới, rộng lớn dung chứa tất cả chúng sanh đủ các căn cơ. Căn nhà trống rỗng, không một vật, huống chi là có sự sai biệt của các vật, không có một pháp huống chi là sự sai biệt của ba thừa; do đó mà thiên nữ chưa từng nghe nói pháp Thanh văn, Bích-chi Phật. Bất kỳ chúng sanh nào trong lục đạo luân hồi thể nhập ngôi tịnh thất trống không của chính mình, thì chỉ nghe đại từ đại bi của Bồ Tát và những pháp bất khả tư nghị của chư Phật và đều ưa mùi hương công đức của Phật phát tâm rồi ra, gọi là trở về. Trở về đâu? Trở về làm việc cho chúng sanh chính là điều duy nhất có được từ sự giải thoát. Trong các kinh điển, chúng ta thường thấy sau khi nghe Thế Tôn giảng pháp thâm sâu, chư Bồ Tát, chư thiên, chư long thần hộ pháp phát nguyện nói thần chú gia hộ cho chúng sanh nào thọ trì kinh; là minh chứng cho nghĩa trở về phục vụ chúng sanh.

Một điểm đáng lưu ý là thời gian 12 năm thiên nữ trú tại tịnh thất của Duy-ma-cật. Thời gian chỉ sự sanh diệt. Nhị thừa quán mười hai nhân duyên từ vô minh đến lão, tử, muốn chấm dứt tướng sanh diệt. Bồ Tát quán duyên khởi tức không. Cùng một đề mục mà chỗ thấy không đồng, nên thiên nữ chưa từng nghe pháp Nhị thừa. Mặt khác, lìa tướng sanh diệt là giải thoát nên nói mười hai năm có ý ám chỉ thời phương đẳng là thời pháp chuyển tiếp cho Nhị thừa lìa tướng sanh diệt chứng nhập vô sanh. Cũng có nghĩa thiên nữ là nhân chứng xác nhận kinh Duy-ma-cật được thuyết sơ thời phương đẳng. Chính vì thế mà trước khi thuyết những pháp nhiệm mầu không thể nghĩ bàn, Duy-ma-cật đã dạo một vòng gặp gỡ các vị đệ tử bậc nhất của Phật của thời A-hàm.

CĂN NHÀ TỰ TÁNH

KINH VĂN

Thưa ngài Xá-lợi-phất! Nhà này thường hiện ra tám pháp chưa từng có, khó đặng. Tám pháp là gì?

Nhà này thường dùng ánh sáng sắc vàng soi chiếu ngày đêm không khác, chẳng cần ánh sáng của nhật nguyệt soi chiếu, đó là pháp

> chưa từng có khó đặng thứ nhất. Nhà này hễ ai vào rồi không còn bị các thứ cấu nhiễm làm não loạn, đó là pháp chưa từng có, khó đặng thứ hai.

Như trên đã nói, việc học làm Bồ Tát cần phải vượt qua hố thẳm của những đối đãi. Sự vượt qua ấy không phải là đến một nơi mới mẻ, mà là trở về căn nhà tự tánh vốn có sẵn đầy đủ hành trang là từ bi và trí tuệ để từ đó phát tâm rồi ra tự hành và hóa tha. Căn nhà tự tánh ấy được thiên nữ ám chỉ như ngôi tịnh thất huyền diệu của Duy-ma-cật. Vì vậy, việc học làm Bồ Tát nên lấy ý nghĩa ngôi thất trống rỗng của Duy-ma làm căn bản lý luận, lấy việc tu các pháp môn làm phương tiện thực hành và độ sanh. Căn nhà không hề có một vật, thì chẳng có chuyện phân biệt sự sai khác hay đối đãi giữa sự vật. Căn nhà trống rỗng đến vô biên, thì có thể dung nạp vô lượng chúng sanh quay về, chỉ khi nào chúng sanh khế hợp với sự trống không của căn nhà.

Thái Hư đại sư (1889-1947) viết: *"Đời Đường có Vương Huyền Sách từng đến Ấn Độ. Bấy giờ nhà của ngài Duy-ma đang còn. Ông vốn ngờ trong kinh nói nhà này nhỏ mà chứa được 900 vạn người và 32 ngàn toà sư tử cao lớn. Tòa sư tử thì xác định lớn, mà nhà không biết nhỏ đến đâu. Ông lấy hốt mà đo chu vi nhà thì bốn phía đều được 10 hốt. Mỗi hốt 1 thước, tức 1 trượng. Do vậy mà tán thán thần lực của ngài Duy-ma. Ngài Huyền Trang cũng đến Ấn Độ, từng đến nhà ngài Duy-ma. Nhìn cái nhà nhỏ, bụng nghi kinh nói không thật, muốn viết lên vách nhà để tỏ ý mình. Nào ngờ chấm bút muốn viết thì vách với người chung cục cách nhau mãi mà không gần được, sờ cũng không thấu, gần trọn ngày mà không viết được chữ nào. Ngài gác bút mà tán thán di tích còn thế, huống chi thần lực xưa kia."*[1] Đó là ghi chép theo lịch sử. Còn theo kinh văn, thiên nữ

---

[1] Thái Hư đại sư toàn thư, dẫn theo Kinh Duy-ma, Hòa thượng Thích Trí Quang dịch.

giới thiệu ngôi tịnh thất có tám điều hi hữu như chúng ta sẽ xem.

Lão tử nói: *"Đạo khả đạo phi thường đạo. Danh khả danh phi thường danh"*, đạo mà có thể nói ra được thì không phải là đạo hằng cửu, tên mà có thể gọi được chẳng phải là tên thường còn. Ngôi tịnh thất trống không của Duy-ma chính là tự tánh chân tâm hay pháp thân thường hằng của chúng sanh. Nếu có thể diễn tả được thì chẳng phải là thường trụ. Nhưng nếu tuyệt đối không nói được, thì chúng sanh nương vào đâu mà giải thoát? Vì thế mà thiên nữ khéo dùng *tám pháp chưa từng có, khó đặng* chỉ ra chỗ khó nói được. Ngôn ngữ văn tự có tướng giải thoát, thêm vào, biện tài của thiên nữ lưu xuất từ sự giải thoát khỏi mọi đối đãi thì lời nói cách nào cũng thông. Miễn cưỡng chúng ta có thể gọi chỗ khó nói ấy là tự tánh hay chân tâm, hay Như Lai tạng. Nếu nhân cách hóa thì đó là vị Phật-chính-mình của chúng ta, hay Pháp thân. Nếu hình tượng hóa thì đó là cõi Thường tịch quang. Nếu cụ thể hơn thì đó là ngôi tịnh thất huyền diệu của ông Duy-ma-cật; và đây là cách gọi của thiên nữ: *nhà này thường dùng ánh sáng sắc vàng soi chiếu ngày đêm không khác,* tức nói tự tánh chân như tịch diệt mà thường chiếu.

Ngay từ đầu, thiên nữ đã nói đủ nghĩa thường tịch quang của tự tánh chân tâm. Trong bản thể tự tâm, tịch và chiếu đều ẩn. Một niệm bất giác làm duyên hiện khởi vọng thức biến hiện thành tướng tương tục của thế giới, chúng sanh và nghiệp quả. Tự tâm liền khởi tác dụng soi chiếu, giống như gương hiện vật khi có vật. Bản thể của tự tâm là như như bất động, giống như tánh soi phản chiếu của gương lúc nào cũng ẩn, chỉ có thể được nhận ra khi có vật bị soi; tánh ẩn đó gọi là tịch. Tịch là ẩn, chiếu là hiện. Tịch mà thường chiếu. Chiếu mà thường tịch. Tịch chiếu không rời, ẩn hiện như nhau nên gọi là thường; không như ánh mặt trời ban ngày thì chiếu, ban đêm thì lặn tắt, chính là nghĩa mà kinh văn viết: *ngày đêm không khác.*

Ánh chiếu là từ bi, không hề tách rời sắc vàng là trí tuệ. Chúng ta có đủ cả. Sự kiện chúng ta không thể thấy, ví như người mù không thấy ánh sáng, chẳng phải không có mặt trời. Chúng ta không giác ngộ tự tánh vì đã mê mất chân tâm, không phải là không có chân tâm tự tánh. Cổ đức nói: "此事惟證乃知 - *Thử sự duy chứng nãi tri*", nghĩa là chuyện này chỉ có chứng mới biết. Pháp thân thường tịch quang chỉ có Phật mới chứng ngộ toàn phần. Bồ Tát các giai vị từ hiền đến thánh vị, từ sơ trụ đến đẳng giác đều có phần chứng, gọi chung là minh tâm kiến tánh. Do đó kiến tánh thành Phật không có nghĩa là lập tức viên mãn thành Phật, chỉ có nghĩa là *"vị vị giai phần chứng thường tịch quang"*, mỗi giai vị Bồ Tát đều thấy Phật tánh nhưng mức độ sáng tỏ khác nhau. Do đó mới có giải thích: Chẳng cần ánh sáng của nhật nguyệt soi chiếu. Ánh sáng mặt trăng là nhất thiết trí của Thanh văn. Ánh sáng mặt trời là đạo chủng trí của Bồ Tát. Trí tuệ của Thanh văn và Bồ Tát không thể so với Nhất thiết chủng trí của chư Phật nên nói chẳng cần.

Trong kinh A-di-đà, đức Thế Tôn dạy khi giới thiệu cõi Cực Lạc: *"Xá-lợi-phất, chẳng có thể dùng chút ít thiện căn phước đức nhơn duyên mà được sanh về cõi đó."* Cõi Cực lạc là Thật báo trang nghiêm độ do Báo thân A-di-đà Như Lai hóa hiện ra còn khó thể nghĩ bàn như vậy, huống hồ gì là cõi Thường tịch quang độ là trú xứ của ba đời chư Phật. Nhà của Duy-ma-cật cũng vậy, tuy là nơi để mọi chúng sanh quay về, nhưng muốn được vậy, tâm chúng sanh phải đồng cảnh giới không và thuần thanh tịnh, không chút phiền não nhiễu loạn. Trong không cấu, ngoài không nhiễm, các huyễn đều dứt. Nghĩa là chúng sanh đang tu phải khéo tu tướng không, quán sát kỹ lục nhập không chỗ có, cũng quán xưa nay không hề có một chúng sanh, không hề có một vật. Gom hai điều hi hữu trên, chúng ta có thể nói ngôi thất của Duy-ma lấy thường tịch quang làm tướng, lấy thuần thanh tịnh làm tánh. Chẳng phải Lục tổ Huệ Năng đã thốt lời ngạc nhiên khi đã triệt ngộ tự tánh: *"Nào ngờ tự tánh vốn tự thanh tịnh."*[1]

> **KINH VĂN**
>
> **Nhà này thường có các vị Đế thích, Phạm thiên, Tứ thiên vương và các Bồ Tát ở phương khác nhóm họp không ngớt, đó là pháp chưa từng có, khó đặng thứ ba. Nhà này thường nói sáu pháp Ba-la-mật và pháp Bất thối chuyển, đó là pháp chưa từng có, khó đặng thứ tư.**

Lúc bấy giờ đại chúng thăm bệnh ông Duy-ma-cật gồm hàng ngàn người đủ mọi tầng lớp xã hội, từ vua chúa, vương tử, đại thần, trí thức, tu sĩ các giáo phái, năm trăm đệ tử của Phật, hơn ba vạn Bồ Tát, tám ngàn vị thiên vương. Vô số thính chúng như vậy đến nhà ông Duy-ma-cật không phải là chuyện lạ. Bởi vì nhà này thường có các vị Đế thích, Phạm thiên, Tứ thiên vương và các Bồ Tát phương khác nhóm họp không ngớt. Chư thiên đầy đủ phước báu. Bồ Tát đầy đủ trí tuệ. Như vậy, điều kiện vào thất này là hội đủ trí tuệ cao thâm và phước đức sâu dày; cũng chính là khế hợp với tâm Phật. Một trong những danh hiệu của Phật là bậc Lưỡng túc tôn (Dhipadottama), nghĩa là bậc phước tuệ viên mãn bao trùm pháp giới. Tại sao phải có đủ hai? Vì có hai mới nói được không hai. Ngoài nghĩa phước trí nhị nghiêm, Lưỡng túc tôn còn nghĩa vẹn toàn quyền và thực, giới và định, giải và hành; do đó Bồ Tát và chúng sanh đang tu muốn vào nhà Duy-ma cũng phải đầy đủ như vậy. Sự hi hữu còn bao hàm trong nghĩa sự hội tụ về không dứt, ám chỉ những chúng sanh quay đầu là bờ là sự

---

[1] Kinh Pháp bảo đàn, phẩm Tựa, Việt dịch: Thích Duy Lực.

thực lúc nào cũng có. Vì sao? Vì chúng sanh đang hiện có bệnh khổ nên cầu nơi an trú.

Để đáp ứng nguyện vọng của chúng sanh huyễn trong sanh tử huyễn, pháp thân Phật thị hiện ứng hóa thân thường nói sáu pháp Ba-la-mật và pháp Bất thối chuyển. Chư thiên và chư Bồ Tát, là phước tuệ viên mãn, hội tụ về là cảm ứng hóa hiện, và nhà Duy-ma là đạo tràng trang nghiêm. Kinh Đại thừa có nói: *"Pháp thân Phật lưu hoặc nhuận sanh"*, ứng hiện thành Bồ Tát còn sót lại tập khí vô minh cuối cùng, nhập thai, cách ấm còn mê mà cũng tu cũng chứng pháp thân. Bồ Tát cũng tu cũng chứng nên chúng sanh cũng có thể tu lục độ, phát trí Bát-nhã, chứng vô sanh mà vào nhà Duy-ma. Trí Bát-nhã vô tri là nghĩa thường tịch, tịch mà không diệt; vô tri nhưng không gì không biết, là nghĩa thường chiếu, chiếu mà chưa hề bị sanh. Như ngài Huệ Năng nói: *"Nào ngờ tự tánh vốn không sanh diệt."*[1]

> **KINH VĂN**
>
> Nhà này thường trổi âm nhạc bực nhứt của trời, người, vang ra vô lượng tiếng pháp, đó là pháp chưa từng có, khó đặng thứ năm. Nhà này có bốn kho tàng lớn chứa đầy các món báu, giúp khắp cho kẻ nghèo thiếu, hễ cầu liền được không bao giờ hết, đó là pháp chưa từng có, khó đặng thứ sáu.

Điều hi hữu khó được tiếp theo chính là nói bản tâm có tánh thể cùng khắp, có khởi dụng kỳ diệu bất khả lượng. Cổ đức giải thích: *"Chứng nhập viên thông, tánh thể châu biến viết viên, diệu dụng vô ngại viết thông; nãi nhất thiết chúng sanh bổn hữu chi tâm nguyên, chư Phật, Bồ Tát sở chứng chi thánh cảnh."*[2] (Nói là chứng nhập viên thông,

---

[1] Kinh Pháp bảo đàn, sách đã dẫn.
[2] Trích từ: Tỳ-ni nhật dụng thiết yếu hương nhũ ký (毗尼日用切要香乳記), nguyên văn: "證入圓通性體周徧曰圓, 妙用無礙曰通, 乃一切眾生本有之心源, 諸佛菩薩所證之聖境 。" Xem Vạn tục tạng, Tập 60, số 1116, trang 182, tờ c, dòng 24 đến trang 183, tờ a, dòng 1.

vì thể tánh cùng khắp gọi là viên, diệu dụng không ngăn ngại là thông, là nguồn tâm vốn có của hết thảy chúng sanh, là thánh cảnh chứng được của chư Phật và Bồ Tát.) Thất của Duy-ma thường trổi nhạc trời vi diệu là lấy âm thanh làm giáo thể thành tựu tánh nghe viên thông là biểu hiện cho tự tánh bao trùm khắp pháp giới. Nhờ nghe thấu nhạc trời mà chứng tánh nghe viên thông. Thiên nữ hóa hiện từ chân không trong thất Duy-ma nên thiên nữ chính là hiện thân của Quán Âm Đại sĩ tu nhĩ căn viên thông. Kinh Lăng-nghiêm có nêu 25 vị thánh tu 25 viên thông. Con số 25 tượng trưng cho 25 cõi hữu. Cõi hữu thì không giới hạn ở số lượng nên pháp tu chứng tự tánh cũng vô lượng; kinh văn viết: *vang ra vô lượng tiếng pháp.*

Tự tánh bao trùm pháp giới nên pháp pháp chẳng ngoài tâm. Hay nói như ngài Huệ Năng: *"Nào ngờ tự tánh vốn tự đầy đủ."* Căn thất Duy-ma có bốn kho tàng lớn chứa đầy các món báu.

Kinh Hoa Nghiêm có nói đến bốn đại bảo vật trong biển lớn là Hải đế tứ bảo, ví như trí tuệ Như Lai phát sáng ngăn các làn sóng dữ. Một là, Nhật tạng quang minh đại bảo (日藏光明大寶) phát ánh sáng làm tiêu tan chấp trước vào việc lành hay thiện nghiệp khiến chúng sanh đang tu trụ vào chánh định. Hai là, Ly nhuận quang minh đại bảo (離潤光明大寶) khiến Bồ Tát xả bỏ chánh định, khởi dụng thần thông to lớn để hóa độ chúng sanh. Ba là, Hỏa châu quang minh đại bảo (火珠光明大寶) khiến Bồ Tát xả bỏ chấp trước vào phương tiện độ sanh, trụ vào hạnh đại minh công dụng.[1] Bốn là, Cứu cánh vô dư quang minh đại bảo (究竟無餘光明大寶)

---

[1] Đại Phương Quảng Phật Hoa Nghiêm Kinh (大方廣佛華嚴經), quyển 35 (bản dịch 60 quyển của ngài Phật-đà-bạt-đà-la). Nguyên bản kinh văn nói rằng, Nhật tạng quang minh đại bảo có thể biến nước biển thành sữa tươi; Ly nhuận quang minh đại bảo có thể biến biển sữa ấy thành sữa đặc, Hỏa châu quang minh đại bảo có thể đốt cháy hết biển sữa đặc ấy, và Cứu cánh vô dư quang minh đại bảo có khả năng làm cho biển sữa đặc ấy mất sạch không còn lại gì. Xem Đại Chánh tạng, Tập 9, số 278, trang 622, tờ c, dòng 28 - trang 623, tờ a, dòng 3.

khiến Bồ Tát xả bỏ hạnh đại công dụng, làm cho không còn hữu dư; đây chính là độ sanh rốt ráo, là lời Phật dạy trong kinh Kim Cang: *"Hết thảy muôn loài chúng sanh... ta đều đưa vào Vô dư Niết-bàn mà được diệt độ."*

Chúng ta sinh ra đã hơn 2.500 năm sau khi vị cư sĩ tại gia Duy-ma-cật nói kinh này, do vậy có thể hiểu bốn kho tàng ấy là kinh tạng (sutra-piṭaka), luật tạng (vinaya-piṭaka), luận tạng (abhidharma-piṭaka), và chú tạng (dhāraṇi-piṭaka). Đó là nguồn vô tận bố thí cho chúng ta, vốn là kẻ nghèo nàn về trí tuệ và đức hạnh.

Kinh có vô lượng nghĩa, nhưng chúng ta nên nhớ bốn nghĩa chính là quán, nhiếp, thường, pháp. Quán là xuyên suốt nhất quán từ đầu đến cuối. Nhiếp là thích hợp, thâu nhiếp mọi căn cơ chúng sanh. Thường là không đổi, vĩnh viễn như vậy. Pháp là khuôn phép mà ba đời chư Phật và chúng sanh đều noi theo.

Luật là giới điều do Phật quy phạm nhân vì người xuất gia và tại gia thường hay phạm phải các lỗi lầm. Luật là để phá trừ tham sân si và mọi ác nghiệp của chúng sanh.

Luận là các luận bàn làm sáng tỏ thêm nghĩa kinh, do Phật, Bồ Tát, các vị đệ tử Phật, các vị tổ sư, các cao tăng nói hay viết ra. Luận là để đả thông những khúc mắc của chúng sanh và phá trừ tà kiến của ngoại đạo.

Chú gồm các tâm chú bí mật do Phật, Bồ Tát nói. Chú hay đà-la-ni mang nghĩa là tổng trì, giữ gìn thiện pháp, phá trừ ác pháp. Có ba loại cơ bản: văn trì đà-la-ni, nghe không quên; phân biệt trí đà-la-ni, hiểu biết hết chúng sanh và vạn pháp; nhập âm thanh đà-la-ni, nghe mọi âm thanh mà không khởi tâm động niệm. Chú dài gọi là mật chú (dharani), ngắn gọi là chân ngôn (mantra). Chú thâu tóm nghĩa một bộ kinh, là bất tư nghị thần lực. Trong ý nghĩa này, một câu Phật hiệu là một câu chú, nên niệm

Phật là bất tư nghị công đức. Kinh Lăng-nghiêm 10 quyển kết lại một câu chú: *Om Anale Anale Vishade Vishade Vaira Vajra Dhare Bandha Bandhani Vajra Pani Phat Hum Trum Phat Svaha*. Kinh Đại Bát-nhã 600 quyển kết lại một câu: *Gate Gate Paragate Parasamgate Bodhi Svaha*. Kinh Đại Thừa Trang Nghiêm Bảo Vương ghi: *"Lục tự đại minh đà-la-ni là bản tâm vi diệu của Quán Tự Tại Bồ Tát Ma Ha Tát. Nếu biết bản tâm vi diệu đó là liền biết giải thoát"*; đó là: *Om Mani Pad Me Hum*.

> **KINH VĂN**
>
> **Nhà này Phật Thích-ca Mâu-ni, Phật A-di-đà, Phật A-súc, Phật Bửu Đức, Phật Bửu Diệm, Phật Bửu Nguyệt, Phật Bửu Nghiêm, Phật Nan Thắng, Phật Sư Tử Hống, Phật Nhất Thiết Lợi Thành, vô lượng chư Phật trong mười phương, khi thượng nhân đây niệm đến liền hiện tới rộng nói tạng pháp bí yếu của chư Phật, khi nói xong các ngài đều trở về, đó là pháp chưa từng có, khó đặng thứ bảy.**
>
> **Nhà này tất cả cung điện tốt đẹp của chư thiên và các cõi tịnh-độ của chư Phật đều hiện ở trong đây, đó là pháp chưa từng có, khó đặng thứ tám.**
>
> **Thưa ngài Xá-lợi-phất! Nhà này thường hiện ra tám pháp chưa từng có, khó đặng như thế, ai thấy được việc không thể nghĩ bàn đó mà lại còn ham ưa pháp Thanh văn ư?**

Hai điều hi hữu ở đây là diễn rộng nghĩa diệu dụng của chân tâm tự tánh mà trước đó thiên nữ đã kết luận về mùi hương công đức của Phật. Đó là đại từ đại bi của Bồ Tát và những pháp bất tư nghị của Phật. Như trên đã nói, pháp thân Phật lưu hoặc nhuận sanh, giữ lại một phần tập khí vô minh cuối cùng để hiện báo thân và ứng hóa thân độ sanh. Đó là tâm Từ Bi vô lượng lưu xuất từ tự tánh. Hiện báo thân hay ứng thân gọi là chánh báo. Hiện ra cõi nước là cõi Thật báo trang nghiêm, tức y báo. Do đó, từ Pháp thân mà có Phật A-di-đà trú cõi Cực lạc, có Phật Dược sư trú cõi Tịnh lưu ly, có đẳng giác Bồ Tát Di-lặc ở nội viện cung trời Đâu-suất. Hay nói các khác là từ pháp tánh xuất sanh vô tận vô lượng công đức. Đại từ đại bi của Phật, Bồ Tát lúc nào cũng hướng về chúng ta, nhưng chúng ta có ngưỡng cầu không lại là chuyện khác. Còn như Duy-ma-cật, chư Phật lúc nào khi thượng nhân đây niệm đến liền hiện tới. Niệm là nghĩ tưởng. Chúng ta không niệm Phật. Chúng ta chỉ niệm danh lợi, niệm tiền tài, niệm sắc đẹp, niệm vật dưỡng. Thế thì còn chưa thoát khỏi Dục giới và cảnh giới hiện ra toàn là không may, thiên tai, dịch bệnh, chiến tranh, tàn phá. Chư thiên thân tâm có phần thanh tịnh, an trú trong tứ thiền, phước báu lại nhiều nên cảnh giới hiện ra là những cung điện tốt đẹp. Bồ Tát tùy phần chứng pháp thân mà chiêu cảm mức độ trang nghiêm của cõi Thật báo. Do đó ta thấy từ tâm vô sanh bất động, xuất sanh từ bi và tịnh độ. Cũng thế, từ một niệm vọng động bất giác, ta và thế giới bất toàn đồng hiện. Điều này ngài Huệ Năng đã cảm thán: *"Nào ngờ tự tánh vốn không dao động, nào ngờ tự tánh hay sanh vạn pháp."*[1]

Từ tự tánh pháp thân hóa thành báo thân chư Phật mười phương ba đời, hiện tới rộng nói tạng pháp bí yếu. 49 năm Phật thị hiện thuyết pháp để lại cho thế nhân kho báu tam tạng kinh điển đều quy về mật tạng duy nhất. Tạng ấy, theo cách diễn nói có hình tượng của thiên nữ, là mật thất huyền diệu của Duy-ma. Nếu nói rộng lớn như vũ trụ vĩ mô thì là Như Lai tạng. Nếu thu gọn như hạt lượng tử vi mô thì là chủng tử Phật tánh. Tất cả chúng sanh đều có Phật tánh thường trụ, chẳng được chẳng có. Chúng sanh vì vô lượng phiền não che lấp nên chẳng thấy. Nếu tu hành, thì tùy theo phần chứng mà mức độ thấy rõ ràng khác nhau. Nghĩa chân thật của tạng Như Lai là Giác tức Phật, Chánh tức Pháp, Tịnh tức Tăng; tuy là ba

---

[1] Kinh Pháp bảo đàn, sách đã dẫn.

nhưng đồng một thể là chỗ quy y của chúng sanh. Lại nữa, tánh không hai là thật tánh của vạn pháp. Thật tánh đó chính là Phật tánh. Phật tánh chỉ nhờ tín thuận mà vào; Phật pháp, kinh luận chỉ là phương tiện. Những điều trên là do Phật thuyết trong Kinh Đại Bát Niết-bàn, phẩm XII Như Lai tánh.

Với tám điều hi hữu trên, ai thấy được việc không thể nghĩ bàn đó mà lại còn ham ưa pháp Thanh văn ư? Kết luận của thiên nữ không nhắm vào hàng đệ tử xuất gia của Phật mà là nhắn gửi tới những ai phát tâm muốn vào nhà Duy-ma rằng hướng đi đúng đắn không phải là viễn ly sanh tử để cầu chứng Niết-bàn. Trong đoạn kinh văn trên, có thể chúng ta còn chưa hiểu chư Phật nói tạng pháp bí yếu là gì, nhưng rõ ràng ta thấy khi nói xong các ngài trở về. Đó chẳng phải là huyền diệu sao?

KIM CƯƠNG LẤP LÁNH

TƯỚNG ĐỐI ĐÃI LÀ HUYỄN TƯỚNG

KINH VĂN

Ngài Xá-lợi-phất nói: Vì sao ngươi không chuyển thân nữ kia đi?

Thiên nữ nói: Mười hai năm nay tôi tìm kiếm mãi cái tướng nữ nhơn hẳn không thể đặng, phải chuyển đổi cái gì? Ví như nhà huyễn thuật hóa ra một người nữ huyễn, nếu có người hỏi rằng sao không chuyển thân nữ đó đi, vậy người đó hỏi có đúng chăng?

Ngài Xá-lợi-phất nói: Không đúng. Huyễn hóa không có tướng nhứt định còn phải chuyển đổi gì nữa.

Thiên nữ nói: Tất cả pháp cũng như thế, không có tướng nhứt định, tại sao lại hỏi không chuyển thân nữ?

Xã hội Ấn Độ thời vị trưởng giả Duy-ma-cật đang sống là thời phát triển rực rỡ của văn hóa Vệ-đà. Phụ nữ không được hưởng mọi quyền lợi giống như nam giới và bị đối xử kỳ thị theo sự phân chia giai cấp xã hội, tuy rằng địa vị của phụ nữ tương đối được tôn trọng hơn so với bối cảnh đồng thời ở Hi-lạp cổ đại thời kỳ phát triển của nền dân chủ ở Athena, hay ở La-mã với nền cộng hòa thịnh trị, và vượt trội hơn so với xã hội trọng nam khinh nữ ở Trung quốc lúc bấy giờ. Có thể lấy một ví dụ phân biệt giới tính để đề cập một tư tưởng triết học về sự bình đẳng về bản thể, là bước tiến bộ đi trước hơn hai ngàn năm so với Bản Tuyên Ngôn Nữ Quyền Và Nữ Công dân (Declaration of The Rights of Woman and The Female Citizen) được chính trị gia và kịch tác gia người Pháp Olympe De Gouges tuyên bố năm 1791, và Biện Hộ Cho Nữ Quyền (A Vindication of The Rights of Woman) do Mary Wollstonecraft, một nữ triết gia và văn sĩ người Anh phát hành năm 1792.

Tuy nhiên ở đoạn kinh văn này, thiên nữ không nhằm thuyết minh về bình đẳng giới tính. Vậy thì lý do gì Xá-lợi-phất lại hỏi thiên nữ: *Vì sao ngươi không chuyển thân nữ kia đi?* Xá-lợi-phất đã nghe thiên nữ nói về tướng giải thoát của các pháp, và không còn bị giam hãm trong sự phân biệt đối đãi. Tuy nhiên do hai cách quán chúng sanh như huyễn và như thật, đã nói ở trên, chưa đi đến giải quyết vẹn toàn về sự và thấu triệt về lý nên chúng sanh đang tu hãy còn bối rối. Vì ở chúng sanh, cái quyết định sinh tử là ái dục. Chúng sanh phát lòng dục vì thấy có tướng nam nữ khác biệt. Dục sanh nên thọ thân. Dục sanh nên cha mẹ, vợ chồng, con cái dính mắc nhau đời đời không dứt. Do đó Xá-lợi-phất đặt vấn đề tướng nam nữ là đại diện chung cho tất cả pháp đối đãi: có không, thiện ác, âm dương, lớn nhỏ... Quán thông tướng nam nữ là quán thông pháp tướng vậy.

Mười hai năm thiên nữ cư trú trong căn thất huyền diệu của Duy-ma-cật đồng với thời gian đức Phật thuyết pháp A-hàm, đủ để nhận thức hời hợt về tướng sinh diệt do nhân duyên chuyển thành hiểu biết sâu sắc về huyễn tướng của những cái đã sinh, đang biến đổi và sẽ diệt mất. Nghĩa là trong sanh diệt không thể tìm được cái gì đang sanh, đang có và đang diệt. Làm sao chỉ ra được tướng nào ở thời điểm nào mới là chân thực trong sự tương tục biến hoại không ngừng?

Ngài Huệ Viễn nói: *"Tướng nam nữ là căn cứ theo năm ấm mà nói, quán các ấm thể không, nên tìm cầu chẳng được. Đã cầu chẳng được thì biết chuyển cái gì?"*[1] Như vậy, tướng nữ của thiên nữ là huyễn tướng. Huyễn hóa không có tướng nhất định, còn phải chuyển đổi gì nữa. Vả lại, huyễn thì không thể ngay đó mà phá. Vì nếu là vật có hình tướng thì còn phá hủy được. Ví như ánh chóa đèn, sóng nắng hay như hoa đốm là do mắt nhìn lâu, ảo giác hoặc mắt nhặm, chỉ có thể chữa mắt thì ảnh tượng mới xóa hết. Đưa tay chạm vào các ảnh tượng đó còn chưa chạm được thì nói chi là phá hủy. Đó gọi là có hình mà không thực là hình. Tất cả pháp cũng như chúng sanh đều có tướng phi tướng như thế. Thông suốt pháp tướng là không thấy tướng phân biệt đối đãi, biết hiện tướng các pháp không phải là tướng đang là, rốt ráo là không.

DÍNH MẮC VÀ VÔ NGẠI

> **KINH VĂN**
>
> **Tức thời thiên nữ dùng sức thần thông biến ngài Xá-lợi-phất thành ra thiên nữ, Thiên nữ lại tự hóa mình giống như ngài Xá-lợi-phất mà hỏi rằng: Tại sao ngài không chuyển thân nữ đi?**
>
> **Ngài Xá-lợi-phất mang lấy hình tướng thân nữ mà đáp rằng: Ta nay không biết tại sao lại biến thành thân đàn bà này.**
>
> **Thiên nữ nói: Thưa ngài Xá-lợi-phất! Nếu ngài chuyển được thân đàn bà đó, thời tất cả người nữ cũng sẽ chuyển được. Như ngài Xá-**

---

[1] Duy-ma kinh nghĩa ký - Huệ Viễn, sách đã dẫn.

> lợi-phất không phải người nữ mà hiện thân nữ, thời tất cả những người nữ cũng lại như thế, tuy là hiện thân nữ mà không phải người nữ đâu. Vì thế Phật nói: tất cả pháp không phải đàn ông, không phải đàn bà.

Trên là căn cứ vào hiện tướng sinh diệt không ngừng mà luận nghĩa huyễn. Nhưng nếu căn cứ vào hiện tướng đang là, thì tướng nam nữ phải là như vậy, bởi vì do nhân duyên nghiệp báo nên phải hiện tướng đang là như thế, không thể khác; điều này đúng với nghĩa Thập như thị đã được đề cập trong cuộc đối thoại của Duy-ma-cật và Mục-kiền-liên. Nghiệp chưa dứt thì không thể chuyển. Ví dụ như con cua bò ngang, ta không thể buộc nó bò dọc, trâu bò ăn cỏ, ta chẳng thể bắt chúng ăn cà rốt như thỏ được.

Tôi còn nhớ vào những năm cuối thập niên 70, tôi hãy còn là thanh niên mười sáu, mười bảy, đã rúng động thực sự khi lần đầu nghe ca từ của bài hát *Let It Be* do *Paul McCartney* viết: *"When I find myself in times of trouble, Mother Mary comes to me, speaking words of wisdom: Let it be!"* (Khi tôi thấy mình phiền muộn, Mẹ Mary đến bên tôi và nói lời khôn ngoan: Hãy để mọi việc như vậy.)

Đúng vậy, sao phải nhọc công chuyển đổi cái không thể? Sao ta không có thái độ khôn ngoan: *let it be* hay y pháp như thị?

Nghiệp báo do vọng tưởng mà có, không phải không có. Thế nhưng, như thiên nữ nói: *Mười hai năm nay tôi tìm kiếm mãi cái tướng nữ nhơn hẳn không thể đặng*, trong sự sanh diệt của chúng sanh, không thể tìm ra chủ thể thọ nghiệp, vì đã là huyễn tướng thì không có gì được tạo ra, cũng không có gì biến đổi. Vấn đề dễ nảy sanh ở đây là chúng ta có thể hiểu lầm rằng mọi thứ đã là huyễn, thì cứ mặc kệ mọi người, ta cứ làm chuyện gì ta thích, ta muốn. Đó là chọn lựa ngu xuẩn, vì huyễn tướng không rời nếu nghiệp chưa dứt, mà ta còn tạo thêm nghiệp thì khác nào ta đi con đường nhanh nhất vào địa ngục. Mặt khác, có thể nói không lầm rằng các huyễn vọng không nhất định là không chuyển được, ví như trên đã nói muốn không còn ảnh tượng thì chữa bệnh nơi mắt mình. Huyễn vọng nếu tuyệt đối không thể chuyển được thì đức Phật đã chẳng phí công chuyển pháp luân. Hiện tướng là vọng. Lìa tướng hư vọng là trở về thực tướng tuy vô tướng nhưng thực là tướng giác ngộ tự tánh, là tướng giải thoát.

Thiên nữ đã thâm ngộ tự tánh nên giống như nhà ảo thuật có thể thao túng biến hiện các tướng huyễn hóa. Vì biết tướng nam của Xá-lợi-phất là tướng thị hiện, biết tánh tướng không nhất định, và vì thật biết nên có thể tức thời thiên nữ dùng sức thần thông biến ngài Xá-lợi-phất thành ra thiên nữ. Thần biến của thiên nữ chuyển đổi tướng nam nữ với Xá-lợi-phất là minh chứng tốt nhất cho thính chúng ở căn thất về diệu dụng tự tại vô ngại của bậc giải thoát. Thiên nữ từ chân không của căn thất tự tánh huyền diệu mà hiện tướng nữ; huyễn tướng nữ này do giác tự tánh mà có nên thiên nữ không ngăn ngại mà biến thành thân nam, tự hóa mình giống như ngài Xá-lợi-phất; đó là thân vô ngại. Do giác tự tánh mà biến được là ý vô ngại. Biện luận từ lúc hiện thân tới giờ là khẩu vô ngại. Bồ Tát ở nơi thân, khẩu, ý vô ngại là nghĩa tự tại ứng hóa độ sanh vậy. Vì ở thiên nữ, tánh tướng không hai; huyễn tướng không rời chân tâm tự tánh mà có. Vấn đề là giác hay không giác tự tánh. Giác thì là tướng nam, tướng nữ, tướng người, tướng thần, tướng trời, tướng súc sanh, tướng ma quỷ, tướng địa ngục gì gì cũng có thể được; đó là trường hợp của thiên nữ. Không giác thì không thể tự tại mà còn bị sức mê của nghiệp xô đẩy trong ba cõi sáu đường; đó là trường hợp của chính chúng ta.

Chúng sanh khó mà thoát khỏi sự dính mắc với huyễn tướng nên có câu hỏi của thiên nữ với Xá-lợi-phất: *Tại sao ngài không chuyển thân nữ đi?* là trắc nghiệm cho thính chúng, gồm cả chúng ta, về mức độ giải ngộ. Tôn giả thông minh bậc nhất này vẫn không thể bỏ hình tướng nữ đang mang. Sự kinh ngạc không biết tại sao lại biến thành thân nữ một mặt chứng tỏ ngài biết rõ rằng hiện tướng thân nữ chắc chắn không phải là thân tướng vốn có của mình, mặt khác sự hoảng hốt ấy biểu lộ Xá-lợi-phất thực sự không tự tại và cảm thấy bị ràng buộc trong hình hài giả dối kia. Ngài không biết tại sao, nghĩa là thân trước kia vốn không phải vậy, mà là tướng nam, vậy thì thân lúc này là huyễn, tức nghĩa phi hữu, không phải có. Thế nhưng lại biến thành thân nữ nghĩa là huyễn tướng thân nữ này đang sờ sờ ra đó, nên gọi là phi vô, chẳng phải không.

Ngay chỗ này chúng ta rất dễ rơi vào hý luận. Vì sao? Vì chúng ta đang mấp mé bên bờ vực của tâm duyên tướng, danh tự tướng và ngôn thuyết tướng. Dường như có một cái gọi là thật tướng đối lập với huyễn tướng. Nếu chúng ta cứ tiếp tục suy tưởng tiếp, tất sẽ bị rối loạn. Thật tướng vô tướng là không có tướng để suy tưởng. Tâm trạng ngạc nhiên của Xá-lợi-phất là sự vướng bận dây dưa giữa thân nữ là huyễn tướng và thân thật vốn là nam, hay thật tướng. Nói chính xác hơn là sự mắc mứu nhau của kiến phần, tức tưởng điên đảo, và tướng phần, tức những tướng đối đãi giả dối. Cái rối loạn sanh ra từ đây, chỗ mà kinh Lăng-nghiêm gọi là "tri kiến lập tri tức vô minh bổn". Xá-lợi-phất thấy có cái thật và cái giả là hai, nên không tài nào phục hoàn lại bản thân. Chúng sanh thấy mình có tướng chúng sanh nên đời đời kiếp kiếp mang thân chúng sanh không thể chuyển. Đó là hàm ý sâu xa trong câu nói của thiên nữ: *Nếu ngài chuyển được thân đàn bà đó, thời tất cả người nữ cũng sẽ chuyển được*; nghĩa là thiên nữ ám chỉ do cái thấy có tướng mà Xá-lợi-phất cũng như chúng sanh kẹt vào huyễn tướng.

Ta cũng nên lưu ý thiên nữ chỉ nói *hiện thân nữ mà không phải người nữ*, chứ không nói thân nữ kia là huyễn tướng. Hai nghĩa khác nhau. Nếu nói thân nữ hiện đây là huyễn tướng, chính là nói có tướng nhưng là tướng huyễn. Nói không phải người nữ chính là nhấn mạnh nghĩa chẳng phải tướng, là nghĩa phi tướng. Do đó mà có kết luận: *tất cả các pháp không phải đàn ông, không phải đàn bà là nghĩa phi tướng*, chứ không nói nghĩa huyễn tướng. Huyễn tướng là phi hữu phi vô, chẳng phải có chẳng phải không. Phi tướng là chưa hề là tướng. Phật nói trong kinh Kim Cang: *"Hễ cái gì có tướng đều là giả dối. Nếu thấy các tướng không phải là tướng, tức thấy Như Lai"* (Phàm sở hữu tướng giai thị hư vọng. Nhược kiến chư tướng phi tướng tức kiến Như Lai).

PHI TƯỚNG LÀ TẤT CẢ TƯỚNG

> **KINH VĂN**
>
> **Bấy giờ thiên nữ thu nhiếp thần lực, thân ngài Xá-lợi-phất trở lại như cũ. Thiên nữ hỏi ngài Xá-lợi-phất: Tướng đàn bà bây giờ ở đâu?**
>
> **Ngài Xá-lợi-phất đáp: Tướng đàn bà không ở đâu mà ở tất cả.**
>
> **Thiên nữ nói: Tất cả pháp lại cũng như thế, không ở đâu mà ở tất cả. Vả lại không ở đâu mà ở tất cả là lời Phật nói.**

Huyễn tướng là không hề có một tướng gì để chúng ta gọi nó là huyễn. Thiên nữ ví như tự tánh, như chân tâm bổn giác năng sanh vạn pháp. Vạn pháp đó là huyễn không hề tách rời bản tâm thiên nữ nên thần lực biến hóa của thiên nữ là chân tâm khởi dụng xuất sanh vạn pháp. Tướng nữ mà Xá-lợi-phất mang chính là tướng dụng để khai ngộ cho Xá-lợi-phất và thính chúng. Tâm tánh có khả năng vô hạn khi khởi dụng. Nghĩa là khi xuất sanh các pháp thì biến khắp pháp giới, khi thu nhiếp thì pháp pháp là không. Chỗ này kinh Lăng-nghiêm gọi là tùy tâm hiện lượng.

Bấy giờ thiên nữ thu nhiếp thần lực nghĩa là động dụng không còn. Thân ngài Xá-lợi-phất trở lại như cũ tức là phản vọng hoàn chân. Cái chân chưa hề bị mất đi, cũng như thân Xá-lợi-phất lúc nào cũng là thân Xá-lợi-phất. Chỉ vì động dụng thần lực của thiên nữ mà tướng nữ Xá-lợi-phất mang che lấp thân Xá-lợi-phất thật. Cũng vậy, do nghiệp lực và khởi tâm động niệm mà chúng sanh mang thân tướng chúng sanh che lấp pháp thân vô tướng. Sức mê của nghiệp là ngọn ngành. Khởi tâm động niệm là căn bản vô minh, là cái gốc vô trụ tức a-lại-da thức. Người hạ căn thì ra sức mà trừ nghiệp. Người thượng căn thì có thể thấy được a-lại-da, nhưng chứng được chân tâm bản tánh dù là từng phần hay toàn phần thì chỉ đương sự mới biết. Chỗ chứng ngộ của Phật, Bồ Tát đẳng giác chẳng thể biết. Chỗ chứng ngộ của Bồ Tát đẳng giác, Bồ Tát bát địa chẳng thể biết, chỗ Bồ Tát bất thối chuyển chứng biết, Bồ Tát sơ trụ không biết được.

Sau khi giải thích cho Xá-lợi-phất rằng tướng là phi tướng, thiên nữ thu lại thần biến và hỏi: *Tướng đàn bà bây giờ ở đâu?* Đó là có ý xem Xá-lợi-phất cũng như thính chúng ngộ lý ra sao. Nếu thiên nữ không thu lại thần lực, chắc rằng Xá-lợi-phất cũng như chúng ta cứ mãi loay hoay bận bịu với mớ suy tưởng về cái huyễn tướng sờ sờ đó. Xá-lợi-phất trở lại thân nam mới từ sự biết thân nữ kia là huyễn tướng đi đến xác quyết thân tướng đó là phi thân tướng. Biết tướng là phi tướng, mới biết là do mình chấp thủ cái thấy của mình, nên huyễn vẫn cứ là huyễn, dù có giải thích bằng lý nhân duyên giả hợp hay đương thể tức không, thì nó vẫn sờ sờ ra đó. Buông bỏ cái nhìn của mình tức là đã chuyển cái giả thành cái thực. Chuyển mà không chuyển vì cái giả vốn không hề có.

Đoạn kinh văn về tướng nam nữ nhằm thành tựu nghĩa quán chúng sanh. Quán chúng sanh như huyễn. Quán chúng sanh như thật. Cứ xoay trở trong ngôn từ hý luận chẳng phải là mục đích tối hậu. Quán chúng sanh nhằm cởi bỏ những khúc mắc phiền phức, rối rắm trong quan hệ giữa ta và người. Do đó ta nên chú ý nghĩa huyễn tướng không phải là không thể chuyển. Thiên nữ từ hư không hiện thân là từ chân hiện huyễn để độ huyễn. Thần biến của thiên nữ là vô ngại trong việc chuyển hóa huyễn tướng. Dù hiện tướng nữ hay tướng nam, cũng không ai khác hơn là thiên nữ; cái huyễn không rời cái thực. Vì thế mà có thể phục thân cho Xá-lợi-phất từ tướng nữ về lại tướng nam. Cũng vậy tướng phàm không lìa thánh, ác không rời thiện. Chúng ta vốn dĩ là thánh thiện, và mọi tướng phàm hay ác pháp đều có thể chuyển về thánh thiện. Tu là trở về bản tánh thánh thiện của mình vậy.

Chúng ta trở lại bản kinh. Xá-lợi-phất trả lời thiên nữ: *Tướng đàn bà không ở đâu mà ở tất cả*. Nguyên bản ở đây viết *"vô tại vô bất tại"*, nghĩa là không có ở đó, chẳng phải không có ở đó. Bản dịch của Huyền Trang dịch là *"vô tại vô biến"*, nghĩa là không có ở đó, không bị biến đổi. Cả hai cách dịch thống nhất nghĩa *vô tại* của pháp tướng. Câu dịch của ngài Huyền Trang chỉ hàm một nghĩa: không có cái gì đang có, đang biến đổi, ý nghĩa quyết định hơn. Câu dịch của ngài La-thập ngoài nghĩa không có cái gì, còn hàm nghĩa chẳng phải không có cái gì, ý nghĩa linh hoạt hơn, nên tôi theo bản kinh tiếng Việt của hòa thượng Huệ Hưng dịch từ bản của ngài La-thập mà nhấn mạnh nghĩa không ở đâu mà ở tất cả.

Xá-lợi-phất vốn không phải thật là nữ, nên tướng nữ bị biến ra kia là vô tại, nhưng lúc bị biến ra, nó rõ ràng là có đó, nên gọi là vô bất tại. Thân tướng nữ đang có và sinh diệt tương tục. Truy tìm không ra thân nào đang sanh, thân nào đang diệt, là một hay là hai; là nghĩa vô tại. Nhưng cái tướng chung là nam nữ vẫn có ở mọi chúng sanh, nên là vô bất tại. Giống như ngọn lửa kia đang cháy liên tục rồi sẽ tắt, đang có đồng như không, là vô tại.

Nhưng lửa muôn đời vẫn là lửa, tùy tâm chúng sanh mà chu biến khắp pháp giới; gọi là vô bất tại. *"Các pháp cũng thế, nghĩa là vì chân đế cho nên chẳng ở đâu. Vì là thế đế cho nên không đâu không có. Không ở đâu cho nên chẳng có. Không đâu không có tức chẳng không. Tức là nghĩa trung đạo."*[1] Phật thuyết trong kinh Kim Cang: *"Sở ngôn nhất thiết pháp giả, tức phi nhất thiết pháp, thị cố danh nhất thiết pháp"*, nói là tất cả pháp, tức chẳng phải là tất cả pháp, nên gọi là tất cả pháp. Rõ ràng là thời pháp Bát-nhã đã tiếp nối mầm mống có từ kinh này: *Tất cả pháp cũng lại như thế, không ở đâu mà ở tất cả. Vả lại không ở đâu mà ở tất cả là lời Phật nói.*

Vấn đề ở đây không phải luận bàn về bản thể hay hiện tượng. Chung quy đích nhắm là nhân sinh quan tích cực chuyển hóa tự thân mỗi cá nhân đưa đến cải thiện mối quan hệ tương tác của mọi chúng sanh. Tại hay bất tại, có hay không, chẳng phải là hai. Phật pháp nói sắc không là để trừ phân biệt, chấp trước của chúng sanh nên mới có cách nói song hành như thế, chẳng phải là mâu thuẩn. Vô tại là xả bỏ năng kiến lập kiến, tức phá chấp trước. Xả bỏ năng kiến thì chúng sanh có thể ngay ở thật tướng vô tướng mà chuyển huyễn tướng phi tướng. Nhưng do chúng sanh căn cơ khác biệt, khó mà trực nhận bản tâm nên nói vô bất tại để trừ sở kiến, tức phá phân biệt. Trừ sở kiến là ngăn chúng sanh không còn bị nhấn chìm vào những cái bị thấy, nghe, hay biết mà mê lại càng mê; từ đây mà biết tu chứng không phải là không có.

HÓA SANH VÀ CHỨNG ĐẮC

> **KINH VĂN**
>
> Ngài Xá-lợi-phất hỏi thiên nữ: Nàng ở nơi đây chết rồi sẽ sanh nơi đâu?
>
> Thiên nữ đáp: Phật hóa sanh thế nào, tôi cũng hóa sanh thế ấy.

---

[1] Duy-ma kinh nghĩa sớ - Cát Tạng.

> **Ngài Xá-lợi-phất nói: Phật hóa sanh không phải chết rồi mới sanh. Thiên nữ nói: Chúng sanh cũng thế, không phải chết rồi mới sanh.**

Nếu nói tướng phi tướng là không có ở đây, cũng chẳng phải là không ở đây, là để phá chấp trước, phân biệt vào tướng chúng sanh, thì phải hiểu thế nào về hiện tướng sanh diệt của thiên nữ vốn đã giải thoát? Do đó Xá-lợi-phất hỏi thiên nữ: *Nàng ở nơi đây chết rồi sẽ sanh nơi đâu?* Thắc mắc này là hợp lý đối với phần lớn thính chúng, vốn chưa giải thoát, đang có mặt ở căn thất ông Duy-ma-cật. Câu hỏi của Xá-lợi-phất chính là muốn thiên nữ giải đáp cho họ về vấn đề sanh tử của cái tướng đang là. Hiện tướng là tướng phi tướng, nên không có việc sanh ra hay mất đi. Mặt khác, trong nghĩa vô tại, vô bất tại, sự hiện diện của tướng phi tướng nếu không phải do cái gì đó diệt ở kia rồi sanh ở đây, cũng không phải do tự nhiên có, thì phải là sự biến hiện. Cái gì biến hiện? Chính là tánh thể, là chân tâm bản tánh. Phật hóa sanh là tánh thể hóa hiện thành tướng dụng, tuyệt đối không hai. Pháp thân, báo thân và hóa thân là một, nhưng cũng là ba; tánh thể và tướng dụng bất ly bất tức. Sự có mặt của thiên nữ không phải do phiền não kiết tập, mà tương hợp với nghĩa không của căn thất huyền diệu của Duy-ma-cật. Tánh không hiện thân rải hoa và thuyết pháp là dụng nên thiên nữ nói: *Phật hóa sanh thế nào, tôi cũng hóa sanh thế ấy.*

Xá-lợi-phất hiểu nghĩa ấy mà nói: *Phật hóa sanh, không phải chết rồi mới sanh.* Chết là cái cũ mất đi. Sanh là cái mới sanh ra. Tướng cũ và tướng mới khác biệt nên không phải là một; tức nghĩa chết rồi mới sanh. Tướng mới vốn xuất sanh từ tướng cũ nên không thể là hai. Không phải một, không phải hai tức nghĩa *không phải chết rồi mới sanh.* Một người lúc sáu mươi tuổi và cũng người ấy khi mới mười tuổi không thể nói là một, nhưng cũng không phải là hai.

Do đó, tướng phi tướng là huyễn là hóa. Hiện tướng là huyễn nhưng bất ly tự tánh bản tâm. Tâm là tánh thể. Hiện tướng là do tánh thể khởi tác dụng, nên hiện tướng còn gọi là tướng dụng. Một niệm bất giác, tâm biến thành thức chu biến khắp pháp giới. Lý lẽ này, chúng ta đã nói qua nhiều lần. Hiện tướng không phải là tánh thể. Tánh thể lưu xuất là hóa, thành hiện tướng gọi là sanh. A-lại-da thức chính là nghiệp tướng, cùng với chân tâm bản tánh không phải là hai, cũng không phải là một. Tánh tướng bất nhị, nhưng nghiệp tướng A-lại-da và Phật tánh cũng chẳng đồng vì một giác một mê. Phật hóa sanh, chúng sanh là chuyển sanh. Trên nghĩa tướng phi tướng thì hóa thân Phật và chúng sanh đồng như huyễn hóa. Trên nghĩa biến hiện, thì Phật, Bồ Tát do giác tự tánh nên vô ngại hóa sanh. Còn chúng sanh thì bị nghiệp mê mà chuyển sanh.

Phật, Bồ Tát, thiên nữ ở đây là duy tâm sở hiện. Chúng sanh phàm phu thì duy thức sở biến. Tánh thể chỉ có một. Hiện tướng thì nhiều vô lượng gồm chư Phật mười phương, chư Bồ Tát, thánh nhân bốn cõi thánh, chúng sanh sáu cõi phàm. Một và nhiều không ngăn ngại nhau. Do nghĩa này mà một tâm niệm có thể hóa hiện mười pháp giới. Cũng như vô lượng chúng sanh đều có thể tu chứng cùng một quả vị bình đẳng Vô thượng Bồ-đề. Đoạn kinh văn trên hết sức súc tích qua diễn đạt bằng hình tượng. Các huyễn đã dứt, là chết. Thọ thân độ sanh, là sống. Tất cả các huyễn, tất cả phàm thánh, tất cả ba thừa là hiện thân hành nguyện và đều về pháp độ của Đại Nhật Như Lai. Nghĩa của sanh tử là như vậy.

KINH VĂN

Ngài Xá-lợi-phất hỏi thiên nữ: Người bao lâu sẽ chứng được Vô thượng chánh đẳng chánh giác?

Thiên nữ đáp: Khi nào ngài Xá-lợi-phất trở lại phàm phu, tôi sẽ được Vô thượng chánh đẳng chánh giác.

> Ngài Xá-lợi-phất nói: Có khi nào ta trở lại phàm phu.
>
> Thiên nữ nói: Có khi nào tôi lại được Vô thượng chánh đẳng chánh giác. Vì sao? Vì Bồ-đề không xứ sở nên không có được.
>
> Ngài Xá-lợi-phất nói: Hiện nay các Phật chứng Bồ-đề Vô thượng, các Phật đã chứng, sẽ chứng nhiều như số cát sông Hằng thời gọi là gì?
>
> Thiên nữ đáp: Đó là theo số mục văn tự ở đời mà nói có ba đời, chớ không phải nói Bồ-đề có quá khứ, vị lai, hiện tại.
>
> - Thưa ngài Xá-lợi-phất! Ngài đặng đạo A-la-hán ư? Đáp: Không có đặng mà đặng.
>
> Thiên nữ nói: Các Phật, Bồ Tát cũng như thế, không đặng mà đặng.

Nếu từ Chân Như mà hiện ra tất cả pháp, nghĩa là vì tất cả tướng đều là dụng của tâm thì ta và người, vốn là tướng chúng sanh có thể nào đạt được chân tâm tự tánh? Vì thế mà Xá-lợi-phất hỏi thiên nữ bao lâu sẽ chứng được Vô thượng chánh đẳng chánh giác. Câu trả lời là căn bản không thể được vì câu hỏi đã đặt để tự tánh trong vị thế là đối tượng của nhận thức. Tự tánh giác vốn có sẵn, thường trụ, vô tướng. Thức phân biệt thứ sáu chỉ duyên tới những tướng đối đãi, cuối cùng chỉ có thể nhận ra A-lại-da thức, là biên tế của vọng tâm. Chuyện chứng đắc giống như việc ta muốn chính mắt thấy rõ khuôn mặt mình; đó là việc không thể được. Lấy ví dụ Xá-lợi-phất trở lại phàm phu cũng giống như nói Phật có phiền não, Bồ Tát có tham sân si là chuyện không hề có. Hơn nữa, thành tựu quán chúng sanh như huyễn thì đâu có phàm phu. Cũng như rõ tướng là phi tướng thì không có lý lẽ đặt để Bồ-đề tối thượng thành tướng truy cầu. Phàm phu và thánh quả đồng như hư không vậy. Nghĩa vi diệu của Bồ-đề đã được Duy-ma-cật thuyết minh trong đối thoại với Bồ Tát Di-lặc. Ở đây kinh văn chỉ nhắc lại Bồ-đề không xứ sở nên không có được, do liên hệ đến nghĩa chứng đắc. Nói chứng đắc là nói đến cái sở chứng, cái sở đắc có thể lý giải, mô tả được; tức biến giác tánh vô thượng thành cái sở kiến, là cái được thấy, nghe, hiểu, biết thì không thể nào vượt qua được tướng y tha khởi và biến kế sở chấp.

Thói tật cố hữu của chúng ta là thích suy tưởng nên cả ngày hoài nghi đủ chuyện. Thiên nữ trước đã chỉ ra các tướng không phải là tướng, nay nói không có chứng đắc. Thế thì giải thích làm sao việc thái tử Tất-đạt-đa năm năm cầu đạo, sáu năm khổ hạnh, 49 ngày đêm thiền định dưới cội bồ-đề chứng quả tối thượng? Chẳng phải là ba đời chư Phật đã chứng, hiện chứng và sẽ chứng hay sao? Đắc và không đắc nghĩa là gì?

Người đời chạy theo danh vọng, tình ái, tiền tài, lợi dưỡng để có được, ta không quan tâm truy cầu thì chẳng được. Thấy không có mình, cũng chẳng có người; là chẳng được. Thấy không có sanh tử phiền não cũng là chẳng được. Được những cái chẳng được đó mới thực là được. Ngài La-thập nói: *"Phật đạo chân thật rốt ráo, sâu xa vi diệu. Ta chưa đạt được thì cho là chẳng phải không, đạt được rồi thì biết rằng chẳng có."* Chỉ có đức Thế Tôn mới giải thích viên mãn sự vi diệu của tánh giác tối thượng: *"Nếu có người nói rằng Như Lai được Vô thượng chánh đẳng chánh giác, này Tu-bồ-đề, Như Lai thật không có pháp gì được Vô thượng chánh đẳng chánh giác cả. Tu-bồ-đề! Vô thượng chánh đẳng chánh giác mà Như Lai chứng được, trong đó không thật, không hư."* (Kinh Kim Cang) Giác tánh thường trụ, không phải mới có, là đắc mà không phải là đắc; gọi là không thật. Nhưng tánh giác phải có liễu nhân mới hiển lộ, không phải do sanh nhân hay nhân duyên giả hợp mà thành; nên không được mà vẫn được, gọi là không hư. Quan trọng là Bồ-đề xa lìa thấy và không thấy, kiến và phi kiến, vốn là cảnh giới của thức. Ngay cả lý vô sở đắc cũng phải xa lìa, gọi là vô đắc vô sở đắc. Xa lìa tột cùng đến không còn tâm tưởng thủ chứng và ngôn từ hý luận. Rốt ráo tận cùng hơn, vì từ Chân Như mà hiện tất cả pháp, từ tánh thể hóa hiện tướng dụng, nên không có chuyện đắc hay không đắc. Phật, Bồ Tát hóa sanh nên tùy thuận nhân duyên thế gian mà có chứng đắc bốn quả Thanh văn, mười địa Bồ Tát và Vô thượng Bồ-đề. Ví như viên kim cương độc nhất vô nhị, lấp lánh muôn màu mà không màu nào là thực riêng của nó.

Từ lúc Xá-lợi-phất và thiên nữ bàn về tướng nữ đến giờ, kinh văn đặc biệt thấp thoáng âm hưởng Bát-nhã của kinh Kim Cang. Điều này lại một lần nữa khiến chúng ta tin rằng Duy-ma-cật đã thuyết kinh này vào thời Phương đẳng.

KINH VĂN

Bấy giờ ông Duy-ma-cật bảo ngài Xá-lợi-phất: Thiên nữ này đã từng cúng dường 92 ức đức Phật, đã được thần thông du hí của Bồ Tát, nguyện lực đầy đủ, chứng vô sanh nhẫn không có thối lui, vì theo bổn nguyện nên tùy ý mà hiện ra để giáo hóa chúng sanh.

Lời kết luận của Duy-ma-cật xác nhận thiên nữ vốn từ pháp thân thường trụ, từ tự tánh như như khởi dụng hiện tướng độ sanh, cũng thọ thân, cũng tu đạo, cũng chứng đạo như chư Phật, Bồ Tát trước kia, bây giờ và sau này. Hóa thân trong ba cõi sáu đường là thần thông du hí. Vô ngại độ sanh là nguyện lực đầy đủ. Tuy sanh mà rõ biết không có sanh là chứng vô sanh nhẫn. Mang thân ứng hóa kiếp kiếp không ngừng tu lục độ vạn hạnh là bố thí cho chúng sanh và cúng dường chư Phật. Thiên nữ với bản nguyện vĩ đại như vậy thì tôi tin chắc đó chính là Bồ Tát Quán Thế Âm.

i

LỜI CẢM TẠ

Chân thành cảm tạ tất cả tác giả, dịch giả và các nhà xuất bản, các trang mạng Phật giáo đã cung cấp các tài liệu tham khảo bên dưới. Tôi cũng xin lỗi vì đã không trực tiếp liên hệ để được sự cho phép của quý vị, nhưng thiết nghĩ vì mục đích hoằng pháp lợi sanh nên kính xin quý vị chấp nhận lời xin lỗi chân thành này.

TÀI LIỆU THAM KHẢO

KINH

- Duy Ma Cật Sở Thuyết - Dịch giả: Tuệ Sỹ, nhà xuất bản Phương Đông, 2008
- Duy Ma Cật Sở Thuyết Kinh - Hán dịch: Cưu-ma-la-thập, Việt dịch: Thích Duy Lực, 1991
- Kinh Duy Ma Cật - Hán dịch: Cưu-ma-la-thập, Việt dịch và chú giải: Đoàn Trung Còn, Nguyễn Minh Tiến, nhà xuất bản Tôn Giáo, 2005
- Kinh Duy Ma Cật - Việt dịch và chú giải: Nguyễn Minh Tiến, nhà xuất bản Liên Phật Hội, bản in 2019
- Kinh Duy Ma Cật - Dịch giả: Thích Huệ Hưng, Phật Học Viện Quốc Tế xuất bản, 1999
- Kinh Thuyết Vô Cấu Xưng - Hán dịch: Huyền Trang, Việt dịch: Thích Nữ Tịnh Nguyên

- Ordinary Enlightenment, A Translation of The Vimalakirti Nirdesa Sutra - Charles Luk, 1972
- The Holy Teaching Of Vimalakirti - Robert A. F. Thurman, 1976
- The Recorded Teachings Of Vimalakirti - Ven. Anzan Hoshin sensei, 1992
- The Vimalakirti Sutra - Burton Watson, 1997
- The Exposition Of Vimalakirti - Izumi Hokei (1884-1947), 1928
- Kinh Đại Bát Niết Bàn - Việt dịch: Thích Trí Tịnh
- Kinh Đại Phương Quảng Phật Hoa Nghiêm - Hán dịch: Thật Xoa Nan Đà; Việt dịch: Thích Trí Tịnh
- Kinh Địa Tạng Bồ Tát Bổn Nguyện - Việt dịch: Thích Trí Tịnh
- Kinh Hiền Kiếp - Hán dịch: Trúc Pháp Hộ, Việt dịch: Linh Sơn đại tạng kinh, daitangkinh.org
- Kinh Kim Cang Bát Nhã Ba La Mật - Việt dịch: Thích Trí Tịnh
- Kinh Nhân vương hộ quốc Bát-nhã Ba-la-mật-đa - Hán dịch: Bất Không; Việt dịch: Thích Nữ Tịnh Nguyên
- Kinh Pháp Hoa - Hán dịch: Cưu-ma-la-thập, Việt dịch: Thích Trí Tịnh
- Kinh Thủ Lăng Nghiêm - Việt dịch: Tâm Minh Lê Đình Thám
- Kinh Viên Giác - Việt dịch: Thích Huyền Vi

SÁCH VÀ TÀI LIỆU CHÚ GIẢI KHÁC

- A Celebrity Falls Sick - Dzongsar Khyentse Rinpoche
- Bồ Tát Có Bệnh - Ni sư Như Đức
- Bồ Tát Tại Gia Bồ Tát Xuất Gia - Thích Nhất Hạnh, 1991
- Chú giải Kinh Duy Ma Cật - Tăng Triệu, Việt dịch: Hồng Đạo - daitangkinh.org
- Duy Ma Cật Và Lý Tưởng Người Cư Sĩ - Daisaku Ikeda (nguyên tác: The First Millennium of Buddhism, 2009), dịch giả: Nguyên Hảo
- Duy Ma Kinh Lược Sớ - Trạm Nhiên, daitangkinh.org
- Duy Ma Kinh Nghĩa Ký - Huệ Viễn, daitangkinh.org
- Duy Ma Kinh Nghĩa Sớ - Cát Tạng, daitangkinh.org
- Đốn Ngộ Nhập Đạo Yếu Môn - Huệ Hải thiền sư, dịch: Thích Thanh Từ, Phật Học Viện Quốc Tế, 1990
- Đường Tu Không Hai - Minh Tâm, 1991
- Expository Commentary on the Vimalakirti Sutra - BDK English Tripiṭaṭka, 2012 (tức bản Anh văn của Chú giải Kinh Duy Ma Cật của Thánh Đức thái tử)
- Faces of Compassion - Taigen Dan Leighton, 2012
- Huyền Thoại Duy Ma Cật - Tuệ Sỹ, nhà xuất bản Phương Đông, 2006
- Kinh Duy Ma Cật Giảng Giải - Thanh Từ Toàn Tập, tập 10
- Kinh Kim Cang Giảng Lục - Thái Hư đại sư, Việt dịch: Thích Huệ Hưng
- Kinh Kim Cang Tông Thông - Tăng Phụng Nghi; Việt dịch: Thích Huệ Đăng
- Kinh Lăng Già Tâm Ấn - Cầu Na Bạt Đà La, Hám Sơn sớ giải, Việt dịch: Thích Thanh Từ, 1975

- Luận Đại Thừa Bách Pháp Minh Môn - Cư sĩ Giản Kim Võ, Việt dịch: Lê Hồng Sơn, 2013
- Luận Đại Thừa Trăm Pháp Minh Môn - Hòa thượng Tuyên Hóa lược giảng, Buddhist Text Translation Society, 2004
- Lược Giải Kinh Duy Ma Cật - Thích Trí Quảng, 1991
- Phật Quang Đại Tự Điển - Việt dịch: Hòa thượng Thích Quảng Độ
- Tây Vực Ký - Pháp sư Huyền Trang, Nguyễn Minh Tiến Việt dịch, NXB Liên Phật Hội, 2022.
- Teachings of Vimalakirti - Sangharakshita, 1995
- The Lectures Notes of The Vimalakirti Sutra - Khenpo Sodargye, 2018
- Thiền Ba La Mật - Trí Giả Đại Sư, Thích Đạt Ma Ngộ Nhất dịch, 2009
- Thuyết Vô Cấu Xưng Kinh Sớ - Khuy Cơ, daitangkinh.org
- Thực Hành Con Đường Bồ Tát Qua Kinh Duy Ma Cật - Đương Đạo, Thiện Tri Thức xuất bản, 2001
- Tôi Học Phật - Tuyển tập Bác sĩ Đỗ Hồng Ngọc, 2019
- Triệu Luận - Tăng Triệu, Việt dịch: Hòa thượng Thích Duy Lực, 2002
- Tư Tưởng Duy Ma Cật Từ Một Góc Nhìn - Hòa thượng Thích Thái Hòa, 2018
- Tự Điển Phật Học Hán Việt - Nhà xuất bản Khoa Học Xã Hội, 2004
- Vimalakirti The Awakened Heart - Joan Sutherland, 2016

BẢNG CHỈ MỤC TỪ NGỮ

- INDEX -

Bảng chỉ mục này dùng cho cả Tập 1 và Tập 2, vì thế với những số trang lớn hơn 440 xin tham khảo ở Tập 2.

18 pháp bất cộng 88
37 phẩm trợ đạo 88, 222, 223, 479, 481, 482
62 loại tà kiến 287
88 loại kiến hoặc 92
A-hàm 17, 58, 186, 194, 359, 396, 416, 427, 473, 557, 614, 799, 813
ái kiến 289, 311, 312, 313, 314, 315, 316, 317, 318, 321, 324, 325, 332, 379, 380, 604, 719, 832
ái ngữ 78, 221, 451, 720
A-kỳ-đa Sí-xá-khâm-ba-la 149, 150
a-lại-da thức 24, 25, 49, 108, 124, 288, 395, 406, 433, 506, 520, 521, 575, 580, 646
A-lan-nhã 100, 324
a-ma-lặc 176, 513
Am-la 16, 18, 19, 66, 217, 665, 666, 667, 711, 728, 733, 753, 754, 757
am-ma-lặc 572
A-na-hàm 91, 92, 364, 369, 473
A-na-luật 94, 129, 132, 170, 171, 172, 173, 174, 175, 176, 177, 179, 182, 187, 189, 190, 511, 513, 572, 681
a-tăng-kỳ 183, 199, 338, 406, 466, 641, 679, 819, 859, 869
a-tăng-kỳ kiếp 16, 820, 870
Át-bệ 98
A-tư-đà 162, 163

a-tu-la 25, 36, 120, 443, 444, 449, 647, 878
A-xà-thế 132
Bạc-câu-la 194, 195
Bắc cu lô châu 873
Bạch Phạn vương 170
bách phi 304, 339, 609, 757
Bạch tịnh thức 521, 575
Bách Trượng 26, 445
Bách Trượng Hoài Hải 26
ba độc 448, 449, 459, 461, 466, 479, 552, 553, 573, 651, 671, 863, 866
ba đường ác 46, 86, 140, 150, 152, 153, 201, 305, 308, 443, 599, 649, 732, 865
ba giải thoát môn 324, 557, 590, 766
Ba-la-đề-mộc-xoa 182
bà-la-môn 37, 80, 130, 164, 178, 186, 193, 199, 244, 258, 260, 263, 521, 522, 636, 638
Ba-la-nại 163, 199
ba mươi bảy phẩm trợ đạo 47, 87, 108, 109, 647, 825
Ba mươi bảy phẩm trợ đạo 46, 109, 221, 222
Bàng Uẩn 37, 683
bản lai vô nhất vật 32, 501
báo chướng 111, 194, 448, 452, 453, 454, 496, 652
Bảo Diệm Như Lai 858
Bảo Minh Không Hải 144, 145
Bà-sa 170

bát bội xả 139, 482, 614
Bát chánh đạo 110, 139
Bạt-đề 170, 171, 190
Bất động bát địa 657, 663, 728, 729, 746, 854, 855
Bất động địa 144, 255, 344, 360
bất động diệt vô vi 567
bát giải thoát 139, 140, 465, 482, 614
Bất hoại tử 379
bất hoàn 92, 737, 739
Bất hoàn 679
Bất khả tư nghị Giải thoát kinh 61
Bất Không Kim Cương 265
Bạt-kỳ 57, 58
Bát nạn 648
Bát-nhã ba-la-mật 234, 450, 657, 727
Bất nhiệt tử 379
Bất nhị tử 379
bát phong 721
Bát tà 139, 140, 465
bất tận hữu vi 717, 718, 723, 724, 727, 729, 732, 734, 735, 737, 739, 751
bất thối chuyển 200, 201, 238, 255, 390, 411, 420, 421, 433, 540, 657, 743, 824, 864
bất trụ vô vi 717, 735, 737, 738, 739, 751
bất tư nghị giải thoát 346, 349, 617, 668
Bà-tu-mật-đa 693, 694
Ba-tư-nặc 243
ba vô lậu học 553
bảy đại 125, 350, 529, 580, 585
Bích-chi Phật 139, 194, 355, 414, 415, 416, 451, 473, 618, 620, 691, 707, 711
biến dịch sanh tử 304, 319, 334, 335

biến kế sở chấp 64, 210, 215, 230, 231, 232, 233, 234, 242, 246, 247, 254, 287, 302, 308, 335, 393, 439, 511, 519, 521, 544, 547, 549, 559, 590, 591, 593, 644, 685, 687, 694, 696, 701, 702, 760, 840
biên kiến 92, 381, 631, 691
biệt nghiệp vọng kiến 16, 109, 507
Bí mật bộ 59
Bình đẳng tánh trí 189, 383, 514, 553, 571, 574
Bổ-đặc-già-la 827
bội giác hiệp trần 218, 222, 652, 786
bội trần hiệp giác 218, 652, 797
bốn biện tài vô ngại 260, 410
bốn chúng đệ tử 17
bốn cõi thánh 25, 437
bốn đại 292, 293, 367, 422, 685, 872
bổn lai vô nhất vật 68, 123, 574, 745, 767
bốn sự điên đảo 460
bốn thánh quả 414
bốn vị thiên vương 872
Bồ Tát Bảo Ấn Thủ 603, 604, 605
Bồ Tát bát địa 55, 68, 200, 401, 402, 403, 405, 433, 469, 489, 500, 569, 693, 746, 854, 855
Bồ Tát Bất Thuấn 549, 550, 552, 553, 554, 787
Bồ Tát Châu Đảnh Vương 603, 604
Bồ Tát Điện Thiên 577, 579, 580, 767
Bồ Tát Diệu Tý 560, 562
Bồ Tát Diệu Ý 585, 586

Bồ Tát Di-lặc 33, 60, 199, 200, 201, 202, 204, 216, 257, 320, 405, 425, 438, 515, 566, 626, 806, 825, 859, 860, 861, 869, 870, 871, 880
Bồ Tát Đức Đỉnh 552, 553
Bồ Tát Đức Tạng 542, 601, 602
Bồ Tát Đức Thủ 548, 690
Bồ Tát giới 29
Bồ Tát Hiện Kiến 572, 574, 716
Bồ Tát Hoa Nghiêm 541, 600, 601
Bồ Tát Hỷ Kiến 542, 580, 581, 582, 583, 765
Bồ Tát Long Thọ 167, 190, 191, 268, 275
Bồ Tát Mã Minh 102, 768, 777
Bồ Tát Minh Tướng 542, 582, 583, 585
Bồ Tát Na-la-diên 568, 569, 571, 574, 604
Bồ Tát Nguyệt Thượng 601, 602
Bồ Tát Nhạo Thật 580, 605, 606
Bồ Tát Pháp Tự Tại 545, 547, 561, 567, 568, 580
Bồ Tát Phất Sa 562, 563
Bồ Tát Phổ Thủ 575, 577, 601, 742
Bồ Tát Phúc Điền 599
Bồ Tát Quán Tự Tại 221, 682
Bồ Tát Sư Tử 562, 563, 564, 565
Bồ Tát Sư Tử Ý 564, 565
Bồ Tát Tâm Vô Ngại 594, 595, 597
Bồ Tát tạng 60
Bồ Tát Thế Thân 462, 463, 474, 566, 669, 670, 775, 846
Bồ Tát Thiện Nhãn 556, 559, 560, 579, 787
Bồ Tát Thiện Túc 554, 559
Bồ Tát Thiện Ý 570, 571, 574
Bồ Tát thừa 182, 298, 446, 500, 633, 639, 647, 747
Bồ Tát Thường Bất Khinh 317, 634
Bồ Tát Thượng Thiện 542, 594, 597, 599
Bồ Tát Tịch Căn 587, 591, 592, 757
Bồ Tát Tịnh Giải 564, 566, 567, 788
Bồ Tát Trì Thế 225, 226, 228, 229, 230, 231, 232, 235, 238, 242, 243, 245, 246, 257, 287, 518, 520, 668
Bồ Tát Văn-thù 60, 66, 161, 191, 238, 263, 264, 265, 266, 267, 268, 269, 271, 272, 273, 274, 276, 277, 283, 285, 286, 291, 294, 300, 340, 364, 365, 374, 377, 393, 399, 456, 458, 467, 468, 469, 472, 523, 525, 544, 610, 637, 686, 754
Bồ Tát Vô Động 799
Bồ Tát Vô Tận Ý 542, 587, 588
Bồ Tát Xử thai kinh 60
Bố thí ba-la-mật 153, 226, 247, 657, 726
Bùi Hưu 117, 672, 673
Ca-chiên-diên 93, 129, 149, 150, 162, 164, 165, 166, 177, 469, 511, 576
Ca-diếp 60, 94, 123, 129, 130, 131, 132, 133, 134, 135, 136, 137, 139, 141, 143, 146, 149, 150, 164, 184, 192, 196, 200, 357, 358, 359, 361, 465, 471, 472, 473, 474, 475, 508, 509, 614, 680, 838, 858
Ca-la-cừu-đà Ca-chiên-diên 150
Ca-la-tý 96
Ca-lưu-tôn 858
cam lộ 487, 495, 581, 639, 640
căn bản định 104

căn bản thiền 104
căn bản trí 77, 108, 258, 285, 477, 478, 483, 484, 490, 491, 522, 578, 598, 607, 616, 635, 657, 753, 754, 804, 853
Cảnh Đức Truyền Đăng Lục 153, 184
càn tuệ địa 749
Cấp Cô Độc 143, 243
Ca-thấp-di-la 59
Cát Tạng 274, 285, 303, 366, 374, 400, 435, 543, 551, 552, 558, 575, 617, 627, 640, 641, 651, 657, 660, 669, 691, 692, 708, 757, 765, 770, 771, 773, 776, 780, 783, 795, 800, 810, 832, 838, 875, 885
Ca-tỳ-la-vệ 156, 170, 179, 185, 190, 191, 678
Câu-hi-la 96
Câu-luật-đà 112
Câu-lưu-tôn 184, 200
Câu-na-hàm 200, 858
chân đế 168, 172, 207, 222, 274, 319, 320, 339, 371, 374, 435, 468, 516, 545, 710, 741, 762, 823
chánh báo 125, 334, 351, 424, 448, 480, 490, 493, 548, 549, 616, 620, 635, 643, 731, 765, 795, 821, 837
chánh biến tri 670, 705, 732, 819, 820
chánh định 46, 110, 422, 553, 614, 617, 618, 619, 627
chánh kiến 110, 324, 494, 650, 725, 804, 865, 866
chánh mạng 110
chánh nghiệp 110
chánh ngữ 110

chánh niệm 47, 104, 110, 201, 251, 389, 392, 393, 394, 486, 722, 730, 812
chánh pháp nhãn tạng 60, 132
chánh tinh tấn 110
chánh tư duy 110
chánh vị 205, 206, 307, 323, 324, 467, 468, 470, 515, 516, 586, 676, 677, 736, 738, 747, 748
chân không diệu hữu 94, 238, 284, 293, 370
chân như vô vi 567, 735, 737, 739
chân tánh 22, 148, 207, 274, 286, 288, 338, 355, 447, 448, 449, 465, 478, 520, 555, 765, 774
chấp ngã 23, 24, 85, 169, 181, 297, 299, 300, 331, 365, 411, 458, 513, 526, 548, 575, 576, 690, 775, 778, 827, 828, 840, 857
chấp thủ 110, 151, 210, 218, 289, 296, 303, 378, 381, 384, 403, 433, 529, 536, 546, 551, 592, 606, 619, 651, 657, 767, 771, 807
chiêm-bặc 414, 415
chiên-đà-la 178, 191
Chi Khiêm 60, 217, 543, 545, 549, 553, 559, 561, 562, 563, 565, 569, 575, 577, 581, 583, 585, 588, 591, 597, 599, 602, 605, 606, 616
chỉ quán 87, 88, 151, 172, 249, 324, 509, 703, 815
Chu-lợi-bàn-đà 681
Chứng Đạo Ca 62, 184
chúng sanh hữu tình 17, 488, 536, 683, 820
chúng sanh kiến 175, 176, 188, 287, 297, 320, 321, 514

chúng sanh trược 631
chúng sanh tướng 41, 142, 175, 221, 245, 251, 365, 514, 722, 839
chúng sanh vô tình 17
chúng thành tựu 15, 18, 19, 673
chủng tử 24, 125, 395, 425, 450, 453, 455, 456, 465, 472, 498, 535, 539, 575, 742, 785, 826, 845, 846, 873
chứng tự chứng phần 578, 774
chủ thành tựu 15, 18, 19, 673
chuyển phàm thành thánh 224
chuyển pháp luân 39, 74, 80, 326, 328, 394, 430, 640, 813, 825
chuyển thức thành trí 21, 32, 140, 224, 466, 553
cõi Chúng Hương 18, 66, 340, 614, 617, 618, 619, 621, 622, 626, 628, 629, 632, 635, 643, 646, 652, 656, 659, 675, 703, 712, 715, 716, 751, 752, 804, 805, 806
cõi Ta-bà 58, 168, 191, 199, 200, 506, 614, 618, 621, 624, 627, 628, 630, 633, 634, 635, 637, 643, 647, 652, 655, 656, 674, 675, 686, 754, 798, 799, 800, 801, 802, 803, 804, 805, 871
cõi trời trường thọ 648
cộng nghiệp 25, 155, 366, 460, 495, 506, 530, 872
công xảo minh 77
Cung Oán Ngâm Khúc 83, 295
Cư trần lạc đạo 30, 31
cụ túc lập đề 877
cửu chủng thực 614
Cửu Hoa Sơn 219
Cưu-ma-la-thập 61, 147, 152, 169, 180, 191, 209, 232, 255, 273, 363, 482, 484, 590, 805

cửu não xứ 466
Danh Tướng Như Lai 145
Diêm-phù-đề 18, 341, 342, 345, 654, 796, 798, 799, 859, 861
Diêm-phù-na-đề Kim Quang Như Lai 164
Diệm tuệ địa 254
Diệm tuệ tứ địa 727, 854
Diêm vương 25, 444, 445
Diễn-nhã-đạt-đa 398, 606
Diệt đế 92, 283, 745
Diệt tận định 105, 736
Diệt thọ tưởng bối xả 105
Diệt thọ tưởng định 105, 738
Diệu Bồ-đề 219
diệu giác 80, 226, 234, 240, 241, 242, 286, 335, 520, 567, 636, 740, 752, 765, 829
Diệu Hỷ 18, 65, 341, 754, 794, 795, 797, 798, 799, 800, 801, 802, 803, 804, 805, 806, 807, 809, 834
diệu quán sát 373, 730, 789
diệu quán sát trí 117, 151, 321, 553, 568, 574, 833
Dục giới 92, 93, 104, 229, 355, 425, 463, 464, 473, 638, 732
dục như ý túc 109
Du-già Sư Địa Luận 566
Du-lô-na 157
dự lưu 91
Dược sư Lưu ly Quang Như Lai 620
Dược Vương Như Lai 819, 820, 823, 835, 852, 856
Duyên giác thừa 415, 857
Duy-ma Thuyết pháp đồ 63
duy tâm sở hiện 35, 86, 122, 125, 310, 348, 353, 354, 437, 442, 458, 529, 536, 537, 571, 590, 635, 706, 780, 787, 793, 802, 843

duy thức học 23, 24
duy thức sở biến 35, 86, 122, 125,
    310, 348, 437, 458, 571,
    590, 635, 706, 787, 843
Duy thức tam thập tụng 474, 846
đại bi ái kiến 311, 312, 313, 315,
    719
Đại Chấn-na 264
Đại Châu Tuệ Hải 153, 392, 393,
    394
Đại chúng bộ 57, 58, 93
đại hỏa tai 495
Đại Mục-kiền-liên 112, 115, 116,
    117
Đại Nhật Như Lai 153, 437, 455,
    517, 539, 592, 660, 683,
    686, 687, 804
Đại Niết-bàn 217
Đại Phạm Thiên 19
Đại Pháp Uyển Lạc 235
Đại phương đẳng Đỉnh vương
    kinh 65
Đại sư Thiên Thai Trí Giả 35,
    371, 876
Đại Thông Trí Thắng Như Lai 199
đại viên cảnh trí 202, 288, 398,
    498, 508, 553, 574, 578,
    579, 789
đà-la-ni 423, 424, 480, 481, 746,
    824, 852, 854, 855
Đa-ma-la-bạt Chiên-đàn Hương
    Như Lai 113
Đẳng chi từ 379
đẳng giác 80, 200, 224, 241, 257,
    344, 419, 425, 433, 472,
    626, 637, 647, 675, 691,
    705, 729, 740, 802, 856, 870
Đạo An 808
đạo chủng trí 371, 419, 468, 741
đạo đế 92, 394, 482, 745
Đạo-lợi 228, 347, 798, 799, 812
Đạo Sinh 273, 366, 402, 491,
    609, 678, 697, 704, 771,
    773, 788, 817

Đạo Tuyên 816
Đầu-đà 132
Đâu-suất 204, 425, 806
Đâu-suất-đà 200
đa văn 77, 78, 87, 129, 190, 222,
    252, 253, 486, 499, 675,
    706, 707, 708, 876
Đa văn thiên vương 873
Đề-bà-đạt-đa 170, 190, 305, 444,
    453, 473, 834
đệ nhất nghĩa tất đàn 610
Đế thích 66, 76, 227, 228, 229,
    230, 231, 232, 269, 287,
    341, 355, 414, 420, 518,
    519, 668, 675, 799, 812,
    813, 816, 817, 835, 880
địa ngục A-tỳ 113, 184
Địa Tạng 49, 74, 75, 102, 219,
    356, 391, 629, 649, 654,
    884
điên đảo vọng tưởng 161, 297,
    298, 321, 365, 526
Điện quang định 464
Điều-đạt 444
Điều ngự trượng phu 733, 819,
    821
Định diệt thọ tưởng 601, 603
định giác chi 110
Định hư không 104
định nhẫn 850
định như ý túc 109
định Phi tưởng phi phi tưởng 105
định sanh hỉ lạc địa 104
định thức xứ 104, 105
định vô sở hữu xứ 105
đoàn thực 614
Độc-tử bộ 827
đối trị tất đàn 610
đơn dụ lập đề 876
đồng nghiệp vọng kiến 16, 109,
    506
đồng sự 56, 221
Đông thắng thần châu 873

đồng tử Hương Nghiêm 681
đồng tử Thiện Tài 201, 682, 693
Đơn Hà 79
Đốn ngộ nhập đạo yếu môn 393, 394
đơn nhân lập đề 876
đơn pháp lập đề 876
Đường Đại Tông 103, 265
Đường Huyền Tông 265
đương thể tức không 43, 167, 233, 433, 536, 563, 589, 755
giải thoát bất khả tư nghị 18, 330
giải thoát nhẫn 850
giải thoát thực 405, 413, 589, 614, 809
giải thoát tri kiến nhẫn 850
giả quán 35, 105, 371, 393, 489
giới cấm thủ 369, 381, 631
giới hòa đồng tu 171
Giới luật tạng 60
giới nhẫn 850
hành ấm 23, 24, 25, 366, 395, 397, 446, 447, 449, 509, 538, 554, 559, 615, 737, 739, 747, 748
hành khổ 156, 446, 631, 638
hậu đắc trí 77, 477, 478, 483, 484, 535, 616, 635, 657, 731, 833, 853
Hiền kiếp 200, 858, 860
Hiện tiền địa 254, 255
Hiện tiền lục địa 657, 727, 855
hiện tướng sai biệt 16, 35, 545
Hiếp Tôn giả 59
hỉ giác chi 110
hòa hiệp tướng 148
hoại khổ 446, 631, 638
Hoàng Bá 117, 218, 672, 801
Hoa nghiêm 25, 27, 36, 38, 58, 66, 69, 201, 265, 268, 342, 354, 422, 507, 518, 542, 600, 601, 626, 665, 682, 693, 718, 725, 730, 734, 746, 747, 789, 811, 853, 854, 877

Hoằng Nhẫn 46, 101, 337, 347
Hoan hỷ địa 253
Hoan hỷ sơ địa 726, 852
Hoa Quang Như Lai 99
hòa thượng Bố Đại 134
hòa thượng Hư Vân 654
hòa thượng Tịnh Không 26, 236, 349, 500, 507, 607, 808
hội Lăng-nghiêm 145, 150, 157, 171, 192, 216, 305, 550, 621, 645, 690, 840
hội Pháp Hoa 128, 131, 157, 164, 171, 192, 472
hội pháp thí 244, 245, 246, 252, 257, 258, 260, 521, 522, 852, 853
hôn trầm 22, 23
Hộ thế thiên vương 872
Hồ Thích 62
Huệ Năng 46, 103, 106, 107, 168, 204, 219, 337, 420, 421, 422, 425, 483, 501, 574, 671
Huệ Viễn 333, 381, 428, 454, 491, 544, 556, 577, 657, 659, 663, 708, 717, 744, 747, 751, 771, 778, 783, 800, 828, 842, 843, 848, 867, 872, 875, 885
hư không vô vi 566, 735, 739
Hương Đài Phật 616
hương dục 95
Hương Tích Như Lai 633
hư vọng phân biệt 394, 395, 396, 397, 449, 538, 778
Huyền Quang 404
Huyền thoại Duy-ma-cật 243, 617, 792
Huyền Trang 24, 59, 64, 65, 91, 186, 219, 602, 846, 867
kệ Duyên Khởi 113
Kế-tân 266
khan tham 23

khẩu hòa vô tránh 171
khinh an 104, 481, 736, 825
khinh an giác chi 110
khổ đế 279, 290, 391, 649, 739,
    740, 745, 749
khổ khổ 446, 631, 638
Không giải thoát môn 590
Không môn 590, 591
không nhẫn 780, 850
Không tam-muội 590
Khổng tử 127, 479, 608
Không vô biên xứ 104, 139, 463
Khuông Việt 126
Khuy Cơ 492, 558, 579, 622, 666,
    679, 685, 703, 705, 708,
    742, 772, 783, 788, 794,
    800, 813, 816, 847, 851,
    868, 877, 886
Kiên cố tử 380
kiến đạo 92, 338, 348, 358, 480,
    482, 527, 740, 822, 850,
    852, 853
kiến hòa đồng giải 171
kiến phần 431, 468, 497, 507,
    578, 681, 747, 774, 775,
    785, 801, 845
kiến phần năng tri 151, 510
kiến thủ 92, 381, 631, 691
kiến trược 631
Kiếp-ba-la 621
Kiếp-tân-na 170, 171
kiếp trược 631
Kiều-tát-la 143, 243
Kiều-thi-ca 227, 231
Kiều-trần-như 394, 494, 660
Kim Các Tự 265
Kim cương giới bộ 60
Kim cương tạng 60
Kim Cương Thủ 60
kinh A-di-đà 356, 419, 679
kinh Bát Đại Nhân Giác 690
kinh Bi Hoa 263
kinh Bồ Tát Địa Trì 726

kinh Đại Bảo Tích 204, 226, 238,
    300
kinh Đại Bát-nhã 424
kinh Đại Bát Niết-bàn 182, 184,
    195, 196, 197, 217, 231,
    368, 376, 415, 426, 461,
    467, 593, 692, 731, 732,
    734, 756, 758, 759, 839,
    842, 844
kinh Đại Niệm Xứ 678
kinh Đại Thừa Trang Nghiêm Bảo
    Vương 424
kinh Giáo giới Phú-lâu-na 157
kinh gia thuật 66
kinh gia tự 66
kinh Hiền Kiếp 691, 692
Kinh Hoa Nghiêm 25, 27, 201,
    202, 354, 374, 422, 518,
    640, 665, 682, 693, 700,
    734, 745, 746, 747, 789,
    811, 815, 853, 854, 855
kinh Kim Cang 106, 108, 137, 133,
    144, 148, 166, 175, 234,
    245, 246, 287, 310, 322,
    332, 346, 423, 432, 435,
    439, 440, 490, 528, 543,
    559, 669, 683, 705, 723,
    755, 756, 760, 764, 807
kinh Lăng-già 123, 398, 464, 476,
    489, 552, 561, 593, 603,
    771, 778, 845
Kinh Lăng-già 30, 123, 160, 210,
    455, 463, 611, 644, 688,
    857
kinh Lăng-nghiêm 16, 21, 24, 30,
    31, 70, 72, 78, 131, 151,
    161, 167, 176, 178, 189,
    210, 213, 216, 227, 274,
    286, 295, 298, 313, 315,
    335, 354, 366, 397, 398,
    407, 422, 424, 431, 432,
    446, 464, 465, 473, 497,
    509, 520, 526, 554, 561,

580, 584, 586, 593, 595, 600, 621, 627, 645, 649, 681, 682, 684, 686, 695, 748, 749, 759, 764, 774, 785, 802, 826, 865
kinh Phạm Võng 87, 287, 876
Kinh Pháp Cú 56, 88
kinh Pháp Hoa 78, 99, 113, 120, 124, 125, 128, 131, 145, 171, 205, 356, 386, 415, 452, 581, 616, 632, 671, 685, 736, 779
kinh Phật thuyết Vu-lan-bồn 114
kinh Tâm địa quán 77, 666
kinh Tăng nhất A-hàm 614
kinh Thập Địa 255
kinh Thập thiện nghiệp đạo 650
kinh Thuyết Vô Cấu Xưng 91
kinh Tiểu Phẩm Bát-nhã Ba-la-mật-đa 805
Kinh Tư Ích 37, 58
Kinh Tứ thập nhị chương 86
Kinh Ương-quật-la 264
kinh Viên giác 31, 35, 54, 67, 169, 188, 209, 216, 241, 305, 315, 371, 372, 373, 499, 514, 593, 681
Kỳ-đà 243
Kỳ Viên 143, 243
Lạc Kiến Chiếu Minh Kim Cương Tam-muội 171
La-hầu-la 94, 129, 185, 186, 187, 188, 189, 511, 514
La-thập 403, 434, 439, 464, 466, 468, 491, 543, 554, 562, 573, 575, 616, 628, 662, 677, 678, 684, 722, 728, 747, 760, 761, 788, 800, 856, 867, 868
lậu tận minh 671, 766
lậu tận thông 853
Lê Đình Thám 212, 781
lễ Tự Tứ 114
liễu nhân 307, 346, 385, 439, 456, 457, 458, 472, 819, 858
Linh thứu 128, 132, 171
Loa Kế Phạm Vương 51, 52
Lộc uyển 163
lợi hành 78, 221, 451, 720
lợi hòa đồng quân 171
Long Thọ 167, 168, 190, 191, 268, 735
Luận Đại thừa Bách pháp Minh môn 462, 466, 474
luận Đại Thừa Khởi tín 210, 768, 777, 779
Luận Đại trí độ 375, 400, 481
Luận Địa Trì 843
Luận Thành Duy Thức 590, 591, 827, 840, 852
lực ba-la-mật 255, 256, 385, 451, 657, 658, 728, 856
lục chủng chứng tín 15
lục chủng thành tựu 15, 673, 674, 714
lục độ 29, 34, 47, 50, 75, 220, 221, 223, 248, 250, 254, 255, 325, 415, 421, 440, 479, 517, 542, 587, 588, 601, 610, 614, 647, 651, 692, 704, 727, 744, 781, 782, 823, 832
lục hòa 171
lục sư ngoại đạo 150
lục thông 87, 88, 214, 221, 271, 325
Lục tổ 103, 123, 204, 219, 420, 671
Lượng bộ 60
Lương Giới 85
Lưỡng túc tôn 420
Ly cấu địa 253, 357
Ly cấu nhị địa 657, 726, 853
Ly hỉ diệu lạc địa 104
Ly sanh hỉ lạc địa 104
Ma Ba-tuần 227, 228, 234, 239, 240, 242, 246, 519, 689

Ma-da 799
Ma-đăng-già 191
Ma-ha Chỉ Quán 719
Ma-ha-diễn phương đẳng tạng 60
Ma-kiệt-đà 96, 97, 129
mạng căn 300, 370, 614
mạng trược 631
Mạt-già-lê Câu-xa-lê tử 149, 150
Mã Thắng 99, 113, 168
mạt-na 189, 383, 446, 465, 514, 518, 554, 555, 567, 570, 571, 574, 575, 590, 601, 653, 760, 847
mạt-na thức 24, 49, 288, 507, 687, 785, 788, 845
Mã Tổ 153
Minh hạnh túc 732, 819, 820
Mục-kiền-liên 93, 97, 112, 113, 114, 115, 116, 117, 122, 129, 135, 137, 161, 164, 181, 283, 391, 429, 444, 508, 678, 704, 779
mười hai nhân duyên 416, 662, 828, 834, 835, 836, 844, 847, 848, 849
mười hai nhập 367
mười nghiệp thiện 649, 650
mười pháp giới 18, 23, 25, 26, 27, 34, 39, 120, 353, 437, 490, 635, 643, 691, 703, 759, 779, 836
mười tám giới 241, 367
na-do-tha 806, 821, 856, 857, 858
Na-la-diên 452, 453, 567, 568, 569, 571, 574, 604
năm ấm 26, 34, 167, 168, 169, 227, 331, 374, 395, 406, 412, 428, 462, 532, 535, 548, 561, 562, 581, 582, 744, 748, 822, 826, 835
Nam Hoa kinh 86
năm lợi sử 631
Nam thiệm bộ châu 873
năm uẩn 84, 364, 367, 375, 596, 857
năng kiến 122, 174, 176, 213, 215, 287, 435, 497, 509, 513, 536, 621, 687, 768, 774, 779, 782
Nan thắng ngũ địa 254, 657, 727, 854
Nan Thắng Như Lai 258, 259, 260, 288, 522, 523, 722
nan xứ 648
ngã ái chấp tàng 24
ngã không 152, 165, 169, 249, 297, 489, 576, 602, 685, 690, 738, 746, 827, 837
ngã kiến 175, 188, 287, 297, 320, 321, 467, 469, 474, 514, 718
Nga Mi Sơn 219
ngã thể 24
nghĩa vô ngại biện 28
nghịch hạnh 149, 305, 444, 496, 700, 709
nghịch lưu 91
Nghiêm Tịnh 173, 175, 177, 264, 340
nghiệp thức 16, 52, 53, 83, 455, 554, 755, 761, 863
nghi pháp 22
Ngọa Luân 106
ngũ ấm 23, 24, 69, 169, 189, 227, 236, 237, 399, 401, 462, 483, 547, 576, 689, 690, 691, 692, 728, 761, 762
ngũ cái 22, 458, 462, 848
Ngũ căn 109
Ngũ Đài sơn 219, 264, 265, 267
ngũ dục 22, 95, 203, 227, 230, 231, 234, 235, 236, 237, 240, 250, 452, 453, 460, 496, 497, 498, 638, 689, 832
ngũ giới 29, 157, 468, 563, 608, 655, 731

ngũ lực 46, 109, 187, 189
ngũ minh 77
ngũ nghịch 146, 149, 153, 510
ngũ nhãn 172
ngũ phần pháp thân 88, 618, 619, 632
ngũ thời bát giáo 868
ngũ thông 162, 173, 176, 254, 496, 499, 500, 574, 852, 853, 854
ngũ thừa 647, 657, 815
ngũ trược 43, 630, 631, 667, 672, 861, 872
ngũ uẩn 23, 140, 221, 255, 287, 297, 300, 301, 303, 305, 307, 395, 542, 596, 609, 722, 723, 744, 748, 827
nguyện ba-la-mật 255, 385, 451, 657, 658, 727, 855
Nguyễn Bỉnh Khiêm 128
Nguyễn Gia Thiều 83, 295
nguyện lực 43, 80, 149, 361, 386, 391, 440, 451, 539, 652, 851, 855, 856
Nguyệt Cái tỳ-kheo 858
nhậm trì tự tánh 118
nhãn căn viên thông 681, 682, 683
nhân dụ lập đề 877
nhân kiến 175, 188, 205, 287, 514, 594
nhân minh 77, 792, 793
nhẫn nhục ba-la-mật 247, 254, 450, 657, 727, 854
nhân pháp lập đề 876
nhạo thuyết vô ngại biện 28
nhất hiệp tướng 148, 559
nhất lai quả 92
nhất sanh bổ xứ 200, 208, 257, 676, 678, 729, 740, 856, 861, 870
Nhất thiết chủng trí 223, 224, 249, 256, 340, 401, 419, 501, 517, 719, 746, 795, 855, 858

Nhất Thiết Kinh Âm Nghĩa 682
Nhất thiết trí 247, 323, 718, 719, 808, 810, 839
Nhất thừa 415, 459, 495, 757
nhất-xiển-đề 368, 857
nhĩ căn viên thông 78, 482, 500
nhiếp tướng năng vọng 164, 177, 511
nhiễu hành 671
nhuận nghiệp vô minh 299, 319, 320
nhục nhãn 607, 608
Như huyễn Tam-ma-đề 295, 364
Như Lai chủng 478
Như Lai tạng 72, 124, 125, 368, 400, 415, 418, 425, 450, 453, 455, 535, 557, 559, 575, 576, 577, 580, 581, 585, 586, 587, 590, 602, 646, 742, 771, 781, 830, 836
Như Lai tự tánh 507
Như Lai xuất triền 469, 507
nhu thuận nhẫn 850, 851, 854
niệm giác chi 110
Niết-bàn vô trụ 254, 744, 855
Ni-kiền-đà Nhã-đề tử 149, 150
núi Kê túc 131
Phá Am Tổ Tiên 654
phẩm Bất nhị pháp môn 62, 443, 757
phẩm Bất tư nghị 18, 61, 339, 365, 530, 613, 622, 625, 637, 668, 669, 797, 803, 871
phẩm Bồ Tát 66, 243, 276, 340, 365, 405, 521, 668, 757
phẩm Cơ duyên 106
phẩm Đệ tử 91, 93, 131, 158, 164, 210, 269, 271, 275, 340, 409, 508, 521, 614, 661, 757
phẩm Hạnh Bồ Tát 66, 341, 814, 875

phẩm Nhập Bất Nhị Pháp Môn 534, 537
phẩm Pháp Cúng Dường 811
phẩm Phật A-súc 61, 669
phẩm Phật Hương Tích 18, 273, 276, 340, 614, 669, 754, 757, 806
phẩm Phật quốc 56
phẩm Phổ môn 78, 386
phẩm Phương tiện 29, 57, 61, 63, 74, 89, 120, 158, 293, 485, 505, 619, 672, 704, 756, 814
phẩm Quán chúng sanh 274, 340, 365, 667, 722, 755, 757, 793, 839
phàm thánh đồng cư 26
phẩm Thanh văn 91
phẩm Thấy Phật A-súc 18
phẩm Thọ ký 131, 145
phần đoạn sanh tử 93, 303, 319, 334, 335
phan duyên 119, 160, 161, 210, 215, 230, 231, 256, 285, 286, 306, 307, 308, 321, 322, 411, 465, 511, 546, 579, 582, 600, 629, 640
Pháp Bảo Đàn Kinh 30, 106, 671
pháp chấp 23, 144, 250, 257, 396, 413, 498, 522, 546, 560, 561, 601, 602, 604, 677, 685
pháp dụ lập đề 876
pháp giải thoát bất tư nghị 329, 340, 346, 358, 359, 361, 529, 534, 613, 622, 629, 677, 698, 803
pháp hỷ thực 614, 643
Pháp Minh Như Lai 157
pháp môn Vô tận đăng 238, 241, 377, 520
pháp nhẫn 55, 60, 154, 156, 172, 213, 336, 337, 358, 466, 467, 532, 607, 608, 741

Pháp Nhãn Văn Ích 292
Pháp sư Tịnh Không 348
Pháp vân địa 256, 257, 344, 482, 749
pháp vô ngại biện 28
Phật A-di-đà 195, 356, 424, 592, 620, 632, 679, 684, 691, 703
Phật A-súc 61, 341, 424, 669, 805, 814, 875, 878, 879
Phật Bất Động 328, 801
Phật Câu-lưu-tôn 184, 200
Phật chủng 453, 456, 457, 458, 459, 462, 471, 472, 479, 486, 501, 539, 837
Phật Di-đà 328
Phật Di-lặc 84, 131
Phật Dược sư 195, 328, 424, 592, 632, 681, 684, 691
Phật Dược Vương 821, 822, 825, 835, 849, 850, 852, 857, 859, 870, 880
Phật Hương Tích 18, 273, 276, 340, 341, 614, 618, 619, 620, 621, 627, 628, 630, 632, 633, 634, 644, 646, 647, 669, 675, 676, 691, 703, 754, 757, 806, 875
Phật Lâu-chí 858
Phật Nan Thắng 260, 261, 424, 523
Phật nhãn 172, 608, 746, 766
Phát quang địa 253, 254
Phát quang tam địa 657, 727, 853
phát tâm Bồ-đề 90, 234, 241, 261, 294, 298, 306, 312, 334, 493, 501, 663, 700, 754
Phật tạng 60
Phật Thanh Long Xà 144
Phật Thế Tự Tại Vương 115, 704
Phật Thích-ca 114, 115, 131, 144, 173, 176, 184, 196, 199, 200, 226, 227, 259, 266,

424, 493, 513, 592, 633,
635, 647, 653, 660, 671,
704, 751, 752, 804, 805,
825, 858, 860, 870
Phật thuyết Duy-ma-cật kinh 60
Phật Tu-di Đăng vương 340, 342,
637
Phật Tỳ-bà-thi 130, 184, 194
Phật Vô Động 795, 797, 802,
803, 804, 805, 806, 807
phiền não chướng 22, 23, 111,
188, 194, 222, 223, 254,
303, 448, 450, 451, 495,
514, 538, 542, 595, 597,
634, 652, 735, 765, 766,
790, 826, 832, 840, 866
Phiền não trược 631
phi trạch diệt vô vi 566
phi tưởng phi phi tưởng 105, 217,
251, 494, 765
Phi tưởng phi phi tưởng xứ 104,
446
Phó Đại Sĩ 172, 309
Phổ Đà Sơn 219
Phó Hấp 200
Phổ Hiền 219, 268, 600, 671, 684
Phổ Hiện Như Lai 264
Phổ Hiện Sắc Thân 273, 475, 476
Phổ Minh Như Lai 171
phong đại 72, 73, 292
phóng dật 48
phong luân 354
phòng phi chỉ ác 832
Phú-lan-na Ca-diếp 149, 150
Phú-lâu-na 21, 31, 93, 129, 156,
157, 158, 159, 160, 161,
164, 165, 298, 335, 508,
510, 511, 600
Phương đẳng 17, 58, 59, 63, 93,
358, 440, 608, 666, 687,
813, 824, 839, 860, 875
phương tiện ba-la-mật 255, 385,
451, 478, 657, 658, 727,
729, 744, 855

Quang Minh Như Lai 131
Quảng mục thiên vương 873
Quang Nghiêm 35, 217, 218,
219, 225, 226, 235, 257,
517, 520
Quảng Nghiêm 57
Quang Tịnh 217, 218
quán ngũ dục 230
quán như ý túc 109
quán pháp vô ngã 83, 109, 460
quán tâm vô thường 83, 109, 460
quán thân bất tịnh 83, 109, 461,
498, 681, 696
Quán Thế Âm 36, 49, 74, 78,
219, 356, 415, 440, 500,
634, 685, 686, 712, 826
quán thọ thị khổ 83, 109
quĩ sinh vật giải 118
Quy Sơn Cảnh Sách 84
Quy Sơn Linh Hựu 29, 84
sắc ấm 23, 25, 395, 396, 548,
549, 595, 597, 614, 638,
690, 738, 748
Sắc Cứu Cánh 799, 800
sắc dục 95
Sắc giới 104, 355, 396, 446, 638
sắc pháp 23, 462, 566, 599, 735
Sa-la song thọ 60
sân khuể 22
San-xà-da Tỳ-la-chi tử 113, 150
Sát-đế-lợi 76, 178
sát tặc 93, 369, 380, 381
sáu căn 20, 26, 29, 34, 45, 127,
141, 150, 151, 228, 300,
308, 325, 367, 462, 497,
498, 510, 592, 594, 615,
621, 653, 681, 682, 683,
706, 707, 748, 763, 765,
855, 866
sáu cõi phàm 25, 277, 437
sáu pháp ba-la-mật 29, 385
sáu thức 229, 300, 367, 631

sáu trần 27, 29, 45, 104, 109, 116, 124, 127, 141, 214, 228, 300, 308, 367, 462, 615, 653, 682, 692, 706, 707, 712, 763, 774
Sĩ-đạt-ta 74, 156, 162, 170, 185, 190
sở kiến 122, 174, 176, 213, 215, 435, 438, 497, 509, 513, 537, 621, 687, 768, 774, 779, 782
Sơn Hải Tuệ Tự Tại Thông Vương Như Lai 192
sở tri chướng 22, 23, 110, 188, 214, 222, 223, 254, 379, 479, 514, 542, 735, 765, 790, 826, 832, 840, 866, 873
tà kiến 92, 139, 150, 188, 287, 315, 317, 323, 324, 381, 423, 454, 456, 467, 491, 494, 514, 539, 631, 650, 670, 691, 700, 825, 826, 834, 835, 836, 857, 866
tâm bất tương ưng hành pháp 462, 566
tam đồ 649
tam đồ bát nạn 648, 814
tam độc 148, 249, 299, 308, 364, 369, 411, 412, 413, 458, 459, 526, 693, 832, 848
tam giải thoát môn 248, 317, 318, 589, 590, 738, 739, 800
Tâm kinh Bát-nhã 49, 85, 125, 166, 188, 283, 334, 336, 744
tam-ma-bát-đề 35, 16, 302, 303, 371, 372
tam-ma-đề 302, 371, 498, 509
tam minh 87, 88, 224, 671
Tam-muội lạc chánh thọ 489
tam-muội Nhất thiết Đức tạng 644, 646

tâm phan duyên 119, 161, 230, 231, 285, 307, 308, 321, 322, 411, 465, 511, 582, 629, 640
tâm pháp 23, 125, 219, 220, 566, 574, 599, 881
tam pháp ấn 165, 738, 739, 740
tâm sở hữu pháp 462, 566
tam tế tướng 210, 520, 546, 554, 575, 845
Tam thị kệ 167, 168
tam vô lậu học 68, 99, 480, 651
tâm vô phân biệt 402
tâm vô trụ 326, 333, 337, 338, 343, 345, 346, 347, 352, 360, 529
tâm vương 457, 462, 465, 571
Tần-bà-sa-la 113
tạng thức 24, 455
Tăng Triệu 147, 152, 169, 255, 273, 302, 313, 363, 402, 403, 464, 491, 541, 558, 573, 577, 588, 607, 609, 616, 649, 656, 659, 663, 673, 677, 678, 684, 689, 719, 723, 730, 742, 746, 747, 771, 783, 787, 803, 815, 832, 849, 867, 885, 886
Tăng trưởng thiên vương 873
tánh biến kế sở chấp 590, 591, 644, 701, 702
tánh viên giác 305, 593, 681
tánh viên thành thật 216, 519, 591
tánh viên thông 116, 117, 535, 586, 646, 681, 682, 683, 684, 686, 850
Tào Động 85, 123
Tào Khê 219
Tạp bộ 60
tập đế 290, 649, 745, 749
Tạp tạng 60
Tạp thí dụ kinh 61

Tất-ba-la 132
Tất-đạt-đa 439, 493, 494
tật đố 22, 280, 658, 660, 662
Tây ngưu hóa châu 873
Tây vực ký 59, 64, 65, 186
Tế Điên 327
Tha hóa Tự tại 227, 229
Thai hóa tạng 60
Thái Hư đại sư 417, 885
Thai tạng giới bộ 60
thân căn viên thông 682
Thắng Man 37, 58
Thanh-đề 113, 114, 122, 391
thanh dục 95
Thánh Đức Thái tử 346, 523, 602, 717, 729, 754, 809
Thanh Lương sơn 264
thanh minh 77
thân hòa đồng trú 171
Thành sở tác trí 189, 508, 514, 553, 574, 853
Thanh tịnh từ 380
Thanh văn tạng 60
Thanh văn thừa 55, 182, 183, 414, 747, 857
thân kiến 92, 249, 293, 295, 297, 300, 364, 369, 381, 395, 458, 505, 526, 548, 595, 597, 627, 631, 690, 691, 718, 848
thân tâm huyễn hóa 90
Thân Tử 809
thập ba-la-mật 88, 255, 385, 726, 729
thập địa 80, 144, 200, 224, 252, 254, 256, 258, 344, 405, 489, 522, 576, 626, 637, 647, 656, 657, 691, 729, 740, 743, 747, 748, 749, 854, 856, 870
thập hạnh 200, 253, 405, 626, 691, 740, 741, 743, 748, 850, 864

Thập hiệu 93, 821
thập hồi hướng 200, 253, 405, 626, 691, 740, 741, 742, 743, 748, 850, 864
thập lực 33, 41, 87, 88, 224, 256, 324, 728, 746, 855
thập nhị nhân duyên 279, 282, 307, 324, 415, 452, 459, 525, 608, 610, 620, 711, 712, 837
thập nhị xứ 213, 228, 231, 238, 241, 519, 821
thập như thị 120, 122, 124, 126, 429
thập thiện 47, 50, 157, 305, 308, 381, 467, 468, 563, 608, 647, 650, 651, 731, 732, 818
thập tín 200, 253, 405, 626, 740, 743, 748, 749, 850, 864
thập triền 22
thập trụ 60, 200, 253, 374, 405, 626, 691, 740, 741, 743, 748, 850, 864
thật báo trang nghiêm độ 703
Thất Diệp 132
Thất giác chi 110, 481
tha thọ dụng 238, 475, 488, 490, 491, 493, 494, 496, 498, 619, 622, 628, 641, 697, 704, 726, 757, 758, 780, 796, 797, 855
tha thọ dụng thân 195, 492, 506
Thế gian giải 733, 819, 820
thế giới tất đàn 610
Thế Hữu 59
thế trí biện thông 70, 469, 648, 659
Thích-ca Mâu-ni 88, 173, 176, 199, 257, 424, 460, 513, 628, 632, 633, 635, 647, 653, 751, 752, 804
Thích-đề Hoàn-nhơn 812

Thiện Cát 143
Thiên đế 19, 36, 813, 817, 818, 819, 849, 852, 858, 879, 880
thiền định ba-la-mật 254, 451, 855
Thiện Đức 243, 244, 245, 246, 248, 258, 259, 521, 522, 853
thiền duyệt thực 614, 643
Thiện Hiện 143
Thiện Kiến 143
thiền-na 35, 216, 371, 372, 509
thiên nhãn 94, 129, 171, 172, 173, 174, 175, 176, 177, 182, 187, 607, 608, 661, 671, 766, 854, 873
Thiên nhân sư 733, 819, 821
thiện pháp 22, 47, 88, 110, 249, 255, 256, 296, 388, 423, 457, 466, 468, 480, 481, 575, 687, 732, 742, 784, 795
thiền sư Bạch Ẩn 142
thiền sư Đan Hà Tử Thuần 326
thiền sư Đạo Nguyên 184
thiền sư Hám Sơn 287
thiền sư Hương Hải 372
thiền sư Huyền Giác 184
thiền sư Lương Giới 85
thiền sư Ngộ Ấn 470
thiền sư Pháp Dung 208
thiền sư Quế Sâm 183
thiền sư Trường Sa Cảnh Sầm 470
thiền sư Tuệ Giác 183
thiền sư Viên Học 138
Thiên Thai Trí Giả 35, 371
Thiện thệ 733, 819, 820
Thiện tuệ địa 256, 344, 855
thọ ấm 23, 24, 25, 395, 396, 549, 550, 551, 552, 553, 554, 615, 736, 738
thọ giả kiến 175, 176, 188, 287, 514

thọ giả tướng 16, 108, 142, 175, 203, 220, 245, 514, 723
thời thành tựu 15, 673
Thọ tưởng diệt vô vi 735, 736
thức ấm 23, 24, 25, 227, 395, 396, 397, 398, 406, 446, 450, 465, 498, 532, 533, 559, 579, 615, 711, 737, 739, 747, 748, 749
thức thực 615
Thức vô biên xứ 104, 140, 463
thủ-đà-la 178
Thủ-lăng-nghiêm 21, 31, 58, 66, 73, 116, 131, 145, 162, 168, 191, 192, 212, 298, 299, 356, 371, 446, 521, 580
Thường Bất Khinh 317, 634
Thương-na-hòa-tu 193
thường pháp 19
thường tịch quang 26, 418, 419, 420, 535, 592, 703
Thượng tọa bộ 57, 58, 59, 93
Thuyết Vô Cấu Xưng kinh 61, 558, 579, 622, 685
Thuyết Vô cấu xưng kinh sớ 492, 666, 679
thụy miên 22, 462
tịch diệt nhẫn 482, 652
Tịch diệt từ 378
tiền ngũ thức 23, 189, 396, 397, 465, 514, 574, 784, 845, 853
Tiểu Phẩm Bát-nhã 805
Tịnh Danh 74, 75, 78, 117, 120, 276, 400, 402, 454, 544, 794
tinh tấn ba-la-mật 254, 451, 854
tinh tấn giác chi 110
tinh tấn như ý túc 109
tinh xá Trúc Lâm 113, 114, 171
tín thành tựu 15, 673
tổ Đạo Tín 208
Tô Đông Pha 62, 399
trạch diệt vô vi 566, 735, 736, 738
trạch pháp 466, 467, 481, 532, 825

trạch pháp giác chi 110
Trạm Nhiên 217, 306, 346, 349,
    371, 444, 455, 457, 478,
    492, 556, 557, 558, 565,
    577, 592, 593, 599, 602,
    604, 606, 609, 623, 652,
    677, 702, 713, 720, 754,
    763, 771, 783, 788, 795,
    808, 809, 824, 858, 859,
    863, 868, 885
Trang Chu 85
Trang tử 85, 688
Trần Nhân Tông 30, 37, 642
trần sa hoặc 741
Trần Thái Tông 84, 89
trạo cử 23
trạo hối 22, 462
Trí ba-la-mật 255, 257, 385, 451,
    657, 658, 727, 729, 856
trí Bát-nhã vô tri 257, 600, 616,
    789
trí biến tri viên mãn 579
Trí độ luận bách tắc 60
Triền cái 23
Triệu Châu 80, 183
Triệu Luận 607, 886
Trí Giả đại sư 105
trì giới ba-la-mật 253, 450
Trí Khải 58, 66, 98, 128
trì luật đệ nhất 178, 179
Trì quốc thiên vương 873
trí tuệ ba-la-mật 254, 344, 451,
    855
trí tuệ vô tác 594, 599, 600
Trí Viên 487, 492, 604, 706
trí vô lậu 579
trời Biến Tịnh 463
trực tâm 38, 45, 46, 47, 48, 49,
    51, 88, 196, 220, 251, 386,
    387, 517, 786, 851
Trung ấm tạng 60
Trung Bộ kinh 84, 157
trung quán 35, 371, 743

Trung quán luận 167, 275
Trung Quán Luận 167
Trường Trảo 97, 99
Trường trảo Phạm chí 97
truyền tống thức 24
Tu-bồ-đề 94, 129, 143, 144, 145,
    146, 147, 149, 150, 151,
    152, 153, 154, 155, 158,
    160, 164, 245, 310, 322,
    401, 439, 508, 510, 559,
    669, 756
tục đế 168, 172, 339, 545, 710,
    741, 762
Tứ chánh cần 109, 394
tứ chủng ma 690
tự chứng phần 578, 774, 775,
    785
túc mạng thông 149, 854
tứ cú 304, 339, 546, 609, 610,
    757
Tư-đà-hàm 91, 92, 473
Tu-đà-hoàn 55, 91, 92, 99, 113,
    364, 369, 473
tứ đại chủng 596
Từ Đạo Hạnh 43
tu đạo vị 92, 740, 742, 743, 853
Tu-đạt 143, 243
tứ đế 146, 147, 149, 222, 223,
    332, 464, 579, 610, 616,
    711, 823, 839
Tu-di Đăng vương Như Lai 344,
    345
tứ diệu đế 414, 452, 662
tuệ nhẫn 850
tuệ nhãn 172, 197, 370, 597, 606,
    607, 608, 684, 741
tư hoặc 55, 92, 93, 489, 677,
    741, 743
từ không nhập giả 32, 35, 44,
    296, 303, 312, 741
tứ nhiếp pháp 46, 47, 78, 221,
    239, 248, 324, 451, 657,
    720, 757

tứ như ý túc 109, 481
tứ niệm xứ 83, 109, 393, 461, 481, 678
tưởng ấm 23, 24, 25, 167, 168, 395, 397, 447, 509, 552, 553, 615, 711, 736, 738
tướng bạch hào 130
tướng nhục kế 130
tướng phần 431, 445, 468, 497, 506, 507, 508, 578, 681, 774, 775, 785, 801, 840, 845
tướng phần sở tri 151, 510
tưởng thọ diệt vô vi 567
tướng thọ giả 310, 722, 723
Tướng tông 24, 519, 521, 593, 691, 734, 784, 812, 852, 873
tương tự vô vi 735, 737, 739
Tương ưng bộ kinh 100
tứ quả Thanh văn 93, 99, 203, 647
Từ tâm Tam-muội 199
Từ thị 199
tứ thiền bát định 105, 308, 316, 468, 722, 853
Tứ thiên vương 76, 250, 269, 341, 347, 414, 420, 668, 675, 873
tự thọ dụng 238, 475, 476, 477, 478, 479, 482, 484, 485, 486, 487, 488, 494, 619, 628, 641, 698, 726, 758, 796, 855
tự thọ dụng thân 195, 480
tự thực 615
tứ vô lượng tâm 46, 47, 50, 88, 221, 223, 248, 378, 387, 390, 756
từ vô ngại biện 28
tứ vô sở úy 87, 88, 224, 256, 728
Tu-xà-đa 414
tứ y 138

Tuyên Giám 79
tùy tâm hiện lượng 127, 432, 545
tỷ căn viên thông 681
Tỳ-da-ly 15, 16, 18, 19, 38, 57, 58, 65, 73, 74, 75, 115, 150, 154, 187, 191, 217, 218, 219, 222, 225, 243, 268, 269, 288, 341, 342, 345, 485, 636, 638
tỳ-kheo-ni Tử Kim Quang 130
Tỳ-lô-giá-na 201, 202, 769
Uất-đan-việt 648
Uất-đầu Lam-phất 494
ưng vô sở trụ 337, 343, 346, 347, 395, 399, 490, 807
Ưu-bà-đề-xá 96
Ưu-ba-li 94, 129, 170, 177, 178, 179, 180, 181, 182, 183, 187, 199, 511, 513, 554
Ưu-ba-ni-sa-đà 681
Ứng cúng 93, 732, 771, 819, 820
vạn pháp giai không 28, 324, 656, 685, 827
văn thành tựu 15, 673
Vệ-đà 130, 156, 162, 426, 639
vệ-xá 178
vị chí định 464
vị dục 95
Viễn hành địa 254, 255, 344, 745
Viễn hành thất địa 657, 729, 855
viên thành thật 64, 232, 242, 288, 302, 591, 593, 685, 737, 760, 849
vị nhân tất đàn 610
Vĩnh Gia Huyền Giác 62, 553
vô biên từ 380
Vô Cấu Quang Như Lai 65
Vô Động Như Lai 65, 797, 798, 804, 814
Vô dư Niết-bàn 310, 423, 501, 807
vô duyên từ 376
Vô Não 184

vọng kiến 16, 109, 177, 181, 182, 183, 184, 187, 241, 308, 310, 366, 506, 507, 513, 530, 687
Vô Ngôn Thông 26, 148
vọng tình 25, 30, 230, 231, 605, 775, 778, 802
vọng tưởng điên đảo 25, 181, 298, 299, 307, 398, 406, 465, 526, 532, 533, 640, 749, 846
vọng tưởng dung thông 25, 397
vọng tưởng u ẩn 25, 554
vô nguyện môn 590
vô nguyện nhẫn 850
vô quý 22
Vô sắc 334, 368, 396, 446, 459, 638, 639, 732, 800
Vô sắc giới 104, 316, 444, 447, 739
vô sanh nhẫn 369, 390, 440, 462, 482, 498, 500, 540, 563, 652, 676, 678, 679, 834, 850
vô sanh pháp nhẫn 34, 55, 66, 68, 201, 344, 374, 535, 545, 610, 611, 619, 663, 678, 746, 855, 865, 867
Vô sở đắc 217
Vô sở hữu xứ 104, 105, 140, 446, 463, 494
Vô tác giải thoát môn 590
Vô tác tam-muội 590
vô tàm 22
vô tận đăng 238, 240, 241, 242, 245, 306, 377, 520, 862
Vô thượng Bồ-đề 16, 55, 159, 187, 196, 260, 263, 328, 437, 440, 501
vô thường nhẫn 850
Vô thượng sĩ 733, 819, 821

Vô Tránh Niệm 263
vô tránh từ 379
vô tướng giải thoát môn 590
vô tướng môn 591
vô tướng nhẫn 850
Vô tướng tam-muội 590
vô úy thí 29, 246, 521, 731
vô vi tịch diệt 469
Vu-điền 266, 267
Vương Duy 62
Vương Huyền Sách 417
vương tử Nguyệt Cái 851, 852, 854, 856, 859, 860, 870, 880
Vương Xá 96, 112, 113, 129, 131, 132
xả giác chi 110
xa-ma-tha 372, 509
Xa-ma tha 35
Xả niệm thanh tịnh địa 104
Xá-vệ 143, 243, 263, 683
xúc dục 95
xúc thực 615
xứ thành tựu 15, 16, 673
y báo 125, 308, 334, 340, 351, 354, 424, 444, 446, 447, 448, 452, 461, 480, 490, 493, 495, 548, 549, 616, 618, 620, 635, 641, 643, 683, 699, 731, 752, 765, 795, 800, 801, 821, 837
y chánh trang nghiêm 490, 578, 802
yến tọa 100, 253
y giáo phụng hành 239, 387, 786, 811, 814, 816, 817, 825, 829, 835, 851, 853, 858, 878, 881
ý hòa đồng duyệt 171
y phương minh 77

www.ingramcontent.com/pod-product-compliance
Lightning Source LLC
Chambersburg PA
CBHW020415010526
44118CB00010B/260